बाल परिचर्या

सुधा प्र. पाटील
बी.एस्सी. (नर्सिंग)

मेहता पब्लिशिंग हाऊस

Please contact us at **Mehta Publishing House Pvt. Ltd.,** Pune 411030.
© +91 020-24476924 / 24460313 / Mob. No. 9545000513
Email : production@mehtapublishinghouse.com
Website : www.mehtapublishinghouse.com

- *या पुस्तकातील लेखकाची मते, घटना, वर्णने ही त्या लेखकाची असून त्याच्याशी प्रकाशक सहमत असतीलच असे नाही.*

BAL PARICHARYA by SUDHA PATIL

बाल परिचर्या : सुधा पाटील / आरोग्यपर

Email : author@mehtapublishinghouse.com

संस्थापक : सुनील अनिल मेहता

प्रकाशक : मेहता पब्लिशिंग हाऊस प्रा. लि.,
१९४१, सदाशिव पेठ, माडीवाले कॉलनी, पुणे - ४११०३०.

मुद्रक : ट्रिनिटी ॲकॅडमी फॉर कॉर्पोरेट ट्रेनिंग लिमिटेड

प्रकाशनकाल : जानेवारी, १९९१ / जानेवारी, १९९५ / मार्च, २००० / नोव्हेंबर, २००२ / जून, २००४ / सप्टेंबर, २००५ / नोव्हेंबर, २००६ / सप्टेंबर, २००७ / ऑक्टोबर, २००८ / जून, २००९ / सप्टेंबर, २००९ / ऑगस्ट, २०१० / सप्टेंबर, २०११ / नोव्हेंबर, २०१२ / सप्टेंबर, २०१४ / डिसेंबर, २०१६ / मार्च, २०२१ / पुनर्मुद्रण : सप्टेंबर, २०२३

मुखपृष्ठ : बाबू उडुपी

किंमत : ₹ ५९५

P Book ISBN 9788177666199
E Book ISBN 9789386342300
E Books available on : amazonkindle Apple Books Google Play Books

---

माझी लाडकी मुले

व

माझे सहकारी आणि विद्यार्थिनींना

दोन शब्द

सौ. सुधा पाटील यांनी आपल्या 'बाल परिचर्या' या लिखाणाचे वाचन करण्याची मला विनंती केली. मला त्यांनी काय लिहिले असेल हे पाहण्याची उत्सुकता वाटली आणि मी वाचण्याचे कबूल केले. काही प्रकरणे वाचल्यानंतर त्यांच्या सविस्तर लिखाणाबद्दल मला त्यांचे फारच कौतुक वाटले.

त्यांनी किचकट विषयही समजण्यास सोपा व सविस्तर रीतीने सहज सोप्या मराठी भाषेतून मांडला आहे. विषय समजण्यास सोपा होण्यासाठी योग्य ठिकाणी सुबक आकृत्यांचाही समावेश केलेला आहे.

या पुस्तकात नवजात बालकाची काळजी, बालकाचे संगोपन, संवर्धन, संरक्षण आजारी बालकाची घरी आणि रुग्णालयातील काळजी, बालकाला होणारे आजार, चिन्हे आणि लक्षणे, विशेष उपचार आणि काळजी यांचे सविस्तर विवेचन केले आहे. तसेच बाल कल्याणकारी योजनांचीही सविस्तर माहिती दिली आहे.

बाल परिचर्या विषयाचे मराठीतील या दर्जाचे पुस्तक यापूर्वी माझ्या तरी वाचनात आलेले नाही. हे पुस्तक नर्सिंगच्या सर्व कोर्सेसच्या विद्यार्थिनींना निश्चितच उपयोगी पडेल, यात शंका नाही. तसेच आजच्या काळातील प्रत्येक आई-वडिलांच्या वाचनात अशी पुस्तके आल्यास, त्यांना मुलांच्या आरोग्याची काळजी घेणे सोपे होईल.

हे पुस्तक लिहिल्याबद्दल लेखिकेचे अभिनंदन!

डॉ. भोसले व्ही.ए.
एम.डी. (पेडि.), बालरोगतज्ज्ञ

लेखिकेचे मनोगत

मी आठ वर्षे बाल परिचर्या हा विषय शिकविला. विद्यार्थिनींना हा विषय खूप आवडे; पण या विषयाचे इंग्रजी पुस्तकांच्या दर्जाचे एकही मराठी पुस्तक नाही, ही त्यांची अडचण लक्षात घेऊन हे पुस्तक लिहिण्यास घेतले. हे पुस्तक पूर्ण करून आपल्या हाती देताना फारच समाधान वाटत आहे. अनेक पुस्तकांचा संदर्भ घेऊन या विषयाची सहज समजेल अशा सोप्या मराठीमध्ये सुटसुटीत मांडणी करण्याचा उद्देश हाच की, नर्सिंगच्या सर्व कोर्सच्या विद्यार्थिनींना हे पुस्तक उपयोगी पडावे. संसार, नोकरी यातून मिळणाऱ्या वेळेतून हे पुस्तक पूर्ण करण्यास काळ जास्त लागला. माझ्या स्वत:च्या मुलांचे जवळून केलेले निरीक्षण तसेच वॉर्डमधील आजारी मुलांच्या निरीक्षणाचा फारच उपयोग झाला. पूर्वी सी.पी. आर. हॉस्पिटलमध्ये वैद्यकीय अधिकारी म्हणून काम केलेले बालरोगतज्ज्ञ डॉ. व्ही. ए. भोसले यांनी आपल्या कामाचा व्याप सांभाळून माझे हस्तलिखित वाचण्याचा त्रास घेतला व दोन शब्द दिले त्याबद्दल मी त्यांची अत्यंत ऋणी आहे. तसेच डॉ. मोहन पाटील (बालरोगतज्ज्ञ) यांनीही हे हस्तलिखित वाचून अद्ययावत माहिती व काही बदल सुचवले याबद्दल त्यांचीही मी आभारी आहे.

या पुस्तकातील आकृत्या श्री. अनिल भोसले यांनी अतिशय काळजीपूर्वक काढल्या आहेत, त्यांची मी आभारी आहे.

माझ्या हस्तलिखिताचे वाचन माझी सहकारी सौ. कस्तुरी साळोखे हिने फारच तत्परतेने केले, याबद्दल मी तिचीही आभारी आहे.

माझे पुस्तक प्रकाशित करण्याचे श्रीयुत सुनील अनिल मेहता यांनी मान्य केले व लगेचच त्याची पूर्तता केली.

माझे सर्व सहकारी, मैत्रिणी, माझे भाऊ यांनी उत्तेजन दिले. विशेष उल्लेख करावासा वाटतो की, सौ. मिश्रा मेट्रन, सौ. तुंगतकर, (पेडि. नर्स), सौ. वाघ पी. एच. एन यांनी पुस्तक पूर्ण करण्यास खूपच प्रोत्साहन दिले. या सर्वांचीच मी अत्यंत आभारी आहे.

घरातील वेळ काढून पुस्तक लिहित असताना माझे पती आणि माझ्या तिन्ही मुलांचेही भरपूर सहकार्य लाभले, हे मी कौतुकाने नमूद करते.

जनरल नर्सिंग मिडवायफरी नवीन अभ्यासक्रमानुसार बाल परिचर्या विषयाचा पुस्तकात समावेश करण्याचा प्रयत्न केला आहे. माझ्या पुस्तकातील त्रुटी जाणून घेण्याची इच्छा आहे. तरी आपणा सर्वांकडून आपुलकीच्या सूचना याव्यात, अशी अपेक्षा आहे.

सौ. सुधा प्र. पाटील

अनुक्रमणिका

प्रकरण १

बाल आरोग्याचे महत्त्व

□ बालसंगोपनाचे महत्त्व □ आई व मूल यांचा परस्परांच्या आरोग्याशी संबंध व निगा

बालसंगोपनाचे महत्त्व

कारणे : १. लोकसंख्येतील मुलांचे प्रमाण : एकूण लोकसंख्येतील मुलांच्या संख्येचा विचार केल्यास मुलांची संख्या जास्त प्रमाणात आहे. आपल्या देशात लोकसंख्येपैकी ४५ टक्के संख्या १५ वर्षांखालील मुलांची आहे, म्हणजेच आपल्या देशात जवळजवळ ३५ ते ४० कोटी मुलेच आहेत. एवढ्या मोठ्या संख्येने असलेल्या मुलांच्या आरोग्याची काळजी घेणे अत्यंत जरुरीचे आहे, हे सर्व आरोग्य कर्मचाऱ्यांना माहीत असणेही जरुरीचे आहे.

२. आजार व मृत्यूचे प्रमाण प्रौढांपेक्षा जास्त : मुलांची प्रतिकारशक्ती कमी असल्याने सांसर्गिक आजार होण्याची शक्यता जास्त असते. आजार आणि मृत्यूचे प्रमाण (Morbidity & Mortality) जर बाळाचे संगोपन चांगले झाले, तर हे प्रमाण कमी करता येते.

३. अपुरा आणि निकस आहार : बाल्यावस्थेमध्ये शरीराची वाढ झपाट्याने होत असते आणि यासाठी बालकाला उष्मांक, प्रथिने आणि इतर अन्नघटकांची जास्त गरज असते. आपल्या देशात दारिद्र्यामुळे बऱ्याच मुलांना पुरेसा आहार मिळत नाही. ज्या मुलांना पोटभर मिळतो तो आहार सकस असत नाही, त्यामुळे कुपोषण आणि कुपोषणामुळे मृत्यूची संख्या वाढते. मुलांची वाढ खुंटते. मेंदूची वाढ योग्यरीतीने न झाल्याने त्याचा परिणाम शालेय शिक्षणात होतो. ही मुले शिक्षणात मागे राहतात.

४. आबाळ : आईवडील अशिक्षित असल्याने, अंधश्रद्धा आणि दारिद्र्य यामुळे मुलांची काळजी जशी घ्यावयास पाहिजे तशी घेतली जात नाही. परिणामी पाच वर्षांखालील मुलांमध्ये मृत्यूचे प्रमाणही वाढते. आपल्याकडे एक हजारात

शहाण्णव असे बालमृत्यूचे प्रमाण अजूनही दिसून येते.

या कारणांमुळे मुलांची शारीरिक, मानसिक वाढ आणि बुद्धिमत्ता खुंटते. शिक्षण कमी मिळाल्याने अशिक्षित राहावे लागते आणि कमी पगाराची आणि अतिशय कष्टाची नोकरी पत्करावी लागते. शेती करण्यासाठी शारीरिक कष्ट करावे लागतात. दगदग सहन न झाल्याने तरुणवर्ग नोकरीसाठी शहराकडे धाव घेऊ लागतो. शहरात बेकारी वाढते. शेती असून ती आधुनिक पद्धतीने न केल्यामुळे उत्पन्नात वाढ होत नाही. देशाची उन्नती होत नाही. माणसाची शारीरिक व मानसिक कार्यक्षमता कमी होते. परिणामी त्याचा समाजावर न पेलणारा बोजा वाढतो. व्यसनाधीन लोकांचे प्रमाण वाढते. कुटुंबांचा ऱ्हास होतो. या सर्वांचा परत मुलांच्या मनावर परिणाम होतो. दूरगामी परिणाम टाळण्यासाठी आणि मुलांच्या मृत्यूचे प्रमाण कमी करण्यासाठी, त्यांची वाढ, विकास योग्यरीतीने होण्यासाठी मुलांची जन्मापासूनच नव्हे तर माता गरोदर असल्यापासूनच काळजी घेतली पाहिजे. आधुनिक वैद्यकीय शास्त्र याहीपुढे जाऊन तरुण-तरुणी विवाह करण्यापूर्वीही त्यांना होणारे बालक निरोगीच होईल, त्याला आनुवंशिक रोग होणार नाहीत याची काळजी घेण्यास सूचित करीत आहे. आजची बालके ही राष्ट्राचे भावी आधारस्तंभ आहेत. देशाचे भवितव्य या बालकांच्या हाती आहे. व्यापक व दूरगामी देशहिताच्या दृष्टीने आजचे बालक सुदृढ असले पाहिजे आणि त्याला त्या दृष्टीने घडविले पाहिजे.

बालकाचे संगोपन म्हणजे पालन-पोषण करणे, त्याला प्रेम, संरक्षण देणे या गोष्टी योग्यरीतीने करणे, आई-वडिलांना शक्य होण्यासाठी कुटुंबातील मुलांची संख्या कमी असली पाहिजे. म्हणजेच एका जोडप्याला एक किंवा दोनच मुले असावीत, तरच त्यांचे पालन-पोषण-शिक्षण व्यवस्थित करता येईल.

मूल जन्माला येण्यापूर्वी त्याच्या संगोपनाची जबाबदारी घेण्यास आई-वडील पात्र असले पाहिजेत. त्यांचे लग्नाचे वय १८ ते २१ वर्षे पूर्ण असले पाहिजे. हा शासनाचा कायदा यासाठीच आहे की त्यांची शारीरिक, मानसिक व सामाजिक वाढ व विकास होऊन स्वत:ला लागणाऱ्या गरजा भागविण्याइतके कमविण्याची त्यांच्याजवळ ताकद असली पाहिजे.

स्वत:च्या आरोग्याची काळजी, बालकाच्या आरोग्याची काळजी व त्याचे महत्त्व त्यांना माहीत असले पाहिजे. अशाच कुटुंबातील बालकांची सर्वांगीण उन्नती होते. कुटुंबस्वास्थ्य मिळते व राष्ट्राची उन्नती होते.

आई व मूल यांचा परस्परांच्या आरोग्याशी संबंध

गर्भधारणेपासून स्तनपान सुटेपर्यंत तरी बाळाच्या आरोग्याचा त्याच्या मातेच्या आरोग्याशी निकट संबंध असतो. मातेला जेव्हा आजार होतो, तेव्हा तिच्याबरोबर

गर्भाचाही विचार होणे आवश्यक आहे. यासाठी माता-बाल आरोग्यसेवा वाढत्या प्रमाणात दिल्या जात आहेत. राष्ट्रीय कार्यक्रमातील माता-बालसंगोपन हा एक महत्त्वाचा राष्ट्रीय कार्यक्रम आज राबविण्यात येत आहे. सर्व राष्ट्रीय आरोग्य कार्यक्रम राबविले जातात, त्यामध्ये ४० टक्के लक्ष्य माता-बालसंगोपनाकडे केंद्रित केलेले आहे. तरीसुद्धा ३० टक्के बाळंतपणे अशिक्षित दाईकडून केली जातात. त्यामुळे प्रसूतीमध्ये माता व बालकांच्या मृत्यूचे प्रमाण जास्तच आहे. भारतामध्ये एकूण लोकसंख्येच्या २२ टक्के लोकसंख्या १५ ते ४५ वर्षांच्या स्त्रियांची आहे. या वयोगटातील स्त्रिया मुलाला जन्म देऊ शकतात. त्यामुळे त्यांच्या आरोग्याची काळजी घेणे महत्त्वाचे आहे. या मातांचे शारीरिक व मानसिक आरोग्य चांगले असेल तरच होणारी बालके निरोगी असू शकतील. गर्भ मातेच्या पोषक द्रव्यावरच जगतो. म्हणून मातेला मिळणारा आहार सकस, पुरेसा असला पाहिजे. माता आनंदी असली पाहिजे. मातेच्या सर्व शारीरिक व मानसिक गोष्टींचा गर्भावर परिणाम होतो. निरोगी माताच निरोगी बालकाला जन्म देऊ शकते. यासाठी याप्रमाणे निगा घ्यावयास हवी –

१. प्रत्येक गर्भवती स्त्रीची काळजी : तिच्या आहाराची, आरोग्याची विशेष काळजी घेणे आवश्यक आहे. रक्त, लघवी, रक्तदाब व शारीरिक तपासणी, वैयक्तिक स्वच्छता, धनुर्वात प्रतिबंधक लस टोचणी, लोह-कॅल्शियमच्या गोळ्या, प्रसूतीच्या व बाळराजाच्या आगमनासाठी शारीरिक व मानसिक तयारी, कुटुंबनियोजनाचे महत्त्व पटवून मनाची तयारी करणे, शारीरिक व मानसिक अपघातापासून संरक्षण, प्रसूतिपूर्व काळातील वैद्यकीय तपासणी इत्यादी.

२. प्रसूतीच्या वेळी घ्यावयाची काळजी : शिक्षित परिचारिकेची मदत घेणे जरुरीचे असते. योग्य काळजी घेऊन प्रसूती केल्यास माता-बालक मृत्यूचे प्रमाण कमी करता येते.

३. नवजात बालकाची काळजी : नवजात बालकाची गरज समजून घेऊन त्याची काळजी घेणे. बालकाचा आहार, स्तनपान, संगोपन याविषयी मातेला शिकविले जाते.

४. बाल आरोग्य केंद्रे : पाच वर्षांखालील बालकाची काळजी या बालकेंद्रातून घेतली जाते. आरोग्याची तपासणी, वाढ, विकास, लसीकरण, पालकांना सल्ला, अपघातापासून संरक्षण व रोगांपासून संरक्षण इत्यादींबाबत सल्ला व मार्गदर्शन केले जाते.

५. शालेय आरोग्य : बालकांच्या आरोग्याची तपासणी व आरोग्यशिक्षण याबाबत माहिती दिली जाते.

६. पालकांना कुटुंबनियोजनाचा सल्ला देऊन नियोजन करण्यास प्रवृत्त केले जाते.

आजचा बालक उद्याचा एक महत्त्वाचा घटक असेल.
आकृती क्र. १

□□□

प्रकरण २

बाळाची वाढ आणि विकास

□ बाळाची वाढ आणि विकास म्हणजे काय? □ बाळाच्या वाढीचा व कार्यक्षमतेच्या प्रगतीचा अंदाज □ बाळाच्या वाढीवर व विकासावर परिणाम करणारे घटक □ बाळाच्या वाढीच्या प्रगतीचे टप्पे □ वाढ व विकास योग्य नसल्यास उपाय □ जीवनातील अवस्था □ अयोग्य वाढ व विकास-उपाय

वाढ आणि विकास म्हणजे काय?

वाढ म्हणजे शरीराच्या आकारातील वाढ व विकास म्हणजे कार्यक्षमतेची वाढ. वाढ आणि विकास परस्परावलंबी आहेत. मात्र त्यांची प्रगती एकाच वेगाने होत नाही. प्रत्येक मुलाची वाढ वैयक्तिक असते. दोन मुलांमध्ये प्रत्येक गोष्टीत तुलनात्मक दृष्टिकोन ठेवल्याने काही वेळा मुलांची वाढ योग्य असूनही आईवडील मुलाची वाढ योग्य नाही असे समजून मुलाला बालरोगतज्ज्ञांकडे आणतात. विशेषत: २ ते ५ वर्षांमधील मुलांची वाढ योग्य असूनही आईवडिलांना मुलाची वाढ होत नाही असे वाटते, कारण २ वर्षांनंतर मुलाच्या उंचीच्या मानाने वजन जास्त प्रमाणात वाढते. त्यामुळे त्यांना मुलाची उंची कमी असल्याची शंका येते. १० ते १५ वर्षांमध्ये वजनाच्या मानाने उंची बरीच जलद वाढते आणि आईवडिलांच्या मनात मुलाचे वजन वाढत नाही, मूल अशक्त होत आहे अशी शंका डोकावते. वाढ आणि विकास अजमाविण्यासाठी वजन, उंची, डोक्याचा घेर, छातीचा घेर आणि कार्यक्षमता यांचा विचार केला जातो. हा प्रगतीचा अंदाज घेण्याचे जे टप्पे आहेत, त्यांनाच 'प्रगतीचे टप्पे' (Mile Stones) असे म्हणतात.

बाळाची वाढ व विकास पाहताना त्याच्या गर्भावस्थेचाही विचार केला पाहिजे. स्त्रीबीज फलित झाल्यानंतर त्याचे गर्भाशयात बीजारोपण होते. पहिल्या तीन महिन्यांत शरीराचे अवयव तयार होतात. या काळात मातेच्या आरोग्यावर होणाऱ्या अनिष्ट घटनांचा परिणाम गर्भाच्या अवयवांवर होऊ शकतो. उदा. गर्भवती स्त्रीला जर्मन प्रकारच्या गोवराचा संसर्ग झाल्यास बाळामध्ये जन्मजात व्यंग निर्माण होऊ शकते. उदा. हृदयातील व्यंग.

त्यानंतरचे सहा महिने गर्भाच्या आकारवाढीत जातात. या काळात मातेला सकस व पुरेसा आहार मिळाल्यास गर्भाची वाढ योग्य होते. जन्मतः मुलांचे वजन स्वाभाविक असते. मातेला जर निकस, अपुरा आहार मिळाला तर वाढ नीट होत नाही आणि जन्मतः मूल अल्पभार असू शकते. गर्भावस्थेत व पहिल्या पाच वर्षांत वाढ झपाट्याने होते.

बाळाच्या वाढीचा व कार्यक्षमतेच्या प्रगतीचा अंदाज

मुलाच्या वाढीचा अंदाज त्याचे वजन, उंची, डोक्याचा घेर, छातीचा घेर यावरून घेता येतो आणि विकासाचा अंदाज बाळाच्या शारीरिक हालचाली, त्याचे खेळ व इतरांशी वागणूक, भाषा आणि स्वतःच्या गरजा इतरांना दर्शविण्याची पद्धत, कुटुंबामध्ये व समाजामध्ये स्वतःला सामावून घेण्याची पद्धत यावरून समजू शकते. कालमानाने या वर्तणुकीत बदल होत असतो. कसे वागावे व कसे वागू नये हे बाळाला समजू लागते. वाढ व विकास वयानुसार होत असल्याने एखादे बाळ सर्वसाधारण वाढीला अनुसरून चालले आहे की नाही, हे कळू शकते. अर्थात कार्यक्षमतेची वाढ सारखी चालू असली तरी ती ठराविक टप्प्यांनीच होते, असे नाही. एखादे मूल त्याच्या वयाच्या मुलांपेक्षा १५ दिवसांनी उशिरा तो टप्पा ओलांडते तर एखादे मूल तो लवकर लवकर ओलांडते. मुलाच्या प्रगतीचा अंदाज घेताना त्याचे वय लक्षात घेणे अतिशय महत्त्वाचे आहे. एखादा टप्पा ओलांडला तर त्याचा अर्थ असा नव्हे की, त्याची प्रगती योग्य नाही. प्रत्येक मुलाची वाढ, विकास वैयक्तिक आहे, हेही विसरून चालणार नाही. पण वयाच्या मानाने टप्पा ओलांडण्यास फारच वेळ लागला, तर त्याचे कारण समजून घेणे आवश्यक आहे.

बाळाच्या वाढीच्या प्रगतीचे टप्पे

सर्वसाधारण मुलांच्या आयुष्यात वयोमानानुसार प्रगतीचे ठराविक टप्पे दिसतात. हजारो निरोगी बालकांचा, त्यांच्या कालनिगडित प्रगतीचा अभ्यास करून ह्या टप्प्यांची कोष्टके उपलब्ध झाली आहेत. यावरून एखादे मूल त्याच्या वयानुसार प्रगती दाखविते की नाही, हे ठरविले जाते. या प्रगतीत ते मागासलेले असेल तर त्याची कारणमीमांसा करण्यात येते. त्याची तपासणी करून उपचार त्वरित करता येतात.

वाढ म्हणजे शरीराच्या आकारमानात होणारी वाढ. यासाठी वजन, उंची, डोक्याचा घेर, छातीचा घेर हे प्रामुख्याने वयानुसार योग्य आहे की नाही हे पाहिले जाते.

वजन : सर्वसाधारण स्वाभाविक मुलाचे जन्मतः वजन साडपाच ते ७ पौंड किंवा अडीच ते ३ किलो असते. मुलाचे वजन हे आईवडिलांचे आरोग्य, आर्थिक, सामाजिक परिस्थिती, हवामान, मातेचा आहार व मातेची प्रसूतीची खेप यावर अवलंबून असते.

पहिल्या १० दिवसांत मुलाचे वजन कमी होते व १५ दिवसांपासून वाढू लागते. साधारण प्रत्येक दिवशी २५ ते ३० ग्रॅम असे पहिले तीन महिने वाढते.

१ ते ३ महिने	:	८०० ग्रॅम्स	प्रत्येक महिन्याला वाढते.
४ ते ६ महिने	:	६०० ग्रॅम्स	प्रत्येक महिन्याला वाढते.
७ ते ९ महिने	:	४०० ग्रॅम्स	प्रत्येक महिन्याला वाढते.
१० ते २४ महिने	:	२०० ग्रॅम्स	प्रत्येक महिन्याला वाढते.
२५ ते ६० महिने	:	१७० ग्रॅम्स	प्रत्येक महिन्याला वाढते.

निरोगी बालकाचे वजन, जन्मतः वजनाच्या दुप्पट, पाचव्या महिन्यांत व जन्मतः वजनाच्या तिप्पट, एक वर्षाच्या शेवटी होते. ते असे –

५ व्या महिन्यात	–	जन्मतः वजन गुणिले २
१ वर्षाच्या शेवटी	–	जन्मतः वजन गुणिले ३
२ वर्षाच्या शेवटी	–	जन्मतः वजन गुणिले ४
३ वर्षाच्या शेवटी	–	जन्मतः वजन गुणिले ५
१० वर्षाच्या शेवटी	–	जन्मतः वजन गुणिले ६

उंची : स्वाभाविक नवजात बालकाची उंची ५० सें.मी. (२०'') असते. यापुढे –

३ महिने : ६० सें.मी. ९ महिने : ७० सें.मी. १ वर्ष : ७५ सें.मी.

३ वर्षे : ९० सें.मी. ४.५ वर्षे : १०० सें.मी.

त्यानंतर दरवर्षी उंची ५ सें.मी. वाढते. असे १० वर्षांपर्यंत होते.

डोक्याचा घेर (Head Circumference) : जन्मतः बालकाच्या डोक्याचा घेर ३५ सें.मी. असतो. त्यानंतर –

३ महिन्यांनी ४० सें.मी.; १ वर्षाने ४५ सें.मी.; ३ वर्षांनी ४८ सें.मी.

७ वर्षांनी ५० सें.मी.; १२ वर्षांनी ५२ सें.मी.

छातीचा घेर (Chest Circumference) : जन्मतः बालकाचे डोके छातीच्या मानाने मोठे असते. छातीचा घेर ३२ सें.मी. असतो. एक वर्षाच्या शेवटी डोके व छातीचा घेर सारखाच असतो. यावरून डोक्याच्या आकारापेक्षा छातीचा घेर जास्त जलद वाढतो हे दिसून येते. ५ वर्षांच्या शेवटी छातीचा घेर, डोक्याच्या घेरापेक्षा ५ सें.मी. ने जास्त असतो.

दुधाचे दात येणे (Eruption of Milk Teeth) : ६ ते ७ महिन्यांत दात उगवणं सुरू होते. सुरुवातीला खालचे पटाशीचे दात २ व नंतर वरचे पटाशीचे दात २ येतात. काही मुलांमध्ये वरचे पटाशीचे दात अगोदर येतात व नंतर खालचे दात येतात.

१ वर्ष वयात ६ दात व अडीच वर्षे वयात २० दात, म्हणजे दुधाचे सर्व दात येतात. दुधाचे दात ७ ते ८ वर्षांत पडतात व त्यानंतर कायमचे दात येऊ लागतात. १२ वर्षांपर्यंत पटाशीचे सर्व दात, सुळे, पहिल्या व दुसऱ्या दाढा येतात; पण तिसऱ्या दाढा १८ वर्षांनंतर येतात.

घटक	वाढ-विकास (योग्य)	वाढ-विकास (अयोग्य)
१. आनुवंशिकता आणि वंश	मुलाची उंची, वजन, रंग, रूप, आई-वडील, आजी-आजोबा यांच्याप्रमाणे असते. आई-वडील उंच असल्यास मुले उंच असतात. आनुवंशिक गुण मुलामध्ये येतात. त्यामुळे आनुवंशिक आजार मुलाला होण्याची शक्यता असते. उदा. मधुमेह	आनुवंशिकतेनुसार मुलाला जन्मत:च काही आजार असू शकतात. त्यामुळे मुलाची वाढ व विकास योग्य होत नाही. लहान वयातच मधुमेह असेल तर मुलाची वाढ योग्य होत नाही.
२. प्रसूतिपूर्व काळ	माता निरोगी, मातेचा सकस आहार, सांसर्गिक आजार नसणे, घरातील वातावरण स्वच्छ, प्रकाशमय असणे, वायुवीजन योग्य, मानसिक समाधान.	आजारी माता, निकस व अपुरा आहार, सांसर्गिक रोगाची लागण, घरातील अस्वच्छ, कोंदट वातावरण, मानसिक असमाधान, काळजी, भीती.
३. जन्मानंतरचे वातावरण आणि परिसर	घरामध्ये असणाऱ्या सुविधा, स्वच्छता, प्रकाश, वायुवीजन, घरातील आनंदी वातावरण, मात्या-पित्यांचे प्रेम, मानसिक समाधान, कोडकौतुक व घराबाहेरील म्हणजे शेजारसंबंध.	घरामध्ये सुविधा नसणे, अस्वच्छ, कोंदट वातावरण, घरातील भांडणे, मानसिक असमाधान, माता-पित्याच्या प्रेमास वंचित असणे, दुर्लक्षिलेले बाळ.
४. आर्थिक परिस्थिती	आर्थिक परिस्थिती चांगली. बाळाचे संगोपन पोषण हौस योग्य प्रकारे पूर्ण.	गरिबीमुळे बाळाचे संगोपन, पोषण अपुरे असते.

घटक	वाढ-विकास (योग्य)	वाढ-विकास (अयोग्य)
५. सामाजिक परिस्थिती	कुटुंबातील माणसांची एकमेकांशी वागणूक, माता-पित्यांचे प्रेमाचे सहानुभूतीचे संबंध, तसेच नातेवाईक व शेजारी यांच्याशी घरच्या लोकांचे संबंध चांगले.	कुटुंबातील भांडणे, व्यसन, गैरसमज, तसेच नात्यातील लोकांची भांडणे, शेजाऱ्यांतील कलह.
६. बाळाचा आहार	स्तनपान पुरेसे, चौथ्या महिन्यापासून स्तनपानाबरोबर पूरक आहार. आरोग्याच्या गरजा योग्यरीतीने भागविला जाणारा समतोल आहार.	वरचे दूध योग्यआहार प्रमाणात न मिळणे. निकस अपुरा आहार. कुपोषण व इतर कमतरतेचे आजार.
७. बाळाच्या ग्रंथींचे कार्य	ग्रंथीची योग्य वाढ, योग्य कार्य	ग्रंथींची वाढ अयोग्य. कार्य कमी-जास्त.
८. बाळाचे आजार	निरोगी बालक	आजारामुळे वाढ खुंटते. वरचेवरच्या आजारपणामुळे बालकाचे पोषण योग्य होत नाही. दीर्घकालीन आजारांचा परिणाम, जन्मजात व्यंग.
९. लसीकरण	योग्य वयात लसी देऊन सांसर्गिक आजार टाळणे.	योग्य वयात लसी न दिल्यास सांसर्गिक आजार होतात.
१०. हवामान	सम हवामान आरोग्यावर चांगला परिणाम, भूक चांगली, उत्साही.	उष्ण हवामान, आरोग्यावर अपायकारक परिणाम, थकवा.

मुलाची तपासणी करताना खालील गोष्टी पाहाव्यात

१. मुलाचा चेहरा, स्वरूप, तरतरीतपणा, हसतमुख आहे ना? मलूल आहे का? प्रतिसाद देते का?
२. वजन, उंची व शारीरिक वाढ वयानुसार आहे का?
३. शारीरिक, मानसिक टप्पे वयानुसार ओलांडते का?
४. शारीरिक तपासणी डोक्यापासून पायापर्यंत.

जीवनातील अवस्था

प्रसूतिपूर्व काळ किंवा गर्भावस्था	फलित संयोजित बीज – ० ते १४ दिवस
	इम्ब्रीओ – १४ दिवस ते ८ आठवडे
	गर्भ – ९ आठवडे ते जन्मापर्यंत.

हा काळ २८० दिवसांचा असतो. या अवस्थेत वाढ अतिशय झपाट्याने होते.

१. जन्मानंतर : १ नवजात बालक जन्मापासून १ महिन्याचा काळ. या काळात बालकाला बाहेरील वातावरणाची समरस व्हावे लागते. या काळात बालकाची काळजी घेऊन त्याला वातावरणाशी समरस होण्यासाठी मदत करणे.

२. अर्भक : १ महिन्यापासून १ वर्षापर्यंतचा काळ. या काळातही मुलांची वाढ झपाट्याने होत असते. दर हजारी जिवंत जन्मलेल्या बालकांपैकी पहिल्या वर्षाअखेरपर्यंत दगावणाऱ्या बालकांचे प्रमाण हे देशाच्या आर्थिक आणि सामाजिक प्रगतीचे दर्शक मानतात. पाश्चात्त्य देशांमध्ये हे प्रमाण साधारणतः हजारी २५ आहे, तर आपल्या देशात हजारी ९६ आहे. हे प्रमाण पाश्चात्त्य देशांच्या चौपटी पेक्षाही जास्त आहे. यावरूनच आपल्या देशाची आर्थिक, सामाजिक स्थिती किती खालावलेली आहे, हे लक्षात येते. या काळात बालकाची काळजी चांगली घेतल्यास बालमृत्यूचे प्रमाण कमी होईल.

३. शिशू : १ वर्ष ते ३ वर्षांचा काळ. या काळातही बाळाला सकस व पुरेसा आहार मिळाला पाहिजे. नाही तर बाळाची वाढ खुंटते. प्रतिकारशक्ती कमी झाल्याने बाल-आजारांना बळी पडते. मुलाच्या बुद्धीची वाढ होत असते. चौकस बुद्धीमुळे अपघात होण्याची शक्यता असते. त्यापासून त्याचे संरक्षण केले पाहिजे. या काळात बालकाच्या मनावर संस्कार घडविता येतात. यासाठी आई-वडिलांनी आपल्या वर्तनातील आदर्श मुलांपुढे ठेवावेत.

४. पूर्वशालेय : ३ ते ५ वर्षे. या काळात बालकाला जबरदस्ती न करता नैसर्गिक वातावरणामध्ये आणि खेळातून शिक्षण देऊन त्याच्या बुद्धिमत्तेची वाढ होण्यास मदत करावी. मुलावर सतत लक्ष असावे; पण सारखेच शिस्तीचे कडक पालन करण्याची जबरदस्ती नसावी.

५. शालेय : ६ ते १४ वर्षे. बालकाची शालेय प्रगती त्याच्या शारीरिक, मानसिक व सामाजिक वाढीवर अवलंबून असते. मुलाच्या ज्ञानेंद्रियात काही दोष असल्यास उदा. दृष्टिदोष, ऐकू कमी येणे याचा परिणाम, शालेय प्रगतीवर होतो. म्हणून या दोषांवर योग्य ते उपाय करून बाळाला मदत करावी.

६. तारुण्य पदार्पणाचा काळ : १२ ते १८ वर्षे. या काळात आजार व मृत्यूचे प्रमाण कमी आहे. पण मुलांची मानसिक स्थिती अस्थिर असते; कारण शारीरिक बदल, शिक्षण किंवा नोकरी कोणती पत्करावी याचा विचार आणि परिस्थितीनुसार येणाऱ्या अडचणी. या काळात आई-वडिलांचे सहकार्य, मानसिक आधार तसेच अनुभवी व योग्य सल्ल्याची गरज असते.

यानंतर प्रौढत्वाची सुरुवात होते.

अयोग्य वाढ आणि विकास व उपाय

मुलाच्या तपासणीअंती वाढ आणि विकास योग्य नसेल तर, वाढ न होण्यास कोणते कारण आहे हे शोधून काढणे अतिशय महत्त्वाचे आहे.

यासाठी खालील गोष्टी केल्या जातात.

१. माहिती घेणे : मुलाच्या आई-वडिलांकडून परिसर, कौटुंबिक, आर्थिक व सामाजिक माहिती घेणे.

२. मुलाला त्याच्या वयानुसार सकस व पुरेसा आहार मिळतो का? हे समजण्यासाठी मुलाचे दिवसभराचे पोषण कसे होते? याची सविस्तर माहिती आईकडून विचारून घ्यावी; कारण वाढ न होण्यास अतिशय कारणीभूत असणारा आहार हा घटक आहे.

३. मुलाच्या मनावर परिणाम करणाऱ्या काही घटना घडतात का? अशी काही कारणे आहेत का? उदा. मातेचा मृत्यू, मुलाकडे दुर्लक्ष, आबाळ किंवा आई-वडिलांचे संबंध इत्यादी.

४. मुलाचे आरोग्य : आजारपणाबद्दल माहिती, आजार दीर्घकालीन होता का? कारण याचा परिणाम वाढीवर होऊ शकतो.

५. मूल अतिशय खेळकर किंवा अतिमंद आहे का? मानसिक वाढ योग्य आहे का?

शारीरिक तपासणी

१. मुलाची डोक्यापासून पायापर्यंत पूर्ण तपासणी.

२. प्रयोगशाळेतील तपासण्या.

रक्त तपासणी, पूर्ण हिमोग्रॅम, साखर, युरियाचे प्रमाण, शौचाची तपासणी, लघवी तपासणी, छातीचा क्ष-किरण, डोक्याचा क्ष-किरण इत्यादी.

उपचार

१. कारण शोधून लवकरात लवकर निदान व उपचार.

२. आईवडिलांना समजावून सांगून उपचाराचे महत्त्व पटवून देणे.

३. मुलाला सकस आणि पुरेसा आहार मिळण्यासाठी मुलाच्या वजन व वयानुसार कोणते अन्नघटक कसे द्यावेत हे सांगावे. दोन किंवा अधिक डाळी किंवा कडधान्ये एकत्र करून कशी द्यावीत व त्यांचा शरीराला काय उपयोग होतो, हे फक्त सांगून नव्हे तर मातेला प्रात्यक्षिक करून दाखवावे. अन्न शिजविण्यात बदल व आकर्षक रीतीने कसे वाढावे की ज्यामुळे मुलाची भूक वाढेल. मुलाला एका वेळी जास्त आहार देता येत नाही. म्हणून दिवसातून ४ ते ५ वेळा आहार द्यावा. अन्नपचनाचे काही दोष असल्यास वैद्यकीय उपचार लगेच करावेत.

४. मुलाला कोणताही संसर्ग होणार नाही याची दक्षता घ्यावी, तसेच लसीकरण योग्य वयात करावे.

५. वैद्यकीय उपचारांची गरज असल्यास बालरोगतज्ज्ञांचा सल्ला घ्यावा.

६. आईवडिलांना कुटुंब नियोजनाचे महत्त्व पटवून देऊन नियोजन करण्यास प्रवृत्त करावे म्हणजे या बाळाची काळजी योग्य रीतीने घेता येते.

एक वर्षापर्यंत बाळाच्या वाढीचे काही टप्पे

(अ) पहिल्या आठवड्यातील बालक

(ब) ४ महिन्यांचे बालक

(क) ७ ते ८ महिन्यांचे बालक

(ड) ११ महिने ते १ वर्षाचे बालक

बाळाच्या वाढीचे व प्रगतीचे टप्पे

वय	शारीरिक	मानसिक	वाचा
जन्मत:	चोखणे, गिळणे	तळहाताला डिवचल्यास मूठ घट्ट आवळून घेते. (Grasping Reflex) मोठ्या आवाजाने दचकते. (Moro Reflex) बाळाचे खांदे दोन्ही हात घालून उभे धरून ठेवल्यास बाळ पाय पुढे टाकल्यासारखे (Steping Reflex) हलविते.	रडते.
४ आठवडे	पालथे झोपविल्यास मान वर उचलते.	डोळ्यांच्या रेषेत असणाऱ्या हलणाऱ्या वस्तू व खेळण्याकडे पाहते.	घशातून आवाज काढते.
६ आठवडे	पाठीवर झोपले असता मान बाजूला हलविते.	बोलाविल्यास (ओळखीच्या व्यक्तीने) थोडेसे हसते.	हुंकार
३ महिने	पालथे झोपविल्यास मान व खांदे उचलते.	बोलाविल्यास आनंदाने हुंकार देते, हसते.	हुंकार वाढतात.
४ महिने	मान धरते. हातावर ताबा येतो.	खेळण्याकडे झेप घेते; पण हात लांब जातो. आवाजाकडे लक्ष देते.	आईला हुंकाराने प्रतिसाद देते.
५ महिने	पालथ्याचे उताणे होते.	आपल्या स्वत:च्या प्रतिबिंबाकडे पाहून हसते.	एकसारखे आवाज काढते.

वय	शारीरिक	मानसिक	वाचा
६ महिने	आधाराने बसते. दात यायला सुरुवात होते.	खेळणी उचलून हलविते व फेकू शकते.	आवाज जास्त निघू लागतात.
७ महिने	आधाराशिवाय बसू शकते व रांगण्याचा प्रयत्न करते.	'नको'ला प्रतिसाद मिळतो.	एकेक अक्षर बोलू लागते.
८ महिने	रांगू लागते.	एका हातातून दुसऱ्या हातात खेळणे घेते. तोंडात घालते.	ऐकलेल्या अक्षरांचा प्रतिउच्चार करण्याचा प्रयत्न करते.
९ महिने	आधाराने उभे राहते.	खेळणी हातात घेऊन त्याकडे पाहते. तोंड धुण्याचा प्रयत्न केल्यास दोन्ही हातांनी तोंड झाकून घेते.	अक्षरे जोडू लागते. टाटा, दादा, काका.
१० महिने	आधाराने चालू लागते.	आनंदाने टाळ्या वाजविते. छोटी वाक्ये समजू लागतात.	अक्षरे जोडून शब्द बोलू लागते.
१२ महिने	उठून उभे राहते, चालण्याचा प्रयत्न करते. चिमटीने वस्तू उचलते. ६ दात येतात.	बरीच वाक्ये समजू लागतात.	शब्द वाढू लागतात.

वय	शारीरिक	मानसिक	वाचा
१४ महिने	आधाराशिवाय चालू लागते. जिना रांगत चढू लागते.	एकावर एक खेळणी मांडते.	शब्द वाढू लागतात.
१५ महिने	घरात खूप खूप चालत राहते. डब्याचे झाकण उघडू शकते. दात १० ते १२	खुणेने खेळणी मागते.	येणाऱ्या शब्दांची सारखी बडबड.
१६ महिने ते १८ महिने	आधाराशिवाय जिना चढू लागते. पळू लागते. खुर्चीवर बसू शकते. चालू लागते. न पडता चेंडू फेकू शकते. ग्लासने दूध, पाणी पिते.	तीन ठोकळ्यांचा मनोरा बनवू शकते, मोजे काढू शकते. छोट्या आज्ञा पाळते.	साधारण २० शब्द बोलू शकते.
१९ ते २४ महिने (२ वर्षे)	जिना चढू उतरू शकते. कमी उंचीवरून उड्या मारते. देखरेखीखाली जेवते.	पाटीवर पेन्सिलने रेषा मारते. दाराची मूठ हलवू लागते. शौचाला आल्याचे सांगते.	शब्दसंख्या २५० पर्यंत. वाक्यरचना सुरू होते.

वय	शारीरिक	मानसिक	वाचा
२५ ते ३० महिने	चवड्यावर चालू लागते. एका पायावर उभे राहते.	जास्तीत जास्त ठोकळ्यांचा मनोरा बसवू शकते.	पूर्ण वाक्य बोलू लागते. स्वत:चे नाव सांगते.
३१ ते ३६ महिने	एका पायावर जास्त वेळ उभे राहू शकते. स्वत: कपडे घालते. बटण वर-खाली घालते.	गोल काढू शकते. फुल्या मारते. नवीन गोष्टी जाणून घेण्याचा प्रयत्न करते.	स्वत:ला हव्या असणाऱ्या वस्तू नावाने मागून घेते. वाक्ये बोलते व गाणी म्हणते.
३७ ते ४७ महिने	घराच्या बाहेर खेळू लागते. खूप खेळते. धावते.	खूपच समजू लागते. बरोबरीच्या मुलांमध्ये रमते. अक्षरे काढू लागते.	प्रश्न विचारून उत्तरे समजून घेऊ लागते.
४९ ते ६० महिने	खूप खेळ अवगत होतात. सारखे खेळणे आवडते.	इतरांची नक्कल करते. मोठ्यांच्या आज्ञा समजुतीने पाळते.	सारखे बोलते. मोठी वाक्ये बोलते.

प्रकरण ३

नवजात बालकाची काळजी

☐ प्रसूतिपूर्व काळजी ☐ जन्मानंतर बालकाच्या शरीररचनेतील बदल ☐ बालकाच्या आरोग्याचे मूल्यमापन ☐ नवजात बालकाच्या गरजा आणि काळजी ☐ नवजात बालकाची तपासणी ☐ बालकाला अंघोळ घालणे.

नवजात बालकाची काळजी त्याच्या जन्मापासून घेऊन चालत नाही, तर माता गरोदर राहिल्यापासून म्हणजे बीज फलित झाल्यापासून घेतली पाहिजे. बालक जन्मते ते त्याचा पहिला दिवस असतो; पण मातेच्या गर्भाशयात त्याची नऊ महिने वाढ झालेली असते. बालक स्वाभाविक आणि आरोग्यदायी असणे हे तीन मुख्य गोष्टींवर अवलंबून असते.

१. आनुवंशिकता.

२. गर्भाशयातील वातावरण.

३. मातेचे आरोग्य किंवा आजार.

म्हणून स्त्रीची प्रसूतिपूर्व काळात काळजी घेणे महत्त्वाचे आहे.

प्रसूतिपूर्व काळजी

१. मातेचे आरोग्य चांगले राखण्यासाठी आणि गर्भाची वाढ चांगली होण्यासाठी मातेला सकस आणि पुरेसा आहार मिळाला पाहिजे.

२. स्त्री गरोदर राहिल्यानंतर लवकरात लवकर तिची नोंद करून तिची वेळोवेळी तपासणी केली पाहिजे.

३. अ) रक्त तपासणी : रक्तरंग, व्ही. डी. आर. एल., रक्तगट, आर.एच. घटक ब) लघवी तपासणी : साखर आणि ओजांशासाठी, क) रक्तदाब, ड) वजन, इ) शारीरिक आणि पोटाची तपासणी

४. धनुर्वात प्रतिबंधक लस टोचणी

५. लोह आणि जीवनसत्त्वयुक्त गोळ्या

६. गरोदर स्त्रीला योग्य विश्रांती, व्यायाम, वैयक्तिक स्वच्छता आणि प्रसूती

याविषयी सल्ला.

७. तिची प्रसूती व्यवस्थित होऊन माता आणि बालक निरोगी मिळण्यासाठी प्रसूतीची पूर्वतयारी, वैयक्तिक सल्ला आणि तपासणीत काहीही अस्वाभाविक आढळल्यास ताबडतोब उपचार.

जन्मानंतर बालकाच्या शरीररचनेमध्ये आणि कार्यामध्ये जे फेरफार होतात ते समजण्यास बालकाची गरज काय आहे, हे जाणून घेऊन त्याप्रमाणे त्याची काळजी घेणे सोपे आणि योग्य होऊ शकेल. उदा. मूल जन्मल्यानंतर श्वासोच्छ्वास क्रिया सुरू झाल्यानंतर हृदयात व रक्ताभिसरणामध्ये होणारे फेरफार.

बालकाच्या आरोग्याचे मूल्यमापन

नुकत्याच जन्मलेल्या बालकाचे आरोग्य चांगले आहे की नाही, हे अजमावण्यासाठी आकडेवारीमध्ये मूल्यमापन केले जाते. त्या पद्धतीला 'अपगार स्कोअर' असे म्हणतात. ही पद्धत अपगार यांनी सुरू केली म्हणून या पद्धतीला 'अपगार स्कोअर' म्हणतात.

बालक जन्मल्यानंतर १ मिनिटात 'अपगार स्कोअर' मोजले जातात. जरूर असल्यास पाच मिनिटांनी पुन्हा स्कोअर मोजतात. अतिमहत्त्वाच्या पाच मुख्य लक्षणांच्या प्रमाणानुसार ०,१,२ असे गुण देऊन अपगार स्कोअर मोजले जातात.

उद्देश : १) नवजात बालकाला तात्काळ गरज काय आहे.
२) भविष्यात बालकाच्या मेंदूचा विकास कसा होईल.

अपसार स्कोअर ८ ते १० असणे चांगले आणि यापेक्षा कमी असणे म्हणजे बालकाच्या जीवितास धोकादायक असते. अशा वेळी ताबडतोब डॉक्टरी मदत घेऊन बाळावर उपचार करावेत. जन्मताना बाळाला गंभीर प्रकारची इजा होण्याची किंवा इतर कारणाने बाळ गुदमरण्याची शक्यता असते. अशा वेळी बालकाला उबदार ठेवून, त्याला नवजात अतिदक्षता विभागात ठेवून त्याची काळजी घ्यावी.

(अ) पहिल्या आठवड्यातील बालक

आकृती क्र. २

(ब) ४ महिन्यांचे बालक

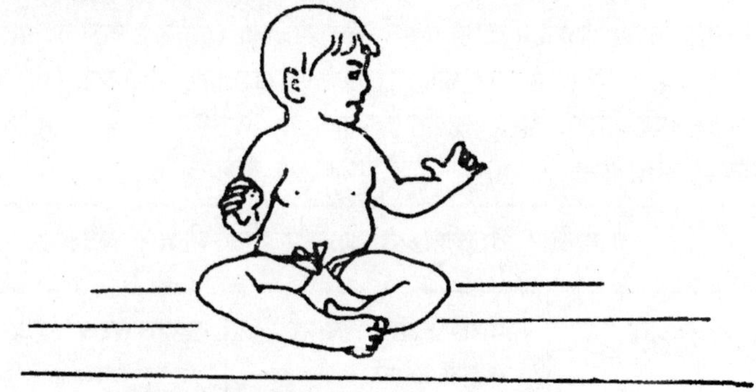

(क) ७ ते ८ महिन्यांचे बालक

(ड) ११ महिने ते १ वर्षाचे बालक

आकृती क्र. २

त्याचे श्वसन लवकरात लवकर सुरू होण्यासाठी प्रयत्न करावेत. या बाळाचे पुन्हा पाच मिनिटांनी अपगार स्कोअर मोजून त्याच्या स्थितीमध्ये काय फरक पडतो ते पाहावे. अशा प्रकारे बालकाच्या आरोग्याचे मूल्यमापन करणे, ही परिचारिकेची एक महत्त्वाची जबाबदारी आहे. अपगार स्कोअर फारच कमी असतील तर बालकाला वैद्यकीय उपचार ताबडतोब मिळवून देणे हे परिचारिकेचे आद्य कर्तव्य आहे. श्वसन नियमित सुरू होईपर्यंत श्वसननलिकेत इंडोट्रकियल ट्यूब घालून ॲम्बूज बॅग (Ambus Bag)च्या साहाय्याने कृत्रिम श्वसन सुरू करावे. कृत्रिमरीत्या ऑक्सिजन देऊन बालकाची निलांगावस्था (ऑक्सिजनच्या कमरतेमुळे शरीर निळसर होते.) कमी करावी.

नवजात बालकाच्या गरजा आणि काळजी

गर्भावस्थेमध्ये गर्भाला प्राणवायू आणि पोषण द्रव्ये वारेमार्फत मातेच्या रक्तातून मिळतात आणि गर्भाचे टाकाऊ पदार्थ परत मातेच्या रक्तात टाकले जातात. गर्भाचे सर्व अवयव तयार होतात, पण ते कार्यक्षम नसतात. गर्भाशयामध्ये असताना गर्भोदक पिशवीमध्ये असते आणि त्यामध्ये गर्भ तरंगत असतो. त्यामुळे गर्भाला धक्का पोहोचत नाही. गर्भाशयातील वातावरण गरम असते.

जन्मानंतर बालकाच्या शरीररचनेत होणारे बदल		
अवयव	**गर्भावस्थेतील रचना व कार्य**	**जन्मानंतरची रचना व कार्य**
१. नाळ शिर (Umbilical Vein)	वारेकडून शुद्ध रक्त, यकृत हृदयाकडे वाहून नेणे.	यकृताचे गोलाकार बंधनामध्ये रूपांतर
२. नाळ धमन्या (Umbilical Arteries)	अशुद्ध रक्त वारेकडे वाहून नेले जाते.	पोटाच्या भिंतीच्या बंधनामध्ये रूपांतर
३. संयोग शिर (Ductus Venosus)	शुद्ध रक्त ऊर्ध्वमहानीलेकडे वाहून नेले जाते.	बंधनामध्ये रूपांतर
४. संयोगधमनी (Ductus Arteriousus)	मिसळलेले (शुद्ध व अशुद्ध) रक्त फुफ्फुसधमनींकडून अग्रधमनीत नेले जाते.	बंधनामध्ये रूपांतर

५. हृदयछिद्र (Forame novale)	उजवी कर्णिका आणि डावी कर्णिका यामधील छिद्र	बंद होते. तीन महिन्यांत पूर्णपणे बंद होते.
६. फुप्फुसे	अकार्यक्षम	श्वसनक्रिया चालू होते.
७. फुप्फुस धमन्या	फुप्फुसाच्या पोषणासाठी थोडेसे रक्त फुप्फुसाकडे नेले जाते.	उजव्या जवनिकेतील अशुद्ध रक्त फुप्फुसाकडे वाहून नेले जाते.
८. फुप्फुस शिरा	थोडेसे रक्त फुप्फुसाकडून डाव्या कर्णिकेकडे नेले जाते.	फुप्फुसाकडून शुद्ध रक्त डाव्या कर्णिकेकडे नेले जाते.
९. अग्र धमनी	हृदयाकडून येणारे रक्त वाहून नेले जाते.	डाव्या जवनिकेतून येणारे रक्त सर्व शरीरास पुरविले जाते.
१०. अधो-महानीला	शुद्ध व अशुद्ध (मिसळलेले) रक्त शरीर आणि यकृताकडून हृदयाकडे नेले जाते.	अशुद्ध रक्त डाव्या कर्णिकेत नेले जाते.

अपगार स्कोअर तक्ता

अ.क्र.	लक्षण	०	१	२
१.	हृदयगती	नाही	मंद, अनियमित, १०० पेक्षा कमी किंवा १६० मिनिटांत	१२० ते १४०/ मिनिटाला
२	श्वसन	नाही	अनियमित मंद, अशक्त, रडते.	जोरात रडते- ट्या, ट्या
३.	रंग	निळा, पांढरट करडा (निस्तेज)	शरीर गुलाबी व हातपाय निळे	सर्व शरीर गुलाबी
४.	स्नायू उठाव	लुळेपणा निपचित	हातापायांची थोडी हालचाल	हातापायांची भरपूर हालचाल

५.	प्रतिसाद नाकातील कॅथेटरला प्रतिक्रिया	नाही.	चेहरा हलविते.	शिंका येतात.

मूल्यमापन – अपगार स्कोअर – ८ ते १० स्वाभाविक
५ ते ७ – बालक सौम्य गुदमरलेले असते.
३ ते ४ – बालक मध्यम गुदमरलेले असते.
० ते २ – बालक गंभीर गुदमरलेले असते.

जन्मानंतर बालकाला जिवंत राहण्यासाठी बाहेरील गोष्टींशी समरस व्हावे लागते. तसेच त्याच्या सर्वच संस्था पूर्णतः कार्यक्षम झालेल्या नसतात. या सर्व महत्त्वाच्या गोष्टी लक्षात ठेवून काळजी घेतली पाहिजे.

१. श्वसन : जन्मानंतर बाळ रडणे फारच महत्त्वाचे आहे कारण, हे त्याचे पहिले श्वसन असते त्यामुळेच त्याच्या शरीराला प्राणवायू मिळतो. ७० टक्के बालके जन्मानंतर लगेचच रडतात. बाळ जितके जोरात रडेल तितके चांगले.

जे बालक लवकर रडत नाही त्याचे श्वसन सुरू होत नाही. अशा बालकाच्या तोंडामध्ये व घशात चिकट स्राव व गर्भोदक असल्याने श्वसनास अडथळा निर्माण होतो अशा वेळी पुढे दिल्याप्रमाणे स्राव काढून श्वास मार्ग मोकळा करावा. बाळ जर अर्ध्या मिनिटात रडले नाही, तर ते गुदमरण्याची शक्यता असते म्हणून ताबडतोब बाळाचे श्वसन सुरू झाले पाहिजे नाहीतर मेंदूला प्राणवायूचा पुरवठा न झाल्याने मेंदूच्या पेशी नष्ट होतात.

अशा वेळी बाळ रडण्यासाठी ताबडतोब उपाय केले पाहिजेत.

१) बाळाची नाळ बांधून, कापून बाळ मातेपासून वेगळे करावे व कोरड्या स्वच्छ ड्रॉशीट घातलेल्या ट्रेमध्ये घ्यावे. ट्रेची पायाकडील बाजू उंच करावी म्हणजे तोंडातून स्राव बाहेर येण्यास मदत होते.

२) घशातील स्राव सक्शन बल्ब किंवा म्युकस एक्स्ट्रॅक्टरने काढावेत. ही दोन्ही साधने (ग्रामीण भागात) नसल्यास १० किंवा २० मिली सिरींजला रबर कॅथेटर जोडून त्याने घशातील स्राव काढून घ्यावेत. लहान मुलासाठी कमी व्होल्टेजचे सक्शन किंवा पायाने चालणारे फूट सक्शन (Foot Suction) वापरावे.

३) शारीरिक उत्ते जनासाठी पायावर टिचक्या माराव्यात.

४) प्राणवायू कृत्रिमरित्या सुरू करावा.

५) डॉक्टर इन्डोट्रकियल ट्यूब घालून अ‍ॅम्बू बॅगच्या साहाय्याने कृत्रिम श्वसन

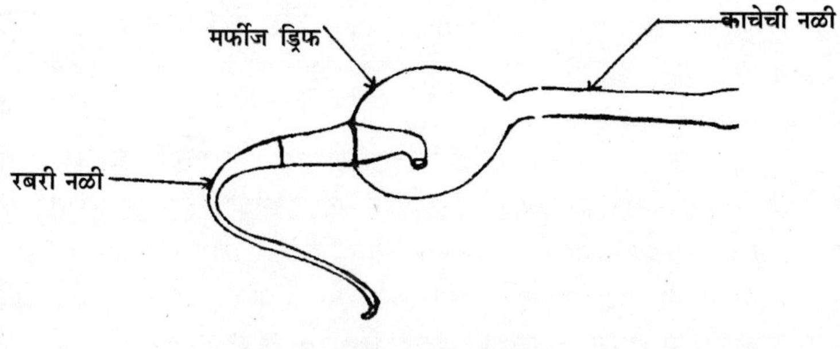

म्युकस एक्स्ट्रॅक्टर आकृती क्र. ३

सुरू करतात. त्यातूनच प्राणवायू देता येतो.

६) औषधांचा वापर फार थोड्या बालकांमध्ये (१ टक्के)च करावा लागतो. हृदयगती प्रत्येक मिनिटाला १०० पेक्षा जास्त असल्यास इंजेक्शन अॅड्रेनलीन देतात. त्याची मात्रा – १:१०००० असे देण्यात येते. यासाठी ०.१ मिली अॅड्रेनलीन व ०.९ मिली वॉटर फॉर इंजेक्शन घेऊन त्यातील ०.२ ते ०.३ मिली नाळ शिरेतून देतात.

सोडाबायकार्ब २ ते ३ मिली घेऊन त्यात तितकेच २५ टक्के ग्लुकोज घेऊन नाळ शिरेतून देतात. हे देताना ते नाळ शिरेबाहेर जाणार नाही याची काळजी घ्यावी. कारण त्यामुळे क्षोभ होतो. हे दिल्याने अॅसिडोसिस कमी होतो.

७) बाळावर सतत लक्ष ठेवून त्याला उबदार ठेवले जाते व बाळाची कमीत कमी हालचाल केली जाते. अशा बालकाची पुढील काळजी इनक्यूबेटरमध्ये घ्यावी.

२. बाळाच्या डोळ्यांची काळजी : बाळ जन्मल्याबरोबर निर्जंतुक नॉर्मल सलाइनच्या कापसाच्या बोळ्याने डोळे हळुवारपणे स्वच्छ करावेत. ताबडतोब डोळ्यांची स्वच्छता न केल्यास डोळ्यांना जंतुदोष होऊन डोळे चिकटतात, लाल होतात. मातेला गोनोकोकसचा संसर्ग असल्यास व बाळाला झाल्यास डोळ्यांचा जंतुदोष (Ophthalmia Neonatorum) होऊन दृष्टिदोष होण्याची शक्यता असते. हे दोष टाळण्यासाठी जंतुजीवनाशक द्रव्याचे डोळ्यांत थेंब घालून नंतर नॉर्मल सलाइनने डोळे हळुवारपणे धुतले जातात.

३. बाळाच्या नाळेची काळजी : बाळ जन्मल्यानंतर बेबीपासून १.५'' ते २'' वर नाळ बांधून कापावी. नाळ ताबडतोब कापल्यास बाळाला ऊबदार ठेवता येते. नाळेचे स्पंदन थांबल्यानंतर नाळ कापावी. पण वारेकडून (Milking of Cord) बाळाकडे रक्त ओढून घेऊ नये. यामुळे बाळाला ७० ते १०० मिली रक्त मिळते;

पण बाळाला याची जरुरी नसते. नाळ कापताना कात्री निर्जंतुक असली पाहिजे. नाळ प्रथम निर्जंतुक, जाड दोऱ्याने (Cord Ligature) दीड इंच व एक इंचावर घट्ट बांधावी. गाठ सैल नाही व सुटणार नाही याची खात्री करून डाव्या हाताच्या दोन बोटांत गॉझचा तुकडा धरून नाळ धरावी व बांधलेल्या जागेपासून पुढे नाळ कात्रीने कापावी. नाळ कापत असताना बाळाला इजा होणार नाही याची काळजी घ्यावी. नाळेतून रक्तस्राव होत नाही याकडे लक्ष द्यावे. जर रक्तस्राव होत असेल तर परत एक दोरा घट्ट बांधावा. नाळेचा कापलेला भाग निर्जंतुक कापसाने कोरडा करावा. नाळेचा स्टम्प बाळाच्या पोटाकडे असावा म्हणजे लघवीने भिजणार नाही व त्यात जंतुदोष होणार नाही. नाळ हळूहळू सुकते व ५ ते ६ दिवसांत पडून जाते.

४. त्वचेची काळजी : बाळाची त्वचा नाजूक असते म्हणून त्वचा चोळू नये. त्वचेवर असणाऱ्या पांढऱ्या चिकट पदार्था (Vernix Caseosa)मुळे शरीराचे तपमान कायम राखण्यास मदत होते आणि त्वचेचे संरक्षण होते. त्यामुळे चिकट पदार्थ चोळून काढू नये. त्वचेला दूध, डाळीचे पीठ, हळद लावू नये. त्वचा चरचरीत होते.

अंघोळ : 'सुरक्षित मातृत्व-बाल जीवित्व' या कार्यक्रमानुसार पहिले ५ दिवस बाळाला अंघोळ घालू नये. अंघोळीमुळे बाळाच्या शरीराचे तपमान कमी होते व विनाकारण हालचाल होते. हे त्याच्या जीविताला धोकादायक असते. बाळाला पुसून स्वच्छ करावे. पण कडक उन्हाळ्यात, बाळाचे आरोग्य चांगले असल्यास दुसऱ्या दिवशी अंघोळ घालण्यास हरकत नाही.

५. बाळाला उबदार ठेवणे : गर्भाशयातील गरम वातावरणातून बालक बाहेरच्या थंड वातावरणात आलेले असते. बाळाची त्वचा ओली असते; त्यामुळे त्या पाण्याचे बाष्पीभवन होण्यास त्याच्या शरीरातील उष्णता खर्ची पडते. नवजात बालकाचे तपमान नियमन केंद्र पूर्णत: कार्यक्षम नसते. या कारणाने बालक थंड होण्याची (Neonatal Hypothermia) शक्यता असते. यासाठी याप्रकारे काळजी घ्यावी.

अ) प्रसूती करण्यात येणारी खोली उबदार असावी. खोलीचे तपमान २१.१^{0}C किंवा ७०^{0}F असावे. ब) मातेपासून बालक वेगळे केल्यानंतर त्याला कोरडे करावे व उबदार निर्जंतुक टॉवेलमध्ये गुंडाळावे. बालकाचे डोके पुसून एक टॉवेल डोक्यावरून गुंडाळावा. बाळ मातेच्या कुशीत द्यावे व खोलीत धूर न करणारी शेगडी कोपऱ्यात ठेवावी.

६. बाळाचे पोषण : गर्भाचे पोषण वारेमार्फत होत असते. जन्मानंतर बाळाचे पोषण बाहेरून करणे आवश्यक आहे. यासाठी नैसर्गिक सोय म्हणजे मातेचे दूध. प्रसूतीनंतर लवकरात लवकर बाळाला स्तनपान सुरू करावे. यामुळे

बाळाला अतिशय उपयुक्त चीक मिळतो. शिवाय स्तनांतील दूधनिर्मिती उत्तेजित होते. चिकातून काही उष्मांक मिळतात, प्रथिने मिळतात व ते पचण्यास हलके असते. प्रतिकारशक्ती मिळते व याचा सौम्य रेचक म्हणूनही उपयोग होतो. मातेला तिसऱ्या दिवसापासून बाळासाठी पुरेसे दूध येऊ लागते. बाळाच्या गरजेनुसार अडीच ते ३ तासांनी स्तनपान करावे.

७. ओळखण्याची खूण : बाळ मातेपासून वेगळे करण्यापूर्वी त्याच्या मनगटावर ओळखण्याची खूण बांधावी. दवाखान्यामध्ये अनेक नवजात बालके असतात. त्यांची अदलाबदल होऊ नये म्हणून ओळखण्याची खूण बांधावी. कायद्याच्या दृष्टीने परिचारिकेची ही महत्त्वाची जबाबदारी समजली जाते. यासाठी क्रमांकाचे धातूचे बिल्ले, मातेच्या नावाचे पट्टे यांचा उपयोग केला जातो. मातेपासून बाळ बाजूला नेण्यापूर्वी त्याला कोरडे करून मातेला दाखवावे. मुलगा की मुलगी हेही मातेला दाखवावे. मुलाच्या पायांचे ठसे घ्यावेत.

८. झोप व व्यायाम : प्रसूतीनंतर माता व बालक दोघेही दमलेले असतात. बहुतेक माता व बालक झोपी जातात. त्यानंतरचे दीड-दोन महिने बालक २४ तासांपैकी जवळ-जवळ २२ तास झोपलेले असते. जागे असते ते फक्त पोषण, शू-शीसाठीच. बालकाची झोप पूर्ण होण्यासाठी त्याला शांत व हवेशीर खोलीमध्ये आराम बिछाना घालून पाळण्यात किंवा पलंगावर झोपवावे. जवळपास गोंगाट असू नये. नंतर हळूहळू बाळाची झोप कमी कमी होते. बाळ दिवसातील जास्त तास जागे राहू लागते. बाळाला हातपाय हलविल्यामुळे आनंद मिळतो. शिवाय त्याला चांगला व्यायामही मिळतो. यासाठी बाळ जागे असते त्या वेळी त्याला सतत कपड्यांत गुंडाळून ठेवू नये. दुपारच्या वेळी, अंघोळीपूर्वी मुलाला मोकळे खेळू द्यावे. व्यायाम झाल्यामुळे त्याची भूकही वाढते. उन्हाळ्याच्या दिवसांत संध्याकाळी बाळाला थोडा वेळ बाहेर मोकळ्या हवेत नेल्यास त्याला ताजी हवा मिळते.

९. प्रेम, वात्सल्य : मोठ्या माणसांप्रमाणे बाळालाही प्रेमाची अतिशय गरज असते. भारतीय संस्कृतीमध्ये मातेला उपजतच बाळाचे प्रेम असते व ती बाळाला भरपूर प्रेम देत असते. सर्व जिव्हाळ्याने करीत असते. बाळाला मांडीवर घेऊन बसावे, गोंजारावे, हाताचा किंवा कपाळाचा मुका घ्यावा, पण तोंडाचा मुका घेऊ नये. त्यामुळे मातेच्या नाकातोंडातील जंतूंचा संसर्ग बाळाला होतो. त्याची मुळातच प्रतिकारशक्ती कमी असते. माता दीर्घकाळ आजारी असेल किंवा माता मृत असल्यास बाळाची काळजी घेणाऱ्या व्यक्तीने मातेसारखेच प्रेमाने बाळाचे संगोपन करावे.

१०. संरक्षण : नवजात बालकाची प्रतिकारशक्ती कमी असते व त्याला संसर्ग लवकर होण्याची शक्यता असते, यासाठी बालकाला बघण्यासाठी गर्दी करू

नये. सांसर्गिक रोग झालेल्या व्यक्तीने बाळ घेऊ नये. बाळाची काळजी घेताना हात स्वच्छ धुऊन मगच त्याला घ्यावे. नवजात बालकाला संसर्ग होतो; म्हणून बारसे वगैरे कार्यक्रमही एक महिन्यानंतर करा असे बालरोगतज्ज्ञ सल्ला देतात; कारण कार्यक्रम म्हणजे लोकांची गर्दी. त्यामुळे बाळ आजारी पडू शकते. बाळाचे अपघात, गुदमरणे, तीव्र प्रकाश, उष्णता, थंड वारा या सर्वांपासून संरक्षण केले पाहिजे.

११. मलमूत्र व लंगोट बदलणे : बाळाला दिवसातून अनेक वेळा लघवी होते व ३ ते ४ वेळा शी होते, हे स्वाभाविकच आहे. ज्या वेळी बाळाचा लंगोट ओला व खराब होतो त्या वेळी ताबडतोब बदलला पाहिजे. मातेच्या वेळेनुसार लंगोट दिवसातून एकदाच धुतला तरी चालेल, पण तो उघडा कुठेही ठेवू नये. त्यासाठी प्लॅस्टिकच्या बादलीत पाणी घालून त्यात लंगोट घालावेत व बादली झाकण घालून ठेवावी. बाहेरील कपडे खराब होऊ नयेत म्हणून बाजारात प्लॅस्टिक कव्हर असलेल्या चड्ड्या मिळतात; पण त्या रोजच्या रोज धुवाव्यात.

लंगोट हे सुती व मऊ कपड्याचे असावेत. ते रोज स्वच्छ धुऊन उन्हात दोरीवर वाळवावेत. जर कपडा राठ असेल किंवा चांगला धुतला नाही तर बाळाच्या कुल्ल्यांना खाज येऊन पुरळ येऊ लागतात. तो भाग लाल होतो.

बाळाने शी केल्यानंतर कोरड्या कापडाने न पुसता कोमट पाण्यात भिजविलेल्या कापसाने किंवा मऊ कापडाने गुद्द्वाराच्या बाहेरील भाग व कुल्ले पुसून घ्यावेत व स्वच्छ लंगोट बांधावा. मातेने आपले हात साबण लावून स्वच्छ पाण्याने धुवावेत. बालकाची विष्ठा पहिल्या दिवशी काळी असते. तिला 'मेकॉनियम' म्हणतात. नंतर रंग बदलू लागतो. हिरवट काळसर व ३-४ दिवसांनी पिवळ्या रंगाची विष्ठा होऊ लागते.

१२. रडणे : रडणे म्हणजेच बाळ तक्रार सांगते असेच म्हणावे लागेल. बाळ रडत असेल तर मातेने ताबडतोब लक्ष दिले पाहिजे. रडण्याची कारणे – लंगोट ओला होणे, भूक लागणे, काही टोचणे, चावणे, वेदना होणे, थंडी लागणे वगैरे. बाळ थोडेसे रडल्यास त्याची फुप्फुसे चांगली विस्तारित होतात व त्यांना व्यायाम मिळतो.

१३. जन्मनोंद : जन्मनोंद ही बालकाच्या, कुटुंबाच्या व देशाच्या दृष्टीने महत्त्वाची आहे. दवाखान्यात प्रसूती झाल्यास ही नोंद दवाखान्यातर्फे होते. तसेच प्राथमिक आरोग्य केंद्र व उपकेंद्रातूनही करण्याची जबाबदारी परिचारिकेची असून ती १४ दिवसांच्या आत झाली पाहिजे व याचे महत्त्व लोकांना पटवून द्यावे.

नवजात बालकाची तपासणी

बालकाच्या जन्मानंतरच्या वरील गरजा ताबडतोब भागविल्यानंतर बाळाचे

संपूर्ण निरीक्षण केल्यास त्याला काही व्यंग किंवा अस्वाभाविकता असल्यास त्याबद्दल डॉक्टरांना व आई-वडिलांना सांगून उपचार सुरू करता येतात. अस्वाभाविकता लवकर लक्षात न आल्यास त्यापासून गुंतागुंत निर्माण होऊन बालकावर गंभीर परिणाम होऊ शकतात. यासाठी बाळ उबदार खोलीत, पण भरपूर प्रकाशामध्ये तपासण्याच्या टेबलवर घेऊन त्याचे डोक्यापासून पायापर्यंत व्यवस्थित निरीक्षण करावे व अस्वाभाविकता आढळल्यास डॉक्टरांना दाखवावे. आई-वडिलांना कल्पना देऊन उपचाराबद्दल समजावून सांगून त्यांच्या मनाची तयारी करावी.

१. डोके : बाळाचे डोके योग्य आकाराचे आहे का? यासाठी त्याच्या डोक्याचा घेर टेपने मोजावा. घेर जन्मत: ३५ सें.मी. असतो. डोक्यावर सूज आहे का? घडणामुळे (Caput Succedanum) आहे का? मातेची पहिली खेप असल्यास घडणामुळे बाळाच्या डोक्याचा आकार लांबट दिसतो. ही सूज हळूहळू कमी होते. जास्त प्रमाणात घडण झाल्यास कवटीच्या आवरणात रक्तस्राव होऊन त्याचा दाब मेंदूवर पडतो. डोक्याला सूज (Cephal Haematoma) येते. ही स्थिती गंभीर असते.

२. डोळे : बालकाचे डोळे थोडेसे लालसर दिसतात. पण डोळे चिकटत नाहीत किंवा डोळ्यांतून पाणी येत नाही. डोळ्यांची अस्थिर हालचाल होत असते. दृष्टी स्थिर झाल्यानंतर अस्थिरता कमी होते. डोळे पिवळे असतील तर कावीळ असू शकते. डोळ्याचा जंतुदोष झाल्यास डोळ्यांतून पाणी व स्राव येऊ लागतो.

३. चेहरा : ओठ फाटलेला असेल, तर हे व्यंग लगेचच लक्षात येते. याबरोबरच बऱ्याच वेळा टाळ्याला फट असते. ती बाळाचे तोंड उघडून पाहावी. जीभ चिकटलेली असेल तर जिभेची हालचाल होत नाही. बाळाच्या हिरड्या पाहाव्यात. क्वचित मुलामध्ये जन्मत:च पटाशीचे दोन दात असतात. चेहऱ्याच्या स्नायूंना झटके येतात का पाहावे. तोंडातून फेस येत नाही. अन्ननलिकेच्या दोषात तोंडातून फेस येतो.

४. शरीर : बाळाचे श्वसन व्यवस्थित चालू असल्यास छातीची हालचाल नियमित दिसेल. नाळेमधून रक्त येत आहे का हे पाहावे. जर येत असेल तर दुसरा निर्जंतुक दोरा घट्ट बांधावा. नाळेचा गॉझ काढून स्पिरीटने स्वच्छ करून दुसरा गॉझ बांधावा. बाळाचे लिंगपरीक्षण अतिशय महत्त्वाचे असते. हे बाळ जन्मल्यानंतर केलेलेच असते. याची खात्री झाल्यानंतरच मातेला व त्याच्या नातेवाईकांना सांगावे. मुलगा असेल तर त्याच्या मूत्रमार्गाचे मुख शिश्नाच्या टोकाशीच आहे व ते खुले आहे याची खात्री करावी. गुदद्वाराचे छिद्र खुले आहे याची खात्री करण्यासाठी बाळाचे पहिले तपमान गुदद्वारातून घेतले जावे. यासाठी रेक्टल गुंडाळून हळुवारपणे गुदद्वारात थोडेसे घालावे. विष्ठा बाहेर येते. पण जन्मानंतर बाळाची विष्ठा बाहेर

आली असल्यास वरील तपासणीची गरज नाही. बाळाच्या पाठीवर गाठ किंवा मणक्यावर जखमेसारखा उघडा भाग नाही याची खात्री करावी.

५. हात-पाय : स्वाभाविक बालक आपले हात-पाय जोराने हलविते. हात-पाय न हलविण्याचे कारण म्हणजे स्नायुउठाव कमी असणे; हात किंवा पाय लुळा पडणे ही विकृती गंभीर स्वरूपाची असते. प्रसूतीच्या वेळी विनाकारण हात किंवा पाय ओढला गेल्यास सांधा निखळतो किंवा दंडाच्या किंवा मांडीच्या हाडाची हाडमोड होते. अशा वेळी बालकाला खूप वेदना होतात. त्यामुळे बालक तो हात किंवा पाय यांची हालचाल करीत नाही. हाताची व पायाची बोटे बरोबर आहेत, एकमेकांना चिकटलेली नाहीत हे पाहावे. बोटे चिकटलेली असतील तर थोडे मोठे झाल्यानंतर शस्त्रक्रिया केली जाते. एखादे जास्तीचे छोटेसे बोट असल्यास निर्जंतुक दोरा घट्ट बांधल्यास त्याचा रक्तपुरवठा कमी झाल्याने ते गळून पडते. पावले वळलेली असतात. याला टॅलिपस (Talipes) म्हणतात.

६. त्वचा : बाळाची संपूर्ण त्वचा स्वाभाविक आहे याची खात्री करावी. त्वचेवर फोड, पुरळ, सूज नाही हे पाहावे.

वरील तपासणीमध्ये काहीही अस्वाभाविकता आढळल्यास डॉक्टरांना बाळ दाखवून योग्य ते उपचार करावेत.

बालकास अंघोळ घालणे

उद्देश : १) बाळाचे शरीर स्वच्छ राहावे. २) बाळाच्या शरीराचे रक्ताभिसरण उत्तेजित व्हावे. ३) बाळाला त्वचेचे आजार होऊ नयेत. ४) व्यायाम व चांगली झोप येण्यासाठी. ५) बाळाचे निरीक्षण करून अस्वाभाविकता लक्षात घेण्यासाठी. ६) मातेला बाळाच्या अंघोळीचे महत्त्व पटवून देणे.

अंघोळीची खोली : अंघोळ घालण्याच्या खोलीला जोडून बाथरूम असावी. १) खोलीमध्ये टेबल, त्यावर पातळ गादी, रबर व चादर घातलेली असावी. खोली उबदार असावी. अंघोळ घालताना दारे-खिडक्या बंद करता येतील अशी योग्य असावी. पंखाही बंद करावा. म्हणजे बाळाच्या ओल्या अंगावर थंड वारा येणार नाही. खोलीत भरपूर प्रकाश असावा. २) वजनकाटा असावा. ३) परिचारिकेसाठी रबरी ॲप्रन व मास्क असावा. ४) गरम व गार पाण्याची सोय व हात धुण्याची सोय असावी.

बाळाची खोली : १) बाळाची खोली उबदार असावी. अंघोळीनंतर बाळ झोपते म्हणून त्याचा बिछाना तयार करून ठेवावा. २) बाळाला वरचे दूध पाजायचे असल्यास ती तयारी करून ठेवावी.

साहित्य : १) एका स्वच्छ ट्रेमध्ये बाळाचे स्वच्छ कपडे (झबले, टोपडे,

लंगोट, दोन मऊ टॉवेल, गोधडी व ब्लँकेट.) २) गरम पाण्याचा बोल, त्यामध्ये तेलाचा लहान बोल, ३) साबणाच्या डबीत बेबी-साबण, ४) एका जारमध्ये कापसाचे बोळे, गॉझ व स्वॉब स्टीक. ५) दुसऱ्या जारमध्ये निर्जंतुक नाळ बांधण्याचे जाड दोरे. ६) स्पिरीटची बूच असलेली बाटली. ७) केस विंचरण्यासाठी बेबी ब्रश. ८) एका निर्जंतुक झाकण असलेल्या छोट्याशा ट्रेमध्ये निर्जंतुक वाटीत नॉर्मल सलाइन, कापसाचे बोळे. ९) टब, १०) काढलेले कपडे टाकण्यासाठी बादली. ११) बाळाच्या जरुरीप्रमाणे डोळ्यांत घालण्याच्या थेंबाची बाटली. १२) बाथ थर्मामीटर.

अर्धा तास अगोदर सांगून मातेला बाळाला स्तनपान करण्यास सांगावे. अंघोळीनंतर पाजणे चांगले, पण बाळाला झोप येत असल्यामुळे बाळ पोटभर पीत नाही. यासाठी मातेला अंघोळीची कल्पना देऊन तयारीला लागल्यास स्तनपानानंतर लगेच अंघोळ घातली जात नाही.

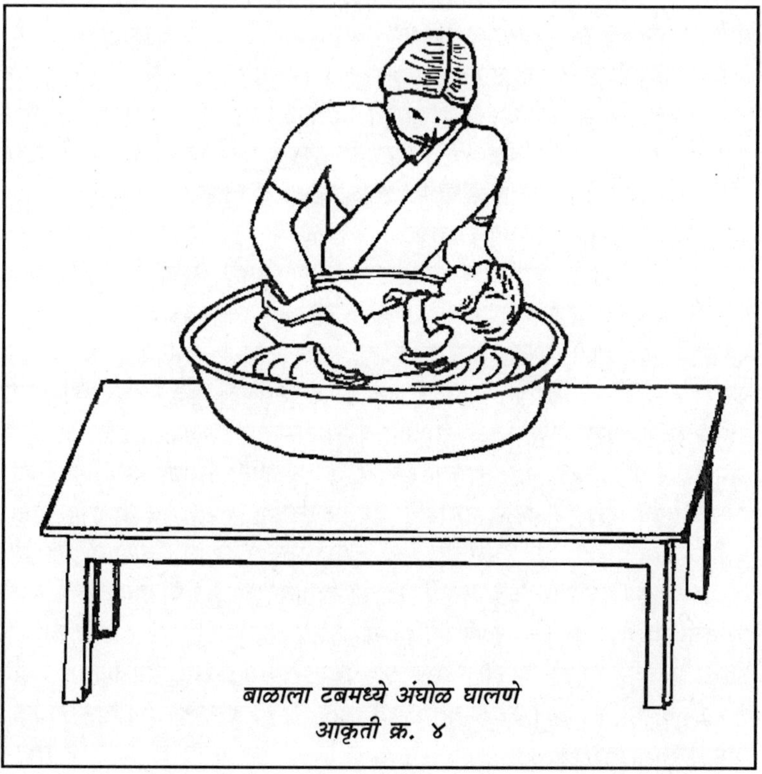

बाळाला टबमध्ये अंघोळ घालणे
आकृती क्र. ४

१) परिचारिकेने आपले हात स्वच्छ धुवावेत. आपले कपडे खराब होऊ नयेत म्हणून रबर ॲप्रन घालावा, मास्क बांधावा व वरील सर्व तयारी करून अंघोळीच्या टेबलवर ट्रे नेऊन ठेवावा. २) मातेकडून बाळाला घेताना बिल्ला नंबर, कॉट नंबर पाहून घ्यावा. ३) बाळाला टेबलवर ठेवावे व त्याचे कपडे काढून बादलीत टाकावेत. म्हणजे पाणी घेईपर्यंत बाळ मोकळेपणाने हात-पाय हलवीत खेळत राहते. ४) टबमध्ये गरम पाणी घेऊन त्याचे तपमान पाहावे. सुरुवातीला हे १०४^{0}F असावे. पण बाळाला टबमध्ये पाण्यात घेताना ते ९९ ते १००^{0}F असावे. (टबमध्ये पाणी घेतल्यानंतर बाळाच्या डोळ्यांची काळजी व निरीक्षण करीपर्यंत पाणी थंड होते.) ५) बाळाने शी केली असल्यास कोमट पाण्यात भिजविलेल्या स्वॉबने पुसून घेऊन परिचारिकेने आपले हात स्वच्छ धुवावेत. ६) बाळाचे निरीक्षण करावे. काही अस्वाभाविक आढळल्यास त्याची नंतर बेबीचार्टवर (Nsg. charts) नोंद करावी. उदा. त्वचेवर पुरळ, डोळ्यांतून स्राव येणे इत्यादी. ७) प्रथम निर्जंतुक सलाइन स्वॉबने बाळाचे डोळे स्वच्छ करून घ्यावेत. ८) त्यानंतर बाळाच्या अंगाला थोडेसे कोमट तेल लावून हळुवारपणे मालिश करावे. हे करीत असताना कानाच्या मागे, गळ्याभोवती, काखेत, जांघेत, सांध्याच्या ठिकाणी काळजीपूर्वक तेल लावावे. ९) बाळाचे डोके उघडे ठेवून बाळाला गोधडीत गुंडाळावे. १०) बाळाचे डोके टबवर आणि पाय आपल्या काखेत राहतील असे डाव्या हाताने, बाळाच्या पाठीला आधार देऊन धरावे. ११) बाळाची अंघोळ सुरू करण्यापूर्वी पाणी योग्य तपमानाचे आहे हे आपल्या कोपराने पाहावे. डोके व चेहरा उजव्या हाताने पाणी घेऊन ओला करावा, साबण लावावा व तेवढाच भाग हाताने पाणी घेऊन स्वच्छ करावा. बाळाच्या डोळ्यांत, नाकात साबण जाणार नाही, याची काळजी घ्यावी. कानाची मागील बाजू साबणाच्या पाण्याने काळजीपूर्वक स्वच्छ करावी. कानात पाणी जाणार नाही याची काळजी घ्यावी. १२) बाळ टेबलवर घेऊन चेहरा पुसण्याच्या टॉवेलने डोके, चेहरा, कान कोरडे करावेत. १३) टबमधील पाणी टाकून स्वच्छ गरम पाणी घ्यावे. तपमान योग्य असल्याची खात्री करावी. बाळाच्या अंगावरील गोधडी काढावी. त्याच्या अंगाला ओल्या हाताने साबण लावावा व बाळ काळजीपूर्वक उचलून हळूच टबमध्ये पाण्यात धरावे. १४) सर्व अंगाचा साबण धुऊन काढावा. हे करीत असताना सर्व त्वचा स्वच्छ करावी. विशेषत: काखेत, जांघेत चोळून त्वचा स्वच्छ करावी. डाव्या हातातून बाळ निसटणार नाही याची काळजी घ्यावी. टबमधील पाणी बदलून योग्य तपमानाचे पाणी घेऊन बाळाचे शरीर स्वच्छ पाण्याने धुवावे. बाळाला कोरड्या टॉवेलमध्ये गुंडाळावे व टेबलवर ठेवावे. १५) सर्व अंग टॉवेलने व्यवस्थित कोरडे करावे व बाळाला बेबी पावडर लावावी. यामुळे त्वचा कोरडी राहते. १६) नाळ व तिच्या सभोवतालची जागा स्पिरीटने

स्वच्छ करावी. नाळ पडलेली असल्यास बेंबी स्पिरीटने पुसून स्वच्छ करावी. त्यातून पाणी किंवा स्राव येतो का हे पाहावे. नाळेला किंवा बेंबीला कोणतीही पावडर लावू नये. ड्रेसिंग ठेवू नये किंवा पोटपट्टा बांधू नये. १७) बाळाला स्वच्छ झबले, टोपडे घालावे. लंगोट बांधावा. केस ब्रशने सरळ करावेत. स्वच्छ आणि गोधडीत गुंडाळून बाळ सूचक नंबर पाहून मातेजवळ द्यावे. बहुतेक बाळ झोपी जाते.

अंघोळ झाल्यानंतर वापरलेले साहित्य ट्रेमध्ये घ्यावे. खोली स्वच्छ करून दारे-खिडक्या उघडाव्यात. थोडा वेळ पंखा चालू करून बंद करावा. ही खोली इतर कारणांसाठी वापरू नये.

वस्तूंची काळजी : सर्व वस्तू योग्य पद्धतीने स्वच्छ करून कोरड्या करून कपाटात ठेवाव्यात.

बाळाला घरी अंघोळ घालणे : बाळाला घरी अंघोळ घालण्यासाठी उपलब्ध असणारे साहित्य म्हणजे टब, गरम पाण्याची बादली, थंड पाण्याची बादली, एका ताटात किंवा ट्रेत साबणासह डबी, कोमट तेल, टॉवेल, बाळाचे कपडे, गोधडी, पावडर, बेबी ब्रश, घरात टेबलची सोय असेल तर उत्तम नाहीतर खाली बसूनही अंघोळ घालता येते. हे सर्व साहित्य जवळ घेऊन वरीलप्रमाणेच बाळाला अंघोळ घालावी.

आपल्याकडे बाळाला पायावर अंघोळ घालण्याची पद्धत आहे; पण या पद्धतीचे काही फायदे आहेत तसेच तोटेही आहेत. शिवाय या पद्धतीमध्ये मदतनिसाची गरज असते. म्हणून बाळाला वरीलप्रमाणे टबमध्ये अंघोळ घालावी व मातेलाही शिकवावे.

□□□

प्रकरण ४

बालकाचा आहार

□ बालकाच्या आहारातील अन्नघटकांची गरज □ स्तनपान □ बाळाला वरचे दूध देणे. □ दूधाचे प्रमाण ठरविणे. □ बालकाचा वयानुसार व वजनानुसार आहार तयार करणे. □ आहार देताना येणाऱ्या अडचणी □ बाळाला पूरक आहार देणे, वरचा आहार देण्यासाठी वापरण्यात येणाऱ्या साधनांची काळजी.

अर्भकाचे वजन ५ महिन्यांच्या शेवटी म्हणजेच सहाव्या महिन्यांत जन्मत: असणाऱ्या वजनाच्या दुप्पट आणि वर्षाच्या शेवटी तिप्पट होते. या काळात झपाट्याने वाढ होत असते. या वाढीसाठी बालकाला सकस व पुरेसा आहार मिळाला पाहिजे. पहिल्या वर्षात बालक पूर्णत: मातेवर अवलंबून असते. मातेने त्याच्या गरजा समजावून घेऊन त्याला आहार दिला पाहिजे; तरच बालकाची शारीरिक, मानसिक वाढ चांगली होते.

बालकाच्या आहारातील अन्नघटकांची गरज

१. उष्मांक : शरीराच्या वाढीसाठी आणि हालचालीसाठी उष्मांकाची गरज आहे. स्वाभाविक नवजात बालकाला प्रत्येक दिवशी प्रत्येक किलो वजनाला १२० उष्मांकाची गरज असते. साधारणपणे एक वर्षाच्या बालकाला १००० उष्मांक रोज लागतात, म्हणजेच मातेला आवश्यक असणाऱ्या उष्मांकापेक्षा निम्मे. बाळाला आहार वरचेवर दिला पाहिजे, कारण एका वेळी बाळ जास्त खाऊ शकत नाही. दिवसभरात बाळाला किती व किती वेळा आहार द्यायचा, तो निश्चित करून त्या आहारातून त्याला आवश्यक उष्मांक मिळतील याची दक्षता घेतली पाहिजे. एक वर्षानंतर दर वर्षाला १०० उष्मांक जास्त लागतात. उदा. ५ वर्षांच्या मुलाला १४०० उष्मांक लागतात.

२. प्रथिने : बालकाच्या पेशींची वाढ होण्यासाठी, झीज भरून निघण्यासाठी आणि मेंदूची वाढ होण्यासाठी प्रथिनांची गरज असते. प्रथिने, प्राणिजन्य व वनस्पतिजन्य पदार्थांतून मिळतात. प्रथिनांचा रक्तात शोषणारा शेवटचा घटक

म्हणजे अमायनो ॲसिड्स (Amino Acids). शरीराला आठ अमायनो ॲसिड्ची आवश्यकता असते. ही अमायनो ॲसिड्स आहारातून मिळणे आवश्यक असते. प्रथम व दुय्यम दर्जाच्या प्रथिनांमधून आवश्यक अमायनो ॲसिड्स जास्तीत जास्त मिळतात. उदा. दूध, मांस, मासे, अंडी, कडधान्ये, शेंगदाणे, सोयाबीन इत्यादी कडधान्ये व डाळी एकत्र करून शिजविल्या तर त्या पदार्थांतून जास्तीत जास्त अमायनो ॲसिड्स मिळतात. आहारातून योग्य प्रमाणात प्रथिनांबरोबर पिष्टमय पदार्थही योग्य दिले पाहिजेत, तरच प्रथिनांचे कार्य योग्य होते. जर पिष्टमय पदार्थ योग्य प्रमाणात दिले नाहीत (कमी दिल्यास), तर प्रथिनांचा उष्णता निर्माण करण्यासाठी उपयोग होतो. त्याला 'प्रोटिन स्पेअरिंग ॲक्शन' म्हणतात.

रोजची आवश्यकता : प्रथिनांची आवश्यकता बाळाच्या वयानुसार व अपेक्षित वजनावर अवलंबून असते. ती खालीलप्रमाणे –

वय	वजन (किलो)	प्रथिने (ग्रॅम)	उष्मांक
१. जन्मापासून ६ महिने	३ ते ७	११	६००
२. ६ महिने ते १ वर्ष	७ ते ९	१३	८००
३. १ वर्ष ते ३ वर्षे	९ ते १३	१८	१२००
४. ४ ते ६ वर्षे	१५ ते १७	२२	१५००
५. ७ ते ९ वर्षे	१८ ते २१	३३	१८००
६. १० ते १२ वर्षे	२३ ते २८	४१	२१००

या तक्त्यावरून ६ महिने ते १ वर्षाच्या बालकाला १२ ग्रॅम प्रथिने आणि ८०० उष्मांक रोज लागतात. या काळात मातेचे दूध कमी होते आणि ह्यातून ५ ग्रॅम प्रथिने आणि ३०० उष्मांक मिळतात. म्हणून रोजची आवश्यकता पूर्णपणे भागविण्यासाठी बालकाला ४थ्या महिन्यापासून पूरक आहार दिला पाहिजे. मातेच्या दुधाबरोबर पूरक आहार बाळाला मिळाल्यास त्याच्या अन्नघटकांच्या गरजा भागविल्या जातात.

मुलांचा आहारात तक्तामध्ये दिलेल्या प्रमाणात अन्नपदार्थांचा समावेश असावा.

शालेय मुलांचा आहार

अ.नं.	अन्नपदार्थ	प्रमाण (ग्रॅम)
१.	कडधान्ये	१५० ते २००
२.	डाळी	४० ते ५०
३.	फळभाज्या	५० ते ७५
४.	पालेभाज्या	३० ते ५०

अ.नं.	अन्नपदार्थ	प्रमाण (ग्रॅम)
५.	फळे	४० ते ५०
६.	दूध आणि दुधाचे पदार्थ	२००
७.	स्निग्ध पदार्थ	२० ते २५
८.	मांस	३०
९.	प्रथिने	१८ ते १९
१०.	लोह	१७ ते १८ मि.ग्रॅ.
११.	कॅल्शियम	४५० मि.ग्रॅ.
१२.	जीवनसत्त्व-अ	३००० ते ५००० आय. यु.
१३.	जीवनसत्त्व-ड	४०० आय. यु.
१४.	उष्मांक	१२०० ते १३००

३. स्निग्ध पदार्थ : प्राणिज व वनस्पतिजन्य पदार्थांतून मिळतात. स्निग्ध पदार्थांतून १ ग्रॅमला ९ उष्मांक मिळतात. प्राणिज पदार्थ – दूध, कलेजी (यकृत), अंड्याचा बलक (पिवळा भाग) आणि मांस. वनस्पतिजन्य पदार्थ – नारळ, शेंगदाणे, सूर्यफूल इत्यादी पदार्थांतून स्निग्ध पदार्थ मिळतात. याचा उपयोग चरबीमध्ये विरघळणाऱ्या जीवनसत्त्वांचे पचन होण्यास आणि आवश्यक फॅटी ॲसिड मिळण्यास होतो.

४. पिष्टमय पदार्थ : आपल्या आहारामध्ये पिष्टमय पदार्थांचे प्रमाण इतर अन्नघटकांपेक्षा जास्त असते; कारण हे पदार्थ स्वस्त असतात. मुलाच्या आहारातही त्याची गरज आहे. एकूण उष्मांकांपैकी ५० ते ६० टक्के उष्मांक पिष्टमय पदार्थांतून मिळावेत इतकेच त्यांचे प्रमाण असावे. १ ग्रॅम पिष्टमय पदार्थातून ४ उष्मांक मिळतात.

५. जीवनसत्त्वे : सर्वच जीवनसत्त्वे योग्य प्रमाणात आहारात असली पाहिजेत. जीवनसत्त्वे हा शरीराचा संरक्षक अन्नघटक म्हणून ओळखला जातो. जीवनसत्त्वांच्या कमतरतेमुळे बालकामध्ये शारीरिक आजार होतात. उदा. 'अ' अभावी दृष्टिदोष, 'क' अभावी स्कर्व्ही, 'ड' अभावी मुडदूस इत्यादी.

६. खनिजद्रव्ये : सर्वच खनिजद्रव्ये आहारात योग्य प्रमाणात असावीत. मुलांच्या आहारामध्ये लोह व कॅल्शियम यांचे महत्त्व जास्तच आहे.

लोह – रक्तरंग तयार होण्यासाठी लोहाची आवश्यकता असते. लोह ज्यातून मिळते ते पदार्थ बालकाच्या आहारात असणे जरुरीचे आहे. जर लोहाची कमतरता झाली तर रक्तक्षय होतो. अर्भकाला प्रत्येक किलो वजनामागे १ मि.ग्रॅम अशी लोहाची रोज आवश्यकता असते. दुधामध्ये लोह नाही म्हणून इतर लोह मिळणारे पदार्थ दिले

पाहिजेत. उदा. अंडी, लिव्हर सूप, हिरव्या पालेभाज्यांचे सूप, रागीची खीर इत्यादी.

७. पाणी : इतर अन्नघटकांप्रमाणे पाणी हा महत्त्वाचा घटक आहे. उन्हाळ्याच्या दिवसांत पाणी पाजणे अत्यंत गरजेचे आहे. त्यामुळे बालकाची तहान भागते व पचन, उत्सर्जनाचे काम नियमित होण्यास मदत होते.

स्तनपान

जन्मल्यानंतर बालकाला पोषण मिळाले पाहिजे. गर्भावस्थेमध्ये गर्भाचे पोषण मातेकडून मिळणाऱ्या पोषक द्रव्यामुळे होत असते. जन्मानंतर पचनसंस्थेचे कार्य सुरू होते. बालकासाठी अतिशय मोलाचा घटक म्हणजे मातेचे दूध होय. निसर्गाने बालकासाठी ही देणगी दिली आहे. स्तनपान मिळणे हा प्रत्येक बालकाचा हक्क आहे आणि तो अत्यंत सहजपणे त्याला मिळवून देण्यासाठी आपण मदत केली पाहिजे.

स्तनपान देण्यासाठी मातेची तयारी : प्रसूतीनंतर स्तनपान देण्याची तयारी प्रसूतिपूर्व काळातच केली पाहिजे. स्त्री गरोदर आहे हे निदान झाल्यानंतर तिला स्तनपानाचे महत्त्व पटवून देऊन तिच्या मनाची तयारी केली पाहिजे आणि हे आपल्या भारतीय स्त्रियांना विशेष सांगावे लागत नाही. ती आपणहूनच यासाठी आतुर असते. प्रसूतिपूर्व काळात स्तनांची तपासणी करून त्यांचा आकार योग्य रीतीने वाढत आहे, स्तनाग्रे चांगली आहेत याची खात्री करून, रोज अंघोळीच्या वेळी थोडे तेल लावून साधारण चोळण्यास व स्वच्छ ठेवण्यास सांगावे. जर स्तनाग्रे आत वळलेली असतील तर बाळाला दूध ओढता येत नाही. यासाठी सुरुवातीपासून दिवसातून दोन-तीन वेळा ती बाहेर ओढावीत असे तिला सांगून प्रात्यक्षिक करवून घ्यावे. स्तनाग्रांना चिरा पडू नयेत म्हणून तेल लावावे; तसेच चिरा पडल्या असल्यास तेल किंवा मलम लावावे.

मातेला प्रसूतिपूर्व व प्रसूतिपश्चात सकस व पुरेसा आहार दिला पाहिजे. यामुळे तिची प्रकृती निरोगी राहते व बाळाला भरपूर दूध मिळते. माता आनंदी असेल तर

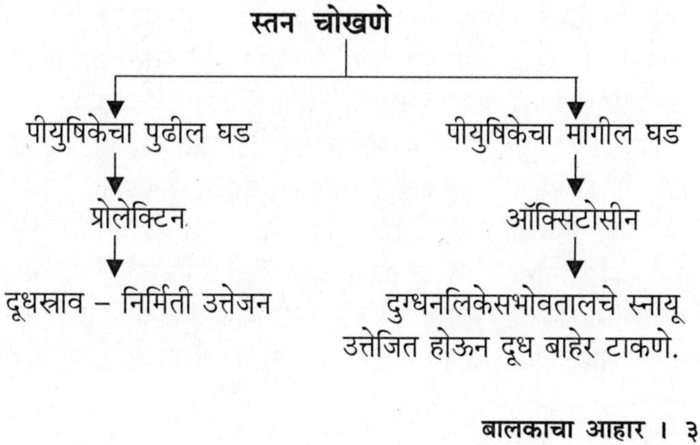

दूधनिर्मिती चांगली होते. यासाठी तिचे मानसिक आरोग्यही चांगले असावे.

स्तनपानाचे फायदे : बालकाच्या पोषणासाठी मातेचे दूध हेच बाळाचे पहिले योग्य दूध होय. मातेच्या दुधाची सर कोणत्याच दुधाला नाही (Breast milk is best milk).

१) बाळाला पोषण देण्याची स्तनपान ही नैसर्गिक व सर्वांत सोपी पद्धत आहे. २) हे दूध योग्य तपमानाचे असते. ३) पूर्णत: निर्जंतुक असते. ४) बाळाच्या शारीरिक गरजा सुरुवातीच्या काळात योग्यरीतीने भागू शकतात. ५) पचनास हलके असते. ६) दुधासाठी पैसा खर्च करावा लागत नाही. ७) बाळाचे रोगांपासून संरक्षण करण्यासाठी लागणारी प्रतिकारशक्ती स्तनपानातून मिळते. ८) स्तनपानामुळे मातेला समाधान मिळते. आई आणि मूल यांच्यामध्ये वात्सल्य निर्माण होते.

स्तनांची रचना व कार्ये : बालकाने स्तन चोखल्याने स्तनांतील दूधनिर्मिती वाढते तसेच मातेच्या मानसिक स्थितीचा स्तनांतील दुधावर कसा परिणाम होतो हे समजण्यासाठी स्तनांची रचना व कार्य माहीत असणे आवश्यक आहे.

स्तन ही स्त्री-जननेंद्रियाची सहायक इंद्रिये आहेत. स्राव तयार करणाऱ्या संयुक्त ग्रंथी आहेत. प्रत्येक स्तनामध्ये ग्रंथीच्या पेशींचे १५ ते २० घड असतात. प्रत्येक घडातून एक दुग्धवाहिनी निघते व स्तनाग्राकडे येते. स्तनाग्रांजवळ दुग्धवाहिनीला लहानसा फुगवटा असतो, त्याला ॲम्प्युला (Ampulla) म्हणतात. त्यात दूध तात्पुरते साठविले जाते. स्तनाग्रांतील दुग्धवाहिन्यांची तोंडे स्नायुपेशींच्या आकुंचनाने बंद होतात.

मुलगी वयात आल्यानंतर इस्ट्रोजन स्रावाच्या प्रभावाने स्तनांची वाढ होते. गरोदरपणी आणि प्रसूतीनंतर स्तनांचा आकार आणखी वाढतो. प्रोजेस्टेरॉन या स्रावाच्या प्रभावाने गरोदरपणात स्तनांमध्ये चीक (Colostrum) आणि प्रसूतीनंतर दूधनिर्मिती होते. उतारवयात स्तनांचा आकार कमी होतो.

स्तनाग्र हे ताठ होणाऱ्या विशिष्ट पेशींनी बनलेले असते. त्यात गोलाकार रचनेचे अनैच्छिक स्नायू असतात. त्यांच्याभोवती असणाऱ्या काळसर त्वचेला 'एरिओला' (Areola) असे म्हणतात. स्तनांना रक्तपुरवठा आणि लस पुरवठा भरपूर असतो. हा पुरवठा गरोदरपणी आणि सूतिकावस्थेत वाढतो.

बालकाच्या चोखण्याने स्तनांतील पेशी उत्तेजित होतात. त्यामुळे त्यातील दुधाची निर्मिती आणि प्रवाह वाढतो. बालकाने स्तनाग्रे चोखल्याने संवेदना पीयुषिका किंवा पीयुष ग्रंथींच्या पुढील भागात पोहोचतात. त्यामुळे या ग्रंथींतून प्रोलॅक्टिन स्राव रक्तामध्ये येतो आणि स्तनांतील दूधनिर्मिती उत्तेजित होते. याला 'प्रोलॅक्टिन रिफ्लेक्स' म्हणतात. तसेच बालकाच्या चोखण्याने संवेदना पीयुष ग्रंथींच्या मागील भागातही पोहोचतात आणि ऑक्सिटोसीन स्राव रक्तात येतो. याचा स्तनांमधील

दूधनिर्मिती करणाऱ्या वाहिन्यांच्या जवळील स्नायूंवर परिणाम होऊन दूध स्तनाग्रांजवळील वाहिन्यांमध्ये ढकलले जाते आणि बाळाच्या तोंडात सहजासहजी येते. याला 'लेट डाऊन रिफ्लेक्स' (Let Down Reflex) म्हणतात. माता मानसिकदृष्ट्या असमाधानी, रागात किंवा काळजीत असेल, तर या 'लेट डाऊन रिफ्लेक्स' (Let Down Reflex) कमी होतात आणि स्तनाग्रांजवळील दुग्धवाहिनीत कमी दाबाने दूध आल्याने बाळाला सहजासहजी मिळत नाही. बाळाला दूध सहजासहजी मिळाले नाही, तर बाळ चोखण्याचे टाळते व दूधनिर्मिती कमी कमी होऊ लागते.

स्तनपानाची सुरुवात : प्रसूतीनंतर मातेला आणि बालकाला शारीरिक विश्रांतीची गरज असते. त्यामुळे माता आणि बालक झोपी जातात. प्रसूतिनंतर लवकरात लवकर बाळाला स्तनपान देण्यास सुरू करावे. सुरुवातीला स्तनांतून पिवळसर रंगाचा (Colostrum) चीक येतो. त्यामध्ये प्रथिनांचे प्रमाण जास्त असते. काही प्रमाणात उष्मांक मिळतात. महत्त्वाचे म्हणजे यातून बाळाला प्रतिकारशक्ती मिळते. याचा सौम्य लॅक्झेटिव्ह म्हणूनही उपयोग होतो व बाळाची काळी विष्ठा (Meconium) बाहेर टाकण्यास मदत होते. लोकांची चीक बाळाला देऊ नये अशी चुकीची समजूत आहे. चीक दिल्याने बाळाला काही इजा होत नाही. उलट त्याचे फायदेच आहेत. दुसरे म्हणजे बाळ जितक्या लवकर व जितके स्तन चोखेल तितक्या प्रमाणात दूधनिर्मिती होण्यास मदत होते, हे मातेला समजावून सांगावे. बालकाला मातेच्या स्तनांना लवकरात लवकर लावून हे पटवून द्यावे. गैरसमजुतीमुळे साखरपाणी, करडीचे तेल बाळाला दिले जाते. त्यामुळे बालकाला अतिसार होण्याची शक्यता असते.

तिसऱ्या दिवसापासून दूध भरपूर येण्यास सुरुवात होते आणि बालकाला पुरेसे मिळू लागते. पहिले दोन दिवस वरून दूध न देता निर्जंतुक केलेले ५ टक्के साखरेचे पाणी व मातेच्या स्तनांतून येणारा चीक द्यावा. हा बाळाला पुरेसा होतो. बालकाला दर अडीच ते ३ तासांनी स्तनपान करावे. बालकाच्या भुकेनुसार वेळेत थोडाफार बदल करण्यास हरकत नाही. रात्री बालकाला भूक लागते. त्या वेळी स्तनपान द्यावे, म्हणजे नंतर ते चांगले झोपते.

स्तनपान किती मिनिटे करावे? : प्रसूतीनंतर २ तासांत स्तनपान करण्यास सुरुवात करावी. पहिल्या दिवशी प्रत्येक वेळी २ मिनिटे स्तनपान द्यावे. असे ४ ते ५ वेळा द्यावे. दुसऱ्या दिवशी ४ मिनिटे दर चार तासांनी स्तनपान द्यावे. तिसऱ्या दिवसापासून प्रत्येक वेळी १० मिनिटे स्तनपान द्यावे. एका बाजूचे स्तन पूर्ण रिकामे झाल्यानंतर बाळ दुसऱ्या बाजूस घ्यावे. काही वेळा दुसरे स्तन ५ ते ७ मिनिटे चोखल्यानंतर बाळाचे पोट भरते. म्हणून दुसऱ्या वेळी स्तनपान देताना पहिल्या वेळी दुसऱ्यांदा घेतलेल्या बाजूच्या स्तनास बाळ प्रथम घ्यावे. १० मिनिटे दूध

पाजावे म्हणजे दोन्ही स्तन रिकामे होतील व दूधनिर्मिती होण्यास उत्तेजन मिळेल. स्तनपान दिल्यानंतर बाळाला आपल्या खांद्यावर टाकून ढेकर देण्यास पाठीवरून हात फिरवीत राहावे. बाळाला ढेकर येतात, म्हणजेच गिळलेली हवा बाहेर निघून जाते. असे न केल्यास हवेबरोबर बाळाच्या तोंडातून थोडे थोडे दूध बाहेर टाकले जाते. यालाच बाळ गुळणी करते असे म्हणतात.

बाळाला दर तीन तासांनी स्तनपान द्यावे. पण अगदी घड्याळ्याच्या काट्यावर अवलंबून राहू नये. ठरलेल्या वेळेच्या अर्ध्या तासापर्यंत मागे-पुढे झाल्यास हरकत नाही. बाळाला भूक लागल्यानंतर स्तनपान दिल्यास बाळ अधिक समाधानी राहते. यालाच स्व-नियंत्रित पोषण (Self-Regulating Feed) किंवा 'मागणीनुसार पोषण' (Demand Feed) असे म्हणतात. याप्रमाणे जरी दूध दिल्यास बाळाचे पोट पूर्ण भरले म्हणजे बाळ साधारण तीन तासांशिवाय भुकेसाठी रडत नाही. सुरुवातीला २४ तासांत ७ ते ८ वेळा स्तनपान द्यावे लागते. नंतर रात्रीचे बाळाचे जागणे कमी होऊ लागते.

स्तनपान देताना घ्यावयाची काळजी

स्वच्छता : बाळाला जवळ घेण्यापूर्वी मातेचे हात स्वच्छ असावेत. स्तन आणि स्तनाग्रे घाम, धूळ व तेलकट स्त्रावामुळे घाण होतात. त्याची स्वच्छता न करता बाळाला पाजल्यास बाळाचे पचन बिघडते, तसेच बाळाला जुलाब आणि

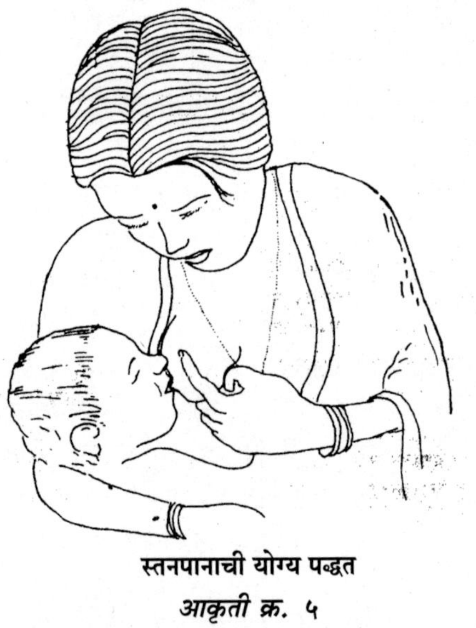

स्तनपानाची योग्य पद्धत

आकृती क्र. ५

उलट्या सुरू होतात. मातेने रोज अंघोळ करताना साबणाच्या पाण्याने स्तन स्वच्छ करावेत. रोज अंघोळीपूर्वी स्तनांना थोडेसे तेल लावून हळुवार मसाज करावा. मातेने ब्रेसिअर किंवा चोळी स्वच्छ वापरावी. कपडे स्वच्छ वापरावेत. मातेची नखे आखूड व गोलाकार असावीत. बाळाचा लंगोट बदलल्यानंतर हात साबणाच्या पाण्याने स्वच्छ धुऊन कोरडे करून मगच बाळाला पाजण्यास घ्यावे.

आईची आणि बालकाची स्थिती

मातेने बसूनच बाळाला पाजावे. ही पद्धत जास्त प्रमाणात अवलंबली जाते. झोपून कधीही पाजवू नये. माता व बालक दोघेही आरामशीर असावेत. मातेने मांडी घालून खाली बसावे. बाळाचे डोके तिच्या हाताच्या कोपऱ्यात येईल असे घ्यावे व त्या हाताने बाळाच्या पूर्ण पाठीला आधार द्यावा. दुसऱ्या हाताच्या दोन बोटांनी स्तनाग्र धरून बाळाच्या तोंडात द्यावे. बोटांनी स्तनाग्र धरल्याने बाळाच्या नाकावर स्तनाचा भार पडत नाही व बाळाला गुदमरल्यासारखे होत नाही. स्तनपान देताना आडोशाला बसावे. वातावरण शांत, उत्साही व आनंददायी असावे; म्हणजे दोघांनाही समाधान मिळते.

स्तनपान देण्यातील अडचणी

स्तनाग्र सपाट असेल तर एरिओलावर हळूवार टिचक्या मारून तो भाग उत्तेजित करावा आणि चिमटीने स्तनाग्र हळूहळू पुढे ओढावेत. मातेला स्तनपान देण्यास प्रवृत्त करावे.

प्रसूतीनंतर तिसऱ्या-चौथ्या दिवशी स्तनाकडील रक्तपुरवठा वाढल्यामुळे त्यातील निला आणि लसवाहिन्या फुगतात. स्तनांना सूज येते. त्यामुळे ते भरल्यासारखे वाटतात. बाळाला पहिल्या दिवसापासून पाजल्यास हा ताठरपणा येत नाही. जर थोडासा ताठरपणा असल्यास बाळाला पाजण्यापूर्वी बाईला सोसवेल अशा गरम पाण्यात कपडा भिजवून त्याने स्तन शेकावेत. नंतर स्तनाग्रे स्वच्छ करून बाळास अंगावर पाजावे. बाकीचे दूध हाताने काढून टाकावे. हे करीत असताना स्तनांच्या त्वचेला दाह होणार नाही, याची काळजी घ्यावी. थोडेसे क्रीम लावावे. घट्ट चोळी किंवा ब्रेसिअर घातल्याने स्तनांना योग्य आधार मिळतो. एक-दोन दिवसांत स्तनांतील घट्टपणा व वेदना कमी होऊन दूधनिर्मिती नियमित सुरू होते.

स्तन जास्त सुजले व ताठरपणा जास्त असल्यास बाळाला स्तनपान देऊ नये. वैद्यकीय सल्ला घ्यावा. वेदनाशामक औषधे डॉक्टरांच्या सल्ल्याने घ्यावीत. स्तनांना दिवसातून तीन-चार वेळा शेकावे. दूध काढून टाकावे. आधारासाठी ब्रेसिअर वापरावे. स्तनाग्र बाळाच्या तोंडात धरता येण्यासारखे झाल्यास स्तनपान देण्यास सुरू करावे.

स्तनांना चिरा पडणे (Crack Nipples) : हा त्रास प्रसूतिपूर्व स्तनांची काळजी घेतल्यास होत नाही. जंतुजीवनाशक मलम लावून चिरा कमी होतात. अशा वेळी बाळाला पाजता येत नाही. यासाठी अगोदरपासून स्तनांची काळजी घ्यावी.

गर्भनिरोधक गोळ्यांचा दुग्धनिर्मितीवर परिणाम होतो; म्हणून स्तनपान देणाऱ्या मातेने गर्भनिरोधक गोळ्या घेऊ नयेत. त्या वेळी कुटुंब नियोजनाचे दुसरे साधन वापरावे.

स्तनपान देणाऱ्या मातेने शारीरिक तक्रारीसाठी वैद्यकीय सल्ल्याशिवाय कोणतीच औषधे घेऊ नयेत; कारण औषधांचा दूध निर्मितीवर परिणाम होतो. काही औषधे दुधातून बालकापर्यंत जातात. उदा. निकोटिन (Nicotine)ने दूधनिर्मिती कमी होते, अल्कोहोल (Alcohol) दुधातून गेल्याने बाळावर परिणाम होतो.

स्तनपान घेत असलेल्या मुलाला शौचाला पिवळसर चिवट आणि काही प्रमाणात घट्ट होते. सर्वसाधारणपणे दिवसातून ४ ते ५ वेळाही शौचाला होऊ शकते, हे स्वाभाविक आहे. अतिसार होत नाही. याउलट काही बाळांमध्ये मलावरोध असतो. दोन्हींसाठीही उपचारांची गरज नाही.

योग्य स्तनपान मिळणारे बालक दिवसा व रात्री शांत झोपते. त्याला स्वाभाविकपणे शौचाला होते. बाळ टवटवीत दिसते व वजन योग्य प्रमाणात वाढते.

स्तनपान आणि वरचे दूध – एकत्रित पोषण

बहुतेक मातांना पहिल्या तीन महिन्यांत बालकाला पुरेल इतके दूध अंगावर येत असते; पण मातेचे आरोग्य चांगले नसणे, आहार सकस व पुरेसा न मिळणे किंवा मातेला मानसिक विवंचना असणे या कारणांमुळे पुरेसे दूध येत नाही. स्तनांतून दूध किती येते हे जरी मोजता आले नाही तरी स्तनपान घेणारे बालक समाधानी असते व त्याचे वजन योग्य प्रमाणात वाढत असते. यावरून बाळाला पुरेसे दूध मिळते हे समजू शकते. क्वचित मातांना दूध जास्त असते. अशा वेळी बाळ दूध प्यायल्यानंतर उलटी करते. जर मातेला बाळाला पुरेसे दूध येत नसेल तर बाळ भुकेने रडते, असमाधानी असते, झोपेतून वरचेवर रडत उठते. ते मुठी चोखते. त्याला हिरवट रंगाचे जुलाब होतात, लघवीचे प्रमाण कमी होते. बाळाचे वजन वाढत नाही. स्तनांतील दूध कमी झाल्यानंतर स्तन सोडून बाळ रडते. काही वेळा ओढून ओढून थकते.

स्तनपान चालू असताना बाळाचे पोषण योग्य होते की नाही हे वरील लक्षणांवरून समजते; पण खात्री करण्यासाठी व अचूक समजण्यासाठी 'पोषण

तपासणी' करतात. बाळाचे कपडे बदलून त्याला पाजण्यास सुरुवात करावी. अचूक (Test Feed) वजन दाखविणाऱ्या वजन काट्यावर बाळाचे वजन करावे. दूध जास्त असल्याची लक्षणे असल्यास ५,१० किंवा १२ मिनिटांनी त्याचे वजन करावे. किती मिनिटांत पुरेसे दूध घेतले जाते, हे पाहावे म्हणजे त्या वेळी स्तनपान मर्यादित करता येते.

बाळाला पोषण कमी मिळत असल्याची लक्षणे असल्यास स्तनपान पूर्ण झाल्यानंतर त्याच कपड्यात बाळाचे वजन करावे. (कपडे ओले झाले तरी न बदलता) वजनातील फरकावरून बाळाने किती दूध घेतले हे समजते. त्याच्या वजनानुसार मिळावयास पाहिजे त्यापेक्षा हे कमी असेल, तर दूध कमी पडते याची खात्री होते व किती कमी हे समजू शकते. अशा वेळी मातेला दूध कमी येण्याचे कारण शोधून तिला धीर द्यावा. तिचा आहार काय आहे हे समजून घेऊन तिला सकस व पुरेसा आहार घेण्यास सांगावे. माता मानसिकदृष्ट्या समाधानी व आनंदी राहण्यासाठी तिची व्यथा समजून घेऊन घरच्या मंडळींना योग्य तो सल्ला द्यावा. माता आजारी असेल तर वैद्यकीय उपचाराचा सल्ला घ्यावा. तसेच स्तनपानानंतर अपुरे दूध वरून बाळाला लगेच द्यावे. याला कॉम्प्लिमेंटरी फीडिंग (Complenentary Feeding) असे म्हणतात.

मातेने जितके कमी पडते तितके दूध घेऊन त्यात थोडी साखर घालावी. (जास्त गोड करू नये.) व उकळून योग्य तपमानाचे झाल्यावर आपल्याजवळ ठेवून घ्यावे. बाळाला स्तनपान करावे व स्तनपान पूर्ण झाल्यानंतर जवळ तयार करून घेतलेले दूध बाळाला पाजावे. या पद्धतीचा अवलंब करताना दूध चमचा वाटीने पाजावे; बाळाचे पोट भरल्यामुळे वजनही वाढू लागते व बाळ समाधानी राहते. शिवाय स्तनपान जरी कमी असले तरी बाळाला दूध मिळते.

सप्लिमेंटरी फीडिंग : (Supplementary Feeding) : स्तनपान करणारी माता नोकरी करीत असल्यास किंवा काही कारणांसाठी ती बाहेर जात असल्यास त्या वेळेतील एक किंवा दोन पोषण ती बाळाला देऊ शकत नाही. अशा वेळचे पोषण वरचे दूध देऊन केले जाते. त्याला 'सप्लिमेंटरी फीडिंग' असे म्हणतात. मातेला दूध कमी असल्यास पद्धतीचा अवलंब करू नये; कारण स्तनातील दूधनिर्मिती आणखीनच कमी होण्याची शक्यता असते. हे दूध चमच्याने दिले तरी चालते.

बाळाला वरचे दूध देणे (Artificial Feeding)

बाळाला स्तनपान देणे शक्यच नसेल तर वरचे दूध दिले जावे, मातेच्या दुधाची बरोबरी करणारे दुसरे कोणतेही दूध नाही. बाळाला दूध योग्यरीतीने पचण्यासाठी

गाईच्या किंवा म्हशीच्या दुधात बदल करावा लागतो. बाळ कमी वजनाचे असेल तर स्तन ओढू शकत नाही. अशा वेळी मातेचे दूध काढून बाळाला पाजावे. पण काही वेळा मातेला अजिबात अंगावर दूध येत नाही किंवा माता खूप आजारी असेल किंवा माता मृत्यू पावली, तर अशा वेळी बाळाला वरचे दूध देण्याशिवाय पर्याय नसतो. बाळाला वरचे दूध देण्यासाठी दूध व साधने विकत घ्यावी लागतात. त्यांचे निर्जंतुकीकरण योग्यरीतीने करण्यासाठी पैसा व वेळही खर्च होतो.

वरचे दूध घेणाऱ्या बालकांमध्ये निर्माण होणारे धोके

१) अपुरा आहार : (Starvation Marasmus) : बऱ्याच वेळा बाळाला वरचे दूध दिले जाते. त्यात पाण्याचे प्रमाण जास्त असते व असे दूध दिवसातून कमी वेळा दिले जाते. त्यामुळे बाळाला लागणारे अन्नघटक व उष्मांक पुरेसे मिळत नाहीत व बाळ अर्धपोटी राहते. वजन योग्यरीतीने वाढत नाही. बाळ किरकिर करते. कुपोषण होण्याची शक्यता असते.

२) दूध व दूध देण्यासाठी वापरण्यात येणारी भांडी निर्जंतुक नसतील, वरचे दूध देणाऱ्या व्यक्तीचे हात स्वच्छ नसतील तर बाळाला संसर्ग होतो व अतिसार सुरू होतो. सध्या तरी बाटलीने दूध न पाजता चमच्यानेच पाजा असे सांगण्यात येते; कारण बाटली व बूच यांची काळजी घेणे आपल्याकडील ९० टक्के मातांना जमत नाही व त्यातून बाळाला संसर्ग होतो. चमचा-वाटीची स्वच्छता ठेवणे सर्वसाधारण मातेला शक्य होते.

हे धोके टाळण्यासाठी वरचे दूध देत असताना काही तत्त्वे पाळली पाहिजेत. १) बाळाचे वजन आणि वयानुसार बालकाच्या शारीरिक गरजा भागतील अशा योग्य प्रमाणाचे दूध असावे. बाळाचे पोट भरून बाळ समाधानी राहील, असे त्याचे प्रमाण असावे. उदा. वयानुसार असणारी प्रथिनांची व इतर घटकांची गरज भागणे, उष्मांक योग्य प्रमाणात मिळणे, २) दूध निर्जंतुक असावे, ३) सहजासहजी पचणारे असावे, ४) एका वयाच्या दोन बालकांची तुलना करू नये; कारण दोन बालकांची गरज सारखी नसते, ५) अनुभवी परिचारिकेचा किंवा शक्य असल्यास बालरोग तज्ज्ञांचा सल्ला घेणे जरुरीचे आहे. ६) चुकीच्या पोषणाचा परिणाम लवकर दिसत नाही, हे लक्षात ठेवले पाहिजे. हा परिणाम हळूहळू दिसतो.

दुधाचे प्रमाण ठरविणे (Feeding Formula)

बाळाच्या वयानुसार त्याचे वजन किती असावे हे पाहून त्यानुसार त्याला आवश्यक द्रवपदार्थ, उष्मांक आणि प्रथिने द्यावी लागतात. हे ठरवीत असताना म्हशीच्या किंवा गाईच्या दुधातील घटक माहीत असणे आवश्यक आहे.

घटकांची तुलना – १०० मि.ली. दुधातील घटकांचे प्रमाण

दूध	प्रथिने	स्निग्धता	साखर	पाणी	उष्मांक
चीक (Colostrum)	८.५	२.५	३.५	८५.१	७३
मातेचे दूध	१.५	३.५	७.०	८७.८	७०
गाईचे दूध	३.५	३.५	४.५	८७.७५	७०
म्हशीचे दूध	४.३	८.८	५.०	८१.००	११७

मातेच्या व गायीच्या दुधातील जीवनसत्त्वांचे आणि क्षारांचे प्रमाण १०० मि.ली. दुधातील मि. ग्रॅममध्ये प्रमाणे –

	अ	ड	ब१	ब२	ब३	क	कॅल्शियम	फॉस्फरस
मातेचे दूध	५०	०.०३	१७	३०	१७०	३.५	३५	०.०१६
गायीचे दूध	३० ते ४५	०.०४	४०	१५०	८०	२	१२०	१.०

दुधातील घटकांचे प्रमाण दाखविणाऱ्या तक्त्यावरून म्हशीच्या दुधात स्निग्धाचे प्रमाण जास्त आहे हे लक्षात येते. हे प्रमाण कमी करण्यासाठी दूध चांगले उकळल्यानंतर थंड होऊ द्यावे, म्हणजे दुधावर चांगली मलई येते. ती मलई बाजूला काढल्यास दुधातील स्निग्धता कमी होते. दूध पचण्यास हलके होते. मुलांना गोड दूध आवडते. साधारण १०० मिली. दुधात एक चहाचा चमचा साखर घालावी. एक चहाचा चमचा साखरेपासून १५ उष्मांक मिळतात; तसेच म्हशीच्या व गायीच्या दुधात मातेच्या दुधापेक्षा प्रथिने जास्त असतात, म्हणून नवजात बालकाला वरचे दूध द्यायचे असल्यास त्यात पुढे दिलेल्या सूत्राप्रमाणे पाणी घालून उकळून घ्यावे. दुधामध्ये पाणी मिसळून बाळाला देण्याची पद्धत फारच जुनी आहे. काही वेळा दुधातील पाण्यांचे प्रमाण जास्त असते. त्यामुळे बाळाला दुधातून मिळणारे घटक अपुरे मिळतात आणि वजन वाढत नाही.

दुधात पाणी मिसळण्याचे सूत्र

गाईचे दूध : ३ भाग दूध व १ भाग पाणी.
१०० मिली. मिश्रणात चहाचा १ चमचा साखर.

म्हशीचे दूध : २ भाग दूध, १ भाग पाणी
१०० मिली मिश्रणात चहाचा एक चमचा साखर.

याप्रमाणे चांगले उकळून घ्यावे.

४-५ महिन्यांनंतर मुलाची पचनशक्ती वाढते व बालकाच्या गरजाही वाढतात. म्हणून दुधात पाणी न घालता द्यावे. एका वेळचे दूध तयार करून घ्यावे. दिवसभर दूध एकदम तयार करू नये. पहिल्या वेळचे दूध दुसऱ्या वेळी बाळाला देऊ नये. उरलेले दूध मातेने स्वत: घ्यावे. ते टाकू नये.

गायीच्या दुधातील पाणी हळूहळू कमी करून ५ व्या महिन्यापासून दुधात पाणी न घालता द्यावे. तसेच म्हशीच्या दुधाचेही करावे व म्हशीच्या दुधात पाणी न घालता ६ व्या महिन्यापासून द्यावे.

वरचे दूध देण्यात येणाऱ्या बालकाला फळांचा रस, टोमॅटो रस व उकळून गार केलेले पाणी दोन वेळच्या दुधामध्ये पाजावे. म्हणजे जीवनसत्त्वांची कमतरता होत नाही.

स्वाभाविक बालकास वयानुसार दुधाचे प्रमाण

वय	दुधाचे प्रमाण	वेळा
१. जन्मापासून १ आठवडा	५० ते ९० मिली.	६ ते १०
२. १ आठवडा ते १ महिना	६० ते १०० मिली.	६ ते ८
३. १ महिने ते ३ महिने	१२० ते १५० मिली.	६ ते ७
४. ३ महिने ते ७ महिने	१५० ते १८० मिली.	५ ते ६
५. ७ महिने ते ९ महिने	१८० ते २०० मिली.	५ ते ६
६. ९ महिने ते १ वर्ष	२०० ते २५० मिली.	३ ते ४

बालकाच्या वयानुसार व वजनानुसार आहार तयार करणे

बालकाचे वय व वजनानुसार योग्य आहार दिल्यास त्याचे वजन योग्यरीतीने वाढते तसेच मूल समाधानी राहते. योग्य वयात प्रगतीचे टप्पे ओलांडते. त्यासाठी काही गोष्टींची माहिती असणे आवश्यक आहे.

१. बालकाचे जन्मत: वजन.

२. बालकाचे वयानुसार असावयास पाहिजे ते वजन. जन्मानंतर दोन आठवड्यांपासून बालकाचे वजन १७० ग्रॅम प्रत्येक आठवड्याला किंवा २० ग्रॅम प्रत्येक दिवसाला असे ३ महिन्यांपर्यंत वाढते. यानुसार बालकाचे वयानुसार वजन किती असले पाहिजे, हे काढता येते.

३. २४ तासांत बालकास लागणारे उष्मांक : स्वाभाविक बालकास ११० ते १२० उष्मांक दर किलो वजनामागे लागतात.

४. २४ तासांत बालकास लागणारे द्रव : १५० ते २२० मिली. द्रव दर किलो वजनामागे. उदा. पिंटू. वय ३ महिने, वजन ४.८ किलो. जन्मत: वजन ३.४ किलो.

आहार तयार करताना बालकाचे वजन वयानुसार किती असले पाहिजे, त्या वजनानुसार तो केला पाहिजे.

पिंटूचे जन्मत: वजन + १७० × १० (१७० ग्रॅम आठवड्यास याप्रमाणे १० आठवडे)

३.४ + १.७ किलो = ५.१ किलो (सध्याचे वजन असले पाहिजे.)

५ किलो वजनास २४ तासांत लागणारे उष्मांक

५ × १२० = ६०० उष्मांक

५ किलो वजनास २४ तासांत लागणारे द्रव

५ × २०० = १००० मिली. द्रव

गाईचे दूध असेल तर ३ भाग दूध व १ भाग पाणी.

म्हणून ७५० मिली. दूध व २५० मिली. पाणी

जर सात वेळा दूध दिले तर ७ चमचे साखर (साधारण १०० मिली. दुधात १ चमचा) ७ चमचे साखरेतून १०५ उष्मांक मिळतात व ७५० मिली. दुधातून ५२५ उष्मांक (गाईच्या दुधातून १०० मिलीस ७० उष्मांक) मिळतात.

एकूण उष्मांक १०५ + ५२५ = ६३० उष्मांक या आहारातून बालकास मिळतील.

प्रत्येक वेळी बालकास १०५ मिली दूध व ३५ मिली पाणी व १ चहाचा चमचा साखर घालून उकळून द्यावे.

जन्मापासून शालेय बालकापर्यंत आहार

जन्मापासून दोन आठवडे : बालक जन्मल्यानंतर २ तासांत लगेच मातेने ४-५ वेळा स्तनपान करावे. पहिल्या दिवशी स्तनपान फक्त २ मिनिटेच करावे. दुसऱ्या दिवशी ४ मिनिटे प्रत्येक चार तासांनी. तिसऱ्या दिवसांपासून ९ दिवस ७ ते १० मिनिटे दर तीन तासांनी. दोन आठवड्यांपासून दर ३ तासांनी प्रत्येक स्तनपान ७ ते १० मिनिटे द्यावे. प्रथम ज्या स्तनाला पाजले तो स्तन दुसऱ्या वेळी दुसऱ्यांदा द्यावा, म्हणजे दोन्ही स्तन रिकामे होतात व दूधनिर्मिती चांगली होते.

वरचा आहार द्यायचा असल्यास : पहिल्या दिवशी १५ ते ३० मिली. दर ८ तासांनी २ ते ४ दिवस. १५ ते ३० मिली. दर ४ ते ५ तासांनी ५ ते ८ दिवस. ३० ते ६० मिली. दर तीन तासांनी दुसरा आठवडा. ६० ते १०० मिली. दर तीन ते चार तासांनी दोन आठवड्यांनंतर स्तनपान किंवा वरचे दूध (बाळाच्या वजन व वयानुसार) दर तीन ते चार तासांनी द्यावे. याबरोबर उकळून गार केलेले पाणी दोन दुधाच्या वेळेमध्ये थोडे थोडे द्यावे. फळांचा रस, भाज्यांचे व डाळीचे

पाणी दिल्यास जीवनसत्त्वांचा पुरवठा होतो. बालरोगतज्ज्ञ ६ व्या आठवड्यापासून जीवनसत्त्वांचे थेंब देण्यास सांगतात. यामुळे जीवनसत्त्वांची कमतरता होत नाही. पण फळांचा रस नियमित दिल्यास थेंब देण्याची गरज नाही. वरचे दूध शक्यतो ६ महिन्यांपर्यंत देऊ नये; पण स्तनपान देणे शक्य नसल्यास (उदा. मातेचा मृत्यू झाल्यास) वरचा आहार द्यावा.

बाळाला पूरक आहार देणे (Weaning)

व्याख्या : मातेच्या दुधाबरोबर बाळाला चौथ्या महिन्यापासून पूरक आहार द्यावा. तीन महिन्यांनंतर बाळाला अन्नघटकांची गरज वाढू लागते व ही गरज पूरक करण्यासाठी फक्त मातेचे दूध अपुरे पडू लागते. म्हणून मातेच्या दुधाबरोबर वरचे पदार्थ बाळाला सुरू करावेत. मातेचे दूधही जास्तीत जास्त दिवस द्यावे. मातेची प्रकृती चांगली असल्यास १ ते दीड वर्षे स्तनपान करण्यास हरकत नाही.

वरचा आहार सुरू करताना लक्षात ठेवायच्या गोष्टी –

१. मातेने आपले हात व वापरण्यात येणारी भांडी व बाळाला भरविण्यात येणारे पदार्थ स्वच्छ आहेत याची खात्री करावी.

२. एका वेळी एकाच पदार्थाने सुरुवात करावी. नंतर वेगवेगळे पदार्थ द्यावेत. एकाच वेळी अनेक पदार्थांनी सुरुवात केल्यास कोणता पदार्थ पचतो किंवा नाही हे समजत नाही.

३. सुरुवातीला बालक पदार्थ तोंडात घातल्यानंतर बाहेर काढते, याचा अर्थ बालक खात नाही असा होत नाही. हळूहळू ते खायला शिकते; पण जास्त जबरदस्तीने खावयास घालू नये.

४. पदार्थमध्ये बदल करून शिजविल्यास बालक आवडीने खाते.

५. दुधाच्या अगोदर व नंतर आहार देऊ नये. दोन दुधाच्यामध्ये वरचा आहार द्यावा. म्हणजे बाळ आवडीने घेते.

६. स्थानिक बाजारात कोणते अन्नपदार्थ मिळतात, त्यापासून मिळणारे घटक व त्यांची किंमत याचा विचार करून बाळाला पूरक आहार द्यावा. कमी खर्चात सकस आहार मिळाला पाहिजे.

७. डब्यातील तयार अन्न देण्यापेक्षा ताजे पदार्थ बनवून देणे जास्त चांगले.

८. पूरक आहारामध्ये पिष्टमय पदार्थांचा जास्त समावेश असल्यास बाळाचे वजन वाढते, पण बाळ लठ्ठ दिसू लागते. अशा बाळांना वरचेवर श्वसनसंस्थेचा दाहही होऊ शकतो, म्हणून पूरक आहारातून प्रथिने उत्तम प्रतीची मिळतील असा आहार असावा.

९. पदार्थ नेहमी ताजे असावेत. माशा, धूळ पडू नये म्हणून झाकून ठेवावेत.

म्हणजे बाळाला अतिसार होणार नाही.

१०. सुरुवातीला खिरी, पेज, कुसकरून केळ, फळांच्या साली व बिया काढून गाभा द्यावा. नंतर खिचडी, अर्धवट उकडलेले अंडे, मऊ ब्रेड, उकडलेला बटाटा द्यावा.

बाळाचा पूरक आहार

वय	आहार
जन्मापासून ४ महिने	स्तनपान
चौथ्या महिन्यात	खिरी – रवा, शेवया, रागी इत्यादी केळ कुस्करून सुरुवातीला २ ते ४ चमचे, नंतर वाढवावे.
५ ते ६ महिने	दिवसातून एक वेळ कुस्करून, अर्धा कप खीर, फळांचा गाभा, मऊ भात, मऊ खिचडी, उकडलेला बटाटा, अर्धवट उकडलेल्या अंड्याचा पिवळा भाग, भाजीचे किंवा डाळीचे दाट पाणी.
७ ते ८ महिने	खिचडी, मऊ ब्रेड, बिस्किटस, उकडलेले अंडे.
९ ते १२ महिने	वरील पदार्थ, शिवाय मऊ शिजलेले मांस किंवा मासे.
१ ते दीड वर्ष	वरील पदार्थ, घरात मोठ्या माणसांना दिले जाणारे पदार्थ, पण मऊ शिजवून द्यावेत. बाळाने चमच्याने किंवा हाताने खावे व कपाने दूध, पाणी प्यावे. बाळाला दिवसातून ४ वेळा आहार द्यावा. शिवाय दूध वयानुसार द्यावे. साधारण दूध २५० मिली. तीन वेळा, लहान चपाती २, अर्धी वाटी डाळ, १ वाटी मऊ शिजवलेल्या पालेभाज्या, फळांचा रस किंवा फळे, एक वेळ चपाती दिल्यास दुसऱ्या वेळी भात, अंडे किंवा मऊ शिजविलेले मांस किंवा मासे मांसाहारी जेवणात द्यावेत. स्तनपान बंद करावे. बाळ जर वरचा आहार घेण्यास तक्रार करीत असेल तर यापूर्वीच हळूहळू स्तनपान बंद करावे.

दोन वर्षांच्या बाळाचा आहार

दूध २५० मिली. ३ वेळा. दुधात प्रत्येक वेळी एक चमचा साखर घालावी. ३ चपात्या, २ ते ३ वाटी भात, २ वाटी डाळ, भाजलेले शेंगदाणे, फुटाणे आणि फळे, केळ किंवा कोणतेही फळ, १ ते २ चमचे तूप, ब्रेड किंवा खिचडी दिल्यास चपाती कमी करावी.

सकाळी ८ वाजता	:	दूध २५० मिली.
दुपारी १० वाजता	:	खीर किंवा उकडलेले अंडे, ब्रेड स्लाईस १
दुपारी १२ ते १ जेवण	:	१ चपाती (लहान), अर्धी वाटी उसळ भाजी, लहान वाटी भात.
संध्याकाळी ४ वा.	:	दूध २५० मिली. बिस्कीट किंवा इतर पदार्थ चिक्की, उपमा इत्यादी.
रात्री ८ वा.	:	जेवण. दुपारच्या जेवणाप्रमाणे शाकाहारी किंवा मांसाहारी. दुपारी अंडे दिल्यास रात्री उसळ, भाजी द्यावी.
रात्री १० वा.	:	एक ते दीड कप दूध

शाळेत जाणाऱ्या बालकाचा आहार वरीलप्रमाणे असावा; पण पदार्थांचे प्रमाण वाढवावे.

वरचा आहार देण्यासाठी वापरण्यात येणाऱ्या साधनांची काळजी

वरचे दूध पाजण्यासाठी उपयोगात आणल्या जाणाऱ्या वस्तू म्हणजे १) बाटली व बूच, २) वाटी-चमचा.

बाटलीने दूध पाजणे सोपे असले तरी बाटली व बुचाची योग्य काळजी घेणे अवघड आहे. आपल्याकडील मातांना ते अनेक कारणांनी शक्य नाही म्हणून सध्या बाटलीने दूध न पाजता, वाटी-चमच्याने दूध पाजणेच योग्य असा सल्ला परिचारिकांनी सर्वांना द्यावा.

बाटलीची निर्जंतुकता योग्यरीतीने न केल्यास बाळाच्या पचनसंस्थेला संसर्ग होऊन बाळाला उलट्या, अतिसार होऊ लागतात व बाळाच्या जीविताला धोका उत्पन्न होतो. हे टाळण्यासाठी या साधनांची काळजी कशी घ्यावी, हे माहीत असणे महत्त्वाचे आहे.

दूध व दुधाचे भांडे : दूध ज्या भांड्यात घ्यायचे ते स्वच्छ असले पाहिजे. दूध चांगले उकळून झाकून ठेवले पाहिजे. डेअरीतील दूध जरी पाश्चराईज्ड असले

तरी वाहून आणताना ते निर्जंतुकच राहील असे सांगता येत नाही.

बाटली व बूच : बाटली काचेची असणे जास्त चांगले. बाटली बोटीच्या आकाराची असू नये. सध्या बाजारात मिळणाऱ्या बाटल्या स्वच्छ करण्यास सोप्या आहेत. बूच हे चांगल्या कंपनीचे असावे. बाटलीचे निपल बरोबर बसते याची खात्री करावी. नाहीतर दूध भरून बाळाच्या तोंडात निपल दिल्यानंतर बूच निघाल्यास बाळाच्या तोंडात, नाकात दूध जाऊन बाळ गुदमरते. निपल चांगल्या रबराचे असावे. जर छिद्र असेल तर ठीक, नाहीतर छिद्र पाडावे लागते. छिद्र पाडण्याची चांगली पद्धत म्हणजे बारीक सुई घेऊन ती स्पिरीटच्या दिव्यावर किंवा गॅसवर चांगली तापवावी व निपलमध्ये खुपसून काढावी. छिद्र व्यवस्थित पडते. छिद्र फार मोठे असल्यास बाळाला जास्त दूध तोंडात आल्याने ठसका लागतो व फारच बारीक असल्यास बाळ दूध ओढून ओढून थकण्याची शक्यता असते.

स्वच्छता : बाटली धुण्याच्या विशेष ब्रशने स्वच्छ करावी. बाटली भरपूर व थंड पाण्याने स्वच्छ धुवावी. बाटली तळाच्या ठिकाणी व बुचाच्या ठिकाणी विशेष काळजी घेऊन स्वच्छ करावी. बाटलीचे प्लॅस्टिकचे टोपण स्वच्छ करावे, तसेच रबरी बूचही स्वच्छ करावे.

निर्जंतुकीकरण : १) एका स्वच्छ पातेल्यात बाटली पूर्णपणे बुडेल इतके पाणी घालून, त्यातच टोपण व बूच घालावे त्यावर झाकण ठेऊन गॅसवर पाण्यास उकळी आल्यानंतर दहा मिनिटे उकळावे. त्यानंतर पाणी काढून टाकावे व बाटली पातेल्यात झाकून ठेवावी. प्रत्येक वेळी दूध पाजल्यानंतर बाटली धुऊन उकळवावी.

२. मिल्टान पद्धती : (Milton) : या पद्धतीमध्ये मिल्टान (Sodium Hypochloride) १ टक्का वापरले जाते. हे सोल्युशन १०० मिली पाण्यात १५ मिली घालून यामध्ये स्वच्छ केलेली बाटली, टोपण व बूच दीड तास ठेवले जाते. याचा उपयोग प्लॅस्टिक व काचेच्या वस्तू निर्जंतुक करण्यासाठी होतो. हे द्रावण एकदा केल्यास त्याचा उपयोग २४ तासांपर्यंत करता येतो. या द्रावणातून बाटली काढल्यानंतर ती तशीच वापरावी. उकळलेले पाणी घालून आतून खळबळण्याची गरज नाही. या द्रावणाचा उपयोग करणे सोपे जाते.

३. ऑटोक्लोव्हिंग करणे (Autoclaving) : दवाखान्यामध्ये ऑटोक्लोव्ह असतो व बेबीवॉर्डमध्ये अनेक बाटल्या लागतात. यासाठी ही पद्धत वापरली जाते.

४. चमचा-वाटी : चमचा-वाटी पावडरने घासून भरपूर पाण्याने धुऊन घ्यावी व स्वच्छ पातेल्यात पाणी घेऊन त्यात घालून उकळण्यास ठेवावी. १० ते १५ मिनिटे उकळल्यानंतर निर्जंतुक पातेल्यात काढून झाकून ठेवावी. बाळासाठी वापरण्यात येणारी चमचा-वाटी घरातील इतर लोकांनी वापरू नये. ती वेगळीच ठेवावी.

वरचे दूध पाजणे

उद्देश : १) मातेला अंगावर अजिबात दूध येत नसेल किंवा काही कारणाने माता स्तनपान देऊ शकत नसेल तर उदा. आजारी माता. २) मुलाच्या श्वसनमार्गात अडथळा, टाळ्याला व ओठाला फट किंवा इतर कारणांमुळे बाळ स्तन ओढू शकत नसल्यास; ३) माता नोकरी करीत असल्यास.

साहित्य : एका स्वच्छ निर्जंतुक ट्रेमध्ये – १) निर्जंतुक बाटली, टोपण व बुचासह किंवा चमचा-वाटी, २) एका निर्जंतुक वाटीत उकळलेले पाणी, ३) एका गरम पाण्याच्या बोलमध्ये बाळाला पाजण्यास घेतलेली दुधाची वाटी झाकणासहित, ४) बाळाच्या गळ्याभोवती घालण्यासाठी रुमाल, ५) स्टूल किंवा खुर्ची.

दूध पाजण्यापूर्वीची तयारी

बाळाच्या दूध पिण्याच्या वेळेपूर्वी १० ते १५ मिनिटे अगोदर दूध पाजण्यास लागणारी तयारी करावी. हात स्वच्छ धुऊन, बाळाच्या वजन व वयानुसार प्रमाणित केलेले दूध, पाणी व साखर घालून ते उकळून घ्यावे. ते निर्जंतुक गॉझच्या तुकड्याने वाटीत गाळून घेऊन गरम पाण्याच्या बोलमध्ये ती वाटी झाकण घालून ठेवावी. बाळाला घेऊन बाळाने शी केली आहे का पाहावे. असेल तर त्याला स्वच्छ करून स्वच्छ लंगोट बांधावा. हात स्वच्छ धुवावेत व बाळ गोधडी किंवा ब्लँकेटमध्ये गुंडाळून घ्यावे.

कृती : तयार केलेले दूध वाटीत घेऊन चमच्याने किंवा बाटलीत घालून बाटलीने पाजण्यास बाळाला जवळ घ्यावे. बाळाला मांडीवर अशारीतीने घ्यावे की, बाळाचे डोके डाव्या कोपरात येईल व त्या हाताने त्याच्या पाठीला आधार मिळेल. ट्रेमधील रुमाल बाळाच्या गळ्याभोवती पसरावा व चमचा-वाटीने किंवा बाटलीने दूध पाजण्यास सुरू करावे. बाटली असेल तर बाटलीचे बूच बाळाच्या तोंडात देऊन बाटली उलटी करून अशी धरावी की, बाटलीचे टोपण दुधाने पूर्णपणे भरलेले असेल. असे केल्याने बाळाच्या पोटात हवा जात नाही. दूध संपल्यानंतर बूच तोंडातून काढावे व बाळाला थोडे उकळून गार केलेले पाणी पाजावे. नंतर बाळाला खांद्यावर उभे धरावे व पाठीवरून हळुवार हात फिरवावा म्हणजे बाळ ढेकर देते. त्यामुळे पोटात गेलेली हवा बाहेर टाकली जाते. नंतर बाळाला पाळण्यात झोपवावे.

तयार केलेले दूध उरलेच तर ते इतर बाळांना देऊ नये; तसेच या बाळासाठी दुसऱ्या वेळीही वापरू नये.

वस्तूंची काळजी : बाटली किंवा चमचा-वाटी स्वच्छ करून व निर्जंतुक करून झाकून ठेवावी.

आहार देताना येणाऱ्या अडचणी

बालकाला आहार योग्यरीतीने दिला तरच त्याचे वजन वाढते व वाढ-विकास योग्य प्रकारे होतो. बाळाचे आरोग्य चांगले राहते. आहार देताना अनेक अडचणी येतात की, ज्यामुळे बाळाचे पोषण योग्य होऊ शकत नाही. या अडचणींची कारणे व उपाययोजना पुढीलप्रमाणे –

कारणे	उपाय
१. थ्रश व श्वसनसंस्थेचा दाह	जंतुजीवनाशक द्रव्ये, बाळ गुदमरणार नाही याकडे दूध पाजताना लक्ष देणे.
२. अल्पभार बालक	विशिष्ट नळीद्वारा दूध देणे, ड्रॉपरने दूध देणे.
३. मातेला काही कारणाने स्तनपान न करता येणे. उदा. स्तनांना चिरा पडणे. बाळ स्तन न ओढणे. मेंदू इजा, गंभीर आजार. शिरेतून द्रव पदार्थ देणे.	स्तनांना जंतुनाशक मलम लावणे व प्रसूतिपूर्व स्तनांची काळजी घेणे. बाळाला वैद्यकीय उपचार व मातेचे दूध निर्जंतुकरीतीने काढून घेऊन बाळाला देणे. गंभीर स्थितीत
४. बाळाला भूक लागल्यानंतर खूप रडले, तर ते थकते व दूध घेत नाही	बाळाच्या दुधाच्या वेळेपूर्वीच तयारी करून भूक लागल्याबरोबर दूध देणे.
५. खूप रडणे. यामुळे हवा पोटात जाते व बाळाला पोटदुखीमुळे दूध घेता येत नाही.	बाळाला खांद्यावर धरून पोटातील हवा जाऊ द्यावी. कार्मिनेटिव्ह व ॲन्टीस्पाजमॉडिक औषधे (Carminative & Antispasmodic Drugs)
६. मानसिकदृष्ट्या खचलेली किंवा अति काळजी करणारी माता दूर करण्यास मदत करावी.	कारण शोधून काढून तिला आधार देऊन समजावून सांगावे. अडचण
७. वांती	बालकामध्ये वांतीची अनेक कारणे आहेत. ते शोधून उपचार करावेत.

कारणे	उपाय
८. अतिसार	क्षार संजीवनी, जंतुजीवनाशक द्रव्ये, अतिसार कमी करणारी औषधे (Binging Drugs)
९. मलावरोध	पाणी, द्रव पदार्थ योग्य प्रमाणात द्यावे, जरूर पडल्यास सौम्य रेचक.
१०. अपुरा आहार	पोषण तपासणी करून कमी पडणाऱ्या आहाराची भरपाई करावी. (Complenentary Feed)
११. जास्तीचा आहार, अपचन, उलट्या	वजन, वयानुसार आहार तयार करून द्यावा.
१२. पूरक आहार वेळेत न देणे, चुकीच्या समजुती, पद्धती, अस्वच्छता इत्यादी.	आई-वडिलांना बाळाचे संगोपन व विशेष म्हणजे आहार याबद्दल आरोग्य सल्ला देणे. त्यांच्या मनाची तयारी करून योग्य आहार देण्यास प्रवृत्त करणे, चुकीच्या समजुतीचे तोटे पटवून देऊन, सकस आहार कसा करावा हे प्रात्यक्षिक दाखवून त्यांच्याकडून करवून घेणे.

□□□

प्रकरण ५

प्रतिबंधक बालशास्त्र

□ उद्देश □ बाळाला होणारे आजार व प्रतिबंधक उपाययोजना □ निर्भयता □ लसीकरण □ लसीचे वेळापत्रक □ लसटोचणी कार्यक्रम □ विस्तारित लसटोचणी कार्यक्रम □ सार्वत्रिक लसटोचणी कार्यक्रम

बालकाला शारीरिक रोग, मानसिक इजा होऊ नये, तसेच शारीरिक व मानसिक रोग झाले असल्यास बालकामध्ये दुष्परिणाम होऊ नयेत, म्हणून करण्यात येणारी उपाययोजना यालाच 'प्रतिबंधक बालशास्त्र' असे म्हणतात.

उद्देश

१) प्राथमिक प्रतिबंधक उपायाने स्वाभाविक सुदृढ बालक जन्माला येणे आणि त्याचे आरोग्य जास्तीत जास्त चांगले राखणे.

२) दुय्यम प्रतिबंधक उपाययोजनेने बाळ आजारी पडणार नाही, त्याचा सांसर्गिक रोगापासून बचाव, पोषण व संगोपन योग्यरीतीने करून त्याला शारीरिक, मानसिक आजार होऊ न देणे. शारीरिक आजारांचा मानसिक आरोग्यावर परिणाम होतो, तसेच मानसिक आजाराचा शारीरिक वाढीवर परिणाम होतो, यासाठी बाळाची सौम्य आजारातही योग्य काळजी घेणे. कोणत्याही आजारामुळे गुंतागुंत किंवा दुष्परिणाम होऊ न देणे.

बाळाला होणारे आजार व प्रतिबंधक उपाययोजना

१) आनुवंशिक, कौटुंबिक किंवा रंगसूत्रे ही आनुवंशिक विकृती (Genetic Disorders) २) संसर्ग-जंतू, विषाणू इत्यादीमुळे संसर्ग होणे. ३) जंतांची लागण – परोपजीवी उदा. जंत, अमीबा इत्यादी. ४) वातावरणातील कारणे – अपघात, इजा, क्ष-किरणाचे धोके, उष्णता किंवा अतिथंडीमुळे होणारे धोके, ५) रासायनिक इजा – विषबाधा, ६) जन्मत:च असलेले व्यंग, ७) कमतरतेमुळे होणारे आजार आणि कुपोषण.

बाळाला हे आजार होण्याची शक्यता असते आणि ते टाळण्यासाठी उपाययोजना

केली जाते. हे ध्येय विशिष्ट मार्गांनी गाठता येते.

१) आनुवंशिक किंवा कौटुंबिक आजार टाळण्यासाठी बालकाच्या जन्माअगोदर आई-वडिलांच्या आरोग्याची तपासणी, उपचार व त्यांना बालकांना जन्म देण्याबद्दल सल्ला द्यावा. रंगसूत्रे विकृती व रक्तदोष टाळण्यासाठी नात्यातील लग्ने बंद झाली पाहिजेत. आनुवंशिक रोगाचे किंवा रक्तदोषाचे प्रमाण नात्यातील लग्नात जास्त दिसून येते. सुधारित देशांमध्ये लग्न करण्यापूर्वी तरुण-तरुणींना लग्नाचा सल्ला दिला जातो. त्यांच्या रक्ताच्या तपासण्या केल्या जातात. आनुवंशिक रोगाची माहिती कौटुंबिक माहितीवरून घेतली जाते व या जोडप्यापासून मुलाला कोणते आनुवंशिक रोग होण्याची शक्यता आहे व ते टाळण्यासाठी उपाययोजना व सल्ला दिला जातो. २) संसर्ग टाळणे, ३) लसीकरण व लसटोचणी कार्यक्रम राबविणे, ४) कमतरतेचे आजार व कुपोषण टाळणे, ५) अपघात टाळणे, ६) लोकांना आरोग्याच्या सवयी, वैयक्तिक आणि वातावरण स्वच्छता याविषयी आरोग्यशिक्षण देणे, ७) आजाराचे निदान लवकर करून पुढील गुंतागुंत टाळणे, ८) मुलाच्या नैसर्गिक आणि मानसिक गरजा भागविणे म्हणजे मुलाच्या मनावर दडपण येईल अशा गोष्टी न सांगणे. त्याला फारच कडक शिस्तीत न वागविणे व आई-वडिलांनी आपले चांगले उदाहरण त्याच्यापुढे ठेवून मानसिक आजार टाळणे.

संसर्ग टाळणे

मुलाला कोणत्याही सांसर्गिक रोगाचा संसर्ग होऊ देऊ नये. बाळाची काळजी घेणाऱ्या व्यक्तीला सांसर्गिक आजार असू नयेत. ज्या व्यक्तीला सर्दी किंवा इतर सांसर्गिक आजार आहेत अशा व्यक्तीने बाळाची काळजी घेऊ नये. मातेला सर्दी झाली, तर तिने नाक व तोंड झाकून घेऊन (मास्क बांधून) बाळाला स्तनपान दिले पाहिजे. मातेने बालकाला घेण्यापूर्वी आपले हात स्वच्छ धुऊन कोरडे केले पाहिजेत. बाळाला आहार देताना हात, भांडी व आहारातील पदार्थ स्वच्छ असावेत. बालकाला सांसर्गिक रोग्यापासून लांब ठेवावे.

या दक्षता घेऊनही बाळाला संसर्ग झाल्यास बालकाला सांसर्गिक आजार होऊ शकतात. म्हणून बाळाचे आरोग्य चांगले असल्यास त्याची रोगप्रतिकारकशक्ती वाढते. तसेच विशिष्ट रोगापासून बचाव करण्यासाठी, त्याला योग्य वयात लस टोचल्यास त्याच्या शरीरात रोगप्रतिकारकशक्ती निर्माण होते व बाळाला हे आजार होऊ शकत नाहीत.

निर्भयता : प्रतिकारशक्ती (Immunity)

निर्भयता म्हणजे रोगापासून बचाव करण्याची शक्ती होय. निर्भयतेचे मुख्य दोन प्रकार आहेत : १) जन्मत: असलेली (Basic) २) प्राप्त करून घेतलेली (Acquired)

निर्भयतेचे प्रकार

१. जन्मतः अवगत असलेली प्रतिकारशक्ती : मानवाच्या रक्तकार्यामधून जन्मत:च मिळणारी प्रतिकारशक्ती, उदा. विशिष्ट विषाणूपासून जनावरांना होणारा रिडेंरपेस्ट रोग माणसांमध्ये होत नाही. तसेच पक्ष्यांमध्ये होणारा क्षय रोग माणसांना होत नाही. अशी निर्भयता निरनिराळ्या प्राण्यांमध्ये वेगळी वेगळी असते.

२. प्राप्त करून घेतलेली निर्भयता : गर्भावस्थेमध्ये किंवा जन्मानंतर प्राप्त करून घेतलेली निर्भयताही प्राप्त करून घेण्याचे दोन मार्ग आहेत. १) स्वनिर्मित, २) परनिर्मित.

१. स्वनिर्मित निर्भयता : व्यक्ती रोग निर्माण करणाऱ्या जंतूंच्या (Pathogenes) सान्निध्यात आल्यास, ते जंतू त्याच्या शरीरात जातात. त्या व्यक्तींचे आरोग्य चांगले असल्यास, त्याच्या रक्तपेशी या जंतूवर विजय मिळवितात व त्याच्या शरीरात त्या रोगाची परंतपे (Antibodies) तयार होतात. या प्रकारची निर्भयता शरीरात तयार होते; म्हणून या प्रतिकारशक्तीला स्वनिर्मित निर्भयता म्हणतात.

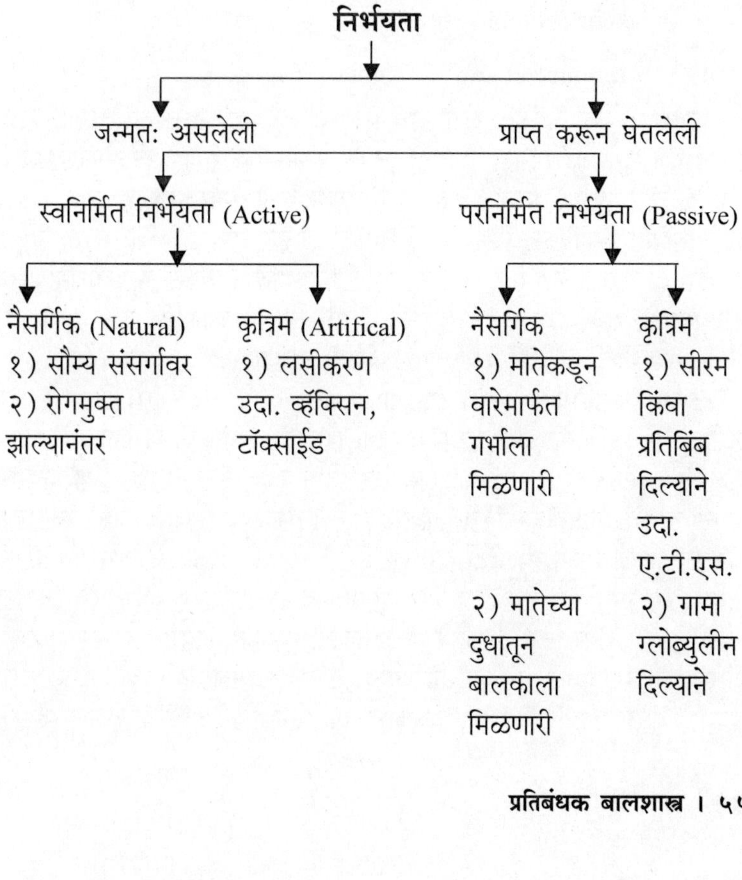

२. परनिर्मित निर्भयता : या प्रकारची निर्भयता शरीरात तयार न होता शरीरात सोडली जाते. निर्भयता तयार होण्यास शरीर भाग घेत नाहीत, म्हणून त्यास परनिर्मित निर्भयता म्हणतात.

स्वनिर्मितचे दोन प्रकार : १) नैसर्गिक. २) कृत्रिम.

अ) नैसर्गिक स्वनिर्मित निर्भयता : जंतूंचा संसर्ग झाल्याने परंतपे तयार होतात किंवा जंतूचा संसर्ग होऊन रोग होतो व त्या रोगातून मुक्त झाल्यानंतर येणारी निर्भयता. उदा. गोवर.

ब) कृत्रिम स्वनिर्मित निर्भयता : विशिष्ट रोगाची ॲन्टिजन्स शरीरात टोचल्यामुळे शरीरात परंतपे तयार होतात. उदा. DPT, धनुर्वात प्रतिबंधक लस.

परनिर्मित निर्भयता : दोन प्रकार – १) नैसर्गिक २) कृत्रिम

अ) नैसर्गिक परनिर्मित निर्भयता : मातेकडून वारेमार्फत गर्भाला मिळालेला आणि मातेच्या दुधातून बालकाला मिळणारी.

ब) कृत्रिम परनिर्मिती निर्भयता : सिरम किंवा प्रतिविषे (Antitoxins) दिल्याने येणारी निर्भयता. उदा. ए. टी. एस. (Anti Tetanus Serum). ए.डी.एस. (Anti-Diphtheria Serum)

लसीकरण (Immunization)

उद्देश : रोगप्रतिबंधक लस टोचणे किंवा देणे म्हणजेच 'लसीकरण' होय. बालकाच्या शरीरात निर्भयता तयार होऊन त्याचे सांसर्गिक रोगापासून संरक्षण करणे.

यापूर्वी आपण निर्भयतेचे प्रकार व निर्भयता कशी तयार होते, हे पाहिले आहे. काही विशिष्ट रोगाविरुद्ध निर्भयता शरीरात तयार होण्यासाठी विशिष्ट लसी दिल्या जातात. ही लस दिल्यानंतर त्या-त्या रोगाविरुद्ध प्रतिकारशक्ती येत व रोगापासून बचाव होतो. सध्या उपलब्ध असणाऱ्या लसी, त्या कशा तयार केलेल्या जातात, किती मात्रा दिली जाते व कोणत्या मार्गाने दिल्या जातात, हे आपण पाहू.

क्षयरोग प्रतिबंधक लस (Bacille Calmette Guren – B.C.G.) : या लसीचा शोध कॅलमेट आणि ग्युरीन यांनी लावला म्हणून या लसीला 'बॅसीलाय कॅलमेट ग्युरीन' असे नाव आहे. ही लस 'एम ट्युबरकल बोव्हीन' या क्षयरोग जंतूची ताकद कमी करून किंवा अर्धवट मारून तयार केली जाते. अशा प्रकारच्या लसीला 'लाइव्ह ॲटेन्यूएटेड लस' (Live Attenuated Vaccine) म्हणतात. ही पावडर स्वरूपात असते. ४^0 ते ८^0C तपमानात ठेवल्यास १ वर्ष सुस्थितीत राहू शकते. आईसबॉक्समध्ये ३ महिने योग्य ताकदीची राहते. क्षयरोग होऊ नये म्हणून ही लस देतात. याचा अर्थ क्षयरोग जंतूंचा संसर्ग न झालेल्या व्यक्तींना म्हणजेच नवजात बालकाला दिली जाते. जर अर्भक क्षयरोग्याच्या सान्निध्यात आले असेल

तर अशा बालकाला मॉन्टाक्स टेस्ट (Montoax Test) करून देतात. ही टेस्ट निगेटिव्ह असल्यास लस देतात. लस देण्यासाठी ट्युबरक्युलीन सिरिंज आणि आखूड सुईचा उपयोग केला जातो.

बी. सी. जी. लस डाव्या दंडावरच त्वचे (Intradermal)मध्ये दिली जाते. (डावा दंड - जागतिक निर्णयावरून जागा ठरविलेली आहे.)

मात्रा – वयाच्या ४ आठवड्यांपूर्वी – ०.०५ मिली. (०.०३७ मि. ग्रॅम)
वयाच्या ४ आठवड्यांनंतर – ०.१ मिली. (०.०७५ मि. ग्रॅम)

सर्वसाधारणपणे स्वाभाविक नवजात बालकाला ०.१ मिली. हीच मात्रा देतात. अल्पभार बालकाला ०.०५ मिली. मात्रा देतात. लस दिल्यानंतर तीन आठवड्यांनी दिलेल्या ठिकाणी पुळी येते. या वेळी काही बालकांना थोडासा ताप येतो. त्यातून थोडासा द्रवपदार्थ त्यानंतर २ ते ३ दिवसांनी येतो व खपली धरते व पडून जाते. खपली धरणे व पडणे २ ते ३ वेळा होते. तीन महिन्यांत व्रण दिसू लागतो. ६ आठवड्यांत प्रतिकारशक्ती मिळते.

लस दिल्यानंतर २ ते ५ वर्षे क्षयरोगापासून संरक्षण मिळते, म्हणून पूर्वेकडील देशात ५ व १५ वर्षी वाढीव डोस दिला जातो. पण भारतामध्ये क्षयरोग्यांची संख्या जास्तच आहे, त्यामुळे बाळाला संसर्ग होण्याची शक्यता जास्त आहे, म्हणून वाढीव डोस दिला जात नाही आणि दिलाच तर 'मॉन्टाक्स टेस्ट' करून देतात.

दुष्परिणाम : लस दिलेल्या ठिकाणी गाठ (nodule), करट (abscess) होण्याची शक्यता असते. जवळच्या रसग्रंथींचा (Regional Lymphadenitis)चा दाह, कोल्ड अब्सेसही क्वचित होऊ शकते. ही लस कर्करोग संशयित व्यक्तीला देऊ नये. या लसीचा उपयोग कुष्ठरोग प्रतिबंधक म्हणूनही होऊ शकतो, असे मानले जाते.

२. तिहेरी किंवा त्रिगुणी लस (Triple Antigen-D.P.T.) : घटसर्प, डांग्या खोकला व धनुर्वात या रोगांविरुद्ध प्रतिकारशक्ती निर्माण केली जाते. या लसीच्या प्राथमिक व वाढीव मात्रा दिल्या जातात. पहिली मात्रा दीड महिन्यांनी द्यावी व पहिली दिल्यानंतर, दुसरी मात्रा १ महिन्याने द्यावी. त्यानंतर तिसरी मात्रा १ महिन्याने द्यावी.

वाढीव डोस बाळाला त्याचे वय दीड वर्षे झाल्यानंतर देतात. त्यानंतर ५ व्या वर्षी दुहेरी लस देतात. ही लस मांडीच्या वरील व बाहेरील भागात स्नायूमध्ये देतात.

प्रतिक्रिया (Reaction) : लस दिल्यानंतर त्या ठिकाणी सूज येते. बाळाला ताप येतो. तो भाग दुखरा होतो. बाळ किरकिरते. काही बालकांमध्ये ताप (१०५^{0}F) जास्त असतो. तसेच काही बालकांना झटके येतात. मेंदूवर दुष्परिणाम होतो. ही प्रतिक्रिया किंवा दुष्परिणाम डांग्या खोकल्याच्या लसीमुळे होतो, पण क्वचितच.

कोणाला देऊ नये? : १) अतिताप असणाऱ्या बालकाला, २) झटके येत असल्याचा इतिहास असल्यास, ३) पहिली मात्रा दिल्यानंतर अतिताप असेल, बाळाला सर्दी-पडसे असल्यास लस दिली तरी चालते.

३) पोलिओ प्रतिबंधक लस (Polio Vaccine) : ही दोन प्रकारची आहे. १) साल्क (Salk), २) साबिन (Sabin).

साल्क : ही मेलेल्या विषाणूपासून तयार करतात. ही लस अंत:क्षेपणाद्वारे (Injection) दिली जाते. स्नायूमध्ये दिली जाते. साल्क लसीमुळे आतड्यात प्रतिकारशक्ती येत नाही व रोगापासूनही शंभर टक्के बचाव होत नाही.

साबिन : ही लस तोंडाने दिली जाते. तोंडाने देणे सोपे असते म्हणून हीच जास्त वापरली जाते. ही लस अर्धवट मारलेल्या विषाणूपासून तयार केली जाते. तिहेरी लसीबरोबर या लसीची दीड महिन्यात सुरुवात करून एक मात्रा दिल्यानंतर दुसरी ४ ते ६ आठवड्यांनी व दुसरी दिल्यानंतर तिसरी ४ ते ६ आठवड्यांनी देतात. अशा तीन प्राथमिक मात्रा व बाळ दीड वर्षाचे झाल्यानंतर एक वाढीव डोस द्यावा. बालरोग तज्ज्ञांच्या मते ५ व्या वर्षी दुसरा वाढीव डोस द्यावा व काहींच्या मते पोलिओ लसीच्या पाच मात्रा द्याव्यात असे आहे. सध्या झीरो पोलिओ जन्मत: व पल्स पोलिओचे मात्रे वर्षातून दोन वेळा दिले जातात. हे ५ वर्षांच्या आतील मुलांना देतात.

मात्रा : दोन थेंब. सध्या थेंब मिळतात. एका बल्बमध्ये २० मात्रा असतात. या लसीमुळे रोगाचा बचाव होतो, म्हणजेच ही जास्त सुरक्षित आहे. या लसीवर उष्णतेचा परिणाम होऊन ताकद कमी होते व लस बाळाला देऊन काहीच उपयोग होत नाही. म्हणून ही लस (+2°C ते 8°C) सेंटिग्रेडमध्येच ठेवली पाहिजे. लस तयार केल्यापासून तीन महिने वापरता येते. शक्यतो लस नोव्हेंबर ते फेब्रुवारीमध्ये द्यावी. देतानाही बल्ब बर्फातच ठेवावा व १५ मिनिटांत संपवावा. ही मात्रा अतिसार असलेल्या बाळालाही द्यावी.

४. गोवर लस : गोवर लस परदेशात पूर्वीपासूनच मिळत होती. आपल्याकडे सर्वत्र उपलब्ध आहे. ही 'लाइव्ह अटेन्यूएटेड लस' आहे. लस दिल्यानंतर ८५ ते १०० टक्के रोगांपासून बचाव होतो. ९ ते १२ महिन्यांत एकच मात्रा (०.५ मि.ली.) दिली जाते. ही लस त्वचेखाली दिली जाते. ४ °C सेंटिग्रेडला ठेवल्यास चांगली राहते. दिल्यानंतर ८ दिवसांनी ताप येतो, पुरळ येते. १५ ते २१ दिवसांत प्रतिकारशक्ती प्राप्त होते. गरोदरपणी ताप, क्षयरोग व ल्युकेमिया असेल तर देऊ नये.

दुष्परिणाम : क्वचित फुप्फुसदाह, झटके येतात.

५. टी.ए.बी. लस : पूर्वी ५ वर्षांवरील मुलांना दिली जात असे. ज्या

ठिकाणी विषमज्वराचे रुग्ण असतात त्या भागातील सर्व लोकांना ही लस देतात. पूर्वीच्या लसींच्यामध्ये ५ ते ६ व्या वर्षी टी.ए.बी. बालकाला द्यावे असे होते. चार ते सहा आठवड्यांच्या अंतराने दोन डोस दिले जात. नंतर १० व्या व १६ व्या वर्षी एकेक मात्रा दिली जाते; पण नवीन लसीच्या तक्त्यात टी.ए.बी. नाही. याचा अर्थ ज्या ठिकाणी विषमज्वराचे रुग्ण आहेत, तिथे वर्षातून एकदा दोन मात्रा एकनंतर ४ ते ६ आठवड्यांच्या अंतराने दुसरी अशी द्यावी. लस दिल्यानंतर ६ ते ९ महिने प्रतिकारशक्ती टिकून राहते. लस फ्रीजमध्ये ठेवावी लागते. ही लस त्वचेखाली किंवा स्नायूमध्ये देतात.

लस दिल्यानंतर ताप, डोकेदुखी, कणकण येते. दिलेल्या ठिकाणी सूज येते व भाग दुखरा होतो. ताप, खोकला असल्यास देऊ नये. बरे वाटल्यानंतर लस द्यावी. तोंडाने देण्याच्या दोन लसींचे संशोधन सुरू आहे.

६. धनुर्वात प्रतिबंधक लस (Tetanus Toxoid) : ही लस विषहरण करून केली जाते. सध्या ॲलम प्रेसीपिटेटेंड किंवा ॲल्युमिनियम हायड्रॉक्साईड ॲबसॉर्बड् टॉक्साईड (Alum Precipitatedor Aluninium Hydroxide Adsorbed Toxoid) चा उपयोग करतात.

मात्रा : एक मात्रा (०.५ मिली.) दिल्यानंतर दुसरी मात्रा ४ ते ६ आठवड्यांनी द्यावी. अशा दोन मात्रा स्नायूंमध्ये देतात. गरोदर स्त्रीला १६ ते २४ आठवड्यांत १ ते दीड महिन्याच्या अंतराने दोन मात्रा द्याव्यात. दोन गरोदरपणात ५ वर्षांपेक्षा कमी अंतर असल्यास दुसऱ्या वेळी एकच मात्रा. मुलाला प्राथमिक लसी दिल्या गेल्या म्हणजेच तिहेरी लसीच्या तीन मात्रा, पहिला वाढीव डोस, दुसरा दुहेरी लसीचा वाढीव डोस, १० व्या वर्षी व १६ व्या वर्षी धनुर्वात प्रतिबंधक लस द्यावी. जखम झाल्यानंतर ही लस द्यावी असे तज्ज्ञांचे मत आहे. यामुळे प्रतिकारशक्ती उत्तेजित होते.

७. पटकी प्रतिबंधक लस (Cholera Vaccine) : ही मृत कोमा जंतूपासून तयार केली जाते. प्रतिकारशक्ती जास्तीत जास्त सहा महिने टिकून राहते. मात्रा ०.५ मिली दिली जाते. साथीच्या ठिकाणी सर्व लोकांना, यात्रेला जाण्यापूर्वी ही लस देण्याची सोय असते. लस दिल्यानंतर ताप, उलट्या क्वचित अतिसार होण्याची असते.

८. रेबीज लस (Anti Rabies Vaccine-A.R.V.) : या तीन प्रकारच्या आहेत.

१. इन-ॲक्टिव्हेटेड व्हायरस व्हॅक्सिन : ही फारशी उपयोगात नाही.

२. डक इंब्रियो व्हॅक्सिन (Duck Embryo Vaccine - D.E.V.) : या लसीच्या १४ मात्रा अंत:क्षेपणाने देतात. ह्या पोटावर त्वचेखाली देतात. पिसाळलेला कुत्रा किंवा जनावर चावल्यानंतर ही लस देण्यात येते. प्रतिबंधक म्हणून शंभर टक्के

उपयोग होईल, याची खात्री नाही. या लसीमुळे ॲलर्जिक रिॲक्शन्स येतात व नसांवर दुष्परिणाम होण्याची शक्यता असते.

३. ह्यूमन डिप्लॉइड सेल व्हॅक्सिन (Human Dipoid Cell Vaccine – H.D.C.V.) : ही रेबीज लसी (D.E.V.)पेक्षा दहापटीने खात्रीलायक आहे. कुत्रा चावल्यानंतर ६ मात्रा देतात. ही मात्रा १ मि.ली.ची असते. ही स्नायूमध्ये किंवा त्वचेखाली लगेच दिली जाते. १) पहिल्या दिवशी – १ मात्रा कुत्रा चावल्यानंतर, २) तिसऱ्या दिवशी – १ मात्रा, ३) सातव्या दिवशी – १ मात्रा, ४) चौदाव्या दिवशी १ मात्रा, ५) तिसाव्या दिवशी – १ मात्रा, ६) ९० दिवसांनी – १ मात्रा.

कुत्रा चावला नाहीतरी कुत्र्याच्या सान्निध्यात असणाऱ्या लोकांना सुरक्षितता (प्रतिबंधक उपाय) म्हणून तीन मात्रा देतात. पहिली मात्रा दिल्यानंतर ७ व्या दिवशी दुसरी व २१ व्या दिवशी तिसरी मात्रा देतात.

९. एम. एम. आर. (Measles Mumps Rubella – M.M.R.) : गोवर, गालगुंड व रुबेला या रोगांविरुद्ध प्रतिकारशक्ती येण्यासाठी दिली जाते. ही लाइव्ह ॲटेन्यूएटेड व्हॅक्सिन आहे. बालकाच्या वयाच्या १२ महिन्यांनंतर त्वचेखाली देतात. लस दिल्यानंतर ताप, पुरळ या प्रतिक्रिया दिसून येतात. क्वचित सांधेदुखी किंवा लाळग्रंथींना सूज येण्याची शक्यता असते.

१०. चिकनपॉक्स (Chickenpox) : लाइव्ह ॲटेन्यूएटेड, व्हरीसेला झोस्टर व्हायरस (V.Z.V.) ही लस जपानमध्ये तयार करण्यात आली असून, सध्या ती वापरली जाते.

११. मेनिंगो कोकाय व्हॅक्सिन (Meningococci) : ही लस ७० टक्के खात्रीलायक असून, ६ ते ९ महिने प्रतिकारशक्ती टिकून राहते. 'अ' आणि 'क' प्रकारची लस उपलब्ध आहे, पण बी प्रकारची लस उपलब्ध नाही. हे वयाच्या दोन वर्षांनंतर देतात.

१२. न्यूमोकोकाय (Pneumococci) : ही लस ज्या बालकांना दीर्घ यकृताचे आजार, रक्तदोषाचे आजार असतात त्यांना देतात. ही लस न्यूमोकोकायपासून तयार करतात. मात्रा ०.५ मिली. असून वयाच्या दोन वर्षांनंतर देतात.

१३. हिपॅटायटीस व्हॅक्सिन : हिपॅटायटीस-B ह्या व्हॅक्सिनच्या तीन मात्रा दिल्या जातात.

मात्रा : स्नायूमध्ये – लहान मुलांना १० मि. ग्रॅमच्या ३ मात्रा, पहिली मात्रा दिल्यानंतर १ महिन्याने दुसरी आणि ६ महिन्यांनी तिसरी मात्रा देतात. ही लस – १) रुग्णांच्या सहवासात आलेले २) शाळेमध्ये, ३) प्रवासी, ४) पाळणाघरात आयांची कामे करणाऱ्या स्त्रिया यांना देतात.

लस टोचणीचे वेळापत्रक

अ.नं.	वय	लस	मात्रांची संख्या
१.	गर्भवती १६ ते २४ आठवडे	धनुर्वात प्रतिबंधक (टी.टी.)	२*
२.	जन्मत:	बी.सी.जी. झीरो पोलिओ	१ १
३.	दीड ते ९ महिने	डीपीटी पोलिओ	३*** ३***
४.	दीड ते १० महिने	हिपॅटायटिस-B	३
५.	९ ते १२ महिने	गोवर	१
६.	१८ ते २४ महिने	डीपीटी पोलिओ	१ १
७.	५ ते ६ वर्षे	डी.टी.	१**
८.	१० वर्षे	धनुर्वात (टी.टी.)	१**
९.	१६ वर्षे	धनुर्वात (टी.टी.)	१**

* पूर्वी लस टोचली असल्यास १ वाढीव डोस द्यावा. **पूर्वी लस दिली नसल्यास दोन मात्रा द्याव्यात. *** दोन मात्रांमधील अंतर एक महिन्यापेक्षा कमी असू नये.

एक वर्षाच्या आत बाळाला बी.सी.जी., डीपीटी, पोलिओ व गोवर लस दिल्यास संपूर्ण लसीकरण झाले असे समजतात.
किरकोळ खोकला, थंडी, ताप, हगवण हे आजार किरकोळ स्वरूपात असल्यास बालकास लस देण्यास हरकत नाही.

लसटोचणीच्या वेळी घ्यायची काळजी : लस देण्यापूर्वी ती सुरक्षित, निर्जंतुक आणि योग्य गुणवत्तेची असली पाहिजे. १) लस दिल्यानंतर शरीरावर दुष्परिणाम होऊ नयेत. २) लस देण्यासाठी वापरण्यात येणारी साधने जंतुविरहित असावीत. ३) ॲटोक्लोव्ह पद्धतीने निर्जंतुकीकरण करावे. लस योग्य वयात द्यावी. ४) लसींच्या मात्रा बरोबर व योग्य मार्गाने द्याव्यात. ५) लस देण्यापूर्वी बाळाच्या मातेला सूचना द्याव्यात तसेच लसीची प्रतिक्रिया थोडक्यात समजावून सांगावी. तसेच लसीचे दुष्परिणाम क्वचितच होतात, हे समजावून सांगून लसी टोचून

घेण्यास प्रवृत्त करावे. ६) उष्णतेमुळे लसींची ताकद कमी होते. यासाठी त्या थंड वातावरणात ठेवाव्यात. (+2°C ते 8 °C) तपमानामध्ये लस देण्यास बाहेर काढली तरी बर्फात ठेवून द्यावी व लसीकरण थंड खोलीमध्ये करावे. लस थंड वातावरणात ठेवली जाते. याला 'शीत साखळी' म्हणतात. शीत साखळी कायम राखणे, लसी फ्रिजमध्ये ठेवणे, त्यांची वाहतूक करताना थंड वातावरण कायम राखणे, लोकांना शिक्षण व त्यांचे सहकार्य मिळविणे या सर्व गोष्टी लसटोचणी कार्यक्रमामध्ये आवश्यक आहेत.

लसटोचणी कार्यक्रम

लसीकरण करून सांसर्गिक रोगापासून बचाव करणे हे कार्य लसीचा शोध लागल्यापासून सुरूच आहे. पण लस टोचल्यानंतरही रोगाची लागण, रोगाचे दुष्परिणाम यांचे प्रमाण फारसे कमी झाले नाही. म्हणजेच लसीकरण पूर्णतः यशस्वी होत नाही, याची काही कारणे दिसून आली आहेत.

१) लसी योग्य वातावरणात न ठेवल्याने त्यांची गुणवत्ता कमी होते. प्रतिकारशक्ती योग्य प्रकारे निर्माण होत नाही. ती ठराविक काळापर्यंत टिकून राहत नाही. २) लसींचा अपुरा व अनियमित पुरवठा. ३) ज्या वयात बालकाला ठराविक लस दिली पाहिजे, त्या वयात देण्यात येत नाही. लाभार्थींचा गट मोठा, उदा. बी.सी.जी. शून्य ते २० वर्षे ४) लसीकरणाच्या संबंधी आवश्यक असणारी माहिती पूर्णतः गोळा केली जात नाही. कर्मचाऱ्यांना योग्य मार्गदर्शन नाही. ५) लसीकरणाबद्दल लोकांना योग्य माहिती न मिळाल्याने व चुकीच्या समजुतीमुळे, लोकांचे यासाठी सहकार्य मिळविणे कठीण होते. ६) लसीकरण केल्यानंतर मूल्यमापन केले जात नाही. त्यामुळे लसींचा परिणाम किंवा लसी देण्यातील किंवा हाताळण्यातील दोष लवकर लक्षात येत नाहीत.

लसी देऊनही रोगाचे प्रमाण समाधानकारकरीत्या कमी न झाल्याने लसीकरणानंतर मूल्यमापनावर जोर देण्यात येऊ लागला; त्यानंतर ही कारणे लक्षात येऊ लागली. ती कमी करून योग्यरीतीने लसीकरण होण्यासाठी लसटोचणी कार्यक्रम हाती घेण्यात आले.

लसटोचणी कार्यक्रमाचे महत्त्व : निरोगी जीवन जगणे हा एक मूलभूत मानवी हक्क आहे, हे तत्त्व संयुक्त राष्ट्रसंघ आणि जागतिक आरोग्य संघटना या आंतरराष्ट्रीय संघटनांकडून मान्यता पावलेले आहे.

दुर्दैवाने आरोग्य हे कुणा तिऱ्हाईताकडून घेण्याजोगे नसते, तर ते स्वतःच कमवावे लागते. रोगाला प्रतिबंध करण्यासाठी आणि आरोग्याची जोपासना करून आरोग्याचा दर्जा जास्तीत जास्त चांगला राखणे, विकारांची मूलतत्त्वे जाणून घेणे

आवश्यक आहे. यामुळे बालकाच्या जन्मापासूनच उपाययोजना करणे आई-वडिलांना शक्य झाले पाहिजे. रोगप्रतिबंधक उपायांमुळे आरोग्य चांगले राखण्यास मदत होते. आरोग्य चांगले असेल तर व्यक्ती आपली कुटुंबाची व सामाजिक जबाबदारी योग्य प्रकारे पार पाडून, समाजाचा एक चांगला घटक बनू शकेल व सर्व क्षेत्रांत प्रगती होऊ शकेल. जागतिक आरोग्य संघटनेने दिलेली आरोग्याची व्याख्या, 'केवळ रोगाचा अथवा दौर्बल्याचा अभावच नव्हे, तर संपूर्ण शारीरिक, मानसिक आणि सामाजिक स्वास्थ्य म्हणजे आरोग्य' अशी असून, ही व्याख्या साध्य करण्यासाठी सर्वांचे आरोग्य जोपासणे व सर्वांना समाधानाने राहता यावे. जागतिक आरोग्य संघटनेचे '२००० वर्षांपर्यंत ' सर्वांना आरोग्य हे उद्दिष्ट होते.

मुलाची वाढ योग्यरीतीने होऊन मूल सुदृढ राहण्यासाठी मुलाला आजार होऊ नयेत याची काळजी घेतली पाहिजे. मुलाला लहान वयात अनेक सांसर्गिक आजार होण्याची शक्यता असते; कारण त्याची प्रतिकारशक्ती कमी असते. बाळाला लसीकरण तक्त्यानुसार योग्य वयात लसी टोचल्यास त्याचा या सांसर्गिक आजारापासून बचाव होऊ शकतो. लसीकरण करूनही रोगाची लागण व रोगापासून वाढणारी बालमृत्यू संख्या लक्षात घेऊन, लसीकरणामधील त्रुटी दूर करून सर्व बालकांना योग्य वयात योग्य लस मिळवून देण्यासाठी लसटोचणी कार्यक्रम हाती घेण्यात आले आहेत.

विस्तारित लसटोचणी कार्यक्रम

जागतिक आरोग्य संघटनेने मे १९७४ मध्ये विस्तारित लसटोचणी कार्यक्रम जाहीर केला, यालाच 'Expanded Programme of Immunization' म्हणतात. या कार्यक्रमाचे ध्येय याप्रमाणे –

जगातील सर्व मुलांना सहा रोगांविरुद्ध लस देणे. गरोदर स्त्रियांना धनुर्वात प्रतिबंधक लस देणे. सांसर्गिक रोगांमुळे होणारी लागण व मृत्यूसंख्या इ.स. २००० पर्यंत कमीत कमी करणे हे उद्दिष्ट होते.

भारतामध्ये विस्तारित लसटोचणी कार्यक्रमाची सुरुवात जानेवारी १९७८ मध्ये झाली, याचे उद्देश याप्रमाणे होते –

१. धनुर्वात, घटसर्प, डांग्या खोकला, पोलिओ, क्षयरोग, गोवर व विषमज्वर या रोगांविरुद्ध मुलांना लसटोचणी करून लहान मुलांमध्ये होणारी सांसर्गिक रोगांची लागण व मृत्यू संख्या कमी करणे.

२) लसींचा योग्य पुरवठा होण्यासाठी लसींचे उत्पादन आपल्या देशात करणे, म्हणजे लसीकरण पूर्णपणे करता येईल.

लसीकरण ग्रामीण भागात प्राथमिक आरोग्य केंद्र व उपकेंद्राकडून देणे व

शहरी भागात डिस्पेन्सरीज, जिल्हा रुग्णालये व वैद्यकीय महाविद्यालयाकडून करणे.

या कार्यक्रमाला विस्तारित असे नाव का दिले?

या कार्यक्रमाची अंमलबजावणी विस्तारित दृष्टिकोनातून खालील मुख्य तीन दिशांनी करण्यात आली.

१.	इम्युनोलॉजिकली (Immuniologically)	–	लसींचा पुरेसा व योग्य पुरवठा. लसींचे उत्पादन, नवीन लसींचा शोध.
२.	जॉग्राफिकली (Geographically)	–	जास्तीत जास्त भौगोलिक भागात लसीकरण करणे.
३.	सोशियली (Socially)	–	जास्तीत जास्त लोकांना लसीकरण करणे व गरजू लाभार्थींना लस मिळवून देणे.

सार्वत्रिक लसटोचणी कार्यक्रम

विस्तारित लसटोचणी कार्यक्रम चालू असतानाच १९ नोव्हेंबर, १९८५ मध्ये सार्वत्रिक लसटोचणी कार्यक्रम (Universal Immunization Programme – U.I.P.) भारतामध्ये सुरू करण्यात आला. हा कार्यक्रम पंतप्रधान श्रीमती इंदिरा गांधी यांच्या स्मरणार्थ सुरू करण्यात आला होता. महाराष्ट्रामध्ये सुरुवातीला काही ठराविक जिल्ह्यांत म्हणजे ठाणे व नांदेड (१९८५), इतर पाच जिल्हे (१९८६), कोल्हापूर (१९८७) व इतर तीन जिल्ह्यांत कार्यक्रमाची सुरुवात झाली होती.

त्यानंतर हा कार्यक्रम राज्यात सर्वत्र सुरू झाला. विस्तारित लसटोचणी कार्यक्रमाचा आढावा घेतल्यानंतर असे दिसून आले की, जास्तीत जास्त लाभार्थींना लस टोचण्याबरोबर लसींची क्षमता राखणे, त्यासाठी लागणाऱ्या साधनांचा पुरवठा, कर्मचाऱ्यांना प्रशिक्षण व लोकांचा सहभाग या गोष्टीही कार्यक्रम यशस्वी करण्यासाठी अत्यंत आवश्यक आहेत आणि या सर्व गोष्टींवर सार्वत्रिक लसटोचणी कार्यक्रमामध्ये भर दिला आहे.

सार्वत्रिक लसटोचणी कार्यक्रमाचे ध्येय : इ.स.१९९०पर्यंत सर्व लाभार्थींना (० ते ५ वयोगटातील मुले व गरोदर स्त्रिया) लसीकरण करणे हे ध्येय होते व खालील उद्देश होते.

उद्देश : १) इ.स. २००० सालापर्यंत बालमृत्युदर हजारी ३० पेक्षा कमी करणे हे होते. २) संभाव्य सांसर्गिक रोगांपासून बालकांचा बचाव करणे. ३) लसींचे वेळापत्रक व अंमलबजावणी. ४) लसीकरणाचा साठा व शीतसाखळी कायम राखून लसींची गुणवत्ता वाढविणे. लस उत्पादनापासून सर्व लाभार्थींना वेळीच सर्वंकष सेवा उपलब्ध करून देणे. ६) आरोग्य शिक्षण देऊन लोकांचा सहभाग वाढविणे.

या कार्यक्रमाची अंमलबजावणी १९८१मध्ये केलेल्या सॅम्पल सर्व्हेवर (Sample Survey) अवलंबून होती.

१) १९८१ मध्ये पोलिओचे २५,००० ते ४३००० रोगी शहरी भागात तर १,१६,००० ते १,९१,००० ग्रामीण भागात आढळून आले. यातील बरीच मुले दोन वर्षांखालील वयोगटातील होती.

२) नवजात बालकांतील धनुर्वाताचे प्रमाण, विशेषत: उत्तर प्रदेश, मध्यप्रदेश, महाराष्ट्र इत्यादी ठिकाणी ४५,३२७ इतके जास्त होते.

३) घटसर्प २४५२५, डांग्या खोकला २९६९७५, धनुर्वात ४५३२७, क्षयरोग ६१७३२५ आणि विषमज्वर ३११९०४५.

४) एक लाख लोकसंख्येमध्ये गोवरचे प्रमाण १९० होते.

१९८१ मध्ये भारतात बालमृत्यूचे प्रमाण १२५ दर हजारी व १९८६ मध्ये ९६ दर हजारी होते.

जर बालकाला होणाऱ्या सांसर्गिक रोगांचे प्रमाण कमी झाले तर बालमृत्यूचे प्रमाण कमी करता येईल. २००० वर्षांपर्यंतचे बालमृत्युचे प्रमाण हजारी ३० पेक्षा कमी करणे, हे उद्दिष्ट गाठण्याचे ध्येय होते.

सार्वत्रिक लसटोचणी कार्यक्रमाची अंमलबजावणी

सार्वत्रिक लसटोचणी कार्यक्रमाची अंमलबजावणी याप्रमाणे केली जात होती.

१) सर्व लसीकरण वयोगटानुसार एकाच वेळी करणे. २) कार्यक्रमातील लसीकरणाच्या तक्त्यानुसार योग्य लस, योग्य वयात, सर्व लाभार्थींना देणे. ३) लसीचे उत्पादन वाढवून लसीचा योग्य पुरवठा नियमित करणे. ४) सर्व स्तरांवर शीतसाखळी कायम राखून, साठा योग्यरीतीने ठेवणे व लसींची गुणवत्ता कायम राखणे. ५) सर्वेक्षण करून लाभार्थींची निवड करणे. रोगाचे लागण प्रमाण व लसींचा परिणाम नोंद करणे. ६) आरोग्य शिक्षण देऊन लोकांचा सहभाग वाढविणे. ७) शीतसाखळी कायम राखण्यासाठी लागणाऱ्या साधनांचा पुरवठा करणे. ८) संशोधनकार्य चालू ठेवणे. ९) मूल्यमापन व्यवस्था राबविणे.

एक वर्षाच्या आत बालकाला बी.सी.जी., त्रिगुणी पोलिओ व गोवर लस दिल्यास त्याचे संपूर्ण लसीकरण झाले असे समजावे. हे यापूर्वी दिलेल्या तक्त्यानुसार करावे.

कार्यक्रमाची अंमलबजावणी पद्धती : उपलब्ध सोयी व सवलती पाहून गरोदर स्त्रिया व मुलांना लस टोचण्यासाठी या पद्धती अवलंबल्या जातात –

१. ठराविक दिवस, ठराविक जागा (Fix day & Fixed Centres) : वीजपुरवठा व चालू स्थितीतील रेफ्रिजरेटर असलेली केंद्रे यासाठी निवडली

जातात. सर्व प्रकारच्या लसी एकाच ठिकाणी उपलब्ध करणे आवश्यक आहे की, ज्यामुळे मुलांना वेगवेगळ्या ठिकाणी जाण्याची जरुरी नाही. लाभार्थींची संख्या पाहून रोज आठवड्यातून दोनदा किंवा एकदा पंधरा दिवसांतून एकदा लसटोचणीचा दिवस ठरवावा. एका दिवशी कमीत कमी दहा लाभार्थी असणे फायद्याचे ठरते. लसटोचणीचा दिवस व वेळ दर्शविणारा फलक केंद्राच्या बाहेरील बाजूस लावलेला असतो.

२. मुख्यालयाबाहेरील केंद्रे (Out Reach Centres) : जाण्या-येण्यासाठी वाहतुकीची सोय नसलेल्या गावांकरिता व दूरच्या गावांकरिता अशी केंद्रे ठरविली जातात. प्राथमिक आरोग्य केंद्रातून लस त्या ठिकाणी घेऊन जाणे जरुरीचे असते. अशी केंद्रे स्थापन करताना या गोष्टी लक्षात ठेवाव्यात.

अ) गावातील प्रतिष्ठित व्यक्ती, मार्गदर्शक यांना भेटून त्यांना लसटोचणी कार्यक्रमाचे महत्त्व समजावून द्यावे. कर्मचारी व गावातील लोकांना सोयीस्कर दिवस ठरवावा.

ब) आरोग्य मार्गदर्शक प्रशिक्षित दायांना लसटोचणीचा दिवस व वेळ यांची माहिती द्यावी; म्हणजे लाभार्थींना ही माहिती त्या सांगू शकतील. लाभार्थींना लसटोचणीच्या ठिकाणी आणण्यासाठी त्यांचे सहकार्य घ्यावे.

क) लसटोचणीचे ठिकाण असे निवडावे की, ज्या ठिकाणी लाभार्थींची बसण्याची सोय होईल.

ड) या केंद्राच्या ठिकाणी येताना कोणत्या गोष्टीबरोबर घ्यायच्या, त्यांची यादी तयार करावी; म्हणजे आयत्या वेळी एखाद्या वस्तूअभावी लसटोचणी कार्यक्रमात अडथळा येणार नाही.

३. लसटोचणीची सुरुवात : अ) लसवाहक घरामध्ये सावलीत ठेवावा. ब) आरोग्य मार्गदर्शक किंवा प्रशिक्षित दायांना भेटून तुम्ही आल्याचं सांगावे. क) लसटोचणी पुरेसे कर्मचारी उपलब्ध असल्यास एकाने आरोग्य शिक्षण द्यावे. ड) बाकीच्यांनी लसटोचणीसाठी निवडलेली जागा तयार करून, टेबल व इतर साहित्याची मांडणी करून घ्यावी.

४. पुनर्भेटी : अ) साधारणपणे ४ ते ६ आठवड्यांच्या अंतराने पुनर्भेटीचा दिवस ठरवा. पुनर्भेटीमधील अंतर चार आठवड्यांपेक्षा कमी असू नये. ब) ठरलेल्या दिवशी लसटोचणीच्या कामास हजर राहावे. काही कारणामुळे जाणे शक्य नसल्यास लाभार्थींना तशी आगाऊ सूचना द्यावी व त्याबरोबर पुन्हा कधी त्या गावाला जाणार याची तारीख कळवावी.

आरोग्य केंद्रामध्ये परत आल्यावर घ्यावयाची काळजी : अ) लसवाहकामध्ये बर्फ आहे याची खात्री करून घ्यावी. ब) बर्फ शिल्लक असेल तर उरलेल्या लसी

वाया गेल्या नाहीत असे समजण्यास हरकत नाही. क) शिल्लक राहिलेल्या लसींच्या बल्बवर पेनने विशिष्ट खूण करून हे बल्ब रिटर्न बॉक्स असे लिहिलेल्या बॉक्समध्ये ठेवावेत. काही ठिकाणी रबरबॅण्ड लावतात. एकदा परत आल्यास एक, दुसऱ्यांदा परत आल्यास दोन. तिसऱ्यांदा परत आलेली लस वापरू नये, नष्ट करावी. या लसी सर्वप्रथम वापराव्यात. ड) कोणतीही लस दोनपेक्षा अधिक वेळा रेफ्रिजरेटरच्या बाहेर काढली जाणार नाही, याची काळजी घ्यावी व दोनपेक्षा जास्त वेळा बाहेर काढलेली लस वापरू नये. इ) वापरण्यासाठी उघडलेला बल्ब वापरल्यानंतर परत रेफ्रिजरेटरमध्ये ठेवू नये. परत आणलेली आईसपॅक्स पाण्याने भरून रेफ्रिजरेटरच्या फ्रिजरमध्ये ठेवून द्यावीत. एका वेळी फक्त सहा अशी ठेवून द्यावीत. फ) लसवाहक स्वच्छ व कोरडा होण्यासाठी उघडून ठेवा. त्यामध्ये चिरा पडल्या असल्यास चिकटपट्टी लावून त्या दुरुस्त कराव्यात. ग) सिरींज, सुया स्वच्छ करून निर्जंतुक अटोक्लोव्ह पद्धतीने करून ठेवाव्यात.

लसटोचणीची शिबिरे (Campaigns)

ज्या भागामध्ये नियमित सेवा देता येणार नाहीत, अशा ठिकाणी लसटोचणी शिबिरे आयोजित करून लसटोचणी सर्वंकष सेवा उपलब्ध करून दिल्या जातात. त्या भागातील अनेक कर्मचारी एकत्र येऊन अशी शिबिरे आयोजित करतात. गाववार शिबिरांचे निश्चित वेळापत्रक तयार करून गावकऱ्यांना आरोग्य मार्गदर्शक व दाई यांना त्याची पूर्वसूचना द्यावी लागेल. लोकांचा पूर्ण सहभाग मिळाल्याशिवाय हे करता येणे शक्य नाही. आरोग्य मार्गदर्शक व अंगणवाडी कर्मचारी यांना लाभार्थींच्या याद्या तयार करण्याविषयी समजावून सांगावे. शिबिराच्या ठिकाणी लाभार्थींना आणण्यासाठी त्याचा उपयोग निश्चित होईल. शिबिराच्या ठिकाणी ४ ते ६ आठवड्यांची पुनर्भेट द्यावी.

लोकांचा सहभाग

१. लोकांचे मतपरिवर्तन : लोकांच्या सहकार्याची गरज असते.

अ) लसटोचणी कार्यक्रम यशस्वी करण्यासाठी तुम्हाला सहकार्याची गरज आहे. आपला हेतू व कार्य लोकांना समजावून दिल्यामुळे तुमच्या कामात त्यांना अधिक रस वाटेल. ब) घरकामातून वेळ काढून त्यांना यावे लागते. अंतर लांब असल्यास वाहनासाठी पैसा खर्च होतो. त्यांचा वेळ, पैसा व श्रम वाया जाऊ नये म्हणून लसटोचणीसाठी वेळेची पूर्णपणे कल्पना द्यावी व त्या वेळी लस त्यांना मिळाली पाहिजे याची दक्षता घ्यावी. क) लसटोचणीसाठी जागा, साहित्य, टेबल, खुर्च्या, पाणी, वीज या सोयी करून देण्यासाठी गावातील लोकांचे सहकार्य हवेच. ड) लाभार्थी येण्यासाठी त्यांचा उपयोग होतो. काही लोक आपण होऊन बोलावून

आणतात, यासाठी गावातील लोकांचा आपण आदर केला पाहिजे. लसीचे महत्त्व पटवून दिल्यास त्यांचा प्रतिसाद चांगला मिळेल.

या कामासाठी मुख्य व्यक्तींची मदत घ्यावी.

राजकीय व सामाजिक पुढारी, शासकीय कर्मचारी, शेतकी खात्यातील विस्तारित अधिकारी, महिला मंडळ सदस्य, पारंपरिक वैद्य, आरोग्य मार्गदर्शक, शिक्षक, धार्मिक कार्यकर्ते व प्रशिक्षित दाई या लोकांना बाळाला होणारे सांसर्गिक रोग व त्यांचे धोके समजावून देऊन लसीमुळे बचाव होतो, हे पटवून द्यावे. लसटोचणीच्या कार्यक्रमाविषयी त्यांना कल्पना द्यावी. लाभार्थींना लस घेण्यासाठी प्रवृत्त करण्याबाबत त्यांचा सल्ला घ्यावा. लस घेण्यास विरोध किंवा अडचणी असल्यास त्या सोडविण्यास त्यांची मदत घ्यावी. कार्यक्रम समजावून देऊन शिबिरे आयोजित करण्यासाठी त्यांची मदत घ्यावी.

समाधानी लाभार्थी : ठराविक दिवस, वेळ अगोदर सांगून त्याप्रमाणे वेळेअगोदर अर्धा तास हजर राहून कार्यक्रम वेळेत सुरू केल्यास लोकांचा आरोग्य कर्मचाऱ्यांवर विश्वास बसेल.

लसीची योग्य काळजी घेतल्यास तिची गुणवत्ता कायम राहते व प्रतिकारशक्ती योग्य प्रकारे निर्माण झाल्याने रोगापासून बचाव होऊ शकतो.

केलेल्या कामाची माहिती व ते का करतो, हे समजावून सांगावे.

लोकांचे सहकार्य न मिळण्याचे कारण –

१. अज्ञान : या गोष्टींविषयी अज्ञान असते –

अ) आजाराचे गांभीर्य व त्याचे दुष्परिणाम. ब) आजार टाळता येतात याविषयी. क) त्यांच्या भागातील उपलब्ध असलेल्या सेवा. ड) शिबिराची जागा व वेळ. इ) लसटोचणीचे योग्य व पूर्ण कोर्स.

२. मतपरिवर्तनाचा अभाव :

अ) कार्यक्रमावरील अविश्वास, ब) पारंपरिक पद्धतीवर श्रद्धा. क) लस टोचल्यानंतर होणाऱ्या त्रासाबद्दल चुकीचे समज. ड) कर्मचाऱ्यांनी उद्धट व बेपर्वाईची वागणूक.

३. कार्यक्रमातील अडथळे :

अ) लस टोचण्याचे केंद्र घरापासून फार दूर. ब) गैरसोयीची वेळ. क) घरापासून केंद्रापर्यंत येणे गैरसोयीचे व खर्चाचे. ड) लसीकरणानंतरचे दुष्परिणाम.

सर्वसाधारणपणे माहितीचा अभाव आणि गैरसोयीची जागा ही कारणे असतात. सौजन्यशील वागणुकीमुळे प्रतिसाद मिळतो. निर्जंतुकीकरणातील दोष व तांत्रिक ज्ञानाच्या अभावामुळे गंभीर परिणाम होऊ शकतात, हे लक्षात ठेवावे. आरोग्य शिक्षण त्या भागातील बोलीभाषेत द्यावे. अनुभवी व्यक्तीने हे काम करावे. लाभार्थी

एकत्र येतात, त्या ठिकाणी भिंतीवर आरोग्यपत्रके लावावीत.

कार्यक्रमातील अडथळे व अडचणी वैद्यकीय अधिकारी यांच्या लक्षात आणून देऊन त्यावर योग्य उपाय व चर्चा करून ठरवावेत.

गरोदर स्त्रिया व मुलांचे लाभार्थी गट यांच्या मात्रांच्या अहवालावरून कामाचे मूल्यमापन करून पहिल्या, दुसऱ्या व तिसऱ्या मात्रांतील तफावत लक्षात घेऊन जास्त असल्यास काय चुकते आहे, हे शोधून काढून त्यात सुधारणा करावी.

वैद्यकीय अधिकाऱ्यांच्या सल्ल्याने उपाययोजना करावी. पहिल्या व तिसऱ्या मात्रेमधील तफावत अगदी कमी म्हणजे ५ ते १० टक्के असेल तर तुम्हाला लोकांचे सहकार्य उत्तम प्रकारे मिळत आहे, असे समजावे.

लसींचा साठा व शीतसाखळी : उत्पादकापासून ते लाभार्थींपर्यंत लस थंड राहिली पाहिजे. लस थंड ठेवण्यासाठी वापरली जाणारी साधने व याच्याशी संबंधित व्यक्ती या सर्वांना मिळून 'शीतसाखळी' असे म्हणतात. उत्पादकापासून लस थंड वातावरणात ठेवली पाहिजे. यासाठी लस विमानाने पाठविल्याची पूर्वसूचना योग्य त्या अधिकाऱ्याला फोनवरून दिली जाते. त्यामुळे हे अधिकारी सर्व तयारीनिशी विमानतळावर त्या वेळी हजर राहतात. लगेच लसीचे कोल्ड बॉक्स ताब्यात घेऊन लस वाहण्याच्या व्हॅनमधून प्रादेशिक भांडारात आणली जाते.

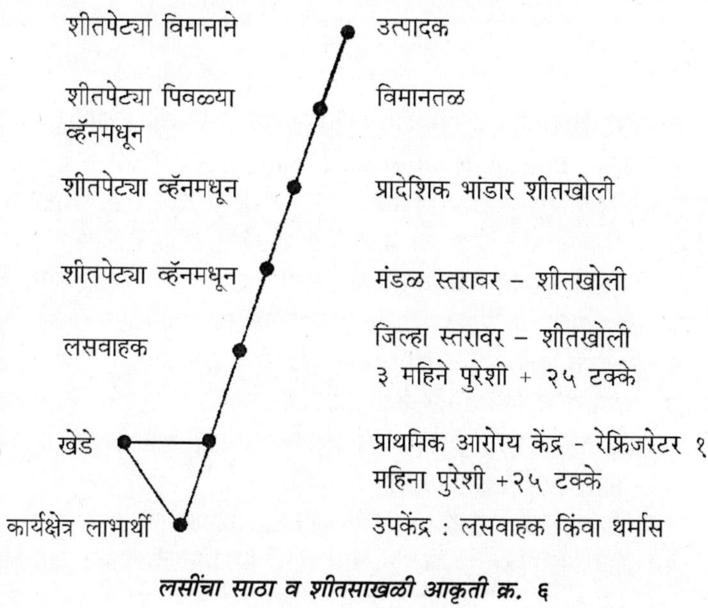

लसींचा साठा व शीतसाखळी आकृती क्र. ६

महाराष्ट्रामध्ये हाफकिन संस्था – मुंबई, नागपूर व पुणे येथे लस तयार होते. ठाणे, पुणे, नाशिक, अकोला इत्यादी प्रादेशिक स्तरांवर लसींचा मुख्य साठा होतो. प्रादेशिक भांडारातून मंडळ स्तरावर लस पाठविली जाते. तिथून सर्व जिल्ह्यांना पाठविली जाते. जिल्हास्तरातून प्राथमिक आरोग्य केंद्राकडे लस पाठविली जाते.

लस वाहतूक करताना घ्यायची काळजी : १) लसपुरवठा शीतसाखळी प्रशिक्षण झालेल्या कर्मचाऱ्याने करावा. २) लसपुरवठा नेमून दिलेल्या ठराविक दिवशीच व ठराविक वेळेतच करावा. ३) लसपुरवठा नेता-आणताना त्याकरिता शीतसाखळी उपकरणांचाच उपयोग करावा. उदा. शीतपेट्या (Cold Boxes), लसवाहक (Vaccine Carrier) व हे सुस्थितीत असले पाहिजेत. ४) शीतसाखळी उपकरणात पूर्ण गोठलेले आइस पॅक्सच वापरले पाहिजेत. ५) लस वाहतूक करणारे वाहन मुक्कामाच्या ठिकाणाशिवाय मध्ये कुठेही थांबवू नये. अति दूरचे अंतर असल्यास ते वाहन नजीकच्या विभागीय कार्यालयात गोठविलेले आइस पॅक्स घेण्यापुरतेच थांबवावे व दोन वाहनचालकांची नियुक्ती केलेली असावी. ६) शीतकरण उपकरणामध्ये डायल थर्मामीटर असणे अत्यावश्यक आहे. ७) कोल्ड बॉक्सेस वा व्हॅक्सिन कॅरिअर्स ही शीतसाखळी उपकरणे मुक्कामाच्या ठिकाणापर्यंत कधीही उघडू नयेत. ८) लसवाहतूक वाहन व शीतसाखळी उपकरणे लसी असताना नेहमी सावलीत व गारव्याच्या ठिकाणी ठेवावीत.

लसींची काळजी का घ्यायची हे समजण्यासाठी लसींची वैशिष्ट्ये माहीत असणे जरुरीचे आहे.

लसींची वैशिष्ट्ये : १) निर्धारित तपमानापेक्षा जास्त किंवा कमी तपमानात लस ठेवल्यास लसीची क्षमता कमी होते. पोलिओ व गोवरची लस – २०^{0}C पर्यंत ठेवली तरी तिची गुणवत्ता कायम राहते. पण 'टी' सिरीजच्या लसी गोठतात व त्यांची क्षमता कमी होते. उदा. डी.पी.टी., डी.टी., टी.टी. २) तसेच (+2^{0}C ते 8 ^{0}C) सेंटिग्रेडपेक्षा तपमान जास्त झाल्यास लसींची क्षमता नष्ट होते. ३) एक वेळ लसींची कार्यक्षमता नाहीशी झाली, तर पुन्हा वरील तपमान ठेवले तरी तिची कार्यक्षमता वाढत नाही. ४) अकार्यक्षम लस दिल्यामुळे शरीरामध्ये प्रतिकारशक्ती निर्माण होत नाही व रोगाचा प्रतिबंध होऊ शकत नाही.

यासाठी लस कायम थंड वातावरणामध्ये राहण्यासाठी शीतसाखळी अतिशय महत्त्वाची आहे व ती कायम राखली गेली पाहिजे.

प्राथमिक आरोग्य केंद्रामध्ये लसींची काळजी याप्रमाणे घ्यावी –

१) शीतकपाट किंवा आय.एल.आर. याची नियमित देखभाल, तपमानाची नोंद, लागणाऱ्या लसींची मागणी व लसी उपकेंद्राला लस देणे या सर्व गोष्टींची

जबाबदारी यातील माहिती असणाऱ्या एका सुपरवायझरकडे द्यावी. त्यामुळे आवश्यक त्या लसी, जरुरीप्रमाणे मागविल्या जातील व लसींचा अपव्यय टाळला जाईल.

२) प्राथमिक केंद्रामध्ये जास्तीत जास्त १ महिना पुरेल इतका साठा ठेवावा, कारण शीतकपाटामध्ये जास्तीत जास्त १ महिना लसीची क्षमता टिकून राहते.

३) मागणी केलेल्या लसींचा बॅच नंबर व मुदतबाह्य होण्याची तारीख याची नोंद ठेवावी व लवकर मुदतबाह्य होणाऱ्या लसी पुढे ठेवाव्यात; म्हणजे त्या अगोदर वापरल्या जातील. खराब लस (गोठलेली लस) वापरू नये. ती जिल्हास्तराकडे परत पाठवावी.

४) लस आणल्याबरोबर शीतकपाट किंवा आय.एल.आर.मध्ये ठेवावी. ठेवताना दोन बॉक्समध्ये थोडे अंतर ठेवावे.

५) आय.एल.आर. किंवा शीतकपाट भिंतीपासून व जमिनीपासून ६ इंच अंतरावर ठेवावे व हे वैद्यकीय अधिकाऱ्याच्या खोलीत ठेवावे.

६) तपमानाची नोंद सकाळी व संध्याकाळी अशी दिवसातून दोन वेळा करावी. नोंदवही जवळ ठेऊन त्यामध्ये या नोंदी कराव्यात.

७) आय.एल.आर. किंवा शीतकपाट वारंवार उघडू नये. त्यामुळे आतील तपमान वाढण्याची शक्यता असते. शीतकपाटातून काय काढायचे आहे, हे ठरवूनच त्याचे दार उघडावे व काम झाल्यावर चटकन बंद करावे.

८) आठवड्यातून एकदा ठराविक दिवशी शीतकपाट स्वच्छ बर्फविरहित (Defrosting) करावे. त्या वेळी लस शीतपेटी किंवा लसवाहकात ठेवावी. शीतकपाटात बर्फाचा जाड थर झाल्यास त्याचे तपमान वाढते; म्हणून तो आठवड्यातून एकदा स्वच्छ करावा. वीजपुरवठा ज्या दिवशी बंद किंवा अनिश्चित असतो, तो दिवस यासाठी निवडावा.

९) विद्युतपुरवठा बंद झाल्यास किती वेळा व किती वेळ बंद होता, त्याची नोंद ठेवून त्यावर केलेल्या कारवाईची नोंद ठेवावी. आय.एल.आर.मध्ये चोवीस तासांपैकी आठ तास विद्युतपुरवठा नसला तरी आतील तपमान व्यवस्थित राहू शकते. परंतु शीतपेटीमधील तपमान थोडाच वेळ थंड राहते, म्हणून वीज किती वेळ खंडित होणार, याची चौकशी करून पर्यायी व्यवस्था करावी.

१०) व्होल्टेज स्टॅबिलायझरचा वापर करावा. प्लग कायमचा लॉक करून ठेवावा व त्या पॉईंटचा इतर कामासाठी उपयोग करू नये.

११) शीतकपाटाच्या बाहेरील भागावर किंवा भिंतीवर एक कागद चिकटवून त्यावर खालील माहिती लिहावी –

अ) शीतकपाटाबाबत कोणाशी संपर्क साधावा. ब) फ्यूज गेला असल्यास कुठे पाहावे व कुणाकडून फ्यूज बसवून घ्यावा. क) विद्युतप्रवाह खंडित झाल्यास लस

ठेवण्याची पर्यायी व्यवस्था. या सोयीमुळे संबंधित कर्मचारी त्या वेळी गैरहजर असेल तर शीतसाखळी अबाधित ठेवण्यास मदत होते.

लस शीतकपाटात कशी ठेवावी : १) शीत कपाटाच्या वरच्या फ्रिजिंगच्या कप्प्यात आइस पॅक्स पाण्याने भरून ठेवावेत. तीन सेंटिमीटर मोकळी जागा सोडून पाणी भरावे व झाकण घट्ट लावावे. २) पहिल्या कप्प्यात (फ्रिजरच्या खाली) पोलिओ व गोवर लस ठेवावी. ३) लसी ठेवताना लेबल राहावे म्हणून प्लॅस्टिक पिशवीमध्येच ठेवावी. दुसऱ्या कप्प्यात व आय.एल.आर. ट्रेमध्ये डी.पी.टी., डी.टी., टी.टी., टायफॉईड व बी.सी.जी. या लसी ठेवाव्यात. ४) बी.सी.जी. व गोवराची लस देण्याकरिता जी द्रावणे लागतात, ती द्रावणे वापरण्यापूर्वी (+2^{0}C ते 8 ^{0}C) सेंटिग्रेड या तपमानातच असावयास पाहिजे व त्याकरिता ही द्रावके दुसऱ्या कप्प्यातच ठेवावीत व हीच द्रावणे वापरावीत. इतर वापरू नयेत. ५) डायल थर्मामीटर याच कप्प्यात ठेवावे. ६) खालच्या व दाराला असलेल्या कप्प्यात पाण्याने भरलेल्या बाटल्या ठेवाव्यात. विद्युतपुरवठा खंडित झाल्यास ह्या बाटल्यांतील थंड पाण्यामुळे आतील तपमान थंड राहण्यास मदत होते. या पाण्याचा उपयोग पिण्यासाठी करू नये. ७) शीतकपाटात इतर खाण्याच्या वस्तू ठेवू नयेत. कारण त्यासाठी दरवाजा उघडला जातो व तपमान वाढते. लस ठेवण्याच्या शीतकपाटात इतर काहीही ठेवू नये. ८) लस व्यवस्थित ठेवून त्यामध्ये मोकळी जागा राहील याची काळजी घ्यावी. त्यामुळे लसीमध्ये हवा खेळती राहील व तपमान सर्व बाजूंनी सारखे राहील. ९) एकदा वापरलेली कुपी केव्हाही, कोणत्याही शीतकरण उपकरणात ठेवू नये. लसीकरणासाठी नेलेली, न वापरता परत आलेली (बर्फ असलेल्या लसवाहकातून) कुपी विशेष खूण करून परत

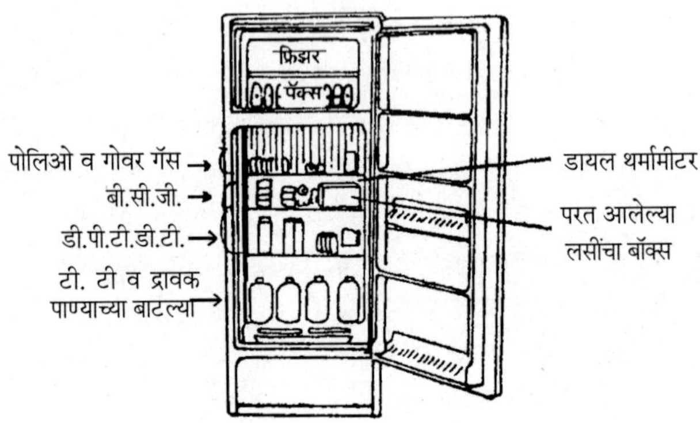

शीतकपाटातील पॅक्स व लसींची मांडणी आकृती क्र. ७

आलेल्या कुप्या ठेवण्याच्या बॉक्समध्ये ठेवावी. ही कुपी एकदा शीतकपाटाच्या बाहेर काढल्यास १ खूण, दोनदा काढल्यास २ खुणा व तिसऱ्या वेळेस परत आल्यास ती न वापरता नष्ट करावी. या लसी पुढे ठेवाव्यात व प्रथम वापराव्यात. १०) न वापरलेली लसीची कुपी परीक्षणासाठी (Potency Test) पाठवावी आणि (+2^{0}C ते 8 ^{0}C) सेंटिग्रेड तपमानात ठेवलेली पोलिओची लस पाठवावी.

लसींची प्रतिक्रिया टाळण्यासाठी घ्यावयाची काळजी : १) लोकांना प्रतिक्रियेबद्दल आगाऊ माहिती दिल्यास त्याची मानसिक तयारी होऊन चांगल्या प्रकारे सहकार्य मिळू शकेल. २) लसीच्या कुपीवर लेबल असलेलीच लस वापरावी आणि मुदतबाह्य लस वापरू नये. ३) लस टोचण्यापूर्वी कुपी हलवून पाहावी व लस चांगली असल्याची खात्री करून मगच टोचावी. ४) एकदा वापरलेली कुपी पुढील सत्रासाठी वापरू नये. ५) लस योग्य म्हणजे (+2^{0}C ते 8 ^{0}C) सेंटिग्रेड मध्येच ठेवावी. ६) लसीकरणासाठी सुया व सिरिंजीस डिसपोजेबल वापराव्यात.

सौम्य ताप असल्यास पॅरॅसिटेमॉल सिरप द्यावे. गंभीर प्रतिक्रिया असल्यास अहवाल त्वरित वरिष्ठांकडे पाठवावा.

सर्वेक्षण (Surveillance)

सार्वत्रिक लसटोचणी कार्यक्रमाचे सर्वेक्षण हे प्रमुख अंग आहे. सर्वेक्षण करूनच अंतिम ध्येय गाठणे शक्य होते. नियमित व परिणामकारक सर्वेक्षण केल्याने मिळणाऱ्या माहितीवरूनच आपल्या कार्यक्रमाची परिणामकारकता तपासून पाहता येते. प्रत्येक कर्मचाऱ्याने त्याच्या कार्यक्षेत्रातील घटसर्प, डांग्या खोकला, धनुर्वात, पोलिओ, गोवर व क्षय या रोगांची माहिती गोळा करून वैद्यकीय अधिकाऱ्यांना द्यावी. लसटोचणी कार्यक्रमातील सॅम्पल सर्व्हे (Sample Survey) करून या रोगाचे रुग्ण किती? कोणत्या वयातील रोग्यांची संख्या किती? लस दिल्यानंतर काही मुलांना एखादा रोग झालेला आढळून आला का? त्याचे कारण शोधून पुढील कामात सुधारणा किंवा योग्य ती काळजी तसेच ०-५ वर्षांतील एकूण बालके व लाभार्थी गटानुसार वयोगट, गरोदर स्त्रिया एकूण किती?

सर्वेक्षणामुळे रोगांची गंभीरता, लसीचा दर्जा समजतो. मूल्यांकन करण्यास फारच उपयोगी असून यामुळेच पुढील कार्यक्रमाचे नियोजन करता येते. कार्यक्रम यशस्वी होण्यासाठी केलेले प्रयत्न व कार्यक्रमातील त्रुटी शोधून त्या दुरुस्त करता येतात. प्रत्येक कर्मचाऱ्याला हे रोग कशामुळे होतात व सर्वसाधारण चिन्हे, लक्षणे माहीत असल्यास रुग्ण ओळखता येतो. सार्वत्रिक लसटोचणी कार्यक्रमातील

क्लस्टर सर्व्हे (Cluster Survey) अतिशय महत्त्वाचा आहे. यामध्ये ठराविक लोकसंख्येतील, ठराविक वयोगटातील मुले व गरोदर असतानाची स्त्रीची माहिती, रोगांची लागण व लसींचा परिणाम, दर्जा आणि लोकांना लसी व रोगांबद्दल असणारी माहिती या सर्वांची आकडेवारी गोळा करून अहवाल तयार केला जातो. त्याप्रमाणे पुढील नियोजन करता येते.

□□□

प्रकरण ६

कुपोषण आणि कमतरतेमुळे होणारे आजार

□ कुपोषण : अ) कारणे ब) अपुरा आहार, क) सुजवटी, ड) रोगनिदान, इ) उपचार □ जीवनसत्त्व-'अ' कमतरता व उपाय □ जीवनसत्त्व-'ब १' कमतरता व उपाय □ जीवनसत्त्व-ब २ कमतरता व उपाय □ जीवनसत्त्व-ब ६ कमतरता व उपाय □ जीवनसत्त्व-ब ३ कमतरता व उपाय □ जीवनसत्त्व-'ब १२' कमतरता व उपाय □ जीवनसत्त्व-'क' कमतरता व उपाय □ मुडदूस □ लोहाच्या कमतरतेमुळे होणारा रक्तक्षय

कुपोषण

बालकाचा आहार कसा असावा, हे आपण पाहिले आहे. बालकाला त्याच्या वजनानुसार उष्मांक, द्रवपदार्थ व इतर अन्नघटक योग्य प्रमाणात मिळाल्यास त्याचे वजन स्वाभाविकरित्या वाढते. मात्र बालकाला अपुरा व निकस आहार मिळत असेल तर बालकाची वाढ योग्यरीतीने होत नाही. त्याचे वजन स्वाभाविकरित्या वाढत नाही. बाळ सारखे रडते. असमाधानी असते. शांत झोपत नाही. ही लक्षणे सुरुवातीला दिसू लागतात. यासाठी क्वचितच बाळ डॉक्टरकडे नेले जाते. अपुरा व निकस आहार जास्त काळ दिला गेल्यास बालकाच्या अन्नघटकांच्या गरजा योग्यरीतीने भागत नाहीत. विशेषत: त्याला लागणारे उष्मांक व प्रथिने कमी पडू लागतात. अन्नपचनास आवश्यक असणाऱ्या स्रावांची निर्मिती योग्य प्रमाणात न झाल्याने दिलेल्या आहाराचेही पचन होत नाही व बाळाला अतिसार होतो. त्याला न्यूट्रिशनल डायरिया (Nutritional Diarrhoea) असे म्हणतात. बाळाची वाढ खुंटते. अपुरा आहार म्हणजेच मरॅस्मस (Marasms) होय. अपुरा आहार जास्त काळ दिला गेल्यास बाळ सुजवटीमध्ये (Kwashiorkor) जाते. यालाच कुपोषण किंवा प्रोटिन एनर्जी मालन्यूट्रिशन (Protein Energy Malnurition) असे म्हणतात.

कुपोषणाबरोबर रक्तक्षय होतो. जीवनसत्त्वांची कमतरता होऊ लागते. कुपोषणाची लक्षणे लवकर दिसत नाहीत, त्यामुळे बाळ तीव्र कुपोषणामध्ये गेल्यानंतरच

डॉक्टरकडे आणले जाते. आपल्या देशात बालमृत्युचे प्रमाण फारच जास्त आहे. दरवर्षी ० ते ५ वर्षे वयोगटातील ७ टक्के मुले कुपोषणामुळे दगावतात. ४० टक्क्यांपेक्षा जास्त मुलांची शारीरिक व मानसिक वाढ खुंटते. इतर आजार होण्याचे प्रमाण जास्त आहे, याचा पुढील जीवनावर परिणाम होतो. बालकाच्या जन्मापासून त्याच्या वजनाची नोंद नियमित ठेवल्यास रोगनिदान लवकर होऊ शकते. पण आपल्याकडील आई-वडिलांचे बालकाच्या वाढीकडे अजूनही तितकेसे लक्ष नाही व या आजाराचे प्रमाण वाढतच आहे.

कुपोषणाची कारणे : कुपोषणाची कारणे अनेक आहेत. ती एकमेकांना पूरक असल्यामुळे बालकाला सकस व पुरेसा आहार मिळू शकत नाही.

१) गरिबी : गरिबी हा अतिशय मोठा प्रश्न आहे की, ज्यामुळे प्रत्येकाच्या गरजा भागू शकत नाहीत. आपल्या देशात दरडोई उत्पन्न फारच कमी आहे. त्यामुळे अनेक लोकांना एकवेळचे पोटभर अन्न मिळू शकत नाही. त्यामुळे सकस अन्न मिळण्याचा तर प्रश्नच येत नाही. अपुरा पैसा, राहण्यास घर नाही, झोपडपट्ट्यांची वाढ, अस्वच्छ, कोंदट वातावरण आरोग्याला घातक असल्याने रोगांचे प्रमाण वाढत आहे.

२) माता-पित्यांचे अज्ञान, अंधश्रद्धा : आपल्या देशात अशिक्षितांचे प्रमाण जास्तच आहे. अशिक्षित मातांना बाळाला काय दिले पाहिजे हे समजत नाही. अंधश्रद्धा व गैरसमजुती त्यामुळे बाळाला वयानुसार पुरेसा आहार दिला जात नाही. पदार्थ उष्ण व थंड या तर समजुती फारच आहेत. त्यामुळे बाळाला त्यांची गरज असून ते अन्नपदार्थ दिले जात नाहीत. उदा. अंडी उष्ण समजली जातात, तर फळे थंड म्हणून दिली जात नाहीत.

३) एकत्र कुटुंब पद्धती : कुटुंबातील मुलांची व लोकांची संख्या जितकी जास्त, तितका निकस आणि अपुरा आहार मुलांना मिळतो; कारण सर्वांना प्रथिनेयुक्त अन्नपदार्थ देणे परवडत नाही. मोठ्या कुटुंबात लहान मुलांकडे लक्ष देण्यास मातेला वेळच मिळत नाही. जर मुलांची संख्या कमी असेल तर मुलांना पौष्टिक आहार देणे पालकांना परवडते, पण कुटुंब नियोजनाचे महत्त्व अजूनही लोकांना पटवून दिले पाहिजे.

४) दोन मुलांमध्ये अंतर कमी : असे असल्यास पहिल्या मुलाला स्तनपानास पुरेसा काळ मिळत नाही. वरचा आहार योग्य वयात सुरू न केल्याने मूल तोही घेत नाही. मातेचे आरोग्य चांगले राहत नाही व दुसऱ्या मुलालाही स्तनपान योग्य प्रमाणात मिळत नाही. अशारीतीने दोन्ही मुलांचे पोषण अयोग्य होते.

५) बालकाला होणारे आजार : जंतांची लागण, बाळाला सर्दी, खोकला व अतिसार वरचेवर झाल्याने बाळ त्या काळात आहार व्यवस्थित घेत नाही. जंतांची लागण असल्यास बाळाला रक्तक्षय व इतर परिणाम दिसतात.

६) अल्पभार व अपूर्ण काळ बालक : गर्भाशयात गर्भाला पुरेशी पौष्टिक द्रव्ये न मिळाल्याने त्याची वाढ होत नाही. जन्मत: बाळाचे वजन प्रमाणापेक्षा कमी असते. जन्मानंतर अशा बाळाला पोषण देण्यात अनेक अडचणी असतात. प्रतिकारशक्ती कमी असल्याने वरचेवर संसर्ग होतो व अशा बालकात कुपोषण लवकरच होऊ शकते.

या पूरक कारणांमुळे कुपोषणाचे प्रमाण वाढते. एकंदरीत बालमृत्युचे प्रमाण वाढते. हे चक्र थांबविण्यासाठी बालआरोग्य कार्यक्रम परिणामकारकरित्या राबविला पाहिजे. आहार आणि आहाराविषयी शिक्षण लोकांना दिले पाहिजे. वातावरणाची स्वच्छता राखून रोगांचे प्रमाण कमी केले पाहिजे. कुटुंबकल्याण कार्यक्रम परिणामकारकपणे राबवून जन्मदर कमी झाला पाहिजे; तरच कुपोषण व बालमृत्यू प्रमाण कमी होऊ शकेल.

कुपोषणाच्या दोन अवस्था

१. अपुरा आहार (Marasms)

२. प्रथिनांचा अभाव किंवा सुजवटी (Kwashiorkor)

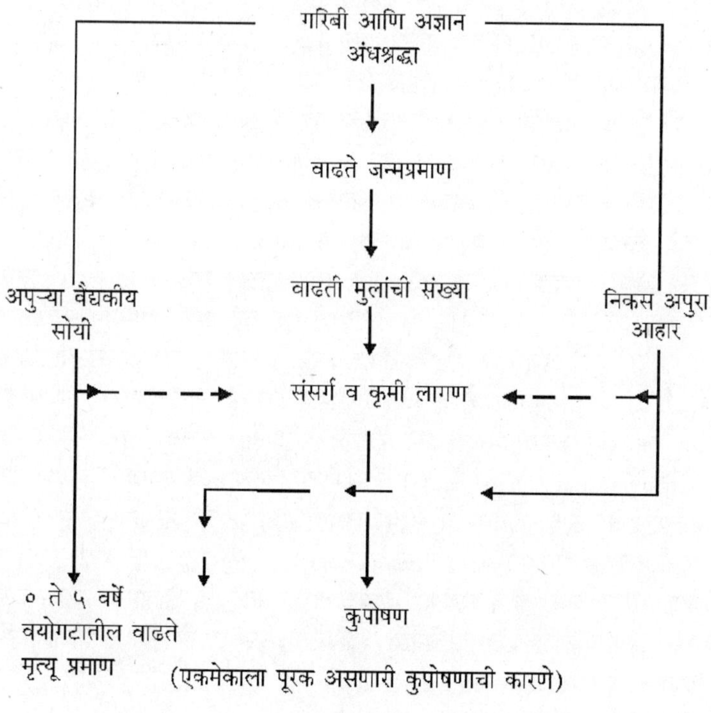

(एकमेकाला पूरक असणारी कुपोषणाची कारणे)

१. अपुरा आहार (Marasms)

कारणे : १) मातेला अंगावर दूध अपुरे असल्यास किंवा अजिबात येत नसल्यास बालकाला मातेचे दूध मिळू शकत नाही. अशा वेळी बाळाला वरचे दूध दिले जाते. या दुधामध्ये पाण्याचे प्रमाण जास्त असते; यामुळे बालकाला सुरुवातीपासून अन्नघटक कमी मिळतात. (माता आजारी किंवा मातेचा मृत्यू झाल्यास बाळाला स्तनपान मिळत नाही.) २) वरचे दूध देताना स्वच्छता व निर्जंतुकता पाळली जात नाही. बाळाला संसर्ग होऊन अतिसार होतो व जे दूध दिले जाते तेही पचत नाही. ३) तीन महिन्यांनंतर स्तनपानाबरोबर पूरक आहार न दिल्यास स्तनपान अपुरे पडते व अन्नघटक कमी पडतात. बाळाला सर्दी, अतिसार यासारखे आजार वरचेवर झाल्यास त्या काळात बाळ पुरेसा आहार घेत नाही व अन्नघटक अपुरे पडतात.

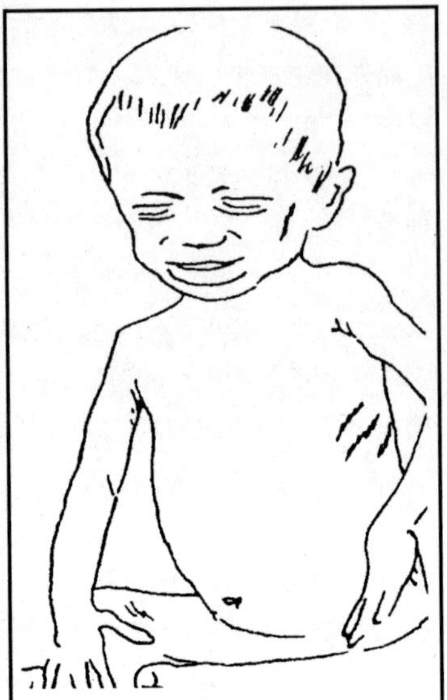

अपुरा आहार (Marasms)
आकृती क्र. ८

चिन्हे व लक्षणे : १) मुलाचे वजन वाढण्याऐवजी उलट कमी होते. २) शरीराच्या मानाने डोके मोठे दिसते. केस कमी असतात व कापल्यास ते लवकर वाढत नाहीत. ३) स्नायू खंगल्यामुळे बाळ अशक्त होते व हडकुळे दिसू लागते. बाळाची हाडे व कातडीच दिसू लागतात. गालांचा गुबगुबीतपणा कमी होऊन चेहरा खप्पड होतो व मुलाचा चेहरा म्हाताऱ्यासारखा दिसतो. छातीच्या बरगड्या ठळक दिसू लागतात. ४) मूल रात्री भुकेमुळे रडते, झोपेतून सारखे जागे होते. असमाधानी असते, सारखे किरकिर करते. ५) सारखे रडत असल्यामुळे हवा गिळली जाऊन पोटफुगी होते व बाळ अस्वस्थ होते. ६) मलावरोध किंवा अतिसार होतो. अतिसार असल्यास हिरवट रंगाची शौचाला वरचेवर होते. याला 'हंगर डायरिया' (Hunger Diarrhoea) असे म्हणतात. दुधामध्ये पाण्याचे प्रमाण जास्त असल्यास बाळाला वरचेवर व भरपूर लघवी होते. ८) मुलाची भूक सुरुवातीला चांगली असते. भुकेमुळे ते आपली बोटे सतत चोखत असते. काही दिले तरी अधाशासारखे खाते. या अवस्थेकडे वेळीच लक्ष न दिल्यास आजाराचे प्रमाण वाढते. बाळाची खाण्याची इच्छा कमी होते; कारण पचनास लागणाऱ्या स्रावाची निर्मिती कमी होते. भूक मंदावते, काही खाऊ घालण्याचा प्रयत्न केल्यास ते तोंडातून बाहेर

काढते. अन्नाकडे पाहण्याचे टाळते.

२. सुजवटी (Kwashiorkor)

प्रथिनांच्या अभावामुळे जी स्थिती निर्माण होते, त्याला 'क्वॉशिऑरकोर' म्हणतात. यामध्ये बाळाच्या अंगावर सूज असते, म्हणून 'सुजवटी' असेही म्हणतात. याला लाल केसांचा मुलगा, सिंड्रोम ऑफ वन ॲण्ड टू (Syndrome of One Two), प्रोटिन डेफिसियन्सी सिंड्रोम अशी नावे आहेत. प्रथिनांची कमतरता झाल्यास शरीरातील प्रथिनांची महत्त्वाची कार्ये म्हणजे पेशींची वाढ होणे, झीज भरून काढणे ही योग्यरीतीने होत नाहीत. प्रथिनांच्या अभावाने प्रतिकारशक्ती कमी होते. याचमुळे प्रथिनांचा अभाव असल्यास बाळ अनेक रोगांना बळी पडते.

कारणे : आपल्याकडील काही पद्धतीमुळे प्रथिनांचा अभाव होण्याची शक्यता असते.

१) स्तनपान न मिळणाऱ्या बाळाला वरून दिलेल्या दुधामध्ये पाण्याचे प्रमाण जास्त असते आणि असे बरेच दिवस दिले जाते. २) बाळाला पूरक आहार योग्य वेळी दिला जात नाही. ३) बाळाला वरचा आहार देताना बिस्किटे किंवा मऊ भात,

सुजवटी (Kwashiorkor) आकृती क्र. १

शाबू कांजी अशापदार्थांचा समावेश असतो की, ज्यामध्ये प्रथिने फारच कमी असतात. ४) एका मुलानंतर माता लगेच गरोदर असल्यास बालकाला स्तनपान देणे बंद केले जाते व त्याऐवजी त्याला कमी दुधाचा व भरपूर साखरेचा चहा अनेक वेळा दिला जातो; त्यामुळे मुलाची भूक तात्पुरती भागली जाते; पण प्रथिनांचा अभाव होतो. ५) सुजवटीबरोबर बालकामध्ये अन्नरसाची शोषणशक्तीही कमी होते व बाळाला अतिसारही असतो; त्यामुळेही प्रथिनांचा अभाव वाढतच जातो. ६) गरिबीमुळे प्रथिने मिळणारे अन्नपदार्थ मुलाला देणे मातेला शक्य होत नाही. त्यामुळे कमी खर्चात मिळणाऱ्या अन्नपदार्थांवर मुलाची भूक भागविली जाते. ७) मुलाला प्रथिने दिली जातात; पण त्याबरोबर आवश्यक पिष्टमय पदार्थ न दिल्यास प्रथिनांचा उपयोग उष्णता निर्माण करण्यासाठी केला जातो आणि प्रथिनांचे मुख्य कार्य शरीरामध्ये होत नाही. १ ते ३ वर्षांत सुजवटीचे प्रमाण अधिक आढळते.

चिन्हे व लक्षणे : १) मुलाचे वजन कमी होऊ लागते. वयानुसार योग्य वजनाच्या ६० टक्के वजन कमी असते. २) मुलाची वाढ खुंटते, विशेषत: उंची वयाच्या मानाने कमी असते. ३) मुलाची भूक मंदावते. ४) आजारी दिसू लागते, गळून जाते. ५) पचनास मदत करणारे आंत्ररसाचे प्रमाण कमी झाल्याने आणि अन्नरस शोषणारे श्लेष्मल पृष्ठभाग आकुंचित झाल्यामुळे अतिसार होतो. ६) केस विरळ व पिंगट होतात व खूप गळतात. ७) त्वचेवर डाग दिसू लागतात. काही फिक्कट पांढरे तर काही गडद असतात. त्वचा सोलली जाते. हात, पाय, छाती व कपाळावर याचे प्रमाण जास्त दिसते. त्वचेला व्रण होतात. मूल सतत झोपून असेल, तर शय्याव्रण होऊ लागतात. ८) जीवनसत्त्व 'अ,' 'ब' आणि 'क' ची कमतरता दिसू लागते. ९) प्रथिनांच्या कमतरतेमुळे यकृताचा आकार वाढतो व बऱ्याच वेळा रोगनिदान चुकीचे होते. १०) प्रतिकारशक्ती कमी झाल्यामुळे सर्दी, पडसे वरचेवर होते; तसेच इतर सांसर्गिक रोगांना मूल बळी पडते. उदा. क्षय (फुप्फुसाचा) रोग होतो. ११) बालकाला रक्तक्षय असतो.

रोगनिदान : कुपोषण (प्रोटिन एनर्जी मालन्यूट्रिशन) वजनावरून कुपोषणाच्या चार ग्रेड्स पडतात –

स्वाभाविक वयोमानानुसार वजन असले पाहिजे.

ग्रेड १ – ७१ टक्के ते ८० टक्के वजन

ग्रेड २ – ६१ टक्के ते ७० टक्के वजन

ग्रेड ३ – ५१ टक्के ते ६० टक्के वजन

ग्रेड ४ – ५० टक्क्यांपेक्षा कमी वजन

२. दंडघेर : अ) जागतिक आरोग्यसंघटनेने ठरवून दिलेल्या शाकिरपट्टीनुसार यावरून तीन ग्रेडस् पडतात –

मध्य बाहू परीघ (Mid Arm Circum-ference) ऑलेक्रेनॉन आणि ॲक्रीमीनॉन यांच्या मध्यावर घेतात. १६ ते १६.९ सें.मी. स्वाभाविक १३.५ ते १५ सें.मी. सौम्य कुपोषण (Mild Malnutrition) १२.५ ते १३.५ सें.मी. – मध्यम कुपोषण (Moderate Malnutrition) १२.५ सें.मी. पेक्षा कमी – तीव्र कुपोषण (Severe Manutrition).

० ———— १२.५ ———— १३.५

लाल	पिवळा	हिरवा रंग
तीव्र कुपोषण	सौम्य कुपोषण	स्वाभाविक

तीव्र कुपोषण उपचार : १) बाळाच्या शरीरात पाण्याची कमतरता असते, तसेच क्षारांचे प्रमाण योग्य नसते. बाळ तोंडाने अन्न घेण्याच्या स्थितीत नसते. म्हणून शिरेतून द्रव पदार्थ व क्षार दिले जातात. हाफस्ट्रेंथ नॉर्मल सलाईन (०.४५टक्के) पोटॅशियम, ग्लुकोज सलाईन देतात. २) सुजेसाठी डायरुटिक्स देतात. ३) जंतुजीवनाशक द्रव्ये देतात. उदा. पेनिसिलीन. यामुळे संसर्ग टाळला जातो. ४) बाळाची भूक फारच मंदावलेली असते, म्हणून नाकातून नळी घालून पातळ पदार्थ वरचेवर दिले पाहिजेत. ताज्या दुधात योग्य प्रमाणात पाणी घालून घ्यावे. उष्मांक वयानुसार मिळतील असा आहार दिला पाहिजे. थोड्याच दिवसांत ३ ते ५ ग्रॅम प्रथिने प्रत्येक किलो वजनामागे बाळाला द्यावीत. उष्मांक १२० ते १४० प्रत्येक किलो वजनामागे द्यावीत. काही बाळांमध्ये उष्मांक यापेक्षाही जास्त दिले तरी चालतील. ५) जीवनसत्त्व-'अ', लोह व फॉलिक ॲसिड आणि पोटॅशियम क्षार पूरक स्वरूपात द्यावेत. ६) तीव्र रुग्णांमध्ये रक्त किंवा प्लाझ्मा शिरेतून दिले जाते.

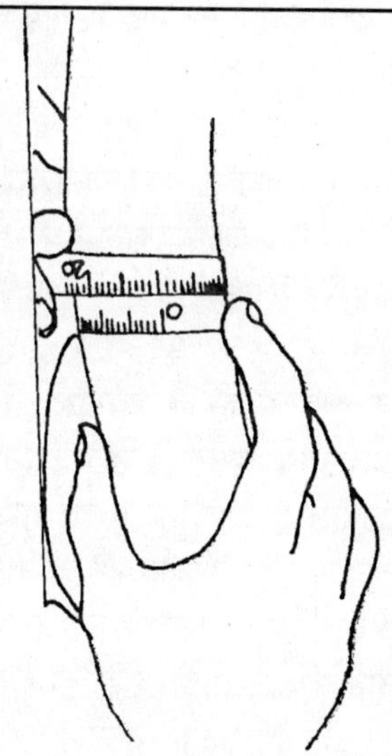

दंडाचा घेर मोजणे

आकृती क्र. १०

पाठपुरावा : यामध्ये १) आई-वडिलांना आहाराबद्दल आरोग्यसल्ला द्यावा. २) संगोपनाविषयी माहिती द्यावी. ३) बाळाच्या वजनाचा नियमित तक्ता ठेवावा. ४) उपलब्ध अन्नघटकातून सकस आहार कसा द्यावा, हे शिकवावे.

प्रतिबंधक उपाय : १) आहाराविषयी आरोग्य सल्ला द्यावा. २) सर्व्हे करून मुलांच्या वाढीचा तक्ता ठेवावा. ३) सांसर्गिक रोगांपासून बचाव करण्यासाठी लसीकरण करावे. ४) शासनामार्फत तसेच स्थानिक, सामाजिक, कल्याणकारी संस्थांमार्फत मुलाला अंगणवाडी, बालवाडी आणि शाळेत सकस अन्नपदार्थांचे वाटप करावे. ५) सुरक्षित पाण्याचा पुरवठा करावा. ६) वातावरणाची स्वच्छता, वैयक्तिक स्वच्छता व राहणीमान सुधारण्यासाठी लोकांना शिक्षण द्यावे.

वैयक्तिक, सामाजिक व शासकीय स्तरावर उपाय झाले तर कुपोषण बऱ्याच प्रमाणात टाळले जाईल. तसेच बालमृत्यूचे प्रमाण कमी करता येईल.

उपचार : सौम्य कुपोषण : मुलाला पुरेसा आणि सकस आहार मिळणे हाच खरा उपचार आहे. फक्त गोळ्या किंवा इंजेक्शन्स देऊन उपयोग नाही. हे आईवडिलांना समजावून सांगितले पाहिजे. बालकाचा आहार हाच महत्त्वाचा उपचार आहे. सुरुवातीला मुलाची भूक फार कमी असते, त्यामुळे मुलाला भरविणे अवघड जाते. मातेने सकस आहार बाळाच्या इच्छेनुसार तयार करून द्यावा. वेगवेगळे प्रकार बनवून, ताटात आकर्षकपद्धतीने वाढून बाळाला दिले पाहिजेत. याउलट अपुरा आहार मिळालेल्या बाळामध्ये सुरुवातीला भूक चांगली असते. त्यामुळे ते कोणतेही पदार्थ दिले तरी खाते. आहार देताना तो हळूहळू वाढवावा. आहार पूर्णतेला येईपर्यंत २ ते ३ आठवडे लागतात. या आहारातून बाळाला आवश्यकतेपेक्षा जास्तीची प्रथिने मिळावयास हवीत. किती प्रथिने जास्त द्यावीत हे त्यांच्या कमतरतेवर अवलंबून असते. तसेच उत्तम दर्जाची प्रथिने मिळण्यासाठी दूध, अंडी रोजच्या आहारात असावीत. तसेच भाजलेले शेंगदाणे, डाळी एकत्रित करून शिजविलेले अन्न यातूनही प्रथिने पहिल्या वर्गातील मिळतात. बाळाच्या जठराची पोकळी लहान असते. ते एका वेळी जास्त अन्न खाऊ शकत नाही; म्हणून बाळाला दिवसातून अनेक वेळा थोडा-थोडा आहार द्यावा.

कुपोषणाच्या बाळाला भरपूर प्रमाणात प्रथिने व उष्मांक असलेले अन्नपदार्थ द्यावेत. धान्ये, कडधान्ये, डाळी, शेंगदाणे, तीळ, दूध व अंडी या पदार्थांचा समावेश असावा. डाळी एकत्रित शिजवून दिल्यास मिळणाऱ्या प्रथिनांमधून जास्तीत जास्त ॲमिनो ॲसिडस् मिळतात. मल्टिपरपज फूड – भाजलेले शेंगदाणे ३ भाग व फुटाण्याची डाळ १ भाग यांची एकत्रित पावडर करून बेसन लाडू, चपाती यामध्ये घालून पदार्थ तयार केल्यास, प्रथिने चांगल्या दर्जाची मिळतात.

हैद्राबादमधील राष्ट्रीय आहार संस्थेने 'हैद्राबाद मिक्स' हा पौष्टिक अन्नपदार्थ तयार केला आहे. यामध्ये या प्रमाणात घटक असतात –

भाजलेले गहू – ४० ग्रॅम, भाजलेली हरभरा डाळ – १६ ग्रॅम, भाजलेले शेंगदाणे – १० ग्रॅम, गूळ – २० ग्रॅम = एकूण ८६ ग्रॅम. यातून कॅलरीज ३३०

आणि प्रथिने ११.३ ग्रॅम मिळतात. हे पदार्थ सगळीकडे मिळू शकतात, त्यामुळे बालकाला हा आहार देणे शक्य होऊ शकेल. यापासून लाडू, चपाती बनवून देता येईल.

कमतरतेमुळे होणारे आजार

जीवनसत्त्व 'अ'कमतरता व उपाय

जीवनसत्त्व-'अ' प्राणिजन्य व वनस्पतिजन्य पदार्थांतून मिळते. हे शरीरामध्ये यकृतात साठविले जाते आणि शरीराला पुरवठा होतो. हे मुख्यत्वे गाजर, पपई, हिरव्या पालेभाज्या, पिवळी फळे, दुधाचे पदार्थ, अंडी इत्यादीतून मिळते.

मुलांमध्ये 'अ'च्या कमतरतेमुळे अंधत्व येण्याचे प्रमाण फारच आहे. कुपोषणाबरोबर जीवनसत्त्व-'अ' ची कमतरता दिसून येते.

कारणे : १) १ ते ४ वर्षे वयोगटातील मुलांमध्ये कमतरतेचे प्रमाण जास्त असून मुलींपेक्षा मुलांत जास्त आहे. २) आहारामध्ये दूध, दुधाचे पदार्थ, पालेभाज्या, फळे, अंडी, लोणी यांचे प्रमाण फारच कमी असल्यास. ३) काही आजारात उदा. आतड्यांच्या आजारामध्ये व स्वादुपिंडाचे आजार, लोहाच्या कमतरतेमुळे होणारा रक्तक्षय किंवा सांसर्गिक रोगामध्ये अन्नाचे शोषण योग्य न होणे. ४) कर्करोग किंवा संसर्गामुळे 'अ' जीवनसत्त्व शरीरातून प्रमाणापेक्षा जास्त बाहेर टाकले जाणे. ५) गरोदर स्त्रीला जीवनसत्त्व-अ ची कमतरता असल्यामुळे गर्भामध्ये 'अ'चा साठा योग्य प्रमाणात होत नाही. त्यामुळे एक वर्षाखालील मुलांमध्ये 'अ'च्या कमतरतेमुळे अंधत्व येण्याची शक्यता असते.

चिन्हे व लक्षणे : डोळ्यांतील चिन्हे – १) रातांधळेपणा येतो. २) डोळ्यांच्या पापण्या कोरड्या व सुरकुतलेल्या दिसतात. ३) मातीसारखे डाग (Muddy Selera) येतात. ४) झेरोसीस (Xerosis) बाळाच्या डोळ्याला प्रकाश सहन होत नाही. (Photo-phobia). ५) कॉर्निया व डोळ्यांच्या पापण्यांवर पांढरे, करडे आणि कोरडे पापुद्रे (Bitot's Spots) येतात. ६) केराटोमायलेशिया कॉर्नियाला सुरकत्या येतात. हा वाढत गेल्यास कॉर्निया मऊ होतो. त्यावर व्रण येतात व मुलाला अंधत्व (Corneal Ulcer) येण्याची शक्यता असते. हे बदल फार लवकर होतात.

त्वचा : कोरडी व सोलल्यासारखी खरखरीत (Phrynoderma) होते. विशेषत: कोपराची व ढुंगणाची त्वचा फार खरखरीत होते.

श्लेष्मल त्वचा : 'अ'च्या कमतरतेमुळे इपिथिलिअल पेशींवर परिणाम होतो, त्यामुळे श्वसनमार्गाचा वरचेवर दाह होतो.

इतर : १) शारीरिक व मानसिक वाढ योग्य होत नाही. २) रक्तक्षय होऊ शकतो. ३) लघवीतून रक्त जाते. ४) इंट्राकेनियल (Raised Intracrenial Pressure) दाब वाढतो.

रोगनिदान : १) डोळ्यांच्या आणि त्वचेच्या परिणामावरून करता येते. २) रक्तातील कॅरोटीन आणि जीवनसत्त्व-अ चे प्रमाण कमी असते.

उपचार : सौम्य आणि झेरोसीसमध्ये जीवनसत्त्व-अ ५००० ते ६०००इंटरनॅशनल युनिटस (IU) रोज तोंडाने दिले जाते. जीवनसत्त्व-अ याचे थेंब वा कॅपसुल्स तसेच माशाचे तेल द्यावे. यामध्ये डोळे स्वच्छ ठेवावेत. तीव्र कॉरनियातील बदल दिसल्यास जीवनसत्त्व-अ जास्त प्रमाणात दिले जाते. १००,०००-२००,००० इंटरनॅशनल युनिटस (IU) आठवड्याला इंजेक्शन स्नायूमध्ये देतात. अतिसार नसल्यास तोंडानेही देतात. इंजेक्शनने दिल्यास पाणी विद्राव्य जीवनसत्त्व-अ चा उपयोग करावा. याबरोबर ५,००० ते ६,००० (IU) जीवनसत्त्व-अ मिळाले पाहिजे.

प्रतिबंधक उपाय : १) आहारातून दररोज ५००० (IU) जीवनसत्त्व-अ मिळाले पाहिजे. २) भारत सरकारने बऱ्याच प्रांतांमध्ये जीवनसत्त्व-अ लहान मुलांना देण्यात यावे असा नियम केला आहे. मूल ९ महिन्यांचे झाल्यानंतर १००,००० (IU)ची एक मात्रा दिली जाते. गोवर लसीबरोबर त्यानंतर त्रिगुणी लसीच्या वाढीव मात्र्याबरोबर – २००,००० (IU)नंतर दर ६ महिन्यांत असे एकूण ५ मात्रे दिले जातात.

जीवनसत्त्व-अ प्रमाणापेक्षा जास्त झाल्यासही दुष्परिणाम दिसून येतात. त्वचा कोरडी होते, केस गळतात, यकृत व प्लिहेचा आकार वाढतो. डोकेदुखी, सांधेदुखी, स्नायू अशक्त होतात, ऑस्टेओपोरीसीस होऊ शकतो. पेरीऑस्टेअल जाड होतात. रक्तातील जीवनसत्त्व-'अ'चे प्रमाण वाढते. ही लक्षणे 'अ'च्या मात्रा देणे थांबविल्यास कमी होऊ लागतात. याला जीवनसत्त्व-अ टॉक्सिसिटी (Vitamin -A Toxicity) असे म्हणतात.

जीवनसत्त्व 'ब-१' (Thiamine) कमतरता व उपाय

जीवनसत्त्व-'ब' हे दूध, भाज्या, कडधान्ये, फळे, डाळी, शेंगदाणे, अंडी, मांस यातून मिळते. याचा उपयोग पिष्टमय पदार्थांच्या चयापचयासाठी होतो. रोजची आवश्यकता ०.५ ते १ मि. ग्रॅ. असते. याच्या अभावी लहान मुलांमध्ये बेरीबेरी (Beriberi) रोग होतो.

कमतरतेची कारणे : १) अन्नपदार्थ जास्त शिजविल्याने आणि शिजविताना सोड्याचा उपयोग केल्याने 'ब १' नष्ट पावते. २) जे लोक गिरणीत जास्त सडलेला तांदूळ खातात, त्यांच्यामध्ये कमतरता जास्त दिसून येते. तसेच आहारामध्ये 'ब-१' पदार्थांची कमतरता आढळते.

चिन्हे व लक्षणे : ड्राय बेरीबेरी होतो. १) बाळ चिडखोर, निरुत्साही दिसते.

२) लक्ष केंद्रीत होत नाही. ३) हातापायामध्ये मुंग्या येतात, नसांचा दाह होतो. तंगडींचे स्नायू दुखरे होतात. ४) पोटफुगी, भूक मंदावणे, अपचन, मलावरोध ही लक्षणे दिसतात. ५) वजन कमी वेट बेरीबेरी (Wet BeriBeri) होणे. ६) नाडीचा वेग वाढतो, हृदयाचा आकार वाढतो. बाळ कंजेस्टिव्ह कार्डियाक फेल्युअरमध्ये जाण्याची शक्यता असते. ७) बाळाच्या अंगावर सूज येते, दम लागतो.

उपचार : १० मि.ग्रॅ. 'ब-१' दिवसातून दोनदा. तीव्र कमतरतेमध्ये २५ मि. ग्रॅ. ते १०० मि. ग्रॅ. स्नायूमध्ये किंवा शिरेतून देतात. आहारातून रोजची आवश्यकता पूर्ण झाली पाहिजे. मूल स्तनपान घेत असेल, तर आईला ब-१ दिले जाते.

प्रतिबंधक उपाय : दररोज आहारातून ०.५ ते १ मि.ग्रॅ. ब-१ मिळाले पाहिजे. १००० उष्मांकाची जरुरी असणाऱ्या बाळाला ०.५ मि.ग्रॅ. ब-१ दिले जाते.

जीवनसत्त्व 'ब- २' (Riboflavin) कमतरता

जे जीवनसत्त्व दूध, दुधाचे पदार्थ (दही, लोणी इत्यादी), स्किम्ड मिल्क, अंडी, कलेजी, हिरव्या पालेभाज्या, गहू व डाळींमधून मिळते. रोज १.५ मि.ग्रॅमची आवश्यकता असते.

कमतरतेची कारणे : १) भारतातील गरीब लोकांच्या जेवणात दूध, अंडी, मटण फारच कमी असते. २) यकृत दाहामध्ये ब-२ चे शोषण योग्यरीतीने होत नाही.

चिन्हे व लक्षणे : १) जिभेवर चट्टे येतात. ओठांच्या कडेला चिरा पडतात. २) डोळे लाल होतात व चरचरतात. ३) त्वचेचा दाह होतो. नाकाच्या व ओठांच्या मधील त्वचा सोलल्यासारखी होते.

उपचार : ३ ते १० मि. ग्रॅ. ब-२ दररोज देतात. शिवाय आहारातूनही घ्यावे लागते.

प्रतिबंधक उपाय : हे अन्नपदार्थ रोजच्या जेवणात योग्य प्रमाणात असल्यास आवश्यकतेप्रमाणे ब-२ मिळू शकते.

निकोटॅनिक ॲसिड – नायासिन (Nicotanic Acid – Niacin) :

हे जीवनसत्त्व कडधान्ये, डाळी, शेंगदाणे, मांस यातून भरपूर मिळते. रोजची आवश्यकता १० मि.ग्रॅम असते.

याच्या कमतरतेमुळे पेलग्रा (Pellagra) रोग होतो.

कमतरतेची कारणे : जे लोक मकाच जास्त खातात त्यांना ही लक्षणे होतात, कारण मक्यामध्ये नायासिन फारच कमी आहे. २) क्षयरोग्याच्या उपचारात आय.एन.एच. दिले जाते. यामुळेही कमतरता होते. ३) प्रथिनेयुक्त आहार नसल्यास; कारण शरीरात ट्रिप्टोफेन (Tryptophan) या अमिनो ॲसिडपासून ब-३ तयार होते.

चिन्हे व लक्षणे : १) भूक मंदावते, अतिसार होतो. २) वजन कमी होते. ३) डोकेदुखी व डोके जड होते. ४) लक्षात कमी राहते. ५) जीभेवर चट्टे येतात. ६) त्वचेवर लालसर, निळसर डाग दिसतात. कारण त्वचेखाली रक्तस्राव होतो. हे हातावर व पायावर जास्त दिसतात. ७) त्वचेला दाह (Dermatitis) होतो. 3D म्हणजे Dermatitis, Diarrhoea, Dementia होय.

उपचार : तीव्र रुग्णामध्ये नायासिन ५० मि.ग्रॅ. त्वचेखाली दिवसातून तीन वेळा देतात. याबरोबर तोंडावाटे २० मि.ग्रॅ. रोज देतात. आहारातून रोजची आवश्यकता भागली पाहिजे.

जीवनसत्त्व ब-६ (Pyridoxine) कमतरता

ब-६ जीवनसत्त्व दूध, कडधान्ये, भाज्या, मांस व कलेजीतून मिळते. ब-६ची गरज अमिनो ॲसिड व फॅटी ॲसिडच्या चयापचयासाठी असते. तसेच ट्रिप्टोफेनचे निकोटॅनिक ॲसिडमध्ये रूपांतर करण्यास याची गरज असते.

कमतरतेची कारणे : १) जास्त उष्णतेने नाश पावते. २) शोषण योग्य प्रकारे होत नाही. ३) गरोदरपणात काही औषधे चालू असतात. (उदा. आयसोनाईसाईड, पेनिसीलीन इत्यादी) ब-६ ची रोजची गरज वाढत असते. हे जर आहारातून मिळाले नाही तर कमतरता जाणवते.

चिन्हे व लक्षणे : १) चिडखोरपणा, झटके येणे, २) चेतादाह होणे, ३) रक्तक्षय होणे, ४) त्वचेचा दाह होणे, ५) जिभेचा दाह होणे.

उपचार : १) झटके येत असतील तर १०० मि.ग्रॅ. ब-६ स्नायूमध्ये दिल्यास झटके कमी होतात. २) १० ते १०० मि.ग्रॅ. ब-६ तोंडाने कमतरता कमी होईपर्यंत देतात.

प्रतिबंधक : हे अन्नपदार्थ योग्य प्रमाणात रोजच्या आहारात घेतल्यास कमतरता टाळता येते.

फॉलिस ॲसिड कमतरता

फॉलिक ॲसिड ताज्या पालेभाज्या, कलेजी, डाळी यातून जास्त मिळते. रक्तपेशी तयार होण्यास याची गरज असते. रोजची आवश्यकता २५ ते १०० मायक्रोग्रॅम्स इतकी असते.

कमतरतेची कारणे : १) आहारातून कमी प्रमाणात मिळणे. २) कुटुंब नियोजनाच्या गोळ्यांचे सेवन चालू असणे.

चिन्हे व लक्षणे : १) मायक्रोसायटिक अनिमिया (Microcytic Anaemia) एक वर्षाखालील मुलांत व गरोदर स्त्रियांमध्ये रक्तक्षय होतो. २) जिभेचा दाह होतो. ३) अतिसार होतो.

उपचार : १ ते ५ मि. ग्रॅम्स रोज देतात.

जीवनसत्त्व ब-१२ कमतरता

ब-१२ प्राणिजन्य अन्नपदार्थांतून जास्त प्रमाणात मिळते. कलेजी, मांस, मासे, अंडी यातून मिळते.

हे तांबड्या रक्तपेशी तयार होण्यास उत्तेजित करते. केंद्रीय चेतासंस्थेच्या कार्यास मदत करते.

रोजची आवश्यकता ०.५ ते २ मायक्रोग्रॅम्स असते.

कमतरतेची कारणे : १) शाकाहारी आहार घेणाऱ्यांमध्ये कमतरता असते. २) इंट्रिन्सिक फॅक्टरची कमतरता असल्यास ब-१२ चे शोषण चांगले होत नाही.जठर काढल्या (Gastrectomy)नंतर इंट्रिन्सिक फॅक्टर स्रवला जात नाही. ३) पट्टीच्या कृमीची लागण झाल्यास कमतरता होते.

चिन्हे व लक्षणे : १) भूक मंदावते. २) प्रेनिसियस (Pernicious Anaemia) रक्तक्षय होतो. ३) वजन कमी होते. ४) जिभेचा दाह होतो.

उपचार : रक्तक्षयामध्ये ०.५ मायक्रोग्रॅम रोज स्नायूमध्ये असे एक आठवडा त्यानंतर १ मायक्रोग्रॅम महिन्यातून एकदा देतात.

प्रतिबंधक उपचार : आहारातून ०.५ ते २ मायक्रोग्रॅम मिळाले पाहिजे.

जीवनसत्त्व 'क' (Ascorbic Acid) कमतरता

जीवनसत्त्व 'क' आवळा, सर्व रसदार फळे, हिरव्या पालेभाज्या, फळभाज्या, लिंबू यामध्ये भरपूर असते. धान्याच्या कच्च्या मोडांमध्ये असते. रोजची आवश्यकता ३० ते ५० मि.ग्रॅम असते.

जीवनसत्त्व 'क'चा वातावरणामुळे व उष्णतेने नाश होतो. १) 'क'चा उपयोग पेशी अंतर्गत घटक (Intra Cellulor Cement Substances) तयार करण्यासाठी होतो. २) संयोगी पेशींच्या विकासासाठी उपयोग होतो. त्यामुळे जखम, हाडमोड लवकर भरून येते. ३) लाल रक्तपेशींच्या विकासासाठी गरज असते. ४) लोहकाच्या शोषणासाठी, ५) कोलेस्टेरॉल सिंथेसिससाठी (Colesterol Synthesis) उपयोगी पडते.

कमतरतेची कारणे : गरम केलेले दूध घेणाऱ्या मुलाला पूरक 'क' जीवनसत्त्व न दिल्यास 'क'च्या कमतरतेमुळे 'स्कर्व्ही' (Scurvy) हा आजार होतो.

६ ते १५ महिने वयोगटात स्कर्व्ही होऊ शकतो. तीन महिन्यांपेक्षा कमी असणाऱ्या बालकात स्कर्व्ही दिसत नाही; कारण गर्भावस्थेत केलेला 'क' चा साठा असतो. त्यानंतर 'क' चा पुरवठा न झाल्यास स्कर्व्ही होतो.

चिन्हे व लक्षणे : १) अशक्तपणा. २) बाळ चिडखोर बनते. ३) शरीराच्या हालचाली केल्यास वेदना होतात; म्हणून मूल हालचाली टाळते व खेळत नाही.

४) भूक मंदावते. ५) चेहरा पांढरा दिसू लागतो. ६) हिरड्यांतून रक्तस्राव होऊ (विशेषतः ब्रश केल्यानंतर) लागतो. ७) सांधे सुजतात, वेदना होतात. ८) तोंडाचा व घामाचा दुर्गंध येतो. ९) हातापायांत वेदना होतात. १०) बाळाला उचलून घेतल्यानंतर रडते. त्याला हालचाल न करता बसणे किंवा पडून राहणे बरे वाटते. बाळ दोन्ही पाय पसरून हात गुडघ्याजवळ मांडीवर ठेवून बसून राहते. याला Pithed - Frog Posture असे म्हणतात. सुरुवातीस एक मोठा सांधा विशेषतः गुडघ्याचा सुजतो, दुखतो; पण नंतर सर्व लहान-मोठ्या सांध्यामध्ये बदल दिसू लागतो. १२) काही वेळा त्वचेखाली व आतील अवयवांमध्ये रक्तस्राव होऊ लागतो. १३) लघवीतून रक्त जाते. १४) नाकातून रक्तस्राव होतो. १५) मेंदूच्या आवरणाच्या (Dura Meter)खाली इंट्राक्रेनियल आणि हृदयाच्या आवरणातही (Myocardium) रक्तस्राव होऊ शकतो. १६) बाळाला रक्तक्षय होतो. १७) जखम किंवा हाडमोड झाल्यास लवकर भरत नाही. १८) हाडे अशक्त होतात, त्यामुळे सहजासहजी हाडमोड होण्याची शक्यता असते.

रोगनिदान : १) उपाशीपोटी रक्तद्रवातील 'क'चे प्रमाण पाहिल्यास ते ०.६ मि.ग्रॅ. पेक्षा कमी असते. २) प्रोथ्रॉबीन टाईम (Prothrombin Time) वाढतो. ३) हाडाचा क्ष-किरण विशेषतः गुडघ्याच्या लांब हाडांच्या कॉरटेक्सची मूळची जाडी कमी होऊन ते पेन्सिलच्या टोकासारखे होते. याला Pencil Thin Cortex म्हणतात. ४) इपिफिसियल सेपरेशन (Epiphysial Separation) असते.

उपचार : १०० ते २०० मि.ग्रॅ. 'क' जीवनसत्त्व अंतःक्षेपणाने किंवा तोंडाने रोज असे १० ते १५ दिवस देतात. १) तीव्र रुग्णामध्ये 'क' जीवनसत्त्व ५०० मि.ग्रॅ. शिरेतून दिल्यास बाळाला बरे वाटते. याबरोबर रोजची आवश्यकता ३० ते ५० मि.ग्रॅ. असून ते आहारातून दिले पाहिजे. २) लोहाचे शोषण योग्य न झाल्यास रक्तक्षय होतो; म्हणून लोहही देतात. ३) रक्तस्राव जास्त वरचेवर झालेल्या बाळाला तीव्र रक्तक्षय असल्यास रक्त शिरेतून दिले जाते. ४) सांधे फारच सुजले असतील व दुखत असतील, तर आधार फळी देऊन हात किंवा पाय न हलणारे करतात. ५) सुरुवातीला बाळाला झोपवून ठेवावे, म्हणजे पडून जखम, हाडमोड किंवा डोक्याला मार लागणार नाही.

प्रतिबंधक उपाय : १) आहारातून जीवनसत्त्व 'क' ३०-५० मि.ग्रॅम रोज दिले पाहिजे. यासाठी ताज्या फळांचा रस, फळे द्यावीत. २) 'क' अन्नपदार्थातून नाश पावणार नाहीत अशारीतीने ते तयार करावेत. कोशिंबिरी जेवण्यास बसायच्या वेळीस कराव्यात. लिंबू, गरम भात किंवा गरम पदार्थांत पिळून खाऊ नये. आवळा, चिंच कच्च्याच खाव्यात.

मुडदूस (Rickets)

मुडदूस हा रोग अर्भक व शिशुमध्ये दिसून येतो. या आजारात कॅलसिफिकेशन योग्य प्रकारे न झाल्याने (Defective Calcification) हाडे मऊ व विकृती निर्माण होते. रिकेटस या शब्दाचा अर्थ 'टू ट्विस्ट' (To Twist) म्हणजे पिरंगळणे असा होतो. मुडदूसमध्ये हाडे मऊ व वाकडी होतात.

रोगमीमांसा : वाढणाऱ्या हाडाच्या टोकांतील कुर्चापेशी व अस्थीपेशींचे (Osteoid Tissue) अपुरे व अस्वाभाविक कॅलसिफिकेशन होते आणि हाडे मऊ, वाकडी होतात. हाडे थोड्याशा आघाताने मोडतात.

कारणे : १) आतड्यामधून कॅल्शियम आणि फॉस्फरसचे योग्य प्रकारे शोषण न झाल्यामुळे वाढणाऱ्या हाडांच्या टोकांना कॅल्शियमचा पुरवठा अपुरा होतो. अपुऱ्या कॅल्शियममुळे कॅलसिफिकेशन योग्यरीतीने होत नाही. हाडे मऊ व वाकडी होतात.

रक्तातील कॅल्शियमचे प्रमाण कमी होते व हे प्रमाण कायम राखण्यासाठी पराकंठस्य ग्रंथी (Parathyroid Gland) उत्तेजित होते. या ग्रंथीचा स्राव अधिक झाल्याने हाडांतून कॅल्शियम रक्तात घेतले जाते. या स्थितीला आस्टेओपोरोसीस (Osteoporosis) म्हणतात. यामुळे हाडामध्ये कॅल्शियमची जास्तच कमतरता होते. हाडे दुखू लागतात, त्यांचा आकार बदलतो.

कॅल्शियम व फॉस्फरसचे शोषण अपुरे होण्याची कारणे याप्रमाणे आहेत –

अ) आहारामध्ये कॅल्शियम व फॉस्फरसची फार काळ कमतरता असणे आणि दुसरे म्हणजे जीवनसत्त्व 'ड'ची आहारात कमतरता असणे. कॅल्शियम व फॉस्फरसच्या शोषणासाठी जीवनसत्त्व 'ड' ची गरज असते. तर जीवनसत्त्व 'ड' आहारात अपुरे असेल तर कॅल्शियम व फॉस्फरसची कमतरता होते. भारतात आहारातील 'ड'च्या कमतरतेमुळे मुडदूसाचे प्रमाण जास्त आहे.

ब) वरचेवर होणाऱ्या अतिसारामुळे जीवनसत्त्व 'ड' आणि कॅल्शियमचे शोषण होऊ शकत नाही.

यकृताच्या आजारामध्ये विशेषत: लिव्हर सिरोसीस (Liver Cirrhosis) मध्ये जीवनसत्त्व 'ड'चे शोषण न झाल्याने कॅल्शियम फॉस्फरसचे शोषण होत नाही. जीवनसत्त्व 'ड' हे नाव एकत्रित घटकांना दिले आहे. 'ड-३' म्हणजेच कोलेकॅलसिफेरॉल होय. हे अतिशय उपयुक्त व प्रभावशाली आहे. बहुतेक उपयोगात आणले जाणारे जीवनसत्त्व 'ड-२' कॅलसिफेरॉल (Cholecalciferol) आणि डिहायड्रोटॅचीस्टेरॉल (Dehydrotachysterol) प्रोव्हिटॅमिन 'ड-२' म्हणजेच इरगोस्टेरॉल (Ergosterol) वनस्पतिजन्य आणि प्रोव्हिटॅमिन 'ड-३' म्हणजे डिहायड्रोकोलेस्टेरॉल प्राणिजन्य हे घटक एकत्रित येतात. तेव्हाच मुडदूस टाळण्याचे गुणधर्म असणारे 'ड' तयार होते.

आतड्यांमधून जीवनसत्त्व 'ड'चे शोषण झाल्यानंतर यकृतामध्ये त्याचे रूपांतर २५-हायड्रोक्सिकोलेकॅलसिफेरॉल (Hydroxycholecalciferol) मध्ये होते.

ग्लोमेरुलर पेशीमुळे २५ हायड्रोक्सिकोलेकॅलसिफेरॉलचे रूपांतर १२५-हायड्रोकोलेकॅलसिफेरॉल या अंतिम अन्टिरॅचिटिक (Antirachitic) गुणधर्म असलेल्या जीवनसत्त्व 'ड' मध्ये होते व मुडदूस होत नाही. जर मूत्रिपिंडाचे आजार असतील, तर अंतिम अन्टिरॅखिटिक गुणधर्म असणारे 'ड' तयार न झाल्याने मुडदूस होतो.

क) **प्रोव्हिटॅमिन 'ड'** : हा घटक (7-Celhydrocholesterol) त्वचेखाली असतो. सूर्यकिरणांमुळे याचे रूपांतर जीवनसत्त्व 'ड' मध्ये होते. जी मुले अंधाऱ्या घरात राहतात किंवा उन्हाच्या संपर्कात येऊ शकत नाहीत, त्यांना 'ड' ची कमतरता होते.

मूत्रपिंडाच्या आजारामध्ये मूत्रपिंड योग्य प्रकारे कार्य करू न शकल्याने कॅल्शियम व फॉस्फरस अधिक प्रमाणात बाहेर टाकले जातात व मुडदूस होतो. याला 'रेनल रिकेट्स' (Renal Rickets) म्हणतात. या प्रकारच्या मुडदूसामध्ये जीवनसत्त्व 'ड' अधिक प्रमाणात देऊनही मूल बरे होत नाही; म्हणून याला 'रिफ्रॅक्टरी' आणि रेजिस्टंट रिकेट्स (Regractory and Resistant Rickets) असेही म्हणतात.

फॉस्फरसच्या पुनर्शोषणासाठी उपयोगी असणारे आणि कॅल्शियममुळे कूर्चापेशी व अस्थिपेशींमध्ये कॅलसिफिकेशन योग्यरीतीने घडवून आणण्यासाठी उपयोगी असणारे इन्झाइम्स अपुरे किंवा अजिबात नसतील, तर मुडदूस होतो. याला हायपोफॉस्फटेशिया (Hyposphatasia) आणि एफॉस्फटेसिया (Aphosphatasia) म्हणतात. अशा रुग्णांमध्ये रक्तद्रवातील अल्कालाईन फॉस्फटेजचे प्रमाण फारच कमी असते. अशा मुडदूसमध्ये जीवनसत्त्व 'ड' देऊन काहीही उपयोग होत नाही. यामध्ये कॅल्शियम कमी नसते, तर उलट कॅल्शियम रक्तद्रवात जास्त असते. त्याचेही दुष्परिणाम होऊ शकतात.

मुडदूस जीवनसत्त्व 'ड'च्या कमतरतेमुळे झाला नसल्यास जीवनसत्त्व 'ड' उपचारात्मक देऊनही उपयोग होत नाही. अशा रुग्णामध्ये तपासणी करून यकृताचे आजार, मूत्रपिंडाचे आजार व त्यांची कारणे शोधली जातात. तसेच एन्झाइम्स कमतरता असेल, तर त्याचे कारण शोधून काढून उपचार केले जातात.

आपल्याकडे जीवनसत्त्व 'ड'च्या कमतरतेमुळे होणाऱ्या मुडदुसाचे प्रमाण अधिक आहे. यालाच न्यूट्रिशनल रिकेट्स (Nutritional Rickets) असे म्हणतात.

जीवनसत्त्व 'ड'च्या कमतरतेमुळे होणारा मुडदूस

जीवनसत्त्व 'ड' हे दूध, अंड्याचा पिवळा भाग, लोणी, तूप, माशाचे तेल यातून मिळते व सूर्यप्रकाशापासून त्वचेखाली तयार होते. रोजची आवश्यकता ४०० ते ५०० इंटरनॅशनल युनिट्स (IU) असते.

जीवनसत्त्व 'ड'चे कार्य : १) आतड्यामध्ये कॅल्शियमचे शोषण होण्यास उत्तेजित करते. २) युरीनरी ट्यूब्युल्समध्ये कॅल्शियमचे पुनर्शोषण होण्यास उपयोग होतो. ३) आतड्यामध्ये फॉस्फेटचे शोषण उत्तेजित करते. ४) कॅल्शियम बायडिंग प्रोटिन्स तयार होण्यास मदत करते.

चिन्हे व लक्षणे : १) बाळ चिडखोर बनते. २) बाळाच्या कपाळावर व डोक्याला खूप घाम येतो. विशेषत: बाळ झोपल्यानंतर घाम येतो. ३) शारीरिक प्रगतीचे टप्पे उशिरा ओलांडले जातात. ४) वरचेवर श्वसनमार्गाचा दाह होतो. ५) अतिसार होतो. ६) स्नायू फोपसे होतात व बाळ खेळत नाही. ७) दातांची उगवण उशिरा सुरू होते. ८) टाळू योग्य वयात भरत नाही. पुढील टाळू दीड वर्षात भरली पाहिजे; पण या मुलात भरलेली नसते. ९) क्रॅनिओटॅबज् (Carniotabes) कवटीची हाडे मऊ होतात. अर्भकामधील मुडदूसामध्ये पहिल्या ६ आठवडे ते ६ महिन्यांच्या काळात हे दिसून येते. डोके मोठे दिसते. कपाळ पुढे आल्यासारखे (Frantal Bossing) दिसते व डोके चौकोनी बॉक्ससारखे दिसते. १०) लांब हाडांच्या इपिफिसियलचा आकार वाढल्याने मनगट व घोटे हे सांधे जाड दिसू लागतात. ११) हाडे मऊ झाल्यामुळे वजनाने वाकतात. हे बसणाऱ्या, उभे राहणाऱ्या आणि चालणाऱ्या मुलांमध्ये दिसून येते; कारण त्यांच्या शरीराचा दाब पायांवर पडतो व पायांना बाक येतो. १२) मणक्यांमध्ये व कटिराच्या हाडामध्ये विकृती निर्माण होते. मुलगी असल्यास तिच्या कटिरात विकृती निर्माण झाल्यामुळे तिला तिच्या प्रसूतीच्या वेळी त्रास होऊ शकतो. १३) कास्टो खोन्ड्रीयल जंक्शन फुगीर झाल्याने छातीवर मण्यासारखी सापळ्यांची माळ दिसते. याला 'रिकेटिक रोजरी' असे म्हणतात. १४) पोटाचे स्नायू फोपसे असल्यामुळे पोट पुढे आल्यासारखे दिसते. त्याला पॉट बेली (Pot Belly) म्हणतात. १५) लवकर उपचार न झाल्यास आजार वाढत जातो. यकृत व प्लीहा वाढते. १६) रक्तक्षय होतो.

रोगनिदान

१) साधांचा 'क्ष' किरण : विशेषत: मनगट व घोटा यांचा घेतला जातो. यामध्ये बदल आढळून येतात.

२) रक्ततपासणी : रक्तातील कॅल्शियम, फॉस्फरस व अल्कलाईन फॉस्फटेजचे प्रमाण पाहिले जाते. लहान मुलांमध्ये स्वाभाविक प्रमाण याप्रमाणे असते –

कॅल्शियम रक्तात ९ ते १० मि. ग्रॅम/१०० मि.ली.

फॉस्फरस रक्तात ५ ते ७ मि. ग्रॅम/१०० मि.ली.

अल्कलाईन फॉस्फटेज १६ के.ए. युनिट्स.

३) मूत्रतपासणी : लघवीतून बाहेर टाकले जाणारे कॅल्शियम व फॉस्फरसचे प्रमाण पाहिले जाते.

रोगाचे भवितव्य : जीवनसत्त्व 'ड'च्या कमतरतेमुळे होणारा मुडदूस जीवनसत्त्व 'ड'च्या उपचाराने बरा होतो. दोन आठवड्यांत बदल दिसू लागतात. ३ ते ६ आठवड्यांत हाडांची अस्वाभाविकता कमी होते.

हाडांतील विकृती नाहीशी करण्यासाठी शस्त्रक्रिया करावी; पण मुडदूस पूर्णपणे बरा झाल्यानंतरच शस्त्रक्रिया करतात.

उपचार : १) जीवनसत्त्व 'ड'ची मोठी मात्रा देतात. ३ ते ६ लाख युनिट्स तोंडावाटे किंवा अंत:क्षेपणाने १० ते १५ दिवसांतून एकदा असे सहा आठवडे ते तीन महिने दिले जाते. याबरोबर ४०० ते १००० युनिट्स तोंडावाटे रोज, शिवाय आहारातून ४०० ते ५०० युनिट्स द्यावे. ३) विकृती किंवा व्यंग नाहीसे करण्यासाठी शस्त्रक्रिया केली जाते.

प्रतिबंधक उपाय : १) बाळाला सुरुवातीपासूनच स्तनपानाबरोबर जीवनसत्त्व 'ड'चे थेंब द्यावेत व मातेला बाळाच्या आहारातून जीवनसत्त्व 'ड' मिळण्यासाठी वरील पदार्थ देण्याचा सल्ला द्यावा. २) बाळाला कोवळ्या उन्हात थोडा वेळ उघडे करून झोपवावे.

जीवनसत्त्व 'ड' प्रमाणापेक्षा जास्त दिल्यास 'हायपर व्हिटॅमिनोसीस डी' (Hypervitaminosis-D) होतो.

कारणे : बाळाला चुकून जीवनसत्त्व 'ड'ची मात्रा अधिक व अधिक काळ दिली गेल्यास दोन वर्षांखालील मुलांत दुष्परिणाम जास्त दिसतात.

१) भूक मंदावते, २) मलावरोध, ३) उलट्या, ४) वजन कमी होते, ५) लघवीचे प्रमाण वाढते, ६) लघवीतून कॅल्शियम जास्त प्रमाणात बाहेर टाकले जाते.

उपचार : १) जीवनसत्त्व 'ड'ची मात्रा बंद करावी. २) मूत्रपिंडाचे कार्य उत्तेजित करण्यासाठी डायरुटिक्स देतात. ३) सलाईन शिरेतून दिले जाते. ४) कॅल्शियम कमी मिळणारा आहार. ५) स्टेरॉईड्स देतात.

लोहाच्या कमतरतेमुळे होणारा रक्तक्षय (Iron Deciency Anaemia)

लोह हे खनिजद्रव्य हिरव्या पालेभाज्या, फळभाज्या, अंडी, बाजरी, रागी, मूग, सोयाबीन व गूळ यामध्ये अधिक प्रमाणात असते. शरीराला रोजची आवश्यकता २० ते ३० मि. ग्रॅम्स असते.

लोहाचा उपयोग रक्तरंग तयार होण्यासाठी होतो. रक्तरंग तांबड्या पेशींचा महत्त्वाचा घटक असून, त्यामुळे पेशींना प्राणवायूचा पुरवठा होतो.

लोहाच्या कमतरतेची कारणे

१) गरोदर स्त्रीच्या आहारात लोहाची कमतरता असल्यास गर्भाला लोहाचा पुरेसा साठा करता येत नाही व या बाळाला जन्मानंतर ६ महिन्यांतच रक्तक्षय दिसू लागतो. २) अपूर्ण काळ बालकाला गर्भावस्थेमध्ये लोहाचा साठा करण्यास पुरेसा काळ न मिळाल्याने जन्मानंतर या बालकामध्ये लवकरच रक्तक्षय होऊ शकतो. ३) दुधामध्ये लोह नसल्याने बालकाला ४ महिन्यांपासून पूरक आहार न दिल्यास रक्तक्षय होतो. ४) लोहाचे आतड्यातून शोषण योग्य प्रकारे न झाल्यास उदा. अतिसारामध्ये पचन व शोषण होत नाही. ५) जंताची लागण झाली असल्यास. ६) कोणत्याही कारणाने रक्तस्राव होत असल्यास किंवा झाला असल्यास.

चिन्हे व लक्षणे : १) बाळाची त्वचा, डोळ्यांच्या पापण्या, ओठ, जीभ व नखे पांढरी दिसू लागतात. २) भूक मंदावते. ३) मूल चिडखोर बनते व त्याची सहनशक्ती कमी होते. ४) अशक्तपणा होतो. ५) सुस्ती येते, लक्ष लागत नाही. याचा परिणाम अभ्यासावर होतो. जास्त काळ असाच गेल्यास अभ्यासात मूल मागे पडते. ६) नखे चपटी, नंतर चमच्यासारखी (Spoon Shaped Nails) खोलगट होतात. ७) हृदयगती वाढते, हृदयाचा आकार वाढतो. ८) प्लीहेचा आकार वाढतो. ९) इतर अन्नघटकांच्या कमतरतेची विशेषत: जीवनसत्त्वाच्या कमतरतेची लक्षणे दिसू लागतात. १०) प्रतिकारशक्ती कमी झाल्याने सांसर्गिक आजाराची लागण होण्याची शक्यता असते. ११) पाचकरसांची निर्मिती व परिणाम कमी झाल्याने पचन योग्य प्रकारे होत नाही.

रोगनिदान : १) चिन्हे व लक्षणांवरून, २) रक्तरंग कमी होतो. ३) रक्तद्रवातील लोहाचे प्रमाण (Serum Iron Concentration Below- 7%) कमी होते.

उपचार व परिचर्या : १) फेरस सल्फेट (Ferous Sulphate) ६ मि.ग्रॅम दर किलो वजनास रोज जेवणामध्ये द्यावे. २) तोंडाने देणे शक्य नसेल किंवा तोंडाने देऊन पचत नसेल तर इम्फेरॉन (Imferon) अंत:क्षेपणाने देतात.

सहा महिन्यांच्या आतील अर्भक – १०० मि. ग्रॅम.

सहा ते १२ महिने अर्भक – २०० मि. ग्रॅम.

१२ ते २४ महिने शिशू – ३०० मि. ग्रॅम.

२ वर्षांपुढील मूल – ४०० मि.ग्रॅम.

लोहाची मात्रा ४ ते ६ आठवडे चालू ठेवतात व रक्तरंग तपासून पुढे उपचार चालू किंवा बंद करावे हे ठरविले जाते. १) गंभीर रक्तक्षयामध्ये शिरेतून रक्त किंवा पॅक्ड सेल्स (Packed Cells) देतात. २) लोह तोंडावाटे जेवणाच्यामध्ये देण्याचे कारण असे की, जेवणापूर्वी दिल्यास जठराला दाह होऊन अतिसार होण्याची शक्यता असते. जेवणानंतर दिल्यास त्याचे शोषण योग्य प्रमाणात होत नाही.

३) लोहाबरोबर आहारामधून जीवनसत्त्व 'क', फॉलिक ॲसिड व जीवनसत्त्व 'ब' योग्य प्रमाणात मिळावे. यामुळे तांबड्या रक्तपेशींची वाढ चांगली होते. आम्लाच्या अस्तित्वात लोहाचे शोषण चांगले होते. म्हणून जेवणानंतर संत्र्याचा रस द्यावा. ४) रक्तक्षयाची मुले इतरांच्या मानाने लवकर दमतात, म्हणून या मुलांना दिवसा चांगली विश्रांती मिळेल याकडे लक्ष द्यावे. ५) शोषणाअभावी रक्तक्षय झाला असल्यास त्याचे कारण शोधून उपचार करावेत. ६) जंताची लागण असल्यास औषध द्यावे. ७) आहारामधून मिळणाऱ्या लोहामध्ये प्राणिज लोहाचे शोषण चांगले होते.

प्रतिबंधक उपाय : १) आहाराविषयी सल्ला : बाळाला पूरक आहार चौथ्या महिन्यापासून सुरू करावा. त्यामध्ये लोह मिळणाऱ्या पदार्थांचा समावेश असावा. हिरव्या भाज्यांचे सूप, अंडी, रागीची खीर, वयानुसार लोह मिळणारे अन्नपदार्थ बालकाच्या आहारात रोज असावेत की, ज्यामुळे त्याला २० ते ३० मि. ग्रॅम लोह रोज मिळेल. २) अपूर्ण काळ बालकाला १ महिन्यापासून लोहाचे थेंब व स्वाभाविक बालकाला वयाच्या तिसऱ्या महिन्यापासून लोह देण्यास सुरू करावे. ३) लोह तोंडाने चालू असेल तर दातांना लागणार नाही याची काळजी घ्यावी; कारण दातांचा रंग पिवळा-काळा होण्याची शक्यता असते. मोठ्या मुलांना लोह दिल्यानंतर ब्रशने दात घासण्यास सांगावे. ४) बाळाला वरचेवर अतिसार होत असल्यास डॉक्टरी सल्ल्याने उपचार करावेत. ५) अतिसार व जंताची लागण होऊ नये यासाठी बाळाची वैयक्तिक स्वच्छता ठेवावी. खाण्याचे पदार्थ धुऊन, चांगले शिजवून, स्वच्छतेने खावेत. खाण्यापूर्वी हात साबणाच्या पाण्याने स्वच्छ धुवावेत.

□□□

प्रकरण ७

नवजात बालकातील श्वासावरोध व जन्मताना होणाऱ्या इजा

☐ नवजात बालकातील श्वासावरोध अ) श्वेत श्वासावरोध ब) शामल श्वासावरोध
☐ जन्मताना बालकाला होणाऱ्या इजा अ) डोक्याला व मेंदूला इजा ब) इतर इजा.

नवजात बालकातील श्वासावरोध

बालक जन्मल्यानंतर त्याचे ताबडतोब श्वसन सुरू न झाल्यास त्याला नवजात बालकातील 'श्वासावरोध' असे म्हणतात.

स्वाभाविक नवजात बालक पहिल्या ६ सेकंदांत श्वास घेण्याचा प्रयत्न करते. २० सेकंदांत पहिला श्वास घेते व ३० सेकंदांत नियमित श्वसन सुरू होते. काही बालकांमध्ये पहिल्या ९० सेकंदांत नियमित श्वसन सुरू होते.

ज्या बालकामध्ये पहिल्या २० सेकंदांत श्वसन घेण्याचा प्रयत्न दिसत नाही व ९० सेकंदांत नियमित श्वसन सुरू होत नाही, अशा बालकांचे श्वसन सुरू होण्यास कृत्रिमरीत्या मदत करावी लागते. त्याला 'ॲक्टिव्ह कार्डिओपल्मनरी रिससिटेशन' (Active Cardiopulmonary Resuscitation) असे म्हणतात.

जन्मानंतर बाळाचे श्वसन कसे सुरू होते हे पाहू. जन्मताना त्याचे मेडूला (Medulla) मधील श्वसनकेंद्र (Respiratory Centre) ऑक्सिजनची कमतरता झाल्यामुळे उत्तेजित होते. ऑक्सिजनची कमतरता होण्याची कारणे – १) गर्भाशयाची आकुंचने सुरू झाल्यामुळे वार गर्भाशयाच्या भिंतीपासून काही प्रमाणात सुटू लागते व त्याला काही प्रमाणात ऑक्सिजनची कमतरता होते.

२) बाळाचे शरीर बाहेर येताना त्याच्या छातीवर, पोटावर दाब पडतो व ऑक्सिजनची कमतरता होते. श्वसनकेंद्र उत्तेजित झाल्यामुळे बाळाचे स्वाभाविक श्वसन सुरू होण्यास मदत होते. काही बालकांमध्ये ताबडतोब श्वसन सुरू होत नाही व बालकाला श्वासावरोध झाल्याने त्याच्या जीविताला धोका निर्माण होतो.

श्वासावरोधाचे प्रकार दोन आहेत. १) श्वेत श्वासावरोध (Asphyxia Pallidaor Severe) २) शामल श्वासावरोध (Asphyxia Livida or Mild)

१) श्वेत श्वासावरोध

हा गंभीर स्वरूपाचा श्वासावरोध असून यामध्ये बाळ शॉकमध्ये असते. याची कारणे गंभीर स्वरूपाची असून दुष्परिणामही गंभीर होण्याची शक्यता असते.

कारणे : १) श्वसनकेंद्राची अकार्यक्षमता, ही पुढील कारणांमुळे असू शकते – अ) कमी वजनाचे बालक, ब) मातेला भूल किंवा झोपेची औषधे दिली असल्यास, क) प्रसूतीच्या वेळी बालकाच्या मेंदूला इजा होऊन रक्तस्राव होत असल्यास या स्थितीमध्ये बालकाचे श्वसनकेंद्र उत्तेजित होऊ शकत नाही (Depressed Respiratiry Centre).

२. ऑक्सिजनची कमतरता पुढील कारणाने होते : अ) बालकाच्या श्वसनमार्गात स्राव व गर्भोदक अडकल्याने श्वसनमार्गात अडथळा निर्माण होतो. ब) कमी वजनाच्या बालकामध्ये श्वसनसंस्थेच्या अवयवांची वाढ व हालचाल स्वाभाविक होत नाही. फुफ्फुसांचे स्वाभाविकरीत्या प्रसरण होत नाही. क) मातेला सगर्भापस्मार असेल (Eclampsia), प्रसवपूर्व रक्तस्राव, नाळेला गाठ असल्यास किंवा नाळ बाहेर आल्यास (Cord Prolapse) वारेच्या कार्यात अडथळा निर्माण होतो. गर्भाला ऑक्सिजनची तीव्र कमतरता होते. त्याला 'इंट्रायूटराईन हायपोक्सिया' (Intrauterine Hypoxia) म्हणतात.

लक्षणे : १) बाळाचा रंग पांढरा करडा दिसतो. २) बाळाचे श्वसन चालू नसते. क्वचित उसासे (Gasp) टाकते. ३) अपगार स्कोअर ० ते ३ असतात. ४) त्वचा थंड असते. ५) स्नायू-उठाव फार कमी असतो. त्यामुळे हातपाय लुळे पडतात. बालक निपचित पडलेले असते. ६) नाळ शिथिल असून, नाळेतील नाडी अशक्त असते. ७) हृदयाचे ठोके सुरुवातीला जलद नंतर मंद व अशक्त होतात. ८) कॉर्नियल रिफ्लेक्स पॉझिटिव्ह नसतात.

दुष्परिणाम : १) ऑक्सिजन कमतरतेमुळे श्वसनकेंद्र जास्तच अकार्यक्षम होते. श्वसनसंस्थेच्या अवयवांची हालचाल होत नाही व फुफ्फुसे प्रसरण पावत नाहीत.

२) रक्तामध्ये रासायनिक बदल होतात त्यामुळे बालकाच्या जीविताला धोका निर्माण होतो. अ) रक्तातील कार्बनडायॉक्साइडचे प्रमाण (Respiratory Acidosis) वाढते, ऑक्सिजनची कमतरता झालेल्या पेशी स्नायू व यकृतामध्ये साठविलेल्या ग्लायकोजन (Glycogen)चा उपयोग चयापचयासाठी करतात. त्यामुळे लॅक्टिक आणि पयरुव्हिक (Lactic and Pyruvic) ॲसिडची निर्मिती होते. मेटॅबॉलिक ॲसिडोसिसमुळे रक्ताची प्रतिक्रिया ॲसिडिक (Blood P_H is Less than 7) होते. रक्तस्रावातील

बायकार्बोनेटचे प्रमाण एका लिटरला 18 MEG पेक्षा कमी होते. ऑक्सिजनची फारच कमतरता (Servere Hypoxia) झाल्यामुळे पेशीच्या मेम्बरेनवर परिणाम होऊन पेशींमध्ये पाणी व सोडियम साठविले जाते आणि पोटॅशियम रक्तात सोडले जाते. त्यामुळे पेशींचा ऱ्हास (Cellular Damage) होतो.

३) बाळ आठ मिनिटांपेक्षा जास्त वेळ गुदमरलेल्या स्थितीत राहिल्यास ऑक्सिजन पुरवठा (Anoxia) अजिबात होत नाही. यामुळे मेंदू, हृदय, यकृत आणि पेशीतील रक्तवाहिन्या फुगतात व फुटून रक्तस्राव होण्याची शक्यता असते.

४) बाळ १० मिनिटांपेक्षा जास्त वेळ गुदमरलेल्या स्थितीत राहिल्यास मेंदूच्या पेशींना ऑक्सिजन पुरवठा नसल्याने ऱ्हास होतो व मुलामध्ये मेन्टल रिटार्डेशन (Mental Retardation) होते.

उपचार व काळजी : उपचार तीन तत्त्वांनुसार केले जातात. १) श्वासमार्ग मोकळा करणे व श्वसन सुरू करणे. २) मेंदूला ताबडतोब ऑक्सिजनचा पुरवठा करणे. ३) बालकाची हालचाल कमीत कमी करणे. ४) रक्तप्रवाह सुरळीत चालू राहणे.

१) बालक जन्मल्याबरोबर या लक्षणावरून श्वासावरोध आहे हे चटकन ओळखावे. नाळेला चिमटा लावून ती कापावी. बाळाला कोरड्या उबदार कपड्यांत गुंडाळून पुढील उपचारासाठी टेबलावर घ्यावे. ताबडतोब डॉक्टरांची मदत घ्यावी.

२) बाळाचे डोके २०°च्या कोनात खाली करावे व म्युकस एक्स्ट्रॅक्टर (Mucous Extractor) च्या साहाय्याने घशातील स्राव काढावा. घशात खूपच स्राव असल्यास, बालकासाठी वापरण्यात येणाऱ्या सक्शन मशीनने (Paediatric Suction Machine of Low Volttage) स्राव काढून घ्यावा लागतो.

३) डॉक्टर लॅरीगोस्कोपच्या साहाय्याने आकृती क्र.११ मध्ये दाखविल्याप्रमाणे इन्डोट्रकियल ट्यूब (Endotracheal Tube) घालतात व ॲम्बू बॅगच्या साहाय्याने कृत्रिम श्वसन सुरू केले जाते. इंन्डोट्रकियल ट्यूब घालण्यापूर्वी श्वासमार्गातील स्राव लहान व मऊ कॅथेटरने काढून घेणे अतिशय जरुरीचे आहे; कारण हा स्राव खाली फुफ्फुसात जाऊन दाह होण्याची शक्यता असते.

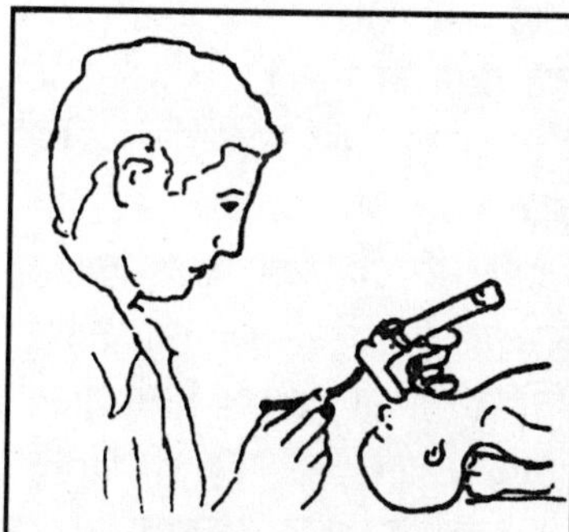

लॅरीगोस्कोपच्या साहाय्याने इन्डोट्रकियल ट्यूब घालणे.
आकृती क्र. ११

४) कृत्रिम श्वसनाबरोबर बालकाला दर मिनिटाला १ लिटर याप्रमाणे ऑक्सिजन दिला जातो.

५) ज्या ठिकाणी या पद्धती वापरणे

सुविधांअभावी शक्य नाही, तिथे 'माऊथ टू माऊथ' पद्धतीने कृत्रिम श्वासोच्छ्वास द्यावा. बालकाच्या तोंडावर गॉझपीस ठेवून परिचारिकेने आपल्या तोंडाने बालकाच्या तोंडात उच्छ्वास सोडावा; असे मिनिटाला २० वेळा करावे. हे करीत असताना फार जोरात उच्छ्वास करू नये; कारण त्यामुळे वायुकोशावर ताण पडून ते फुटण्याची शक्यता असते. 'माऊथ टू माऊथ' कृत्रिम श्वसन देताना, शक्य असल्यास परिचारिकेने आपल्या तोंडाने ऑक्सिजन सिलेंडर जोडलेला कॅथेटर धरला तर तिच्या उच्छ्वासातील ऑक्सिजनचे प्रमाण वाढल्याने बालकाला जास्त ऑक्सिजनयुक्त हवा मिळेल.

६) श्वसनकेंद्र उत्तेजित होण्यासाठी सोडाबायकार्ब (Sodabicard) ७.५ टक्के नाळ शिरेतून देतात. (ऑक्सिजन कृत्रिमरीत्या देण्याची सोय नसल्यास सोडाबायकार्ब देऊ नये.) वायमेसॉन इन्जेक्शन ०.५ ते १ मि.ग्रॅम नाळ शिरेतून देतात. (इतर बऱ्याच औषधांचा गरजेनुसार उपयोग केला जातो. ते मेंदूला इजा झाल्यानंतर देण्यात येणाऱ्या उपचारांमध्ये वाचा.)

७) बाळाची हालचाल कमीत कमी करावी.

८) या प्रयत्नाने बाळ ६० ते ९० सेकंदात श्वास घेत नसेल, हृदयाचे ठोके मिनिटाला १०० पेक्षा कमी असल्यास त्याल इंटरमिटन्ट पॉझिटिव्ह प्रेशर व्हेन्टिलेशनवर (Intermittent Positive Pressure Ventilation-I.P.P.V.) ठेवले जाते. हे अतिशय उपयुक्त साधन असून यामुळे फुफ्फुसामध्ये ऑक्सिजन गेल्याने फुफ्फुसे प्रसरण पावतात व कार्बनडायॉक्साईड बाहेर टाकल्यामुळे रक्तातील रासायनिक बदल कमी होऊन ॲसिडोसिस कमी होण्यास मदत होते. इन्डोट्रकियल ट्यूबला हे मशीन जोडले जाते. बाळाच्या श्वसनाकडे लक्ष ठेवावे. I.P.P.V दर तीन मिनिटांनी १५ सेकंद बंद करून बाळ श्वास घेते का, हे पाहावे. जर I.P.P.V चा उपयोग झाला तर अर्ध्या मिनिटातच हृदयाचे ठोके वाढतात. श्वसन आपोआप सुरू झाल्यानंतर इन्डोट्रकियल ट्यूब काढली जाते व नंतर थोड्या वेळासाठी नाकातून नळीच्या साहाय्याने ऑक्सिजन कृत्रिमरीत्या दिला जातो.

९) जंतुजीवनाशक द्रव्ये दिली जातात. यामुळे संसर्ग टाळला जातो. विशेषत: विष्टायुक्त गर्भोदक बाळाच्या घशात गेले असेल, तर संसर्ग होण्याची शक्यता जास्त असते. इन्जेक्शन ॲम्पिसिलीन किंवा इतर जंतुजीवनाशक द्रव्ये दिली जातात.

परिचर्या : १) बाळाला उबदार खोलीमध्ये ठेवावे. २) बाळाला शांततेची गरज असते म्हणून वातावरण शांत असावे. ३) बाळाची हालचाल जास्त झाल्यास त्याच्या जीविताला धोका निर्माण होतो, म्हणून अत्यंत जरुरीच्या कृतीच कराव्यात. बाळ कॉटवरून उचलू नये. अंघोळ, वजन करणे या कृती टाळाव्यात. ४) बाळाची स्थिती दर तीन तासांनी बदलून एका कुशीवर झोपवावे. (हे कसे करावे हे प्रकरण

१० मध्ये सांगितले आहे.) ५) बाळाला डोक्याखाली व खांद्याखाली ड्रॉशीटची घडी ठेवावी. बाळाचे डोके व खांदे थोडेसे उंच करावेत; पण घशात जास्त स्राव असेल तर डोके थोडेसे खाली करावे व स्राव वरचेवर काढून घ्यावा. ६) कृत्रिम ऑक्सिजन जास्त काळ सतत दिल्यास रेटायनामध्ये व्हॅस्क्युलर बदल होऊन अंधत्व येण्याची शक्यता असते. या स्थितीला रेट्रोलेन्टल फायब्रोप्लॅसिया (Retrolental Fibroplasia) असे म्हणतात. हा दुष्परिणाम टाळण्यासाठी ऑक्सिजन काही सेकंद बंद करावा. बाळ निलांगावस्थेत जात असेल, तर परत लगेच ऑक्सिजन चालू करावा. पहिले ४८ तास बाळाकडे सतत लक्ष असावे. ७) पहिले ४ ते ६तास तोंडाने काहीही देऊ नये. ८) तोंडातून सारखा फेस येत असेल, तर गॉझने पुसून घ्यावा. अन्ननलिकेच्या विकृतीमध्ये तोंडातून सारखा फेस येतो. या विकृतीला 'ट्रकिओ युसाफेजियल फिश्च्युला' असे म्हणतात. अशा बालकाला तोंडाने काहीही देऊ नये. डॉक्टरांना बाळ दाखववावे. ९) निरीक्षण – श्वसनाचा वेग, स्वाभाविकता, नियमितता, छातीच्या हालचाली, तपमान व बाळाचा रंग व त्यात होणारे बदल याकडे लक्ष देऊन त्यांची नोंद ठेवावी. १०) नवजात बालक गुदमरलेले असू शकते. त्याचे श्वसन ताबडतोब सुरू करण्यासाठी तयारी ठेवणे ही परिचारिकेची महत्त्वाची जबाबदारी आहे.

एका मोठ्या ट्रेमध्ये – बेबी लॅरिंगोस्कोप, ऑक्सिजन देण्याची तयारी, सक्शन मशीन, ॲम्बू बॅग, चिकटपट्टी रोल, कात्री.

श्वसनकेंद्र उत्तेजित करण्यासाठी देण्यात येणारी औषधे : ग्लुकोज १० टक्के, सोडाबायकार्ब, वायमेसॉन, लिथिड्रॉन (Lethidron) व लॉर्फेन (Lorfan) इत्यादी.

निर्जंतुक ट्रेमध्ये : नेझल कॅथेटर्स १ आणि २ नंबर, इन्डोट्रकियल ट्यूब्स नंबर २ ते ३, मॅगील झिरो-झिरो (Magil 0-0) किंवा वॉर्न डिस्पोजेबल बोअर-३ मि.मि. (Warne Disposable Bore-3 mm), सिरिंजिस – २,५ व १० मि.ली. व इंजेक्शनच्या सुया, बेबी एअरवे, निर्जंतुक गॉझ पिसेस, म्युकस एक्स्ट्रॅक्टर.

२) शामल श्वासावरोध

हा सौम्य स्वरूपाचा श्वासावरोध असून फार थोडा काळ टिकतो, श्वासमार्गात स्राव किंवा गर्भोदकामुळे अडथळा निर्माण झाल्यामुळे होतो.

लक्षणे : १) बाळाचा रंग निळसर लाल दिसतो. २) स्नायू उठाव चांगला असल्यामुळे हालचाल दिसते. ३) अपगार स्कोअर ६ ते ८ असतात. बाळाच्या घशातील स्राव काढल्यास ते पहिल्या ३० सेकंदांतच श्वास घेण्याचा प्रयत्न करते. ४) नाळेतील नाडी जोराने उडते व हाताला नाडीचा जोर जाणवतो. ५) हृदयाचे ठोके चांगले व नियमित असतात.

उपचार व काळजी

१) बालकाचा घसा स्वच्छ करावा. म्युकस एक्स्ट्रॅक्टरच्या साहाय्याने घशातील स्राव काढून घ्यावा आणि हे बालकाने पहिला गॅस्प घेण्यापूर्वी करावे, म्हणजे स्राव श्वासमार्गात न जाता हवा श्वासमार्गात जाऊ शकेल. २) नाळेला चिमटा लावून दोरा बांधावा (Cord Ligature) व कापावी. ३) बाळाच्या हातापायाला चापट्या मारून उत्तेजित करावे, (यासाठी कधीही थंड पाणी बाळाच्या शरीरावर टाकू नये. यामुळे बाळ थंड पडण्याची शक्यता असते.) ४) बाळाला कोरड्या कपड्यांत घेऊन उबदार बिछान्यावर घ्यावे. ५) या उपचाराने बाळाचे श्वसन बहुतांश नियमित सुरू होते. तरीही त्याच्यावर लक्ष ठेवून सौम्य प्रकारचा श्वासावरोध होता याची डॉक्टरांना कल्पना द्यावी. तसेच ६० ते ९० सेकंदांत बाळ रडले नाही किंवा श्वसन सुरू झाले नाही तर ताबडतोब डॉक्टरांची मदत घ्यावी. बालकाला पुढील उपचाराची गरज असू शकेल आणि त्याप्रमाणे उपचार करावेत.

बालकाला जन्मताना होणाऱ्या इजा (Birth Injuries)

मातेच्या प्रसूतिमार्गातून बालकाचा जन्म होणे ही नैसर्गिक क्रिया असली तरी काही वेळा बालकाला इजा होऊ शकते. यामुळे त्याच्या जीविताला धोका निर्माण होतो. नवजात बालकातील मृत्यूच्या अनेक कारणांपैकी हेही एक महत्त्वाचे कारण आहे. याचे वर्गीकरण दोन प्रकारे केले जाते.

१) डोक्याला व मेंदूला इजा (Cranial and Intracranial Injuries)

२) इतर इजा (Other Injuries)

१) डोक्याला व मेंदूला इजा

प्रसूतीच्या वेळी मातेच्या कटिरातून गर्भमस्तक बाहेर येण्याची क्रिया अवघड असते. याला वेळही लागतो. मातेचे कटिर योग्य प्रकारचे असेल, गर्भाच्या डोक्याचा आकार योग्य असेल तर, स्वाभाविक स्थिती व दर्शन असल्यास प्रसूती स्वाभाविक होते व गर्भाला इजा होत नाही; पण यापैकी एखादी गोष्टही अस्वाभाविक असेल तर प्रसूती अवघड होते. बालकाच्या डोक्याला इजा होऊ शकते.

डोक्याला व मेंदूला इजा खालील प्रकारे होते

अ) कॅपुट सक्सेडेनम (Caput Succedaneum) : नुकत्याच जन्मलेल्या बालकाच्या मस्तकावर सूज दिसते. मातेची पहिली प्रसूती असल्यास कॅपुट जास्त असते. बालकाचे डोके लांबट दिसते. गर्भाच्या मस्तकाचा दर्शनी भाग ग्रीव्हेच्या तोंडावर जास्त वेळ दबून राहिल्यामुळे त्या भागातील रक्तवाहिन्यांतील रक्त मस्तकाच्या पेशींमध्ये साकळल्याने तिथे सूज येते. त्याला 'कॅपुट सक्सेडेनम' असे

म्हणतात. ही सूज थोड्याच दिवसांत कमी होते. उपचाराची गरज नसते.

ब) किफॅलहिमाटोमा (Cephahalematoma) : गर्भमस्तक व कटिराचे घर्षण झाल्यामुळे कवटीच्या हाडाचा पेरिऑस्टियम (Periosteum) फाटतो आणि त्याखाली रक्तस्राव होऊन रक्त साकळल्यामुळे सूज येते; त्याला किफॅलहिमॅटोमा (Mild Cephalopelvic Disproportion) असे म्हणतात. हा कटिर व मस्तकाचे प्रमाण काही प्रमाणात अयोग्य असल्यास होतो. साकळलेले रक्त आपोआप शोषले जाते, हळूहळू सूज कमी होते. ही सूज एक आठवड्यानंतर कमी होते. सूज परायटल हाडावर दिसून येते. कॅपुट सक्सेडेनम आणि किफॅलहिमाटोमा यातील फरक याप्रमाणे –

	कॅपुट सक्सडेनम	**किफॅलहिमाटोमा**
१.	जन्मल्याबरोबर मस्तकावर सूज दिसते.	सूज २४ तासांनी दिसते.
२.	सुजेला सिवनीची मर्यादा नसते. सिवनी ओलांडून पलीकडे जाते.	सुजेला सिवनीची मर्यादा असते. सिवनी ओलांडून जात नाही.
३.	सूज कमी होते व ३६ तासांत नाहीशी होते.	सूज वाढत जाते, आठवड्यानंतर हळूहळू कमी होते.
४.	बोटाने दाब दिल्यास बोटाची खूण उमटते.	खूण उमटत नाही.
५.	दोन ठिकाणी कॅपुट असल्यास ते मस्तकाच्या एका बाजूला अर्ध्या भागातच असते.	दोन ठिकाणी असल्यास तो मस्तकाच्या दोन्ही बाजूला असतो.

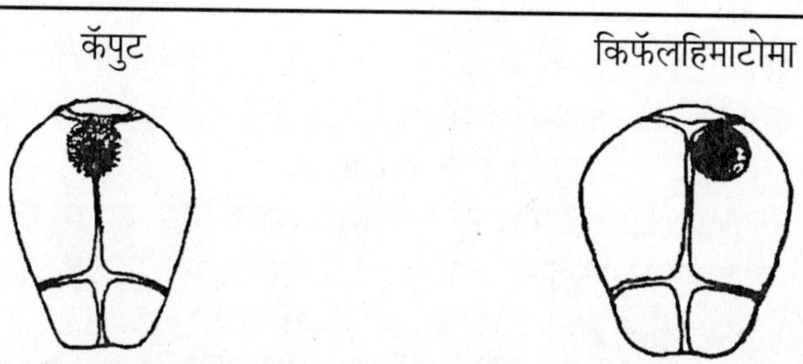

कॅपुट सक्सेडेनम व किफॅलहिमाटोमा यातील फरक आकृती क्र. १२

क) मस्तकाच्या त्वचेला खरचटणे : (Laceration of the Scalp) : मस्तकाच्या त्वचेला फॉरसेप्सचे ब्लेड लागल्याने खरचटण्याची शक्यता असते. खरचटल्यास मस्तकाचे केस काढून अ‍ॅक्रिफ्लॅवीन (Acriflavine) लावावे.

ड) कवटीच्या हाडांचा अस्थिभंग : (Fractire of Cranial Bones) : कटिर गर्भमस्तकाचे प्रमाण योग्य नसल्यास. फॉरसेप्स डिलिव्हरीमध्ये गर्भमस्तकाच्या हाडाला बसकी हाडमोड (Depressed Facture) होण्याची शक्यता असते. विशेष उपचाराची गरज नसते; पण काही वेळा मोडलेल्या हाडांचा दाब मेंदूवर पडून काही न्यूरॉलॉजिकल लक्षणे एक महिन्यानंतरही दिसतात. अशा वेळी शस्त्रक्रिया करून बसके हाड वर उचलले जाते.

इ) मेंदूला इजा आणि रक्तस्राव : (Intracranial Injuries and Haemorrhage) : गर्भमस्तक हाडांनी बनले असले, तरी ही हाडे नाजूक असतात. प्रसूतीच्या वेळी मस्तकावर वाजवीपेक्षा जास्त दाब पडल्यास हाडांचे मोल्डिंग जास्त प्रमाणात होऊन मेंदू व त्याच्या रक्तवाहिन्यांवर दाब पडल्याने इजा होते व आतील भागात रक्तस्राव होण्याची शक्यता असते.

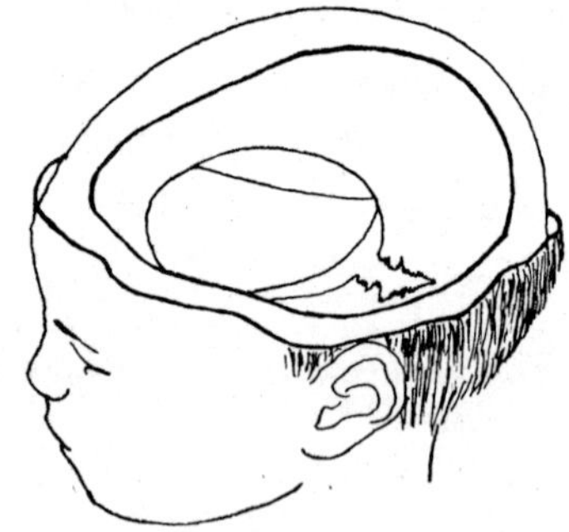

मेंदूला इजा व रक्तस्राव आकृती क्र. १३

कारणे : १) ऑक्सिजनचा अभाव (Anoxia) : बालक गुदमरलेले असल्यास पहिल्या आठ मिनिटांत ऑक्सिजन अजिबात मिळाला नाही, तर मेंदूच्या रक्तवाहिन्या फुगतात, फुटतात व रक्तस्राव होऊ शकतो.

इजा (Trauma) : गर्भमस्तकावर वाजवीपेक्षा एकदम दाब पडल्यास असा दाब पुढील प्रकारच्या प्रसूतीमध्ये पडतो. अ) ऑक्सिपिटो पोस्टेरिअर पोझिशन (Occipito Postreior Position) ब) संकुचित कटिर (Contracted Pelvis) क) मोठे बालक (Large Baby) ड) पायाळू मूल (Breech Delivery) इ) प्रेसीपिटेट लेबर (Precipitate Labour) ३) अल्पभार बालकामध्ये कवटीची हाडे मऊ असून

सिवनी रुंद असतात. मेंदूच्या रक्तवाहिन्या व पेशी नाजूक असतात. या गर्भमस्तकावर प्रसूतीच्या वेळी थोडा जरी दाब पडला तरी मेंदूला इजा होऊन त्या ठिकाणी रक्तस्राव होऊ शकतो.

रक्तस्राव होण्याची ठिकाणे : (अ) सबड्यूरल दृढ आवरणाखाली होणारा रक्तस्राव, फाल्क्स सेरेब्री (Falx Cerebri) हा दृढ आवरणाचा घड्या असलेला भाग असून, तो मोठ्या मेंदूच्या खोल फटीमध्ये असतो. मस्तकावर अचानक दाब पडल्यास फाटण्याची शक्यता असते. (ब) टेटोरियम सेरेबेली (Tentorium Cerebelli) हा दृढ आवरणाच्या घड्या असलेला भाग असून फाल्क्स सेरेब्रीला काटकोनात जोडलेला असतो. हा मोठा मेंदू व लहान मेंदूच्या खाली असतो. त्यामुळे दाब पडल्यास फाटून रक्तस्राव होतो. क) व्हेन ऑफ गॅलेन (Vein of Galen) ही टेटोलियम सेरेबलीजवळ असते. या कारणाने फुटून रक्तस्राव होऊ शकतो. रक्तस्राव दृढ आवरणाखाली होतो; मेंदू मज्जाद्रवामध्ये रक्त दिसते. रक्तस्रावामुळे मेंदूवर जास्तच दाब पडतो.

चिन्हे : सौम्य इजा व रक्तस्राव असल्यास बरीच चिन्हे दिसत नाहीत. या बालकामध्ये निदान होतेच असे नाही.

गंभीर इजा असल्यास खालील चिन्हे दिसतात –

१) शॉक : जन्मत: बाळ गंभीररीत्या गुदमरलेले असते व शॉकमध्येच असते.

२) श्वसन : फक्त गॅस्प क्वचित दिसतात, त्या अनियमित असतात. यामुळे ऑक्सिजनची कमतरता दिसते. (Cyanosis) नाकातोंडातून स्राव येत असतो.

३) चोखणे व गिळणे या प्रतिक्षिप्तक्रिया कमजोर असतात.

४) काही बालकांमध्ये वांती होते.

५) शरीराचे स्नायू ताठर होतात, मुठी वळतात. काही वेळा स्नायू शिथिल होतात. जिभेच्या सतत हालचाली होताना दिसतात.

६) कपाळावर आठ्या असतात. बाळाच्या चेहऱ्यावर काळजीचे व चिंतेचे भाव दिसतात. डोळे बराच काळ उघडे राहतात. नजर रोखल्यासारखी दिसते. चेहऱ्याचा रंग पाढरट दिसतो व डोळ्यांच्या खाली करड्या रंगाची अर्धवर्तुळे दिसतात. काही वेळा बालक डोळे वर व बाजूला फिरविते. (Nystagmus) चेहऱ्याच्या स्नायूंना झटके येतात.

७) शरीराचे तपमान स्वाभाविकतेपेक्षा कमी असते; पण काही वेळा अतिताप असतो. विशेषत: आकडीनंतर तपमान वाढते.

८) बाळ रडत नाही, पण कण्हते.

९) आकडी येते. बाळ दमल्यासारखे दिसते. त्वचेचा रंग करडा दिसतो. मानेला ताठरपणा येतो.

१०) टाळू फुगल्यासारखी दिसते (Tense) किंवा स्पंजासारखी मऊ असते.

रोगनिदान : १) या लक्षणांवरून मेंदूला इजा असल्याची शंका येते. २) सबड्यूरल टॅपिंग (Subdural Tapping) केल्यास (हे उपचार म्हणूनही करतात व साठलेले रक्त काढले जाते.) मेंदूमज्जाद्रवामध्ये रक्त असते. पण नक्की निदान तपासणीनंतर करता येते. ३) अल्ट्रासाऊंड (Ultrasound) ४) कॉम्प्युटराइज्ड ॲक्सियल टोमोग्राफी (Computerised Axial Tomography-C.A.T.)

भवितव्य : गंभीर मेंदूइजा व रक्तस्त्रावामुळे बालक जन्मतः मृत असते. नवजात बालकाचा पहिल्या आठवड्यात मृत्यू होण्याचे हे एक महत्त्वाचे कारण असू शकते. बाळ जगले तरी शारीरिक व मानसिक व्यंग असण्याची शक्यता असते. उदा. हातपाय लुळे पडणे, मेंटल रिटार्डेशन. काही काळानंतर बालकाच्या मस्तकामध्ये पाणी (Hydrocephalas) होऊ लागते.

प्रतिबंधक उपाय

प्रसूतिपूर्व काळजी : स्त्रीची प्रसूतिपूर्व काळात काळजीपूर्वक तपासणी. अस्वाभाविकता लवकरात लवकर ओळखून त्या स्त्रीची जोखमीची माता म्हणून नोंद झाली पाहिजे. उदा. संकुचित कटिर, सी.पी.डी. (C.P.D). अशा स्त्रीची प्रसूती दवाखान्यामध्ये विशेष काळजी घेऊन करण्याची तयारी ठेवावी.

प्रसूतीच्या वेळी काळजी : पायाळू मूल असेल तर विशेष काळजीपूर्वक प्रसूती करावी की, त्याची गर्भमस्तकाला इजा होणार नाही. इपिझिओटॉमी देऊन मस्तकावर दाब पडणार नाही याची दक्षता घ्यावी. चिमटा काळजीपूर्वक लावण्यात यावा. संकुचित कटीर,सी.पी.डी. (C.P.D) असेल तर मूल वरून काढले जाते. दीर्घ प्रसूती, अल्पभार बालक, अवघड प्रसूती, पायाळू मूल, फेस टू प्यूबेस, जन्मतः गुदमरलेले बालक. या सर्व बालकांची काळजी पहिले ४८ तास सतत निरीक्षणाखाली ठेवून घेतली जाते. मेंदूइजा व रक्तस्त्रावाची काही चिन्हे दिसतात का, ते पाहिले जाते.

उपचार व परिचर्या

१) जन्मताना श्वेत श्वासावरोधामध्ये बाळाचे श्वसन सुरू करण्यासाठी उपचार केले जातात. यासाठी लागणारे साहित्य उदा. ऑक्सिजन सिलिंडर, सक्शन मशीन किंवा म्युकस एक्स्ट्रॅक्टर, अम्बू बॅग, लागणारी औषधे व निर्जंतुक सिरिंजीस, सुया, इन्डोट्रकियल ट्यूब्ज, लॅरिंगोस्कोप इत्यादी तयार असावे. २) बालक शांत, कमी प्रकाश व उबदार खोलीत व शक्य असल्यास अतिदक्षता विभागात इनक्युबेटरमध्ये ठेवावे. त्याचे तपमान ३७ ^{0}C सेंटिग्रेड असावे. ३) बालकाच्या मेंदूला ऑक्सिजन

पुरवठा होण्यासाठी कृत्रिमरीत्या तो द्यावा. बालकाची हालचाल कमीत कमी करावी. यासाठी त्याचे वजन, उंची मोजणे करू नये. अंघोळीसारख्या कृती तर अजिबात करू नयेत.

५) औषधोपचार : १) अस्वस्थता कमी करण्यासाठी व आकडी येऊ नये म्हणून झोपेची औषधे देतात – सोडियम फिनाबारबीटोन इंजेक्शन १५ मि. ग्रॅमचे स्नायूमध्ये देतात. तेच परत सहा ते आठ तासांनी ७.५ मि.ग्रॅम देतात किंवा डायझेपाम इंजेक्शन ०.०५ ते ०.२ मि.ग्रॅमचे दर एक किलो वजनास याप्रमाणे स्नायूंमध्ये देतात. बाळ झोपी गेल्याने त्याला पूर्ण विश्रांती मिळते. २) 'व्हिटॅमिन-के' इंजेक्शन १ मि.ग्रॅमचे देतात. ३) मेंदूची सूज कमी करण्यासाठी व पूरक (सपोर्टिव्ह) उपचार म्हणून डेक्सॉमेथॉझॉन इंजेक्शनची १ मि.ग्रॅम पहिली मात्रा देतात व नंतर दर सहा तासांनी ०.५ मि.ग्रॅमची मात्रा देतात. ४) सोडाबायकार्ब ७.५ टक्के नाळ शिरेतून देतात. यानंतर रक्ताचा P_H वरचेवर पाहिला पाहिजे. ५) इन्ट्राक्रेनियल प्रेशर कमी करण्यासाठी इंजेक्शन मॅनिटॉल २० टक्के २ ते १० मि.ली. प्रत्येक किलो वजनास याप्रमाणे देतात. हे अति सावकाश दिले जाते. ३० ते ६० मिनिटांत ते संपवितात. काही बालरोगतज्ज्ञ इंजेक्शन लॅसिक्स देतात. त्याची मात्रा १ मि.ग्रॅम प्रत्येक किलो वजनास अशी असते. ६) बाळाचा श्वास रोखला तर त्याला (Apnoea) म्हणतात, त्यासाठी इंजेक्शन डेरिफायलीन (Deripgylline) ३ मि.ग्रॅम दर किलो वजनास याप्रमाणे देतात. ७) जंतुजीवनाशक द्रव्ये (Antibiotics) देतात, त्यामुळे फुफ्फुस दाह टाळण्यासाठी मदत होते. ८) द्रवपदार्थाची कमतरता होऊ नये म्हणून ग्लुकोज १० टक्के ३० ते ४० मि.ली. किलो वजनामागे प्रत्येक दिवशी देतात. यामुळे शरीरात द्रवपदार्थाचा समतोल राखला जातो. ९) पोषण – पहिल्या दिवशी तोंडाने काही देत नाहीत; कारण उलटी होण्याची शक्यता असते व श्वासमार्गात द्रवपदार्थ जाऊन श्वासमार्गात अडथळा येऊ शकतो आणि म्हणूनच शिरेतून ग्लुकोज दिले जाते. नंतरही बालकाला नळीने द्रवपदार्थ दिले जातात. बाळासाठी पॉलिव्हिलीनची विशेष नळी वापरली जाते. ही मऊ असते. त्यामुळे घालताना इजा होत नाही व सहजाजहजी घालता येते. नळी घालताना बाळ गुदमरत नाही याची दक्षता घेतली पाहिजे. या बालकामध्ये डॉक्टरांनी नळी घालणे जास्त चांगले. १०) बालकाच्या तोंडातील, नाकातील स्राव वरचेवर सक्शन करून काढून घ्यावेत. ११) बाळाची स्थिती दर दोन तासांनी बदलून एका कुशीवर झोपवावे. बऱ्याच वेळा पालथी स्थिती देण्यात येते. १२) बाळाची लघवी तुंबण्याची शक्यता असते. अशा वेळी ठराविक वेळाने निर्जंतुक नळी (Catheterization) घालून लघवी काढली जाते. १३) बालकाला उलटी होऊन श्वासमार्गात द्रवपदार्थ जाऊ नये म्हणून काहीवेळा बालकाचे जठर

धुतले (Stomach Wash) जाते. १४) निरीक्षण – बाळाचा रंग, श्वसन, छातीच्या हालचाली, नाडी, तपमान वरचेवर घेऊन त्यांची नोंद ठेवावी. १५) बाळाला विश्रांती मिळण्याची फारच गरज असते. त्यासाठी बाळाची काळजी घेताना झोपमोड होणार नाही व विनाकारण हालचाल होणार नाही, याकडे लक्ष द्यावे.

२) इतर इजा (Other Injuries)

अ) नवजात बालकातील अस्थिभंग (Fractures)

पायाळू प्रसूती (Breech Delivery)मध्ये योग्य दक्षता न घेतल्यास बालकाचे गळपट्टीचे (Clavicle) , दंडाचे (Humerus) आणि मांडीचे हाड (Femur) मोडण्याची शक्यता असते. तसेच स्वाभाविक प्रसूतीमध्ये खांद्याला विनाकारण ओढण्याचा प्रयत्न केल्यास तो निसटतो (Shoulder Dislocation). अस्थिभंग असल्यास, वेदना होत असल्याने तो भाग हलवत नाही व थोडाशा हालचालींमुळे बाळ रडते. याचे रोगनिदान करून लगेच उपचार केल्यास हाडे लवकर जुळतात व अस्वाभाविकता राहत नाही.

प्रतिबंधक उपाय : प्रसूती करताना विनाकारण घाई करू नये. खांदा वळून आपोआप बाहेर येतो. तो येण्यास फक्त मदत करावी. ओढू नये. पायाळू प्रसूतीमध्ये पायांना योग्य आधार दिल्यास मांडीची हाडमोड टाळता येते. गळपट्टीच्या हाडावर विनाकारण जोर देऊ नये. मानेला विनाकारण ओढू नये की, ज्यामुळे पाठीच्या कण्याला इजा होईल.

उपचार : गळपट्टीचा अस्थिभंग असल्यास काखेत कापूस ठेवून त्या बाजूला व छातीला पट्टबंध बांधतात व हालचाल टाळली जाते.

दंडाचा अस्थिभंग असल्यास छोटी आधारफळी बांधली जाते.

दंडाच्या अस्थिभंगासाठी गॅलोज स्प्लिंट (Gallow's Splint) ३ आठवडे देतात.

ब) त्वचा आणि त्वचेखालील पेशी इजा (Skin and Subcutaneous Tissue) :

मुखदर्शन असल्यास चिमटा लावून प्रसूती केली जाते. चेहऱ्यावर त्वचेला व त्वचेखालील पेशींना इजा होऊन जखम होण्याची शक्यता असते, त्यामुळे काही प्रमाणात रक्तस्राव होतो. चेहरा सुजतो, डोळ्यांच्या पापण्यांखाली रक्त साकळल्याने तो भाग काळा-निळा दिसतो; पण यासाठी काही उपचार लागत नाहीत. चेहऱ्यावरील जखमेवर जन्शन व्हायलेट १ टक्का लावावे.

क) स्नायुइजा (Muscular Injury Sternomastoid Fumour) : प्रसूतीच्या वेळी गर्भमस्तक बाहेर येताना विनाकारण मान एका बाजूला ताणली गेल्यामुळे

स्टेरनोमस्टाईड मसल्सवर ताण पडल्याने त्या ठिकाणी सूज येते. ही सूज दुसऱ्या किंवा तिसऱ्या आठवड्यात दिसते. स्टेरनोमस्टाईड स्नायूचे धागे फाटल्याने तिथे रक्त साकळते व सूज येते. ही सूज कठीण व वेदनारहित असते.

उपचार : उपचाराची गरज नाही. त्या भागावर ताण पडू नये. त्या भागांचे Lateral Rotation केल्यास व हळुवार चोळल्यास सूज कमी होण्यास मदत होते. ही सूज ६ महिन्यांमध्ये पूर्णत: कमी होते.

ड) नसांना इजा (Nerve Injuries)

१) फेसिअल पॅरालिसिस (Facial Paralysis) : फेसिअल नर्व्ह (Seventh Cranial Nerve)ला इजा झाल्यास फेसिअल पॅरालिसिस होते.

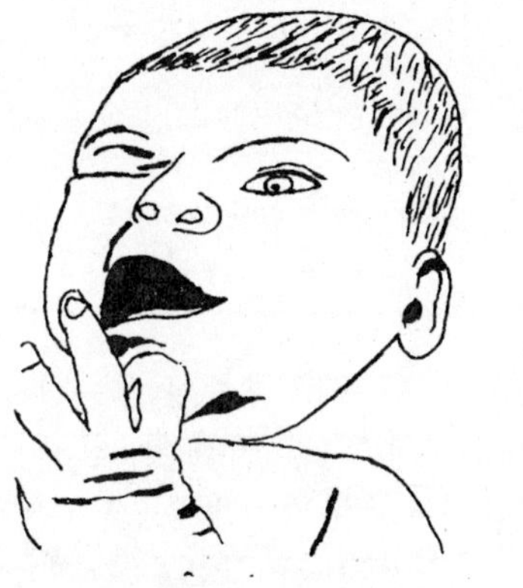

फेसिअल पॅरालिसिस झालेले बालक
आकृती क्र. १४

कारणे : चिमटा लावताना त्याच्या पात्यामुळे नर्व्हवर दाब पडून, नर्व्हच्या सभोवती रक्तस्राव होऊन रक्त साकळल्यास फेसिअल पॅरालिसिस होऊ शकते.

चिन्हे : चेहऱ्याच्या एका बाजूचा भाग लुळा पडतो. तोंड दुसऱ्या बाजूला ओढल्यासारखे दिसते. चोखण्याच्या प्रतिक्षिप्त क्रियेवर परिणाम क्वचितच होतो. तोंडातून द्रवपदार्थ व दूध बाहेर येते. बालक रडताना लुळा पडलेल्या बाजूकडील डोळा उघडा राहतो.

उपचार : उपचाराची गरज नाही. डोळ्याला संसर्ग होऊ नये म्हणून डोळ्यात मलम घालून बाळ झोपल्यानंतर डोळा उघडा राहत असेल तर निर्जंतुक पॅड ठेवावे. पॅरालिसिस १ ते २ आठवड्यांत कमी होते. जर पॅरालिसिस ३ आठवड्यांत कमी न झाल्यास मेंदूला इजा होण्याची शक्यता असते.

ब्रॅखियल पॅरालिसिस (Brachial Paralysis or Erb's Palsy) : स्वाभाविक व पायाळू प्रसूतीमध्ये ही स्थिती उद्‌भवू शकते.

अर्बस् पाल्सी (Erb's Palsy) : मानेच्या बाजूला व गळपट्टीच्या हाडाखाली असलेल्या नर्व्ह समूहाच्या (5th & 6th Carvical Roots) मूळाला इजा झाल्याने किंवा जास्त ताण पडल्याने अर्बस् पाल्सी होते. या नर्व्ह समूहाच्या मूळांना 'रुटस ऑफ ब्रेखियल प्लेक्सस' (Roots of Brachial Plexus) म्हणतात.

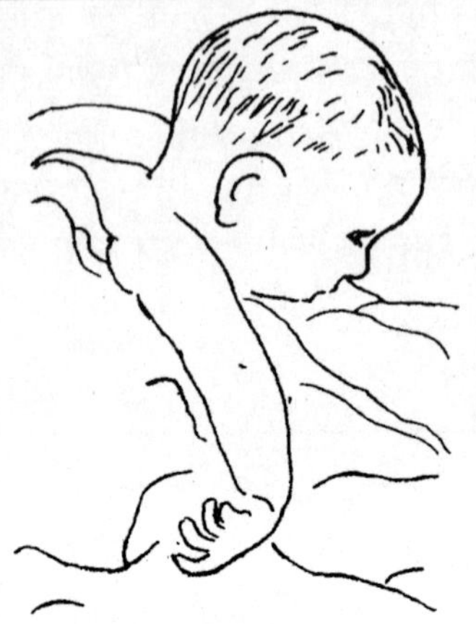

अर्बस् पाल्सी झालेले बालक
आकृती क्र. १५

कारणे : स्वाभाविक प्रसूतीमध्ये डोके बाहेर आल्यानंतर खांद्याची प्रसूती करताना मान एका बाजूला जास्त प्रमाणात वळल्यास व पायाळू जन्माला आल्यास डोके बाहेर येण्यापूर्वी मान पिरगळली किंवा ताणली गेल्यास अर्बस् पाल्सी होऊ शकते.

अर्बस पाल्सीमध्ये त्या बाजूचा हात शरीराच्या जवळ असतो. हात व बोटांच्या हालचाली होतात; पण बालक हात उचलू शकत नाही. दंड आतून बाहेर वळतो. मूठ अर्धवट उघडी असून कोपरापासूनचा हात बाहेरच्या बाजूला वळल्यासारखा दिसतो.

उपचार : १) सौम्य अर्बस् पाल्सीमध्ये हळुवार चोळल्याने व हाताला व्यायाम दिल्याने सर्वसाधारण एक आठवडा किंवा जास्तीत जास्त महिन्यात हात पूर्णपणे स्वाभाविक होतो. पण इजा गंभीर झाली असल्यास क्वचित मुलांमध्ये हे कायम राहू शकते. हात आखूड व बारीक होतो. २) काही वेळा मनगटावर कापसाचे पॅड ठेवून हाताची स्थिती योग्य करून पटबंध बांधला जातो. हात शरीराशी काटकोनात ठेवतात.

इ) उदरपोकळीतील अवयवांना इजा (Injuries to Abdominal Organs) : पायाळू प्रसूतीमध्ये मूत्रपिंड, यकृत या अवयवांना इजा होते. गर्भाचे शरीर बाहेर आल्यानंतर पोटावर वाजवीपेक्षा दाब जास्त दिल्यास यकृताला इजा होऊ शकते. यासाठी पोटावर जास्त दाब पडू नये असे धरावे.

□□□

प्रकरण ८

बालकाचे तत्कालीन आजार

□ वांती : अ) कारणे, वय, स्वरूप-परिणाम ब) उपचार व परिचर्या □ पोटफुगी : अ) कारणे ब) निदान क) उपचार व काळजी □ अतिसार : अ) कारणे ब) दुष्परिणाम क) उपचार व परिचर्या □ आकडी : अ) कारणे व प्रकार ब) निदान क) उपचार व परिचर्या □ संसर्ग : अ) कारणे व संसर्ग टाळणे □ अतिज्वर : कारणे, काळजी व उपचार □ अति रडणे : कारणे व काळजी

वांती

नवजात बालकाची वांती गंभीर कारणामुळेही असू शकते. यासाठी दुर्लक्ष न करता निरीक्षण करून उपाय ताबडतोब करावे लागतात. नाही तर बालकाच्या जीविताला धोका निर्माण होऊ शकतो.

उपचार व परिचर्या : १) वांती झाल्याने बाळाला परिश्रम होतात. बाळ गळून जाते, थकते. काही वेळा त्याला चक्करही येते व बाळ थंड पडते. म्हणून बाळाला एकटे न सोडता त्याच्या जवळ थांबावे. २) उलटी होताना त्याचे डोके पुढे वाकवून धरावे. ३) अंगावरील व बिछान्यावरील कपडे खराब होऊ देऊ नयेत; पण झालेच तर ताबडतोब बदलून घ्यावेत. ४) बाळाला आराम स्थितीत झोपवावे, गरम ब्लँकेट घालावे. ५) बाळाचे तोंड स्वच्छ करून घ्यावे. एका बाजूला वळवून ठेवावे. ६) वांतीचे स्वरूप कसे आहे, प्रमाण किती आहे, हे मोजून घ्यावे. निरीक्षण करून रंग, वास आहे का? त्यामध्ये अन्नाचे कण, म्युकस आहे का? याची नोंद करून ठेवावी व डॉक्टरांना सांगावे. ७) विषबाधा असल्याची शंका आल्यास बाटलीत भरून रुग्णाच्या नावचे लेबल लावून जपून ठेवावी. ८) वांतीची प्रतिक्रिया लिटमस पेपरने पाहून नोंद करावी. ९) वांती किती वाजता व दिवसातून किती वेळा झाली याची नोंद करून वांतीवाटे किती द्रवपदार्थ बाहेर टाकला हे पाहून डॉक्टरांना सांगून गरज असल्यास शिरेतून नॉर्मल व ग्लुकोज सलाईन दिले जाते. १०) उलटी

कारणे, स्वरूप व परिणाम

कारणे	वय	उलटीचे स्वरूप	परिणाम
१. जन्मजात व्यंग, हायटस हर्निया	अर्भक	दूध, म्युकस	आपोआप होते किंवा दूर फेकले जाते.
२. अपुरा आहार	० ते ३ महिने	पाजलेले दूध, हिरवट जाते व दिलेले दूध हवेबरोबर उलटीवाटे बाहेर टाकले जाते.	भुकेलेले बाळ रडते, हवा पोटात
३. आहारातील पदार्थांमध्ये बदल	कोणत्याही वयात	न पचलेल्या अन्नाचे कण	दुधाच्या गाठी
४. पायलोरिक स्टेनोसिस	२ आठवडे ते ४ महिने	दही, म्युकस, क्वचित रक्त	उलटी दूर फेकली जाते.
५. जठरदाह	कोणत्याही वयात	अन्न, म्युकस, रक्त	बाळाच्या पोटात दुखते.
६. ताप	कोणत्याही वयात	घेतलेला आहार	दूध किंवा आहार घेण्यास नकार
७. अपेंडिक्स दाह	कोणत्याही वयात	अन्नाचे कण, नंतर पित्त	बेंबीच्या खाली उजव्या बाजूस दुखते.
८. टॉक्सिक आहार	कोणत्याही वयात	अन्नकण, जठरदाह	पाण्याची कमतरता
९. डांग्या खोकला	१ ते ५ वर्षे	अन्न व म्युकस	खोकल्याच्या उबळीबरोबर आहार घेताना किंवा नंतर लगेच

कारणे	वय	उलटीचे स्वरूप	परिणाम
१०. मधुमेह	कोणत्याही वयात	अन्नकण व गोड वास	बाळ कोमामध्ये जाण्याची शक्यता
११. मूत्रसंस्थेचे रोग	कोणत्याही वयात	द्रवपदार्थ, जठरद्रव	
१२. विषबाधा	कोणत्याही वयात	जठरद्रव	वास असतो. उलटीचा द्रव जपून ठेवावा.
१३. औषधामुळे	कोणत्याही वयात	जठरद्रव	जठराचा दाह होतो. हे औषध लगेच बंद करावे.
१४. मज्जासंस्थेचे रोग	कोणत्याही वयात	पाण्यासारखे पातळ	मेंदूतील दाब वाढतो. काळजी आतित्रास, आहाराशी असंबंधित.
१५. क्षोभजनक परिस्थिती	कोणत्याही वयात	जठरद्रव	बोटे चोखणे, गलग्रंथी दाह, घशाचा दाह.
१६. अन्ननलिकेचे आजार	अर्भक	दूध, म्युकस क्वचित आजार	उदा. ट्रकिओ युसाफेजियल फिश्च्युला, अट्रेशिया

होताना बाळाच्या श्वासनलिकेत द्रव जाणार नाही यासाठी बाळाला किंवा त्याच्या मानेला एका बाजूस वळवून धरावे. श्वसनाला अडथळा होत नाही, बाळ गुदमरत नाही, याकडे लक्ष द्यावे. ११) ज्या कारणांनी वांती होते त्यांची तपासणी करून निदान झाल्यानंतर योग्य उपचार करतात.

पोटफुगी (Abdonimal Distension)

बालकामध्ये काही वेळा पोटफुगी असते. काही बालकांमध्ये पोटफुगीची तक्रार वरचेवर असते. बाळ अस्वस्थ होते व रडू लागते.

कारणे : १) बालक जर सारखे रडत असेल तर हवा गिळली जाते. २) मलावरोध, आतड्याची हालचाल कमी होते. ३) जठर व आतड्याच्या दाहाचे (Gastro Enteritis) दुष्परिणाम होतात. पोटॅशियमचे प्रमाण कमी झाल्याने किंवा टॉक्सिल पॅरालिटिक इलियसमुळे पोटफुगी होते. ४) श्वासनलिका वा वायुकोश दाह, सेप्टिसेमिया या गंभीर स्थितीमध्ये पोटफुगी होऊ शकते. ५) आतड्याला पीळ (Volvulus) पडतो, आतड्याचा भाग आतड्यात (Intussusception) रुततो, ६) गोल कृमीमुळे आतड्यात अडथळा निर्माण झाल्यास पोटफुगी होते. ७) बालपक्षाघाताच्या (Poliomyelitis) बालकामध्ये सुरुवातीला पोटफुगी असण्याची शक्यता असते.

निदान व तपासणी : १) माहिती : नवजात बालक असेल तर बाळाला लघवी, शौचाला झाली आहे किंवा नाही, बाळाला उलट्या होतात का, दूध प्याले आहे का किंवा दूध गिळताना काही त्रास होतो का? तोंडातून लाळ किंवा फेस बाहेर येतो का, याची माहिती घ्यावी. २) पोटदुखी आहे का? बाळाचे पोट तपासल्यास ते जास्त जोरात व पोटाजवळ पाय घेऊन रडते. ३) मलावरोध आहे का, हे पाहावे. ४) बाळाला अतिसार, उलट्या, झटके येतात का? ताप आहे का? ५) जंत पडतात का? असतील तर जंतांमुळे आतड्यात अडथळा निर्माण होतो. ६) लहान मुलांच्या पोटावरून आतड्याच्या हालचाली (Visible Peristalsis) दिसत असल्यास इन्टससेप्सन (Intussusception) असण्याची शक्यता असते. याबरोबर बालकाला पोटदुखी असते. ७) अतिज्वर असल्यास सेप्टिसेमिया, श्वासनलिका व वायुकोश दाहाची शक्यता असते की ज्यामुळे पोटफुगी होते.

उपचार व काळजी : १) बाळाची काळजीपूर्वक तपासणी करून उपचार सुरू करावेत. गरज असल्यास सर्जनला बाळ तपासण्यास सांगून सर्जिकल उपचार करण्याची गरज आहे का पाहावे. योग्य निदान झाल्यास उपचार करणे सोपे होते. २) फ्लेटस ट्यूब (Flatus Tube) पास करून पोटफुगी कमी होते का पाहावे. ३) मलावरोध असल्यास येशेल तेलाचा एनिमा (Sweet oil Syringe) दिला जातो.

किंवा हातात ग्लोव्ह घालून बोटाने कठीण विष्ठा काढली जाते, पण हे करताना बाळाला वेदना होणार नाहीत याची काळजी घ्यावी. ४) नाकातून जठरात नळी घालून द्रवपदार्थ काढले जातात. (Rylei's Tube Aspiration). यामुळे पोटफुगी कमी होते. ५) बाळाला ताप किंवा इतर आजार असल्यास उपचार सुरू करावेत. ६) तोंडाने आहार किंवा औषध देऊ नये, तर औषध किंवा जंतुजीवाशक द्रव्ये अंत:क्षेपणांनी द्यावीत. ७) शरीरातील पाण्याची कमतरता किंवा क्षाराचा असमतोलपणा कमी करण्यासाठी सलाईन व क्षार शिरेतून दिले जातात. ८) निदान होत नसल्यास उभ्या स्थितीत क्ष-किरण घेऊन निदान केले जाते व उपचार केले जातात. काही वेळा शस्त्रक्रियेची जरुरी असते.

अतिसार

लहान मुलांच्यामध्ये अतिसाराचे प्रमाण खूपच जास्त आहे. तसेच अतिसारामुळे शरीरातील पाण्याची कमतरता झाल्याने मृत्यूचे प्रमाणही जास्त आहे. वरचे दूध देण्यात येणाऱ्या बालकांमध्ये हे प्रमाण फारच दिसून येते. तसेच अल्पभार बालकांमध्येही हे प्रमाण जास्त आहे. आर्थिक, सामाजिक खालावलेल्या थरांतील कुटुंबांतील बालकांमध्ये अतिसाराचे प्रमाण अधिक आहे.

अतिसार म्हणजे काय? : अतिसार हा रोग नसून एक लक्षण आहे. अतिसार होण्याची कारणेही अनेक आहेत.

व्याख्या : पातळ किंवा पाण्यासारखी शौचाला होणे. दिवसातून किती वेळा होते यापेक्षा कसे होते याला महत्त्व आहे. दिवसातून एकदा जरी जास्त पातळ झाल्यास अतिसार म्हणतात.

अतिसाराची कारणे

१) संसर्ग : जंतू शिगेला (Shigella), ई कोलाय (E-Coli) सालमोनेला (Salmonella), स्टेफिलोकोकस (Steiphylococus), कॉलरा (Cholera) इत्यादी.

विषाणू : गोवर, गालगुंड, सांसर्गिक कावीळ, लहान मुलांतील साथीचे जुलाब, इन्फ्लूएंझा इत्यादी.

परापजीवी : अमिबा (Amoeba), जिआरडीग्वासीस (Giradiasis), बुरशी (Fungal) व इतर कृमींमुळे अतिसार होतो.

२) आहारामुळे : अपुरा आहार (Hunger Diarrhoea), अन्नातील विषबाधा, प्रमाणापेक्षा जास्त आहार, अन्नपदार्थांची ॲलर्जी.

३) औषधे (Drug) : जंतुजीवाशक द्रव्ये : ॲम्पिसिलीन, इतर औषधे – पास (PAS),थायराईड एक्स्ट्रॅक्ट.

४) पचन व शोषणातील दोष : पाचकरसाची कमतरता, कुपोषण, जठर व आतड्याचा दाह इत्यादी.

५) दीर्घकालीन अतिसार

दुष्परिणाम : कोणत्याही कारणाने अतिसार झाल्यास अतिसारावाटे पाणी व क्षार बाहेर टाकले जातात. अतिसाराबरोबर वांत्या होत असतील तर बालकाची स्थिती फारच गंभीर होते. अतिसारामुळे पुढील दुष्परिणाम होतात. १) शरीरात पाण्याची कमतरता (Dehydration) होते. २) आम्ल व अल्कली असमतोलता (Acid Base Imbalance), ३) ॲसिडॉसिस (Acidosis), ४) अतिज्वर (Hyperpyrexia), ५) पोटफुगी (Abdominal Distension), ६) मळमळणे व वांती (Nausea & Vomiting), ७) गुदद्वाराच्या भोवतालची त्वचा लाल (Excoriation of Perneal Skin) होणे, ८) झटके (Convulsions) येणे.

वरचेवर होणाऱ्या अतिसाराचे परिणाम : १) कुपोषण व कमतरतेचे आजार, २) वाढ खुंटणे, ३) प्रतिकारशक्ती कमी होणे, ४) गुदाशय बाहेर येणे (Prolapse of the Rectum), ५) मानसिक विकृती (अपराधी भावना, परावलंबी भावना)

शरीरातील पाण्याची कमतरता (Dehydration) : सौम्य व गंभीर अतिसारामुळे पाण्याची कमतरता होते व बालकाच्या जीविताला धोका उत्पन्न होतो. पाण्याच्या कमतरतेच्या किती प्रमाणात अतिसारावाटे द्रवपदार्थ बाहेर टाकला यावरून चार अवस्था पडतात. अतिसाराचे प्रमाण जास्त तितकी पाण्याची कमतरता जास्त व लवकर होते. याबरोबर आम्ल व अल्कलीचा असमतोल वाढतो.

शरीरातील पाण्याची कमतरता अवस्था (Degrees of Dehydration) :

पहिली अवस्था

१) प्रत्येक पौंड वजनामागे ३० मि.लि. द्रव पदार्थ बाहेर टाकला जातो. २) कमतरतेची लक्षणे सौम्य, ३) बालक आजारी दिसू लागते. चेहरा उतरतो.

दुसरी अवस्था

१) प्रत्येक पौंड वजनामागे ५० मि.लि. द्रव पदार्थ बाहेर टाकला जातो. २) कमतरतेची लक्षणे मध्यम, ३) चेहरा ओढल्यासारखा दिसू लागतो. डोळे थोडेसे खोल जातात. डोळ्यांभोवतालची त्वचा काळसर दिसते. पुढील टाळू खोल जाते. त्वचा सुरकुतते, लवचिकपणा कमी होतो. नाडी जलद चालते. तहान लागते.

तिसरी अवस्था

१) ७५ ते १०० मि.लि प्रत्येक पौंड वजनामागे, द्रव पदार्थ बाहेर टाकला जातो. २) मूल गंभीर शॉकमध्ये जाते. ३) दुसऱ्या अवस्थेतील लक्षणे गंभीर होतात.

नाडी जलद व अशक्त लागते. रक्तदाब कमी होतो. डोळे खूपच आत ओढले जातात. पुढील टाळू कपाळासारखी खोल जाते. त्वचा कोरडी होते. लवचिकपणा फारच कमी होतो. त्वचा चिमटीत धरून सोडल्यास पूर्वस्थितीत येण्यास बराच वेळ लागतो. बाळ चिडखोर व गुंगीत असते. श्वसन जलद होते. असिडोसिसचे प्रमाण वाढते. लघवीचे प्रमाण कमी होते. मूल शॉकमध्ये जाते.

चौथी अवस्था

१) प्रत्येक पौंड वजनमागे १०० ते १५० मि.लि. द्रवपदार्थ बाहेर टाकला जातो. २) अर्धवट बेशुद्धावस्था ३) तिसऱ्या अवस्थेतील लक्षणे गंभीर होतात. नाडी व रक्तदाब लागत नाही. हृदयाचे ठोके अशक्त होतात. लघवी होत नाही (Anuria). ओठ, जीभ, डोळ्यांच्या पापण्या फारच कोरड्या होतात. शॉक वाढतो. बाळ बेशुद्धावस्थेमध्ये जाते.

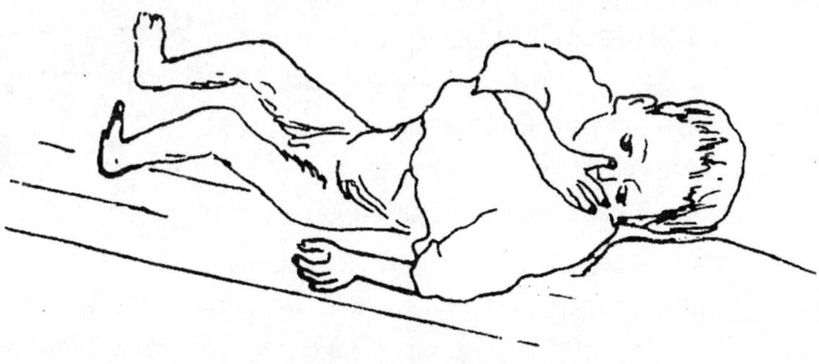

गंभीर जलकमतरता झालेले बालक

आकृती क्र. १६

२) आम्ल व अल्कली असमतोलपणा (Acid-Base Imbalance) : अतिसाराद्वारे शरीरातील पाण्याबरोबर क्षारही बाहेर टाकले जातात. उदा. सोडियम, पॉटेशियम, बायकार्बोनेट्स, क्लोराइड्स या क्षारांचे प्रमाण कमी-जास्त होते व त्यामुळे दुष्परिणाम दिसू लागतात.

३) सोडियमचे प्रमाण कमी (Hyponatraemia) : रक्तद्रवामध्ये स्वाभाविकपणे १३५ ते १४२ MEG प्रत्येक लिटरमध्ये सोडियमचे प्रमाण असते. हे प्रमाण

१३०MEG प्रतिलिटर झाले, तर इतर अवयवांवर परिणाम होतो. हे द्रवपदार्थ जास्त प्रमाणात शरीराबाहेर टाकल्यामुळे व काही वेळा पाण्याची कमतरता भरून काढण्यासाठी फक्त ग्लुकोजचा उपयोग केल्यामुळे, तोंडाने फक्त पाणी दिल्यामुळे हे होऊ शकते. रक्तद्रवातील सोडियम कमी झाल्यामुळे पेशीबाह्य द्रव हायपोटोनिक (Hypotonic) होते; यामुळे पेशीबाह्य द्रव, पेशी अंतर्गत द्रवात येऊन रसाकर्षण समतोल राखले जाते. यामुळे पेशी सुजतात व पेशीबाह्य भाग आकुंचित होतो. त्यामुळे महत्त्वाच्या अवयवांना उदा. मेंदू, यकृत, मूत्रपिंड यांना रक्तपुरवठा कमी होतो. मेंदूच्या पेशी सुजतात व बालक ग्लानीमध्ये जाते. झटके येऊ लागतात. यकृताला सूज आल्यामुळे ॲसिडोसिस फिटोसिस होतो. मूत्रपिंडाचे काम अगोदरच कमी झालेले असते व लघवी तयार होऊ शकत नाही. मूत्रपिंड सोडियम राखून ठेवण्यामध्ये पोटॅशियम व बायकार्बोनेट्स जास्त बाहेर टाकतात; असे बालक ग्लानीमध्ये असते. त्याला झटके येतात. चेहऱ्याच्या स्नायूंना झटके येतात. फंडसस्कोपी केल्यास पॅपिलोएडिमा असतो. नाडी अशक्त, त्वचा थंड व चिकट असते.

ब) सोडियमचे प्रमाण जास्त होणे – रक्तद्रवातील सोडियम प्रत्येक लिटरमध्ये १५९ MEG पेक्षा जास्त होते, यामुळे पेशीबाह्य द्रव हायपरटोनिक (Hypertonic) होते. रसाकर्षण समतोलता राखण्यासाठी पेशींअंतर्गत द्रव पेशीबाह्य द्रवाच्या भागात येतो व त्यामुळे तेथील सोडियमचे प्रमाण कमी होते. पेशीमधील द्रव कमी होतो; पेशी सुरकुततात. मेंदूवर परिणाम होतो व बाळ चिडखोर बनते. मेंदूमध्ये व दृढ आवरणाखाली रक्तस्राव होण्याची शक्यता असते व झटके येऊ लागतात. लघवी होत नाही. त्वचा कोरडी होते, ताप जास्त असतो. ही स्थिती शिरेतून प्रमाणापेक्षा जास्त क्षार दिल्याने किंवा जास्त मीठ घालून केलेले द्रावण तोंडावाटे दिल्याने होते.

क) पोटॅशियमचे प्रमाण कमी होणे (Hypokalaemia) : अचानक सुरू झालेल्या गंभीर अतिसाराच्या बालकांमध्ये ही स्थिती उद्भवते. सर्वसाधारण दर लिटर रक्तद्रवातील पोटॅशियम ३ MEG पेक्षा कमी झाल्यास परिणाम दिसू लागतात. स्नायूंच्या आकुंचनासाठी आवश्यक असणाऱ्या रासायनिक बदलासाठी पोटॅशियमची गरज असते.

लक्षणे : बाळ अशक्त, शक्तिहीन होते. हातापायांच्या स्नायूंचा तणाव कमी होतो. डीप रिफ्लेक्सिस प्रतिक्रिया कमी होते. पोटफुगी होते. आतड्याची हालचाल शिथिल होते. यालाच 'केमिकल पॅरालिटिक इलियस' (Chemical Paralytic Ileus) म्हणतात. हृदयावर परिणाम होऊन हृदयाची गती वाढते. कार्डिओग्राम घेतल्यास एस. टी. सेग्मेंट डिप्रेस असतो. टी-वेव्ह (T-Wave) इन्व्हर्जन व ORS Complex अस्वाभाविक असतो.

ड) पोटॅशियमचे प्रमाण जास्त होणे (Hyperkalaemia) : हे क्वचितच

होते. रुग्णाला पोटॅशियम चुकून जास्त दिले गेल्यास, पाण्याच्या कमतरतेमुळे लघवी होत नाही व त्यामुळे पोटॅशियम बाहेर टाकले जात नाही. बाळ अशक्त होते. नाडीचे ठोके अनियमित होतात, हृदयाच्या ठोक्यांमध्ये Extra Systoles येतात. कॉर्डिओग्रॅमध्ये T-Waves जास्त उंच ORS Complex अस्वाभाविक असतो.

इ) रक्तद्रवाची प्रतिक्रिया कमी होणे (Acidosis) : अतिसारामध्ये द्रवाबरोबर बायकार्बोनेट्स बाहेर टाकले गेल्याने उपास, अतिज्वर आणि यकृताचे कार्य बिघडल्याने ही स्थिती उद्भवते. पेशी व रक्ताचा P_H कमी होतो. स्वाभाविक रक्ताचा P_H ७.३ ते ७.४ असतो. थोडासा जरी कमी झाला तर परिणाम दिसू लागतात. बालकाला (Tachypnoea) असून उच्छवास दीर्घ असतो की ज्यामुळे कर्बवायू जास्तीत जास्त बाहेर टाकण्याचा प्रयत्न असतो. श्वसन मशीनसारखे जलद असते. या प्रकारच्या श्वसनाला 'कुस्मल श्वसन' (Kussmaul's Breathing) म्हणतात. ॲसिडोसिस गंभीर स्वरूपाचा असल्यास बेबी ग्लानी (Drowsy)मध्ये जाते. श्वसन दर मिनिटाला ८० ते १०० असते. लघवीची प्रतिक्रिया आम्लयुक्त असून लघवीत किटोन बॉडीज असतात. रक्तद्रवाची कर्बवायू सामावून घेण्याची क्षमता कमी होते. त्याची स्वाभाविक क्षमता २७ MEG दर लिटरमध्ये असते. यावरून ॲसोडोसिस किती गंभीर आहे, हे समजू शकते.

४) अतिज्वर (Hyperpyrexia) : अतिसारामुळे ताप येण्याची कारणे दोन आहेत. १) ज्या जंतूंमुळे अतिसार झाला त्याच्या विषामुळे, २) पाण्याची कमतरता झाल्यामुळे घाम येत नाही आणि त्याद्वारे उष्णता बाहेर टाकली जात नाही. अतितापामध्ये शरीराला पाण्याची गरज जास्त असते आणि त्यामुळे जास्तच पाण्याची कमतरता होते. तापामुळे झटकेही येऊ लागतात. बालक पाण्याच्या कमतरतेमुळे शॉकमध्ये असते. त्याचे हातपाय थंड असतात. काखेत ताप पाहिल्यास कमी असतो; म्हणून अशा बालकाचा ताप गुदद्वारावाटे पाहावा. (अतिसारामध्ये गुदद्वारावाटे ताप घेत नाहीत; पण या बालकामध्ये त्वचेवरून ताप किती हे निश्चित समजू शकत नाही.)

५) पोटफुगी (Abdominal Distension) : काही बालकांमध्ये अतिशय गंभीर प्रमाणात पोटफुगी असते. याची कारणे म्हणजे – १) रक्तद्रवातील पोटॅशियमचे प्रमाण कमी झाल्याने, २) आतड्याची हालचाल कमी झाल्यामुळे, ३) संसर्गामुळे झालेल्या अतिसारामध्ये जंतू गॅस निर्माण करतात, ४) घाई गडबडीने दूध पाजल्याने, ५) पाण्याची कमतरता भरून काढण्यासाठी ग्लुकोजचे पाणी तोंडाने दिल्यामुळे, ग्लुकोजमुळे फसफसण्याची क्रिया जास्त होते (Germentation) व गॅस वाढतात ६) बालक रडत असते. त्यामुळे हवा पोटात जाते व पोटफुगी होते. काही बालकांमध्ये इंटससेपप्शन (Intussusception) किंवा आतड्याला पीळ (Volvulus)

पडणे, हे दुष्परिणाम अतिसारामध्ये होतात व पोटफुगी होते.

६) मळमळणे व वांती होणे : पोटफुगीच्या सर्व कारणांमुळे मळमळ व वांती होण्याची शक्यता असते. आम्ल व अल्कलीच्या असमतोलपणामुळेही मळमळ व वांती होते. उलट्या झाल्यामुळे पाण्याची कमतरता जास्त होते. त्याचप्रमाणे आम्ल, अल्कलीची असमतोलता वाढते. उलटीचा द्रव श्वासमार्गात गेल्यामुळे फुफ्फुसाचा दाह होण्याची शक्यता असते, तसेच झटकेही येतात.

७) झटके येणे (Convulsions) : अनेक कारणांनी झटके येतात. उदा. अतिज्वर, पोटॅशियमचे प्रमाण कमी किंवा जास्त होणे, जंतूंच्या विषांचा मेंदू व त्याच्या आवरणावर परिणाम झाल्याने, इत्यादी.

८) गुदद्वाराच्या भोवतालच्या त्वचेचा क्षोभ होणे (Excoriation and Ulceration of Perineal Skin) : वरचेवर शौचाला झाल्यामुळे त्वचा लाल होते; तिचा दाह होतो. तसेच स्वच्छ करताना खरखरीत कोरड्या कापडाचा उपयोग केल्यास त्वचा जास्तच लाल होते.

निदान : १) अतिसार कोणत्या कारणाने झाला हे निदान अचूक करणे महत्त्वाचे आहे. यावरून उपचार अचूक करता येतात. कारण नक्की होईपर्यंत उपचार थांबविता येत नाहीत. यासाठी चिन्हे व लक्षणांवरून सर्वसाधारण निदान केले जाते. अतिसार कमी करण्यासाठी व दुष्परिणाम होऊ नयेत, वाढू नयेत यासाठी ताबडतोब उपचार चालू केले जातात. निदानासाठी रुग्णाची माहिती उपयोगी पडते. २) शौचाची मायक्रोस्कोपिक तपासणी व कल्चर करून तपासणी केल्यामुळे कोणते जंतू कारणीभूत आहेत, हे समजते. कल्चरबरोबर सेन्सिटिव्हिटी टेस्ट म्हणजे हे जंतू कोणत्या जंतुजीवनाशकामुळे मरतात हे पाहणे. ३) आम्ल व अल्कली असमतोलता समजण्यासाठी व क्षार शिरेतून देण्यासाठी रक्तद्रवातील सोडियम, पोटॅशियम या तपासण्या प्रयोगशाळेत केल्या जातात.

उपचार व काळजी : अतिसारामध्ये उपचार करताना दोन महत्त्वाची तत्त्वे लक्षात ठेवल्यास उपचार करणे सोपे व योग्य होते.

१) वरचेवर पातळ शौचास होणे थांबविणे. यासाठी दोन प्रकारची औषधे दिली जातात. अ) जंतुजीवनाशक द्रव्ये – ज्या जंतूंपासून संसर्ग झाला त्या जंतूंचा नाश करणे. ब) वरचेवर शौचाला होणे (Binders) थांबविणे.

जंतुजीवनाशक द्रव्ये

सल्फाडायझिन (Sulphadiazine) : हे लहान मुलांमध्ये अतिशय उपयोगी आहे. तोंडावाटे दिल्यास लवकर विरघळते. शोषण चांगले होऊन परिणाम लवकर होतो. ब) मात्रा १ग्रेन/पौंड वजनामागे द्यावी. काही वेळा सल्फाग्युनाडीन

(Sulphaguanidine) व सल्फाथायाझॉलही (Sulphathiazole) वापरतात.

स्ट्रेप्टोमायसीन : सिरप असते. बऱ्याच वेळा हे क्लोरामायसिटिन (Chloromycetin) बरोबर एकत्रित असते. याचा उपयोग संसर्गामुळे झालेल्या अतिसारात जास्त होतो. स्ट्रेप्टोमायसिटिनची वय व वजनानुसार मात्रा ५० ते २०० मि.ग्रॅम दर सहा तासांनी दिली जाते. लहान बालकांमध्ये तोंडाने दिल्यास चांगला उपयोग होतो, पण हे औषध जास्त दिवस देत नाहीत.

क) क्लोरम्फीनिकॉल (Chloramphenicol) : अतिगंभीर संसर्गामुळे झालेल्या अतिसारात वापरतात. याचा शरीरावर वाईट परिणाम होतो; म्हणून नवजात बालकात याचा उपयोग फार कमी केला जातो. १० ते २५ मि.ग्रॅम/पौंड रोज मात्रा दिली जाते. ही ३ ते ५ दिवसापेक्षा जास्त दिवस देत नाहीत.

निओमायसीन (Neomycin) : क्लोरम्फीनिकॉल नवजात बालकास वापरणे धोक्याचे असते, म्हणून निओमायसीन वापरले जाते. ५ ते २० मि.ग्रॅम दर पौंडामागे याची मात्रा दिली जाते.

टेट्रासायक्लिन (Tetracycline) : अतिसारास कारणीभूत असणाऱ्या जंतूंवर याचा चांगला परिणाम होतो; पण यामुळे जठर व आतड्याला दाह होण्याची शक्यता असते, म्हणून लहान मुलांना वापरत नाहीत.

ब) बायडिंग औषधे (Biding Drugs) : या औषधामुळे आतड्याची हालचाल कमी होते त्यामुळे वरचेवर शौचाला होणे कमी होते. पूर्वी बिस्मत केओलीन सर्रास वापरले जाई. पण सध्या याचा उपयोग कमी करतात. सध्या बेरबेरीन (Berberine) व इतर अनेक बायडिंग औषधे बाजारात मिळतात, ती वापरली जातात. उदा. पेक्टोकॅब (Pectocab), अमांशमध्ये मेट्रानॅयझाल (Metrogyl) हे औषध वापरले जाते.

आतडे धुवून घेणे (Bowel Wash) : विशेषत: डिसेंट्रीमध्ये बाळाला पोटात कळ येते. बाळ खूप रडते आणि थोडेसे शौचाला वरचेवर होते व मूल चिडखोर बनते. प्रत्येक वेळी स्वच्छ करताना त्वचेचा क्षोभ होतो. यासाठी आतड्यात असलेली विष्ठा एकाच वेळी धुवून घेतल्यास बाळाला वरचेवर त्रास होत नाही.

औषधी बस्ती : आतड्याला औषधी उपचार म्हणून ही बस्ती दिली जाते. विशेषत: अचानक व गंभीर अतिसारामध्ये तसेच आतड्याला व्रण असेल तर मध्ये हायड्रोकॉर्ट्रिझोन (Hydrocotrisone) ५० ते २०० मि.ग्रॅम वय व वजनानुसार दिवसातून एकदा किंवा दोन वेळा स्ट्रेप्टोमायसिन स्लफाडायझिनबरोबर देतात.

शरीरातील पाण्याची कमतरता भरून काढणे. आम्ल व अल्कली असमतोलता कमी करणे.

अ) बाळाला सौम्य अतिसाराची सुरुवात झाल्याबरोबर पाण्याची कमतरता

होऊ नये. यासाठी ताबडतोब क्षार संजीवनी (ORS) सुरू करावी.

क्षार संजीवनीबरोबर स्तनपान, चहा, कॉफी, नारळाचे पाणी द्यावे. दर किलो वजनामागे १५० ते २०० मि.लि. द्रव रोज द्यावा. याबरोबर बाळाला हिरव्या जातीचे पिकलेले केळ द्यावे. यामधून सेल्युलोज पेक्टिन घटक मिळतो व अतिसार कमी होण्यास मदत होते. तसेच आतड्यातील विषाचे (Toxin) शोषण होऊन क्षोभ कमी होण्यास मदत होते. काही उष्मांकही मिळतात. पाव किंवा अर्धे केळ दर सहा तासांनी द्यावे. (केळामुळे थंडी होत नाही किंवा छाती भरत नाही, हे मातेला समजावून सांगावे).

ब) अतिसाराचे स्वरूप गंभीर असेल तर शरीरात पाण्याची कमतरता लवकर होते; यासाठी बालक दवाखान्यात दाखल करणे हेच चांगले. अशा बाळाला शिरेतून द्रवपदार्थ व क्षार देणे जरुरीचे असते. सलाईन किती द्यावयाचे, हे पाण्याची कमतरता किती प्रमाणात आहे यावरून ठरविले जाते.

१) ग्लुकोज ५ टक्के : यामधून पाणी व उष्मांक मिळतात. क्षार मिळत नाहीत. म्हणून ग्लुकोजबरोबर नॉर्मल सलाईन दिले जाते.

२) ग्लुकोज सलाईन : यामध्ये ५ टक्के ग्लुकोज व ०.९ ग्रॅम सोडियम क्लोराईड मिळते. लहान मुलांना नॉर्मल सलाईन अर्धा स्ट्रेंथचे दिले जाते. यामध्ये ०.४५ ग्रॅम सोडियम क्लोराईड असते.

३) मोलार लॅक्टेट (M/6 लॅक्टेट) : यामधून १६ MEG सोडियम, १६ MEG बायकार्बोनेट प्रत्येक १०० मि.लि.मधून मिळतात. यामुळे रक्तद्रवातील बायकार्बोनेटचे प्रमाण वाढते व ॲसिडोसिस कमी होण्यास मदत होते. १८ ते २०मि.लि. वर पौंड वजनामागे दिल्यास पुरेसे होते.

४) रिंगर लॅक्टेट (Ringer Lactate) : यामधून १३ MEG सोडियम व थोड्या प्रमाणात पोटॅशियम क्लोराईड व बायकार्बोनेट मिळतात. हे द्रावण मि.लि.वर पौंड वजनामागे दिल्यास पुरेसे होते.

क्षार संजीवनी : क्षार संजीवनी तोंडाने दिली जाते. बाजारामध्ये याची पाकिटे मिळतात. ही पावडर उकळून गार केलेल्या पाण्यात मिसळून हे मिश्रण थोडे थोडे तोंडाने द्यावे. एकदा केलेली क्षार संजीवनी २४ तास वापरावी. नवीन संशोधनावरून असे दिसून आले आहे की, ६ तासांनंतर क्षार संजीवनीमध्ये जंतूंची वाढ होते. त्यामुळे एकदा तयार केलेली क्षार संजीवनी ६ तासच वापरावी. वॉर्डमध्ये सर्व रोग्यांसाठी एकत्र न करता मातेला करण्यास सांगावी; म्हणजे संसर्ग कमी होईल. काही वेळा क्षार संजीवनीमुळे उलट्या होण्याची शक्यता असते. अशा वेळी उलटी होऊ नये म्हणून इंजेक्शन स्टेमेरीलचे देतात.

क्षार संजीवनी घटक व त्यांचे प्रमाण

ग्लुकोज (Glucose)	-	२० ग्रॅम
मीठ (Sodium Chloride)	-	३.५ ग्रॅम
खाण्याचा सोडा (Bicarbonate)	-	२.५ ग्रॅम
पोटॅशियम क्लोराईड (Potasium Chloride)	-	१.५ ग्रॅम
स्वच्छ पाणी	-	१ लिटर

आहार : सौम्य अतिसाराच्या बालकाला स्तनपान करण्यास हरकत नाही. पण अर्भकाला पोटफुगी असेल तसेच टॉक्सिन, पाचक रसाच्या निर्मितीत बदल व आतड्याची हालचाल होत नसेल, दिलेल्या आहाराचे पचन होत नसेल, तर अशा गंभीर स्थितीत सुरुवातीला ८ ते १२ तास तोंडावाटे काही देऊ नये. काहींच्या मते प्रथिने वा स्निग्ध कमी असलेली दुधाची पावडर वापरावी. वरचा आहार चालू असेल तर स्किम्मड मिल्क (Skimmed Milk) पावडर पाण्यात मिश्रण करून द्यावी. बाळाची स्थिती सुधारू लागल्यानंतर हळूहळू दुधाचे प्रमाण वाढवावे. ४ ते ५ दिवसांत स्वाभाविक आहार द्यावा. मूल मोठे असल्यास स्निग्ध पदार्थ नसलेला व नंतर स्निग्ध पदार्थ कमी असलेला आहार द्यावा.

बाळाला होणारे शौचाचे प्रमाण, किती वेळा, रंग या सर्वांचे निरीक्षण करून नोंद ठेवावी. शरीरात दिले जाणारे द्रव, बाहेर टाकले जाणारे द्रव यांची तंतोतंत नोंद (Intake-Output Chart) असावी. अतिमहत्त्वाची चिन्हे की, ज्यामुळे बाळाच्या स्थितीची कल्पना येईल. त्यांचे निरीक्षण करून त्यांची नोंद ठेवावी. उदा. तपमान, नाडी, श्वसन, रक्तदाब इत्यादीचा अहवाल डॉक्टरांना सांगावा.

बाळाला शौचाला झाल्याबरोबर त्याला स्वच्छ करून खराब झालेले लंगोट, कपडे बदलले पाहिजेत व हात स्वच्छ धुतले पाहिजेत. जर सांसर्गिक अतिसार असेल तर असे बालक इतर बालकांपासून वेगळे ठेवावे. त्याची आहाराची साधने व इतर साधने वेगळी ठेवून निर्जंतुकीकरण करावे. या बालकाची काळजी घेणाऱ्या परिचारिकेने इतर बालकांची काळजी घेऊ नये. तसेच दुधाच्या बाटल्या वेगळ्याच ठेवाव्यात.

बालकाच्या लंगोटाची काळजी : अशा बालकाचे लंगोट १:८० मिल्टॉन द्रावणामध्ये १ तास बुडवून ठेवून निर्जंतूक करावेत. ही काळजी किंवा लंगोट बदलत असताना गाऊन, ग्लोव्हज व मास्कचा उपयोग करावा. काही दवाखान्यांमध्ये वापरून नष्ट करण्यात येणारे लंगोट वापरतात. असे लंगोट खराब झाल्यानंतर पेपर बॅगमध्ये घालून नंतर लगेच जाळून टाकले जातात.

प्रतिबंधक उपाय : मातेला स्वच्छतेबद्दल आरोग्यशिक्षण द्यावे. दूध किंवा आहार देण्यासाठी वापरण्यात येणाऱ्या साधनांची काळजी, स्वच्छता व निर्जंतुकीकरण कसे करावे, हे समजावून सांगावे. आपल्याकडील मातांना बाटली व बुचाची काळजी घेणे जास्त जमत नाही. म्हणून चमचा-वाटीने दूध देण्यास सांगावे. मुलाला आहार देताना तिचे हात स्वच्छ असावेत. मुलाच्या हातात देण्यात येणारी खेळणी स्वच्छ असावीत व मुलाचे हातपाय, कपडे स्वच्छ ठेवावेत. मुलाचे तोंड गरम पाण्यात मऊ कपडा भिजवून दिवसातून अनेक वेळा किंवा आहार दिल्यानंतर पुसून घ्यावे, म्हणजे माशा बसणार नाहीत.

बालकाला आहार त्याच्या वयानुसार व वजनानुसार कसा द्यावा, हे समजावून सांगावे, म्हणजे आहारामुळे अतिसार होणार नाही.

आकडी (Convulsions)

आकडीलाच झटके (Fits) असेही म्हणतात. लहान मुलांमध्ये, विशेषत: एक वर्षाच्या आतील बालकांमध्ये आकडीचे प्रमाण जास्त आहे. आकडी हे अनेक रोगांतील एक लक्षण आहे. हा रोग नाही, पण हे गंभीर लक्षण असून त्याचे कारण शोधून ताबडतोब उपचार केले पाहिजेत.

व्याख्या : मेंदूच्या कार्यातील अनियमितपणामुळे हातपाय व शरीराचे स्नायू आपोआप व अनैच्छिकरीत्या आकुंचन व नंतर प्रसरण पावतात. त्याला आकडी असे म्हणतात. हा काळ काही सेकंदापासून मिनिटापर्यंत असतो. यानंतर रोगी शुद्धीवर येतो किंवा बेशुद्धावस्थेतही जातो.

कारणे : कोणत्या कारणाने आकडी येते यावरून आकडीचे प्रकारे पडतात.

१) सिमटोमॅटिक किंवा ऑरगॅनिक : या प्रकारामध्ये आकडी सतत येते व तिचे निश्चित कारण समजू शकते. ही कारणे खालीलप्रमाणे असतात.

अ) तापामध्ये येणारी आकडी (Febrile Convulsions) :

ब) चयापचयातील दोषामुळे : १) कॅल्शियमची प्रमाणापेक्षा अतिकमतरता (Tetany) असणे, २) रक्तातील साखरेचे प्रमाण कमी किंवा जास्त होणे (Hypoglycaemia and Hyperglycaemia) ३) मूत्रपिंडाची अकार्यक्षमता (Uraemia) ४) जीवनसत्त्व ब-६ची कमतरता, ५) रक्तद्रवातील सोडियमचे प्रमाण कमी (Hypocalcemia) व जास्त (Hypercalcemia) होणे.

क) मज्जासंस्थेतील बिघाड : १) मज्जासंस्थेचा दाह व मेंदूच्या आवरणाचा दाह, २) मेंदूचा दाह (Encephalitis), ३) मेंदूचा आवाळू (Tumor) ४) अतिरक्तदाब, ५) जन्मजात विकृती – मेंदूची वाढ न होणे, न्यूरोफायब्रोमॅटोसिस, ६) प्रसूतीच्या वेळी बालकाच्या (Birth Injury) मेंदूला इजा व रक्तस्राव, ७)

लस दिल्यानंतर मेंदूचा दाह (Post Vaceinal Encephalitis) उदा. त्रिगुणी लस – यामधील डांग्या खोकल्याच्या लसीचा मेंदूवर परिणाम होतो. ८) गर्भाशयात किंवा जन्मानंतर लगेच रक्तामध्ये ऑक्सिजनची कमतरता झाल्यास बालकाच्या मेंदूतील पेशी नष्ट होतात व आकडी येऊ शकते.

ड) विषदोषामुळे : १) बालपणातील तीव्र संसर्ग – गोवर, डांग्या खोकला २) तीव्र कावीळ (Kernicterus), ३) औषधांमुळे.

इ) इतर कारणे : उन्मादवात लहान मुलांच्यामध्ये ब्रीद होल्डिंग स्पाईझम (Breath Holding Spasms)

२) सिमटोमॅयिक किंवा इडिओपॅथिक आकडी किंवा अपस्माराचे झटके (Epilepsy) : बहुतेक अपस्माराच्या झटक्यांची सुरुवात लहानपणीच होते. क्वचित प्रौढ व्यक्तिमध्येही सुरुवात होते. अपस्माराच्या झटक्यांचे खालील प्रकार पडतात.

अ) ग्रॅन्डमाल एपिलेप्सी (Grandmal Epilepsy)

ब) पेटिटमाल एपिलेप्सी (Petitmal Epilepsy)

क) मायनरमोटर एपिलेप्सी किंवा मायोक्लोनिक

ड) इनफन्टाईल मायोक्लोनिक (Minormotor or Myoclonic)

इ) सायकोमोटर एपिलेप्सी (Psychomotor Epilepsy)

अपस्माराच्या झटक्यांच्या प्रकारापैकी दोनच मुख्य आहेत : १) पेटिटमाल एपिलेप्सी (Minor Epilepsy) २) ग्रॅन्डमाल एपिलेप्सा (Major Epilepsy)

१) पेटिटमाल एपिलेप्सी : यालाच सौम्य अपस्माराचे झटके म्हणतात. हे झटके सौम्य असतात, पण यांचे प्रमाण ग्रॅन्डमाल एपिलेप्सीपेक्षा जास्त असते. या प्रकारचे झटके थोडावेळ टिकतात; पण स्पष्ट दिसून येतात व वरचेवर येतात. रोगी बेशुद्धावस्थेमध्ये जात नाही. गेलाच तर एखादा क्षणभरच. या झटक्यांची सुरुवात रोगाच्या सतत जवळ असणाऱ्या व्यक्तीच्याच लक्षात येते. रोग्याच्या डोळ्यापुढे अंधारी येते व काही समजत नाही. हातातील वस्तू पडतात. चक्कर येते व शरीराचा तोल जातो. एखाद्या क्षणात रोगी पूर्वस्थितीला येतो. या प्रकारच्या झटक्यांचे निरीक्षण करण्यासाठी परिचारिकेने अशा रुग्ण बालकावर विशेष लक्ष ठेवावे.

२) ग्रॅन्डमाल एपिलेप्सी (Major Epilepsy) : या प्रकारच्या अपस्माराच्या चार अवस्था आहेत. या लहान बालकात व प्रौढात सारख्याच असतात.

अ) सूचक अवस्था (Aura or Warning Stage) : बाळ चिडखोर बनते व मातेच्या शरीराचा आधार घेण्याचा प्रयत्न करते. बाळ बेशुद्धावस्थेत जात नाही; पण त्याच्या वागण्यात (हालचालीत) एकदम बदल दिसतो. स्मरणशक्ती तात्पुरती नाहीशी होते. काही बालकामध्ये न सांगता येण्यासारखी डोक्यातून कळ येते

किंवा पोटात वेदना होतात.

ब) टोनिक स्टेज (Tonic Stage) : बाळ जोरात ओरडते व खाली पडते. शरीर व हातपाय ताठ होतात. जीभ चावण्याची शक्यता असते. बाळाचा चेहरा व नखे निळसर होतात. बाळ बेशुद्धावस्थेत जाते ही स्थिती ३० सेकंदापासून १ मिनिटापर्यंत टिकते.

क) क्लॉनिक स्टेज (Clonic Stage) : स्नायूंचे आकुंचन-प्रसरण चालू होते. यालाच झटके आले असे म्हणतात. हातापायांच्या स्नायूंना झटके जास्त येतात; त्यामुळे हातापायांच्या हालचाली जास्त जाणवतात. तोंडातून फेस येऊ लागतो. बाळाला लघवी व शौचालाही होते. ही अवस्थाही काही सेकंदापासून मिनिटापर्यंत राहते.

ड) स्टेज ऑफ कोमा (Stage of Coma) : हातापायांचे झटके थांबून स्नायू शिथिल होतात. रोगी बेशुद्धावस्थेत असतो किंवा शांत झोपी जातो. ही अवस्था काही मिनिटांपासून तासांपर्यंतही असू शकते. तीव्र अपस्माराच्या झटक्यामध्ये एक झटका संपण्यापूर्वीच दुसरा सुरू होतो, त्याला स्टेटस एपिलेप्टिक्स (States Epileptics) म्हणतात. या प्रकारच्या फिटस गंभीर स्वरूपाच्या असतात व बालक गुदमरण्याची शक्यता असते.

रोगनिदान : अनेक कारणांमुळे आकडी येण्याची शक्यता असते. याचे योग्य निदान होणे अतिशय महत्त्वाचे आहे. यासाठी माहिती व तपासण्या केल्या जातात.

१) माहिती :

अ) बाळाचे वय : कोणत्या वयात आकडीची सुरुवात झाली हे पाहावे. नवजात बालकामध्ये मेंदूला इजा बालक जन्मतः गुदमरल्यामुळे होऊ शकतात. अर्भकामध्ये आकडी येण्याची कारणे जास्त करून ताप, संसर्ग, जन्मजात व्यंग, टेटॅनी किंवा डोक्याला मार ही असू शकतात. तीन वर्षांनंतर अपस्माराचे झटके किंवा संसर्ग होऊ शकतो.

ब) मातेच्या प्रसूतीची माहिती : प्रसूती स्वाभाविक झाली, स्वाभाविक वेळात झाली का? जास्त वेळ लागला का? प्रथम प्रसूती फारच कमी वेळात झाली का? चिमटा लावला किंवा पोटातून मूल काढले? जन्मतः बालक गुदमरले होते का? जुळा गर्भ किंवा पायाळू मूल होते का? याची माहिती आवश्यक असते.

क) शारीरिक व मानसिक वाढीचे टप्पे बालकाने स्वाभाविकरीत्या व स्वाभाविक वयात ओलांडले का? हेही तपासावे.

ड) बाळाचे आजार : बाळाला पूर्वी अतिताप, कान वाहणे, डोक्याला मार, वरचेवर उलट्या होणे किंवा गोवर,कांजण्या असे आजार झाले होते का? ही माहिती घ्यावी.

इ) कौटुंबिक माहिती : घरातील व्यक्तीला आकडी येते का? किंवा पूर्वी कोणाला येत होत्या का? कोणी वेडे होते का? हे पाहणे.

ई) बाळाला काही औषधे चालू होती किंवा सध्या आहेत का? चालू असतील तर कोणती, हे पाहून घ्यावे.

उ) सध्या कोणती लस दिली आहे का? उदा. त्रिगुणी लस.

ऊ) यापूर्वी आकडी कधी आली होती का? का ही पहिलीच वेळ आहे?

ओ) सध्याच्या आकडीची माहिती : आकडी येण्यापूर्वी ताप होता का? अतिसार व उलट्यांमुळे शरीरात पाण्याची कमतरता झाली आहे का? बाळाने आहार घेतलेला नाही का? अतिघाम आला का? अंगावर सूज आहे का? या माहितीवरून कोणत्या कारणाने आकडी आली हे समजू शकते. तसेच आकडीचे वर्णन समजून घ्यावे. अचानक आकडी आली का? सूचक अवस्था होती का? किती वेळा आकडी आली? किती वेळानंतर परत आली व किती वेळ आकडी होती? त्यानंतर बाळाच्या विशेष काही तक्रारी होत्या का? उदा. डोकेदुखी, अंधुक दिसणे इत्यादी. हा सर्व तपशील निदानास उपयोग पडतो.

२) शारीरिक तपासणी : ही सर्व माहिती घेतल्यानंतर बाळाची शारीरिक तपासणी करावी.

अ) बाळ बुद्धीवर आहे का, अर्धवट शुद्धीवर आहे का, बेशुद्धावस्थेत आहे हे पाहावे. ग्रॅन्डमाल एपिलेप्सीनंतर बाळ क्वचित बेशुद्धावस्थेत असेल. मेंदूदाह किंवा मेंदू आवरण दाहामध्ये बाळ अर्धवट शुद्धीवर असते. टेटॅनी, तापामध्ये आकडी आल्यास, आकडीनंतरही बाळ पूर्णतः शुद्धीवर असते; पण आकडीनंतर फार काळ जर बाळ बेशुद्धावस्थेत असेल, तर आकडीचे कारण गंभीर आहे, हे समजावे.

ब) तपमान, नाडी व श्वसन : अतिताप असेल तर फेब्राईल आकडी संसर्ग आहे हे समजू शकते. तसेच अतितापाचे कारण गलग्रंथी किंवा वायुकोश दाहही असू शकेल. यासाठी तपासणी करावी. नाडीचा वेग प्रमाणापेक्षा कमी (Brady Cardia) असणे, हे इंट्राक्रेनिअल प्रेशर वाढल्याचे लक्षण असू शकेल. मेंदू आवरण दाह किंवा मेंदूतील गाठ (Tumour) यामुळे इंट्राक्रेनिअल प्रेशर वाढते. नाडीबरोबर बाळाचा रक्तदाबही पाहावा व त्याची नोंद ठेवावी. विशेषतः ज्या वेळी बाळाला लघवी अतिकमी किंवा झालीच नाही अशा वेळी शरीरातील पाण्याच्या कमतरतेमुळे लघवी होत नाही व रक्तदाब कमी होतो. बालकामध्ये

रक्तदाब वाढला असल्यास, ते मूत्रपिंडदाहाचे लक्षण असू शकेल.

श्वसन : स्वाभाविक आहे का जलद आहे? निलांगावस्था आहे का हे पाहाणे आवश्यक असते.

क) त्वचा, हाडे : त्वचेचा रंग पिवळा असल्यास कावीळ असते व गंभीर कावीळ म्हणजेच रक्तातील सीरम विल्युरुब्बिन १६मि. ग्रॅमपेक्षा वाढल्यास बालकाला आकडी येऊ शकते. मोठ्या बाळामध्ये यकृताचा आजार गंभीर असेल, तर बाळ हिपेटिक कोमामध्ये जाण्याची शक्यता असते. त्वचेवर पुरळ आहेत का? हे पाहावे.

हाडे व सांधे : अर्भकामध्ये ऑस्टिओमालायटिस किंवा सूडोपॅरालिसिल हे सिफीलिटीक मेनिगो इनकॅफेलाईमुळे असू शकते. तसेच बसके नाक, नवजात बालकामध्ये पाठीचा मणका (Spinabifida) उघडा आहे किंवा मणक्यावर गाठ (Meningocele) आहे का, हे पाहावे.

ड) डोक्याची तपासणी : बालकाच्या डोक्याचा आकार स्वाभाविक आकारापेक्षा लहान किंवा अतिमोठा आहे का? डोक्यात पाणी (Hydrocephalses) आहे का? हे पाहावे, अर्भक किंवा मुलामध्ये मेंदूची गाठ असल्यास सिवनी व टाळू रुंद असतात. तसेच इंट्राक्रेनियल प्रेशर वाढल्यास टाळू फुगीर असते. या उलट पाण्याची कमतरता झाल्यास खोलगट असते. आकडीमध्ये कानाची तपासणी करून कानातून स्राव, पू येतो का? याची खात्री करावी.

इ) मानेला ताठरपणा (Neck Rigidity) कर्निगस् साईन्स (Kernig's Signs) पॉझिटिव्ह आहेत का, यावरून मेंदू आवरण दाहामध्ये मॅनेंजियल इरिटेशन असल्याचे समजू शकते.

ई) फंडस्कोपी तपासणी : आकडीमध्ये फंडस्कोपी तपासणी करून पॅपिलोएडिमा (Papilloedema), ऑप्टिक अट्रोपी (Optic Atropy) आहे का? हे पाहिले जाते.

३) इतर तपासणी

अ) मेंदू मज्जाद्रव तपासणी (Celrebrospinal Fluid Examination) : मणक्यातील पाणी काढून त्याची तपासणी केली जाते (Lumber Puncter), पण फेब्राईल आकडी, टेटॅनीमध्ये याची गरज नाही. इतर तपासण्या करून निदान न झाल्यास ही तपासणी केली जाते. यामुळे मेंदूदाह कोणत्या प्रकारचा आहे, तसेच इंट्राक्रेनियल प्रेशर किती वाढले आहे, हे समजू शकते.

ब) रक्त तपासणी : रक्तरंग, टोटल आणि डिफरन्शिल काऊंट, इ.एस.आर. सिरम कॅलशियम, सोडियम, रक्तातील साखर, युरिया, व्ही.डी.आर.एल. रक्ताचे कल्चर या सर्व तपासण्या केल्या जातात.

क) डोक्याचा क्ष-किरण : कवटीची हाडमोड, सिवनीची स्थिती, मेंदूची गाठ असल्यास जागा व्यापली जाते. रक्त साकळले असल्यास क्ष-किरणाने समजू शकते.

ड) इलेक्ट्रोइनकॅफेलोग्रॅम (Electroencephalogram - EEG) : या तपासणीमुळे अपस्माराच्या झटक्यांचे स्थानिक कारण समजू शकते.

इ) न्यूमोइनकॅफेलोग्राफी व व्हेन्ट्रिक्युलोग्राफी (Pneumoencephalography and Ventriculography) : यामुळे मेंदूतील व्हेंट्रिकल्स व मेंदूमज्जाद्रवाचा प्रवाह समजू शकतो; तसेच सेरेब्रल हायड्राकेफॅल्स असेल तर द्रवाला कुठे अडथळा आहे, हे समजू शकते.

ई) ब्रेन स्कॅनिंग (Brain Scanning) : ही नवीन व अतिशय उपयुक्त तपासणी असून निदान अचूक असू शकते. शिवाय या तपासणीचा बालकाला कोणताच त्रास होत नाही. पूर्वी मोठ्या शहरांतच ही सोय होती; पण त्यामानाने सध्या ब्रेन स्कॅनिंग अनेक ठिकाणी करण्याची सोय आहे. ही तपासणी खर्चिक असली तरी निदान अचूक होते.

३) एम.आर.आय. स्कॅन

उपचार व काळजी : आकडीच्या उपचारामध्ये तीन तत्त्वांचा समावेश असावा. १) आकडी कोणत्या प्रकारची आहे, हे शोधून ते कारण नाहीसे करण्यासाठी उपचार केले जावेत, यामध्ये रोगनिदान होणे अतिमहत्त्वाचे आहे. उदा. अतितापामुळे आकडी आली असल्यास, शरीराचे तपमान ताबडतोब कमी आणणे. यासाठी हायड्रोथेरपी व ताप कमी करणारी औषधे, उदा. पॅरासिटॉमॉल आणि दुसरे म्हणजे तापाचे कारण नष्ट करणे. उदा. संसर्ग असेल तर कोणत्या अवयवाला आहे व कोणत्या जंतूपासून आहे, हे पाहून योग्य जंतूजीवनाशक द्रव्ये सुरू करणे व अस्तित्वात असणारी चिन्हे व लक्षणांनुसार उपचार करणे. उदा. शरीरात पाण्याची गंभीर कमतरता असल्यास शिरेतून ग्लुकोज व क्षार सलाईन देऊन आम्ल व अल्कलीची समतोलता राखणे.

२) आकडीच्या वेळी घ्यावयाची काळजी : आकडी आली असताना बाळाला कोणतीही इजा होऊ न देणे, अ) बाळाला जमिनीवर गादी घालून झोपवावे किंवा त्याच्या कॉटला कठडा लावावा, की ज्यामुळे बाळ खाली पडणार नाही. ब) बिछान्यामध्ये बाळाला इजा होईल अशा कोणत्याच वस्तू असू नयेत. उदा. खेळणी, भांडी इत्यादी. ३) त्याचा गळा व छातीभोवतालचे कपडे सैल करावेत. ४) दातांमध्ये जीभ चावली जाऊ नये म्हणून स्पॅच्युला किंवा चमचा कापड गुंडाळून दातात ठेवावा. ५) बाळाचे हातपाय दाबून धरू नयेत, असे

केल्याने हाडमोड होण्याची शक्यता असते. त्याला काही इजा होऊ नये, याकडे लक्ष द्यावे. ६) क्लोनिज स्टेज एक-दोन मिनिटांतच संपते. यानंतर बाळाची मान बाजूस वळवावी, म्हणजे लाळ तोंडातून बाहेर येते व श्वासमार्गात जाऊन श्वसनास अडथळा होत नाही. ७) बाळाच्या बिछान्याभोवती पडदा लावून बाळाला शांत राहू द्यावे. ८) बाळाला व मातेला एकटे सोडू नये. ९) बाळाचे तोंड पुसून घ्यावे. लघवी, शौचाला झाली असेल, तर स्वच्छ करून कोरडे कपडे घालावेत. हे करीत असताना बाळाची जास्त हालचाल करू नये. १०) बाळ जागे झाल्यानंतर त्याला मातेच्या व आपल्या मानसिक आधाराची फार गरज असते. ११) बाळाला आरामात झोपू द्यावे. बाळ पूर्णपणे जागे झाल्यास गरम पेय द्यावे. १२) अशा बाळाच्या बिछान्याजवळ लागणाऱ्या साहित्याचा ट्रे तयार असावा. शिवाय त्याला न दिसेल अशा प्रकारे ऑक्सिजन सिलिंडर झाकून बिछान्यापासून थोडेच दूर ठेवून द्यावे; कारण कधी कधी बाळाला कृत्रिम ऑक्सिजन द्यावा लागतो. १३) डॉक्टरांच्या सुचनेनुसार डायझेपाम (Diazepam) 0.3 mg/kg शिरेतून द्यावा. १४) आकडी येऊन गेल्यानंतर आकडीची नोंद अचूक व तंतोतंत करता यावी, यासाठी परिचारिकेने आकडीचे निरीक्षण काळजीपूर्वक करावे.

निरीक्षण : १) आकडीची सुरुवात कधी व कशी झाली? २) बाळामध्ये सूचक लक्षणे होती का? डोक्यातून कळ, कानात आवाज, अंधारी येते का, हे पाहावे, ३) बाळामध्ये विशेष हालचाल दिसली का? ४) सुरुवात कोणत्या भागातून झाली व कोणत्या भागात पसरत गेली? ५) आकडीच्या टॉनिक व क्लॉनिक अवस्था दिसल्या का? प्रत्येक अवस्था किती वेळ होती? ६) बाळ गुदमरले का? श्वास रोखून धरला का? ७) बाळाची जीभ चावली जाऊ नये म्हणून दातांमध्ये स्पॅच्युला घातला का? ८) आकडी किती वेळ होती? ९) आकडीनंतर बालक गुंगीत, बेशुद्धावस्थेत होते का? किती वेळ? १०) आकडीनंतर बालकाच्या वर्तणुकीत काही विशेष बदल जाणवला का? ११) समजणारे बालक असेल तर त्याला आकडीबद्दल काही आठवण आहे का? १२) बाळाचे तपमान, नाडी व श्वसन ताबडतोब घ्यावे व त्याची अचूक नोंद करावी.

३) आकडी येऊ नये म्हणून प्रतिबंधक उपचार (Drugs to Control Convulsions)

१) फिनोबरबिटोन (Phenobarbitone) : याची मात्रा बाळाच्या वजनावर अवलंबून असते. १० किलोखाली वजन असल्यास १५ मि.ग्रॅम व १० किलोपेक्षा जास्त वजन असल्यास ३० मि.ग्रॅम दिवसातून तीन वेळा देतात.

२) मायसोलीन (Mysolin) किंवा इपॅन्यूटिन (Epanutin) ही वापरतात.

३) ड्रायलेन्टिन (Dilantin) : हे औषध नियमित दोन वर्षे देतात. याची मात्रा वय, वजन व आकडीची गंभीरता यावर डॉक्टर ते ठरवितात. या औषधाचे दुष्परिणाम काही होतात का? यावर सतत लक्ष असले पाहिजे, म्हणून बाळ वारंवार तपासले जाते. व त्या काळातील त्याची सर्वांगीण प्रगती कशी आहे, हे पाहिले जाते.

४) या औषधांचा उपयोग बऱ्याच बालकांमध्ये होतो, पण क्वचित बालकांमध्ये न झाल्यास फिनायटोइन (Phenytoin) सारखी औषधे वापरतात.

अपस्माराच्या बालकाची सर्वसाधारण काळजी

१) अशा बालकाला एकटे सोडू नये, तसेच धोक्याच्या ठिकाणी सोडू नये. मातेला समजावून सांगावे की, त्याला कधीही आकडी येऊ शकते; त्यामुळे असे बालक मातेवर सतत अवलंबून असते. मातेला सूचक अवस्थेतील बालकामधील चिन्हे, लक्षणे किंवा बदल ओळखण्यास शिकवावे. म्हणजे घरी गेल्यानंतर आकडीच्या वेळी त्याला इजा होण्यापासून माता बचाव करू शकेल.

२) घरात आकडी आलीच तर काय काळजी घ्यावी, हेही तिला शिकविल्यास आकडीच्या वेळी ती घाबरून न जाता बाळाची सुरक्षितता पाहू शकेल व आकडीच्या वेळी व नंतर काळजी घेऊ शकेल.

३) आकडी येऊन गेल्यानंतर डॉक्टरांचा सल्ला घेऊन औषधोपचार घेण्याचा सल्ला द्यावा व नियमित औषधे बाळाला का व कसे द्यावयाचे, ते सांगावे.

४) बालकाला समजू लागल्यानंतर त्याला आकडीच्या सूचक अवस्थेबद्दल शिकवून त्याने स्वतः इजा होऊ नये म्हणून काय काळजी घ्यावी, हे हळूहळू त्याला शिकवावे. अशा बाळाला जास्त बंधनात किंवा अति परावलंबी करू नये, तर त्याने स्वतःची काळजी कशी घ्यावी, हे हळूहळू शिकवावे, पण सुरुवातीला त्याच्याकडे त्याला नकळत लक्ष ठेवावे.

५) जर मूल स्वतः समाधानी असून त्याचे मन कशात तरी गुंतलेले असेल, तर आकडीचे प्रमाण कमी आढळते. अशा बालकाला निदान त्याची स्वतःची कामे करण्यास शिकवावे. मनोरंजनामुळेही आकडीचे प्रमाण कमी होते.

६) अपस्माराच्या आकडीच्या काही बालकांत बुद्धिमत्तेवर परिणाम दिसून येतो; पण ५० टक्के बालकांची बुद्धिमत्ता सर्वसाधारण असू शकते व ते स्वतःच्या पायावर उभे राहू शकते.

७) या बालकाला शाळेतही समरस होण्यास शिक्षकांनी मदत केली पाहिजे.

अशा बालकांसाठी स्वतंत्र शाळा आहेत. १० टक्के मुलांमध्ये शारीरिक व मानसिक विकृती दिसून येतात. अशा मुलांकडे विशेष लक्ष द्यावे लागते.

८) या बालकाला पोहण्यास किंवा वाहन चालविण्यास देऊ नये. याचा त्याच्या जीविताला कसा धोका आहे हे समजावून सांगावे, म्हणजे त्याला पटेल व स्वत:बद्दल कमीपणा किंवा न्यूनगंड वाटणार नाही. त्याला स्वत:च्या आरोग्याच्या मर्यादा समजतील. इतरांनी त्याच्यामध्ये काही कमी आहे असे समजून, नको तितकी सहानुभूती दाखवू नये की, ज्यामुळे त्याचे मन कमकुवत होईल.

संसर्ग (Infection)

बालकाची प्रतिकारशक्ती कमी असल्यामुळे बालकाला कोणताही संसर्ग चटकन होतो व त्यामुळे जंतुदोष होऊ शकतो. लहान बालकातील जंतुदोष ओळखणेही फारच कठीण असते. बऱ्याच बालकांमध्ये संसर्गामुळे ताप येईलच असे नाही. सुरुवातीला बालक दूध घेण्याचे टाळते. हे विशेषत: तज्ज्ञ किंवा बालतज्ज्ञ किंवा बालपरिचारिकेच्या लक्षात येते. बाळ मलूल दिसते व बाळाचा रंग बदलतो. बाळ टवटवीत दिसत नाही. बाळ सारखे किरकिर करते व व्यवस्थित झोपत नाही. ही चिन्हे व लक्षणे लक्षात घेऊन बाळ बालरोगतज्ज्ञांना दाखविले पाहिजे. जंतुदोषामुळे बाळाला आजार होतात.

१) नाळेचा जंतुदोष, २) थ्रश, ३) साथीचे जुलाब, ४) फुफ्फुसदाह, ५) नेत्रदाह, ६) मूत्रमार्गाचा जंतुदोष. यांची कारणे, चिन्हे, लक्षणे व उपचार त्या त्या आजारांत चर्चिली आहेत.

जंतुदोष किंवा संसर्ग टाळणे किंवा प्रतिबंधक उपाय

१) नवजात बालकातील जंतुदोष टाळण्यासाठी मातेच्या प्रसूतिपूर्व काळापासूनच काळजी घेतली पाहिजे. या काळात मातेला वैयक्तिक आरोग्याचे महत्त्व समजावून देऊन तिला स्वत:च्या शरीराची व स्वत:च्या कपड्यांची कशी स्वच्छता ठेवावी हे शिकवावे. २) स्तनांची स्वच्छता व काळजी प्रसूतिपूर्व काळात व प्रसूतीच्या पश्चात घेतल्यास बाळाला संसर्गामुळे अतिसार होत नाही. ३) प्रसूतिपूर्व काळात मातेला जर काही संसर्ग असेल उदा. मोनोलियॅसिस किंवा गनोरिया तर त्यावर उपचार करावेत. ४) बाळ जन्मताना, जन्मल्यानंतर त्यासाठी वापरण्यात येणारी साधने निर्जंतुक असावीत. परिचारिकेने प्रसूतीच्या वेळी आपले हात स्वच्छ धुऊन; गाऊन, मास्क व ग्लोव्हज्‌चा उपयोग करावा. ५) बाळाचे डोळे निर्जंतुक नॉर्मल सलाईनच्या कापसाच्या बोळ्याने स्वच्छ करावेत. ६) नाळ कापण्यासाठी वापरण्यात येणारी कात्री निर्जंतुक असावी व रोज नाळ स्पिरिटच्या निर्जंतुक स्वॅबने पुसून नाळेला

कोणतेही औषध लावू नये. असे केल्यास नाळ सुकून ५ ते ६ दिवसात पडून जाते. पण जर नाळेला संसर्ग झाला तर नाळ सुजते व पाणी धरल्याने फुगते. नाळेला दुर्गंधी येऊ लागते. हा संसर्ग बेंबीच्या सभोवतालच्या भागात पसरून तो भाग लाल होतो, सूजतो. गंभीर संसर्ग असेल तर नाळ नीलेतून यकृतापर्यंत पोहोचते व बाळाला कावीळ दिसू लागते. तसेच हा संसर्ग रक्तातही होतो व बाळ सेप्टिसीमियामध्ये जाते. अशा वेळी डॉक्टर जंतुजीवनाशक द्रव्ये देतात. बाळाला ग्लुकोजचे पाणी भरपूर द्यावे. याबरोबरच जीवनसत्त्व 'ब', 'क', 'के' देतात. ७) बाळाला स्तनपान देण्यापूर्वी मातेने हात व स्तन साबणाने स्वच्छ धुवावेत. शक्यतो बाळाला वरचे दूध देऊ नये की, ज्यामुळे त्याला संसर्ग होईल. ८) बाळाचे वापरण्यात येणारे कपडे व इतर साहित्य अतिस्वच्छ असावे. सांसर्गिक आजाराच्या बाळाची काळजी घेणाऱ्या परिचारिकेने इतर बाळांची काळजी घेऊ नये. ९) सर्दी किंवा सांसर्गिक आजार असल्यास परिचारिकेने व डॉक्टरांनी प्रसूती व नवजात बालकांच्या कक्षात काम करू नये. १०) बालकाला भेटण्यास नातेवाईकांची गर्दी असू नये; यामुळेही बालकाला संसर्ग होण्याची शक्यता असते. याच कारणासाठी बाळाचे बारसे फार लवकर न करता बाळ थोडे मोठे झाल्यावर करावे, म्हणजे बाळाला संसर्ग टाळता येईल. ११) बाळाला घेण्यापूर्वी आईने आपले हात स्वच्छ धुवावेत. बाळाचे लंगोट बदलल्यानंतर हात स्वच्छ धुवूनच बाळाला घ्यावे व पूर्वी सांगितल्याप्रमाणे बाळाच्या लंगोटाची काळजी घ्यावी.

अतिज्वर (Hyperpyrexia)

नवजात बालकाला ताप येणे हे एक गंभीर लक्षण आहे व अतिज्वराचे परिणाम बालकाच्या जीविताला धोका पोहोचवू शकतात. साधारण त्वचेचे तपमान १०३ ^{0}F पेक्षा जास्त झाल्यास त्याला अतिज्वर किंवा 'हापरपायरेक्सिया' असे म्हणतात. पण काही बालकांमध्ये तपमान १०१^{0}F असले तरी आकडी येण्याची शक्यता असते. बाळाला जर ताप असेल तर ताप लवकरात लवकर कमी केला पाहिजे.

अतिज्वराची कारणे : १) संसर्ग (Infection) : संसर्गामुळे ताप येण्याचे प्रमाण अतिशय असते. अ) विषाणू दाह (Viral Infection) उदा. विषाणूंचा मेंदूदाह, ब) स्ट्रेप्टोकोकल आणि स्टाफिलोकोकल सेप्टिसेमीया (Septicaemia), क) गंभीर जठर व आतडी दाह (Severe Gastroenteritis), ड) फुफ्फुसदाह (Lobar Pneumonia), इ) धनुर्वात (Tetanus), ई) उष्माघात (Heat Stroke), उ) मेंदूदाह किंवा मेंदूच्या गाठीमुळे मेंदूतील तपमान नियंत्रण केंद्राला इजा झाल्यास तपमान नियंत्रण राहत नाही व तपमान वाढते. ऊ) नवजात

बालकांमध्ये शस्त्रक्रिया किंवा शिरेतून द्रवपदार्थ दिल्यास प्रतिक्रिया होऊन शरीराचे तपमान वाढू लागते.

दुष्परिणाम : १) अतिज्वरामुळे बाळ शॉक (Shock) मध्ये जाते.
२) आकडी (Debrile Convulsions)
३) शरीरात पाण्याची कमतरता (Dehydration)
४) बाळ दूध घेत नाही.
५) तापाबरोबर वांत्याही होतात.
६) जर अतिज्वर जास्त वेळ राहिला तर मेंदूच्या पेशींचा ऱ्हास होऊन मृत्यू येण्याची शक्यता असते.

उपचार व काळजी

१) ताप आहे हे समजल्याबरोबर बाळाच्या त्वचेचे तपमान किती आहे, यावर अवलंबून न राहता त्याचे गुदद्वारातून तपमान घ्यावे. काही वेळा त्वचेचे तपमान कमी असते; पण बाळाला अतिज्वर असतो.

२) बाळाची माहिती विचारून घ्यावी. अतिसार आहे का? उलट्या होतात का? आकडी आली होती का? यामुळे तापाचे कारण समजू शकेल.

३) बाळाची त्वरित तपासणी करून आकडी, त्वचेवर पुरळ व इतर काही चिन्हे व लक्षणे आहेत का पाहावे.

४) **तपमान कमी करणे :** ताप किती आहे, हे समजल्यावर तो लवकरात लवकर खाली आला पाहिजे, यासाठी अ) बाळाला खेळती हवा असलेल्या खोलीत ठेवावे; पण बाळाच्या अंगावर गार वारा येणार नाही याची काळजी घ्यावी. ब) डॉक्टरांच्या सुचनेनुसार नळाच्या पाण्याने अंग पुसून घ्यावे. क) काही बालरोगतज्ज्ञ गार पाण्याचा बस्ती (Ice Cold Enema) देण्यास सांगतात. पण सध्या कोल्डपॅक किंवा आईसपॅक वापरत नाहीत. कारण याचे दुष्परिणाम होतात. ड) तपमान, नाडी व श्वसन दर अर्ध्या तासाने घेऊन त्याची नोंद करावी. इ) डॉक्टरांच्या सुचनेनुसार ताप कमी करणारे औषध (Antipyretic Drug) द्यावे. उदा. पॅरासिटेमॉल.

५) **द्रवपदार्थ :** बाळ थोडे जरी आजारी असेल तर तोंडाने द्रव घेत नाही व अतिज्वरामुळे शरीरात पाण्याची कमतरता होते. यासाठी डॉक्टर शिरेतून ग्लुकोज सलाईन ५ टक्के देतात. किती द्यावयाचे हे पाण्याच्या कमतरतेनुसार ठरविले जाते. ताप कमी आल्यास बाळाला तोंडाने द्रवपदार्थ देण्यास सुरू करावे.

६) सौम्य झोपेची औषधे दिली जातात; कारण बाळाला आकडी येऊन, मेंदूच्या पेशींचा जास्तच ऱ्हास होण्याची शक्यता असते. आकडीमुळे स्नायूंच्या

हालचाली जास्त झाल्याने परत तपमान वाढण्याची शक्यता असते. हे टाळण्यासाठी फिनाबारबिटोन किंवा इतर सौम्य औषधे बाळाच्या वजनानुसार देण्यात येतात. काही डॉक्टर क्लोराप्रोमॅझीन योग्य मात्रांत देतात. त्यामुळे तपमान कमी होण्यासाठी मदत होते; पण कोणतेही औषध डॉक्टरांच्या सुचनेनुसारच द्यावे.

७) मूल अशक्त असल्यास टेटॅनिक आकडी येऊ नये म्हणून कॅलशियम ग्लुकोनेट १० टक्के, १० मि.लि. ग्लुकोज सलाईनमध्ये मिसळून शिरेतून हळुवार देतात.

८) जंतुजीवनाशक द्रव्ये लगेच सुरू केली जातात. उदा. पेनिसिलीन, टेट्रासायक्लीन, इरिथोमायसीन, ॲम्पिसिलीन, केनामायसीन, जन्टामायसीन इत्यादी.

९) तपमान कमी झाल्यानंतर तापाचे कारण नक्की समजण्यासाठी खालील तपासणी केली जाते.

अ) **रक्त तपासणी :** रक्ताचा हिमोग्राम व जरूर असल्यास रक्त कल्चर करून कोणत्या जंतूचा संसर्ग आहे, हे समजू शकते. त्यानुसार जंतूजीवनाशक द्रव्ये देण्यात येतात.

ब) **मूत्र तपासणी :** लघवीची मायक्रोस्कोपिक व गरज असल्यास (म्हणजे औषधांना प्रतिसाद मिळत नसल्यास) लघवी कल्चर केली जाते.

क) घशाचा स्वॅब घेऊन (Sore throat and Tonsillitis) त्याचे कल्चर केले जाते; कारण बाळाला ताप येण्याचे बहुतेक हे एक कारण असते.

ड) **छातीचा 'क्ष' किरण :** विशेषत: फुफ्फुसदाह आहे का? याची खात्री केली जाते.

इ) क्वचित बाळामध्ये मेंदू मज्जाद्रव (C.S.F.) तपासणी (Pyogenic Meningitis) केली जाते.

या तपासणीमुळे रोगनिदान नक्की होते व त्याप्रमाणे पुढील उपचार करता येतात.

अति रडणे (Excessive Crying)

नवजात बालक व अर्भक काही छोट्यामोठ्या कारणाने रडू लागते व बराच वेळ रडत राहते. अशा रडण्याने आई-वडील व कुटुंबातील सर्व लोक घाबरतात. बऱ्याच वेळा बाळाचे रडणे थांबत नाही म्हणून बाळाला डॉक्टरांकडे नेले जाते. डॉक्टरांनासुद्धा कारण साधेच असून लवकर लक्षात येऊ शकत नाही, असे बाळाचे रडणे असते.

कारणे : बहुतांशी बालकामध्ये पुढील कारणे वरचेवर आढळून येतात : १) बाळाला भूक व तहान लागणे, बाळ जागे झाल्यानंतर त्याला जोरदार भूक लागलेली असते. माता कामात असेल किंवा काही कारणाने बाळाला लगेच दूध

दिले नाही तर बाळ रडते, थकते व दूध दिले तरी पीत नाही. आईला वाटते रडण्याचे कारण दुसरेच काही असेल व बाळ रडतच राहते. उन्हाळ्याच्या दिवसांत बाळाला पाणी पाजले नाही तर बाळ रडते. २) बाळ आजारी असल्यास बाळाला कणकण असते. विशेषत: बाळाचा घसा दुखणे व सर्दीमुळे अस्वस्थता, श्वास घेता येत नाही. आजारी बाळ पुरेसे दूध घेत नाही व गरम झाल्याने बाळ रडू लागते. ३) पोटदुखी, पोटफुगी झाल्यामुळे बाळ पाय पोटाजवळ घेऊन रडते. पोटफुगी असल्यास लक्षात येते. जंत असल्यास, बाळ झोपेतून अचानक रडत उठते. ४) बाळाला लघवी न झाल्यास (तुंबल्यास) पोटाला खालच्या भागात दुखते व बाळ रडू लागते. ५) मलावरोध ६) मध्यकर्णदाह झाल्याने, कानामध्ये ठणका असल्याने, ७) बाळ पडल्याने डोक्याला इजा झाल्यास, हाताच्या किंवा पायाच्या हाडाची हाडमोड किंवा सांधा निसटणे यामुळे हालचाल झाल्यास वेदना होतात व बाळ रडते. ८) कोणताही गंभीर आजार, संसर्ग ९) लंगोट जास्त वेळ ओला राहिल्यास तो बदलला तरी त्या ठिकाणची त्वचा क्षोभ झाल्याने बाळ रडते १०) बाळाला किडा, मुंगी चावल्याने किंवा कपड्यांतून काही टोचत असल्यास, रुतत असल्यास बाळ रडते. ११) श्वसनाला अडथळा झाल्यास उदा. श्वासनलिकेत काही आगंतुक वस्तू गेल्यास (मणी, नाणे वगैरे) १२) बाळाला अंधाऱ्या जागी झोपविले असेल तर जागे झाल्यानंतर बाळ घाबरून रडू लागते. १३) त्वचेवर पुरळ असल्यास त्यामुळे खाज येते व काही करू न शकल्याने बाळ रडते. रडणे हेच बाळाचे प्रतिक्रिया दाखविण्याचे साधन असल्याने त्रास कमी होऊन पूर्णपणे आराम मिळेपर्यंत बाळ रडत राहते.

काळजी : १) परिचारिकेने बाळाची माहिती विचारून घ्यावी. विशेषत: आहार, किती वाजता व काय दिला आहे, बाळाला पाणी पाजले आहे का? लघवी किती वेळा झाली, शौचाला कसे व कधी, किती वेळा झाले? बाळाला ताप होता का? उलटी झाली का? आगंतुक वस्तू घातल्याचे माता सांगते का? बाळ कान चोळते का? यापूर्वी बाळाला काही आजार झाला होता का? ही माहिती घ्यावी. २) बाळाचा ताप, नाडी व श्वसन पाहावे व त्याची नोंद करावी. ३) बाळाला उबदार खोलीत, उबदार बिछान्यावर घेऊन, त्याचे कपडे काढून डोक्यापासून पायांपर्यंत तपासणी करावी. यामुळे काय कारण आहे, हे लक्षात येऊ शकेल. उदा. डोक्याला इजा, हाडमोड, कान दुखणे, पोटदुखी, पोटफुगी, त्वचेचा दाह तसेच बाळाचे तोंड उघडून घशाला सूज आहे का? घसा लाल झाला आहे का? पूर्ण तपासणी करून डॉक्टर कारणानुसार औषधोपचार सुरू करतात. ४) बाळाला भूक लागली असेल तर थोडेसे शांत करून त्याला मातेने स्तनपान दिल्यास रडणे थांबते. ५) बाळाचे रडणे थांबविण्यासाठी डॉक्टर फिनारिबिटोन

३ ते ५ मि.ग्रॅम प्रत्येक पौंड वजनामागे देतात किंवा क्लोरप्रोमॅझि प्रत्येक पौंडाला १ मि.ग्रॅम याप्रमाणे देतात व बाळ झोपी जाते. त्यानंतर कारणानुसार बाळावर उपचार केले जातात. ६) मातेने बाळ जागे झाल्यानंतर त्याकडे लगेच लक्ष द्यावे. त्याचे कपडे ओले झाले असल्यास ते बदलून स्वच्छ, कोरडे व मऊ कपडे घालावेत. भुकेच्या वेळेपूर्वीच दूध देण्याची तयारी करावी. विशेषत: वरचे दूध देणाऱ्या मातेने बाळाचे दूध तयार करून ठेवावे. बाळ रडू लागल्यानंतर तयारीला लागू नये. बाळाला उकळून गार केलेले पाणी पाजावे. बाळाला काही टोचत नाही, रुतत नाही, त्याकडे लक्ष द्यावे. दिवसातून एकदा तरी अंघोळीपूर्वी डोक्यापासून पायांपर्यंत बाळाचे निरीक्षण करावे. लघवी व शौचाला रोजच्या रोज होते की नाही, याकडे लक्ष द्यावे.

□□□

प्रकरण ९

उपजत व्यंग

□ कारणे □ निदान □ काळजी □ प्रतिबंधक उपाय

गर्भावस्थेमध्ये गर्भाचे अवयव तयार होत असताना विकृती किंवा व्यंग तयार होते. हे बालक जन्मताच किंवा पहिल्या काही आठवड्यांत लक्षात येते. विकृतींना 'उपजत व्यंग' असे म्हणतात. या विकृतींमुळे शरीराच्या ज्या संस्थेत विकृती आहे, त्या अवयवांचे कार्य सुस्थितीत चालत नाही. बाहेरील रचनेत असणाऱ्या विकृती ताबडतोब लक्षात येतात. उपजत मृत बालकामध्ये व्यंग जास्त प्रमाणात दिसून येते. व्यंग असल्यामुळे गर्भावस्थेमध्ये गर्भाची वाढ व कार्ये योग्य रीतीने होऊ शकत नाहीत. यामुळे बऱ्याच वेळा मातेचा गर्भपात होतो.

कारणे

१) प्रसूतिपूर्वी काळात मातेला सांसर्गिक रोगाची लागण झाल्यास; विशेषतः पहिल्या तीन महिन्यांमध्ये. कारण पहिल्या तीन महिन्यांतच गर्भाचे अवयव तयार होतात. विषाणूदाह मातेला झाल्यास बालकाला उपजत हृदयविकार असण्याची शक्यता असते. उदा. रूबेला, T-taxo plasmosisviruy , C-cy- tomegale virus व इतर विषाणू दाह.

२) **प्रसूतिपूर्व काळात पुढील औषधे घेतल्यास :** बारबिच्युरेट (Barbiturate), थायरॉइड, आयोडाइड (Iodides), स्टीलबेस्टेरॉल (Stillbesterol), टेट्रासॅकलिन (Tetracyeline) तसेच अल्कोहोल, तंबाखू यांच्या सेवनामुळे गर्भात विकृती निर्माण होते. क्ष-किरणांच्या संपर्कात आल्यास.

३) **चयापचयाचे विकार (Metabolic Disorder) :** मधुमेह, रक्तात सारखेचे प्रमाण कमी (Hypoglycemia) असणे, थायराईड ग्रंथींचा स्राव वाढणे (Goitre) व पॅराथायराईड ग्रंथींचा स्राव वाढल्यास (Hyper Parathyroidism).

४) निकस व अपुऱ्या आहारामुळे जीवनसत्त्वाची कमतरता होते. जीवनसत्त्वे 'अ,' 'ड,' 'ब-१२,' 'क' व प्रथिनांची कमतरता असल्यास गर्भ विकृत होऊ शकतो.

५) आर्थिक, सामाजिक, मागासलेल्या कुटुंबात काळजी योग्य रीतीने घेतली जात नाही. त्यामुळे गर्भाचे पोषण व वाढ योग्य होत नाही.

६) मातेचे वय जास्त असल्यास : मातेचे वय जितके जास्त तितके व्यंगाचे प्रमाण जास्त असते.

७) गर्भाशयामध्ये गर्भाला त्याच्या घडणाला (Intrauterine Moulding) अडचणी निर्माण होतात. हे विशेषत: गर्भोदक प्रमाणापेक्षा कमी असेल तर होऊ शकते व गर्भ विकृत होतो.

८) प्रसूतिपूर्व काळात स्त्रीला ऑक्सिजनची कमतरता झाल्यास गर्भाला ऑक्सिजन अपुरा (Anoxia) मिळतो. इम्ब्रिओला ऑक्सिजनचा सतत पुरवठा असला पाहिजे. तो अपुरा पडल्यास, वाढणाऱ्या मेंदूच्या पेशींवर परिणाम होऊन विकृती निर्माण होते.

मातेला ऑक्सिजन कमी पडण्याची कारणे : मातेला हृदयविकार असल्यास श्वसनसंस्थेचे आजार असल्यास, काही कारणाने भूल दिली असल्यास.

९) आसन्न गर्भपातामध्ये वार काही प्रमाणात सुटल्यास, इम्ब्रिओला ऑक्सिजन कमी पडतो.

१०) आनुवंशिकता किंवा रंगसूत्रे विकृती स्त्रीबीज व पुबीजाकडून दिली जाते. म्हणजे स्त्री किंवा पुंबीजाचे रंगसूत्रे जीन्स (Genes) विकृत असतात; त्यामुळे मेंगोलिझम (Mengolism), अॅनेनकेफॅली (Anenecephaly) बालक जन्माला येतात.

११) रक्तगटातील दोषामुळे.

रोगनिदान

प्रसूतिपूर्व काळातच गर्भाचे व्यंग ओळखण्यासाठी खालील तपासण्या करतात.

१) प्रसूतिपूर्व काळात मातेची शारीरिक तपासणी करून गरोदरपणातील आजाराचे निदान करणे. उदा. गर्भोदकाचे प्रमाण अतिजास्त किंवा अतिकमी.

२) मातेच्या पूर्वीच्या प्रसूतीच्या वेळची व प्रसूतिपश्चात माहिती घेतल्यास पूर्वीच्या बालकाचे व्यंग, गर्भपात किंवा अडचणी समजू शकतात.

३) प्रसूतीच्या पहिल्या ३ ते ४ महिन्यांत गर्भोदक काढून त्याची तपासणी केल्यास रंगसूत्रे विकृती समजू शकते.

४) अल्ट्रासाऊंड तपासणी (Ultrasound) : गर्भाचे व्यंग ओळखता येते.

५) क्ष-किरण फोटो (Radiography) : क्ष-किरण तपासणी प्रसूतिपूर्वकाळात शेवटच्या तीन महिन्यांतच करतात. यामुळे डोक्याच्या हाडाची व इतर हाडांची विकृती समजते.

६) फेटोस्कोपी करून गर्भाची रक्त तपासणी (Fetoscophy & Fetal Blood

Sampling) : मातेच्या पोटावरून फिब्रेऑप्टिक नीडल स्कोप गर्भाशयात घालून गर्भाचे रक्त तपासणीसाठी घेतले जाते व त्याची तपासणी केली जाते.

७) मोलेक्युलर बॉयोलॉजी टेक्निक्स (Molecular Biology Techniques) : गर्भाच्या पेशी तपासतात.

काळजी

बालकाच्या जन्मानंतर उपजत व्यंग लवकर लक्षात येण्यासाठी बालकांची डोक्यापासून पायांच्या नखांपर्यंत तपासणी करावी. अस्वाभाविकता नोंद करून त्याबद्दल डॉक्टरांना ताबडतोब कळवावे. तसेच बालकाच्या शरीराच्या कार्यात अस्वाभाविकता आढळल्यास ते डॉक्टरांना कळवावे. यावरून डॉक्टर लवकरात लवकर निदान करू शकतात.

व्यंग काय आहे आणि त्याबद्दल काय उपाययोजना करावी लागेल, हे आई-वडिलांना सांगून त्यांच्या मनाची तयारी करावी. त्यांना धीर द्यावा. (बालकांमध्ये अनेक प्रकारची व्यंगे आढळतात. त्यांचा अभ्यास त्या त्या शारीरिक संस्थांच्या आजाराच्या प्रकरणामध्ये केलेला आहे. तो वाचावा)

व्यंग लक्षात येताच आई-वडिलांना उपाययोजनेबरोबरच आपल्याकडे काय सोयी उपलब्ध आहेत, हे सांगावे. बाळाला शस्त्रक्रियेची जरुरी आहे किंवा बाळ मोठ्या दवाखान्यात हलविले पाहिजे या गोष्टी सांगून त्यांच्या मनाची तयारी करावी. मेडिकल सोशल वर्करची काय मदत घेता येईल, हे पाहून त्याची मदत घ्यावी. बालकाला जास्तीत-जास्त स्वावलंबी जीवन जगता येईल याची सुरुवातीपासूनच काळजी घ्यावी. उपचार करावेत.

प्रतिबंधक उपाय

व्यंग किंवा विकृती असण्याची अनेक कारणे मागे पाहिली आहेत. प्रसूतिपूर्व काळात ती कारणे शोधून त्यावर लगेच उपाययोजना करावी.

१) मातेचे आरोग्य चांगले असले पाहिजे. तिला दिवस गेल्याचे निदान लवकरात लवकर करून तेव्हापासूनच तिची काळजी घेतली पाहिजे. मातेला याचे महत्त्व पटवून द्यावे.

२) विकृती तीन महिन्यांतच होऊ शकते आणि म्हणून हा काळ अतिशय महत्त्वाचा आहे. या काळात कोणतेही औषध डॉक्टरी सल्ल्याशिवाय घेऊ नये. तिचा आहार सकस, पुरेसा असावा. तंबाखू किंवा मद्य यांचे सेवन करू नये. सांसर्गिक रोगाची लागण होऊ नये म्हणून सांसर्गिक रोग्याच्या सान्निध्यात जाऊ नये. तिला हृदयविकार, श्वसनाचे आजार किंवा मधुमेह वगैरे असला तर ती जोखमीची माता (High Risk Mother) म्हणून वैद्यकीय उपचार करावेत. तिच्यावर

सतत लक्ष ठेवून या आजाराची लक्षणे वाढणार नाहीत याची काळजी घ्यावी. या मातांना विश्रांतीची गरज इतर स्त्रीपेक्षा जास्त असते, हे तिला पटवून तसे वागण्यास सांगणे.

३) गरोदरपणातील सौम्य किंवा गंभीर विकाराकडे दुर्लक्ष न करता त्यावर योग्य ती उपाययोजना करावी.

४) स्वाभाविक गरोदर स्त्रीची प्रसूतिपूर्व काळजी, तपासणी वेळेवर करून वेळोवेळी सल्ला घ्यावा. तसेच पूर्ण प्रसूतिपूर्व काळात तिला डॉक्टरांनी कमीत कमी तीन वेळा तरी तपासावे म्हणजे अस्वाभाविकता लक्षात येऊन निदान लवकर होईल. उदा.पहिल्या तीन महिन्यांत अंगावर जाणे.

५) योग्य वयातच मूल होणे चांगले, यासाठी सल्ला देणे. तसेच प्रसूती अनेकवेळा झाल्यास स्त्रीच्या आरोग्यावर परिणाम होतो. स्त्रीचे वय जास्त असेल तर बालकामध्ये व्यंगाचे प्रमाण जास्त असते. तसेच आर्थिक परिस्थिती बेताची असल्यास जास्त मुलांना जन्म देणे म्हणजे माता गरोदरपणात योग्य काळजी घेऊ शकत नाही. यासाठी कुटुंब नियोजनाचा सल्ला द्यावा.

६) लग्नाविषयी सल्ला : नात्यात लग्न केल्याने आनुवंशिक किंवा रंगसूत्रे विकृतीचे प्रमाण जास्त असते म्हणून नात्यात लग्न करू नये, हे पटवून सांगावे व न करण्यास प्रवृत्त करावे. सुधारित देशांमध्ये लग्नापूर्वीही सल्ला देण्याची केंद्रे आहेत. लग्नापूर्वी तरुण-तरुणींची रक्त व आनुवंशिक, कौटुंबिक माहिती घेऊन त्यांना लग्नाविषयी सल्ला दिला जातो. दोघांनाही आनुवंशिक आजार असल्यास त्यांच्या मुलाला तो असण्याची शक्यता जास्त असते. उदा. मधुमेह जर दोघा पतिपत्नींना असेल तर बालकात असण्याची शक्यता ९० टक्के असते.

७) पहिल्या मुलामध्ये एखादे व्यंग असेल तर दुसऱ्यास होईलच असे नाही. पण त्यासाठी पहिल्या प्रसूतिपूर्व काळाची सविस्तर माहिती घेऊन या वेळी उपाययोजना करण्यास सल्ला व मदत घ्यावी.

८) बालकामध्ये व्यंग असल्यास विशेषत: मातेला दोष दिला जातो. अशा वेळी व्यंगाचे निश्चित कारण समजू शकत नाही. पुढील मुलात योग्य काळजी घेतल्यास व्यंग टाळता येऊ शकते. या गोष्टी सांगून तिचा मानसिक ताण कमी करावा.

□□□

प्रकरण १०

कमी वजनाचे व अपूर्णकाळ नवजात बालक

□ कमी वजनाचे नवजात बालक □ अपूर्णकाळाचे बालक □ कालावधीनुसार कमी वजनाचे बालक □ इमॅच्युअर नवजात बालक : कारणे – चिन्हे – प्रतिबंधक उपाय □ कमी वजनाच्या बालकाच्या जीविताला निर्माण होणारे धोके □ कमी वजनाच्या बालकाची जन्मल्याबरोबर ताबडतोब घ्यावयाची काळजी □ अल्पभार बालकाचे निरीक्षण □ कुशल परिचर्या

कमी वजनाचे बालक (LBW) :

नवजात बालकाचे वजन २५०० ग्रॅम्सपेक्षा किंवा ५.५ पौंडापेक्षा कमी असल्यास त्याला 'कमी वजनाचे बालक' असे म्हणतात. ही व्याख्या जागतिक स्तरावर मान्य झाली आहे. सध्या आपल्या देशात ३० ते ४५ टक्के बालके कमी वजनाची जन्मतात. सुधारित देशांत हे प्रमाण ७ ते १० टक्के इतके आहे. कमी वजनाचे नवजात बालक अपूर्णकाळ बालक असेल किंवा कालावधीनुसार कमी वजनाचे बालक असू शकेल.

अपूर्णकाळ बालक

गरोदरपणाचे २८ आठवडे पूर्ण झाल्यानंतर व ३७ आठवडे पूर्ण होण्यापूर्वी जन्मलेल्या बालकाला 'अपूर्णकाळ बालक' असे म्हणतात. बहुतांशी या बालकाचे वजन स्वाभाविक वजनापेक्षा कमीच असते.

कालावधीनुसार कमी वजनाचे बालक (Small or Light for Date Baby)

ज्या बालकाचे वजन त्याच्या गर्भावस्थेतील आठवड्याच्या प्रमाणापेक्षा कमी असते. त्याला कालावधीनुसार 'कमी वजनाचे बालक' असे म्हणतात. उदा. ३२ आठवड्यांच्या बालकाचे वजन १६८० ग्रॅम्स असल्यास ते अपूर्ण काळ बालक व त्यापेक्षा कमी असल्यास कालावधीनुसार कमी वजनाचे समजले जाते. आठवड्यानुसार स्वाभाविक वजनाच्या १० परसेन्टाईल (Percentile) पेक्षा कमी वजन असणे.

अपूर्ण काळाच्या व कालावधीनुसार कमी वजनाच्या बालकांना पूर्वी अल्पभार किंवा प्रीमॅच्युअर (Premature) बेबी म्हणत; पण या संज्ञेमुळे बालकाचे वैशिष्ट्य स्पष्ट होत नाही, म्हणून सध्या ही संज्ञा वापरली जात नाही.

इमॅच्युअर नवजात बालक (Immature Neonates)

ज्या नवजात बालकाचे वजन फारच कमी म्हणजे ७५० ग्रॅमपेक्षा कमी असते, त्याला 'इमॅच्युअर नवजात बालक' म्हणतात.

अपूर्णकाळ व कमी वजनाच्या बालकामध्ये शरीरातील सर्व अत्यावश्यक संस्था तयार झालेल्या असतात, पण त्यांची बाहेरच्या वातावरणात कार्य करण्याची क्षमता वाढलेली नसते. बाहेरील वातावरणामध्ये समरस होताना त्याच्या जीविताला धोका निर्माण होऊ शकतो. गर्भावस्थेचा काळ जितका कमी व जितके वजन कमी, तितका धोका जास्त असतो. बालक जन्माला येण्याची कारणे समजून घेतल्यास, ती कारणे टाळल्यास कमी वजनाचे मूल जन्मला येण्याचे प्रमाण कमी करता येईल. ती कारणे टाळल्यास कमी वजनाचे मूल जन्माला येण्याचे प्रमाण कमी करता येईल. या बालकामध्ये होणारे धोके व त्यासाठी करण्यात येणारे उपचार समजून घेतल्यास अशा बालकामधील मृत्यूदरही कमी करता येईल.

कारणे

मातेकडील कारणे : १) प्रसूतिपूर्व काळात स्त्रीची काळजी योग्य रीतीने न घेतल्यास. २) प्रसूतिपूर्व काळात स्त्रीला सकस व पुरेसा आहार न मिळाल्यास. ३) प्रसूतिपूर्व काळात स्त्रीला शारीरिक किंवा मानसिक इजा झाल्यास. ४) जुळे किंवा त्यापेक्षा जास्त गर्भ असल्यास. ५) दोन गरोदरपणांमध्ये अंतर कमी असल्यास. ६) प्रसवपूर्व काळात पहिल्या तीन महिन्यांत गोवराचा संसर्ग झाल्यास. ७) तिला गुप्तरोग असल्यास. ८) स्त्रीला गरोदरपणात सगर्भापस्मारपूर्व (Pre-eclampsia) किंवा सगर्भास्मार (Eclampsia) असे गंभीर विकार असल्यास. ९) तिला मधुमेह, हृदयविकार किंवा मूत्रसंस्थेचे आजार असल्यास. १०) अकाली वार सुटून रक्तस्राव झाल्यास. ११) गर्भाशयाला गाठ किवा गर्भाशयामध्ये विकृती असल्यास. १२) गरोदरपणी मातेला विषबाधा व मातेने मद्यसेवन करणे. १३) रक्तगटातील दोष - आर.एच निगेटिव्ह रक्तगट. १४) इनकॉपिटंट सर्व्हायकल ऑस (Incompetent Cervical Os)

बालकाकडील कारणे

१) गर्भाला आवश्यक द्रव्यांचा पुरवठा पुरेसा न झाल्यास. २) जन्मजात व्यंग किंवा विकृती व आजार असल्यास. ३) जन्मजात गुप्तरोग. ४) जन्मजात 'क्ष' किरण (Radiation Injury) इजा.

सरासरी गर्भावस्थेतील वयाचा आलेख

(Estimated Gestational Age Graph)

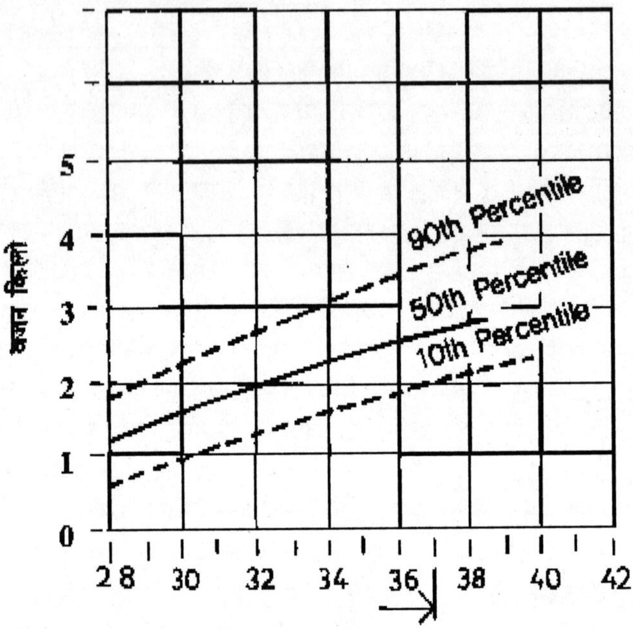

गर्भावस्थेतील काळ (आठवडे) आकृती क्र. १७ (अ)

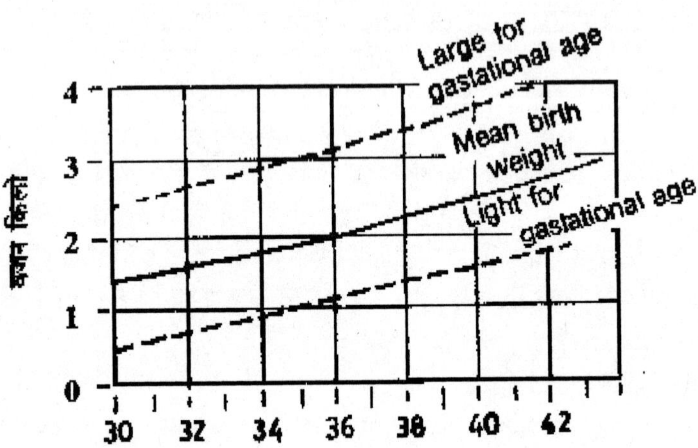

गर्भावस्थेतील काळ (आठवडे) आकृती क्र. १७ (ब)

कमी वजनाच्या बालकाची चिन्हे

१) वजन २.५ किलोपेक्षा कमी असणे. २) उंची ४५ सें.मी. पेक्षा कमी असणे. ३) डोके शरीराच्या मानाने मोठे दिसते. सिवनी व टाळू रुंद असून कवटीची हाडे मऊ असतात. ४) बाह्यकर्ण – कानाची पाळी मऊ व चपटी असते. ५) नखे मऊ असतात. ६) त्वचेवर केस जास्त असतात. ७) त्वचा लाल, सुरकुतलेली असते; पण थोड्या वेळानंतर सूज येते व त्वचा चकचकीत दिसू लागते. ८) डोळे मिटलेले किंवा उघडे, अस्थिर हालचाल होत असते. ९) स्नायूंचा उठाव फारच कमी असतो; त्यामुळे पोटफुगी असते. १०) चोखणे, गिळणे, खोकणे या प्रतिक्षिप्त क्रिया अशक्त असतात. ११) मूल कण्हल्यासारखे रडते. १२) मुलींमध्ये लीबिया मायनोरा, लीबिया मेजोरा आणि क्लिटोरीस यांना सूज आल्यामुळे मोठे दिसतात. १३) मुलांमध्ये स्क्रोटमची वाढ पूर्ण होत नाही. टेस्टीज् लहान असतात, त्यामुळे वृषणकोशात स्वाभाविक जागी पोहोचत नाहीत, याला 'Undescended Testes' म्हणतात.

प्रतिबंधक उपाय : कमी वजनाचे बालक जन्मल्यास त्याच्या जीविताला अनेक धोके निर्माण होतात व या बालकात मृत्यूचे प्रमाण जास्त असते. तसेच त्यांच्यामध्ये रोगाची लागण होण्याचे प्रमाणही जास्त असते. यासाठी बालक जन्माला आल्यानंतर काळजी घेण्यापेक्षा असे बालक जन्माला येऊ नये याबद्दल काळजी घेणे, म्हणजेच गर्भाशयातील त्याचा काळ वाढविणे, यालाच 'प्रतिबंधक उपाय' असे म्हणतात.

प्रतिबंधक उपाय : कमी वजनाचे बालक जन्मल्यास त्याच्या जीविताला अनेक धोके निर्माण होतात व या बालकात मृत्यूचे प्रमाण जास्त असते. तसेच त्यांच्यामध्ये रोगांच्या लागणीचे प्रमाणही जास्त असते. यासाठी बालक जन्माला आल्यानंतर काळजी घेण्यापेक्षा असे बालक जन्माला येऊ नये याबद्दल काळजी घेणे, म्हणजेच गर्भाशयातील त्याचा काळ वाढविणे, यालाच 'प्रतिबंधक उपाय' असे म्हणतात.

असे बालक जन्माला येण्याची कारणे आपण पाहिली आहेतच. ही कारणे दूर केल्यास कमी वजनाचे बालक जन्माला येण्याचे प्रमाण कमी होईल.

१) **मातेची प्रसवपूर्व काळजी :** अ) स्त्री गरोदर आहे याचे लवकरात लवकर निदान होऊन, तिची गरोदर स्त्री म्हणून नोंद झाली पाहिजे. ही नोंद लवकरात लवकर म्हणजे १२ आठवड्यांपूर्वी झाली पाहिजे. आरोग्य स्त्री-कर्मचाऱ्यांकरिता असा नियम केला आहे की, तिला दिलेल्या लोकसंख्येतील प्रत्येक गरोदर स्त्रीची १२ आठवड्यांपूर्वी नोंद झालीच पाहिजे.

ब) नोंदणी केल्यानंतर तिची नियमित तपासणी, काही अस्वाभाविक आढळल्यास योग्य ते उपचार, इतर आजार असल्यास तिची काळजी, लोहाच्या गोळ्या, धनुर्वात प्रतिबंधक लसीच्या १६ ते २४ आठवड्यांत दोन मात्रा व अस्वाभाविकतेनुसार जोखमीची माता म्हणून नोंद व काळजी घेतली पाहिजे.

क) गरोदर स्त्रीला सकस आणि पुरेसा आहार घेण्यास सांगावे. तिला परवडणारे असे उपलब्ध अन्नपदार्थ की ज्यातून सर्व अन्नघटक योग्य प्रमाणात मिळतील, असा तिला सल्ला द्यावा.

ड) गरोदर स्त्रीला दुपारी थोडा वेळ विश्रांती व रात्रीची चांगली झोप मिळाली पाहिजे. मानसिक त्रास, काळजी असू नये, तिचे मन आनंदी व प्रसन्न असावे.

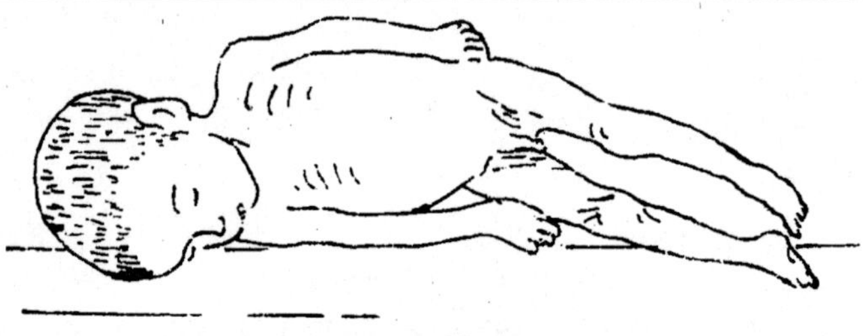

कमी वजनाचे बालक आकृती क्र. १८

ड) **रक्ततपासणी :** रक्तरंग, व्ही.डी.आर.एल. व रक्तगट, गरज असल्यास रक्ताच्या इतर चाचण्या घेऊन योग्य ते उपचार करावेत. उदा. रक्तरंग कमी असल्यास रक्तक्षयासाठी उपचार करावेत. लघवी – अल्बुमीन साखरेसाठी तपासावी. रक्तदाब, वजन स्वाभाविक आहे का? हे वरचेवर घेऊन नोंद करावे.

ई) गरोदरपणात स्त्रीला विषबाधा होणार नाही किंवा मद्यसेवन न करण्याबद्दल सल्ला द्यावा.

उ) गरोदरपणी तिला सांसर्गिक रोगाचा संसर्ग होणार नाही, ही काळजी घ्यावी.

ऊ) नोकरी करणारी माता असेल तर एक ते दीड महिना प्रसूतीपूर्वी सुटी घेऊन योग्य ती विश्रांती घ्यावी.

२) दोन मुलांमध्ये कमीत कमी ३ ते ५ वर्षांचे अंतर असावे.

३) इनकॉपेटेंट सर्व्हियल ऑस असल्यास सर्व्हिक्सला १२ ते २० आठवड्यांत टाके घालतात. टाके कधी घालावेत हे स्त्रीच्या पूर्वीच्या गर्भपाताच्या काळावर ठरवितात. टाके ३८ आठवडे किंवा प्रसववेदना सुरू झाल्यानंतर काढतात.

ज्या स्त्रीमध्ये कमी वजनाचे बालक जन्मण्याची शक्यता असते. अशा स्त्रीची

२४ आठवड्यांनंतर विशेष काळजी घ्यावी. तपासणी करून गर्भाची वाढ स्वाभाविक होत आहे, याची खात्री करावी. तिच्या पोटाची तपासणी करून गर्भाशयाची उंची, पोटाचा घेर, मातेचे वजन इत्यादी तिच्या गरोदरपणाच्या आठवड्यानुसार स्वाभाविक आहे, गतिगर्भोदक आहे का? हे पाहावे.

अल्ट्रासाऊंड तपासणी करून गर्भाची वाढ निश्चितपणे समजू शकते. कालावधीनुसार गर्भाची वाढ झालेली नसल्यास मातेला पूर्ण विश्रांती द्यावी; कारण विश्रांतीमुळे वारेचे कार्य सुधारून गर्भाला पोषण व्यवस्थित मिळते. अशा मातेची जोखमीची माता म्हणून नोंद करावी व तिला देखरेखीखाली ठेवावे. गरोदरपणातील विकृती सगर्भापस्मारपूर्व किंवा आजार उदा. रक्तक्षय असल्यास उपचार चालू ठेवून, त्यांची गंभीरता वाढणार नाही याची काळजी घ्यावी. जास्तीत जास्त गर्भावस्थाकाल वाढवून स्त्रीची प्रसूती ३७ आठवड्यानंतर होण्यासाठी प्रयत्न करणे की, ज्यामुळे कमी वजनाचे बालक जन्माला येणार नाही. हा काळजी घेण्याचा महत्वाचा उद्देश होय.

अशा स्त्रीची प्रसूती काही वेळा ठरवून करावी लागते. स्त्रीला दवाखान्यात दाखल करून तिचे सतत निरीक्षण केले जाते. गर्भाच्या जीविताला धोका निर्माण झाल्याची चिन्हे असल्यास कृत्रिम उपायांनी प्रसूतिक्रियेची सुरुवात (Induction of Labour) करावी लागते. गंभीर लक्षणे असल्यास या बालकाला प्रसूतीमुळे होणारे परिश्रम सहन होत नाहीत म्हणून सिजरियन सेक्शन (Caesarean Section) केले जाते.

प्रसूतिपूर्व मातेला कृत्रिमरीत्या ऑक्सिजन देतात. सोडाबायकॉर्ब ग्लुकोजमध्ये मिसळून शिरेतून देतात, यामुळे गर्भ मृत होण्याचे टाळले जाते.

या स्त्रीला अकाली प्रसववेदना सुरू झाल्यास तिला ऑक्सिजनचा पुरवठा योग्य प्रमाणात होतो याकडे लक्ष द्यावे. या बालकाची कवटीची हाडे मऊ असतात. पेरिनियमवरून डोके येताना त्यावर जास्त दाब पडू नये म्हणून विटपछेद (Episiotom) करावा. बाळ गुदमरलेले असण्याची शक्यता जास्त असते. अशा बाळाला मातेपासून लगेच वेगळे करावे. कोरडे करून, उबदार कपड्यात गुंडाळून त्याची काळजी घ्यावी.

कमी वजनाच्या बालकाची विशेष काळजी घेतली पाहिजे. ती कशी घ्यावयाची, हे पाहण्यापूर्वी त्या बालकामध्ये होणारे धोके समजल्यास ते होऊ नयेत म्हणून प्रतिबंधक उपाय करणे सुलभ जाईल.

कमी वजनाच्या बालकाच्या जीविताला निर्माण होणारे धोके (Hazards of Low Birth Weight Baby)

१) मृत्यूचे प्रमाण जास्त (Hight Mortality Rate) : बालकाचे वजन जितके कमी आणि गर्भावस्थेचा काळ जितका कमी तितके मृत्यूचे प्रमाण जास्त

असते. १ किलोपेक्षा वजन कमी असल्यास मृत्यूचे प्रमाण जास्त म्हणजे ९६ टक्के, १ ते २ किलो वजन असल्यास ६० टक्के आणि २ किलोपेक्षा जास्त वजन असल्यास २ ते ३ टक्के मृत्यूचे प्रमाण असते. दोन किंवा दोन किलोपेक्षा जास्त वजन असलेल्या बालकाची विशेष काळजी घेतल्यास मूल जगू शकते.

२८ ते ३६ आठवड्यांत जन्मलेल्या बालकांमध्ये मृत्यूचे प्रमाण ९६ टक्के असते. ३६ आठवड्यानंतर जन्मलेल्या बालकामध्ये ३ ते ८ टक्के मृत्यूप्रमाण असते. या बाळाची विशेष काळजी घेतल्यास बाळ जगू शकते.

२) विकृती किंवा व्यंग : या बालकामध्ये विकृतीचे प्रमाण स्वाभाविक बालकापेक्षा जास्त असून त्यापासून होणाऱ्या गुंतांगुतीचे प्रमाणही जास्त आहे. त्यामुळे या बाळाची काळजी घेताना अनेक अडचणी निर्माण होतात.

३) श्वसन व श्वसनसंस्थेतील विकृती : बालकामध्ये ऑक्सिजनची कमतरता होण्याची कारणे याप्रमाणे आहेत – अ) श्वसनकेंद्राची अकार्यक्षमता. ब) गर्भाशयातच ऑक्सिजनची कमतरता झाल्यामुळे मेंदूमध्ये रक्तस्राव होऊन बाळ गुदमरण्याची शक्यता असते. क) प्रसूतीच्या वेळी बालकाच्या कवटीच्या हाडावर दाब पडून मेंदूला इजा होण्याची शक्यता असते. ड) श्वसनसंस्थेतील अवयव अकार्यक्षम असल्याने श्वसनाच्या व गिळण्याच्या क्रियेमध्ये योग्य रीतीचे सहकार्य नसल्याने स्राव श्वसनमार्गात जाऊन बाळ गुदमरते व नंतर या बालकास द्रवपदार्थ श्वसनमार्गात गेल्याने ॲस्पिरेशन न्यूमोनिया होण्याची शक्यता जास्त असते.

या अनेक कारणांमुळे बाळ तीव्र श्वासावरोधामध्ये जाते. ऑक्सिजनची कमतरता जास्तच जाणवते. मेंदूला इजा होऊन रक्तस्राव होतो व बालक शॉकमध्ये जाते.

४) मेंदूला इजा व रक्तस्राव (Intractanial Injury and Haemorrhage) मेंदूला इजा दोन कारणांनी होते – अ) ऑक्सिजनची कमतरता झाल्यामुळे मेंदूतील रक्तवाहिन्या फुगतात, फुटतात व ड्यूरामॅटर आवरणाखाली रक्तस्राव होऊ लागतो. ब) या बालकाच्या डोक्याची हाडे मऊ असतात. प्रसूतीच्या वेळी डोक्यावर थोडासा जरी दाब पडला तरी मेंदूला इजा होण्याची शक्यता असते. बालक गुदमरते. शॉकमध्ये जाते.

५) यकृताची कार्यक्षमता कमी असते : अ) यामुळे बालकाच्या यकृतात ग्लॉयकोजेन (Glycogen) साठविले जात नाही. बालकाला जन्मानंतर लगेच साखरेचा पुरवठा न झाल्यास बालक हायपोग्लासेमिया (Hypoglycemia)मध्ये गेल्याने झटके येऊ लागतात. ब) अल्ब्युमिन सिन्थेसिस योग्य रीतीने न झाल्याने बालकाला हायपोप्रोटिनिमिया (Hypoproteinnemia) होतो व सूज येऊ लागते. क) या बालकामध्ये कावीळ गंभीर स्वरूपाची असते. रक्तातील बिलिरुबीनचे प्रमाण वाढते. सीरम बिलिरुजीन (Hyper bilirubinemia)चे प्रमाण वाढते. सीरम

बिलिरुबीन १६ ते २० मि.ग्रॅम किंवा त्याहून जास्त असते. आकडी (करनिक्टरस Kernicterus) येते. ड) रक्तस्त्रावही जास्त होण्याची शक्यता असते.

६) पचनसंस्था आणि पचनाचे दोष : पचनसंस्थेच्या स्नायूंची वाढ योग्य रीतीने न झाल्याने, श्वसनक्रिया आणि गिळण्याच्या क्रियेमध्ये सहकार्य नसल्याने अडचणी निर्माण होतात.

अ) चोखणे व गिळण्याच्या प्रतिक्षिप्त क्रिया अशक्त असतात. त्यामुळे बाळाने थोडे जरी चोखले तरी ते दमते किंवा चोखण्याचे त्राण त्यामध्ये नसते. गिळताना अतिशय थोड्या प्रमाणात गिळू शकते. ब) घशातील प्रतिक्षिप्त क्रिया अशक्त किंवा नसतातच (Gag Reflexes Weak or Absent), यामुळे द्रवपदार्थ चुकून श्वासमार्गात गेला तरी ठसका लागत नाही. गिळणे व श्वास घेणे या क्रियांमध्ये सहकार्य नसल्याने द्रवपदार्थ श्वासमार्गात जाऊन बाळ गुदमरते. वरचेवर फुफ्फुसदाह होतो. क) उलट्या, पोटदुखी व द्रवपदार्थ उलटून येणे, हे वरचेवर होते. ड) दुधातील स्निग्ध पदार्थ पचत नाहीत. इ) प्रतिसार किंवा मलावरोध या अनेक अडचणींमुळे बाळाला पुरेसा आहार मिळत नाही व लवकर कुपोषण व कमतरतेचे आजार दिसू लागतात.

७) बाळ थंड पडणे (Hypothermia) : या बालकाच्या शरीरातील उष्णता खालील कारणांमुळे जास्त प्रमाणात बाहेर टाकली जाते व बालक थंड पडण्याची शक्यता असते. अ) बालकाचे वजन कमी असते; पण त्या मानाने शरीराचा पृष्ठभाग जास्त असतो. पृष्ठभाग जितका जास्त तितकी उष्णता जास्त लवकर बाहेर टाकली जाते. ब) बालकाचा स्नायू उठाव फारच कमी असतो. त्यामुळे हालचाल होत नाही व उष्णता निर्माण होण्याचे कार्य अतिशय मंद असते. क) त्वचेखाली चरबी कमी असल्याने उष्णता साठवून ठेवण्याचे कार्य होत नाही. ड) उष्णता नियंत्रण केंद्र अविकसित असल्याने त्याची कार्यक्षमता कमी असते. या सर्व कारणांमुळे बालकाच्या शरीराचे तपमान कमी होते. गर्भाशयातील वातावरण उबदार असते. बाहेरील थंड वातावरणाशी त्याला समरस होणे कठीण जाते व ते थंड पडू शकते. यालाच 'हायपोथर्मिया' म्हणतात.

८) लोह कमतरता : अपूर्णकाळ बालकाला गर्भाशयामध्ये असताना लोहाचा साठा करण्यास वेळ पुरेसा मिळत नाही; त्यामुळे जन्मानंतर हा साठा फारच थोडा काळ राहतो आणि या बालकामध्ये लवकरच लोह कमतरतेमुळे होणाऱ्या रक्तक्षयाची लक्षणे दिसू लागतात. या बालकात इतरही कमतरतेचे आजार दिसू लागतात. उदा. मुडदूस, जीवनसत्त्व-अ ची कमतरता इत्यादी.

९) संसर्ग : या बालकाची प्रतिकारशक्ती फारच कमी असते. या बालकात परंतपे तयार होण्याची क्रिया फारच हळू असते व गामाग्लोबिन सिन्थेसिस योग्य

रीतीने होत नाही. त्यामुळे संसर्ग किंवा जंतुदोष होण्याची शक्यता फारच असते. वरचेवर अतिसार, सर्दी, फुफ्फुसदाह किंवा नाळेतील जंतुदोष होण्याची शक्यता असते.

हे धोके होण्याची शक्यता असल्याने त्या बालकाची परिचर्या विशेष काळजीपूर्वक करून धोके टाळणे. बालकाचा जीव वाचविण्याचा प्रयत्न करणे, ही कमी वजनाच्या बालकाची विशेष परिचर्या होय.

कमी वजनाच्या बालकाची जन्मल्याबरोबर ताबडतोब घ्यावयाची काळजी :

१) अल्पभार बालक जन्माला येणार याची शंका जरी असली, तरी त्याची काळजी घेण्यासाठी सर्व तयारी असली पाहिजे. बाळ गुदमरलेले असण्याची शक्यता असते व श्वसन चालू करण्यासाठी लागणारी तयारी (प्रकरण क्र. ७ मध्ये सांगितल्याप्रमाणे) असावी. बालरोगतज्ज्ञ त्या ठिकाणी उपस्थित असावेत. २) बालक जन्मल्याबरोबर त्याची नाळ बांधून, योग्य काळजी घेऊन कापावी व त्याला मातेपासून वेगळे करावे. ३) बाळाला कोरडे करून कोरड्या मऊ कपड्यामध्ये गुंडाळून उबदार ठेवावे. यासाठी बालक इन्क्युबेटरमध्ये ठेवून त्याची काळजी घ्यावी लागते. ४) जन्मानंतर बालकाला तीव्र श्वासावरोध असण्याची शक्यता असते. बालकाचे श्वसन लगेचच सुरू झाले पाहिजे. यासाठी घशातील स्राव म्युकस एक्स्ट्रॅक्टरच्या साह्याने काढून घ्यावेत. डॉक्टर बालकाला इन्डोट्रकियल ट्यूब घालतात व कृत्रिम श्वसन सुरू केले जाते. ५) बालक गुदमरल्यामुळे ऑक्सिजनची त्याला कमतरता होते. जास्त काळ ऑक्सिजनची कमतरता झाल्यास मेंदूस इजा व रक्तस्राव होऊ शकतो. यासाठी ऑक्सिजन इन्डोट्रकियल ट्यूबमधून सुरू केला पाहिजे. या बालकाला सौम्य प्रमाणात ऑक्सिजन दिला जातो. ६) या बालकाची हालचाल जरुरीपुरतीच कमीत कमी करावी. बाळाला अंघोळ घालणे या कृती करू नयेत. ७) जोखमीचे बालक म्हणून नोंद करून त्याची कुशल परिचर्या व निरीक्षण करावे.

अल्पभार बालकाचे निरीक्षण

अ) बालक जन्मल्यानंतर अपगार स्कोअर्स पाहून त्याचे आरोग्य कसे आहे, हे अजमाविता येते. (ते कसे पाहावेत हे प्रकरण ३ मध्ये पाहावे.) या बालकामध्ये अपगार स्कोअर्स फारच कमी म्हणजे ५ ते ६ पेक्षा किंवा त्याहूनही कमी असतात. म्हणजेच त्याचे आरोग्य धोक्याचे आहे हे समजते. या बालकाचे पहिले ४८ तास अत्यंत धोक्याचे असतात, म्हणून सतत लक्ष देऊन त्याची काळजी घेतली जाते.

ब) रंग : फिकट, करडा म्हणजे तीव्र श्वासावरोध, निळसर असू शकतो. या बालकाला ऑक्सिजनची अतिशय गरज असते.

क) श्वसन : श्वसन अनियमित, उथळ आणि मंद असते. श्वास रोखून धरते. त्यामुळे निलांगावस्था जास्तच वाढते. गुदमरण्याची अनेक कारणे असू शकतात.

ड) तपमान : वरील कारणांमुळे त्याच्या शरीराचे तपमान कमी होऊन बाळ थंड पडते. यासाठी लक्ष ठेवावे. तपमान दर दोन तासांनी पाहावे व नोंद करावी.

इ) सूज : यकृत अकार्यक्षम असल्याने अल्ब्युनिम सिन्थेसिस योग्य रीतीने होत नाही. सुरुवातीला बाळाच्या शरीरावर सुरकुत्या असतात नंतर थोड्या वेळात सूज येऊ लागते. त्वचेला चकाकी येते. सूज जितकी जास्त तितके यकृत जास्त अकार्यक्षम आहे हे समजावे.

ई) वजन : जन्मानंतर वजन केल्यानंतर वरचेवर वजन करू नये. वजनात रोज फरक नसतो; पण यामुळे बालकाची हालचाल होऊन त्याला त्रास होतो. दर आठवड्याला वजन करावे. १० दिवसांनंतर, दर आठवड्याला १०० ते १५० ग्रॅम वजन वाढले पाहिजे.

उ) विष्ठा : सुरुवातीची विष्ठा काळसर असते. त्याला 'मेकोनियम' म्हणतात. दोन-तीन दिवसांत हा रंग बदलतो. बालकामध्ये सुधारणा असल्यास विष्ठा स्वाभाविक होऊ लागते. लहान मुलात विष्ठा दिवसातून चार-पाच वेळा होते; पण शौचाला पातळ होत नाही. म्हणजेच अतिसार नाही ना, याचे बारकाईने निरीक्षण करावे. या बालकामध्ये द्रवपदार्थ भरपूर दिले गेले नाहीत, तर जलकमतरता फारच लवकर होऊन बाळाच्या जीविताला धोका निर्माण होऊ शकतो.

ऊ) बाळ सुधारत असल्याची सर्वसाधारण लक्षणे : बाळाचा रंग गुलाबी दिसू लागतो. त्याच्या हातापायांच्या हालचाली वाढतात. बाळ मोठ्याने रडू लागते. त्याची भूक वाढते व दूध व्यवस्थित चोखते, गिळते व दूध पचन चांगले झाल्यामुळे त्याचे वजन वाढू लागते. बाळ शांत झोपते.

कुशल परिचर्या

१) उबदार ठेवणे : बाळ हायपोथर्मियामध्ये जाण्याची शक्यता जास्त असते. म्हणून या बालकाची काळजी उबदार वातावरणात घेतली जावी. यासाठी त्याला इन्क्युबेटरमध्ये ठेवावे.

इन्क्युबेटरमधील बाळाची काळजी : बालकाच्या भोवतालचे वातावरण जास्तही गरम असू नये, की ज्यामुळे त्याचे शरीराचे तपमान जास्त वाढेल. बाळाच्या शरीराचे तपमान प्रमाणात कमी असावे. ३३.८^{0}C ते ३५.५^{0}C (९३^{0}F ते ९६^{0}F) तपमान कमी असल्यास ऑक्सिजनची गरज कमी असते. मेटाबोलिझमही कमी असते. बालकाचे शरीर थंड पडू नये व तपमान प्रमाणापेक्षा जास्त वाढू नये म्हणून इन्क्युबेटरचे तपमान ३२^{0}C (९०^{0}F) असे असावे, म्हणजे

बाळाच्या शरीराचे तपमान ३५°C ते ३६.६°C (९५°F ते ९८°F) राहू शकेल.

आयडियल इन्क्युबेटर हा स्वनियंत्रित असतो; त्यामुळे ठराविक तपमानानंतर तो आपोआप बंद होतो. अशा तऱ्हेने त्यातील तपमान नियंत्रित केले जाते व बालकाच्या शरीराचे तपमान प्रमाणापेक्षा जास्त वाढत नाही. काही इनक्युबेटरमध्ये घंटेची (Alarm) सोय असते. अलार्म झाल्यास थोडा वेळ स्विच बंद केल्यास तपमान जास्त वाढत नाही. नंतर थोड्या वेळाने स्विच चालू करावा, असा इनक्युबेटर असल्यास त्यावर स्विच कधी बंद करावा; किती वेळाने चालू करावा या सूचना असतात. बाळाला आर्द्रता (Humidity) जास्त असलेल्या वातावरणाची गरज असते. यासाठी इनक्युबेटरमध्ये ६०° ते ८०° टक्के आर्द्रता राखण्यासाठी या विशेष कप्प्याची सोय असते. जर साधा इनक्युबेटर असेल, तर त्याच्या खाली बाऊलमध्ये पाणी ठेवून त्याच्याजवळ १०० व्होल्टेजचा बल्ब लावला जातो की ज्यामुळे त्या ठिकाणच्या वातावरणात बाष्पाचे प्रमाण वाढेल. आर्द्रता कमी झाल्यास त्याच्या शरीरात पाण्याची कमतरता (Dehydration) होते.

पाण्याची कमतरता होण्याची कारणे अशी की, बाळाच्या शरीराचा पृष्ठभाग वजनाच्या मानाने जास्त असतो. त्यामुळे पाणी (Moisture) बाहेर टाकण्याचे प्रमाण कोरड्या वातावरणात जास्त असते. श्वसन जलद असल्याने उच्छ्वासामार्फत बाष्प जास्त प्रमाणात बाहेर टाकले जाते आणि सुरुवातीला या बालकांत द्रव पदार्थ कमी दिले जातात. या अनेक कारणांनी जलकमतरता होते, म्हणून त्याच्या सभोवतालच्या वातावरणात आर्द्रता ६० ते ८० टक्के असावी. एका बालकासाठी शक्य असल्यास दोन इनक्युबेटरची सोय असावी. इनक्युबेटर रोज स्वच्छ करावा. त्या वेळी बाळ दुसऱ्या इनक्युबेटरमध्ये ठेवावे.

इनक्युबेटरची काळजी : इनक्युबेटर रोज ओल्या स्वच्छ किंवा सौम्य जंतुविरोधक लोशनने पुसावा. कोरडा करावा. त्यातील गादी ऑटोक्लोव्ह पद्धतीने निर्जंतुक केलेली असावी. इनक्युबेटरच्या आर्द्रता कप्प्यामध्ये रोज पाणी भरावे. ५ ते ६ दिवसांनी इनक्युबेटर बदलावा. इनक्युबेटरवरचे भाग सुटे करून ते साबणाने नळाखाली धुवून घ्यावेत व मोकळ्या हवेत किंवा उन्हात वाळवावेत. नंतर जंतुविरोधक लोशनच्या साहाय्याने पुसून घ्यावेत. अशी काळजी घेतल्यामुळे बाळाला संसर्ग होणार नाही.

इनक्युबेटरचे झाकण काचेचे असते व त्याला छिद्रे असतात. त्यामुळे वायुवीजन होते. ऑक्सिजन नळी आत घालण्यासाठी सोय असते. बाळाच्या डोक्याकडील बाजू थोडीशी उंच करून बाळाला झोपवावे.

इनक्युबेटरची प्राथमिक आरोग्य केंद्रात किंवा ज्या ठिकाणी सोय नाही. अशा ठिकाणी उबदार व आर्द्रता जास्त असलेले वातावरण खालील प्रकारे ठेवता येते.

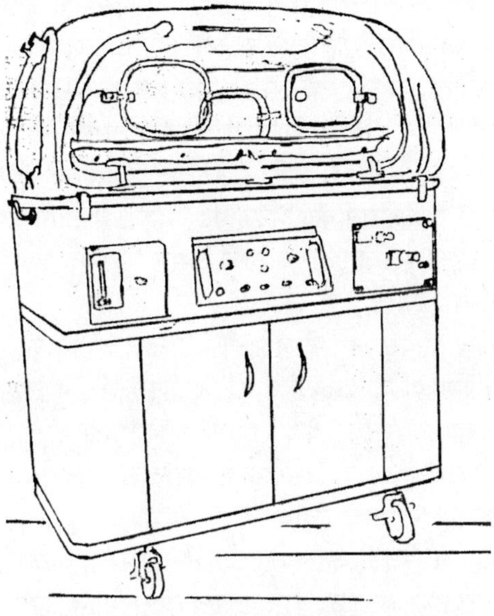

इनक्युबेटर (Inceuebestoer) आकृती क्र. १९

खोली उबदार असावी. तिचे तपमान २१°C ते २७°C (७०°F ते ८०°F) कॉट व बिछाना करून ब्लँकेट व गादीवरील चादरीमध्ये गरम पाण्याच्या बाटल्या कोपऱ्यात ठेवाव्यात. अर्थात बालकापासून लांब ठेवाव्यात, म्हणजे बिछाना उबदार होऊ शकेल. ग्रामीणभागात याप्रमाणे काळजी घ्यावी कॉटच्यावरील वातावरण उबदार राहण्यासाठी मच्छरदाणीसाठी असलेल्या ठिकाणी पाण्याच्या बाटल्या कापडाच्या पिशव्यात घालून चार कोपऱ्यात चार अडकविल्यास, त्या वातावरणात उबदारपणा येतो.

आर्द्रता जास्त असावी म्हणून किटलीत पाणी उकळत ठेवावे. हे खोलीच्या कोपऱ्यात ठेवावे म्हणजे खोलीतील बाष्पाचे प्रमाण वाढेल.

इनक्युबेटरसारखा उपयोग एखाद्या पेटीचा किंवा बॉक्सचा (पुठ्ठ्याच्या) करता येतो. त्याच्या वरील बाजूस छिद्रे पाडून पेटीमध्ये सुती कपडे खाली घातल्यास बिछाना तयार होतो.

बालकाची काळजी घेत असताना सतत त्याच्याकडे लक्ष असावे. बिछाना जास्त गरम होत नाही. याची काळजी घ्यावी.

२) कृत्रिम ऑक्सिजन देणे : बालक बहुतांशी गुदमरलेले असते. त्यामुळे ऑक्सिजन देणे जरुरीचे असते. बालक श्वसन घेतच नसेल, तर लगेच डॉक्टर

इन्डोट्रकियल ट्यूब घालून त्यातून कृत्रिमरीत्या ऑक्सिजन देतात. हे आपण तीव्र श्वासावरोध या प्रकरणात सविस्तर पाहिले आहेच. या बालकाला बराच वेळ ऑक्सिजनवर ठेवावे लागते. ऑक्सिजन सतत फारच काळ दिल्यास रेटीनामध्ये व्हस्क्यूलर बदल होऊन अंधत्व येण्याची शक्यता असते. या स्थितीत रेट्रोलेन्टल फायब्रोप्लासिया (Retrolental Fibroplasia) म्हणतात; म्हणून बालकाजवळ परिचारिकेने थांबून ऑक्सिजन काही वेळ बंद करावा. बाळ निलांगावस्थेत जाण्याची चिन्हे दिसताच परत सुरू करावा. बाळाचे श्वसन नियमित सुरू झाल्यानंतर लगेच ऑक्सिजन देणे बंद करावे.

३) मर्यादित हालचाल : बालकाची हालचाल कमीत कमी करावी. हालचाल जास्त झाल्यास त्याच्या जीविताला धोका निर्माण होतो, हे लक्षात ठेवावे. अंघोळ घालणे, अंग पुसणे, वरचेवर वजन करणे अशा कृती टाळाव्यात की, ज्यामुळे त्याची हालचाल जास्त होईल. जरुरीपुरती हालचाल अतिशय हळुवारपणे करावी. वजन आठवड्यातून एकदाच करावे.

४) बालकाची स्थिती बदलणे : दर तीन तासांनी बाळाची स्थिती बदलावी, यामुळे त्याची छातीची पोकळी प्रसरण पावण्यास मदत होते. स्थिती बदलताना परिचारिकेने आपला उजवा हात बालकाच्या पाठीखाली (मानेपासून कुल्ल्यापर्यंत) घालून हळुवार हात वळविल्यास बालकाची कुशी बदलली जाते. हे करीत असताना श्वासनलिकेवर दाब येणार नाही, याची काळजी घ्यावी.

५) पोषण : बालकामध्ये हायपोग्लासिमिया होण्याची शक्यता असते; म्हणून तीन तासांच्या आत ग्लुकोजचे पाणी दिले पाहिजे. पण गुदमरलेले बालक, तोंडातून सारखा फेस येत असेल आणि बालक शॉकमध्ये असेल तर या बालकाला स्काल्प व्हेनमधून ५ टक्के ग्लुकोज सलाईन दिले जाते.

आहार देण्यासाठी बालरोगतज्ज्ञाचा सल्ला घेणे अतिशय जरुरीचे आहे. सुरुवातीचा द्रवपदार्थ काय व किती द्यावा, नंतर पुढे कसा चालू ठेवावा, हे त्यांच्या सुचनेनुसार करणे जास्त चांगले.

बाल आहार घेताना दमणार नाही व द्रवपदार्थ श्वासमार्गात जाऊन गुदमरणार नाही, याची विशेष काळजी घ्यावी.

वजन फारच कमी असलेल्या बाळाला सुरुवातीचा आहार नाकातून नळी घालून दिला जातो. ही नळी मऊ प्लॅस्टिकची (Polyvilin) असते. नंबर ५ (फ्रेंच) व आतील व्यास ०.०५ सें.मी. असतो. याचे आत घालण्यात येणारे टोक गोल असून दोन छिद्रे असतात. देण्यात येणारा द्रवपदार्थ मोजून हळूहळू जाऊ द्यावा. देताना दाब जास्त असू नये म्हणून सीरींजच्या बॅरेलने द्यावे; पण पिस्टनचा उपयोग करून जास्त दाबाने देऊ नये. असे केल्यास उलटी होण्याची शक्यता असते.

या बालकामध्ये प्लॅस्टिक ड्रॉपरनेही आहार दिला जातो. थोडा थोडा द्रव पदार्थ तोंडात सोडला जातो. बालकाने तो गिळल्यानंतर परत दिला जातो. आहार देताना बालक गुदमरण्याची शक्यता जास्त असते; म्हणून परिचारिकेने सक्शन मशीन व ऑक्सिजनची तयारी जवळ ठेवूनच आहार देण्यास सुरुवात करावी. बालकाच्या डोक्याकडील बाजू थोडीशी उंच असावी. बाळ जर गुदमरण्याची चिन्हे दिसली तर लगेच सक्शन करून तोंडातील द्रवपदार्थ काढून श्वासमार्ग मोकळा करावा. जरूर असल्यास ऑक्सिजन कृत्रिमरीत्या चालू करावा.

बालकाला याप्रमाणे आहार दिला जातो.

१) सुरुवातीला ग्लुकोज ५ टक्के दिले जाते.

बाळाचे वजन १००० ग्रॅमपेक्षा कमी असल्यास १ मि.लि.
१००० ते १५०० ग्रॅम असल्यास २ ते ४ मि.लि.
१५०० पेक्षा जास्त असल्यास ५ ते १० मि.लि.

जर ग्लुकोज पाणी १ मि.लि. दिले तर पहिल्या ८ तासांपर्यंत एक तासाने ग्लुकोज पाणी द्यावे व दर वेळी १ मि.लि. द्रव वाढवावा. आठ तासांनंतर दर दोन तासांनी देऊन प्रत्येक वेळी २ मि.लि. द्रव वाढवावा व एकंदर एकावेळी १२ मि.लि. ग्लुकोज पाणी द्यावे.

ग्लुकोज पाणी व्यवस्थित पचले तर १२ ते ४८ तासांत दूध देण्यास सुरुवात करावी. सर्वांत चांगले दूध म्हणजे मातेचे दूध होय. हात स्वच्छ धुऊन हे स्तनांतून निर्जंतुक भांड्यामध्ये काढावे व बालकाला द्यावे. २४ तासांत बाळाला १५० मि.लि. दूध द्यावे. या दुधातील प्रत्येक ३० मि.लि. मधून २० उष्मांक मिळतील. आहार देताना १००० ते १५०० ग्रॅम वजनाच्या बाळाला २ ते ४ मि.लि. दर दोन ते तीन तासांनी द्यावे व प्रत्येक वेळी ४ मि.लि. दूध वाढवावे. असे एका वेळी १६ मि.लि. दूध द्यावे.

१५०० ग्रॅम्सपेक्षा जास्त वजन असल्यास ८ मि.लि. दर तीन तासांनी प्रत्येक वेळी ४ मि.लि. वाढवून ३० मि.लि. एका वेळी दूध द्यावे.

प्रत्येक वेळी नळीतून दूध घालण्यापूर्वी ॲस्पिरेट करून पाहावे. जर हवा व जठरद्रावच असेल तर वरीलप्रमाणे दूध द्यावे. पण पहिल्या वेळी दिलेल्या दुधातील १० टक्के दूध जठरातून ॲस्पिरेट झाल्यास देण्यात येणाऱ्या दुधाचे प्रमाण न वाढविता उलट कमी करावे.

द्रवपदार्थ व उष्मांक या सूत्रानुसार द्यावेत. २४ तासांत लागणारे उष्मांक १३० ते १५० प्रतिकिलो वजनामागे. २४ तासांत लागणारे द्रवपदार्थ २२० ते २५० मि.लि. प्रतिकिलो वजनामागे. सूत्र तयार करताना बालकाचे जन्मतः वजन, वयानुसार बालकाचे योग्य वजन, द्रवपदार्थ व उष्मांक किती व कोणत्या दुधातून किती

मिळतात, म्हणजेच दुधातील घटक माहीत असणे जरुरीचे आहे.

आहार देताना हळूहळू दोन वेळेच्या दुधातील वेळ वाढवावा व एकावेळी देण्यात येणाऱ्या दुधाचे प्रमाण वाढवावे. बालकाची पचनशक्ती वाढेल तसे दूध वाढविल्यास बाळाला त्रास होत नाही. आईचे दूध नसल्यासच गाईचे किंवा म्हशीचे दूध वापरावे.

बालकाची स्थिती सुधारल्यानंतर लगेचच नळी किंवा ड्रॉपरने दूध न देता स्तनपान सुरू करावे म्हणजे बाळाला चोखण्याची सवय होते. चोखण्याने फारच श्रम होत असतील तर लहान चमच्याने दूध द्यावे.

आहार देण्यासाठी परिचारिकेने आपले हात स्वच्छ धुवावोत व निर्जंतुकता पाळूनच आहार द्यावा. म्हणजे बाळाला संसर्ग होऊन अतिसार होणार नाही.

या बालकामध्ये रक्तक्षय व इतर कमतरतेचे आजार लवकर होण्याची शक्यता असते, म्हणून जीवनसत्त्वे एक आठवड्यानंतर थेंबाच्या स्वरूपात द्यावीत.

'अ'– ४०० आय.यु. 'ड'– ४०० आय.यु. 'क' – ४० ते ५० मि.ग्रॅ. लोहाचे १ मि. ग्रॅम प्रतिकिलो वजनामागे थेंब एक महिन्यानंतर देण्यास सुरू करावेत.

स्तनपान सुरू असताना लोहाचे शोषण जास्तीत जास्त होते. तसेच या बालकामध्ये उष्मांकाबरोबर प्रथिने दररोज २.५ ग्रॅम प्रतिकिलोमागे मिळाली पाहिजेत. म्हणजे त्याचे वजन योग्य रीतीने वाढू लागेल.

६) जंतुदोष टाळणे : या बालकाची प्रतिकारशक्ती कमी असण्याची कारणे आपण पाहिली आहेतच. प्रतिकारशक्ती कमी असल्याने कोणताही संसर्ग चटकन होऊ शकतो व बाळाच्या जीविताला धोका उत्पन्न होतो. यासाठी जंतुदोष टाळण्यासाठी काळजी घ्यावी.

अ) या बालकाला स्वतंत्र खोलीत ठेवावे. इन्क्युबेटरमुळे आपोआपच बालक वेगळे ठेवले जाते.

ब) ज्या व्यक्तीला आणि परिचारिकेला सर्दी किंवा इतर सांसर्गिक आजार आहेत अशा व्यक्तीने या बाळाच्या खोलीत जाऊ नये व संसर्ग असलेल्या परिचारिकेने बाळाची काळजी घेऊ नये.

क) बाळाची काळजी घेण्यापूर्वी परिचारिकेचे हात स्वच्छ असावेत. हात स्वच्छ धुतल्यास बराचसा संसर्ग कमी होऊ शकतो, तसेच गाऊन, मास्क व ग्लोव्हज घालूनच बाळाची काळजी घ्यावी. त्याला वापरण्यात येणारी सर्व साधने निर्जंतुक असावीत. कोणत्याही प्रकारे क्रॉस इन्फेक्शन होणार नाही, याची काटेकोरपणे काळजी घ्यावी.

ड) नातेवाइकांना लांबून बाळ पाहू द्यावे. पण जवळून भेटू देऊ नये.

इ) इन्क्युबेटरची स्वच्छता नियमित करावी.

ई) बाळाची काळजी कशी घ्यावी हे वरचेवर मातेला शिकवावे, म्हणजे घरी गेल्यानंतर ती त्याची काळजी घेऊ शकेल व स्वच्छता कशी राखावी हे तिला समजल्यास बाळाला संसर्ग होणार नाही.

बाळाचे तपमान पाळण्यामध्ये किंवा कॉटवर स्थिर राहू लागल्यानंतर, बाळ तोंडाने दूध व्यवस्थित घेऊ लागल्यास, श्वसन व श्वसनमार्गाचा काही त्रास नसल्यास आणि त्याचे वजन २ किलोपेक्षा जास्त म्हणजे २.२ किलो झाल्यास त्याला घरी पाठवावे.

□□□

प्रकरण ११

खेळ व आरोग्य

□ खेळाचे महत्त्व □ खेळांची आवड व सुरुवात □ खेळ व खेळणी निवड □ आजारी बालकाचे खेळ

बालकाच्या जीवनात खेळ हा महत्त्वाचा घटक आहे. खेळातून बाळाची शारीरिक, मानसिक व बुद्धिमत्तेची वाढ व विकास होतो. खेळातूनच बाळ बाहेरचे जग किंवा वातावरण समजू शकते. खेळातून बाळ इतरांशी संपर्क साधते, शिकते. बाळाचा खेळ हेच त्याचे काम व काम म्हणजेच खेळ. खेळणी ही बाळाची साधने होत. जन्मानंतर बाळ प्रथम खेळते ते मातेशी. मग स्वत:च खेळू लागते. स्वत:शीच रमते आणि नंतर त्याला बरोबरीच्या मुलांशी खेळणे आवडते. बाळाला त्याच्या मनाप्रमाणे खेळू देणे हे आपले कर्तव्य आहे; पण त्याला त्यापासून काही इजा, धोका होत नाही. याकडे सतत लक्ष देणे म्हणजेच 'संगोपन' होय.

खेळांचे महत्त्व

१) खेळांमुळे मुलाची सर्वांगीण उन्नती होते. २) शारीरिक, मानसिक व बुद्धिमत्तेची वाढ होते. ३) खेळातून मुलाला कुतूहल निर्माण होते व ते नवीन गोष्टी जाणून घेण्याचा प्रयत्न करते. ४) खेळांमुळे बालकाचे मनोरंजन होते. जर खेळ नसते तर बालकाचा वेळ गेला असता. खेळात मूल रमत असेल तर मातेला बालकाचा त्रास कमी होतो. ५) खेळातून बालक नवीन गोष्टी शिकत असते. सभोवतालचे ज्ञान त्याला मिळते. न पाहिलेल्या गोष्टी खेळातून त्याला समजू शकतात. ६) खेळांतून इतरांना समजून घेणे, देवाणघेवाण करणे हे सामाजिक संबंध बालकाला समजतात. ७) खेळांमुळे रोजच्या जीवनातील गोष्टी समजून घेऊन त्या हाताळण्यास बाळ शिकते. खऱ्या जगाची कल्पना येऊ लागते. ८) खेळांमुळे मुलाच्या मनातील भीती व दडपण कमी होते. ९) निरोगी मुलाप्रमाणेच आजारी मुलाचा खेळ हा विरंगुळा असून, त्याच्या प्रकृतीला सहन होईल असे खेळ त्याला खेळू दिल्यास त्याला आजाराचा विसर पडतो.

खेळांची आवड व सुरुवात

बालक आपल्या ज्ञानेंद्रियांमुळे आपली करमणूक करते. ज्या वस्तू त्याला उत्तेजित करतात. त्या गोष्टींकडे आवडीने पाहते. उदा. त्याच्या पाळण्यावर हलणारी खेळणी बांधल्यास खेळणी हलतील तसे ते हातपाय हलविते. तसेच त्याच्या हातांमुळेही त्याची बरीच करमणूक होते. तीन महिन्यांनंतर हातांवर ताबा येतो व ते खेळणी हातात घेऊन खेळू लागते. त्यानंतर त्याला कूस बदलता येते. पायाचा अंगठा हातात धरता येतो व बोटे पाहता येतात. जसजसे प्रगतीचे टप्पे ओलांडता येतात तसतसा त्याचा खेळ बदलत असतो. त्यानंतर ६ ते ८ महिन्यांत डोके हलविणे, बसण्याचा प्रयत्न करणे, रांगणे व येईल ती वस्तू हातात घेणे व पाहणे. त्यानंतर ९ ते १२ महिन्यांत उभे राहण्यासाठी आधार घेणे, वस्तू इकडून तिकडे हलविणे. दोन वर्षांनंतर खेळणी गोळा करून वेगवेगळी खेळणी उपयोगात आणली जातात. दीड ते २ वर्षांचे बालक घरात सारखे फिरत असते. वस्तू उचलणे, फेकणे सारखे चालू असते.

आपला तोल व स्नायूंचे सहकार्य ते सांभाळू शकत नाही व काही वेळा खेळणी किंवा वस्तू पडतात, मोडतात. त्या मोडण्याचा त्याचा हेतू नसतो.

दुसऱ्या वर्षाच्या शेवटी बालकाला बाहुल्या, पक्षी, प्राणी ही खेळणी फार आवडू लागतात. तसेच ठोकळ्यांची रचना, ते एकमेकांवर ठेवणे याही गोष्टी त्याला आवडतात. या वेळी दुसऱ्या बरोबरीच्या मुलांबरोबर खेळण्यास त्याला रस नसतो; पण त्याच्या खेळण्यांबरोबर आवडीने खेळते. म्हणजे खेळण्यांमध्ये बदल आवडतो. बालकाला सहजपणे खेळू द्यावे. खेळाचे नियम घालून देऊ नयेत. उदा. हे घेऊ नको, ते टाकू नको वगैरे.

अडीच ते ३ वर्षांच्या बालकाला आपल्या बरोबरीच्या मुलांबरोबर खेळणे आवडू लागते. त्यांच्यामध्ये समरस होऊ लागते. त्यानंतर गट करून खेळण्यात रमते. इतरांचे म्हणणे समजावून घेऊ लागते. बालक मोठे होईल तसे बरोबरीच्या मुलांबरोबर मित्रत्वाने राहण्यास शिकते व इतर मुलांना त्रास देणे कमी होऊ लागते.

लहान मुलांचे दोस्त कमी असतात. विशेषत: विभक्त कुटुंबात राहणाऱ्या मुलाला बरोबरीचे दोस्त कमी मिळतात; पण एकत्र कुटुंब व शेजाऱ्यांशी संबंध असल्यास मुलाला अनेक दोस्त मिळतात. बालवाडीत मूल घालण्याचा उद्देश हाच की, मूल काही वेळ इतर मुलांत समरस व्हावे. घरातील लोकांचे एकमेकांशी संबंध खेळीमेळीचे असल्यास बाळ बाहेरच्या वातावरणात त्याचप्रमाणे वागते. यासाठी घरातील प्रौढ व्यक्तींनी मुलांच्यापुढे एकमेकांशी चांगले वागून चांगले उदाहरण त्यांच्यापुढे ठेवावे.

लहान मुलांना खेळावयास ठराविकच मुले पाहिजे असतात असे नाही. सर्वसाधारण नेहमीच्या मुलांत ते खेळते; पण मोठी मुले ठराविक मुलांबरोबरच खेळण्यास रस घेतात.

लहान मुले व मुली एकत्र खेळतात; पण नंतर मुलगी मुलींच्याबरोबर खेळते व मुलगा मुलांच्यामध्ये खेळण्यास रस घेतो.

मुलांच्या गटात आपण सर्वांना आवडतो याचे मुलाला किंवा मुलीला फार समाधान असते. हुशार मुले, दुसऱ्याचे ऐकून घेणारी व दुसऱ्याच्या इच्छांना मान देणारी मुले सर्वांना आवडतात व आपल्या गटात लोकप्रिय होतात.

मुलांचे वयानुसार खेळ बदलतात. तसेच आर्थिक व सामाजिक परिस्थितीनुसार खेळ वेगळे वेगळे असतात.

मनोरंजनाच्या साधनांमुळे खेळ कमी होतात. उदा. मुले टी.व्ही. पाहण्यात रस घेतात. जितकी मनोरंजनाची साधने नवीन नवीन येतात तितकी मुले ती पाहण्यात रस घेतात व खेळातील आवड कमी होऊ लागते.

घरातील काही कामांची जबाबदारी व शाळेतून दिलेला अभ्यास यामुळे खेळाचा वेळ कमी कमी होऊ लागतो.

वस्तू, खेळणी गोळा करणे यात मूल बरेच रमते. लहान मूल काहीही गोळा करते. दगड, गोट्या, बिया जसजसे मूल मोठे होईल तसतसे वस्तू गोळा करणे कमी होत नाही. पण वस्तू बदलतात.

मूल मोठे झाल्यानंतर म्हणजे १० ते १२ वर्षांचे मूल मैदानी खेळ आवडीने खेळते. नियम समजून त्यात कौशल्य वाढविण्याचा प्रयत्न करते. स्पर्धांमध्ये भाग घेणे आवडते. गटप्रमुख होणे मुलांना आवडते. त्यासाठी आवडीने खेळतात.

खेळ व खेळणी यांची निवड

बाळाच्या वयानुसार, त्याचा हातावरील ताबा, स्नायूंचे सहकार्य व ज्ञानेंद्रियांचा विकास यानुसार खेळणी घ्यावीत. १) सुरुवातीला वाजणारी, हलकी खेळणी बाळाला द्यावीत. २) ज्यातून बाळाला प्राणी, पक्षी समजतील अशी खेळणी, की ज्यामुळे त्याला बाहेरील जगाची खेळण्यातून कल्पना येऊ लागते. ३) ठोकळे बसवून काढणे. यामुळे त्याच्या बुद्धिमत्तेची वाढ होते. ४) मोठ्या मुलाला नकाशे बनविणे, प्राणी बनविणे, यासाठी माती, पाणी किंवा वाळूचे ढीग बनविणे हे खेळ खेळू द्यावेत. ५) खेळण्यातील भांडी, बाहुल्या, खेळण्यातील स्टेथोस्कोप इत्यादी खेळणी दिल्यास अशा वस्तूंचा उपयोग समजतो. ६) खेळण्याशिवाय चित्रे काढणे, वस्तू बनविण्यासाठी साहित्य दिल्यास खेळातून मूल अनेक गोष्टी शिकते. ७) वयानुसार खेळ बदलत असतात. बुद्धीचा विकास होण्यास खेळ उपयोगी पडतात; म्हणून

मूल कसे खेळते, हे लांबून पाहावे व त्याला त्याच्या मनाप्रमाणे खेळू द्यावे. ८) लहान व मोठ्या मुलांना आईवडिलांनी आपल्याशी खेळावे असे वाटत असते. थोडा वेळ काढून त्यांच्याशी खेळावे. खेळाचे नियम किंवा पद्धत मुलांनी विचारल्यास बरोबर सांगावेत. उदा. कॅरमचे नियम. मैदानी खेळाचे नियम वगैरे. ९) खेळातील स्पर्धांमध्ये विजय किंवा पराजय होणारच. विजयाचा आनंद, समाधान जरूर असावे. पण पराजयामुळे खचून न जाता जास्त चिकाटीने व आवडीने खेळण्यास मदत करणे, हे जर मूल खेळण्यातून शिकले तर पुढील आयुष्यातील सर्व प्रकारच्या प्रसंगांना योग्य रीतीने सामोरे जाऊ शकते.

आजारी बालकाचे खेळ

आजारी बालकाला सहन होईल तो खेळ खेळू देणे व त्यासाठी त्याला मदत करणे ही एका परिचारिकेची जबाबदारी आहे. दवाखान्यात बालक दाखल केल्यानंतर त्याच्या प्रकृतीनुसार त्याला खेळ खेळू दिल्यास ते जास्त रमते व त्याचा एकटेपणा नाहीसा होतो.

काही वेळा पालक बालकाला कोणती खेळणी द्यावीत असा सल्ला विचारतात. आजारी बालकाची जास्त दमणूक होईल अशी खेळणी त्याला देऊ नयेत. हलकी व साधी खेळणी, छोट्या गोष्टींची पुस्तके देण्यास सांगावे.

सांसर्गिक आजार नसल्यास एका मुलाच्या बिछान्यावर बरोबरीच्या मुलाला बैठे खेळ खेळण्यास परवानगी द्यावी.

बालकक्षामध्ये मुलांना खेळण्यासाठी खोली असावी व दिवसातून काही वेळ मुले खेळण्यासाठी त्या खोलीत सोडावीत व त्यांच्यावर लक्ष ठेवावे. उठून फिरू शकणाऱ्या मुलांची चांगली करमणूक होते. थोडासा व्यायाम होतो, पण मुले दमणार नाहीत. याकडे लक्ष द्यावे. ही खोली इतर कारणांसाठी वापरू नये. मूल जर खेळण्यास रस घेत नसेल तर परिचारिकेने त्याच्याशी थोडा वेळ खेळावे.

व्यंग असणाऱ्या मुलाला गटप्रमुख मुलाने खेळण्यास मदत करून त्याला खेळात घ्यावे. पालकाच्या मदतीने दवाखान्यात खेळ व मुलांची करमणूक याकडे जास्त लक्ष द्यावे.

आजारी बालकासाठी खेळाची सोय पुढीलप्रमाणे असावी – १) बालकाला उत्तेजन मिळेल अशी खेळणी असावीत. २) दवाखान्याच्या इतर कामांबरोबर खेळण्यासाठीही वेळ ठेवावा व नियमितपणे खेळासाठी वेळ द्यावा. ३) प्रकृतीला अपाय न होणारा खेळ बालकास त्याच्या इच्छेनुसार खेळू द्यावा. ४) जे मूल खेळत नाही त्याच्याबरोबर थोडा वेळ खेळावे. ५) मूल ज्या प्रकारे खेळते; त्यावरून त्याचा विकास ओळखता येतो. ६) दवाखान्यातील वस्तू (उदा. बॅन्डेज, ट्यूब, स्टेथेस्कोप,

प्लॅस्टिक सीरिंज) त्यांना हाताळू दिल्यास त्याबद्दल त्यांची भीती कमी होते. ७) आजारी बालक खेळात रमते. त्याचा वेळ जातो व आजार बरा होण्यास मदत होते.

वयानुसार खेळणी व खेळाची साधने

खेळण्याची निवड करताना ती महाग, विस्तारित न घेता साधी, टिकणारी आणि बालकाच्या गरजेनुसार असावीत. मुलाच्या आवडीचा जरूर विचार केला पाहिजे, तरच त्यांना त्या खेळण्यातून आनंद व समाधान मिळते. सर्वसाधारणपणे खेळणी घेताना खेळणी बाळाच्या दृष्टीने १) सुरक्षित, २) टिकणारी, ३) आकर्षक, ४) वयानुसार बालकाच्या गरजा व अनुभव देणारी असावीत.

या प्रकारची खेळणी असू नयेत : १) गाड्या किंवा पळणारे प्राणी, किल्ली घेऊन फिरणारी वाहने, यामुळे बाळ फार दमते. २) बालकाच्या वयानुसार न समजणारी व आवडणारी. ३) बाळाच्या हातून सहजासहजी तुटणारी. ४) असुरक्षित, ५) न टिकणारी किंवा बाळाला क्षणिक हाताळता येणारी, ६) प्रमाणापेक्षा जास्त उत्तेजित करणारी.

अर्भकासाठी : गडद रंगाची, बाळाला हातात धरता येण्यासारखी, बाळ तोंडात घालण्याची शक्यता असते, म्हणून इजा न होणारी व वरचेवर स्वच्छ करता येण्याजोगी उदा. गडद रंगाचे हलणारे पक्षी, खुळेखुळे, प्राणी इत्यादी.

१ ते २ वर्षे : ढकलून चालविता येणारा गाडा, बाहुल्या – बटण वा डोळे निघणार नाहीत व बाळ तोंडात घालणार नाही याची खात्री करून देणे. खेळण्यातील लाकडी भांडी, पळ्या वगैरे, गडद रंगाचे ठोकळे, पाण्यात तरंगणारी खेळणी बाळाला अंघोळीच्या वेळी थोडा वेळ द्यावीत. चेंडू, छोटी साधी पुस्तके द्यावीत.

२ ते ५ वर्षे : या वयात बाळ चपळ बनते. खेळण्यातून मोठ्या स्नायूंना व्यायाम मिळाला पाहिजे. खेळण्यामुळे बालकाचा विकास होतो. खेळातून त्याचा ताण कमी व्हावा. त्याला स्वत:वर ताबा येण्यासाठी खेळणी उपयोगी पडतात. मोठे ठोकळे इमारत बनविण्यासाठी. गडद रंगाच्या पेट्या, शिसपेन्सिल, पेपर, रंग, ब्रश, चेंडू, वाजणारी खेळणी, रिंग इत्यादी.

५ ते ७ वर्षे : या वयात मुले मोठ्यांचे अनुकरण करतात व मोठी माणसे काय करतात ते त्यांना करावेसे वाटते. मोठे ठोकळे, पेट्या, छोटे टेबल, खुर्च्या, चेंडू, पेपर, प्राण्यांची चित्रे, तीन चाकी सायकल इत्यादी.

७ ते १० वर्षे : बाळ उद्देश मनात धरून खेळते. वस्तू गोळा करण्याकडे कल असतो. कोडी सोडविणे, ठोकळे काढणे व बसविणे इत्यादी. कोडी (puzzles), खेळण्यातील घरे, बाहुल्या, बागकामाच्या वस्तू, दोन चाकी लहान सायकल.

१० ते १२ वर्षे : छंद वाढीस लागतात. कागद, रंग, कात्री, नकाशे, बोर्ड इत्यादी वस्तू आवडतात.

१३ ते १५ वर्षे : शारीरिक वाढ जलद होत असते. मित्रांबरोबर खेळणे, मैदानी स्पर्धात्मक खेळ, आवडीच्या वस्तू गोळा करणे व मांडून ठेवणे.

निसर्गसौंदर्याची आवड, अनेक प्रकारच्या वस्तू, तिकिटे गोळा करणे, त्यांचा अभ्यास करणे, वस्तू आणून प्रयोग करणे इत्यादी.

□□□

प्रकरण १२

अपघात व संरक्षण

☐ अपघाताची कारणे व संरक्षण

अपघात बालकाच्या जीवनातील अतिशय मोठा धोका आहे. बालकाला अपघात व इजा न होण्यासाठी अपघात कसे, कधी व का होतात, हे सविस्तर समजावून घेतले पाहिजे. ते होऊ नयेत म्हणून बाळाचे संगोपन करीत असताना वेळोवेळी काळजी घेतली पाहिजे. बाळाचे शारीरिक व मानसिकरीत्या सुरक्षित संगोपन हेच अपघात टाळण्याचे मुख्य तत्त्व होय.

अपघातामुळे बाळाला इजा होते; अपंगत्व येते. अपघात हे बालमृत्यूचे एक कारणही असू शकते. हे दुष्परिणाम टाळण्यासाठी अपघात होऊ न देणे हा महत्त्वाचा उद्देश प्रत्येक आई-वडिलांनी आपल्यासमोर ठेवून बाळाची काळजी घेतली पाहिजे. मातेला बाळाचे अतोनात प्रेम असतेच. ती मनापासून त्याचे संगोपन करीत असते. तरी पण अज्ञान, गैरसमजुती व बाळाच्या प्रगतीची माहिती नसल्याने बरेच अपघात होतात. थोडासा हलगर्जीपणा अपघाताला आमंत्रण देऊ शकतो. आपल्याला माहीत आहे की, मानवी मूल हे इतर प्राणिमात्रांच्या पिल्लांपेक्षा जास्त काळ परावलंबी असते आणि म्हणून बाळाच्या संगोपनाची जबाबदारी आई-वडिलांवर असते.

अपघात होण्यामागे बाळाची वाढ व विकास हा महत्त्वाचा विचार करण्यासारखा घटक आहे. शारीरिक वाढीचे टप्पे व मानसिक वाढीचे टप्पे ते वयानुसार ओलांडत असते. प्रत्येक टप्पा ओलांडताना योग्य काळजी न घेतल्यास अपघात होऊ शकतो. तांत्रिक प्रगती दिवसेंदिवस वाढत आहे; त्यामुळे अपघातांचे प्रमाणही वाढत आहे. तसेच दगदगीच्या जीवनामुळेही अपघातांचे प्रमाण वाढत आहे. पूर्वीची माता फक्त घर व मूल सांभाळत होती; तिला मानसिक ताण जवळजवळ नसे; पण सध्याची माता घर, मूल व नोकरी किंवा बाहेरील जगात जबाबदारी घेऊन काम करीत असते; त्यामुळे तिचा मानसिक ताण वाढत आहे. त्यामुळेही आपल्या मुलाकडे क्वचित दुर्लक्ष होऊन अपघाताचे प्रमाण वाढत आहे. मातेच्या गैरहजेरीमध्ये

जबाबदार व जाणकार व्यक्तींनी काळजीपूर्वक लक्ष न दिल्यास अपघात होण्याची शक्यता जास्त आहे.

अपघात होण्याची कारणे, ती कशी टाळावीत व बाळाचे संरक्षण किंवा संगोपन कसे करावे, हे प्रत्येक आई-वडिलांना समजावून देणे, शिकविणे यामुळे बरेच अपघात टाळता येतील. सध्याचे पती-पत्नी वयाने लहान नसतात, तसेच शिकलेले असतात. त्यांना या गोष्टी शिकवल्यास बाळावर अपघातामुळे होणारे दुष्परिणाम निश्चित कमी करता येतील. प्रसूतीपूर्व काळातच मातेला बाळाचे संगोपन कसे करावे, हे सविस्तर शिकविण्याची (Mother Craft Classes) परिचारिकेची जबाबदारी असते. ती जर योग्य रीतीने पार पाडली, तसेच मातेकडून काही गोष्टी करवून घेतल्यास तिला संगोपन करणे कठीण जाणार नाही. लहान मुले १) गडबडी, २) चौकस, ३) अनुकरण करण्याच्या प्रकृतीची असतात, ४) स्वतंत्रपणे नवीन गोष्टी शिकण्याची प्रवृत्ती असते, ५) कोणती गोष्ट धोक्याची आहे याचे त्यांना ज्ञान नसते. दुष्परिणामांची जाणीव नसते; म्हणून मुलांमध्ये अपघात जास्त होतात. होणारे अपघात, कारण किंवा साधने व त्यापासून संरक्षण कसे करावे याची सविस्तर चर्चा केली आहे –

अपघाताची कारणे व संरक्षण

१) गुदमरणे

स्तनांचा दाब तोंडावर पडल्याने – विशेषतः झोपून पाजणाऱ्या मातेमध्ये, उशी पांघरुण किंवा शरीरावर जड वस्तू पडल्याने, नाकातोंडात पाणी, द्रव पदार्थ किंवा घनपदार्थ उदा. प्लॅस्टिक बुचे, गेल्याने.

१) अतिलहान बाळाच्या तोंडावर स्तनाचा दाब पडू नये म्हणून मातेने उजव्या हाताच्या बोटाने स्तनाग्र धरावे. झोपून बाळाला पाजवू नये. २) बाळाच्या तोंडावर जड पांघरुण घालू नये. ३) जवळपास उशी व जड कापड असू नये; कारण बाळ त्या वस्तू ओढून तोंडावर घेते. ४) बाळाच्या अंगावर वरून काही पडणार नाही अशा ठिकाणी त्याला झोपवावे. ५) पाण्याजवळ बाळाला जाऊ देऊ नये किंवा पाजताना ठसका लागणार नाही याची काळजी घ्यावी. ६) प्लॅस्टिक बूच तोंडात ठेवून बाळ झोपी जाते. जर बाळाला सर्दी झाली असेल, तर नाकाने श्वास घेऊ न शकल्याने बाळ गुदमरते.

२) इजा होणे, रुतणे, कापणे, घशाला व डोळ्याला जखम होणे

कपडे अतिघट्ट, कपड्याला असणाऱ्या पिना, इलॅस्टिक पट्ट्या घट्ट होऊन रुततात. पिना, सूया, आरसा, धारदार वस्तू, सुरी, विळी इत्यादी. आई करते त्याप्रमाणे मुले त्यांचा वापर करण्याचा प्रयत्न करतात.

१) कपडे सुती, मऊ असावेत. बिछाना मऊ असावा. बिछान्यात रुतणाऱ्या वस्तू असू नयेत. कपड्यांना पिना असू नयेत. बिछान्याच्या चादरी खोचलेल्या असाव्यात. बिछाना उबदार असावा. २) अशा सर्व वस्तू बाळाच्या हाताला येतील अशा ठेवू नयेत. आरसा बाळाला आवडतो. मात्र तो दिल्यास लक्ष ठेवावे व लगेच काढून घ्यावा. ३) धारदार वस्तू मुलाच्या हाताशी असू नयेत. वापरल्यानंतर लगेच उचलून ठेवाव्यात, त्यापासून इजा होते हे बाळाला समजावून सांगावे. मोठ्या मुलांना कात्रीचा वापर व ती कशी हाताळावी हे शिकवावे.

३) नाकात, कानात आगंतुक वस्तू जाणे

खेळणी, टाकाऊ वस्तू, फुटलेल्या काचेच्या वस्तू, बिया, गोट्या, नाणी, मणी इत्यादी.

खेळणी बाळाच्या वयानुसार द्यावीत; पण सुरक्षित असावीत. अतिलहान मुलाला पत्र्याची, काचेची खेळणी देऊ नयेत. खेळणी वरचेवर तपासून त्यांचे लहान भाग निघतात का हे पाहावे. विशेषत: लहान चाके, खेळण्याचा रंग, बाळ तोंडात घालण्याची शक्यता असते. टाकाऊ वस्तूंची लगेच योग्य विल्हेवाट लावावी. खेळणी सहजासहजी बाळ तोंडात घालील अशी लहान असू नयेत. बाळ मणी नाकात, कानात घालते. घरात पडलेले असले तरी उचलून टाकावे. बाळाचा खेळ संपल्यानंतर खेळणी उचलून ठेवावीत. म्हणजे बाळ त्यावरून पडणार नाही.

४) पडणे, हाडमोड, गंभीर इजा

बाळवाढीचा प्रत्येक टप्पा ओलांडताना तोल न सांभाळल्यामुळे पडण्याची शक्यता असते. जमीन किंवा फरशी ओली असल्यास, गुळगुळीत असल्यास, घर्षण कमी झाल्याने बाळाचे पाय घसरतात. मोठ्यांच्या चप्पल वापरू देणे.

फर्निचर – खुर्ची, टेबल बाळ ओढण्याचा प्रयत्न करते, चढण्याचा प्रयत्न करते व पडते. बाळाला स्वत:चा तोल सांभाळता येत नाही.

१) बाळावर सतत लक्ष ठेवून बाळ पडणार नाही याची काळजी घ्यावी. रांगणारे बाळ कॉटवर झोपवू नये. त्याला एकटे सोडून बाहेर जाऊ नये. २) जड वस्तू खाली ठेवू नयेत. बाळाला नक्की बसता किंवा उभे राहता येते याची खात्री असल्याशिवाय आधार काढू नये. ३) फरशी बुळबुळीत असेल, ओली असेल तर बाळाचा पाय घसरून ते पडते. वाटेत वस्तू, चेंडू असू नये. बाळ जिना चढण्यास लवकर शिकते, पण उतरता येत नाही हे लक्षात ठेवून त्याच्याबरोबर वरवर जाऊन त्याला घेऊन यावे. ४) बाळाला चप्पल दिसणार नाही अशी ठेवावी. ५) फर्निचर, खुर्ची यावर चढण्याचा प्रयत्न करून बाळ पडते. यासाठी त्याच्याजवळ सतत असले पाहिजे. ६) घराच्या इमारतीचे बांधकाम करताना घराच्या खिडक्यांना गज

असावेत. गॅलरीवर बाळाला चढता येणार नाही, हे पाहावे. जिन्याला कठडे असावेत. दरवाजे एकाच बाजूने उघडणारे असावेत. या गोष्टी लक्षात ठेवाव्यात व बाळाला दरवाजे उघडण्यास व झाकण्यास शिकवावे.

५) भाजणे व पोळणे

स्टोव्ह, गॅस किंवा ग्रामीणभागात चूल, आगपेटीच्या प्रकाशाचे बाळाला आकर्षण असते व त्यापासून होणाऱ्या धोक्याची जाणीव नसते.

१) या वस्तू उंचावर असाव्यात. स्वयंपाक ओट्यावर करावा. आगपेटी बाळाच्या हाताला येणार नाही अशी ठेवावी व भाजण्याची भीती घालावी. गॅस बंद करणे. चालू करणे मुलांना सांगू नये. गरम पाणी, दूध, द्रवपदार्थ बाळाच्या हाताशी असू नयेत. ते ओढून घेतल्याने बाळाला पोळू शकते. जेवणाच्या टेबलावर लोंबणारे टेबलक्लॉथ घालू नये. बाळ तो धरून ओढते व गरम अन्न किंवा पेये बाळाच्या अंगावर पडतात. २) आग किंवा गरम वस्तूंचा थोडासा चटका बसल्यास बाळ या वस्तू धरत नाही. बाळाला देण्यात येणारे दूध, पेय योग्य तपमानाचे आहे याची खात्री करूनच पाजावे. पेटत्या व गरम वस्तूजवळ काम करताना काळजीपूर्वक करावे व बाळापुढे चांगले उदाहरण ठेवावे. ३) अंघोळीचे पाणी जास्त गरम असू नये.

चुलीजवळ बाळाला एकटे सोडू नये. आकृती क्र. २०

६) इलेक्ट्रिक शॉक

इलेक्ट्रिक वस्तू, इलेक्ट्रिसिटी याची बाळाला उत्सुकता असते. स्विच चालू करण्यास आवडते. हलणाऱ्या व प्रकाशित वस्तूंचे आकर्षण असते.

१) बाळाला समजू लागल्यापासूनच यापासून होणारे धोके सांगावेत. इलेक्ट्रिक स्विच व सॉकेट्स बाळाला हाताला येणार नाहीत असे असावेत. ते चांगल्या स्थितीत असावेत. जास्तीची सॉकेट्स चिकटपट्टीने कायमची बंद करावीत. स्विच चालू असताना हात आपणही लावू नये व त्याचे कारण बाळाला समजावून सांगावे. टेबलफॅन बाळ लहान असताना उंचावर ठेवावेत. इस्त्री व इतर इलेक्ट्रिक वस्तू बाळाला हाताळू देऊ नयेत.

७) बुडून होणारे अपघात

पाणी - बाळ पाण्यात पडले की, नाका-तोंडात पाणी जाऊन ते गुदमरते.

पोहणे - फार पोहल्याने मुले थकतात व बुडण्याची शक्यता असते.

१) पाणी भरून ठेवलेली भांडी वर असावीत. त्यावर झाकण असावे. पाण्याच्या बादल्या व हौद बाथरूममध्ये ठेवून दरवाजा बंद ठेवावा. बाळाला त्यात वाकून पाहू देऊ नये. पाण्यामध्ये खेळणे बाळाला आवडते म्हणून पाण्याचे हौद झाकूनच ठेवावेत. बाथरूममध्ये बाळाला एकटे सोडू नये. २) मुलांना विहिरीत, नदीत अंघोळीस पाठवू नये. पोहण्यास शिकविण्यासाठी तरबेज व जबाबदार व्यक्ती असावी. मुलाला पोहता येत असले तरी एकटे पोहण्यास पाठवू नये किंवा फक्त मुलांनाच पाठवू नये.

८) विषारी दंश

कीटक, विंचू, साप यांना चुकून धक्का लागल्यास ते चावतात.

१) लहान बाळाला पाळण्यात झोपवावे. बाळाचा बिछाना झटकून व कपडे झटकून घालावेत. अंधारात बाळाला सोडू नये. सामानाच्या किचकट खोलीत बाळाला सोडू नये. २) बागेत किंवा शेतात बाळाला एकटे सोडू नये. बिळात बोटे घालू नये म्हणून शिकवावे. हलणाऱ्या कीटकापासून धोका असतो हे शिकवावे.

९) वाहने व रस्त्यावर होणारे अपघात

वाहने व रस्त्यावर होणाऱ्या अपघातांची कारणे याप्रमाणे आहेत – १) मुले रस्त्यावर खेळत असतात. खेळण्यात इतकी गुंग असतात की, वाहनांकडे त्यांचे लक्ष नसते. चेंडू, फुगा किंवा पतंग हातातून सुटल्यास त्यामागे कसलाही विचार न करता धावू लागतात. २) रस्त्यात असणारे खड्डे किंवा अडथळे याकडे मुलांचे लक्ष नसल्यास धोका होतो. ३) रस्त्यावर दोन चाकी किंवा तीन चाकी सायकल चालविणे. ४) रस्ता ओलांडताना कसा, कधी, कोठे ओलांडावा हे माहीत नसते व मुले धावत सुटतात. ५) रस्त्याच्या कडेला थांबलेल्या रिक्षा किंवा गाडीला मुले धरून ठेवतात व गाडी अचानक सुरू झाल्यास बालकाला अपघात होतो.

६) रस्त्यावर खेळत, खेळत चालणे किंवा रस्त्याच्या मध्य भागातून चालणे. ७) चालत्या गाडीत चढणे किंवा चालत्या गाडीतून उतरणे हे धोकादायक असते. ८) आईवडील किंवा इतर मोठ्या लोकांनी रस्ता चुकीच्या पद्धतीने ओलांडल्यास मूल तेच उदाहरण आपल्यासमोर ठेवून तसे करण्याचा प्रयत्न करते. ९) रस्त्यावर तेल किंवा इतर पदार्थ सोडल्यास पाय व वाहने घसरून पडतात.

रस्त्यावरील अपघात टाळणे

१) अतिलहान मुलाला एकट्याला रस्त्यावर सोडू नये. २) आपल्यासमवेत बालकाला न्यावे व आणावे. हे करीत असताना आपले चांगले उदाहरण बालकासमोर ठेवावे, म्हणजेच चुकीच्या ठिकाणी किंवा घाईगडबडीने रस्ता ओलांडू नये. ३) चालत्या वाहनातून उतरू नये व चढू नये, हे बालकाला शिकवावे. ४) बाळाला रस्त्यावर खेळू देऊ नये. यासाठी त्याला मैदानात, बागेत घेऊन जावे. ५) रस्त्याने चालताना आपल्या उजव्या बाजूने चालावे. फूटपाथवरून चालावे. समोर पाहून चालावे. खेळतखेळत जाऊ नये. ६) लहान मुलांना रस्त्यावर सायकल चालवू देऊ नये. तसेच मोठ्या मुलांना सायकल व्यवस्थित चालविता येते व रस्त्याचे नियम माहीत आहे याची खात्री करूनच चालवू द्यावी. ७) रस्ता ओलांडताना प्रथम डावीकडे व नंतर उजवीकडे पाहून वाहन जवळ नाही याची खात्री करून पांढऱ्या पट्ट्याच्या ठिकाणीच रस्ता ओलांडावा हे मुलांना शिकवावे. तसेच सिग्नल ओळखण्यास मुलांना शिकवावे. त्यांना ते समजतात याची खात्री करून एकट्याला जाऊ द्यावे. ८) रस्त्यावरील वाहनांना रेलून उभे राहू नये किंवा धरू नये. ९) रस्त्याने चालताना वाचू नये किंवा गहन विचार करू नये. १०) महानगरपालिकेने रस्त्यावरील खड्डे ताबडतोब दुरुस्त करावेत व रस्ते स्वच्छ ठेवण्यासाठी योग्य ती व्यवस्था करावी. तसेच लोकांनाही रस्ता स्वच्छ ठेवण्याविषयी सूचना द्याव्यात.

१०) विषबाधा

मुलांमध्ये विषबाधेचे प्रमाण जास्त आहे. विशेषत: १ ते ५ वर्षे वयोगटात हे प्रमाण जास्त आहे. विषबाधा होण्याचे कारण म्हणजे बालक प्रत्येक वस्तू तोंडात घालते. अनेक रासायनिक द्रव्ये, औषधे व दूषित अन्नामुळे विषबाधा झाल्याचे आढळून येते.

बाळाला खालील कारणांनी विषबाधा होण्याची शक्यता असते –

१) खेळण्याला असणारे पेन्ट्स, विशेषत: लेड पेन्ट्स फारच विषारी असतात. २) जंतुविरोधक द्रव्ये (Antiseptics) उदा. फिनॉईल, डेटॉल इत्यादी. ३) औषधांची मात्रा जास्त देणे, एकाचे औषध इतरांना वापरणे, जुने औषध वापरणे. डॉक्टरी सल्ल्याशिवाय बालकाला औषध देणे. ४) काही कीटक मारण्यासाठी

वापरण्यात येणाऱ्या पावडरमुळे विषबाधा होते. ५) ॲसिड किंवा इतर रासायनिक गोळ्या किंवा वड्या, कापूर. ६) काही सौंदर्यप्रसाधने पोटात गेल्यास त्यापासून विषबाधा होते. ७) कीटकनाशक मारलेली फळे न धुता खाल्ल्यास. ८) शेतकऱ्याच्या घरात अतिविषारी कीटकनाशकांमुळे ९) रॉकेल जुन्या सरबताच्या बाटल्यांत ठेवले जाते व लेबल काढले जात नाही. त्यामुळे बालक सरबत समजून घेते किंवा चुकूनही घेतले जाते.

प्रतिबंधक उपाययोजना : १) पेंट असलेली खेळणी बाळासाठी घेऊ नयेत. विशेषत: लेड पेंट्स खेळण्यांना वापरू नयेत, असा कायदाही आहे. २) घरामध्ये जंतुविरोधक द्रव्ये, कीटकनाशके, इतर रासायनिक द्रव्ये, ॲसिड्स बाळाच्या हाताला येणार नाहीत अशी उंचावर किंवा कुलपात ठेवावीत. ३) खाली पडलली कोणतीही गोळी किंवा वस्तू तोंडात घालू नये, असे लहान मुलाला सुरुवातीपासून समजावून सांगावे. ४) औषधे डॉक्टरांनी सांगितलेल्या मात्रांतच द्यावीत. एकाचे औषध दुसऱ्याला स्वत:च्या मनाने वापरू नये. औषधाच्या रंगावरून किंवा गोळीच्या आकार व रंगावरून औषध ओळखू नये. त्याला लेबल असावे. जुनी औषधे वापरू नयेत. औषधे कुलपात असावीत. उरलेले औषध ओतून टाकावे व बाटल्या फेकून द्याव्यात. मुलाला स्वत:चे स्वत: औषध घेण्यास सांगू नये. औषधाची मात्रा देताना त्याचे लेबल वाचून खात्री करून द्यावे. बाळाला औषधाचा डोस दिल्याचे आई-वडिलांनी एकमेकांना सांगावे, म्हणजे मात्रा जादा होणार नाही. मोठ्यांसाठी आणलेली औषधे बालकापासून लांब ठेवावीत. गरोदर मातेला देण्यात येणाऱ्या फेरस सल्फेटच्या गोळ्या महिनाभरासाठी दिल्या जातात. त्या खाऊन कितीतरी मुलांना विषबाधा झालेली आढळून आली आहे. ५) सौंदर्यप्रसाधने बाळ तोंडात घालण्याची शक्यता असते. ती उंचावर ठेवावीत. ६) रासायनिक द्रव्ये सरबताच्या बाटल्यांमध्ये ठेवू नयेत. सरबताची बाटली रिकामी झाल्यानंतर ते लेबल काढून टाकावे. काही वेळा लोणची, जॅमच्या बाटल्या रिकाम्या झाल्यानंतर त्या धुवून त्यात रासायनिक द्रव्ये घालून ठेवली जातात व बाटलीचे लेबल काढले जात नाही; त्यामुळे विषबाधा होण्याची शक्यता असते. ७) फळे व पालेभाज्या स्वच्छ पाण्याने भरपूर धुवून मगच खाव्यात. ८) मोठ्या मुलांना कोणकोणत्या कारणाने विषबाधा कशी होते, हे समजावून सांगावे. ९) मुलांनाही रसायने दाखवावीत; त्यांचा वास कसा असतो, हे त्यांना समजू द्यावे. त्यांचे उपयोग सांगून या वस्तू खाण्याच्या नाहीत, हे त्यांना पटवून द्यावे. खाल्ल्यास होणारे धोके सांगावेत. १०) रॉकेल घरोघरी लागणारे तेल आहे. हे स्वयंपाकघरातच ठेवले जाते. ते निदान बाळाच्या दृष्टीस पडणार नाही व त्याच्या हाती लागणार नाही असे ठेवावे. रॉकेलच्या विषबाधेचे प्रमाण मुलांमध्ये फारच आहे. थोडे जरी रॉकेल घेतले तरी दुष्परिणाम होतात. रॉकेल श्वासमार्गात

गेल्यास फुफ्फुसाला सूज येते. तसेच ते घेतल्यानंतर उलटी झाल्यास उलटीचा द्रव फुफ्फुसात जाऊन सूज येते. बाळाला श्वास घेता येत नाही व ऑक्सिजनची कमतरता होते.

या बालकाला ताबडतोब दवाखान्यात न्यावे. उलटी होणारी औषधे देऊ नयेत. नळी घालून पोट धुऊ नये. अशा बालकाला मिल्क ऑफ मॅग्नेशिया देतात; त्यामुळे शौचावाटे घेतलेले रॉकेल पडून जाते. बाळाच्या श्वसनावर लक्ष ठेवावे.

बालकक्षामध्ये विषबाधेमुळे कधीही बाळ दाखल होऊ शकते. यासाठी तत्कालिक उपचार खोली असावी. या खोलीत तत्कालिक उपचार करण्यासाठी साहित्य, औषधे, सीरिंज, नीडल्स, सक्शन मशीन, ऑक्सिजन सिलिंडर, इंडोट्रकियल ट्यूब्स व कृत्रिम श्वसन देण्यासाठी ॲम्बू बॅग्ज, जठर धुण्यासाठी लागणारे साहित्य, सर्वसाधारण विषाचे अँटिडोट औषध तयार असावे. दिवसातून एकदा तरी ही साधने योग्य स्थितीत आहेत याची काळजी घ्यावी.

कोणतीही विषबाधा झाल्यास त्यापासून शरीरावर दुष्परिणाम होतातच. बाळ मृत्युमुखीही पडू शकते. काही विषबाधेमुळे तत्कालिक परिणाम दिसतात, तर काही विषबाधेमुळे काही मुलांमध्ये दीर्घकालीन परिणाम होतात. यासाठी मुलांमध्ये विषबाधा होऊ नये म्हणून जास्तीत जास्त काळजी घेतली पाहिजेत. आई-वडिलांना याबद्दल शिक्षण किंवा सल्ला दिला पाहिजे. डॉक्टरी सल्ल्याशिवाय औषध घेणे किंवा इतरांना देणे, हे कायद्याने गुन्हा आहे. हे पटवून द्यावे.

□□□

प्रकरण १३

आजारी मुलाची काळजी

□ आजारी मुलाची घरी घ्यावयाची काळजी. □ रुग्णालयात बालक दाखल करणे. □ बालकाची रुग्णालयातील काळजी व परिचारिकेची जबाबदारी, □ बालकक्षातील सुरक्षितता □ बालकाची माहिती घेणे.

आजारी मुलाची घरी घ्यावयाची काळजी

आजारी बालकाला रुग्णालयात दाखल केल्यानंतर अनेक अडचणी येतात. विशेषत: मूल मातेपासून व घरातील इतर व्यक्तींपासून दुरावते. अनोळखी वातावरणामुळे त्याच्या मनावर दडपण येते. त्यासाठी १० वर्षांखालील मुलांची त्यांच्या सौम्य आजारपणात, शक्य असल्यास घरीच काळजी घेतली जाते. सुधारित देशांमध्ये जिल्हा आरोग्य परिसेविकासारख्या लहान मुलांची काळजी घेणाऱ्या बालपरिचर्या परिसेविका असतात. त्यांच्याकडून आजारी मुलांची काळजी घरीच घेतली जाते. बालरोगतज्ज्ञ व परिचारिका एकमेकांच्या साहाय्याने अनेक परिचर्या कृती घरीच करतात. तसेच बालकाच्या आवश्यक तपासण्याही घरीच केल्या जातात. यासाठी त्यांच्याकडे विशेष साधने व सोयी असतात.

इतर मुलांना आजारापासून संरक्षणही दिले जाते. दीर्घकालीन आजारात मुलाचे शिक्षण मागे पडू नये, म्हणून घरी शिक्षक येऊन मुलाचे शिक्षणही चालू ठेवले जाते.

आजारी मूल घरी असताना त्याच्या मातेला इतर कामाचा बोजा कमी असावा. तिला वेळ मिळाल्याने ती बालकाला गुंतवून ठेवून, समाधानी ठेवू शकेल. मुलाला आपली माता सारखी जवळ असावी, असे वाटत असते. मुलाला ठेवण्यात येणारी खोली व मातेची कामाची खोली – विशेषत: स्वयंपाकघर – एकाच मजल्यावर असल्यास मातेला थोडेसे काम करता करता बाळाकडे लक्ष देता येईल.

आजारी मुलाची काळजी घेणाऱ्या मातेला पुढील गोष्टी शिकवून ठेवल्या पाहिजेत.

१) तपासणी : बालकाच्या स्थितीनुसार व गरजेनुसार डॉक्टरांना रोज सकाळी १० पूर्वी घरी बोलवावे. मुलाच्या आजाराची लक्षणे, कालच्या परिस्थितीतील बदल, काही विशेष तक्रारी थोडक्यात सांगाव्यात. उदा. डोकेदुखी, चिडखोरपणा, उलट्या, अतिसार, आहारातील बदल, आहार न घेणे, लघवी व शौचाचा रंग व अस्वाभाविकता इत्यादी. या सर्व गोष्टींचा डॉक्टरांना निदान करण्यास उपयोग होतो. डॉक्टर बालकाची पूर्ण तपासणी करतात व यासाठी मातेची मदत घेतल्यास बाळाच्या आजारात सहकार्य मिळते. बालरोगतज्ज्ञ कौटुंबिक डॉक्टर असल्यास मुले त्यांच्याशी जवळीक साधतात व घाबरत नाहीत. मातेला काही शंका असल्यास तिने स्पष्टपणे डॉक्टरांना विचारून घ्याव्यात. तसेच डॉक्टरांनी सोप्या शब्दांत सविस्तर काही गोष्टी मातेला सांगाव्यात. विशेषत: औषधे, त्यांची मात्रा व वेळ इत्यादी.

२) औषधोपचार आणि औषधांची काळजी : औषधोपचार फारच महत्त्वाचा आहे. कोणते औषध किती वेळा बाळाला द्यायचे व त्याची मात्रा हे त्या औषधाच्या बाटलीवर लिहून ठेवावे व परिचारिकेने मातेच्या लक्षात येईपर्यंत ते समजावून सांगावे. बाळासाठी जास्तीत जास्त सिरप (Syrup)चा उपयोग केल्यास औषध घेण्यास बाळ त्रास देत नाही.

औषधे बालकाच्या खोलीतील कुलूप बंद कपाटात असावीत. बालकाच्या हाताशी ठेवू नयेत. गोळ्या असल्यास बंद डब्यात घालून त्यावर गोळीचे नाव व मात्रा, वेळ लिहून ठेवावी. आई-वडिलांना औषधाचे नाव वाचून नंतरच बाळाला औषध देण्यास सांगावे. बाळाला बरे वाटल्यानंतर, औषध देणे बंद करून शिल्लक राहिलेले औषध ओतून टाकावे.

३) आहार : आजारपणात मुलाची भूक मंदावते व आहार घेताना मूल खूपच त्रास देते. मातेनेही त्याने नेहमी इतका आहार घेतला पाहिजे, अशी जबरदस्ती करू नये. त्याला आहारातून भरपूर द्रवपदार्थ, पुरेसे उष्मांक व प्रथिनेही प्रमाणात दिली गेली पाहिजेत. आहारामध्ये दूध, दुधाचे पदार्थ, फळे, फळांचा रस, खिरी यांचा समावेश असावा. बाळाला आवडणारे पदार्थ त्याला द्यावेत. त्याच्या औषधोपचारात अडथळा येत नसल्यास आहार देताना गोष्टी सांगून मन आनंदी ठेवावे. बाळाला थोडा थोडा पण जास्त वेळ आहार द्यावा. कारण मुलाच्या जठरात एका वेळी जास्त अन्न मावत नाही. आजारामुळे त्याची पचनशक्ती कमी झालेली असते. दिवसभरातून त्याला पुरेसे मिळाल्यास आजार बरा झाल्यानंतर पुढे जास्त दिवस अशक्तपणा जाणवणार नाही.

४) करमणूक व खेळ : निरोगी मूल दिवसभर खेळत असते. ते त्याचे कामच होय. आजारी मूल खेळू शकत नाही आणि त्याची करमणूक न झाल्याने

चिडखोर व हट्टी बनते. यासाठी त्याला बिछान्यातच छोटी छोटी खेळणी, पुस्तके विशेषत: चित्रांची, वाचता येणाऱ्या मुलाला गोष्टीची पुस्तके द्यावीत.

मूल थकणार नाही, असे खेळ त्याने खेळावे. असांसर्गिक रोगात इतर मुलांना त्याच्या बिछान्याजवळ बैठे खेळ खेळण्यास सांगावे. कागद व कात्री दिल्यास त्याच्या इच्छेने ते वेगवेगळे आकार कापण्यात दंग होते. कात्री वापरण्याबद्दल मुलाला शिकवावे, कात्री लागणार नाही याची काळजी घ्यावी. अतिलहान बालकाला कात्री देऊ नये. कागदांचा कचरा झाल्याबद्दल रागवू नये. कचरा काढण्यास पाच मिनिटे लागतील. पण मूल त्यामुळे बराच वेळ खेळू शकते व मातेला त्रास देत नाही.

मूल हट्ट करील तशी नवी नवी खेळणी आणून देणे सर्व पालकांना परवड्यासारखे नाही व निष्कारण खर्च होतो. यासाठी या गोष्टींमुळे मुलाची बरीच करमणूक होते. आजारी बालकाला छोटा आरसा दिल्यास आपले रूप पाहण्यात ते बराच वेळ दंग होऊन जाते. विशेषत: मुलींना खूपच आवडतो.

५) प्रथमोपचार पेटी : लहान मूल घरी असल्यास प्रथमोपचार पेटी असणे आवश्यक आहे. प्रथमोपचारामुळे आजाराची बरीचशी गुंतागुंत टाळता येते. पेटीमध्ये या वस्तू असाव्यात – एक छोटी कात्री, पिना, निर्जंतुक कापूस, गॉझ पॅडचे पॅकिंग, गुंडाळीचा पटबंध, त्रिकोणी पटबंध, चिकटपट्टी, ॲन्टिसेप्टिक क्रीम, ॲन्टिसेप्टिक लोशन.

६) दवाखान्यात बालकाला दाखल करण्याची तयारी : काही वेळा मुलाला दवाखान्यात दाखल करावे लागते. यापूर्वी मुलाच्या मनाची तयारी करणे फारच महत्त्वाचे आहे. यासाठी पालकांना समजावून सांगावे. मुलाला दवाखाना, डॉक्टर्स, परिचारिका यांच्याबद्दल माहिती सांगावी. रुग्णालयात जाण्याचा चांगला उद्देश मुलासमोर असावा, उदा. रुग्णालयात गेल्यानंतर त्याला होणारा त्रास कसा कमी होईल किंवा त्याच्या ओळखीचा मुलगा कसा छान बरा होऊन आला याविषयी माहिती द्यावी. जसे मूल शाळेत दाखल होण्यापूर्वी त्याची तयारी करावी लागते, तशीच तयारी करावी, म्हणजे मुलाच्या मनावर फारसे दडपण येणार नाही.

गंभीर किंवा अचानक उद्‌भवणाऱ्या आजारामध्ये मुलाला अचानक रुग्णालयात दाखल करावे लागते. अशा वेळी तयारी करण्यास वेळ नसतो; म्हणून मूल जास्तीत जास्त शारीरिक व मानसिक आरामात राहील याकडे लक्ष द्यावे.

लहान मुलांच्या कक्षात खेळणी, भिंतीवर लहान मुलांचे हसरे चेहरे, खेळणाऱ्या प्राण्यांची चित्रे असावीत, गोष्टींची पुस्तके असावीत, त्यामुळे मुलाचे मन रमते. मूल दाखल करण्याचे अगोदर ठरले असेल तर मुलाला हा कक्ष दाखवून मुलाच्या मनाची तयारी करावी. उदा. नियोजित शस्त्रक्रिया किंवा निदान तपासणी.

रुग्णालयात बालक दाखल करणे

आजारी बालक रुग्णालयात दाखल केल्यास बालक आणि पालक या दोघांच्याही मनावर दडपण येते. बालकाला दाखल करण्याची गरज का हे पालकांना समजावून सांगावे. त्यांना त्याची गरज पटली पाहिजे. रुग्णालयातील कर्मचाऱ्यांची विशेषत: डॉक्टर्स व परिचारिकांची वागणूक सहानुभूतिपूर्वक असल्यास पालकांच्या मनावरील दडपण कमी होते. मुलासमोर पालकांशी कर्मचारी चांगले वागले नाहीत, तर मुलाच्या मनावर एक प्रकारचे दडपण येते. मुलाचा डॉक्टर्स, परिचारिकांकडे पाहण्याचा दृष्टिकोन चांगला राहात नाही.

बालकाला दाखल केल्यानंतर परिचारिकेने रुग्णालय कक्ष, कक्षातील कर्मचारी, भेटीची वेळ, चौकशी करण्याची व्यक्ती व ठिकाण, अंघोळीचे ठिकाण, संडास व सर्व गोष्टींची माहिती सांगावी. बालक व माता शारीरिक तसेच मानसिकरीत्या आरामात, आनंदी असल्यास उपचार करणे सोपे जाते. कर्मचाऱ्यांबद्दल त्यांच्या मनात विश्वास निर्माण होतो.

वॉर्डमध्ये बालक आल्यानंतर घरच्या पाहुण्याप्रमाणे त्याचे स्वागत दोन गोड शब्दांनी केल्यास बालक व पालकांच्या मनावरील दडपण एकदम कमी होते. बालक दाखल झाल्यानंतर त्याची काळजी घेणाऱ्या परिचारिकेने त्याच्या खोलीत जाऊन बालकाची भेट घेऊन चौकशी करावी.

त्याचे निरीक्षण करून सर्वसाधारण त्याचे आरोग्य कसे आहे, हे समजावून घ्यावे. ताबडतोब उपचाराची गरज आहे का? किंवा सर्वसाधारण बालकामध्ये आल्याबरोबर उपचाराची गडबड करू नये, त्यामुळे मूल घाबरते. प्रथम भेटीमध्ये शक्य असल्यास परिचारिकेने आपल्याबरोबर एखादे खेळणे घ्यावे. ते बाळाच्या हातात देऊन त्याच्याशी बोलावे. गाऊन, मास्क घालून बाळाला प्रथम भेट देऊ नये, त्यामुळे बाळ अतिशय घाबरून जाते. जर तशी गरजच असेल तर त्याच्या खोलीत जाऊन बालकाच्या समोर घालावे म्हणजे त्याला फारशी भीती वाटणार नाही.

बालकाची प्रकृती चिंताजनक गंभीर नसल्यास, बालक उठून फिरत असल्यास त्याला त्याच्या मातेबरोबर वॉर्डमध्ये फिरून पाहण्यास व इतर बाल रुग्णांना भेटून बोलण्यास परवानगी द्यावी. परिचारिकेने मातेकडून बालकाची माहिती करून घ्यावी. उदा. त्याचे टोपण किंवा लाडके नाव, त्याला आवडणाऱ्या गोष्टी, जो ज्याला घाबरतो, त्या गोष्टी, काही रुग्णालयांमध्ये बालकाचे माहितीपत्रक भरून घेतले जाते. त्यामुळे त्याची बरीच माहिती मिळू शकते.

बालकाचे माहितीपत्रक भरून घेणे

नाव :

वय :	**वाढदिवस :**	
भावंडे :	भाऊ –	बहिणी –

त्याचे लाडके नाव :

त्याच्या प्रगतीचे ठळक टप्पे :	शारीरिक – , मानसिक –	
वयानुसार :	बालवाडी, शाळेत जातो का?	

झोपेच्या सवयी :

अंघोळ, लघवी व शौचाच्या सवयी :

आहार –	भूक –	आवड-नावड –
खेळ –	खेळणी –	आवड –
सवयीची व्यक्ती :	मातेशिवाय कुणी आहे का?	

माता नसल्यास कारण –

यापूर्वी रुग्णालयात दाखल झाले होते का? :

कधी –	कोणत्या वयात –	कारण –

त्याचा या आजाराशी संबंध लागतो का? :

सध्याच्या शारीरिक तक्रारी :

मुलाला तो दवाखान्यात का आला आहे, याची कल्पना आहे का? :

सर्वसाधारण किती दिवस राहावे लागणार याची त्याला काही कल्पना? :

या माहितीनुसार मुलाला कसे हाताळावे हे समजू शकते व मुलाला आणि मातेला फार मोठा आधार मिळाल्याने त्याची भीती कमी होते.

आजारी मुलाची रुग्णालयातील काळजी व परिचारिकेची जबाबदारी

पाच वर्षांखालील मूल दवाखान्यात दाखल झाल्यास त्याच्याबरोबर त्याची माता बहुतेक असतेच. पण मातेला घरगुती अडचणीमुळे जर त्याच्याबरोबर राहता येत नसेल, तर परिचारिकांनी अशा मुलाला योग्य रीतीने हाताळून त्याच्या मनावरचा मानसिक ताण कमी करावा. दडपण येणार नाही याची काळजी घ्यावी. तसेच मातेलाही आपण आपल्या आजारी मुलाजवळ राहू शकत नाही, अशी खंत वाटू देऊ नये. बालकाची काळजी व्यवस्थित घेतल्यास मातेला बराच धीर येतो. आई-वडिलांना शक्यतो त्यांच्या वेळेनुसार बालकाची भेट घेण्याची परवानगी देण्यात यावी.

मुलाचे आई-वडील व परिचारिका, इतर कर्मचारी यांचे संबंध चांगले असल्यास बालकाकडून सहकार्य चांगले मिळते. मूल समाधानी राहिल्याने किरकिर करीत नाही. त्याला थोडीशी सुरक्षितता वाटते व परिचारिकांनाही त्यांच्या कामाचे समाधान मिळते. आई-वडील व मूल यांना आपल्या वागणुकीमुळे त्रास होत नाही, याची सर्वच कर्मचाऱ्यांनी काळजी घ्यावी.

आजारी मुलाच्या आई-वडिलांना त्याच्या आजाराबद्दल, तसेच मुलाला वेदना होत असल्यास खूपच दु:ख होते व मानसिक त्रास होतो. कारण तो स्वत: काहीच करू शकत नाहीत. अशा वेळी मुलाला वेदनामुक्त करण्यासाठी प्रयत्न करावेत, धीर द्यावा. त्यांनी काय केले पाहिजे ते समजावून सांगावे. काही विशेष कृती करावयाची असल्यास तिची गरज व त्यासाठी काय करणार हेही सांगावे. यामुळे विश्वास वाढतो व सहकार्य चांगले मिळते. परिचारिकांनी फक्त कृतीच केली आणि काहीच त्यांना सांगितले नाही, तर त्यांना अधिकच भीती व काळजी वाटते. तक्रारी ऐकून घेऊन त्या दृष्टीने उपचार करण्यास हालचाली केल्यास आपल्या बाळाकडे फारच लक्ष दिले जाते, याचे समाधान त्यांना मिळते.

परिचर्येतील काही साध्या कृती मातेला शिकवून तिला करण्यास परवानगी द्यावी की ज्यामुळे तिला आपल्या मुलासाठी काहीतरी करू शकतो, याचे समाधान मिळते व अनोळखी व्यक्ती वा व्यक्तींनी केल्यामुळे वाटणारी भीती कमी होते. उदा. मुलाचे अंग पुसणे.

मुलाच्या शारीरिक तक्रारीनुसार त्याला विश्रांती मिळण्यासाठी प्रयत्न केले जातात. त्याचप्रमाणे त्याला मानसिक समाधान मिळणे महत्त्वाचे आहे. दवाखान्यातील वातावरणाचा मुलाच्या मनावर कमीत कमी परिणाम होण्यासाठी परिचारिकांचा सहभाग मोठा आहे. लहान मूल मातेपासून जास्त वेळ दूर राहू शकत नाही. माता उपस्थित नसेल, तर मुलाला समजावून घेणे महत्त्वाचे आहे. विशेषत: ज्या माता आजारी मुलाजवळ २४ तास राहू शकत नाहीत, अशा मुलांना आईच्या गैरहजेरीत रमविणे फार कठीण व महत्त्वाचे आहे. अशा वेळेत शक्यतो कोणतीही परिचर्या, कृती करू नये. उदा. इंजेक्शन देणे.

बाल विभागातील परिचारिका वरचेवर बदलल्यास नवीन चेहरे पाहून मुले जास्त घाबरतात. यासाठी या विभागात ठराविक परिचारिकांनीच काम करावे. शक्य असल्यास एक-दोन परिचारिकांनी एका वेळी ४ ते ६ मुलांची काळजी घ्यावी. यामुळे मुलाला सवय होते. त्याचे दडपण कमी होते.

बाळ दाखल झाल्यानंतर मेडिकल सोशल वर्कर किंवा त्याच्या गावात काम करणारी परिचारिका यांची मदत घेतल्यास त्याची माहिती योग्य मिळू शकते. परिचर्या करण्यास त्याची मदत मिळते. मुले त्यांच्यामुळे दवाखान्यात लवकर समरस होऊ शकतात.

लहान मुलाच्या शारीरिक तक्रारीनुसार त्याला आराम मिळण्यासाठी प्रयत्न केले जातात. त्याचप्रमाणे त्याला मानसिक समाधान मिळणे महत्त्वाचे आहे. दवाखान्यातील वातावरणाचा मुलाच्या मनावर कमीत कमी परिणाम होण्यासाठी परिचारिकांचा सहभाग मोठा आहे. लहान मूल मातेपासून जास्त वेळ दूर राहू शकत नाही. माता जवळ नसेल तर मुलाला समजावून घेऊन त्याची परिचर्या करावी.

दवाखान्यात जास्त दिवस राहावे लागणाऱ्या बालकांच्या बाबतीत वयोगटानुसार एकत्रित येण्याची सोय केल्यास त्यांना घरच्या वातावरणाची कमतरता कमी जाणवेल. त्यांचा वेळ मजेत जाईल.

नातेवाइकांनी भेटण्याची वेळ : काही पालक बाळाला सारखे भेटू इच्छितात. कारण बाळ एकटे राहिल्यास रडेल असे त्यांना वाटत असते. हे खरेही आहे. बाळ अनोळखी व्यक्ती पाहून घाबरते व रडते. लहान मुलांच्या कक्षामध्ये भेटीचे नियम फारच कडक असू नयेत. आईवडील व दिवसातून एकदा तरी आजी-आजोबांना भेटू द्यावे. बाळ त्यांच्या सवयीचे असते व त्याला खूप आनंद होतो. माता बाळाजवळ असल्यास ती बाळाची रोज काळजी कशी घ्यावी, हे शिकू शकते उदा. आहार देणे, अंग पुसणे इत्यादी. बाळाला दवाखान्यात कमीत कमी दिवस राहावे लागेल, याकडे डॉक्टर्स व परिचारिकेचे लक्ष असले पाहिजे. तसे नियोजन केले पाहिजे. नातेवाइकांच्या भेटीमुळे मुलाच्या वैद्यकीय व परिचर्येमध्ये अडथळा येत असेल, तर मात्र काही ठराविक वेळापुरते नातेवाईक आत सोडू नयेत.

खेळ : मुलाच्या आयुष्यात खेळ अतिशय महत्त्वाचा आहे. आजारी मुलाला खेळण्याची सोय असली पाहिजे, यासाठी बालकक्षात खेळण्यासाठी खोली, खेळणी वयानुसार वेगवेगळी असावीत व त्यांचा मुलांसाठी नित्य उपयोग केला पाहिजे. बाळ उठू शकत नसेल तर त्याच्या बिछान्यावर खेळणी द्यावीत. बाळ खेळत असताना त्याचे निरीक्षण करून त्याची शारीरिक, मानसिक व सामाजिक वाढ कशी आहे, हे समजू शकते. आजारी बालक खेळून दमणार नाही, याकडे सतत लक्ष दिले पाहिजे. काही बालके सभोवतालच्या वातावरणात समरस होत नाहीत, कारण ती शारीरिक व्याधीमुळे निस्तेज, निरुत्साही असतात. अशा बालकांना खेळणी देऊन त्यांचे मन गुंतवणे फारच चांगले आहे. आजारी मूल झोपूनच राहिले पाहिजे असे नाही. त्यामुळे त्याला बरे झाल्यानंतरही नियमित दिनचर्येला वेळा लागतो.

बाल कक्षातील सुरक्षितता

बालकक्षामध्ये अपघात होण्याची शक्यता जास्त असते. यासाठी इमारत बांधण्यापूर्वीपासून काळजी घेऊन इमारतीची बांधणीही तशी सुरक्षित असावी.

बालकक्षात भरपूर प्रकाश, खेळती हवा, बाळ वरती चढून पडणार नाही अशी गच्ची असावी, म्हणजे गच्चीच्या भिंतीवर पाय ठेवून चढण्यास वाव नसावा.

बालकक्षामध्ये परिचारिकेने छोटे-मोठे अपघात टाळण्यासाठी योग्य त्या प्रतिबंधक उपाययोजना केल्या पाहिजेत. या कक्षात काम करणाऱ्या कर्मचाऱ्यांवर बालकाला अपघात होऊ न देण्याची एक जास्तीची जबाबदारी असते. अपघात १-३ वर्षे वयोगटातील मुलांमध्ये होण्याची शक्यता जास्त असते. बाळाच्या बिछान्यात अशा कोणत्याही वस्तू असू नयेत की, ज्यामुळे बाळाला इजा होईल. मुलांना दरवाजे उघडणे, बंद करणे या गोष्टी आवडतात व त्यामध्ये बोटे किंवा हात-पाय सापडून इजा होऊ शकते. इलेक्ट्रिक स्वीच किंवा पॉइंटस् बाळाच्या हाताला येणार नाहीत असे वर असावेत. बाळाच्या बिछान्याजवळ तर असू नयेत.

वॉर्डमध्ये स्टरलाईझर्स, काचेच्या वस्तू, औषधाचे कपाट, ज्या ठिकाणी असतील तिथे बाळाला जाऊ देऊ नये. संडास वा बाथरूममध्ये एकट्याला पाठवू नये; कारण अनेकांनी वापरून किंवा पाण्यामुळे बाळाचा पाय घसरून ते पडण्याची शक्यता असते. गरम पाण्याच्या पिशव्या बाळाच्या बिछान्यात दिल्याच तर त्याच्यापासून लांब, बिछान्याच्या चारी कोपऱ्यात ब्लँकेटमध्ये ठेवाव्यात व वरचेवर लक्ष द्यावे. बाळाच्या बिछान्याला कठडा असावा. बाळाला देण्यात येणारी पेये योग्य तपमानाची असावीत. त्यामुळे त्याचे तोंड भाजणार नाही. बाळाला वाफारा देताना विशेष काळजी घ्यावी. अशा कृती करण्यास नातेवाईकांना सांगून जाऊ नये. बाळाला देण्यात येणारी खेळणी सुस्थितीत आहेत, याची काळजी घ्यावी. तुटलेली किंवा मोडलेली खेळणी बाळाला देऊ नयेत.

काही कृती करताना बाळाला कपड्यात घट्ट गुंडाळावे लागते, याची मातेला कल्पना देऊन कृती संपताच ते सैल करावे किंवा नेहमीचे कपडे घालावेत. गुदद्वारावाटे तपमान पाहण्यापूर्वी तापमापक काळजीपूर्वक तपासून पाहावा व तापमापक गुदद्वारामध्ये घातल्यानंतर बाळ हलणार नाही याची काळजी घ्यावी. त्याला योग्य त्या स्थितीत पकडून ठेवावे. इंजेक्शन देताना दोन व्यक्तींची गरज असते.

बाळाला घट्ट धरून ठेवण्यास मातेलाही सांगितले तरी चालते; पण बाळ मध्येच हलणार नाही याची काळजी घेतली पाहिजे. अंघोळीच्या पाण्याचे तपमान पाहण्यासाठी बाथ थर्मामीटर वापरावा. कारण आपल्या हाताला सोसवेल इतके गरम पाणीसुद्धा बाळाला जास्त गरम लागते. बिछान्याच्या शेजारी ट्रे, काचेच्या वस्तू, बॅटरी अशा वस्तू असल्यास त्या घेण्यासाठी बाळ आकर्षित होऊन पडण्याची शक्यता असते किंवा त्या फुटून लागण्याची शक्यता असते. बाळाच्या कपड्यांना, बँडेजला पिना वापरू नयेत. लहान बाळाच्या जवळ बेडशीट, पिलो ठेवू नये,

कारण ती तोंडावर घेऊन गुदमरण्याची शक्यता असते. प्लॅस्टिक किंवा रबरी निपल तोंडात देऊ नयेत. ती चोखत बाळ झोपी जाते व गुदमरण्याची शक्यता असते.

वॉर्डमध्ये असे अनेक प्रकारचे अपघात, इजा होऊ शकतात. त्या टाळण्यासाठी उपाययोजना व हुशारीने काम करून अपघात टाळावेत.

जर काही अपघात किंवा एखाद्या बाळाला चुकून इजा झालीच तर ताबडतोब उपचार करावेत. डॉक्टरांना बोलावून, बाळाची पूर्ण तपासणी करून घ्यावी. शिवाय निवासी वैद्यकीय अधिकाऱ्यांकडे त्याचा अहवाल पाठवावा. पालकांना कल्पना देऊन उपायोजना करून त्यांना धीर द्यावा.

□□□

प्रकरण १४

पचनसंस्थेचे आजार

□ तोंड, दात व जिभेचे आजार □ अन्ननलिका व जठराचे आजार – वांत्या, अन्ननलिकेचे व्यंग, जठरदाह जन्मजात विकृत वृद्धिंगत जठराधोद्धाराचे संकोचन □ डायफ्रॅमॅटिक हर्निया व हायटस हर्निया □ पचनमार्गात आगंतुक वस्तू अडकणे □ आतड्याला अडथळा □ आतड्याला पीळ पडणे □ इन्टससस्पेंप्शन □ मेगाकोलन, कोलोस्टॉमी अम्बिलिकल हर्निया, इंग्वायनल हर्निया □ तीव्र आंत्रपुच्छ दाह □ उदरावरणदाह □ पॅरालायटिक इलिअस □ गुदद्वारला छिद्र नसणे □ एक्टोपिक ॲनस □ रेक्टल प्रोलॅप्स

पचनसंस्थेची सुरुवात तोंडापासून होते. तोंडाची स्वच्छता ठेवणे अतिशय महत्त्वाचे आहे. यासाठी मुलाला लहानपणापासूनच तोंडाची स्वच्छता शिकवली पाहिजे आणि परिचारिकेने प्रत्येक मातेला हे समजावून सांगितले पाहिजे. मातेने बालकाकडून करवून घ्यावे. त्यांच्या वयानुसार त्याचे महत्त्व समजावून सांगावे.

पचनसंस्थेच्या आजारांचे निदान करण्यासाठी खालील गोष्टींचे निरीक्षण करणे जरुरीचे आहे.

१) ओठ आणि जीभ कोरडी आहे का? जास्त ताप येऊन शरीरात पाण्याची कमतरता झाल्यास ओठ, जीभ कोरडे पडतात.

२) ओठ पांढरट आहेत का? रक्तक्षयामध्ये ओठ पांढरट दिसतात.

३) जिभेवर अनेक आजारांमुळे थर येतात. उदा. जठरदाह, विषमज्वर इत्यादी.

४) जीभ प्रमाणापेक्षा मोठी आहे का? हे थायराईड ग्रंथीचा स्राव कमी झाल्याचे लक्षण आहे.

५) जिभेची सतत जास्त हालचाल होते का? उदा. कोरिया.

६) मुलाच्या तोंडाचा विशिष्ट वास येतो का?

७) जिभेवर फोड आहेत का? तोंडाच्या आतील श्लेष्मल त्वचा व जीभ लाल लाल, चरचरीत आहे का?

८) वयानुसार दात उगवण बरोबर आहे का?

तोंड, दात व जिभेचे आजार

मुखदाह (Stomatitis)

तोंडाच्या श्लेष्मल त्वचेचा दाह होणे.

कारणे : १) तोंडाची स्वच्छता न केल्यास, २) निकस आहारामुळे, ३) अपचनामुळे, ४) काही रोगांत तापामुळे उदा. गोवर, ५) मुलांमध्ये दात उगवणीच्या वेळी मुखदाह होऊ शकतो, ६) तोंडात आगंतुक वस्तू गेल्यामुळे, ७) ॲसिड किंवा अल्कली तोंडात गेल्यामुळे.

चिन्हे व लक्षणे : १) तोंडाची श्लेष्मल त्वचा लाल होते व सुजते. २) तोंडात पुरळ येतात. ३) काहीही खाल्ले तरी झोंबते, यामुळे मूलदूध घेत नाही. ४) हिरड्या सुजतात. ५) गिळताना त्रास होतो. ६) तोंडात लालोत्पादक ग्रंथीपर्यंत दाह पसरू शकतो. ७) दूषित लाळ श्वसनमार्गात गेल्यास फुफ्फुसदाह होण्याची शक्यता असते.

उपचार : १) ग्लिसरीन बोरॅक्स किंवा पेट्रोलियम जेली लावावी. २) मूल चोखू शकत असेल तर बेन्झोकेन या चोखण्याच्या गोळ्या द्याव्यात. ३) सिल्व्हर नायट्रेट (Silver Nitrate) कापसाच्या बोळ्याने लावावे. ४) तोंडाची स्वच्छता. ५) जीवनसत्त्व 'क' व 'ब' चे थेंब किंवा सिरप देतात.

परिचर्या

१) कापसाच्या बोळ्याने किंवा करंगळीला गॉझचा निर्जंतुक तुकडा गुंडाळून पेट्रोलियम जेली किंवा ग्लिसरीन बोरॅक्स लावावे. हे करीत असताना तोंड चांगले उघडून हळुवारपणे टिपल्यासारखे लावावे.

२) बाळ तोंडात आपली बोटे घालते. यासाठी बाळाच्या हाताला कापड गुंडाळावे किंवा मातेला तशा सूचना देऊन बाळ तोंडात बोट घालणार नाही याची काळजी घ्यावी.

३) दूषित लाळेपासून लाळग्रंथींना संसर्ग होऊ नये व श्वसनमार्गात लाळ जाऊ नये म्हणून बाळाला एका कुशीवर झोपवावे व तोंडाच्या बाजूला मऊ कपडा ठेवावा; म्हणजे लाळ त्या कपड्यात शोषली जाईल. गंभीर संसर्गामध्ये बाळ झोपल्यानंतर पायाकडील बाजू थोडीशी उंच करावी म्हणजे गुरुत्वाकर्षणाच्या नियमानुसार लाळ बाहेर येईल व कपड्यात शोषली जाईल.

४) बाळ आहार घेत नाही, कारण काहीही तोंडात घातल्यास त्वचेला झोंबते, गिळताना वेदना होतात. लहान बाळाला दूध थंड करून चमचा-वाटीने थोडे थोडे पाजवावे. फळांचे रस त्याला द्यावेत की ज्यामुळे आवश्यक जीवनसत्त्वे मिळतात.

५) परिचारिकेने आपले हात स्वच्छ धुऊनच बाळाच्या तोंडाची काळजी

घ्यावी. बाळाचे तोंड निर्जंतुक कापसाच्या बोळ्याने (नॉर्मल सलाईनमध्ये ओला करून) हळुवार पुसून घ्यावे. सौम्य जंतुविरोधक किंवा कोमट पाण्याच्या चुळा भरण्यास द्यावे. (पण अतिलहान मुलाला चूळ भरण्यास देऊ नये.) हे झाल्यानंतर हात स्वच्छ धुवावेत.

६) सुरुवातीपासूनच तोंडाची काळजी घेण्यास मातेला सांगावे व त्याला समजू लागल्यापासून तोंडाच्या काळजीचे महत्त्व पटवून सवय लावली पाहिजे.

७) दात येण्याच्या वेळी मुलांच्या हिरड्या शिवशिवतात. त्यामुळे बाळ कोणतीही वस्तू तोंडात घालून चावत असते. त्यामुळे दाह होतो. बऱ्याच वेळा या वस्तू तोंडाला इजा करतात. यासाठी विशिष्ट रिंग्ज (Teething Rings) मिळतात. त्या बाळाला चावण्यास द्याव्यात, पण त्यांची स्वच्छता राखली पाहिजे. जमिनीवर पडू नयेत म्हणून पाळण्यास बांधाव्यात. आपल्याकडे खारीक चावण्यास देण्याची पद्धत आहे. पण यासाठी बाळाचे हात, खारीक स्वच्छ असली पाहिजे. खारीक चावल्याने त्याचे हात, तोंड चिकट होतात. जर लक्ष ठेवून स्वच्छता केली नाही, तर माश्यांमुळे बाळाला संसर्ग होऊ शकतो.

थ्रश (Oral Candidiasis)

हा सांसर्गिक मुखदाह आहे.

कारणे : हा कॅन्डिडा अल्बिकन्स (Candida Albicans) या फंगसमुळे होतो. याचा संसर्ग खालील कारणांनी होतो.

१) मातेला फंगसमुळे योनीदाह असल्यास प्रसूतीच्या वेळी संसर्ग होतो. २) बाळ अशक्त असल्यास विशेषत: जन्मत: वजन कमी असलेल्या बाळाला. ३) बाटलीने दूध घेणाऱ्या बाळामध्ये बाटली व बुचाची स्वच्छता व निर्जंतुकता योग्य न केल्यास. ४) काही वेळा जंतुजीवनाशक द्रव्ये तोंडाने दिल्यास. या द्रव्यांमुळे तोंडातील स्वाभाविक जंतूंचा नाश होतो. तोंडातील व शरीरातील प्रतिकारशक्ती कमी झाल्याने संसर्ग होतो. याकरिता जंतुजीवानाशक द्रव्याबरोबर जीवनसत्व 'ब' दिले पाहिजे.

लक्षणे व चिन्हे : १) जिभेवर व तोंडच्या श्लेष्मल त्वचेवर. हिरड्यांवर पांढरे, करड्या रंगाचे फोड येतात. काढण्याचा प्रयत्न केल्यास रक्तस्राव होतो. २) बाळ दूध ओढू शकत नाही. ३) संसर्ग अन्ननलिकेपर्यंत पोहोचल्यास उलट्या होतात.

विपरीत परिणाम : विटप गुदद्वाराच्या त्वचेखाली थ्रश होतो. पचनसंस्थेत जठर व आतड्यात संसर्ग होतो. रक्तात संसर्ग पोहोचल्याने सेप्टिसेमिया होण्याची शक्यता असते.

उपचार व परिचर्या

१) तोंडाची स्वच्छता ठेवावी. २) तोंडामध्ये जन्शन व्हायोलेट (Gentian Violet) ०.५ टक्के दिवसातून दोन वेळा लावावे. ३) नायस्टेटिन (Nystatin) १००,००० युनिट्स दर १ मि.लि. हे औषध दिवसातून ४ वेळा थ्रश पूर्णपणे कमी होईपर्यंत द्यावे. एकदा केलेले द्रावण ७ दिवसांपेक्षा जास्त वापरू नये. त्यानंतर गरज असल्यास नवीन द्रावण करून घ्यावे. हे द्रावण काही थेंब बाळाच्या दुधात घालावे किंवा पंपाने (Dropers) बाळाच्या जिभेवर सोडावे. ४) स्टीलबामाईडीनचे द्रावण ०.५ टक्के द्यावे. ५) थायोमेरसॉलचे द्रावण १:१०००० तोंडात व जिभेला लावावे. ६) या बालकाची काळजी घेणाऱ्या परिचारिकेने निर्जंतुकता तंतोतंत पाळावी. बाळाची काळजी घेताना गाऊन, मास्क व ग्लोव्हचा उपयोग करावा. ७) बाळाला दूध देण्यासाठी वापरण्यात येणारी साधने इतरांना वापरू नयेत व ती निर्जंतुक करावीत. ८) बाळाला ताप असेल किंवा शरीरात पाण्याची कमतरता असलेल्या बाळाच्या तोंडाची काळजी घेऊन तोंड आतून ओलसर ठेवावे. ९) थ्रशचा प्रतिबंध करण्यासाठी मातेला बालकाची व दूध देण्याच्या साधनांची काळजी कशी घ्यावी, हे शिकवावे. १०) मातेला गरोदरपणी योनीदाह असल्यास त्यावर प्रसूतीपूर्वीच पूर्णपणे उपचार करावेत.

दात किडणे

दात किडण्याचे प्रमाण लहान मुलांमध्ये जास्त आहे. यामुळे दातांच्या पेशींचा (Calcified Dental Tissue) नाश होतो.

कारणे : १) दातांची स्वच्छता न घेतल्यास अन्नाचे कण दातांत अडकून बसतात. हे कण कुजतात व त्यांत जंतूंची वाढ होते. दातांवरील आवरण नाश पावते, अशी दात किडण्याची क्रिया सुरू होते. २) दातांची ठेवण अनियमित असल्यास दात स्वच्छ ठेवणे अवघड होते व दात किडू लागतात. ३) गोड पदार्थ वरचेवर खाणे. लहान मुलांना झोपेत गोड दुधाची बाटली देणे. ४) निकस आहार, जीवनसत्त्वे, खनिज द्रव्ये व प्रथिनांचा अभाव असल्यास दातांचे इनॅमल कणखर बनत नाही. तसेच पिण्याच्या पाण्यात फ्ल्युराईडचे (Fluride) प्रमाण कमी असल्यास.

चिन्हे व लक्षणे

दातांचा रंग बदलून दातांच्या फटी व मध्यावर काळी-निळी खाच पडते व दात पोकळ होऊ लागतात. शेवटी दात पूर्णपणे निकामी होतात.

दातांची काळजी : दातांची काळजी घेऊन दात किडणे टाळता येते.

१) सकस आहार : मातेला प्रसूतिपूर्व काळातच सकस आहार दिल्यास

गर्भाला पोषक द्रव्ये मिळतात व जन्मानंतर बालकाला पोषक आहार दिल्यास दातांचे आरोग्य सुरुवातीपासूनच चांगले राहते. २) पाण्यामध्ये फ्ल्युराइडचे प्रमाण योग्य असावे. १० लाख भाग पाण्यात १ भाग फ्लुराइड योग्य आहे. पाण्यात फ्लुराइडचे प्रमाण कमी असल्यास दातांची पेस्ट फ्लुराइडयुक्त वापरावी किंवा फ्लुराइडच्या गोळ्याही घ्याव्यात. पण प्रमाण योग्य असल्यास फ्लुराइड नसलेलीच पेस्ट वापरावी. ३) उठल्यावर, जेवणानंतर व झोपताना दात ब्रशने स्वच्छ करावेत. ४) दोन जेवणांमध्ये गोड पदार्थ किंवा गोड पेये घेऊ नयेत. बाळाला झोपेत दुधाची बाटली देऊ नये. काहीही खाल्ल्यानंतर पाणी भरपूर घ्यावे चुळा भराव्यात. जेवणानंतर सफरचंद खावे. विशेषत: लहान मुलांना जेवणानंतर झोपण्यापूर्वी सफरचंद खाण्यास द्यावे. ५) लहानपणापासून मुलांना दातांची स्वच्छता कशी व का घ्यावी हे समजावून सांगून मातेने त्यांच्याकडून करवून घ्यावे. ६) दातांची नियमित तपासणी करून घ्यावी. ७) दात किडल्यानंतर वरचेवर वेदना होतात, काही खाता येत नाही. दात जर जास्तच किडला तर तो काढून टाकावा लागतो. ८) दातातील वेदना व सूज कमी होण्यासाठी दाताचे डॉक्टर तीन दिवस अगोदर जंतुजीवनाशक द्रव्ये व वेदनाशामक गोळ्या देतात व त्यानंतर दात त्या ठिकाणी भूल देऊन काढून टाकतात. ९) दात काढल्यानंतर रक्तस्राव होण्याची शक्यता असते म्हणून कापसाचा बोळा देतात. थोडा वेळ बोलू नये व ३ ते ४ तास काही खाऊ नये. त्यानंतर थंड पेये घ्यावीत. तसेच दोन दिवस जरुरीप्रमाणे औषधे डॉक्टर सांगतात. १०) दाताची तक्रार (कीड) याकडे दुर्लक्ष करू नये, कारण दात दुखण्याने मूल आहार घेण्याचे टाळते व त्याचा परिणाम कमतरतेचे आजार होऊ शकतात. तसेच किडीचा संसर्ग खोलवर मुळापर्यंत गेल्याने दंताधारेचे गळू होण्याची शक्यता असते.

दंताधारेचे गळू (ॲल्व्हिओलर ॲब्सेस)

दातांच्या किडीचा संसर्ग खोलवर मुळापर्यंत गेल्याने किंवा काही लागून इजा जखम झाल्याने दंताधारेचे गळू होते.

चिन्हे व लक्षणे : १) दंताधारेमध्ये पू होतो, सूज येते. २) चावताना वेदना होतात व नंतर सतत वेदना होऊ लागतात. ३) दातांच्या पेशींचा रंग करडा होतो. ४) दात सैल होतो. ५) जंतुजन्य विष रक्तात मिसळून विपरीत भावना होतात. उदा. चिरकालीन संधिवात, हृदयदाह, दातांच्या मुळाच्या टोकांना गळवे होतात.

उपचार व परिचर्या :

१) दातांच्या वेदना व सूज व कमी होण्यासाठी वेदनाशामक व जंतुजीवनाशक द्रव्ये देतात. २) सूज कमी झाल्यानंतर दात काढून टाकतात. ३) दातांची योग्य काळजी लहानपणापासून घेतल्यास दाताचे रोग निश्चितपणे टाळता येतात. परिचारिकेने

माता-बालसंगोपन केंद्रात मातेला याबद्दल वेळोवेळी शिकविणे जरुरीचे आहे. तसेच बालक आजारी असताना त्यांच्या तोंडाची व दातांची स्वच्छता चांगली ठेवावी.

टंगटाय

हा क्वचित मुलामध्ये दिसून येतो. बालक जीभ उचलू शकत नाही. कारण ती चिकटलेली असते. त्यामुळे बोलण्यास अडथळा येतो, तसेच खाण्यासही त्रास होतो. अशा वेळी छोटीशी शस्त्रक्रिया करून जिभेची हालचाल योग्यरीत्या करता येते.

ओठ व टाळा फट (Cleftlip or Harelip)

जन्मजात व्यंग असून साधारणपणे १००० मुलांमध्ये एक या प्रमाणात आढळते, त्यामुळे बालपरिचर्या विभागातील अनुभवाच्या वेळी असे एकतरी मूल विद्यार्थिनीस पाहावयास मिळते.

कारणे : १) पहिल्या तीन महिन्यांत गर्भाची जी वाढ होते, त्या वेळी इब्रिऑनिक फॉन्टोनेझल आणि मॅक्झिलरी प्रोसेसचा संयोग (Fusion of the Embryonic Frontonasal & Maxillary Processes) स्वाभाविकरीत्या न झाल्यास. २) हे अनुवंशिक असू शकते.

प्रकार : १) वरील ओठाला फट (Prealveolar) असणे. २) फक्त टाळ्याला फट (Post Alveolar) असणे. ३) ओठ व टाळ्याला फट असून पडजिभेवरही परिणाम दिसतो. काही वेळा टाळ्यामध्ये छिद्र (Alveolar)ही असते.

ओठाची फट (Cleftlip Or Harelip) :

परिचर्या : नाकाच्या एका बाजूला फट असेल किंवा दोन्ही बाजूंना असेल. काही मुलांमध्ये छोटीशी फट असते, तर काहींमध्ये नाकपुडीपर्यंत असते. अशा वेळी नाकाचा आकार चपटा असून फटीच्या विरुद्ध बाजूस ओढल्यासारखा असतो.

ओठात फट असलेले बालक आकृती क्र. २१

फक्त ओठाला फट असल्यास मूल चोखू शकते. त्यामुळे स्तनपान करता येते. काही वेळा कृत्रिम रबरी बोंडाचा उपयोग करावा लागतो.

जर ओठ व टाळ्याला फट असेल तर नवजात बालकाला चमच्याने दूध पाजावे लागते. अशा वेळी मातेच्या स्तनातील दूध काढून पाजावे, म्हणजे मातेची दूधनिर्मिती कमी होत नाही व बाळाला मातेचे दूध मिळते.

दूध पाजताना छोट्या चमच्याने जिभेच्या मागे किंवा गालात सोडावे, म्हणजे दूध नाकातून उलट येत नाही. दूध घेताना हवाही जास्त प्रमाणात गिळते. यासाठी दूध पाजल्यानंतर बाळाला उभे धरून आपल्या खांद्यावर घ्यावे, म्हणजे बाळ ढेकर दिल्याने हवा बाहेर निघून जाते.

या बालकाला सर्दी वरचेवर होते. द्रवपदार्थ फुफ्फुसामध्ये गेल्यामुळे फुफ्फुसाचा दाह, कानांचा दाह होण्याची शक्यता असते. यासाठी दूध अतिशय काळजीपूर्वक पाजून हे दुष्परिणाम टाळावेत. दूध पाजल्यानंतर प्रत्येक वेळी थोडेसे उकळून गार केलेले पाणी पाजावे. त्यामुळे तोंड स्वच्छ होते आणि फटीमध्ये दुधाचा थर बसत नाही.

असे व्यंग असलेले बालक मातेला प्रसूतीनंतर लगेच दाखवू नये. कारण मातेला मानसिक धक्का बसण्याची शक्यता असते. अगोदर तिला या व्यंगाबद्दल माहिती सांगून ते शस्त्रक्रियेने व्यवस्थित करता येते हे समजून सांगावे. शक्य असल्यास अशा बालकाचा पूर्वीचा फोटो व शस्त्रक्रियेनंतरचा फोटो प्रसूती विभागात असावा. हा फोटो दाखवून तिच्या मनाची तयारी करावी व बालक तिला दाखवावे.

शस्त्रक्रिया (Repair of Cleftlip) फट दुरुस्त करणे

काही बालतज्ज्ञ सर्जन बालक घरी जाण्यापूर्वीच शस्त्रक्रिया करतात व जखम पूर्णपणे बरी झाल्यानंतरच बाळ घरी पाठवितात. लवकरात लवकर शस्त्रक्रिया करावी म्हणजे स्तनपान देणे सोपे जाते. पण सर्वसाधारणपणे बालक ३ महिन्यांचे झाल्यानंतर वजन १० ते १२ पौंड असताना कोणताही संसर्ग नसेल तर, विशेषत: श्वसनाचे आजार आणि रक्तरंग ८० टक्के असलेल्या बालकांची शस्त्रक्रिया करतात. जर काही कारणाने उशीर झालाच तर निदान बाळ बोलण्यास सुरुवात करण्यापूर्वी केले जाते. म्हणजे त्याच्या उच्चारावर परिणाम होत नाही.

शस्त्रक्रियेपूर्व परिचर्या

१) शस्त्रक्रियेपूर्वी काही दिवस अगोदर बालक रुग्णालयात दाखल केले जाते व त्याचे फोटो घेतात. २) नाक व घशाचा स्वॉब घेऊन कल्चर केला जातो. यावरून बालकाला संसर्ग असल्यास समजू शकते. संसर्ग नाही याची खात्री करूनच शस्त्रक्रिया केली जाते. ३) रक्तरंग तपासणी केली जाते. ४) चमच्याने दूध

पाजण्याची सवय करावी व प्रत्येक वेळी तोंड स्वच्छ करावे. ५) बाळाची काळजी ठराविक परिचारिकांनी घ्यावी म्हणजे बाळ व परिचारिका यांना एकमेकांची सवय होते. ६) काही वेळा संसर्ग टाळण्यासाठी पेनिसिलीन अंत:क्षेपाने किंवा सिरपने देतात. हे डॉक्टरी सुचनेनुसार द्यावे. ७) आई-वडिलांना समजावून सांगून त्यांची शस्त्रक्रियेसाठी, लेखी संमती घ्यावी. ८) शस्त्रक्रियेपूर्वी ४ ते ६ तास अगोदर दूध देऊ नये, पण दोन तास अगोदर २ ते ३ औंस ग्लुकोजचे पाणी द्यावे. ९) शस्त्रक्रियेपूर्वी अर्धा तास अगोदर अॅट्रोपिन (Atropine) डॉक्टरी सुचनेनुसार अंत:क्षेपणाने द्यावे. त्याची मात्रा ०.३ मि. ग्रॅम त्वचेखाली देतात.

शस्त्रक्रियापश्चात काळजी

१) बाळाला गरम बिछान्यात झोपवावे. २) एका कुशीवर वळवून पायाकडील बाजू उंच करावी. त्यामुळे स्राव, लाळ बाहेर येण्यास मदत होते. स्राव जास्त असल्यास सक्शन मशीनच्या साहाय्याने स्राव काढून घ्यावा. लहान मुलासाठी कमी व्होल्टेजचे सक्शन किंवा पायाने चालणारे (Foot Suction) सक्शन वापरावे. ३) ऑक्सिजन सिलिंडर व इमर्जन्सी ट्रे तयार ठेवावा. ४) ड्रेसिंग ट्रे, लहान निर्जंतुक गॉझ, छोटा ड्रेसिंग चिमटा, कापसाचे लहान बोळे, निर्जंतुक सलाईन, काही डॉक्टर्स अॅक्रीफ्लालीन १.१००० द्रावण वापरतात किंवा लिक्विड पॅराफिन वापरतात. यामुळे संसर्ग टाळला जाऊन तो भाग मऊ राहतो. ५) बाळ हाताने जखम खाजविण्याची शक्यता असते, म्हणून बाळाला हाताला आधारफळी बांधावी व ती दिवसातून दोन वेळा सोडून बाळाला हात हलवू द्यावे व परत बांधावे किंवा माता जर बाळाच्या हाताकडे लक्ष ठेवून खाजवू देणार नाही याची खात्री असल्यास आधारफळी बांधण्याची गरज नाही. मातेलाच समजावून सांगावे. ५) बाळ शुद्धीवर आल्यानंतर त्याला आधार देऊन मातेजवळ बिछान्यात बसवावे यामुळे बाळाचे श्वसन योग्य होऊन फुफ्फुसाचे आजार टाळता येतात. ६) बालकाला पूर्ण भूल देऊन शस्त्रक्रिया केली जाते. इन्डोट्रकियल ट्यूबमुळे स्वरयंत्र व श्वासनलिकेला सूज येण्याची शक्यता असते. यासाठी बालकाला गरम पाण्याचा वाफारा द्यावा. ७) बाळ रडल्याने त्याच्यावर ताण पडतो; म्हणून बाळाला रडू देऊ नये. ८) २ ते ४ तासांनी उकळून गार केलेले पाणी द्यावे. बाळाला शस्त्रक्रियेपूर्वी अॅट्रोपिन दिले असल्याने तहान लागते व बाळ रडू लागते. नंतर निर्जंतुक ग्लुकोजचे पाणी द्यावे. हे जर पचले तर निम्मे दूध व निम्मे पाणी उकळून द्यावे व नंतर स्वाभाविक आहार द्यावा. ९) जखमेची काळजी – तोंडाची स्वच्छता काळजीपूर्वक घ्यावी. जखम हैड्रोजन पॅरॉक्साईड १:८ द्रावणाने स्वच्छ करून ड्रेसिंग करावे. कॅटगटचे टाके असल्यास ते आपोआप शोषले जातात. पण सिल्कचे टाके असल्यास ६

व्या दिवशी काढतात. जखम चांगली भरून बरी झाल्यास व्रण राहतो; म्हणून जखमेत संसर्ग होणार नाही याची काळजी घ्यावी. १०) स्तनपान सुरू करून बाळाला घरी पाठविण्यात येते.

टाळा फट (Cleft Plalate)

टाळा फट व ओठाची फट एकत्र असू शकते. क्वचितच फक्त टाळा फट असते. टाळ्याला फट असल्याने बाळाला स्तनपान करता येत नाही व गिळताना द्रवपदार्थ नाकातून बाहेर येतो. अशा मुलांना टाळ्याची फट किती प्रमाणात आहे, यानुसार आहार ड्रॉपरने किंवा नळीने दिला जातो. दूध देताना हळुवार व बाळ गुदमरत नाही याकडे विशेष लक्ष दिले पाहिजे. टाळा फट याप्रकारे असू शकते –

१) टाळा फट व ओठाची फट एकत्र असते. २) फटीमध्ये हार्ड पॅलेट व मॅक्झिलरी ॲलेव्होलररीज यांचा समावेश असतो. ३) टाळा फट एका बाजूला, दोन्ही बाजूंना किंवा मध्येच असू शकते. ४) नाकाचा आकार चपटा, रुंद असून फट असलेल्या बाजूला ओढल्यासारखा असतो.

उपचार व परिचर्या

१) अशा बालकाला चमचा-वाटीने दूध द्यावे लागते. काही वेळा ड्रॉपरने किंवा नळीनेच दूध दिले जाते. दूध पाजताना बालक गुदमरण्याची शक्यता असते. म्हणूनही काळजी घेतली जाते. २) दातांचे आणि हाडांचे सर्जन यांनी एकत्र येऊन उपचार केले जातात; उद्देश असा की मॅक्झिलाचे मोल्डिंग होऊन योग्य आकाराची कमान तयार करणे तसेच मॅक्झिलाची वाढ उत्तेजित करणे. ३) वयाच्या १२ ते २४ महिन्यांत ही शस्त्रक्रिया रिपेअर ऑफ क्लेफ्ट पॅलेट (Repair of Cleft Plalate) करण्यात येते. ही मुले थोडी उशिराच बोलू लागतात. त्यांच्या उच्चारावर परिणाम होऊ नये म्हणून फार उशिरा शस्त्रक्रिया करीत नाहीत. ४) शस्त्रक्रियेपूर्वी काही दिवस अगोदर बालक दवाखान्यात दाखल केले जाते. यामुळे बाळाची तपासणी करून घेता येते व बालक त्या वातावरणाशी समरस होते. ५) दिवसातून थोडा वेळ बालकाच्या हाताला आधारफळी बांधण्यात येते ती, जिची बालकाला सवय होईल. ७) रक्तरंग तपासणी केली जाते. रक्तरंग ८० टक्क्यांपेक्षा जास्त असावा. रक्तगटही तपासला जातो. कारण शस्त्रक्रियेच्या वेळी किंवा नंतर रक्त द्यावे लागण्याची शक्यता असते. बऱ्याच वेळा रक्तस्राव होण्याची शक्यता असते. ८) बालकाचा आहार व शस्त्रक्रियापूर्व काळजी क्लेफ्टलिपप्रमाणेच घेण्यात यावी.

शस्त्रक्रिये पश्चात परिचर्या

ताबडतोब घ्यावयाची काळजी : १) बाळाच्या श्वासमार्गाचे निरीक्षण करून घशातील स्राव सक्शनच्या साहाय्याने काढून घ्यावा. श्वासमार्गात अडथळा निर्माण झाल्यास बाळ गुदमरण्याची शक्यता असते. २) रक्तस्राव होत आहे का? उलटी झाल्यास उलटीतून गिळलेले रक्त पडलेले दिसते; पण ताजे रक्त नाही, याची खात्री करावी. रक्तस्राव होत असल्यास डॉक्टरांना बोलावून घ्यावे. बाळाला एका कुशीवर वळवून झोपवावे, सक्शन करावे. ३) बालकाचे शरीराचे तपमान, नाडी व श्वसनाचे निरीक्षण करून नोंद ठेवावी. रक्तस्राव जास्त झाल्यास नाडी जलद चालते व बाळ अशक्त होते. ४) बाळाचे तोंड, घसा कापसाच्या बोळ्याने स्वच्छ करून, बालकाला आधार देऊन बसती स्थिती द्यावी म्हणजे श्वसनमार्गात द्रव जाणार नाही. ५) रक्तस्राव थांबविण्यासाठी रक्त गोठणाची औषधे अंत:क्षेपणाने देतात. उदा. जीवनसत्त्व-के किंवा डॉक्टरांच्या सुचनेनुसार औषध द्यावे. ६) टाक्यावर ताण पडू नये म्हणून निर्जंतुक गॉझ पट्टीचा पॅक व्हाईड हेडस वार्निश (White Head Varnish)मध्ये ओला करून घालतात. जिभेच्या स्वाभाविक दाबामुळे टाक्यावर ताण पडत नाही. तरीपण जिभेच्या हालचाली जास्त झाल्यास टाक्यावर ताण येऊ शकतो. यासाठी बाळाला सौम्य झोपेचे औषध दिले जाते. ७) जखम पूर्ण बरी होईपर्यंत बाळाच्या हाताला आधारफळी बांधावी. ८) आहार क्लेफ्टलिपप्रमाणे क्वचित बाळाला पाहिले २ ते ३ दिवस नळीने द्यावा लागतो. नंतर लहान चमच्याने द्रवपदार्थच द्यावेत. आहार दिल्यानंतर उकळून गार केलेले पाणी पाजावे म्हणजे अन्नाचे कण चिकटून राहणार नाहीत. आहार औषधी प्रथिने व जीवनसत्त्वयुक्त असावा. जीवनसत्त्व-'क'साठी ताज्या फळांचा रस द्यावा. लोह स्वरूपात द्यावे. फळाचा रस दिल्यानंतरही पाणी पाजावे. म्हणजे जखमेवर चिकटून राहणार नाही. ९) कॅटगटचे टाके आपोआप विरतात, पण सिल्क टाके बाळाच्या चोखण्याने १० दिवसांत निघून जातात. १०) नंतरही काही दिवस बाळ खेळणी तोंडात घालणार नाही याची दक्षता घेण्यास मातेला सांगावे; यामुळे जखमेला इजा व संसर्ग होण्याची शक्यता असते. ११) बाळाला चॉकलेट्स किंवा कठीण गोड पदार्थ खाण्यास देऊ नयेत, हे मातेला समजावून सांगावे. १२) जखम पूर्णपणे बरी झाल्यानंतर व सूज कमी झाल्यानंतर बाळाचे बोलणे स्वाभाविक होण्यासाठी स्पीच थेरपी दिली जाते.

ती लवकरात लवकर सुरू करावी.

स्पीच थेरपिस्टकडे बाळ पाठविले जाते. मातेलाही शिकविले जाते. म्हणजे ती बाळाला रोज शिकवू शकते.

वांती किंवा उलटी होते. (याबाबत प्रकरण ८ पाहावे.)

ट्रकिओ-यूसापेकजियल फिश्च्युला आणि यूसापेकजियल अट्रेशिया (Tracheo Esophageal Fistula and Esophageal Atresia)

हे जन्मजात व्यंग असून, कमी वजनाच्या बालकामध्ये याचे प्रमाण जास्त दिसून येते. इब्रिऑनिक अवस्थेत (Embryonic Stage) श्वासनलिका व अन्ननलिकेची वाढ योग्य रीतीने न झाल्याने श्वासनलिका व अन्ननलिकेमध्ये फिश्च्युला असतो. अन्ननलिकेचा भाग निमुळता असतो. मातेमध्ये गरोदरपणी अतिगर्भोदक असतात.

प्रकार :

१) ट्रकिओ यूसाफेजियल फिश्च्युला व यूसाफेजियल अट्रेशिया हे व्यंग ८५ टक्के असू शकते. (आकृती नं २२)

२) फक्त यूसाफेजियल अट्रेशिया ७ टक्के असते.

३) फक्त ट्रकिओ यूसाफेजियल फिश्च्युला ४ टक्के असते.

चिन्हे व लक्षणे : १) नवजात बालकाच्या तोंडातून सतत फेस येतो. २) दूध किंवा पाणी पाजताना बाळ गुदमरते व ऑक्सिजन कमतरतेमुळे निलांगावस्थेत

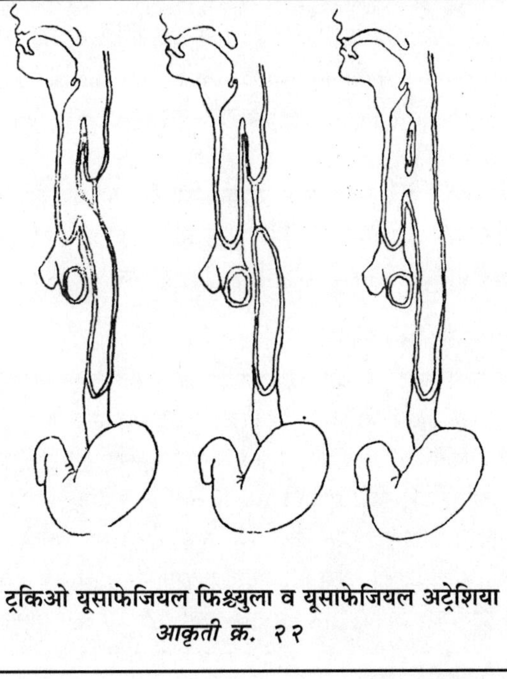

ट्रकिओ यूसाफेजियल फिश्च्युला व यूसाफेजियल अट्रेशिया

आकृती क्र. २२

जाते. ३) खोकला असतो. ४) पोटफुगी. ५) द्रवपदार्थ श्वसनमार्गात गेल्याने फुफ्फुस दाह होतो.

निदान : १) नळी जठरामध्ये घालण्याचा प्रयत्न केल्यास, वरच्या हिरड्यांपासून १० ते ११ सेंटिमीटरवर जाऊन अडते. या वेळी क्ष-किरण घेतल्यास नळी अन्ननलिकेच्या वरच्या बाजूस वळलेली दिसते. २) क्ष-किरणामध्ये अन्ननलिका हवेने फुगलेली दिसते.

भवितव्य : निदान लवकर न झाल्याने शस्त्रक्रिया किचकट होते, त्यामुळे शस्त्रक्रियेला वेळ लागतो. बाळाचे वजन कमी असल्यामुळे भवितव्य फारसे चांगले नसते.

उपचार व परिचर्या

१) अन्ननलिकेपर्यंत नळी घालून स्राव सक्शनने काढून घेतात. २) बाळाला एका बाजूस वळवून झोपवावे म्हणजे श्वासमार्गात द्रवपदार्थ जात नाही. बाळ गुदमरण्याची शक्यता कमी असते. ३) शिरेतून सलाइन देऊन पाणी, आम्ल व अल्कलीचा समतोलपणा राखला जातो. ४) संसर्ग टाळण्यासाठी जंतुजीवनाशक द्रव्ये दिली जातात. ५) जठराला छिद्र पाडून नळीने जठरात द्रव आहार (Gastrostomy) दिला जातो. ६) शस्त्रक्रिया दोन अवस्थांमध्ये केली जाते. कोणत्या प्रकारचे व्यंग आहे, हे पाहून फिश्च्युला बंद केला जातो व अन्ननलिकेचा मार्ग सरळ केला जातो. (Primary repair by dividing fistula & restoring the esophageal continuity by end to end anastomisis). ७) शस्त्रक्रियेनंतर ७ ते १० दिवसांनी तोंडावाटे आहार दिला जातो.

दुष्परिणाम : १) अन्ननलिका जोडलेल्या ठिकाणातून द्रवपदार्थ बाहेर येतात. २) अन्ननलिकेची अस्वाभाविक हालचाल होते. ३) फुफ्फुसदाह वरचेवर होतो. ४) स्क्ट्रिचर होते. ५) हायटस हर्निया होऊ शकतो.

शस्त्रक्रियेनंतरची काळजी

१) बालकाच्या बिछान्याजवळ ऑक्सिजन सिलिंडर, सक्शन मशीन, तत्काळ उपचारासाठी लागणारी औषधे, निर्जंतुक इंजेक्शन ट्रे, हे सर्व साहित्य ठेवावे. २) बिछाना उबदार असावा. बाळाला इन्क्युबेटरमध्ये ठेवणे जास्त चांगले. कारण तपमान व आर्द्रता योग्य प्रमाणात ठेवता येते. ३) पहिले २४ तास बाळाजवळ सतत परिचारिकेने असणे जरुरीचे असून बाळाचे श्वसन, नाडी व तपमान वरचेवर पाहून त्याची नोंद ठेवावी. श्वसनात बदल झाल्यास ताबडतोब डॉक्टरांना कळवावे. बाळ निळे झाल्यास ऑक्सिजन देण्यात यावा. ४) बाळाची हालचाल कमीत कमी करावी. ५) पायाकडील बाजू थोडीशी उंच करावी म्हणजे मेंदूचा रक्तपुरवठा

सुधारतो, बाळ शॉकमध्ये जात नाही. आहार देताना पायाकडील उंची-कमी करावी. हे करीत असताना बाळला जास्त हलवू नये. ६) जठरामधील नळीतून द्रव देताना अतिशय हळू द्यावे. सीरिंजचे बॅरेल किंवा नरसाळे जास्त उंच न धरता १ फुटावरच धरावे म्हणजे द्रव हळूहळू जठरात जाईल व पोटातील हवा हळूहळू बाहेर जाण्यास मदत होईल व पोटफुगी होणार नाही. तोंडामध्ये काही थेंबच निर्जंतुक पाणी द्यावे; त्यामुळे तोंडाचा आतील भाग ओला राहतो. ७) तोंडातील व घशातील स्राव वरचेवर सक्शन करून काढावेत; त्यामुळे बाळ श्वसनास अडथळा होऊन गुदमरणार नाही. ८) शिरेतून बाळाच्या वजनानुसार ग्लुकोज व नॉर्मल सलाईन दिले जाते. ९) पेनिसिलीन किंवा इतर जंतुजीवनाशक द्रव्ये दिली जातात त्यामुळे जखम दूषित न होता भरण्यास मदत होते व फुफ्फुसदाह टाळला जातो. १०) बाळाची स्थिती सुधारू लागल्यानंतर छातीतील स्रावाचा निचरा होऊन खोकल्यावाटे पडण्यासाठी पोश्चरल ड्रेनेजचे व्यायाम देतात. ११) जठरामध्ये नळी घातलेला सभोवतालच्या भागातील त्वचेची काळजी घ्यावी. निर्जंतुक सॉबने स्वच्छ करून कोरडी करून, नळीच्या भोवती फ्युरासीन गॉझ ठेवावा. १२) आहार – पहिले ४८ तास बाळाला शिरेतून ग्लुकोज व नॉर्मल सलाईन देतात. त्यानंतर बाळाची स्थिती सुधारू लागल्यास जठरातील नळीतून दूध दिले जाते. वजनानुसार दुधात पाणी मिसळून दिले जाते. मातेचे दूध काढून दिल्यास चांगले. प्रत्येक वेळी उकळून गार केलेले थोडेसे पाणी घालावे. त्यानंतर ७ ते १० दिवसांनी तोंडावाटे द्रवपदार्थ देऊन काही तक्रारी नसल्यास आहार स्वाभाविक केला जातो.

जठरदाह (Gastritis)

कारणे : १) जठराला दाह झाल्याने (Inflammation), २) रासायनिक किंवा इतर क्षोभ निर्माण करणाऱ्या पदार्थांमुळे, उदा. मिरची किंवा अतिशय कोरडे पदार्थ खाल्ल्याने, औषध – ॲस्पिरीन ३) किडलेल्या दातातून किंवा नाकातील पू असणारा स्राव गिळल्याने. ४) दाह निर्माण करणारे पदार्थ चुकून जठरात गेल्याने.

चिन्हे व लक्षणे : १) मूल थोडे मोठे असल्यास पोटातील अस्वस्थता, पोटदुखी मळमळ या तक्रारी सांगू शकते. २) जिभेवर पांढरट रंगाचा थर जमतो व चव नाहीशी होते. ३) भूक मंदावते. ४) वांती होते, त्यातून म्युकस किंवा क्वचित रक्त पडते. ५) पोटफुगी व अस्वस्थता असते. उलटी झाल्यास रोग्याला आराम वाटतो.

उपचार व काळजी : १) कोणत्या कारणाने क्षोभ निर्माण झाला, हे कारण शोधून उपचार केले जातात. क्षोभजन्य पदार्थ लगेच बंद केले जातात. २) दाह असल्यास त्यासाठी जंतुजीवनाशक द्रव्ये विशेषतः इन्टेस्टिनल ॲन्टिसेप्टिक्स

(Intestinal Antiseptics) देतात. ३) तोंडाची काळजी घेण्याबद्दल आरोग्य सल्ला व दातांची कीड असल्यास उपचार, ४) नेहमीचा आहार दिल्यास जठराला विश्रांती मिळत नाही. म्हणून पचण्यास हलका, पातळ व क्षोभ न होणारा आहार काही दिवस दिला जातो. उदा. दुधावरील मलई काढलेले कोमट दूध, भाताची पेज, भाजीचे पाणी, उकडलेला बटाटा, जेली इत्यादी. ५) उलटीचे प्रमाण जास्त असल्यास काही तास तोंडाने काही न देता ग्लुकोज व नॉर्मल सलाईन शिरेतून दिले जाते. ६) पोटदुखी थांबण्यासाठी व उलटीसाठी बॅरलगॉन, स्टेमेटील, या औषधांचा उपयोग केला जातो. ७) तिखट, मसालेदार व स्निग्ध पदार्थांचे प्रमाण कमी केले जाते.

जन्मजात विकृत वृद्धिंगत जठराधोद्धाराचे संकोचन
(Congenital Hypertrophic Pyloric Stenosis)

जन्मजात जठरोधोद्धाराच्या स्नायुवलयांची विकृत वृद्धी होते. त्यांची पोकळी कमी होते. त्यामुळे जठराच्या आकुंचन लहरीबरोबर ते स्नायुवलय प्रसरण न पावल्याने अन्नाला अडथळा निर्माण होतो.

कारणे

१) ही विकृती मुलींच्यापेक्षा जास्त दिसून येते. १:१५० मुलांमध्ये व १:७५० मुलींमध्ये. २) जेनेटिक दोषामुळे, जुळ्यामध्ये प्रमाण जास्त तसेच एका कुटुंबातील अनेक मुलांमध्ये असू शकते.

रोगमीमांसा :

१) जठराच्या स्नायूंचा आकार वाढतो.
२) जठराचे विकृत प्रसरण होते.
३) जठरदाह व रक्तस्राव होतो.
४) शरीरात पाण्याची व क्षारांची कमतरता होते.

चिन्हे व लक्षणे : जठराधोद्धाराचे संकोचन (Pyloric Stenosis) जन्मानंतर सुरू होते व लक्षणे २ ते ४ आठवड्यांत दिसू लागतात. सौम्य विकृती असल्यास उशिरा लक्षणे दिसतात व उपचाराविनाही लक्षणे कमी होतात. पण गंभीर विकृतीमध्ये वैद्यकीय उपचारांची फारच गरज असते.

१) सुरुवातीला आहारातून दिलेले द्रवपदार्थ उलट येतात. वांती होते. २) उलट्या सारख्या होऊ लागतात व उलटी लांब फेकली (Projectile Vomiting) जाते. कधी कधी बाळापासून ३ ते ४ फुटांवर उलटीतील द्रव फेकला जातो. ३) आहार दिल्याबरोबर वांती होते व नाकातूनही द्रवपदार्थ बाहेर येतात. ४) वांतीमध्ये पित्त नसते. जर जठरात रक्तस्राव होत असेल तर वांती कॉफी रंगाची होते. ५) शरीरात

पाण्याची कमतरता (Dehydration) फारच दिसू लागते. ६) मलावरोध होतो. ७) मुलाची वाढ खुंटते. वजन वाढत नाही. ८) लघवीचा रंग गडद असतो. ९) उलटीतून क्लोराईड्स बाहेर टाकली जातात. रक्तात रासायनिक बदल होतात. रक्तद्रव्यामधील बायकार्बोनेटसचे प्रमाण वाढते. रक्तातील व लघवीतील प्रोटिन नायट्रोजनचे प्रमाण वाढते. या स्थितीला 'अल्कोलोसीस' म्हणतात. १०) आहारातून दिलेले द्रवपदार्थ बराच काळ जठरामध्ये राहतात. ११) कावीळ दिसू लागते. १२) तपासणी केल्यास बाळाला दूध देताना मातेच्या किंवा परिचारिकेच्या मांडीवर झोपवावे. बाळाला ३० ते ६० मि.लि. दूध घेतल्यानंतर बरगड्यांच्या खाली पोटावरून जठराच्या लहरी डावीकडून उजवीकडे जाताना दिसू लागतात. यालाच (Visible Peristalsis) असे म्हणतात. याच वेळी बोटाने पोटाची तपासणी केल्यास नाकाच्या शेंड्याप्रमाणे जाड झालेले जठराधोद्धार हाताला लागते.

रोगनिदान : १) प्रोजेक्टाईल व्हॉमिटिंग २) पोटाचा क्ष-किरण (Plain Abdomen X-Ray) घेतला जातो. ३) पोटाचे स्कॅनिंग (Abdominal Scanning) या आधुनिक पद्धतीने निदान लवकर करता येते.

औषधोपचार : १) नॉर्मल सलाईनने जठर धुतल्यामुळे त्यातील द्रव कमी होतो व उलट्या कमी होतात. २) स्नायू शिथिल करणारे औषध बाळाला दूध देण्यापूर्वी १५ ते २० मिनिटे अगोदर देतात. उदा. अॅट्रोपिन मेथोनायट्रेट ०.६ टक्के द्रावण ड्रॉपरने जिभेच्या मागे सोडले जाते. साधारण ३ ते ६ ड्रॉप्स इतकी मात्रा देतात. देण्यात येणाऱ्या दुधाचे प्रमाण हळूहळू वाढविण्यात येते.

शस्त्रक्रिया : रॅमस्टेडट ऑपरेशन (Rammstedt's Operation) यामध्ये पायलोरिक स्नायूंचा थर कापून कमी कमी केला जातो. स्नायू फायबर वेगळे करतात. (Encision of the pyloric mass and splitting the muscle layers along the entire length of the tumour. Muscle fibers are separated upto submuscosa without opening the lumen.)

शस्त्रक्रियापूर्व काळजी

१) बाळाच्या सर्व तपासण्या करणे आवश्यक आहे. २) रक्ताची तपासणी – रक्तरंग, रक्तगट, रक्तातील क्षारांचे प्रमाण. ३) शस्त्रक्रियेपूर्वी नॉर्मल सलाईन देऊन इलेक्ट्रालाईट बॅलन्स कायम ठेवला जातो. ४) जठरात नळी घालून नॉर्मल सलाईनने दिवसातून एकदा किंवा दोनदा जठर धुतले जाते. यामुळे जठर स्वच्छ होते व जठरादाह कमी होण्यास मदत होते. दुधाचे केसीनमध्ये रूपांतर होऊन थोडासा कण जरी आतड्यात गेला तरी आंत्रदाह होण्याची शक्यता असते. ५) शस्त्रक्रियेपूर्वी जठर धुतल्यानंतर फक्त पाण्यासारखा द्रव आला पाहिजे.

यासाठी चार दिवस द्रवपदार्थ तोंडावाटे देऊन दूध बंद करण्यात येते. ६) संपूर्ण शरीराला भूल (General Anaesthesia) देण्यात येते. त्यासाठी बाळाची सर्वसाधारणपणे प्रकृती चांगली आहे, हे तपासून पाहिले जाते. ७) बाळाच्या पोटाचा भाग – विशेषत: बेंबीचा भाग – काळजीपूर्वक स्वच्छ करावा. बाळाला स्वच्छ गाऊन घालावा. ८) शस्त्रक्रियेसाठी पालकांची लेखी संमती घ्यावी. ९) शस्त्रक्रियेसाठी पाठविण्यापूर्वी नॉर्मल सलाईनने जठर धुतले जाते व नळी जठरात तशीच ठेवली जाते. १०) अर्धा तास अगोदर अंत:क्षेपणाने ०.३ मि. ग्रॅम अॅट्रोपिन द्यावे.

शस्त्रक्रियेनंतरची काळजी

सर्वसाधारण शस्त्रक्रियेनंतर लागणारी सर्व तयारी बालकाच्या बिछान्याजवळ असावी. संपूर्ण भूल दिल्यानंतर बाळाची काळजी घेण्यात यावी. या शस्त्रक्रियेनंतर विशेष काळजी याप्रमाणे घ्यावी –

१) शिरेतून द्रवपदार्थ दिले जातात. कमीत कमी २४ तास तोंडाने काहीही देऊ नये.

२) बाळाला उलट्या होण्याची शक्यता असते. अशा वेळी त्याच्या श्वसनमार्गाची काळजी घ्यावी. बाळाची मान एका बाजूस वळवून ठेवावी.

३) २४ तासानंतर १५ ते ३० मि.लि. ग्लुकोजचे पाणी दर तीन तासांनी द्यावे. दोन किंवा तीन वेळा ग्लुकोजचे पाणी दिल्यानंतर एकदा १५ मि.लि. दूध व १५ मि. लि. पाणी उकळून गार करून असे ३० मि.लि. द्यावे. तिसऱ्या दिवशी ६० मि. लि. दूध दर ३ तासांनी द्यावे. नंतर बाळाच्या वजनाप्रमाणे दूध द्यावे. मातेचे दूध देणे जास्त चांगले.

४) ७२ तासानंतर बाळाचे वजन वाढण्यास सुरुवात होते, म्हणून आहार नियमित व प्रमाणात सुरू करावा.

५) जखमेची काळजी – ड्रेसिंग कधी करावे हे सर्जनच्या मनावर अवलंबून असते. सर्वसाधारण ५ किंवा ६ दिवसांनी ड्रेसिंग काढून जखमेची स्थिती पाहिली जाते व ड्रेसिंग केले जाते. काहींच्या मते दुसऱ्या दिवशी ड्रेसिंग पाहून नंतर रोज ड्रेसिंग केले जाते. काही सर्जन हिल्याक्स स्प्रे वापरतात. त्या वेळी ड्रेसिंग ठेवण्याची गरज नसते. जर जखमेतून स्राव किंवा रक्त जाऊन ड्रेसिंग ओले झाले तर डॉक्टरांना कळवून ते बदलावे व निर्जंतुक ड्रेसिंग ठेवावे. कॅटगटचे टाके असल्याने लहान मुलांमध्ये टाके काढण्याची गरज नसते; पण टाके कसले आहेत व ड्रेसिंगची पद्धत समजावून घेऊन त्याप्रमाणे जखमेची काळजी घ्यावी.

डायफ्रॅमॅटिक हर्निया (Diaphragmatic Hernia)

हे जन्मजात व्यंग असू शकते. श्वासपटलाचे स्नायू कमजोर असल्याने पोटाच्या

पोकळीतील अवयव उदा. जठर, आतडी वरच्या बाजूला जातात व श्वासपटलाच्या पोकळीमध्ये येतात. उजव्या बाजूपेक्षा डाव्या बाजूच्या हर्नियाचे प्रमाण जास्त आहे.

१) पोटातील अवयव छातीच्या पोकळीत प्रवेश करतात. २) त्यांचा दाब फुफ्फुसावर पडतो व फुफ्फुसांचे स्वाभाविकपणे प्रसरण होत नाही. ३) जर उजव्या बाजूचा हर्निया असेल तर यकृताचा भाग छातीच्या पोकळीमध्ये येतो.

चिन्हे व लक्षणे : १) बाळाला श्वसनाचा त्रास होतो. बाळ गुदमरते व निलांगावस्थेमध्ये जाते. २) ज्या बाजूचा हर्निया आहे, त्या बाजूची छातीची हालचाल कमी असते व फुफ्फुसात हवा कमी खेचली जाते. ३) आतड्यातील वायुलहरी छातीवरती ऐकू येतात. ४) पहिल्या महिन्यातच बाळाला उलट्या होऊ लागतात. दूध दिल्यानंतर बाळ अस्वस्थ होते. मलावरोध, आतड्यातील प्रवाहाला अडथळा (Intestinal Obstraction) होऊ शकतो. ५) बालकाला श्वासमार्गाचा दाह वरचेवर होतो.

रोगनिदान : छातीचा 'क्ष-'किरण घेतल्यास आतड्याचा भाग छातीच्या पोकळीत दिसतो.

उपचार व परिचर्या : १) इन्डोट्रकीयल ट्यूब घालून बाळाला ऑक्सिजन द्यावा. नाकात नळीने किंवा मास्कने ऑक्सिजन दिल्यास, ऑक्सिजन जठरात जाऊन जठराला फुगवटा येण्याची शक्यता असते. २) तोंडातील, घशातील स्राव सक्शन करून काढून घ्यावा. ३) तत्काळ शस्त्रक्रिया करून श्वासपटल विकृती रिपेअर केली जाते. हे लॅपरॉटामी (Laparatomy) करून करतात किंवा काही वेळा थोरॅकोटॉमी (Thoracotomy) करून करावे लागते. ४) नाकातून जठरामध्ये नळी घातली जाते व पहिले २ ते ३ दिवस जठरातील द्रवपदार्थ वरचेवर काढले जातात. ५) बाळाची काळजी थोरॅसिक शस्त्रक्रियेप्रमाणे घेतली जाते. (प्रकरण १७ पाहा.)

हायटस हर्निया (Hiatus Hernia)

हे एक विशेष प्रकारचा हायफ्रॅमॅटिक हर्निया आहे. स्वानपटलाचे स्नायू कमजोर किंवा विकृत असल्याने अन्ननलिका श्वासपटल छेदून उदरपोकळीत प्रवेश करते. त्या ठिकाणचे छिद्र पूर्ण बंद न झाल्याने जठराचा भाग छातीच्या पोकळीत खेचला जातो. याला 'हायटस हर्निया' असे म्हणतात. त्यामुळे जन्मानंतर पहिल्याच आठवड्यात दिलेले दूध गुळण्यांवाटे परत तोंडात येते.

लक्षणे : १) बाळाला उलट्या होतात. उलटीतून म्युकस, रक्त व दूध पडू लागते. २) बाळाचे वजन वाढत नाही. ३) अन्ननलिकेला खालील भागात व्रण होतात. ४) जठरातील द्रवपदार्थ उलटून आल्याने बाळ अचानक गुदमरण्याची शक्यता असते.

रोगनिदान : बेरियम सालो किंवा युसाफेगस्कोपी करून करतात.

उपचार व काळजी : सौम्य विकृती असल्यास बाळाला सतत बसती स्थिती द्यावी. यामुळे जठर श्वासपटलाच्या खाली राहिल्याने उलट्या व गुळण्यांचे प्रमाण कमी होते. नंतर शस्त्रक्रिया केली जाते. गंभीर केसेसमध्ये शस्त्रक्रिया लवकर करावी लागते.

शस्त्रक्रिया : रिपेअर ऑफ हायटस हर्निया (Repair of Hiatus Hernia) : थोरॅकोटॉमी करून जठराचा भाग पोटाच्या पोकळीत आणला जातो. श्वासपटल हायटस छिद्राच्या ठिकाणी अशा रीतीने रिपेअर केला जातो की, अन्ननलिकेच्या सभोवती घट्ट राहू शकेल व त्यातून जठराचा भाग वर येणार नाही. शस्त्रक्रियेनंतर बाळाला बरेच दिवस बसती स्थिती दिली जाते. बाळाची शस्त्रक्रियेनंतर थोरॅकोटॉमीप्रमाणे काळजी घेतली जाते.

पचनमार्गात आगंतुक वस्तू अडकणे (Foreign Bodies in the Digestive Tract)

लहान मुले नाणी, मणी, गोटी, बिया अशा अनेक लहान वस्तू तोंडात घालतात व गिळतात. हे प्रमाण शिशू अवस्थेतील बालकांमध्ये जास्त दिसून येते. काही मुले केस व लोकरीचे धागेही गिळतात. केस व लोकरीचे धागे एकत्रित येऊन त्याचा गोळा अन्ननलिकेत किंवा आतड्यामध्ये अडकतो. बऱ्याच वेळा आगंतुक वस्तू अन्ननलिकेत अडकतात व त्या ठिकाणी रुतून बसतात. या वेळी बाळाला वेदना होऊ लागतात. सूज येते, गिळताना त्रास होतो. त्या ठिकाणी अन्ननलिकेला दाह होतो. मूल अन्न व द्रवपदार्थ घेण्याचे टाळते.

उपचार व काळजी : १) बालकाकडून कोणती वस्तू गिळली गेली आहे याची माहिती घ्यावी. २) बालकाला अन्नपदार्थ देऊन वस्तू खाली ढकलण्याचा प्रयत्न करू नये. कारण यामुळे अन्ननलिकेला इजा व छिद्र पडण्याची शक्यता असते. तसेच वस्तू जास्त रुतून बसण्याची शक्यता असते. ३) वस्तू निश्चितपणे अडकलेली आहे, याची खात्री करून युसोफगस्कोपीच्या साहाय्याने काढली जाते. ४) काही अतिलहान वस्तू जठरात जाऊन आतड्यामध्ये जातात व विष्ठेमार्फत बाहेर टाकल्या जातात. यासाठी बालकाची विष्ठा आगंतुक वस्तू पडेपर्यंत रोज तपासावी. ५) काही वस्तू लांब व धारदार कडा असलेल्या असल्यास त्या आतड्यातून पुढे जाऊ शकत नाहीत व आतड्याच्या भिंतींना इजा होते, तसेच छिद्रही पडू शकते. अशा वस्तू गॅस्ट्रोस्कोपच्या साहाय्याने काढल्या जातात. क्वचितच शस्त्रक्रिया करून काढण्याची गरज असते. ६) आतड्यातील वस्तू पडण्यासाठी रेचक देऊ नये, कारण यामुळे आतड्याच्या हालचाली वाढतात व

आतड्याला छिद्र पडण्याची शक्यता जास्त असते. ७) बालकाच्या हातात या वस्तू जाणार नाहीत, याची काळजी घ्यावी. बाळाला समजू लागल्यानंतर न खाण्याच्या वस्तू तोंडात घालू नयेत, हे सतत सांगावे. बाळाच्या हातात, तोंडात काही आहे काय, यावर लक्ष ठेवावे.

अन्ननलिका किंवा जठरातील आगंतुक वस्तू काढल्यानंतरची काळजी (Esophagoscopy किंवा Gastroscopy)

१) काही इजा झाली असल्याची शक्यता असल्यास १२ ते २४ तास तोंडाने काही देऊ नये; पण इजा नसल्यास थोड्या वेळात द्रवपदार्थ देण्यास हरकत नाही.

२) जंतुदोष टाळण्यासाठी जंतुजीवनाशक द्रव्ये देतात.

आतड्यातील अडथळा (Intestinal Obstruction)

ज्या वेळी कोणत्याही कारणाने आतड्याच्या पोकळीमध्ये अडथळा निर्माण होऊन आतड्यातील द्रवपदार्थ पुढे जाऊ शकत नाही, यालाच 'इन्टेस्टायनल ऑबस्ट्रक्शन' (Intentinal Obstruction) म्हणतात. लहान मुलांच्यामध्ये आतड्यात अडथळा निर्माण होण्याची कारणे अनेक आहेत.

१) भौतिक कारणे (Mechanical Causes) : अ) लहान मुलांच्यामध्ये जन्मजात व्यंगामुळे अडथळा येऊ शकतो. उदा. आतड्याची पोकळी निमुळती (Atresia or Stenosis) होते. गाठ (Ators) इत्यादी. ब) आगंतुक वस्तू अडकल्याने इंटससस्पेशन (Intussusception), व्हॉलवूलस (Volvulus), स्ट्रँग्युलेटेड हर्निया (Strangulated Hernia), ॲडिजन्स (Adhesions), क) गोलकृमी जास्त झाल्यास.

२) मज्जापुरवठ्यातील दोषामुळे (Neurogenic Causes) : मज्जापुरवठा कमी झाल्यामुळे किंवा खंडित झाल्यामुळे आतड्याच्या स्वाभाविक हालचाली कमी होतात किंवा अजिबात होत नाहीत. या अवस्थेत 'पॅरालायटिक इलियस' (Paralytic Ileus) असे म्हणतात. ही अवस्था निर्माण होण्याची कारणे – अ) आतड्यांची इजा किंवा गंभीर उदरावरणदाहाचा (Peritonistis) दुष्परिणाम. ब) शस्त्रक्रियेच्या वेळी आतडी जास्त प्रमाणात हाताळल्यास. क) अतिसारामध्ये क्षारांचे असंतुलन (Electrolyte Imbalance) झाल्यास. पोटॅशियमचे रक्तद्रवातील प्रमाण कमी झाल्यास. या अवस्थेला 'केमिकल पॅरालायनिटक इलियस' (Chemical Paralytic Illeus) म्हणतात. ड) मज्जारज्जू (Spinal Cord) च्या दोषामुळे. इ) मूत्रपिंड अकार्यक्षम झाल्याने रक्तातील युरियाचे प्रमाण वाढते व त्याच्या टॉक्सिक परिणामामुळे पॅरालायटिक इलियस होतो (Toxic or Uraemic Paralytic Illeus). हे अतिसारामध्ये गंभीर डिहायड्रेशन झाल्यास होऊ शकते.

आतड्यातील अडथळा कोणत्या प्रकारचा म्हणजे पूर्ण किंवा अपूर्ण यावर याची गंभीरता अवलंबून असते. तसेच आतड्यात कोणत्या ठिकाणी अडथळा आहे, यावर काही चिन्हे व लक्षणे लवकर किंवा उशिरा दिसतात. जर अडथळा अपूर्ण असेल तर चिन्हे व लक्षणे हळूहळू दिसतात व सौम्य असतात. लहान आतड्यातील अडथळा मोठ्या आतड्यातील अडथळ्यापेक्षा गंभीर असतो.

चिन्हे आणि लक्षणे

१) उलट्या (Vomiting) : जन्मजात व्यंग लहान आतड्याच्या पहिल्या किंवा दुसऱ्या भागात (Duodenal or Jejunal) असेल, तर नवजात बालकामध्ये जन्मानंतर २४ तासांत उलट्या होतात; पण त्यापेक्षा खालील भागात असेल तर पोटफुगीनंतर उलट्या सुरू होतात. बालक मोठे असल्यास उलटीमधून आहारातून खाल्लेले पदार्थ पडतात. नंतर जाठररस व पित्तमिश्रित द्रव पडतो. अडथळ्याच्या वर आतड्यातील द्रवपदार्थ साठून राहतो व तो उलटीवाटे बाहेर टाकला जातो. उलट्या सतत होतात व यामुळे शरीरात पाण्याची कमतरता (Dehydration) आणि आम्ल-अल्कलीने असंतुलन (Electrolytes Imbalance) होते.

२) पोटदुखी (Abdominal Pain) : अडथळा निर्माण झाल्याने आतड्याच्या हालचाली जास्त होतात व द्रवपदार्थ पुढे ढकलण्याचा प्रयत्न होतो. यामुळे पोटदुखी होते. मोठे मूल पोटदुखी सांगू शकते; पण लहान मूल पाय पोटाजवळ घेऊन किंचाळते, बेचैन असते. पोटावर हात ठेवल्यास जास्तच रडते.

३) पोटफुगी : जोरदार हालचाली व अडथळ्याच्या मागे द्रवपदार्थाचा दाब यामुळे त्या ठिकाणी सूज येते व पोटफुगी असते. पूर्ण अडथळ्यांमध्ये व खालील भागात अडथळा असल्यास पोटफुगी जास्तच असते.

४) मलावरोध : मलावरोध असतो व आतड्याच्या हालचाली, लहरी अडथळ्यांच्या पलीकडे जाऊ शकत नाहीत; यामुळे अडथळ्यापुढे हवा सरकत नाही. पोटावर या ठिकाणी स्टेथॉस्कोप ठेवून ऐकण्याचा प्रयत्न केल्यास वायुलहरी ऐकू येत नाहीत.

५) जलकमतरता : जलकमतरतेची (Dehydration) लक्षणे दिसू लागतात. तोंडास कोरड पडते, ओठ सुकतात, डोळे आत ओढल्यासारखे दिसतात. त्वचा सैल पडते इत्यादी.

६) शॉक (Shock) : हीच अवस्था फार काळ राहिल्यास रोगी शॉकमध्ये जातो. त्याची त्वचा थंड, चिकट लागते. नाडी जलद व अशक्त लागते. रक्तदाब स्वाभाविक दाबापेक्षा कमी होतो. रोगी गुंगीत जातो. टॉक्सिक दिसतो.

या बालकामध्ये तत्काळ शस्त्रक्रिया करून आतड्यातील अडथळा नाहीसा

केल्यास बालकाचा जीव वाचू शकतो. अन्यथा उपचार उशिरा झाल्यास बालकाचा अंतही होऊ शकतो.

रोगनिदान : चिन्हे व लक्षणांवरून बऱ्याच वेळा रोगनिदान होते. बालकाचा उभ्या स्थितीत, बाजूने पोटाचा 'क्ष' किरण घेतल्यास अडथळ्याच्या वरती द्रवपदार्थाने फुगलेले आतड्याचे भाग (Loop) दिसतात.

उपचार व परिचर्या : १) नाकातून नळी घालून जठरातील द्रवपदार्थ काढून घेतला जातो. यावरून रंग, प्रमाण याची नोंद ठेवली जाते. नळी तशीच ठेवून वरचेवर द्रवपदार्थ काढून घ्यावा. तोंडाने काहीही देऊ नये.

२) पोटफुगी किती आहे हे टेपने मोजून दर अर्ध्या तासाने घेऊन तिची नोंद ठेवावी. यावरून अडथळ्याची गंभीरता वाढते की कमी होते, हे समजते.

आतड्यातील अडथळ्यामुळे गंभीर पोटफुगी झालेले बालक

आकृती क्र. २३

३) बालकाच्या आरोग्याची स्थिती समजण्यासाठी ताप, नाडी, श्वसन, रक्तदाब, घेऊन नोंद करावी व अस्वाभाविकता डॉक्टरांना कळवावी.

४) जलकमतरता व क्षार असंतुलन कमी करण्यासाठी शिरेतून ग्लुकोज व नॉर्मल सलाईन डॉक्टरांच्या सुचनेनुसार सुरू करावे व त्याची नोंद ठेवावी. शरीरात जाणारे द्रव (Intake) व शरीरातून बाहेर पडणार द्रव (Output) यांचा तक्ता तयार करून त्यामध्ये नोंद करावी.

५) जंतुदोष टाळण्यासाठी जंतुजीवनाशक द्रव्ये द्यावीत.

६) बाळाचा रक्तगट तपासून बाळासाठी रक्त तयार ठेवावे.

७) बाळाला लघवी झाली का पाहावी. लघवी दोन कारणांनी होऊ शकत नाही. पोटफुगीमुळे मूत्राशयावर दाब आल्याने व जलकमतरतेमुळे.

८) पोटफुगी जास्त असल्यास श्वसनाला त्रास होतो. अशा वेळी बाळाला बसती स्थिती द्यावी.

९) बाळ शस्त्रक्रियेसाठी ताबडतोब तयार करावे.

१०) जठरातील द्रव वरचेवर काढून घ्यावा.

११) शिरेतून सलाईन चालूच ठेवावे.

१२) पोटावरील त्वचा साबणपाण्याने स्वच्छ करून घ्यावी.

१३) बाकी सर्व तयारी इतर सर्वसाधारण शस्त्रक्रियेप्रमाणे करून लवकरात लवकर बाळ शस्त्रक्रिया विभागामध्ये त्याच्या केसपेपरसह पाठवावे. तेथील परिचारिकेला बाळाची स्थिती व बाकीच्या नोंदीबद्दल माहिती देऊन बालक तिच्या ताब्यात द्यावे.

शस्त्रक्रिया : आतड्यातील अडथळा झालेल्या पुढील भागाला रक्तपुरवठा न झाल्याने गँग्रीन (Gangrene) होते व टॉक्सिक लक्षणे दिसू लागतात. हे टाळण्यासाठी लवकरात लवकर शस्त्रक्रियेची तयारी करून बाळाची लॅपराटॉमी (Laparatomy) केली जाते. पोट उघडल्यानंतर अडथळा कुठे व कोणत्या कारणाने झाला आहे. हे समजते व त्यानुसार शस्त्रक्रिया करून अडथळा नाहीसा केला जातो. उदा. आतड्यामध्ये आगंतुक वस्तू असेल तर ती काढली जाते. स्ट्रँग्युलेटेड हर्निया असेल तर हर्निया सॅकमधून आतडी सोडवून सॅक रिपेअर केला जातो. अडथळा जास्त गंभीर व जास्त काळ राहिल्यास आतड्याला गँग्रीन होते. गँग्रीन झालेला भाग काढून टाकला जातो (Resection of Gut) व पुढील भाग जोडला जातो (Anastomasis).

शस्त्रक्रियेनंतरची काळजी (Post operative care)

१) सर्वसाधारण पोटावरची शस्त्रक्रिया पूर्ण भूल देऊन केल्यानंतर घ्यावी लागणारी काळजी व यासाठी लागणारी तयारी बालकाच्या बिछान्याजवळ ठेवावी. बाळाला उबदार बिछान्यात घ्यावे व मान एका बाजूला वळवून ठेवावी. यामुळे तोंडातील स्राव बाहेर येण्यास मदत होते. तसेच उलटी झाल्यास उलटीचा द्रव श्वासमार्गात जाणार नाही हे पाहावे.

२) सक्शनची गरज असल्यास म्हणजे स्राव जास्त असल्यास सक्शन करून काढून घ्यावा.

३) जठरातील नळीतून वरचेवर ऑपरेशन करावे. त्याचे प्रमाण, रंग यांची नोंद ठेवावी.

हे आतड्याच्या हालचाली स्वाभाविक सुरू होईपर्यंत व पोटफुगी पूर्णपणे कमी होईपर्यंत केले जाते.

४) तोंडाने काहीही देता येत नाही म्हणून सुरुवातीला शिरेतून ग्लुकोज, हाफस्ट्रेंथ नॉर्मल सलाईन व इतर क्षार देऊन पाणी व क्षारांचे शरीरात संतुलन राखले जाते.

५) बाळाचे तपमान, नाडी व श्वसन दर अर्ध्या तासाने घेऊन त्याची नोंद ठेवावी. बाळ गुदमरत नाही. निलांगावस्था नाही. याकडे सतत लक्ष ठेवावे.

अस्वाभाविकता असल्यास ताबडतोब उपचार करावेत.

६) शस्त्रक्रियेनंतर लघवी तुंबण्याची शक्यता असते, म्हणून बाळाला लघवी झाली की नाही, याकडे लक्ष ठेवावे. लघवी झालीच नाहीतर परिचर्या उपचार करावेत. डॉक्टरांना कळवावे. बालकाची स्थिती बदलावी.

७) इन्टेक-औटपुट तक्ता तंतोतंत ठेवावा.

८) बाळाच्या तोंडाची काळजी दर चार तासांनी घ्यावी.

९) उदरावरणदाह व इतर दुष्परिणाम टाळण्यासाठी जंतुजीवनाशक द्रव्ये देतात. मात्रा, वय, वजन व गंभीरता ठरविली जाते.

१०) शस्त्रक्रिया केलेल्या भागात वेदना असतात. बाळ थकलेले असते व अस्वस्थ असते. म्हणून सौम्य झोपेची औषधे देतात. हे दिल्यानंतर वातावरण शांत ठेवावे. बाळाला जाग येईल अशा परिचर्या शक्यतो त्या वेळी करू नयेत.

११) आतड्याच्या हालचाली सुरू झाल्या की, गुदद्वाराप्रमाणे हवा सरकू लागते. ही खात्री करून बालकाला तोंडावाटे थोडा थोडा द्रवपदार्थ दिला जातो व नाकातील नळी काढली जाते. द्रवपदार्थाचे पचन योग्य प्रमाणात होत असेल, पोटफुगी नसेल तर द्रवपदार्थांचे प्रमाण वाढविले जाते. मऊ आहार देऊन हळूहळू स्वाभाविक आहाराची सुरुवात करण्यात येते. तोंडाने आहार कधी सुरू करावा, हे कोणती शस्त्रक्रिया केली यावर अवलंबून असते.

१२) बालकाची स्थिती सुधारू लागल्यानंतर दुसऱ्या, तिसऱ्या दिवसापासून त्याला अर्धवट बसती स्थिती देऊन बसवावे. शस्त्रक्रियेनंतर लवकर शरीराची हालचाल झाल्यास इतर परिणाम टाळता येतात. उदा. सारखे एकाच स्थितीत झोपून छाती भरण्याची शक्यता असते. जखमेतील स्रावाचा निचरा न झाल्याने जखम न भरणे.

१३) खोकण्यास व खोल श्वसन घेण्यास मुलाला सांगावे व त्याच्याकडून करवून घ्यावे. मुलाची स्थिती दर दोन तासांनी बदलावी. पोटाच्या शस्त्रक्रियेनंतर वाफारा दिल्यास फुफ्फुसातील स्राव पातळ होऊन छाती भरत नाही.

१४) बाळाला मलावरोध होऊ नये म्हणून तोंडावाटे द्रवपदार्थ भरपूर द्यावेत व मलावरोध झालाच तर डॉक्टरी सुचनेनुसार उपचार करावेत. या बालकाला रेचक देऊ नये.

१५) जखमेची काळजी : डॉक्टरांच्या सल्ल्यानुसार जखम स्प्रे करून उघडी किंवा लहान ड्रेसिंग ठेवून झाकली जाते. जखमेची काळजी घेताना निर्जंतुकीकरण पाळल्यास जखमेत जंतुदोष होत नाही. जखम लवकर व चांगली भरू लागते. साधारणपणे ८ ते १० दिवसांत टाके काढतात.

१६) गँग्रीन झालेला आतड्याचा भाग काढला असेल, तर शस्त्रक्रियेनंतर

काही दिवस आहाराची विशेष काळजी घेतली पाहिजे. कारण यामध्ये पचन व शोषण या दोन्ही क्रिया स्वाभाविकपणे होण्यास बराच काळ लागतो. बाळाला कमतरतेचे आजार होऊ नयेत म्हणून जीवनसत्त्वे औषधी स्वरूपात दिली जातात. वाढ योग्य होण्यासाठी हलका, सहजासहजी पचणारा पण सकस आहार द्यावा लागतो.

आतड्याला पीळ पडणे – व्हाल्व्यूलस (Volvulus) :

आतड्याला पीळ पडण्याचे नक्की कारण माहीत नाही, हे काही वेळा नवजात बालकामध्ये दिसून येते. इलियमला पीळ पडल्याने आतड्यातील प्रवाहाला अडथळा येतो. यामध्ये सर्व लक्षणे वरीलप्रमाणेच असतात. अशा वेळी ताबडतोब शस्त्रक्रिया केल्यास आतड्याचे गॅंग्रीन टाळता येते. शस्त्रक्रियेच्या वेळी पोट उघडल्यानंतर आतड्याला पीळ आहे, हे लक्षात येते. पीळ सोडविला जातो. क्वचितच गॅंग्रीन झाले असल्यास आतड्याचा भाग काढावा लागतो.

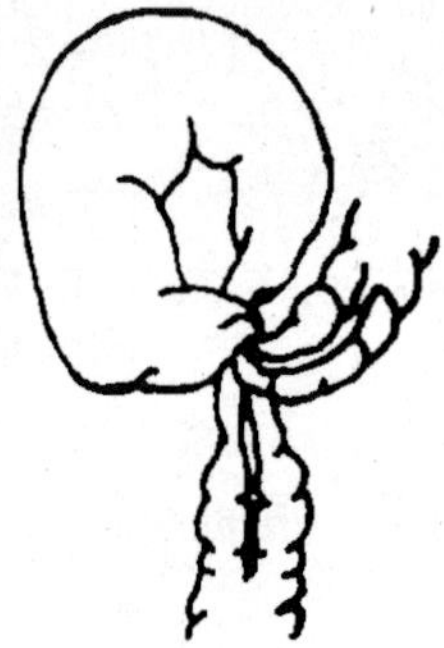

आतड्याला पीळ पडणे

आकृती क्र. २४

इंटससेप्शन (Intussusception)

आतड्याचा काही भाग जवळच्या आतड्याच्या भागात गुंतल्यामुळे किंवा अडकून राहिल्यामुळे आतड्यामध्ये अचानक अडथळा निर्माण होतो. (पेल्यामध्ये पेला घातल्याप्रमाणे आतड्याचा भाग दिसतो.)

अर्भक व शिशूमध्ये तात्कालिक आजार म्हणून ओळखला जातो. स्वाभाविक बालकामध्ये अचानक होऊ शकतो. नक्की कारण माहीत नसले तरी या गोष्टी याला कारणीभूत असू शकतात. १) आतड्यातील पालिप्स किंवा डासव्हर्टिक्यूल्समुळे २) बाळाला पूरक आहार सुरू केल्यास काही पदार्थांमुळे आतड्याला क्षोभ निर्माण होऊन त्या ठिकाणी दाह निर्माण होतो, सूज येते. त्या ठिकाणी इंटससेप्शन झालेले दिसून येते. काही बालकांमध्ये आतड्याच्या लिफाईड टिश्यूंना विषाणूचा दाह झाल्याने त्या ठिकाणी सूज येते व त्या ठिकाणी इंटससेप्शन होऊ शकते. ४) डिसेंट्रीमध्ये आतड्याच्या हालचाली जोरात होतात

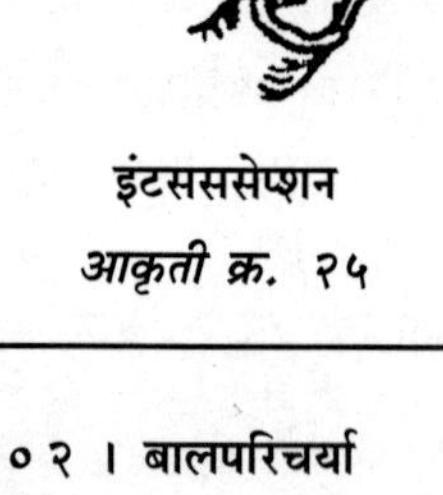

इंटससेप्शन

आकृती क्र. २५

व ही विपरीत भावना होऊ शकते. ५) चार महिने ते २ वर्षांच्या बालकात हे प्रमाण जास्त असून मुलीपेक्षा मुलामध्ये जास्त दिसून येते.

चिन्हे व लक्षणे : १) अचानक होते व बालकाला पोटात वेदना होऊ लागतात. त्यामुळे बाळ पाय पोटाकडे घेऊन किंचाळू लागते. २) आतड्याचा रक्तपुरवठा खंडित झाल्यामुळे पुढील भागाचे गँग्रीन होण्याची शक्यता जास्त असते. ३) गुदाशयातून म्युकस थोडेसे व रक्त पडते; पण बाळाला शौचाला होत नाही यालाच (Red Current Jelly Stool) म्हणतात. ४) बाळाला जलकमतरता होते व पोटदुखीमुळे बाळ शॉकमध्ये जाते. ५) तीव्र आतड्यातील अडथळ्याची लक्षणे दिसू लागतात.

तत्काळ बेरियम एनिमा देऊन 'क्ष'-किरणाखाली पाहिल्यास निदान निश्चित होते. बाळाची सर्व काळजी घ्यावी. काही वेळा इंटससेप्शन आपोआप नाहीसे होते व बाळाच्या वेदना कमी होतात. शस्त्रक्रियेसाठी बालकाची इतर तयारी करावी.

लॅपरॉटामी करून हळूच आतडी मिल्किंग पद्धतीने सोडविली जातात. काही बालकांमध्ये वरचेवर इंटससेप्शन होते, अशा वेळी आतड्याचा भाग व पेरिटोनियला टाका घालतात. म्हणजे आतडे आतड्यात गुंतत नाही. या बालकाची शस्त्रक्रियापूर्व व शस्त्रक्रियापश्चात काळजी आतड्यातील अडथळा याप्रमाणेच घ्यावी.

मेगाकोलन (Megacolon)

मेगाकोलन म्हणजे आतड्याचे अस्वाभाविक प्रसरण होय. याचे दोन प्रकार आहेत. १) फंक्शनल (Functional) २) एगँग्लीऑनिक (Aganglionic) यालाच 'हर्शस्प्रंगस डिसिज' (Hirschsprng's Disease) असे म्हणतात.

१) फंक्शनल मेगाकोलन

हे जन्मत: असत नाही, जन्मानंतर होते. याची कारणे – अ) गुदाशयाची पोकळी अरुंद असल्यामुळे, गुदाशयाला फिशर असल्यास शौचाच्या वेळी खूप वेदना होतात. ब) मानसिक कारणे (Psychological Factors) – आहार चुकीचा असून, शौचाच्या सवयी चांगल्या नसल्यास (शौचाला आल्यास जाणे टाळणे).

विष्ठा नियमितपणे बाहेर टाकली न गेल्यास आतड्यामध्ये साठून राहते व त्या ठिकाणी अडथळा निर्माण होतो. विष्ठा कोरडी व कठीण होते. अडथळ्याच्या वरच्या आतड्याचे अस्वाभाविक प्रसरण होते. यामध्ये बाळाला अनेक दिवस मलावरोध असतो, पोटदुखी असते आणि एखाद्या दिवशी पातळ शौचाला होते. पण विष्ठा पूर्णत: बाहेर टाकली जात नाही.

उपचार : १) भूल देऊन गुदाशयातील कठीण विष्ठा काढतात आणि वरचेवर गुदाशय नॉर्मल सलाईनने धुऊन घेतले जाते. २) बालकाच्या आहारात

वयानुसार ताजी फळे, पालेभाज्या व भरपूर पाण्याचा समावेश करावा. सकाळी उठल्यानंतर एक ग्लास पाणी पिण्याची सवय करावी. ३) मुलाला शौचाची नियमित सवय होईपर्यंत सौम्य रेचक दिले जाते व त्याला चांगल्या सवयीबद्दल समजावून सांगणे. ४) मुलाला नियमितपणे रोज सकाळी शौचाला जाण्याची सवय लावावी. ५) मुलाला मानसिक विकार असल्यास चाईल्ड सायकॉलॉजिस्टकडे जाऊन सल्ला घ्यावा. ६) वैद्यकीय उपचाराने बरीच मुले बरी होतात; पण रेक्टल स्टेनोसिस, फिशर किंवा इतर रेक्टमच्या विकृतींसाठी शस्त्रक्रिया करून विकृती नाहीशी केली जाते. ७) मातेने सहानुभूतिपूर्वक वर्तन ठेवून मुलाला समजावून घेतले पाहिजे. त्याची गरज व भावना यांचा विचार करून टॉयलेट ट्रेनिंग द्यावे.

२) एगँग्लीऑनिक मेगाकोलन (Hirschsprung's Disease)

या रोगाचे निदान हर्शस्प्रंग यांनी १८६६ मध्ये प्रथम केले.

गुदाशय व मोठ्या आतड्यामध्ये पॅरासिंपॅथेटिक गँग्लीऑन अजिबात नसतात किंवा फारच कमी असतात. त्या ठिकाणी आतड्याची हालचाल होत नाही किंवा अतिशय मंद असते; त्यामुळे विष्ठा पुढे ढकलली जात नाही व एगँग्लीऑनिक सेगमेंटच्या वर साठून राहते. आतड्यातील प्रवाहाला अडथळा निर्माण झाल्यामुळे आतड्याची विकृती वृद्धी होते.

ही विकृती जन्मत: असते व नंतर म्हणजे नवजात बालकात लक्षणे सुरू होतात. काही बालकांमध्ये पहिला विष्ठाही (Meconium) उशिरा बाहेर टाकली जाते. स्वाभाविक बालकामध्ये ही विष्ठा पहिल्या २४ तासांत बाहेर टाकली जाते.

चिन्हे लक्षणे : १) मलावरोध (Constipation) हे सर्वप्रथम लक्षण होय. २) बाळ निस्तेज, असमाधानी दिसते. आतड्याच्या विकृत वृद्धीमुळे पोट फुगलेले असते व त्या मानाने हातपाय बारीक दिसतात. ३) बाळ दूध घेण्याचे नाकारते व उलट्या होतात. ४) पुढे पुढे आतड्याच्या हालचाली पोटावरून दिसू लागतात. ५) क्वचित बाळाला रिबनसारखे (जाडी कमी असलेले) शौचाला होते व दुर्गंधयुक्त गॅसेस बाहेर टाकले जातात. आतड्याचा घरघर आवाज ऐकू येतो, त्याला Borborygmi असे म्हणतात. ६) आतड्याच्या श्लेष्मल त्वचेला दाह झाल्यामुळे, दुर्गंधयुक्त पातळ पदार्थ बाहेर टाकले जातात. ७) पोटफुगी असल्यामुळे श्वासपटलावर दाब पडून श्वसनास त्रास होतो. श्वसनाचे आजार होतात.

रोगनिदान : चिन्हे व लक्षणे आणि काळजीपूर्वक निरीक्षण – शौचाला किती दिवसांनी व किती वेळा झाली, वास येतो का, शौचाला होताना त्याची जाडी, पोटफुगी, पोटावर दिसणाऱ्या आतड्याच्या हालचाली आणि पोटावर ठळक दिसणाऱ्या नीला यावरून रोगनिदानास मदत होते. २) बेरियम एनिमावरून

रोगनिदान निश्चित केले जाते. ३) रेक्टल बायोप्सी (Rectal Biopsy) वरून गँग्लीऑन पेशी नसल्याचे निश्चित समजू शकते. सध्या यासाठी विशेष साधन उपलब्ध असून बाळाला भूल देण्याची गरज भासत नाही.

उपचार : शस्त्रक्रिया हाच उपाय आहे. लक्षणे किती गंभीर आहेत, यानुसार सुरुवातीला कृत्रिमरीत्या गुदाशयातील विष्ठा काढली जाते व आतडे धुऊन घेतात. विष्ठा मऊ होण्यासाठी सौम्य रेचक देतात. जंतुजीवनाशक द्रव्ये देतात.

रोगनिदान लवकर म्हणजे नवजात बालकामध्ये झाले, तर प्रथम कोलोस्टॉमी (Colostomy) केली जाते. ६ ते १२ महिन्यांच्या काळात मुख्य शस्त्रक्रिया केली जाते. बाळ जर मोठे असेल तर कोलोस्टॉमी करण्याची गरज असत नाही.

मुख्य शस्त्रक्रियेमध्ये एगँग्लीऑनिक सेग्मेंट काढला जातो व त्याच्यावरील विकृत वृद्धी झालेला आतड्याचा भाग गुदाशय किंवा गुदद्वाराला जोडला जातो. याबरोबर काही वेळा तात्पुरता काळासाठी कोलोस्टॉमी केली जाते.

कोलोस्टॉमी : मुख्य शस्त्रक्रियेची जखम पूर्णपणे बरी झाल्यानंतर म्हणजे २ ते ३ आठवड्यांनी कोलोस्टॉमी शस्त्रक्रियेने बंद केली जाते.

शस्त्रक्रियेपूर्वी काळजी : १) आतड्यातील संसर्ग कमी करण्यासाठी सल्फाथाया झोलचा पूर्ण कोर्स देण्यात येतो. २) रक्ताची तपासणी करून रक्त देण्यासाठी तयार ठेवले जाते. ३) इतर सर्व तयारी मोठ्या शस्त्रक्रियेसाठी करावी. ४) तसेच शस्त्रक्रियेच्या दिवशी सर्वसाधारण शस्त्रक्रियेसारखीच तयारी करावी. बाळाला नाकातून नळी घालावी व शिरेतून सलाईन सुरू करावे.

कोलोस्टॉमीनंतरची काळजी : १) पोटावरील शस्त्रक्रिया झाल्यानंतर बालकाची घ्यावयाची ती सर्व काळजी घ्यावी. २) कोलोस्टॉमीनंतर बाळाला आतड्यातून रक्तस्राव होण्याची शक्यता असते; यासाठी अड्रेनलीन (Adrenaline) १:१००० सोल्युशनमध्ये गॉझ पॅड भिजवून त्या ठिकाणी ठेवावे व बँडेज बांधावे. ३) पोटावरील जखमेतून (Incision) आतड्याचा भाग बाहेर येऊ लागतो, अशा वेळी गरम सलाईनचा निर्जंतुक पॅक ठेवतात व बाळ परत शस्त्रक्रियेसाठी घेतले जाते. ४) कोलोस्टॉमीच्या भोवतालची त्वचा नाजूक असते. ती स्वच्छ करून जंतुजीवनाशक मलम लावावे. ५) कोलोस्टॉमीच्या आतड्याचा बाहेरचा भाग धुऊन घेण्यासाठी मऊ रबर कॅथेटरचाच उपयोग करावा. ६) बाळाला ठराविक वेळा व स्वाभाविकपणे शौचाला होण्यासाठी पुरेसा व रफेजयुक्त आहार द्यावा. शौचाची क्रिया नियमित करण्यासाठी क्वचित सौम्य रेचक किंवा एनिमाचा उपयोग केला जातो. दिवसातून जास्तीत जास्त दोन वेळा शौचाला व्हावी. ७) या बालकाला पूरक जीवनसत्त्वे व क्षार देण्याची गरज असते. ८) बाळाला त्याची घृणा वाटण्याची शक्यता असते, म्हणून मातेने व परिचारिकेने मुलाला, कोलोस्टॉमी का केली हे

समजावून सांगावे. ही तात्पुरती गरज आहे हे सांगून मुलाशी सहानुभूतिपूर्वक वागावे. विशेषत: कोलोस्टॉमीतून येणारी विष्ठा स्वच्छ करीत असताना, बाळाला कमीपणाची भावना भेडसावू लागते.

तसेच कोलोस्टॉमी कायम ठेवावी लागणाऱ्या बालकालाही त्याची गरज व काळजी समजावून सांगून त्याच्या मनाची तयारी करावी. त्याला कोलोस्टॉमी पट्टा देऊन त्याची काळजी शिकवावी.

मुख्य शस्त्रक्रियेनंतरची काळजी

१) पहिले २४ तास शिरेतून सलाईन दिले जाते व तोंडाने काहीही दिले जात नाही. २) बाळाच्या तोंडाची काळजी घेऊन तोंड ओलसर ठेवावे. ३) बाळाचे तपमान, नाडी व श्वसन दर १५ मिनिटांनी किंवा अर्ध्या तासाने घेऊन नोंद करावी. नाडी व श्वसनातील अस्वाभाविकता लगेच डॉक्टरांना कळवावी. द्रवपदार्थाची कमतरता होऊन बाळ शॉकमध्ये जाण्याची शक्यता असते, म्हणून सतत लक्ष ठेवावे. ४) दर दोन तासांनी ॲस्पिरेशन करावे व नोंद करावी. ५) दुसऱ्या दिवसापासून निर्जंतुक पाणी सुरू करण्यात येते व नंतर हळूहळू स्वाभाविक आहारावर आणले जाते. ६) बाळाची स्थिती सुधारू लागल्यानंतर त्याला उठून फिरण्यास परवानगी दिली जाते. ७) जखमेची काळजी व कोलोस्टॉमीची काळजी मागे पाहिली आहेच, त्याप्रमाणे घ्यावी. आठ दिवसांनी टाके काढले जातात. २ ते ३ आठवड्यांत कोलोस्टॉमीचे छिद्र शस्त्रक्रियेने बंद केले जाते. शस्त्रक्रिया यशस्वी झाली तर भवितव्य चांगले असते. क्वचित मुलांमध्ये ॲनल डायलेटेशन करावे लागते.

हर्निया (Hernia)

इंद्रियाचा भाग आपल्या पोकळीतून किंवा आपल्या कमजोर आवरणातून, आपली स्वाभाविक जागा सोडून बाहेर डोकावतो त्याला हर्निया म्हणतात. अशक्त भाग पिशवी सारखा होतो. त्याला हर्नियल सॅक (Hernial Sac) असे म्हणतात. लहान मुलांमध्ये अम्बिलिकल हर्निया आणि इंग्वायनल हर्निया बऱ्याच वेळा दिसून येतात.

अम्बिलिकल हर्निया (unbilical Hernia)

अम्बिलिकल हर्नियाचे प्रमाण लहान मुलांच्यामध्ये जास्त दिसून येते. यामुळे बालकाला काहीही त्रास होत नाही; पण पालकांना त्याची फार भीती व काळजी वाटते. नवजात बालकामध्ये नाळ पडल्यानंतर बेंबीची जखम पूर्णपणे न भरल्याने, बेंबीच्या खाली जी रिंग असते, ती पूर्णपणे बंद होत नाही. या ठिकाणी हर्नियल सॅक

तयार होते व आतड्याचा काही भाग त्यातून डोकावतो; त्यामुळे बेंबीच्या ठिकाणी फुगवटा येतो. विशेषत: बालक रडताना किंवा खोकताना तो दिसून येतो.

बऱ्याच मुलांमधील हा हर्निया २ ते ४ वर्षांत आपोआप कमी होतो. लहान हर्निया असेल तर मूल क्वचितच उपचारासाठी आणले जाते; पण हर्निया मोठा असल्यास शस्त्रक्रिया करावी लागते. ही अतिशय साधी शस्त्रक्रिया असून हर्निया रिपेअर (Repair of Hernia) केले जाते. चिकटपट्टीने स्ट्रॅपिंग करून किंवा इलॅस्टिक बँडेज बांधून काहीही उपयोग होत नाही.

लहान हर्निया असल्यास पालकांना त्यामुळे बाळाला काही त्रास होत नाही, हे समजावून सांगावे व उपचाराची गरज नाही हेही सांगावे.

इंग्वायनल हर्निया (Inguinal Hernia)

उदरभित्तीचा भाग कमजोर झाल्याने आतडी उदरावरणासहित इंग्वायनल कॅनालमधून खाली येतात. बाळ रडते किंवा शौचाला बसल्यानंतर कुंथते किंवा खोकताना हर्निया दिसतो. प्युबिस बोनच्या क्रेस्टच्या बाजूला व वरती हर्नियाची सूज दिसते. क्वचित बालकात ही सूज वृषणापर्यंत असते. बाळ झोपलेल्या स्थितीत असल्यास सूज नाहीशी होते. ह्या हर्नियाचे प्रमाण मुलींच्यापेक्षा मुलांमध्ये जास्त दिसून येते. मुलांमध्ये इंग्वायनल हर्निया आणि अनडिसेन्डेड टेस्टीच एकत्र असू शकतात.

इंग्वायनल हर्निया मोठा असतो व सॅकची रिंग निमुळती असते; त्यामुळे हा हर्निया काही वेळा हाताने दाब देऊन पूर्वस्थितीला जात नाही आणि आतड्यात अडथळा निर्माण होऊ शकतो. हर्निया रिड्युस करण्यासाठी झोपेचे औषध देऊन

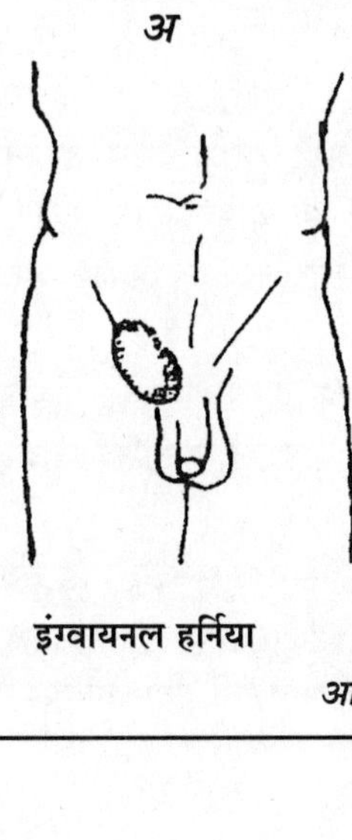

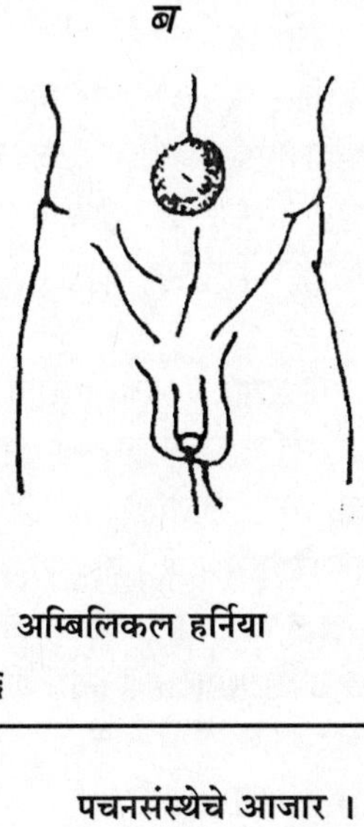

इंग्वायनल हर्निया अम्बिलिकल हर्निया

आकृती क्र. २६

बाळाचे डोके खाली व पायाची बाजू उंच केली जाते. बाळाला गरम पाण्याची अंघोळ दिली जाते की, ज्यामुळे बाळाच्या शरीराचे स्नायू शिथिल झाल्यामुळे आतड्याचा लूप हर्नियल सॅकमधून उदरपोकळीत येतो. अशी स्थिती जर वरवर उद्भवत असेल, तर लवकरात लवकर शस्त्रक्रिया करून हर्निया रिपेअर केली पाहिजे.

कोणत्याही पद्धतीने हर्निया रिड्युस झाला नाही, तर स्ट्रँग्युलेटेड हर्निया (Stangualted Hernia) होऊन आतड्याच्या भागाला गँग्रीन होण्याची शक्यता असते. म्हणून ताबडतोब शस्त्रक्रिया करून अडथळा दूर केला जातो.

हर्निया रिपेअरनंतर इतर शस्त्रक्रियेमध्ये सर्वसाधारण जशी काळजी घेतली जाते, तशी घ्यावी.

तीव्र आंत्रपुच्छदाह (Acute appendicitis)

आंत्रपुच्छदाह कोणत्याही वयात होऊ शकतो; पण दोन वर्षांखालील मुलांमध्ये याचे प्रमाण फारच कमी आहे. मुलांमध्ये ५ ते १२ वर्षे वयोगटात आंत्रपुच्छदाह बऱ्याच वेळा आढळतो.

याची सुरुवात अचानक कोणतेही कारण नसताना होते; पण काही वेळा जठर व आतड्याच्या दाहानंतर होऊ शकते.

चिन्हे व लक्षणे : १) अचानक बाळाची भूक कमी होते. मळमळते. वांत्या होतात. क्वचित मलावरोध असतो. २) ९९ ते १०१^{0}F ताप असतो. नाडी जलद असते. ३) बाळ जास्तच आजारी दिसू लागते. चेहरा निस्तेज, चिंतातुर दिसतो. ४) बाळ अस्वस्थ होते. ५) जिभेवर थर जमतो. ६) पोटदुखी – सुरुवातीला पोटदुखीचे नक्की ठिकाण समजत नाही. बाळ सगळीकडे पोटात दुखते असे सांगते. नंतर बेंबीखाली पहिल्या १२ तासांत पोटदुखी राईट इलियाक फोसा (Right Iliac Fossa)मध्ये मॅकबर्निज पॉइंट (McBurney's Point)च्या ठिकाणी असते. हा पॉइंट बेबी व उजव्या इलियाक क्रेस्टच्या मध्यावर असतो. पोटाला ताठरपणा असतो व हाताने तपासताना वेदना झाल्यामुळे बाळ रडते. रक्तातील पांढऱ्या पेशींची संख्या वाढते. ३०,००० पेशी दर क्युबिक मि.मी. रक्तामध्ये असू शकतात.

रोगनिदान : सर्वसाधारण ही लक्षणे अनेक रोगांमध्ये आढळून येतात. त्यामुळे रोगनिदान चुकण्याची शक्यता असते. पोटदुखीच्या ठिकाणावरून निश्चित रोगनिदान केले जाते.

दुष्परिणाम : १) तीव्र आंत्रपुच्छदाहाचे रोगनिदान लवकर न झाल्याने उपचार लवकर केले जात नाहीत. अशा बालकात आंत्रपुच्छ फुटते (Perforated Appendix) त्यामुळे उदरावरणदाह किंवा पेल्व्हिल ॲब्सेस होण्याची शक्यता असते.

पेरिटोनायटिस (Peritonitis) उदरावरणदाह

पेल्व्हिक ॲब्सेस (Pelvic Abscess), सबफ्रेनिक ॲब्सेस (Subphrenic Abscess) श्वासपटलाच्या खाली पू साठतो व त्या ठिकाणी ॲब्सेस होते. हे हाताने तपासताना हाताला लागत नाही. शस्त्रक्रियेने पू काढून टाकतात.

पॅरालायटिक इलियस (Paralytic Ileus)

ही गंभीर स्वरूपाची विपरीत भावना असून आतड्याच्या हालचाली एकदम बंद होतात. मलावरोध व वांत्या असतात.

उपचार व परिचर्या : १) तीव्र आंत्रपुच्छादाहाचे निदान लवकर करून लगेच बाळ शस्त्रक्रियेसाठी तयार करावे; कारण आंत्रपुच्छ फुटून उदरावरण होण्याची शक्यता असते. २) बाळाला रेचक देऊ नये; कारण यामुळे आतड्याच्या हालचाली वाढतात. त्यामुळे आंत्रपुच्छ फुटण्याची शक्यता असते. ३) शस्त्रक्रियेची पूर्वतयारी इतर पोटाच्या शस्त्रक्रियेप्रमाणे करावी. शस्त्रक्रियेने आंत्रपुच्छ काढून टाकतात Appendectomy याला म्हणतात. ही शस्त्रक्रिया तातडीने करावी म्हणजे वरील दुष्परिणाम टाळता येतात.

शस्त्रक्रियेनंतरची काळजी : १) सुरुवातीची काळजी इतर भूल देऊन केलेल्या शस्त्रक्रियेप्रमाणे घ्यावी. २) बाळाची लक्षणे – पोटदुखी एकदम कमी होते व बाळ दुसऱ्या दिवशीच बिछान्यात उठून बसू लागते. ३) दुसऱ्या दिवसापासून तोंडाने द्रवपदार्थ द्यावेत व नंतर आहार हळूहळू स्वाभाविकतेवर आणावा. ४) जंतुजीवनाशक द्रव्ये देण्यात येतात. ५) जखमेची काळजी घेऊन आठव्या दिवशी टाके काढावेत.

उदरावरणदाह (Peritonitis)

सध्या जंतुजीवनाशक द्रव्यांचा उपयोग योग्य प्रमाणात केला जात असल्यामुळे उदरावरणदाहाचे प्रमाण कमी आहे; पण खालील कारणांनी हा दाह होऊ शकतो.

कारणे : आंत्रपुच्छदाह व आंत्रपुच्छ फुटणे. २) कोणत्याही कारणाने आतड्याला छिद्र पडणे. उदा. पेप्टिक अल्सर, विषमज्वर किंवा अल्सरेटिव्ह कोलायटिस इत्यादी. ३) पेल्व्हिक दाह (Pelvic Infection) ४) रक्तातील जंतुसंसर्गामुळे (Infection in Blood Stream) ५) नवजात बालकामध्ये नाळेचा दाह झाल्याने बेंबीमधून संसर्ग पसरू शकतो. स्टॅफिलोकेकस इकोलाय, क्षयाचे जंतू (Tubercle Bacillus), गोनोकोकस (Gonococcus) आणि न्यूमोकोकस (Peumococcus) हे जंतू कारणीभूत असू शकतात.

चिन्हे व लक्षण : १) अचानक सुरुवात होते. १०३^{0}F ते १०५^{0}F ताप

असतो. २) वांत्या होतात. जिभेवर भरपूर थर जमतो. ३) बाळ पोट दुखल्याचे सांगते. लहान बाळ पोटाजवळ पाय घेऊन रडते. त्याला Frog Position म्हणतात. ४) श्वासपटलाच्या हालचालींमुळे पोटदुखी वाढते. त्यामुळे श्वास उथळ घेतला जातो. श्वसन जलद असते. ५) बाळाचा रंग करडा, लालसर Flushed होतो. डोळे खोल जातात व डोळ्यांच्या खालील त्वचा काळसर होते. ६) पोटाला ताठरपणा (Abdomen Rigidity) येतो. ७) बाळ टॉक्सिक दिसते व शॉकमध्ये जाण्याची शक्यता असते.

उपचार व परिचर्या : १) शिरेतून सलाईन सुरू करावे; यामुळे बाळ शॉकमध्ये जाणार नाही. पाण्याचे व क्षारांचे शरीरात संतुलन राखले जाईल. २) तोंडाने काहीही देऊ नये. ३) पोटफुगी कमी करण्यासाठी नाकातून नळी घालून द्रव काढावा किंवा कन्टिन्युअस गॅस्ट्रिक सक्शन ॲपरेटस (Continuous Gastic Suction Apparatus)ने जठरातील द्रव काढावा . ४) जंतुजीवनाशक द्रव्ये देण्यात येतात. कोणत्या प्रकारचा जंतुसंसर्ग आहे हे पाहून कोणते जंतुनाशक द्रव्ये द्यावे, ते ठरविले जाते. काही वेळा रक्ताचे व जखमेतील स्त्रावाचे कल्चर करून जंतुजीवनाशक द्रव्य द्यावे, ते ठरविले जाते. काही वेळा रक्ताचे व जखमेतील स्त्रावाचे कल्चर करून जंतुजीवनाशक द्रव्ये दिली जातात. ५) क्वचित बालकाला हे शिरेतून रक्त दिले जाते. ६) या बाळाच्या पाठीला आधार देऊन बसती स्थिती द्यावी. बिछाना करताना बाळाला उचलून द्यावे; पण कुशीवर वळवू नये. ७) बालकाला खोल श्वास घेण्यास प्रवृत्त करावे. ८) गरम पाण्याच्या पिशवीने शेक दिल्यास पोटदुखी व ताठरपणा कमी होण्यास मदत होते. ९) ताप कमी करण्यासाठी, फॅनचा उपयोग करावा. १०) इनटेक आऊटपुट चार्ट तंतोतंत ठेवावा. ११) तपमान, नाडी व श्वसन दर दोन ते चार तासांनी पाहून नोंद ठेवावी. १२) खोली हवेशीर असावी, पण बाळाच्या अंगाला गार वारा झोंबत नाही, याची काळजी घ्यावी. १३) स्टेथॉस्कोपच्या साहाय्याने पोटावरून आतड्याच्या हालचालीचे आवाज ऐकावेत. जर हालचाली व हवेचा आवाज ऐकू येत नसेल, तर पॅरालायटिक इलियस असण्याचे सूचक चिन्ह समजावे.

पॅरालायटिक इलियस (Paralytic Ileus)

लहान मुलांमध्ये अनेक आजारांमुळे हा दुष्परिणाम होऊ शकतो, हे आपण पाहिले आहेच. यामध्ये आतड्याच्या हालचाली मंद होतात किंवा अजिबात होत नाहीत. मलावरोध असतो. खाली हवा सरकत नाही. उलट्या सतत होतात व त्या गंभीर स्वरूपाच्या असतात. नंतर तर पित्तमिश्रित जाठरद्रव पडू लागतो.

उपचार : १) कंटिन्युअस गॅस्ट्रिक सक्शन करावे. स्टेथॉस्कोपच्या साहाय्याने

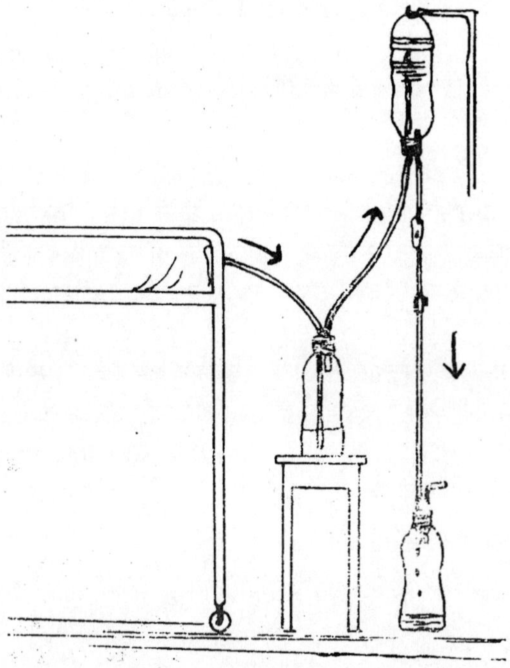

कन्टिन्युअस गॅस्ट्रिक सक्शन ॲपरटस आकृती क्र. २७

आतड्याचे आवाज वरचेवर ऐकावेत. जोपर्यंत आवाज ऐकू येत नाहीत, तोपर्यंत सक्शन चालू ठेवावे. २) शिरेतून सलाईन द्यावे. ३) बाळ लहान असेल तर नाकातील सलाईनची नळी काढण्याची शक्यता असते; त्याकडे लक्ष ठेवावे व मातेला सूचना द्याव्यात. ४) बाळाच्या तोंडाची काळजी वरचेवर घ्यावी. तोंड ओलसर ठेवण्यासाठी काही थेंब पाणी तोंडात घालावे. ५) वैयक्तिक स्वच्छता घ्यावी व बाळाला आराम स्थिती द्यावी. ६) जंतुजीवनाशक द्रव्ये दिली जातात, तसेच इतर कारणांनी झाले असल्यास त्याप्रमाणे उपचार करतात. उदा. पोटॅशियमचे प्रमाण कमी झाल्याने, क्षारांचे संतुलन राखण्यासाठी (केमिकल पॅरालायटिक इलियस) क्षार शिरेतून दिले जातात. ७) आतड्याच्या हालचाली नियमित सुरू झाल्यानंतर गॅस्ट्रिक सक्शन बंद करावे. बाळाला तोंडावाटे हळूहळू स्वाभाविक आहार सुरू करावा.

गुदद्वाराला छिद्र नसणे (Imperforated Anus)

बालकाच्या जन्मानंतर त्याची डोक्यापासून पायापर्यंत तपासणी केली जाते. त्या वेळी त्याच्या विटपच्या भागाचे निरीक्षण करून, बाळाने विष्ठा पास केली का याची खात्री केली जाते.

जर बाळाने विष्ठा केली नाही (Failure to Pass Meconium) तर या व्यंगाची शक्यता आहे, असे समजावे. डॉक्टरांना तसे कळवावे. विकृती गंभीर किंवा सौम्य असू शकते. गुदद्वाराच्या स्फिंक्टर स्नायूवर श्लेष्मल त्वचेचा पडदा असतो; त्यामुळे गुदद्वार झाकले जाते. गुदद्वार स्वाभाविक ठिकाणी नसते. गुदाशय व योनिमार्गामध्ये फिश्च्युलाही असू शकतो.

गुदद्वाराला छिद्र नसल्यास तत्काळ शस्त्रक्रिया करून कोलोस्टॉमी केली जाते व नंतर काही दिवसांनी व्यंग काय आहे, हे पाहून ॲनल रिपेअर करतात. गुदद्वाराचे छिद्र झाकले असल्यास त्याला पडदा काढून योग्य मार्ग केला जातो. या बालकाची सर्व काळजी कोलोस्टॉमीप्रमाणे घ्यावी.

ॲनल स्टेनोसिस (Anal Stenosis)

यामुळे ॲनलची पोकळी अरुंद होते व बाळाला ट्यूबमधून पेस्ट बाहेर येते त्याप्रमाणे विष्ठा होते. ही विकृती जन्मजात असते. शौचाच्या वेळी बाळ जोर करते किंवा कुंथते. गंभीर स्टेनोसिस असल्यास शौचाला होणे कठीण असते. सौम्य असल्यास सौम्य रेचक देतात व ॲनलचे डायलेटेशन केले जाते.

एक्टॉपिक ॲनस (Ectopic Anus)

गुदद्वाराचे छिद्र स्वाभाविक ठिकाणी न उघडता दुसऱ्या अवयवात उघडते. त्याला 'एक्टॉपिक ॲनस' म्हणतात. मुलींमध्ये गुदद्वाराचे छिद्र योनिमार्गात उघडते. याला 'रेक्टोव्हजायनल फिश्च्युला' असे म्हणतात. योनिमार्गातून शौच बाहेर येते. योनिमार्गाचा दाह होण्याची शक्यता असते. काही मुली या विकृतीसह स्वाभाविक जीवन जगतात. मुलगी थोडी मोठी झाल्यानंतर प्लॅस्टिक सर्जरी (Plastic Surgery) करून व्यंग नाहीसे केले जाते.

मुलांमध्ये गुदद्वाराचे छिद्र मूत्रमार्गात उघडते (Recto Urethral Fistula) व मुलाला मूत्रनलिकेतून शौचाला होते. यासाठी शस्त्रक्रिया करून गुदद्वाराचे छिद्र स्वाभाविक ठिकाणी आणले जाते.

असे व्यंग असल्यास मुलाला स्वत:बद्दल तिरस्कार व कमीपणाची भावना बळावू लागते. ते इतरांपासून बाजूला राहू लागते. आई-वडिलांनी त्याच्याशी सहानुभूतिपूर्वक वागून, वेळीच योग्य ते उपचार करावेत, यासाठी बाळाला मोठ्या

दवाखान्यात ठेवावे लागते. परिचारिकेने सोशल वर्करची मदत पालकांना मिळवून द्यावी.

गुदाशय बाहेर येणे (Rectal Prolapse)

गुदद्वाराच्या छिद्रातून गुदाशयाचा भाग बाहेर येतो, त्याला 'रेक्टल प्रोलॅप्स' असे म्हणतात. याचे प्रमाण ९ महिने तर ३ वर्षांच्या मुलांमध्ये जास्त आहे. लहान मुलांच्यामध्ये फक्त म्युकस मेंब्रेन बाहेर येते.

कारणे : १) मज्जासंस्थेच्या आजारामध्ये स्नायूंचा उठाव कमजोर असल्याने २) कुपोषण किंवा अपुऱ्या आहारामुळे फॅटी टिश्यूचा आधार न राहिल्याने ३) डांग्या खोकल्यामध्ये सतत खोकल्यामुळे त्या ठिकाणी ताण पडतो. ४) दीर्घकालीन अतिसारामुळे मोठ्या आतड्याच्या खालील भागात क्षोभ निर्माण होतो. ५) मानसिक विकृती होते. ६) बाळाला मलपात्रावर (Commode) शौचाला करण्यासाठी जास्त वेळ जबरदस्तीने बसविणे, यामुळे बाळाला मानसिक विकृतीही निर्माण होते.

उपचार व काळजी : १) गुदाशयाचा भाग बाहेर आल्यानंतर शांतपणे आणि हळुवार आत सरकवावा. हे करताना बाळाला पाठीवर झोपवावे व हातात ओले कॉटन पॅड देऊन, थोडासा दाब देऊन आत सरकवावे. अतिलहान बाळ असल्याचे त्याचे पाय धरून पोटापर्यंतचा भाग वर उचलल्यास गुदाशय आपोआप आत जाते. त्यानंतर त्याचे पाय मांडीजवळ थोडा वेळ धरून ठेवावेत. मुलाला वरचेवर गुदाशय बाहेर येण्याचा त्रास होत असेल, तर त्याला झोपून शौचाला करण्यास शिकवावे. त्यासाठी त्याच्या कुल्ल्याखाली मऊ प्लॅस्टिकचे बेडपॅन किंवा प्लॅस्टिकचा पेपर ठेवावा. यासाठी शस्त्रक्रिया केली जाते.

ज्या बालकामध्ये मानसिक ताण आहे, अशा मुलांना सहानुभूतिपूर्वक वागणूक देण्यास पालकांना सांगणे. शौचाच्या सवयीबद्दल फार कडक नियम मुलाला असू नयेत. एखाद्या दिवशी मुलाला शौचाला झाली नाही, तर त्याला जबरदस्तीने संडासमध्ये फार वेळ बसवू नये आणि विनाकारण जास्त लक्ष घालून रागावू नये. शौचाच्या सवयी अतिलहान मुलाला लावण्याचा प्रयत्न करू नये. त्याच्या दीड ते २ वर्षांत मुलाला शौचाला आल्याचे समजू लागते व ते सांगू लागते. अतिचिंता करणारे बालक व लाडावलेल्या मुलांमध्ये अशा अनेक समस्या निर्माण होतात, हे पालकांना समजावून सांगावे. बालकाचे लक्ष त्या वेळी काही चांगल्या व आकर्षक गोष्टींकडे वेधल्यास असे आजार कमी होण्यास मदत होते. पालकांना धीर द्यावा. बाळाला धोका होणार नाही, हे सांगावे.

मुलामध्ये वरचेवर गुदाशय बाहेर येण्याची तक्रार असल्यास शस्त्रक्रिया केली जाते.

शस्त्रक्रियेची पूर्वतयारी विशेष काही नाही. काही डॉक्टर्स रेक्टल वॉश देऊन, गुदाशयातील शौच काढून स्वच्छ करण्यास सांगतात.

शस्त्रक्रिया : दोन-तीन पद्धतींनी केली जाते. १) गुदाशयाला स्टिच घेऊन गुदाशय स्वाभाविक जागेवर स्थिर ठेवले जाते. २) क्रोमिक कॅटगटने ॲनल स्फिंक्टर (Tightening of Anal Sphincter) आवळले जातात. पण यामुळे बालकाला खूप वेदना होतात. ३) हायपर टॉनिक सलाईनमुळे टिश्यू फाब्रोसिस होते. हे रेक्टल वॉलमध्ये इंजेक्ट केल्यामुळे तेथील टिश्यू फाब्रोसिस होतात व त्यामुळे आधार मिळतो.

शस्त्रक्रियेनंतर ४ ते ५ दिवस बटक्स स्ट्रॅपिंग केले जाते. शौचाला मऊ होण्यासाठी द्रवपदार्थ व रफेज नसलेला आहार दिला जातो. तसेच लिक्विड पॅराफिनही देतात. बालकाच्या शौचाच्या वेळी जोर करू नये, असे समजावून सांगावे.

□□□

प्रकरण १५

आतड्यातील परान्नपुष्ट

□ गोल कृमी □ सूत्र कृमी □ पट्ट कृमी □ आकडी कृमी □ जिआरडीयासीस □ व्हिप वर्म्स □ अमिबा

लहान मुलांना अनेक प्रकारच्या जंतांची लागण होऊ शकते. जंतांची अंडी दूषित पाण्यातून, दूषित पदार्थांतून बाळाच्या शरीरात जातात व आतड्यात त्यांची वाढ होते. लहान मुलांची स्वच्छता कितीही घेतली तरी मुले तोंडात बोटे घालतात. कोणतीही वस्तू उचलून तोंडात घालतात व जंतांची लागण होऊ शकते. जंत या प्रकारचे असतात :

१) गोल कृमी (Round Worms or Ascariasis), २) सूत्र कृमी (Thread Worms or Pin Worms), ३) पट्ट कृमी (Tape Worm), ४) आकडी कृमी (Hook Worms or Ankylostomiasis), ५) जिआरडीयासीस (Giardiasis), ६) व्हिप वर्म्स (Whip Worms), ७) अमिबा (Amoebiasis).

गोल कृमी

यापैकी गोल कृमीची लागण लहान मुलांमध्ये जास्त प्रमाणात असते. उष्ण हवामानामध्ये या जंतांची लागण जास्त दिसून येते.

कारणे : १) अस्वच्छता – दूषित अन्न, पाणी, माशा, उघड्यावरचे पदार्थ खाणे, २) उघड्यावर शौचाला गेल्यामुळे जंतांची अंडी मातीत मिसळतात व मुले खेळताना ती अंडी बोटे व नखांमधून तोंडात जातात.

गोलकृमीचा जीवनक्रम : १) स्त्री जंत २० ते ४० सें.मी. व पुरुष जंत १५ ते ३० सें.मी. लांब असतो. अंडी लांबट गोलाकार असून त्यावर तीन थर असतात. आतील थर पातळ असतो. मधील थर जाड व पारदर्शक असतो, तर बाहेरील थर पित्तासारखा असतो. अंडी शौचावाटे शरीराबाहेर टाकली जातात. एका आठवड्यात त्यांची वाढ होते व लागण होऊ शकते. २) लागण झाल्यानंतर लहान आतड्याच्या पहिल्या भागातील पाचकरसामुळे त्यांची वाढ उत्तेजित होते. आतड्यातील

मुक्योसामधून, मेसेन्ट्रिक लिफॅटिकमधून, पोर्टल प्रवाहातून श्वसनसंस्थेतील वायुकोशामध्ये जातात. ३) दहा दिवसांत श्वसनसंस्थेतून पचनसंस्थेत येतात. ४) शेवटी लहान आतड्याच्या दुसऱ्या भागात (Jejunum) स्थिर होतात. स्त्री जंताची पूर्णवाढ झाल्यानंतर ती अंडी घालते व अंडी विष्ठेवाटे बाहेर टाकली जातात. हे चक्र सुरू असते.

चिन्हे व लक्षणे : १) खोकला, ताप, क्वचितच इसिनोफिलिया (Esinophiliya) अंडी श्वसनसंस्थेत जातात, तेव्हा ही लक्षणे दिसतात. १) दमा, २) त्वचादाह, ३) मळमळणे, उलट्या, पोटदुखी, भूक मंदावते तर काही मुलांमध्ये सुरुवातीला भूक जास्त असते. अपचन, अतिसार व तोंडावाटे जंत पडतात.

विपरीत परिणाम : १) आंत्रावरोध – इन्टेस्टिनल ऑबस्ट्रक्शन (Intestinal Obstruction), २) पेरिटोनायटिस (Peritinitis), ३) पित्तनलिकेमध्ये जंत एकमेकांत गुंतल्याने पित्तप्रवाहाला अडथळा निर्माण झाल्यामुळे ऑबस्ट्रक्टिव्ह जाँडीस (Obstructive Joundice) होतो. ४) उदर पोकळीत द्रव पदार्थ साठणे (Ascites) ५) क्वचित यकृताचे आवाळू (Liver Abscesses) होतात. ६) मेंदूचा दाह (Round Worm Encephalopathy).

निदान : विष्ठेची तपासणी – मायक्रोस्कोपखाली विष्ठा तपासल्यास गोल कृमीची अंडी दिसून येतात.

उपचार : पीपरॅझिन सायट्रेट (Piperazine Citrate) ५० मि. ग्रॅम दर किलो वजनास, असे दोन दिवस किंवा एकच मात्रा द्यावी. पण लहान मुलांत या मात्रा दिवसातून दोन वेळा असे तीन दिवस. ३) पायरेन्टेल पामोयेट किंवा नेमोसिड (Pyrantel Pamoate or nemocid) ११ मि.ग्रॅम / किलो वजनास एक मात्रा दिल्यानंतर ७ दिवसांनी परत एकदा द्यावे. म्हणजे लागण पूर्णत: नाहीशी होते. ४) अलबेन्डाझॉल – २ वर्षांनंतर – १ गोळी, २ वर्षांखाली सिरप १० मि.ली.

प्रतिबंधक उपाय : १) स्वच्छता – मुलाचे हात व मुलाला देण्यात येणाऱ्या वस्तू स्वच्छ असाव्यात. गोड पदार्थांवर माशा जास्त बसतात व ते दूषित होतात; म्हणून ते झाकून ठेवावेत. खाण्यापूर्वी हात स्वच्छ साबण व भरपूर पाण्याने धुवावेत. ३) मुलाला पाणी उकळून गार करून द्यावे. ४) उघड्यावरील मिठाई किंवा खाण्याचे पदार्थ खाऊ देऊ नयेत. ५) दर सहा महिन्यांनी वरीलपैकी एखादे औषध बाळाला द्यावे.

सूत कृमी व जीवनक्रम

कारणे : १) हे कृमी जास्तीत जास्त मुलांमध्येच आढळतात. शौचामध्ये

अर्धा ते १ सें.मी. लांबीचे जंत वळवळताना दिसतात. २) प्रौढ जंत मोठ्या आतड्यात असतो. स्त्री जंत ८ ते १३ मि.मी. लांब तर पुरुष जंत थोडा लहान असतो. ३) स्त्री जंत रात्रीच्या वेळी गुदद्वाराच्या बाहेरील त्वचेवर अंडी घालते; त्यामुळे त्या भागात रात्री जास्त क्षोभ निर्माण होतो व खाज सुटते. ४) अंडी एका बाजूने चपटी आणि दुसऱ्या बाजूने बहिर्गोल आकाराची असतात. या अंड्यांमुळे इतरांना लागण होते. ५) खाज सुटल्यामुळे खाजविले जाते व ही अंडी बोटांमार्फत व नखांतून इतरांच्याकडे प्रत्यक्ष व अप्रत्यक्षरीत्या वाहून नेली जातात व स्वत:च्या पचनसंस्थेतही जातात.

चिन्हे व लक्षणे : १) गुदद्वाराच्या सभोवती खाज सुटते, २) योनिमार्गाचा दाह, ३) पोटदुखी, ४) चिडखोरपणा, अस्वस्थता, ५) वजन कमी होते, ६) इसोनोफिलिया, ७) विष्ठेमध्ये जंत दिसतात.

निदान : १) शौचामधून जंत पडलेले दिसतात. २) गुदद्वाराजवळ चिकटपट्टी चिकटविल्यास अंडी चिकटतात व मायक्रोस्कोपखाली तपासणी केल्यास अंडी ओळखली जातात.

उपचार : मेबेन्डाझोल १०० मि. ग्रॅम दिवसातून दोन वेळा असे तीन दिवस, २) पायरेन्टेल पामोयेट किंवा नेमोसिड ११ मि. ग्रॅम / किलोमागे एक मात्रा, ही परत ७ दिवसांनी द्यावी. ३) पीपॅरझिन सायट्रेट ६५ मि. ग्रॅम / किलो वजनास असे एक आठवडा व तीन आठवड्यांनी पुन्हा एक मात्रा द्यावी.

प्रतिबंधक उपाय : १) वैयक्तिक स्वच्छता. नखे कापून स्वच्छ ठेवावीत. हात वरचेवर विशेषत: जेवणापूर्वी साबणपाण्याने स्वच्छ धुवावेत. २) संसर्ग झालेल्या मुलाचे कपडे, अंथरुण-पांघरुण उकळेल्या पाण्यात धुवावेत. कपडे झटकू नयेत. ३) लागण झालेल्या मुलाला इतरांपासून बाजूला झोपवावे. ४) या बाळाला झोपताना घट्ट पायजमा घालावा, म्हणजे प्रत्यक्षरीत्या खाजविता येत नाही. तसेच गुदद्वाराजवळ त्वचेचा क्षोभ होऊ नये, खाज सुटू नये, म्हणून मलम लावावे.

पट्टकृमी

हे दोन प्रकारचे असतात – १) टीनिया सोलियम, २) टीनिया सॅजिनाटा.

टीनिया सोलियम म्हणजे डुकरांच्या मांसातील कृमी व टीनिया सॅजिनाटा मेंढी व जनावरांच्या मांसातील कृमी. माणसांना टीनिया सॅजिनाटाची लागण जास्त प्रमाणात दिसून येते. कच्चे किंवा अर्धवट शिजलेले मांस खाण्यात आल्यास याची लागण होते.

कृमीचा आकार लांब पट्टीसारखा असतो. प्रौढ जंताची लांबी ४ ते १० मीटर

असते. प्रत्येक कृमीला एक शिर असून त्यावर हूक्स असतात. यांच्या साहाय्याने आतड्याच्या श्लेष्मला त्वचेला हे कृमी अडकून बसतात. डोक्यानंतर फितीच्या आकाराचे लांबट तुकडे एकानंतर एक असे असतात, त्यांना 'सेग्मेंटस' म्हणतात. टोकापर्यंत त्यांचा आकार अर्धा इंच लांब व पाव इंच रुंद होतो. शेवटचा सेग्मेंट पूर्ण वाढलेला म्हणजे अंड्यांनी भरलेला असतो. तो कृमीपासून माणसाकडून माणसास न होता, मध्यस्थामार्फत होते.

शौचावाटे बाहेर आलेली अंडी जनावरांच्या खाण्यात येतात व त्यांच्या मांसात जाऊन स्थिर होतात. असे दूषित मांस पूर्ण शिजविल्याशिवाय मनुष्याच्या खाण्यात आल्यास मनुष्याला कृमीची लागण होते. जनावरांच्या मांसात कृमीच्या अंड्यांची लहान लहान सिस्ट तयार होते.

चिन्हे व लक्षणे : निश्चित स्वरूपाची चिन्हे व लक्षणे नसतात; पण ही लक्षणे असू शकतात – १) पोटदुखी, २) भूक मंदावते किंवा भूक वाढते, ३) मलावरोध किंवा अतिसार, ४) गुदद्वाराच्या त्वचेला कंड सुटते, ५) इसिनोफिलिया, ६) आतड्यात अडथळा (Intestinal Obstruction) निर्माण होऊ शकतो, ७) रक्तक्षय, ८) डोळा, स्नायू, मेंदू, हृदय व त्वचेखाली सिस्ट तयार होऊन संबंधित चिन्हे व लक्षणे दिसू लागतात; त्यामुळे दृष्टिदोष, स्नायूमध्ये गाठी, डोके मोठे होणे, सी.सी.एफ. इत्यादी लक्षणे दिसतात.

निदान : १) शौचातून जंताचे सेग्मेंटस पडतात. २) क्ष-किरणाने सिस्ट समजू शकतात.

उपचार : निक्लोसामाइड १ ग्रॅम (दोन गोळ्या) १० ते ३४ किलो वजनासाठी व १.५ ग्रॅम (३ गोळ्या) ३४ किलोपेक्षा जास्त वजन असणाऱ्या व्यक्तीस सकाळी काही खाण्यापूर्वी देतात. हे औषध देण्यापूर्वी ॲन्टिइमेटिक (Antiemetic Drug) औषध अर्धा तास अगोदर दिले जाते. औषध दिल्यानंतर दोन तासांत शौचाला न झाल्यास सलाईन परगेटिव्ह देतात. या औषधाला (Yomesan) ही म्हणतात. २) पॅरोमोमायसीन (Paromomycin) ११ मि.ग्रॅम किलो वजनास दर १५ मिनिटांनी याप्रमाणे ४ मात्र देतात. ३) मेपॅक्रीन (Mepacrine) ०.०५ ते ३ ग्रॅम वजनानुसार देतात. यानंतर तीन तासांनी सलाईन परगेटिव्ह देतात. यामुळे काही मुलांमध्ये जठर व आतडेदाह, मळमळणे व उलट्याही होतात. ४) डायक्लोरोफेन (Dichlorophen) हे पेयाबरोबर न्याहरीपूर्वी देतात. याची मात्रा २ ते ४ ग्रॅम असे दोन दिवस देतात. या औषधाचा विशेष त्रास होत नाही. याची लक्झिटिव्ह ॲक्शन असते. या औषधाचे जंत मरतात व आतड्यात त्याचे पचन होते. त्यामुळे शौचावाटे सेग्मेंटस पडत नाहीत. ५) स्नायू किंवा इतर अवयव सिस्ट असल्यास शस्त्रक्रियेने काढतात.

प्रतिबंधक उपाय : १) मांस चांगले शिजवून खावे. शिजताना तपमान ७२^{0}C कमीत कमी ५ मिनिटे असावे. २) मांस फ्रिजमध्ये १०^{0}C ला ५ दिवस ठेवल्यास मांसात असणाऱ्या सिस्टचा नाश होतो. ३) विष्ठेची योग्य विल्हेवाट लावावी. सर्वांना संडासचा वापर करण्यास शिकवावे व प्रवृत्त करावे. ४) वैयक्तिक स्वच्छता राखावी. ५) मांस खरेदी करताना त्यावर म्युनिसिपालिटीचा शिक्का असल्याची खात्री करावी.

आकडी कृमी

आपल्या देशातील लोकांच्या सवयीमुळे या कृमीचे प्रमाण आपल्याकडे जास्त आहे. संडासची सोय नसल्याने किंवा संडास वापराच्या अज्ञानामुळे लोक बाहेर, शेतात शौचाला जातात. यावाटे कृमीची अंडी बाहेर टाकली जातात. मनुष्य अनवाणी चालत असेल तर ही अंडी पायाच्या भेगांतून शरीरात प्रवेश करतात. बरेचसे लोक पायांत चपला न घालता चालतात. (विशेषत: शेतकरी चिखलात काम करताना त्यांना या कृमीची लागण होते.)

जीवनक्रम व कारणे : १) प्रौढ कृमी लहान आतड्याच्या पहिल्या भागात स्थिर होतो. या कृमीला हूक असते. त्यातून रक्त शोषून घेतो. २) अंडी माणसाच्या शौचातून बाहेर टाकली जातात. ३) विष्ठेमध्ये यांची वाढ जलद होते. दहा दिवसांत लारवा तयार होते. ४) मातीमध्ये वरच्या थरात ती राहते व संधी मिळताच त्वचेच्या भेगांतून शरीरात प्रवेश करते. नंतर फुफ्फुसात, वायुकोशात जाते व तिथून पचनसंस्थेत येते आणि त्याची वाढ होऊन प्रौढ कृमी आतड्याच्या भिंतीत आकडी रुतवून स्थिर होतो.

चिन्हे व लक्षणे : ही निश्चित स्वरूपाची नसतात. १) गुदद्वाराच्या त्वचेला कंड सुटते. २) त्वचेवर पुरळ, फोड व सूज येते. ३) फुफ्फुसात लारवा जाते, त्या वेळी इसिनोफिल वाढतात. ४) पोटदुखी, भूक मंदावणे, अतिसार. ५) रक्तक्षय – हा गंभीर स्वरूपाचा असतो. रक्तरंग फारच कमी होतो. ६) शौचातून रक्त पडते.

निदान : शौचाची तपासणी

उपचार : १) पायरान्टेल पामोएट ११ मि. ग्रॅम / किलो वजनास असे तीन दिवस. २) मेबेन्डोझोल (Mebendozlo) १०० मि. ग्रॅम दिवसातून दोन वेळा असे तीन दिवस. ३) ट्रेट्राक्लोरइथिलिन (Tetrachlorethylene) ०.१ मि. ग्रॅम / किलो वजनास एक मात्रा. ४) रक्तक्षयासाठी लोहयुक्त औषध. अतिगंभीर रक्तक्षय असेल तर रक्त चढवावे लागते.

प्रतिबंधक उपाय : १) पायांत चपला घालाव्यात. अनवाणी चालू नये. २) वैयक्तिक व सार्वजनिक स्वच्छता. ३) उघड्या शेतात शौचाला जाणे टाळून संडासचा उपयोग करावा. ४) लागण झालेल्या सर्वांना पूर्ण उपचार करावेत.

व्हिप वर्म (Whip Worm)

मनुष्याला याची लागण होते. लहान मुलामध्ये या कृमीचे प्रमाण जास्त आहे. उष्ण हवामानातही प्रमाण जास्त असते.

कारणे : प्रौढ कृमी आतड्याच्या सिकम भागात वास्तव्य करतो. पुरुष कृमीचा आकार शेवटी आकडीसारखा तर स्त्री कृमीचा सरळ असतो. अंडी शौचातून बाहेर टाकली जातात. त्यांचा आकार बॅरेलसारखा असून पित्तसारखे डाग असतात. मातीमधील अंडी अस्वच्छ हात, कच्चा भाज्या, फळे यांच्यामार्फत पचनसंस्थेत जातात.

चिन्हे व लक्षणे : १) अनिश्चित असतात, २) पोटदुखी, ३) अतिसार, ४) पोटफुगी, ५) अपचन, ६) वजन कमी होणे, ७) कृमी जास्त झाल्यास गुदाशय बाहेर येणे, ८) शौचातून रक्त व म्युकस पडते, ९) रक्तक्षय, १०) त्वचेवर ॲलर्जिक रिॲक्शन दिसतात.

निदान : शौचाची तपासणी –

उपचार : १) मेबेन्डोझोल १०० मि.ग्रॅम दिवसातून दोन वेळा असे तीन दिवस. २) रक्तक्षयासाठी उपचार व सकस आहार.

प्रतिबंधक उपाय : १) लहान मुलांची स्वच्छता राखणे. २) वैयक्तिक स्वच्छता. ३) भाज्या फळे भरपूर पाण्याने धुऊन घेणे. ४) संडासचा उपयोग करणे. ५) लहानपणापासून स्वच्छतेचे धडे देणे.

जिआरडीयासीस (Giardiasis)

लहान मुलांमध्ये याचे प्रमाण फारच आहे.

कारणे : १) जिआरडीया लॅम्बलिया (Giardia Lamblia) या परोपजीवीमुळे होतो. २) दूषित अन्न, पाणी व वैयक्तिक स्वच्छतेचा अभाव. मुलांचे हात खेळताना घाण होणे. त्याच हाताने खाण्याच्या वस्तू खाणे, हाताळणे यामुळे लागण होते.

चिन्हे व लक्षणे : १) पोटदुखी – काहीही खाल्ल्यानंतर किंवा प्यायल्यानंतर पोटात जोरात कळ येते व शौचाला होते. २) अतिसार, विष्ठेचा वास येतो. ३) पोटफुगी, अपचन, ४) मळमळणे, उलट्या होणे, ५) क्वचित शौचावाटे रक्त व शेम पडते.

निदान : १) शौचाची तपासणी २) डिओडिनल द्रव तपासणी

उपचार : १) मेट्रोनायडोझोल (Metronidazols) २५ मि. ग्रॅम किलोमागे रोज असे ५ दिवस द्यावे. २) फ्युराक्झॉनही (Furoxone) परिणामकारक ठरते, याची मात्रा वय व वजनानुसार देतात. ३) क्विनाक्रीन (Quinacraine)चे प्रमाण

४ मि. ग्रॅम. / किलो वजनास रोज असे पाच दिवस. ४) मेपॅक्रिन (Mepacrine) ०.१ ग्रॅम गोळी. १/४ ते १ गोळी बालकाच्या वयानुसार दिवसातून तीन वेळा असे ४ ते ५ दिवस. मेपॅक्रीनचा कोर्स १५ ते २१ दिवसांनंतर परत देतात. ५) औषधाबरोबर आहारही सकस द्यावा म्हणजे बाळाला कुपोषण होत नाही.

प्रतिबंधक उपाय – १) वैयक्तिक स्वच्छता. बाळाची नखे व हात स्वच्छ असावेत. २) पाणी उकळून द्यावे व उघडे दूषित पदार्थ खाऊ नयेत.

ॲमिबियासीस (Amoebiasis)

कारणे : १) याची लागण इन्टामोएबा हिस्टालिटिका (Entamoeba Hystalytica) या परोपजीवामुळे होते. २) सर्व जगात हा आजार दिसून येतो. आर्थिकदृष्ट्या गरीब व अस्वच्छ वातावरणात राहणाऱ्या लोकांमध्ये याचे प्रमाण जास्त आहे. ३) दूषित अन्न, दूषित पेये यामुळे संसर्ग होतो. ज्या लोकांना हा आजार आहे त्यांनी इतरांचे अन्न हाताळल्यास संसर्ग इतरांना होऊ शकतो.

रोगमीमांसा : १) अमिबा एक प्रकारचा परोपजीवी असून त्याच्या शरीरापासून बोटाप्रमाणे अनेक प्रबंध निघतात, त्यांना छद्‌मपाद व अष्टपाद म्हणतात. यामुळे यांची हालचाल होऊ शकते. हे आतड्यामध्ये स्थिर होतात व त्यांची पुनरुत्पत्ती होते; कारण अमिबा पेशीवर हल्ला करतात; त्यामुळे पेशी नाश पावतात. यामुळे सिस्ट (Cyst) तयार होतात. पण सिस्ट पेशीमध्ये सापडत नाहीत. शौचामधून बाहेर टाकले जातात. ३) आतड्याच्या सिकमध्ये याचा परिणाम दिसून येतो. नंतर आतड्याच्या इतर भागांत परिणाम होतो. ४) व्रण (Ulcer) होतात व त्यामध्ये अमिबा सापडतात. व्रण उभट ग्लाससारख्या आकाराचे असतात. क्वचितच व्रण खोलवर जाऊन छिद्र पडते. ५) रक्तात प्रवेश झाल्यानंतर यकृतात करटे (Abscess) होतात.

चिन्हे व लक्षणे : १) सुरुवात अचानक किंवा हळूहळू होते. २) अधिशियन काळ काही दिवसांपासून काही वर्षांपर्यंत. साधारण १ आठवड्यापासून ४ महिन्यांपर्यंत असतो. ३) अतिसार किंवा शेम व रक्त पडते. पोटात जोरात मुरडा येऊन शौचाला होते. ४) मळमळ, पोटदुखी, भूक मंदावते. ५) ताप असतो. ६) आतड्याला परिणाम झालेल्या भागावर हात ठेवल्यास खूप दुखते. ७) यकृताचा आकार वाढतो.

रोगनिदान : १) शौचाच्या तपासणीमध्ये (Cyst) सापडतात. या तपासणीला 'ल्युगॉल्स आयोडिन टेस्ट' म्हणतात. शंका असल्यास तीन दिवस शौचाची तपासणी करतात. २) दीर्घकालीन आजारामध्ये स्कॅनिंग केले जाते. विशेषत: यकृताचे.

उपचार : १) डायलोक्सानाइड (Dilocanide) १० मि. ग्रॅम / किलो

वजनास रोज असे १० दिवस. यामुळे अमिबाचा नाश होतो. २) मेट्रोनायडाझोल (Metronidazole) ५० मि. ग्रॅम / किलो वजनास रोज १० दिवस. ३) गंभीर रुग्णामध्ये डिहायड्रोइमेटिन (Dehydroemetin) १ मि. ग्रॅम / किलो वजनास आहे १० दिवस अंत:क्षेपणाने देतात. यानंतर रुग्णास संपूर्ण विश्रांती दिली पाहिजे; कारण याचा मूत्रसंस्थेवर व हृदयावर विपरीत परिणाम होतो. यासाठी रुग्णाला रुग्णालयात दाखल करून घेतात. ४) क्लोरोफिन १० मि. ग्रॅ. / किलो वजनास असे तीन दिवस, वरील उपचाराबरोबर काही डॉक्टर्स देतात. ५) अशा रुग्णाने पाणी उकळून प्यावे. ६) वैयक्तिक व सार्वजनिक स्वच्छता ठेवावी.

अचानक अतिसार सुरू झाल्यास बाळ गंभीर आजारी दिसते व अनेक वेळा शौचाला झाल्यामुळे पाण्याची कमतरता होते. आम्ल व अल्कली असमतोलता होते. यामुळे बाळाच्या जीविताला धोका होऊ शकतो. याकरिता केले जाणारे उपचार ‘अतिसार’ या प्रकरणात चर्चिले आहेत.

□□□

प्रकरण १६

श्वसनसंस्थेचे आजार

□ नवजात बालकांतील श्वासमार्गाचा जंतुदोष □ नवजात बालकातील श्वसनविपत्ती □ नाकाचे आजार – अ) नाकात आगंतुक वस्तू अडकणे ब) कॉरिझा क) नाकातील रक्तस्राव □ श्वसनसंस्थेच्या ऊर्ध्व भागातील दाह, सर्दी □ अ) क्रुप ब) घशाचे आजार – घशाचा दाह क) पेरीटॉन्सिलर ॲब्सेस ड) गलग्रंथी दाह इ) टॉन्सिलेक्टामी ई) स्वरयंत्र व श्वासनलिका दाह उ) ट्रॅकियॉस्टॉमी □ श्वासवाहिन्यांचा तीव्र दाह □ तीव्र श्वासिकादाह □ फुप्फुसदाह अ) लोबार न्यूमोनिया ब) ब्रॉकोन्यूमोनिया □ दमा □ फुप्फुसावरण दाह अ) एम्पायमा □ ब) सर्जिकल ड्रेनेज □ लहान मुलातील क्षयरोग

नवजात बालकातील श्वासमार्गाचा जंतुदोष

श्वासमार्गाचा जंतुदोष होऊन बालकाला फुप्फुसदाह होतो. नवजात बालकामध्ये मृत्यू होण्याचे एक महत्त्वाचे कारण आहे. मातेला किंवा बाळाची काळजी घेणाऱ्या परिचारिकेला सर्दी झाली असल्यास त्याचा संसर्ग बाळाला चटकन होऊ शकतो, कारण बाळाच्या श्वासमार्गाची पोकळी अतिशय लहान असते व त्याची प्रतिकारशक्ती फारच कमी असते. बऱ्याच वेळा हा दाह स्टॅफिलोकोकसमुळे होतो.

चिन्हे व लक्षणे : १) बाळाला शिंका येतात, नाक चोंदल्यासारखे होते. २) बाळ आजारी दिसते, त्याचा चेहरा मलूल दिसतो. ३) दाह घशापर्यंत गेल्यास बाळाचा आवाज घोगरा (Nasopharyngitis) होतो. ४) बाळ दूध घेत नाही व स्तन ओढताना नाक चोंदल्यामुळे त्रास होतो.

उपचार : १) बाळाला उबदार खोलीमध्ये ठेवून उबदार कपडे घालावेत; पण फार जाड कपडे घालू नयेत. २) उघड्या शरीरावर थंड वारा लागणार नाही याची काळजी घ्यावी. सर्दी जास्त असल्यास बाळाला एक-दोन दिवस अंघोळ घालू नये. ३) उकळून गार केलेले पाणी भरपूर पाजावे. सर्दी कमी झाली नाही व रडण्याचा आवाज जास्तच घोगरा झाला, तर डॉक्टरला दाखवून योग्य ते उपचार करावेत.

हा दाह फुफ्फुसापर्यंत जाऊन फुफ्फुसदाह होण्याची शक्यता असते. अशा वेळी जंतुजीवनाशक द्रव्ये दिली जातात.

नवजात बालकातील श्वासमार्गाचा जंतुदोष व परिचारिकेची जबाबदारी

१) स्वाभाविक नवजात बालकाचे श्वसन नियमित जलद म्हणजे मिनिटाला ३० ते ४० वेळा असते. एक वर्षाच्या शेवटी २४ ते ३० दर मिनिटाला आणि २ वर्षांपर्यंत २० ते ४० असे कमी कमी होत येते. ५ वर्षांपर्यंत प्रौढाइतके असते. २) जर बाळाला श्वसनमार्गाचा दाह झाला तर श्वसन जलद व अनियमित होते. तसेच श्वसन मंद, जलद व अनियमित होण्याची कारणे इतर संस्थेतील आजाराशीही संबंधित असतात. ३) निरीक्षण अ) बाळाचा रंग पांढरट, निस्तेज असतो. ब) छातीचे आकुंचन व प्रसरण नियमित आहे का, छातीच्या दोन्ही बाजू सारख्या प्रमाणात प्रसरण पावतात का, हे पाहावे. क) बाळ अस्वस्थ आहे का? श्वसन जलद असल्यास त्याची गती ड) बाळाचे श्वसन नाकाने का तोंडाने होते? श्वसनास सहायक स्नायूंचा उपयोग श्वसनास केला जात आहे का? इ) बाळाला योग्य स्थिती द्यावी की, ज्यामुळे त्याला श्वसनास सोपे जाईल. ४) बाळाला ताप असतो. यासाठी तपमान घेऊन त्याची नोंद ठेवावी. सहसा ताप असत नाही; पण फुफ्फुसदाह असल्यास अतिज्वर असण्याची शक्यता असते. ५) श्वसनमार्गाचा दाह गंभीर असल्यास बाळ गुदमरण्याची शक्यता असते. ते निलांगावस्थेमध्ये गेल्यास त्याचे हातपाय, ओठ, नाक निळसर दिसते. अशा वेळी कृत्रिम ऑक्सिजन द्यावा.

नवजात बालकातील श्वसनविपत्ती (Respiratary Distress in Newborn)

काही कारणांमुळे फुफ्फुसे अकार्यक्षम होतात व बालकाला श्वसनविपत्ती किंवा डिस्ट्रेस होतो.

कारणे : १) ॲटलेक्टॉसिस (Atelectasis) : जन्मत: असू शकते किंवा जन्मानंतर होऊ शकते.

जन्मतः असण्याची कारणे : अ) कमी वजनाचे बालक ब) श्वासमार्गातील पेशींची वाढ अस्वाभाविक असते. याला 'ब्रँकोपल्मनरी डिस्प्लेशिया' (Bronchopulmonary Dysplasia) म्हणतात.

जन्मानंतर ॲटलेक्टॉसिसची कारणे : अ) ॲडिओपॅथिक रेस्पिरेटरी डिस्ट्रेस सिंड्रोम (RDS) यालाच हायलिन मेंब्रेन ॲटलेक्टॉसिस (Hyaline Membrane Atelectasi) असे नाव आहे. ब) श्वासमार्गात मेकोनियम (Meconium Aspiration Syndrome) गेल्यास. क) ब्रॉंकोन्यूमोनिया (Bronchopneumonia). ड) श्वासमार्गात दूध किंवा उलटीचा द्रव गेल्यास. २) श्वसनमार्गातील रक्तस्राव व सूज. वायुकोशामध्ये

रक्तस्राव होत असेल किंवा सूज आली असल्यास. ३) फुप्फुसावरणात हवा गेल्यास न्यूमोथोरॅक्स (Pueumothorax) होतो. ४) डायफ्रॅमॅटिक हर्निया किंवा हायटस हर्निया (Diaphragmatic Hernia or Hiatus Hernia). ५) जन्मजात हृदयव्यंग व अकार्यक्षम हृदय (Cognenital Heart Diseases & Heart Failure) ६) इजा व रक्तस्राव आणि मेंदूला ऑक्सिजन न मिळणे (Cerebral Anoxia) ७) चयापचयातील दोष : जन्मानंतर रक्तातील साखरेचे प्रमाण कमी (Neonatal Hypoglycaemia) होणे.

रेस्पिरेटरी डिस्टेस सिंड्रोम किंवा हायलिन मेम्ब्रेन ॲटलेक्टॅसिस

वायुकोश नलिका व श्वासनलिका हिमोजेनस इसिनेफिलिक मेम्ब्रेनने (Hyaline Membrane) घन होतात. हे जन्मानंतर होते. हे बालक जगण्याची शक्यता फारच कमी असते. जन्मत: मृत बालकात हायलिन मेम्ब्रेन ही विकृती आढळत नाही. हायलीन मेम्ब्रेन ॲटलेक्टॅसिस हे अपूर्णकाळ बालक, मधुमेहाच्या मातेचे बालक, पायाळू जन्मलेले बालक यांच्यामध्ये दिसून येते.

चिन्हे व लक्षणे : १) गंभीर श्वासावरोधाची सर्व लक्षणे असतात. २) ऑक्सिजन कमतरतेमुळे श्वसनकेंद्र अकार्यक्षम बनते. ३) ऑक्सिजन न मिळाल्याने रक्तामध्ये रासायनिक बदल होतात. रक्तातील कार्बनडायऑक्साईडचे प्रमाण वाढते. मेंदू, हृदय, यकृत या महत्त्वाच्या इंद्रियांमध्ये दुष्परिणाम होतात.

भवितव्य : १) काळजी न घेतल्यास बालक मृत्युमुखी पडू शकते. योग्य व ताबडतोब उपचाराने बालक जगू शकते. या बालकामध्ये पुढील आयुष्यात दुष्परिणाम दिसतात. (उपचार– तीव्र श्वासावरोधाप्रमाणेच प्रकरण ७ मध्ये पाहावे.)

नाकाचे आजार

नाक हा श्वसनमार्गातील प्रथम व महत्त्वाचा अवयव आहे. नाकातून हवा श्वसनमार्गात जाते. नाकाने श्वसन केल्याने हवा गाळली जाते, ओलसर व उबदार होऊन पुढे जाते. यासाठी नाकाचे आरोग्य चांगले राहिले पाहिजे आणि बाळाच्या नाकपुड्या स्वच्छ असाव्यात. बालकाच्या नाकपुड्या स्वच्छ करण्यासाठी स्वॉबस्टिकचा उपयोग करावा. जसे बाळ मोठे होईल तसे त्याला नाक कसे स्वच्छ करावे, हे शिकवावे. नाकामध्ये बोटे घालू नयेत. खोकताना, शिंकताना नाकातोंडावर हातरूमाल धरावा; पण हात धरू नये, कारण हात दूषित होतो.

अ) नाकामध्ये आगंतुक वस्तू अडकणे (Foreign Body in Nose)

नाकामध्ये आगंतुक वस्तू गेल्यास श्वसनाला अडथळा येतो. लहान मुले खेळताना नाकामध्ये मणी, बिया अशा वस्तू चुकून, तर काही वेळा मुले मुद्दाम

अशा वस्तू नाकात घालतात. त्यांना त्याचा धोका समजत नाही. एखादी वस्तू नाकात गेल्यानंतर ती काढण्याच्या प्रयत्नाने ती वस्तू जास्तच वर जाते. काही मुले वस्तू नाकात घालतात व मातेला सांगत नाहीत; पण त्यामुळे नाकपुडी दुखू लागते. विशेषत: हरभरा किंवा वाटाणा ओलसरपणामुळे फुगतो व पूर्ण नाकपुडी बंद होते. त्या ठिकाणी ती वस्तू तशीच जर जास्त दिवस राहिली तर त्या वस्तूभोवती पू होतो व नाकातील स्रावाला वाईट वास येऊ लागतो. अशी वस्तू डॉक्टरांकडून लगेच काढून घेतली पाहिजे.

घरी किंवा इतर व्यक्तींनी काढण्याचा प्रयत्न करू नये. बाळाला मणी, बिया खेळण्यासाठी चांगले समजेपर्यंत देऊ नयेत. काही मणी किंवा इतर वस्तू नाकात घातल्यास त्या अडकतात, नाहीतर श्वासाबरोबर वर जातात. घशातून, तोंडातून बाहेर टाकल्या जातात व काही अन्ननलिका किंवा श्वासनलिकेत जाण्याची शक्यता असते.

आगंतुक वस्तूप्रमाणे नाकामध्ये इतर कारणांनी अडथळा येऊ शकतो – नाकातील स्राव घट्ट होऊन नाकाच्या श्लेष्मल त्वचेला चिकटून राहिल्यास, नाकात पॉलिप किंवा गाठ असल्यास तसेच डेव्हिएटेड सेप्टम असल्यास श्वासाला काही प्रमाणात अडथळा येतो. वरचेवर सर्दी होते. यासाठी शस्त्रक्रिया करतात.

ब) कॉरिझा (Coryza)

सर्दी, नाकातून पाणी किंवा स्राव येणे, नाकाच्या श्लेष्मल त्वचेचा दाह झाल्याने सूज येते व बाळाला श्वसनास त्रास होतो. याची कारणे – जंतुदाह, अडथळा, धूळ, पावडर किंवा वायू श्वासमार्गात गेल्याने होऊ शकतो. यासाठी वरील कारणे टाळावीत व झाल्यानंतर कारणानुसार उपचार करावेत.

काही सांसर्गिक आजारांमध्ये कॉरिझा असतो. उदा. गोवर. या बालकाच्या नाकपुड्या स्वच्छ करून, मोकळ्या ठेवल्यास श्वसनाचा त्रास कमी होतो. कॉरिझा असल्यास बाळाला दूध देण्यापूर्वी त्याच्या नाकपुड्या स्वच्छ कराव्यात. गरम सलाईनचे थेंब घालावेत म्हणजे श्वसन करताना त्रास होऊन बाळ गुदमरणार नाही. दूध पिताना त्याचे नाकाने श्वसन होण्यास मदत होते.

क) नाकातील रक्तस्राव (Epistaxis)

एक वर्षाच्या आतील मुलात नाकात रक्तस्राव झाल्याचे आढळत नाही; पण मोठ्या मुलांमध्ये इजा व व्रण यामुळे रक्तस्राव होऊ शकतो. हा रक्तस्राव इतर संस्थेच्या आजारातही होऊ शकतो. उदा. अतिरक्तदाब. लहान मुलांमध्ये ताप येणाऱ्या रोगामध्ये. उदा. गोवर, विषमज्वर, हिवताप व संधिवात, ज्वर इत्यादी. सुरुवातीला रक्तस्राव होऊ शकतो. तसेच सेप्टिसेमिया, एप्लॅस्टिक ॲनेमिया

(Aplastic Anaemia), ल्युकेमिया (Leukemia) व परपुरा (Purpura) मध्येही नाकातून रक्तस्राव होण्याची शक्यता असते, नाकात बोटे घातल्याने.

उपाय : नाकपुड्या स्वच्छ ठेवून, घट्ट स्राव नाकात चिकटून राहात नाही याची काळजी घ्यावी. मूल नाकात बोट घालत नाही याची दक्षता घ्यावी, म्हणजे नाकाला इजा किंवा दाह होणार नाही. दोन्ही नाकपुड्या ५ मिनिटे घट्ट बंद करून ठेवाव्यात म्हणजे रक्त साकळून रक्तस्राव थांबतो.

रक्तस्राव थांबविण्यासाठी बाळाला छोट्या खुर्चीत बसवून त्याचे डोके मागे टेकवावे. कपाळ व नाकावर बर्फाच्या पाण्याच्या गार पट्ट्या ठेवाव्यात. बाळाची हालचाल होऊ देऊ नये. शांत बसवून ठेवावे. त्याला नाकाने श्वास न घेता तोंडाने घेण्यास सांगावे. नाकातून जोराने हवा न गेल्यास रक्तस्राव कमी होतो. डॉक्टरांना कळवावे. रक्तस्राव कमी झाला नाही, तर नाकात थोडासा पॅक घालतात.

श्वसनसंस्थेच्या ऊर्ध्वभागातील दाह (Upper Respiratory Tract Infection)

हा दाह अर्भक व शिशूमध्ये वरचेवर दिसून येतो. नवजात बालकातील सर्दी या प्रकरणात सुरुवातीलाच पाहिली आहे.

मुलांना मोठ्या व्यक्तींकडून संसर्ग होतो. बालक जसजसे मोठे होईल, तसतसे ते अनेकांच्या सान्निध्यात येते. विशेषत: तीन वर्षांनंतर ते बालवाडीमध्ये जाऊ लागते. इतर मुलांच्यासमवेत खेळू लागते. यामुळे बाळाला सारखा संसर्ग होऊन वरचेवर दाह होण्याची शक्यता असते. साधारणपणे १२ ते १४ वर्षांनंतर बाळाची प्रतिकारशक्ती वाढते व या दाहाचे प्रमाण कमी होते.

श्वसनसंस्थेच्या ऊर्ध्वभागात नाक, सायनसेस, घसा, गलग्रंथी, अडेंनाईडस हे अवयव येतात. या अवयवांना दाह होऊ शकतो. यालाच श्वसनसंस्थेच्या ऊर्ध्व भागातील दाह (U.R.T.I.) असे म्हणतात. याकडे वेळीच लक्ष न दिल्यास हा दाह स्वरयंत्र, श्वासनलिका (Bronchi) व श्वासवाहिन्यांपर्यंत पोहोचू शकतो; म्हणून लवकरात लवकर उपचार करावेत.

सर्दी (Common Cold)

लहान मुलांमध्ये सर्दीचे प्रमाण फारच आहे. हा तीव्र सांसर्गिक दाह आहे. याचा प्रसार श्वसनामार्फत एकाकडून दुसऱ्याला होतो.

कारणे : ही विषाणू (Virus) मुळे होते. सध्या हे विषाणू शोधून काढण्यात आले आहेत. अॅडेनोव्हायरस (Adenoviruses), को (Coe), इटॉन ली (Eaton-Liu) आणि इको (ECHO) इत्यादी. सर्दीनंतर जंतुदाह होऊन दुष्परिणाम होऊ शकतात. त्यांना सेकंडरी बॅक्टेरीयल कॉम्प्लिकेशनस (Secondary Bacterial Complications) असे म्हणतात. उदा. न्यूमोकोकस, स्ट्रेप्टेकोकस आणि इन्फ्लुएन्झा

(हिमोफिल्ल) यांचा दाह फुप्फुस, कान, सायनस, रसग्रंथींना होऊ शकतो.

चिन्हे व लक्षणे : १) बालकाला सौम्य ताप असतो. क्वचित बालकामध्ये ताप जास्त असतो. २) बाल अस्वस्थ, चिडखोर बनते. ३) उलट्या, अतिसार व भूक मंदावते. ४) बाळाला थंडी (Chilling) लागते. ५) नाकाच्या श्लेष्मल त्वचेला सूज आल्याने व स्राव अडकून राहिल्याने नाकपुड्यांमध्ये अडथळा निर्माण होऊन श्वसनाला त्रास होतो, बाळ अस्वस्थ होते. बाळ तोंडाने श्वास घेते. ६) बाळ दूध घेत नाही. ७) घशाला सूज असते, घसा लाल होतो, कोरडा होतो. ८) डोकेदुखी व कणकण बाळ थोडे मोठे असल्यास सांगू शकते.

उपचार व परिचर्या : १) नाकातील स्राव पुसून स्वच्छ करावे. म्हणजे तो घट्ट होऊन अडथळा होत नाही. २) नाकाच्या आतून व वरील ओठाला मऊ पाडण्यासाठी मलम लावावे. ३) नाक स्वच्छ केल्यास बाळ नाकानेच श्वसन करते व बाळाचा अस्वस्थपणा कमी होतो. ४) नाकात शक्यतो कोणतेही थेंब घालू नयेत. विशेषतः तेलाचे थेंब हे श्वासनलिकेत गेल्यास फुप्फुसदाह (Liquid Pneumonia) होऊ शकतो. ५) बाळाला श्वसनाला त्रास होत असल्यास आधार देऊन बसती स्थिती द्यावी. ६) बाळाला हलके, पौष्टिक व त्याला आवडणारे चवदार पदार्थ खाण्यास द्यावेत. द्रवपदार्थ भरपूर द्यावेत. त्यामध्ये फळांच्या रसांचा समावेश असावा; पण बाळाला जबरदस्तीने नेहमीप्रमाणे आहार घेण्यास लावू नये. तीन-चार दिवसांत बाळ बरे होते व नेहमीचा आहार घेऊ लागते. ७) हा दाह पूर्णपणे कमी झाला, तर वरचेवर दाह होत नाही. यासाठी औषधोपचाराचा कोर्स पूर्ण करावा. संसर्ग पूर्णपणे कमी झाला पाहिजे.

प्रतिबंधक उपाय : १) सर्दी प्रतिबंधक अशी लस नाही की ज्यामुळे सर्दी होणारच नाही. २) बाळाचा आहार, पोषण चांगले असल्यास त्याचे आरोग्य चांगले राहाते, प्रतिकारशक्ती चांगली असते व सर्दी होत नाही. ३) बाळाला योग्य विश्रांती व शुद्ध हवेचा भरपूर पुरवठा असावा. बाळाची झोपण्याची जागा शांत असावी, पण कोंदट असू नये. ४) बालकाला ऋतुमानाप्रमाणे कपडे घालावेत. थंडीमध्ये उबदार कपडे घालून थंडीपासून संरक्षण करावे व उन्हाळ्यात सुती कपडे घालावेत. घाम असल्यास पुसून घ्यावा. ५) इतर सांसर्गिक रोग होऊ नयेत म्हणून योग्य वयात लसीकरण करावे. उदा. त्रिगुणी, पोलिओ, बीसीजी, गोवर इत्यादी. ६) सर्दी झालेल्या व्यक्तीने बाळाला घेऊ नये. मुलाला सर्दी झाली असल्यास इतर मुलांपासून वेगळे ठेवावे.

अ) क्रुप (Croup or Laryngitis Stridulosa)

अचानक स्वरयंत्राला झटके आल्याने बाळाला श्वसनास अडथळा येऊन त्रास होतो. बाळ गुदमरते व निलांगावस्थामध्ये जाते. क्रुपचे प्रमाण ३ ते ५ वर्षे

वयोगटातील मुलांमध्ये जास्त दिसून येते. जी मुले मानसिक दुर्बल असतात त्यांना सर्दी झाल्यानंतर याचे प्रमाण जास्त असते.

मूल रात्री झोपेतून जागे होते व त्याला श्वसनास त्रास होतो. बाळ गुदमरते व जास्तीत जास्त हवा आत घेण्यासाठी श्वसन उथळ व जलद करते. घाम भरपूर येतो. बालकाचा चेहरा चिंताजनक असतो. साधारणपणे एक तास असा त्रास होतो व नंतर बाळ झोपी जाते. परत सकाळी असा त्रास होत नाही, पण बाळाच्या या आजाराचा परिणाम आई-वडिलांवर होतो. ते घाबरतात. त्यांना त्या वेळी काय करावे हे सुचत नाही.

उपचार : आई-वडिलांना या आजाराचा परिणाम गंभीर नाही, हे समजावून सांगून घाबरण्याचे कारण नाही, असे सांगावे. अशा वेळी मुलाला थोडीशी बसती स्थिती द्यावी, म्हणजे श्वसनास सोपे जाते. बालकाला एकटे सोडू नये. त्याच्याजवळ बसून राहावे, म्हणजे ते घाबरणार नाही. त्याला गरम पेय द्यावे. सौम्य झोपेचे औषध दिल्यास बाळ झोपी जाते व आराम मिळतो. अशा मुलांना रात्रीचे जेवळ उशिरा देऊ नये व जड अन्न रात्री देऊ नये.

ब) घशाचे आजार (Throat Disease)

नाक, घसा, स्वरयंत्र हे अवयव एकमेकांना क्रमाने जोडले आहेत. बहुतेक संसर्ग यापैकी अवयवांना होतो. नाकातून आलेली हवा नाकपुड्यांमधून घशात (Nesopharynx) येते व तिथून स्वरयंत्रातून श्वासनलिकेत जाते. घशाचे तीन भाग आहेत. नाकाच्या पाठीमागील घशाला 'नेझोफॅरिंक्स' (Nesopharynx) म्हणतात. मध्यकर्णाकडून येणाऱ्या 'युस्टेशियन ट्यूब्ज' घशाला मिळतात. 'अँडीनॉईड' ग्रंथी घशात येथेच वरील बाजूस असतात.

ओरल फॅरिंक्स (Oral Pharynx) : तोंडाच्या पाठीमागील भागाला 'ओरल फॅरिंक्स' म्हणतात. हा मधला भाग असून याच्या दोन्ही बाजूंना 'गलग्रंथी' (Tonsils) असतात.

लॅरिंजियल फॅरिंक्स (Laryngeal Pharynx) : स्वरयंत्राच्या पाठीमागील भाग. घशाचा हा सर्वांत खालील भाग.

घशाचा दाह (Pharyngitis)

संपूर्ण घसा व गलग्रंथींचा दाह. हा दाह विषाणू तसेच स्ट्रेप्टोकोकस जंतूंपासून होतो.

चिन्हे व लक्षणे : १) ताप येतो. काही वेळा गंभीर दाह असल्यास अतिज्वर (१०३ ^{0}F ते १०५ ^{0}F) असतो . २) घसा दुखतो. गिळताना जास्त त्रास होतो. ३) घसा सुजतो, लाल होतो. ४) बालक अस्वस्थ असते. ५) घसा दुखत असल्याने खाण्याचे टाळते.

दुष्परिणाम : १) मूत्रपिंडदाह ग्लोमेरूलर (Glomerular Nephnitis), २)

ऱ्हुमॅटिक फीव्हर (Rheumatic Fever), ३) क्वचित पेरीटॉन्सिलर अब्सेस (Peritonisillar Abscess).

उपचार : १) बाळाला उबदार व हवेशीर खोलीत ठेवावे. अंगावर थंड वाऱ्याचा झोत येत नाही, याची काळजी घ्यावी. २) गरम पेये द्यावीत. भरपूर द्रवपदार्थ व मऊ, हलका आहार द्यावा. ३) ताप कमी करण्यासाठी हायड्रोथेरपी व ताप किती आहे, यानुसार थंड पाण्याच्या पट्ट्या, थंड पाण्याने अंग पुसून घ्यावे. डॉक्टर ताप कमी करण्यासाठी पॅरासिटॉमल औषध देतात. ४) वेदना कमी करण्यासाठी वेदनाशामक औषध देतात. ५) दाह कमी होण्यासाठी जंतुजीवनाशक द्रव्ये, सल्फा, पेनिसिलीन आणि इरिथ्रोमाईसिन औषधांचा उपयोग चांगला होतो. ६) मिठाच्या कोमट पाण्याने वरचेवर गुळण्या केल्यास आराम वाटतो. ७) वाफारा दिल्यास सूज व दाह कमी होण्यास मदत होते.

क) पेरीटॉन्सिलर ॲब्सेस (Peritonsillar Abscess or Quinsy)

घसा व गलग्रंथी दाहानंतर क्वचित होऊ शकते; पण १ वर्षाखालील मुलात दिसून येत नाही. गलग्रंथींचा कॅप्सूलमध्ये पू होतो व साठून राहतो. तसेच जवळपासच्या भागातही पू पसरतो. बाळाला ताप असतो. वेदना खूपच प्रमाणात असतात. गिळता येत नाही. श्वासनलिकेत पू जाऊ नये, याची काळजी घेतली पाहिजे. यासाठी मुलाचे डोके खांद्यापेक्षा खाली येईल अशी स्थिती देऊन, म्हणजे मुलाच्या खांद्याखाली उशी किंवा लोड देऊन झोपवावे. मान एका बाजूला वळवावी. लाळ गिळताना खूप वेदना होतात; त्यामुळे लाळ तोंडात साठून राहते. वरील स्थितीमुळे लाळ तोंडातून बाहेर येऊ शकते. जिभेवर थर जमतो. श्वासाचा वास येतो. जंतुजीवनाशक द्रव्ये व वेदनाशामक द्रव्ये देतात. शस्त्रक्रियेने पू काढून घेतला (Surgical Incision Drainage) जातो. कोमट मिठाच्या पाण्याने वरचेवर गुळण्या केल्यास आराम मिळतो व स्वच्छही होते. लहान मुलामध्ये वरील स्थितीमध्ये घसा धुऊन घेतला जातो.

ड) गलग्रंथी दाह (Tonsillitis)

तोंडाच्या पोकळीचा शेवट होऊन ती घशाला मिळते, त्या ठिकाणी दोन्ही बाजूंना दोन गलग्रंथी असतात. या गलग्रंथींचा दाह झाल्यास 'गलग्रंथी दाह' म्हणतात. गलग्रंथींना रक्त व लसपुरवठा भरपूर असून त्यात लिंफोसाईट्सचे अनेक समूह असतात. गलग्रंथीच्या क्रिप्टसमध्ये ही लिफोसाइट्स भरपूर असतात. तोंडातील व नाकातील म्युकस स्राव या क्रिप्टसमध्ये येतो. स्रावामधून येणाऱ्या जंतूंना प्रतिकार करून संसर्ग कमी केला जातो. अशा प्रकारे जंतू संरक्षणाचे कार्य करतात; म्हणून त्यांना पोलीस असे म्हणतात. जर गलग्रंथींची ताकद कमी पडली,

तर त्यांनाच संसर्ग होतो.

कारणे : १) हिमोलायटिक स्ट्रेप्टोकोकसमुळे दाह होतो. २) लहान मुलांमध्ये याचे प्रमाण जास्त असते (विशेषत: शालेय मुलांच्यामध्ये).

चिन्हे व लक्षणे : १) घशाच्या दाहाची सर्व चिन्हे व लक्षणे असतात. गलग्रंथी सुकतात व लाल होतात. २) गिळताना वेदना होतात; त्यामुळे लाळ गळणेही कठीण होते. ३) बाळाला अतिज्वर म्हणजे (१०३ ^{0}F) चेहरा लालसर होतो. ४) डोकेदुखी, बाळ चिडखोर बनते. ५) काही वेळा उलट्या होतात. ६) काही वेळा गलग्रंथी जास्त मोठ्या होतात व दोन्हींमधील घशाचा मार्ग अतिअरुंद होतो. गलग्रंथी एकमेकाला चिकटल्यासारख्या दिसतात. अशा वेळी त्यांना Kissing Tonsils असे म्हणतात. ७) नाकपुड्यांच्या पाठीमागे व युस्टेशियन ट्यूबच्या जवळच्या भागात घशाच्या श्लेष्मल त्वचेत भरपूर लिंफाईड पेशी असतात. या पेशींना 'अॅडिनॉईड' पेशी म्हणतात. काही वेळा या पेशींना दाह होतो. त्याला 'अॅडिनॉइटिस' (Adenitis) असे म्हणतात. अॅडिनॉईटस वाढल्या तर नाकातून जाणाऱ्या हवेला अडथळा निर्माण होतो. गंभीर अॅडिनॉईटिसमध्ये बाळाची मान ताठर बनते व काही वेळा रोगनिदानात गोंधळ होतो. ८) काही मुलांमध्ये गलग्रंथी दाह वरचेवर होतो व मूल सारखे आजारी पडते. त्याची प्रकृती खालावते. गलग्रंथींची कार्यशक्ती कमी होते. ९) घशातील दाह युस्टेशियन ट्यूबमार्फत कानापर्यंत पोहोचू शकतो व मध्यकर्णदाह होऊ शकतो. तसेच मानेच्या ग्रंथींना (Cervical Glands) दाह होऊ शकतो.

उपचार व परिचर्या : १) जंतुजीवनाशक द्रव्ये विशेषत: पेनिसिलीन अंत:क्षेपणाने देतात किंवा इतरही देतात. २) वेदनाशामक, ३) ताप कमी करण्यासाठी पॅरासिटमॉल देतात व हायड्रोथेरपीचा वापर करतात. ४) उबदार पण हवेशीर खोलीत बाळ ठेवावे. ५) दर ४ ते ६ तासांनी तोंड स्वच्छ करून घ्यावे. यासाठी सौम्य जंतुविरोधक वापरतात. ६) कोमट मिठाच्या पाण्याच्या गुळण्या करण्यास द्याव्यात. ७) आहार देण्यापूर्वी २० मिनिटे अॅस्पिरीनच्या गुळण्या (अॅस्पिरीन कोमट पाण्यात घालून) करण्यास देतात; यामुळे वेदना कमी झाल्याने गिळताना त्रास कमी होतो. ८) आहार – गिळताना वेदना होतात; म्हणून बाळ अन्न घेण्याचे टाळते. त्याला द्रव पदार्थ भरपूर द्यावेत. दूध व त्यातून अंडे दिल्यास सकस आहार मिळतो. चरचरीत पदार्थ देऊ नयेत. ९) जर असे बाळ बालकक्षामध्ये ठेवले तर अॅक्युट ऱ्हुमॅटिझम (Acute Rheumatism), मूत्रपिंडदाह (Nephritis) व जन्मजात हृदयाचे आजार (Congenital Heart Disease) होतात. या आजाराच्या बाळाच्या शेजारी कोणाला ठेवू नये; कारण या आजारावर स्ट्रेप्टोकोकल संसर्गात गंभीर परिणाम होऊ शकतो. १०) हा दाह ४ ते ५ दिवसांत पूर्णपणे जंतुजीवनाशक द्रव्ये दिल्यास

कमी होतो; पण वरचेवर त्रास होऊ लागल्यास, गलग्रंथी शस्त्रक्रियेने काढल्या जातात. त्याला 'टॉन्सिलेक्टॉमी' (Tonsillectomy) म्हणतात.

टॉन्सिलेक्टॉमी आणि अॅडेनॉइडिक्टॉमी (Tonsillectomy and Adenoidectomy)

गलग्रंथी व अॅडेनॉइडस शस्त्रक्रियेने काढून टाकणे. काही वेळा फक्त गलग्रंथी काढून टाकतात व अॅडेनॉईडसना संसर्ग होऊन त्या वाढल्यास नाकातून जाणाऱ्या हवेला अडथळा होऊ लागतो. अशा वेळी त्याही काढून टाकतात. बऱ्याच वेळी दोन्ही शस्त्रक्रिया एकाच वेळी करतात.

गलग्रंथी दाह असेल तर जंतुजीवनाशक द्रव्ये देऊन दाह कमी झाल्यानंतर शस्त्रक्रिया केली जाते.

शस्त्रक्रियापूर्व काळजी (Preperative Care) : १) बालकाची रक्त व लघवी तपासणी करून घेतली जाते. रक्ताची तपासणी, रक्तरंग (Haemoglobin), तांबड्या व पांढऱ्या पेशींची संख्या, रक्त गोठण्यासाठी लागणारा वेळ (Clotting Time) व रक्तस्राव किती वेळ राहतो तो काळ (Bleeding Time) याकरीता केली जाते. साखरेकरीता लघवी तपासणी केली जाते. या तपासण्या बाह्य विभागामध्ये केल्या जातात व त्या स्वाभाविक असल्यास बालकाला एक दिवस अगोदर दवाखान्यामध्ये दाखल केले जाते. त्यामुळे बालकाला परिचारिका, डॉक्टर्स व इतर कर्मचाऱ्यांची तोंडओळख होते व तेथील वातावरणाची मुलास सवय होते. २) बाळाची पूर्ण तपासणी करून बाळाला सर्दी, खोकला, ताप नाही याची खात्री करतात. ३) शस्त्रक्रिया पूर्ण भूल देऊन (General Anaesthesia) किंवा स्थानिक भूल (Local Anaesthesia) देऊन करतात; पण लहान मुलांमध्ये पूर्ण भूल देऊनच करतात; म्हणून भूल देण्यासाठी बालकाचे आरोग्य चांगले आहे, याची खात्री करण्यासाठी त्याची पूर्ण शारीरिक तपासणी केली जाते. ४) मुलाच्या आई-वडिलांच्या मनाची तयारी करावी, तसेच बाळाला आईवडिलांनी व परिचारिकेने समजावून सांगून त्याच्या मनाची तयारी करावी. ही शस्त्रक्रिया होऊन बरे झालेले बालक वॉर्डात असल्यास ते या बालकाला दाखवावे व त्याची भीती कमी करावी. ५) पालकांची भूल देण्याबद्दल व शस्त्रक्रिया करून घेण्यास तयारी असल्याबद्दल लेखी संमती घ्यावी. ६) बाळाला तोंडाने २ ते ४ तास अगोदर ग्लुकोज पाणी थोडेसे द्यावे; पण काही डॉक्टर काहीही देत नाहीत. ७) त्याला पायजमा-शर्ट घालावा. मुलगी असल्यास गाऊन घालावा. मुलीचे केस झाकतील असे स्लिगने बांधावेत. ८) त्याचे तोंड स्वच्छ करून घ्यावे. ९) डॉक्टरांच्या सुचनेनुसार इंजेक्शन अॅट्रोपिन द्यावे. काही डॉक्टर्स सौम्य झोपेची औषधे देतात; परंतु काहींच्या मते दिली जात नाहीत; कारण शस्त्रक्रियेनंतर लवकरात लवकर कफ रिफ्लेक्सिक सुरू

झाल्या पाहिजेत. १०) बाळाचे तपमान, नाडी व श्वसन घेऊन त्याची केसपेपरवर नोंद करावी. ११) बाळाचा केसपेपर बरोबर घेऊन बाळ शस्त्रक्रिया विभागामध्ये तेथील (Operation Theatre) परिचारिकेच्या ताब्यात द्यावे.

शस्त्रक्रियेनंतरची काळजी (Post-Operative Care)

१) बालकासाठी वॉर्डमध्ये ऑपरेशन बेड तयार करून ठेवावा. बिछान्याजवळ पोस्ट ॲनस्थेटिक ट्रे, बेड ब्लॉक्स ठेवावेत.

२) बालकास शस्त्रक्रिया विभागातून आणताना त्याची नाडी, श्वसन घेऊन मगच त्याला वॉर्डमध्ये घेऊन यावे.

३) पूर्वी तयार केलेल्या बिछान्यातील गरम पाण्याच्या पिशव्या काढून बालकाला उबदार बिछान्यात घ्यावे व त्याला टॉन्सिलेक्टॉमी स्थिती (Tonsillectomy Postion) द्यावी (अर्धवट पालथी). तोंड एका बाजूला वळवावे. खालचा पाय गुडघ्यास दुमडून वरील पाय लांब असावा. खालच्या बाजूस हात कोपरात वाकवून तोंडाच्या विरुद्ध बाजूस व वरील हात कोपरात वाकवून तोंडाकडील बाजूस तोंडापासून थोडासा लांब ठेवावा. डोक्याच्या वरील बाजूस व कॉटच्या दांडीजवळ उशी ठेवावी; म्हणजे कॉटची दांडी डोक्याला लागणार नाही. कॉटच्या पायाकडील बाजूस ब्लॉक्स लावावेत व डोक्याची बाजू खाली करावी. या स्थितीमुळे घशातील रक्तमिश्रित स्राव तोंडातून बाहेर येण्यास मदत होते व हा स्राव श्वासनलिकेत जाण्याचा धोका कमी होतो.

४) तोंडातून येणारा स्राव पुसून घ्यावा.

५) बाळाचे तपमान, नाडी व श्वसन दर अर्ध्या तासाने घेऊन त्याची नोंद करावी. रक्तदाबही पाहून नोंद करावी.

६) बाळाची मान उघडी असावी, म्हणजे मानेचे निरीक्षण करता येईल. मानेच्या स्नायूची गिळताना होते तशी हालचाल दिसल्यास रक्तस्राव होऊन बाळ रक्त गिळत असल्याचे ते लक्षण असते. अशा वेळी ताबडतोब डॉक्टरांना कळवावे.

७) बाळ शुद्धीवर आल्यानंतर त्याला वॉर्डमध्ये पाठविण्यात येते. बाळ जर जास्त वेळ शुद्धीवर आले नाही तर रक्तस्रावामुळे शॉकमध्ये असण्याची शक्यता असते. तसेच त्याची जीभ मागे घशामध्ये पडून श्वसनाला अडथळा होण्याची शक्यता असते; म्हणून बाळाकडे सतत लक्ष ठेवावे.

८) सध्याच्या कौशल्यपूर्ण शस्त्रक्रियेमुळे रक्तस्रावाचे प्रमाण फारच कमी झाले आहे. तरीसुद्धा बाळ अस्वस्थ असेल, श्वसनामध्ये ओलसरपणा व श्वसनाचा आवाज येत असेल, नाडी जलद व अशक्त असेल, तर रक्तस्राव होत असल्याची ही लक्षणे होत.

९) बाळाला उलटी होण्याची चिन्हे किंवा उलटी झाल्यास डॉक्टरांना कळवावे व उलटीतून पडलेला द्रव दाखविण्यास ठेवावा. बाळाने गिळलेले काळसर रंगाचे रक्त उलटीतून पडते; पण उलटीतून लालभडक ताजे रक्त पडत असल्यास धोक्याचे असते. बाळाचे तोंड स्वच्छ करून घ्यावे. बाळाला बसती स्थिती द्यावी.

१०) डॉक्टरांच्या सुचनेनुसार रक्तस्त्राव कमी होण्यासाठी कोयागलन्ट ड्रग्ज देतात. रक्तस्त्राव जास्त असल्यास बाळाला परत शस्त्रक्रिया विभागात घेऊन रक्तस्त्राव किती व कुठून होत आहे हे पाहतात व तुटलेल्या रक्तवाहिन्यांची तोंडे निर्जंतुक दोऱ्याने घट्ट बांधून टाकतात.

११) बाळ शुद्धीवर येताना गडबड करते. अशा वेळी ते पडणार नाही याकडे लक्ष द्यावे व हळूहळू त्याला उठून बसू द्यावे.

१२) गलग्रंथी काढलेल्या ठिकाणी वेदना होतात. त्या कमी करण्यासाठी वेदनाशामक औषधे देतात.

१३) मुलाला पोटॅशियम परमँगनेटच्या सोल्युशनने दर दोन तासांनी खळखळून चुळा भरण्यास सांगावे.

१४) घशातील सूज व वेदना कमी होण्यासाठी बाळ पूर्णपणे शुद्धीवर आल्यानंतर थंड पेय किंवा आईस्क्रीम द्यावे व गिळण्याची क्रिया सुरू करावी. पहिल्या २४ तासांत दूध देऊ नये; कारण दुधाचा थर गलग्रंथींच्या फीसेसमध्ये साचतो. दुसऱ्या दिवशी बाळाला हलका आहार न्याहारीसाठी द्यावा. या वेळी वेदना होऊ नयेत म्हणून डिस्परीन (Disprin) ०.३ ग्रॅम थोड्याशा उकळलेल्या थंड पाण्यात घालून ते पाणी आहार देण्यापूर्वी २० मिनिटे अगोदर दिल्यास वेदना कमी होतात व बालक आहार घेते.

१५) काही डॉक्टर्स बाळ वॉर्डात आल्यानंतर प्रतिबंधक उपाय म्हणून प्रोकीन पेनिसिलीनचे इंजेक्शन देतात किंवा इतर जंतुजीवनाशक द्रव्ये देतात.

१६) मान व कानामध्ये वेदना होतात, अशी तक्रार असते, याचे कारण म्हणजे शस्त्रक्रियेच्या वेळी देण्यात येणारी स्थिती. यासाठी मानेला थोडासा शेक दिल्यास वेदना कमी होतात.

१७) घशाची सूज व वेदना कमी झाल्यानंतर लगेच नाकाने श्वसन करण्यास शिकवावे. तसेच काही दिवस नाक जोरात शिंकरणे, खाकरणे व मोठ्या आवाजात बोलणे टाळण्यास सांगावे.

१८) सांसर्गिक रोगाचा संसर्ग टाळावा.

दुष्परिणाम : १) रक्तस्त्राव, २) फुप्फुसदाह, फुप्फुसगळू व सेप्टिसेमिया, पण सध्याच्या जंतुजीवनाशक द्रव्यांमुळे दुष्परिणाम दिसून येत नाहीत.

स्वरयंत्र व श्वासनलिका दाह (Post-Operative Care).

सहा महिने ते दोन वर्षे वयोगटातील मुलांमध्ये स्वरयंत्र व श्वासनलिका दाहाचे प्रमाण जास्त आहे.

कारणे : १) हिमोफीलस इन्फ्लुएन्झा (Haemophilas Influenza) हिमोलायटिक स्ट्रेप्टोकोकॉय (Haemolytic Streptococci), स्टॅफिलोकोकॉय (Staphylococci) या रोगजंतूंमुळे होतो. २) सांसर्गिक रोगामध्ये उदा. गोवर, विषमज्वर इत्यादी.

चिन्हे व लक्षणे : १) स्वरयंत्र व श्वासनलिकामध्ये चिकट स्राव जमतो, सूज येते व श्वसनाला अडथळा येतो. छातीत दाटल्यासारखे होते. २) आवाज घोगरा होतो. ३) बाळाला गुदमरल्यासारखे होते व खोकला असतो. ४) मुलांना सांगता येत नाही, ऑक्सिजन पुरेसा न मिळाल्याने अस्वस्थ होते व मूल दमते. ५) क्वचित ताप नसतो; पण बहुतेक वेळा अतिज्वर (१०३^{0}F ते १०४^{0}F) असतो. ६) नाडी जलद चालते व गंभीर स्थितीमध्ये अशक्त असते. ७) चेहऱ्यावर काळजीची छटा दिसते. रंग निस्तेज, करडा दिसतो. ८) श्वसनाला वेग वाढतो. काही वेळा श्वसन मिनिटाला ६० किंवा त्यापेक्षा जास्त असते. बाळ हवेसाठी बेचैन असते.

उपचार व काळजी : १) बाळाला हवेशीर, उबदार बिछान्यामध्ये ठेवावे. २) बाळाला टेन्टने पाण्याच्या गरम वाफेचा वाफारा द्यावा; यामुळे स्राव पातळ होतात व श्वसनाचा अडथळा कमी होतो. ३) ताप असेल तर कपाळावर थंड पाण्याच्या पट्ट्या ठेवाव्यात; पण बालकाचे अंग थंड पाण्याने पुसू नये. हातपाय पुसले तर चालते. ४) जंतुजीवनाशक द्रव्ये – पेनिसिलीन किंवा जंटामायसीन बाळाच्या वजनानुसार देतात. ५) स्टेरॉइड्स (वायमेसॉन इंजेक्शन) देतात. काही डॉक्टर सौम्य झोपेची औषधे देतात, पण तीव्र स्थितीमध्ये याचा फारसा उपयोग होत नाही. ६) बाळ निलांगावस्थेत गेल्यास कृत्रिमरीत्या ऑक्सिजन द्यावा. ७) बाळाला अर्धवट बसती स्थिती देऊन आरामात झोपवावे. त्याचे कपडे सुती व सैल असावेत. ८) बाळाचा घसा कोरडा होतो; म्हणून मधून मधून ग्लुकोजचे पाणी द्यावे. त्यामुळे तोंड, घसा ओला होतो व ग्लुकोजमुळे शक्तिहीन वाटत नाही. स्वरयंत्र, पोकळीत स्राव घट्ट व चिकटून राहिल्यास हवा आत जाऊ शकत नाही. अशा वेळी तत्काळ ट्रकियॉस्टॉमी करावी लागते.

ट्रकियॉस्टॉमी (Tracheostomy)

स्वरयंत्राची पोकळी काही कारणाने अरुंद होऊन श्वासमार्गात अडथळा झाल्याने शरीराला ऑक्सिजनचा पुरवठा होऊ शकत नाही व बाळ श्वसनविपत्तीमध्ये

(Respiratory Distress) जाते. अशा वेळी श्वसननलिकेला शस्त्रक्रियेने छिद्र पाडले जाते; त्याला 'ट्रकियॉस्टॉमी' म्हणतात.

स्वरयंत्राला अडथळा निर्माण करणारी कारणे

१) जन्मजात व्यंग (Congenital Abnormallties) पॅपिलोमा (Papilloma) स्वरयंत्राचे गळू (Laryngeal Cysts Web) २) इजा – जन्मत: गुदमरलेल्या बालकाला लॅरिगोंस्कोप किंवा इन्डोट्रकियल ट्यूब घातल्यामुळे स्वरयंत्राला सूज आल्यास. ३) दाह (Inflammation) स्वरयंत्र श्वासनलिका दाह, घटसर्प. ४) स्वरयंत्रामध्ये आगंतुक वस्तू अडकून बसल्यास. ५) श्वसनासाठी आवश्यक असणाऱ्या स्नायूंना लुळेपणा किंवा झटके येत असल्यास बालपक्षाघात (Anteriar Poliomyelitis). ६) धनुर्वातामध्ये श्वसनास मदत करणाऱ्या स्नायूंना झटके येतात.

या कारणांमुळे श्वसनास अडथळा निर्माण होतो व बाळ श्वसनविपत्ती (Respiratory Distress)मध्ये जाते व खालील चिन्हे दिसतात – १) बाळ अस्वस्थ होते, २) गुदमरल्यामुळे जास्तीत जास्त हवा आत घेण्यासाठी धडपडते. ३) श्वसन जलद व उथळ होऊ लागते. ४) धाप लागते. ५) श्वास घेताना आवाज होतो. ६) बाळाचा चेहरा चिंतातुर दिसतो. ७) श्वसनास उपयोगी पडणाऱ्या सहायक स्नायूचा उपयोग केला जातो. मानेचे स्नायू, बरगड्यांतील जागा आत ओढल्यासारखी दिसते. ८) नाडीचा वेग वाढतो. ९) रक्तात ऑक्सिजनची कमतरता झाल्याने मेंदूच्या पेशीवर परिणाम होतो. १०) आकडी येते. ११) बाळ निलांगावस्थेमध्ये जाते; पण सर्वच बालकांमध्ये असे होत नाही. ही अवस्था खूप उशिरा दिसते. १२) बाळ शॉकमध्ये जाते.

वरील चिन्हे दिसताच बालकाचा जीव वाचविण्यासाठी ताबडतोब श्वासनलिकेला छिद्र पाडून, श्वसननलिकेतून श्वसन सुरू केले जाते.

शस्त्रक्रिया : शस्त्रक्रिया विभागामध्ये ट्रकियॉस्टॉमीसाठी लागणारे सर्व साहित्य निर्जंतुक करून ट्रॉलीवर मांडून तयारच असावे; कारण ही शस्त्रक्रिया अत्यंत तातडीने रुग्णाचा जीव वाचविण्यासाठी केली जाते. काही वेळा रुग्ण श्वसनविपत्तीत अचानक गेल्यास वॉर्डात कमीत कमी साहित्याचा उपयोग करून ही शस्त्रक्रिया करावी लागते. श्वासनलिकेला नाईफने छिद्र पाडून श्वासनलिकेत ट्रकियॉस्टॉमी ट्यूब घातली जाते व रोग्याचा जीव वाचविला जातो.

शस्त्रक्रियेच्या वेळची स्थिती : बालकाला शीटमध्ये गुंडाळून पाठीवर झोपवून त्याचे शरीर हलू नये म्हणून एका परिचारिकेने धरून ठेवावे व दुसरीने डोके हलू देऊ नये. बाळाच्या खांद्याखाली उशी किंवा छोट्या लोडासारखे पॅड देऊन

मानेचा पुढील भाग सरळ व उंच करावा.

बाळाच्या वयानुसार ट्रकियॉस्टॉमी ट्यूब योग्य आकाराची निर्जंतुक करून ट्रॉलीवर घेतलेली असतेच. श्वासनलिकेला छिद्र पाडल्यानंतर ताबडतोब ही ट्यूब श्वासनलिकेत घालून ट्यूबला असलेल्या टेपनी गळ्याभोवती बांधतात. ती बांधत असताना मान थोडीशी वाकवून बांधावी; कारण वाकविलेल्या स्थितीत मानेचा घेर

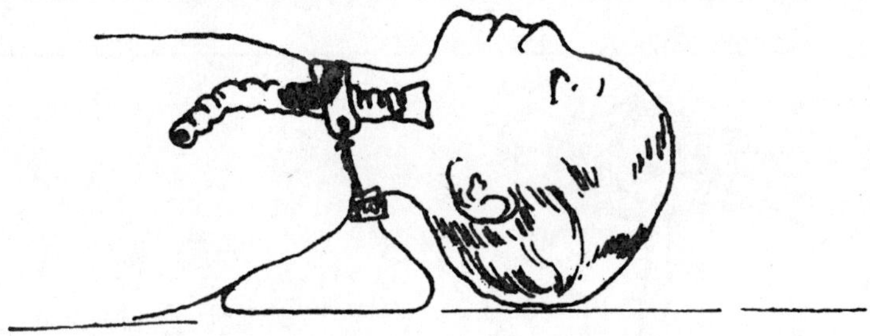

ट्रकियॉस्टॉमीसाठी देण्यात येणारी स्थिती आकृती क्र. २८

कमी होतो. तसे न केल्यास नंतर मान वाकविल्यास टेप सैल होऊन ट्यूबची स्थिती बदलू शकते. टेपची गाठ मानेच्या मागील बाजूस न बांधता एका बाजूला बांधावी, म्हणजे गाऊनची नाडी म्हणून सोडली जाणार नाही. शिवाय या टेपचा रंग व आकार मास्क व गाऊन किंवा बाळाच्या लाळग्याच्या नाड्यापेक्षा वेगळा असावा. गळ्याला टेपने रुतू नये, म्हणून पातळ फोमचे पॅड्स ठेवून टेप बांधतात.

श्वासनलिकेत ट्यूब घातल्याबरोबर बालकाची स्थिती सुधारते. बाहेरील हवा श्वासनलिकेतून फुप्फुसात जाते व ऑक्सिजनचा योग्य पुरवठा होऊ लागते. शस्त्रक्रियेपूर्वीच्या श्वसनाच्या त्रासामुळे बाळ फारच दमलेले असते. शस्त्रक्रियेनंतर श्वसन स्वाभाविक झाल्याने त्याला आराम मिळतो व ते झोपी जाते.

शस्त्रक्रियेनंतरची काळजी (Postoperative Care) : १) बाळ शस्त्रक्रिया विभागातून आणण्यापूर्वी त्याचा बिछाना उबदार व आर्द्रता जास्त असणाऱ्या खोलीत तयार करावा. नेहमीच्या शस्त्रक्रियेनंतर लागणारी तयारी ठेवावी. २) सुस्थितीत असणारे इलेक्ट्रिक सक्शन मशीन. ३) एक निर्जंतुक ट्रे. अ) निर्जंतुक पाण्याचा बाऊल. ब) सक्शनसाठी छोट्या रबर ट्यूब्स. क) इनर ट्यूब स्वच्छ करण्यासाठी साहित्य – सोडाबायकार्ब सोल्यूशन निर्जंतुक पाणी, गॉझ इत्यादी. ड) ट्रकियल डायलेटर – तातडीच्या वेळी आऊटर ट्यूब ब्लॉक झाल्यास श्वासनलिकेच्या छिद्रातून डायलेटर घालून दुसरी ट्रकियॉस्टामी ट्यूब ताबडतोब घालता येते. इ) कात्री व ड्रेसिंगचे साहित्य. ई) निर्जंतुक ग्लोव्हज – ट्यूब पूर्णतः बदलावी

लागल्यास ग्लोव्हज ताबडतोब घालता येण्यासाठी. उ) त्याच आकाराची ट्रकियॉस्टामी ट्यूब तिच्या तिन्ही भागांसहित सतत ट्रेमध्ये असावी. ऊ) बाळ जास्त हालचाल करीत असल्यास त्याला शांत ठेवण्यासाठी पट्टे, हाताला बांधण्यासाठी आधारफळ्या.

परिचर्या : १) शस्त्रक्रिया स्थानिक भूल देऊनच केलेली असते; त्यामुळे बाळ शुद्धीवर असते. बाळाच्या आजारानुसार बाळाची काळजी घ्यावी. उदा. घटसर्प झालेल्या बाळापासून इतरांना संसर्ग होणार नाही याची काळजी घेतली पाहिजे.

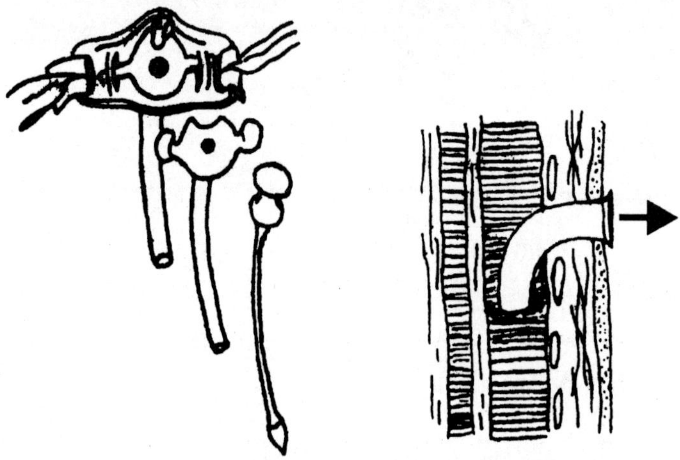

ट्रकियॉस्टॉमी ट्यूबचे तीन भाग बाहेरील ट्यूब, आतील ट्यूब आणि ऑबच्युरेटर, श्वासनलिकेतील ट्रकियॉस्टॉमी ट्यूबची योग्य स्थिती

आकृती क्र. २९

बाळासाठी वापरण्यात येणारे साहित्य निर्जंतुक असले पाहिजे.

२) **स्थिती :** बाळाला उशाचा आधार देऊन बसती स्थिती जास्त चांगली (पण घटसर्पामध्ये टॉक्सिनचा परिणाम हृदयावर होण्याची शक्यता असते. अशा बालकाची हालचाल जास्त करू नये.) बाळाची मान वाकून ट्यूब बंद होत नाही याची काळजी घेतली पाहिजे. कारण लहान मुलाच्या मानेची उंची कमी असते व मान वाकविल्यास ट्यूबचे छिद्र बंद होऊन हवा आत जाऊ शकणार नाही. परिचारिकेने सतत बाळाजवळ असले पाहिजे; बाळाचे डोके थोडेसे मागे वळवून ठेवल्यास गळ्याचा भाग सखल होतो व ट्यूबवर दाब येत नाही.

३) बाळाच्या कपडे किंवा ब्लँकेटमुळे ट्यूबचे छिद्र झाकले जाणार नाही, याची

काळजी घ्यावी. लहान मुले हाताने ट्यूब ओढण्याचा प्रयत्न करतात; म्हणून हाताची हालचाल टाळण्यासाठी आधारफळ्या बांधतात.

४) सक्शन करून ट्यूबमधील स्राव वरचेवर काढून घेतला पाहिजे. यासाठी ट्यूबच्या आकारापेक्षा लहान आकाराचा रबर कॅथेटर वापरावा. प्रत्येक वेळी निर्जंतुक केलेला असावा की, ज्यामुळे जंतुसंसर्ग टाळला जाईल. इनर ट्यूब वरचेवर काढून सोडाबायकॉर्बच्या सोल्यूशनने (सोडाबायकॉर्बमध्ये चिकटलेले घट्ट स्राव विरघळतात) स्वच्छ करावी. निर्जंतुक करून ताबडतोब घालावी. इनर ट्यूब घातल्यानंतर ती योग्य बसली आहे हे पाहण्यासाठी छिद्राच्या थोड्या अंतरावर गॉझ धरल्यास उच्छ्वासाबरोबर येणाऱ्या हवेबरोबर गॉझ हलतो. ट्यूब जर व्यवस्थित बसली तर त्यातून स्राव बाहेर येऊ लागतो. तो सक्शनने काढून घ्यावा. सक्शन वरचेवर न केल्यास स्राव ट्यूबमध्ये घट्ट होऊन बसतो व ट्यूब ब्लॉक होण्याची व बाळ गुदमरण्याची शक्यता असते. हवेतील आर्द्रतेमुळे श्वसनास मदत होते. स्राव घट्ट होत नाहीत. या रुग्णाला शस्त्रक्रियेपूर्वी ॲट्रोपिज देऊ नये; कारण यामुळे स्राव घट्ट होऊन चिकटून बसतात. काही वेळा डॉक्टर्स सक्शन करताना एक-दोन थेंब नॉर्मल सलाईन ट्यूबमध्ये सोडतात व लगेच सक्शन करतात. यामुळे स्राव घट्ट होऊन चिकटत नाही; पण असे करताना सक्शन एका हातात तयार ठेवून मगच केले जाते.

५) बाळ दमलेले असते. त्याला विश्रांती मिळणे अत्यंत गरजेचे असते. बाळाला झोपेत त्रास होऊ नये, म्हणून वातावरण शांत असावे.

६) बाळ बोलू शकत नाही; त्यामुळे घाबरण्याची शक्यता असते, म्हणून त्याला सर्व समजावून सांगावे.

७) निरीक्षण – परिचारिकेने बालकाची नाडी, श्वसन व तपमान वरचेवर घेऊन त्याची नोंद ठेवावी. बाळाचा रंग व त्याचे सर्वसाधारण आरोग्य, बाळ गुदमरत नाही यावर सतत लक्ष ठेवावे. काही वेळा श्वासनलिकेतील ट्यूब हलते व पेशीमध्ये राहाते. बाळ अस्वस्थ होते व गुदमरते. अशा वेळी ट्रकियल डायलेटर श्वासनलिकेच्या छिद्रात घालून दुसरी ट्रकियॉस्टॉमी ट्यूब घातली जाते. यासाठी डॉक्टरांना ताबडतोब बोलवावे. क्वचित ट्यूबच्या सभोवताली हवा पेशीमध्ये जाते व इम्पिसिना होण्याची शक्यता असते.

८) पोषण – बालकाला द्रवपदार्थ २-४ तासांनी द्यावेत. हे देताना तोंडातून द्रवपदार्थ बाहेर पडून ट्यूबमध्ये पडणार नाहीत, याची काळजी घ्यावी. स्नायूंना लुळेपणा असेल तर नळीने आहार दिला जातो.

९) ट्यूब घातलेल्या सभोवतालच्या त्वचेची काळजी घ्यावी व ती कोरडी करून जंतुविरोधक मलमाचा गॉझ ट्यूबच्या कडेने ठेवावा. उदा. फ्युरासिन गॉझ.

१०) स्वरयंत्राचा दाह किंवा तात्पुरत्या कारणांनी झालेल्या श्वासमार्गातील

अडथळ्यासाठी शस्त्रक्रिया केली असल्यास ट्रकियॉस्टॉमी ट्यूब लवकर काढण्यात येते; पण जन्मजात व्यंग असेल तर बराच काळ ट्यूब तशीच ठेवावी लागते. अशा वेळी पालकांना व बाळाला समजावून सांगून ट्यूबची कशी काळजी घ्यावी, हे शिकवावे. मूल थोडे मोठे असल्यास ट्यूबच्या छिद्रावर बोट ठेवून बोलण्यास शिकवावे.

११) बालक श्वसनविपत्तीमध्ये जात नाही व त्याचा श्वासमार्ग मोकळा होऊन स्वाभाविक श्वसन सुरू झाल्यानंतर ट्यूब काढली जाते. बाळ अती घाबरत असेल तर सौम्य झोपेचे औषध देऊन ट्यूब काढली जाते किंवा बाळाला आवडणारे पेय पिण्यास देऊन ट्यूब काढली जाते; कारण श्वसन व गिळण्याच्या क्रिया स्वाभाविक तालबद्ध झाल्यामुळे बाळाला कळण्यापूर्वी ट्यूब काढता येते.

तीव्र श्वासवाहिन्यांचा दाह (Acute Bronchitis)

बालकामध्ये श्वसनसंस्थेच्या ऊर्ध्वभागातील दाह वरचेवर दिसून येतो. हा दाह गंभीर किंवा सौम्य असू शकतो. ज्या वेळी दाह श्वासवाहिन्यांपर्यंत पोहोचतो, त्या वेळी त्याला 'श्वासवाहिन्या दाह' म्हणतात.

कारणे : १) गर्दीच्या वस्तीमध्ये व कोंदट घरामध्ये राहणाऱ्या मुलांना होऊ शकतो. २) अशक्त व पौष्टिक आहार न मिळणाऱ्या मुलामध्ये प्रमाण जास्त असते. ३) काही सांसर्गिक आजारामध्ये दुष्परिणाम झाल्यामुळे. उदा. गोवर, इन्फ्लुएन्झा इत्यादी. ४) जन्मजात हृदयव्यंग असणाऱ्या मुलांना श्वासवाहिन्यांचा दाह वरचेवर होतो. ५) ॲलर्जिक श्वासवाहिन्या दाह.

कारणीभूत जंतू : हिमोलायटिक स्ट्रेप्टोकोकाय (Haemolytic Streptococci) असतात. दुय्यम स्वरूपाचा श्वासनलिका दाह मुलांच्यामध्ये जास्त प्रमाणात दिसून येतो.

चिन्हे व लक्षणे : १) बाळ आजारी दिसू लागते. २) बाळाला अतिज्वर (१०३^{0}F ते १०५^{0}F) असतो. ३) बाळाचा चेहरा लालसर दिसतो. ४) श्वसनाला त्रास होतो व त्यामुळे बाळ चिडखोर व अस्वस्थ होते. ५) श्वसनाचा वेग वाढतो. श्वसनाच्या सहायक स्नायूंचा उपयोग श्वसनासाठी केला जातो. उच्छ्वास मोठा असून आवाज येतो. ६) छातीत दुखते व दाटल्यासारखे झाल्यामुळे मूल उथळ श्वसन करते. ७) खोकला सुरुवातीला कोरडा व सौम्य असतो; पण नंतर बाळ सतत खोकत असते. ८) लहान मुले बडके गिळतात व त्यामुळे जठरात क्षोभ निर्माण होतो. उलट्या होतात. काही वेळा घट्ट चिकट स्राव श्वासवाहिन्यांच्या छोट्या नलिकांमध्ये अडकल्याने फुप्फुसाचा लोब कोलॅप्स होतो. ९) स्टेथॉस्कोपने छाती तपासल्यास ऱ्हाँकाय (Ronchi) ऐकू येतात.

दुष्परिणाम : १) दाह खाली पसरत गेल्यास ब्रॉंकोन्यूमोनिया (Bronchopneu) होतो. २) फुप्फुसाचे एक किंवा जास्त लोप्स कोलॅप्स होतात. ३) या आजारात क्षयरोग जंतूंचा संसर्ग झाल्यास क्षयरोग होण्याची शक्यता असते. ४) हृदय अकार्यक्षम (Heart Failure) होते. ५) अतिलहान मुलांना या आजाराबरोबर अतिसार व उलट्या होतात.

रोग्याचे भवितव्य : लवकर औषधोपचार केल्यास आजार बरा होतो. परंतु लहान मुलांच्यामध्ये ब्रॉंकोन्यूमोनिया हा दुष्परिणाम झाल्यास रोगाचे स्वरूप गंभीर असते.

उपचार व परिचर्या : १) या बालकाला उबदार, हवेशीर खोलीत ठेवावे. २) बाळाला उशीचा आधार देऊन बसती स्थिती द्यावी किंवा त्याला आराम वाटेल ती स्थिती द्यावी. ३) बाळाची स्थिती दर दोन तासांनी बदलावी; म्हणजे स्राव एका भागातच अडकून राहणार नाहीत. ४) बाळाचे कपडे हलके, उबदार व सैल असावेत. ५) सुरुवातीला कोरडा खोकला असतो. त्या वेळी हवेत आर्द्रता जास्त असावी, यासाठी खोलीत काही वेळ पाणी उकळत ठेवल्यास आर्द्रता वाढते. ६) बाळ गुदमरत असल्याने ऑक्सिजनची कमतरता होत असेल, तर ऑक्सिजन कृत्रिमरीत्या द्यावा. ७) गरम वाफेचा वाफारा दिल्यास स्राव पातळ होऊन श्वसनास त्रास कमी होतो. श्वासवाहिन्यांची सूज व दाह कमी होण्यास मदत होते.

८) **औषधोपचार :** १) जंतुजीवनाशक द्रव्ये – पेनिसिलीन, सेप्ट्रॉन. २) खोकल्याची औषधे – कफ एक्सपेक्टोरन्ट. पण अतिलहान मुलांमध्ये याचा विशेष उपयोग होत नाही.

९) बाळाला गरम पेये द्यावीत; त्यामुळे खोकला कमी होतो. द्रवपदार्थ भरपूर द्यावेत; पण एकाच वेळी जास्त न देता कमी पण वरचेवर द्यावेत; म्हणजे पोटफुगी होणार नाही.

१०) ताप जास्त असल्यास दर अर्ध्या तासाने ताप पाहून नोंद करावी व ताप कमी करण्यासाठी हायड्रोथेरपी द्यावी. डॉक्टर पॅरासिटेमॉल सिरप देतात. बाळाचे श्वसन व नाडी दर ४ तासांनी पाहून नोंद करावी व त्यातील गंभीर बदल डॉक्टरांना कळवावेत.

११) गंभीर स्थितीमध्ये स्टेरॉईड्स देतात (उदा. वॉयमेसान).

१२) बाळाला विश्रांतीची गरज असते. परिचर्यामध्ये बालकाला विश्रांती मिळण्याकडे लक्ष द्या. यासाठी वरचेवर बाळाची झोपमोड होईल अशा रीतीने त्याची काळजी घेऊ नये. या बालकाला झोपेची औषधे देत नाहीत, कारण खोकला कमी होऊन स्राव फुप्फुसात अडकून राहतो.

१३) बाळाला भरपूर द्रवपदार्थ, वयानुसार हलका व मऊ सकस आहार

द्यावा. कोरडे पदार्थ देऊ नयेत की, ज्यामुळे घशाचा क्षोभ होऊन खोकला उत्तेजित होईल.

तीव्र श्वासिकादाह (Acute Bronchiolitis)

श्वासवाहिन्यांच्या सूक्ष्म शाखांना 'श्वासिका' म्हणतात. यांना दाह झाल्यास 'श्वासिकादाह' असे म्हणतात. याचे प्रमाण ६ महिन्यांखालील अर्भकामध्ये जास्त दिसून येते; तसेच थंडीच्या दिवसांत जास्त असते.

कारणे : विषाणूंमुळे दाह होतो. लहान श्वासवाहिन्या व श्वासिकांना सूज येते व दाह झाल्यामुळे चिकट स्राव तयार होतो. त्यामुळे हवेला अडथळा निर्माण होतो. फुफ्फुसाच्या भागात घट्ट स्राव अडकल्याने तो भाग प्रसरण (Atelectasis) पावत नाही. यामुळे वायूची देवाणघेवाण स्वाभाविकपणे होत नाही. ऑक्सिजनची कमतरता होते, रक्तातील कार्बन डायॉक्साईडचे प्रमाण वाढते व बाळ ॲसिडोसिसमध्ये जाते.

चिन्हे व लक्षणे : १) सुरुवातीला कॉरिझा (Coryza) होतो. २) बाळाला श्वसनाला त्रास होतो. विशेषत: दूध घेताना बाळ गुदमरते. बाळ अस्वस्थ होते. श्वसनाच्या सहायक स्नायूंचा श्वसनासाठी उपयोग केला जातो. ३) बाळ निलांगावस्थेमध्ये जाते. ४) श्वसनाचा आवाज येतो. स्टेथॉस्कोपेने तपासल्यास ऱ्हॉंकाय ऐकू येतात. ५) खोकला – खोकताना सूं सूं आवाज येतो (Wheezy Cough). ६) पहिल्या आठवड्यात चिन्हे जास्त गंभीर दिसून येतात. ७) बाळ ॲसिडोसिसमध्ये जाते. शरीरात पाण्याची कमतरता होते. काही बालकांमध्ये नंतर दमा होतो. ८) बाळाला अतिज्वर असतो. ९) नाडी व श्वसनाचा वेग वाढतो.

निदान : छातीच्या क्ष-किरणांवरून निश्चित निदान केले जाते.

दुष्परिणाम : १) दुय्यम जंतुसंसर्ग (Secondary Bacterial Infection), २) मध्यकर्ण दाह, ३) न्यूमोथोरॅक्स (Pneumothorax), ४) डिहायड्रेशन (Dehydration), ५) कार्डिओ रेस्पिरेटरी फेल्युअर (Cardio RePiratory Failure).

उपचार : १) बाळ निलांगावस्थेमध्ये असते, म्हणून ऑक्सिजन कृत्रिमरीत्या द्यावा. बाळाला ऑक्सिजन टेन्टने ऑक्सिजन द्यावा. तशी सोय नसल्यास नाकात नळी घालून द्यावा. २) बाळाची मान ताठ ठेवून एका बाजूला वळवावी. ३) जंतुजीवनाशक द्रव्ये पेनिसिलीन, ॲंपिसिलीन यांची मात्रा वय व वजनानुसार देतात. ४) इंजेक्शन टरब्युटॅलीन ०.१ मि. लि. किलो / वजनास त्वचेखाली देतात. ५) कार्टिको स्टेरॉईड्स (वायमेसॉन) देतात. ६) बाळाला नळीने आहार दिला जातो. यामध्ये दूध व इतर द्रवपदार्थ देतात. इतर परिचर्या श्वासवाहिन्या दाहामध्ये घेतली जाते त्याप्रमाणे घ्यावी.

फुफ्फुसदाह (Pneumonia)

एकूण श्वसनसंस्थेच्या संसर्गामध्ये १० टक्के प्रमाण फुफ्फुसदाहाचे दिसून येते. फुफ्फुसदाहाचे खालील प्रकार आहेत. हे प्रकार कारणावरून व शारीरिक रचनेवरून पडतात.

कारणावरून पडणारे प्रकार : १) जंतू फुफ्फुसदाह (Bacterial Pneumonia), २) विषाणू फुफ्फुसदाह (Viral or Interstitial), ३) क्षोभकारक द्रव श्वासमार्गात गेल्यास (Aspiration Pneumonia), ४) केरोसीन फुफ्फुसदाह, ५) लिपॉइड फुफ्फुसदाह (Lipoid Pneumonia)

१) जंतूमुळे होणारा फुफ्फुसदाह

अ) न्यूमोकोकायमुळे होणारा फुफ्फुसदाह : याचे प्रमाण पूर्वी फारच दिसत असे; तसेच गंभीर प्रकारची फुफ्फुसदाह बालकामध्ये दिसून येई; परंतु सल्फोनामाइड्स व इतर जंतुजीवनाशक द्रव्यांमुळे याचे प्रमाण कमी झालेले आहे.

ब) स्टॅ्रफिलेकोकल फुफ्फुसदाह : हा एक गंभीर प्रकारचा दाह आहे.

क) स्ट्रेप्टोकोकल फुफ्फुसदाह : श्वासमार्गाच्या ऊर्ध्व भागातील अवयवाच्या दाहानंतर संसर्ग फुफ्फुसापर्यंत जाऊन दाह होतो किंवा सांसर्गिक रोगाचे विपरीत परिणाम होतात (उदा. गोवर).

२) विषाणूंमुळे होणारा फुफ्फुसदाह

या प्रकारच्या दाहामध्ये कोणते विषाणू हे तपासणीमध्ये सापडत नाहीत; पण सर्वसाधारण जंतुजीवनाशकाचा या प्रकारच्या फुफ्फुसदाहामध्ये उपयोग होत नाही. उदा. सल्फा.

३) ॲस्पिरेशन न्यूमोनिया : क्षोभ निर्माण करणारे द्रवपदार्थ श्वासमार्गातून फुफ्फुसात गेल्यास होतो. उदा. अन्नपदार्थ, पावडर, धूर किंवा धूळ, वांतीचा द्रव इत्यादी.

४) केरोसीन न्यूमोनिया : केरोसीन चुकून प्यायल्याने किंवा केरोसीन पोटात गेल्यानंतर उलटी झाल्यास उलटीचा द्रव फुफ्फुसात जातो. त्यामधून केरोसीन फुफ्फुसात गेल्यास फुफ्फुसास सूज येते. हे प्रमाण १ ते ३ वर्षे वयोगटामध्ये दिसते.

५) लिपॉइड न्यूमोनिया : कोणताही तेलयुक्त पदार्थ फुफ्फुसात गेल्यास, नाकामध्ये तेल घातल्यास ते फुफ्फुसात जाऊ शकते. मूल रडत असताना जबरदस्तीने कॉडलिव्हर ऑईल किंवा इतर तेलकट द्रव पाजल्यास ते चुकून श्वासमार्गात जातात. या प्रकारचा फुफ्फुसदाह अशक्त, अल्पभार, टाळ्याला फट असणाऱ्या मुलांमध्ये दिसून येतो.

फुफ्फुसदाह होण्यास कारणीभूत असणारे इतर घटक

१) निरोगी व्यक्तीची काही कारणांनी प्रतिकारशक्ती कमी झाल्यास व त्याच वेळी जंतू किंवा विषाणूंचा दाह श्वसनमार्गास झाल्यास फुफ्फुसदाह होऊ शकतो. २) अतिशय शारीरिक ताण पडल्याने. ३) अतिशय थंडीमध्ये पुरेसे व उबदार कपडे न वापरल्याने. ४) सर्दी आणि ऊर्ध्व श्वासमार्गाचा दाह दुर्लक्षिल्यास.

प्रतिबंधक उपाय : १) सकस व पुरेसा आहार घेऊन निरोगी राहणे. २) बाळाला योग्य विश्रांती देणे. विशेषत: कमी वजनाच्या व अशक्त बालकामध्ये जास्त काळजी घेतली पाहिजे. ३) या वरील बालकामध्ये काळजीपूर्वक आहार किंवा दूध देऊन श्वासमार्गात पदार्थ जाणार नाहीत, याकडे लक्ष देणे. ४) श्वासमार्गाचा दाह झालेल्या व्यक्तीपासून मुलाचे संरक्षण करावे. ५) गोवरसारखे आजार होऊ नयेत, म्हणून प्रतिबंधक लस देणे. रोग झाल्यास बाळाला दुय्यम संसर्ग होणार नाही, याची काळजी घेणे.

फुफ्फुसाच्या रचनेवरून पडणारे प्रकार

१) लोबार न्यूमोनिया (Lobar Pneumonia)

२) ब्रॉन्कोन्यूमोनिया (Broncho-Pneumonia)

लोबार न्यूमोनिया

लोबार न्यूमोनियाचे अर्भकामध्ये प्रमाण कमी आहे. यामध्ये फुफ्फुसाच्या एका किंवा एकापेक्षा जास्त लोब्जना दाह होतो व त्यामुळे कन्सॉलिडेशन झालेले असते. (जंतुसंसर्गामुळे वायुकोशामध्ये जंतुदूषित पेशी व स्त्राव साचला जातो. त्याला कन्सॉलिडिशेन असे म्हणतात.) यामध्ये फक्त वायुकोश घन होतात; पण श्वासवाहिन्या व त्यांच्या उपशाखांवर परिणाम होत नाही. लोबार न्यूमोनिया विशेषत: जंतुसंसर्गामुळे (उदा. न्यूमोकोकाय) होतो.

चिन्हे व लक्षणे : १) ताप असतो व ताप अचानक येतो (१०३^{0}F ताप) आणि असाच अतिज्वर काही दिवस राहतो. २) चेहरा लालसर होतो. चेहऱ्यावर चिंतेचे भाव असतात. ३) छातीत दुखते. खोकला येतो; पण दुखल्यामुळे बाळ खोकण्याचे टाळते. ४) बाळाचे श्वसन उथळ, जलद असते. स्वाभाविक श्वसनात विश्रांती (Pause) उच्छ्वासानंतर असते; पण या रुग्णात श्वास घेतल्यानंतर विश्रांती व नंतर उच्छ्वास असे श्वसन असते. ५) नाडीच्या मानाने श्वसनाचा वेग २:१ याप्रमाणे फारच वाढतो. ६) खोकल्यावाटे बडके येऊ लागतात; पण लहान मुले ते गिळतात. ७) गंभीर स्थितीत बाळ ग्लानीत जातो. ८) बाळ गुदमरते व ऑक्सिजनची कमतरता होते. बाळ निलांगावस्थेमध्ये जाते. ९) बाळाच्या ओठावर

बारीक फोड उठतात व त्यात पाणी धरते. याला हरपिस फिब्रिलस (Herpes Febrillis) म्हणतात. ज्या बाजूच्या फुप्फुसांना दाह असेल, त्या बाजूला याचे प्रकार जास्त असते. त्यानंतर त्या फुटतात व खपल्या पडून जातात. हे चिन्ह फक्त लोबार न्यूमोनियामध्येच दिसते. १०) परिणाम झालेल्या फुप्फुसाच्या छातीच्या हालचाली कमी होतात. श्वासोच्छ्वासाबरोबर नाकपुड्यांचीही हालचाल होते. ११) पांढऱ्या रक्तपेशींची संख्या फारच वाढते. लघवीत अल्ब्युमिन असते. छातीचा क्ष-किरण घेतल्यास परिणाम झालेल्या लोब्जमध्ये बदल दिसून येतात. यावरून रोगनिदान केले जाते.

ब्राँकोन्यूमोनिया (Broncho-Pneumonia)

जंतू किंवा विषाणूदाह एका किंवा दोन्ही फुप्फुसांमध्ये पसरतो व श्वासवाहिन्या, त्यांच्या उपशाखा व वायुकोश यामध्ये कन्सॉलिडेशन होते; म्हणून याला जनरलाईज्ड न्यूमोनिया असे म्हणतात. अशक्त मुलांमध्ये याचे प्रमाण जास्त आहे. गोवर, डांग्या खोकला व भाजलेल्या मुलांमध्ये दुष्परिणाम म्हणून हा न्यूमोनिया होतो. लोबार न्यूमोनियापेक्षा हा गंभीर स्वरूपाचा आहे.

चिन्हे व लक्षणे : १) क्वचितपणे अचानक सुरुवात होते. बऱ्याच वेळा २ ते ३ दिवस सर्दी असते. २) बाळाला अतिज्वर असतो. (१०३^{0}F ते १०४^{0}F) बाळ गंभीर आजारी दिसू लागते. पहिल्या आजाराची चिन्हे वाढतात. ३) बऱ्याच मुलांना आकडी येते. ४) श्वसन जलद असते व श्वसनाला त्रास होतो. बाळ गुदमरते. श्वसनास सहायक स्नायूंचा उपयोग केला जातो. बाळ हवेसाठी धडपडत असते व त्यामुळे अस्वस्थ असते. ५) बाळ निलांगावस्थेमध्ये जाते. बाळाचा रंग निळसर करडा दिसतो. ६) खोकला असतो. ७) श्वसनाबरोबर नाडीचा वेगही वाढतो. काही वेळा मोजताही येत नाही, इतके श्वसन व नाडी जलद असते.

दुष्परिणाम : १) कोलॅप्स लंग (Collapse Lung). २) फुप्फुसावरण दाह (Pleurisy). ३) एम्पायमा (Empyema). ४) फुप्फुसातील कंजेशनमुळे रक्तप्रवाह कमी प्रमाणात होतो व यामुळे हृदयावर ताण पडतो. हृदयाच्या आवरणांना दाह (पेरिकार्डायटीस किंवा मायोकार्डायटिस) होतो. ५) ब्रॉन्कियक्टॅसिस (Bronchiectasis). ६) फुप्फुसातील करट (Lung Abscess) ७) बाळामध्ये आकडी, अतिसार व वांत्याही होतात.

रोगनिदान : छातीचा क्ष-किरण घेतल्यास, न्यूमोनॅटिक पॅचिस दिसतात व फुप्फुसाचा भाग कोलॅप्स असल्यास शॅडो दिसून येते.

उपचार व परिचर्या

१) बाळाला उबदार व हवेशीर खोलीत घ्यावे; पण अंगावर थंड वाऱ्याचा झोत येणार नाही, याची काळजी घ्यावी.

२) बाळाचे कपडे सुती, उबदार असावेत. छातीवरील कपडे सैल असावेत.

३) श्वसनास त्रास होतो; म्हणून जास्तीच्या उशीचा आधार देऊन बाळाला बसती स्थिती द्यावी, ज्यामुळे बाळाचे श्वसन सुलभ होईल.

४) बाळाचे नाक स्वच्छ करून श्वास घेण्यास मोकळे करावे.

५) बाळाचे तोंड स्वच्छ करून ओठांना व गालांना मऊ पडण्यासाठी पेट्रोलियम जेली लावावी.

६) बाळाचा रंग निळसर असेल तर ऑक्सिजनची कमतरता असते. लगेच ऑक्सिजन टेन्टने कृत्रिम ऑक्सिजन द्यावा.

७) ताप जास्त असतो. तो कमी करण्यासाठी हायड्रोथेरपी व डॉक्टरांच्या सुचनेनुसार पॅरॉसिटेमॉल द्यावे.

८) बाळाचे तपमान, नाडी व श्वसन दर २ ते ४ तासांनी घेऊन त्याची नोंद ठेवावी.

९) बाळाची स्थिती दर दोन तासांनी बदलावी; म्हणजे फुप्फुसामध्ये एकाच ठिकाणी स्त्रावी साचून राहत नाही.

१०) **औषधोपचार :** अ) क्लोरल हॉयड्रेट ५० मि. ग्रॅम/किलो वजनास रोज. ब) सौम्य झोपेचे औषध देतात; त्यामुळे छातीत वेदना कमी होऊन बाळ झोपी जाते. उदा. फिनॉथायाझिन (Phenathiazine) १ ते ३ मि. ग्रॅम/किलो वजनास रोज. क) जंतुजीवनाशक द्रव्ये (Antibiotics) कोणत्या प्रकारचा दाह आहे, यानुसार पेनिसिलीन, सल्फानिमाइडस, इरिथ्रोमायसिन, अम्पिसिलीन, अमॉक्सिलिन, जन्टामायसिन इत्यादी औषधे देतात. मात्रा बाळाच्या वजनानुसार द्यावी व गंभीरतेनुसार पुढे चालू ठेवावी. ड) ही औषधे ताप कमी आल्यावर लगेच बंद करू नयेत, तर डॉक्टरी सुचनेनुसार १० ते १४ दिवस द्यावीत. बऱ्याच वेळा जंतुनाशक द्रव्ये एका वेळी दोन सुरू करतात. त्याचा परिणाम चांगला होतो. इ) स्टेरॉईड्सही देतात उदा. वायमेसॉन.

११) बाळाला विश्रांतीची व झोपेची अत्यंत गरज आहे. यासाठी त्याला वरचेवर त्रास होईल असे परिचर्या नियोजन असू नये. तसेच ताप, खोकला कमी झाल्यानंतरही काही दिवस विश्रांतीची गरज आहे, हे पालकांना समजावून सांगावे. घरी गेल्यानंतरही थोडे दिवस मूल शाळेत पाठवू नये.

१२) बाळाला लघवी होते की नाही पाहावी. लघवी जर बिछान्यात होत असेल तर बाळाला शय्याव्रण होणार नाही, यासाठी काळजी घ्यावी. शौचास साफ होते की नाही पाहावे. जर मलावरोध असेल तर भरपूर द्रवपदार्थ द्यावेत. सौम्य रेचक देण्याबद्दल मतभेद आहेत; म्हणून हे डॉक्टरांच्या सल्ल्यानुसारच द्यावे.

१३) मूल मोठे असल्यास त्याला खोल श्वसनाचे व्यायाम (Deep Breathing Exercises) शिकवावेत व करून घ्यावेत. बाळाला उबदार कपडे घालावेत.

१४) बाळाला अतिसार, उलट्या असतील तर त्यासाठी उपचार व पाण्याची कमतरता होऊ नये, म्हणून भरपूर द्रवपदार्थ द्यावेत. काही वेळा ग्लुकोज व नॉर्मल सलाईन शिरेतून देतात; पण हे हळू देतात.

१५) **आहार :** भरपूर द्रवपदार्थ, दूध, कॉफी, चहा अशी गरम पेये बाळ घेण्यासारखे असल्यास कांजी; ताप व गंभीरता कमी झाल्यानंतर सकस, हलका व मऊ आहार द्यावा, म्हणजे बाळ अशक्त होणार नाही. बाळाला एका वेळी जास्त आहार देऊ नये की, ज्यामुळे श्वसनाला त्रास होईल तर कमी पण जास्त वेळा आहार द्यावा. गरम पाण्यामध्ये मध घालून दिल्यास पचनास व खोकल्यास चांगले असते.

१६) बाळाची वैयक्तिक स्वच्छता रोजच्या रोज घ्यावी.

१७) बाळ बरे झाल्यानंतर त्याला सकस, पुरेसा आहार वयानुसार देऊन त्याचे वजन योग्य रीतीने वाढते की नाही, याकडे लक्ष द्यावे. त्याची प्रकृती सुधारल्यास प्रतिकारशक्ती वाढू लागते. फुप्फुसाचे प्रसरण योग्य होते, याची खात्री करण्यासाठी काही वेळा डॉक्टरांकडून तपासणी करवून घ्यावी.

दमा (Asthma)

दमा याचा अर्थ श्वसनास अडथळा निर्माण होऊन गुदमरणे. दमा कोणत्या विकारामुळे सुरू होतो, त्यावरून त्याचे तीन प्रकार पडतात – १) ब्रॉंकियल, २) कार्डियाक, ३) रीनल. पण बऱ्याच वेळा दमा हा ब्रॉंकियल अस्थमासाठीच वापरला जातो.

ब्रॉंकियल अस्थमा (Bronchial Asthma)

यामध्ये श्वासोच्छ्वास जलद सुरू होतो. त्याचा सुईऽसुई असा आवाज येतो. धाप लागते व गुदमरल्यासारखे होते.

मुलांमध्ये दम्याचे प्रमाण जास्त आहे. दम्याची सुरुवात एक वर्षाच्या बालकामध्ये होते. मुलींपेक्षा मुलांमध्ये याचे प्रमाण जास्त आहे.

दम्यामध्ये श्वसनमार्गात तात्पुरता अडथळा निर्माण होतो. श्वासोच्छ्वासाला त्रास होतो; त्यामुळे गुदमरल्यासारखे होते. श्वसनमार्गात खालील कारणाने अडथळा निर्माण होतो.

१) ब्रॉंकोस्पॅझम : श्वासवाहिन्या व श्वासिकांना झटके येऊ लागतात; म्हणजेच श्वासवाहिन्या व श्वासिकांच्या स्नायूंचे आकुंचन-प्रसरण जोरदार होऊ लागते. याची कारणे खालीलप्रमाणे – अ) श्वासवाहिन्या व श्वासिकांच्या म्युकस मेंब्रनला सूज आल्यामुळे, ब) चिकट स्राव श्वासिकेमध्ये अडकून राहिल्याने,

श्वासवाहिन्या व श्वासिकांची पोकळी कमी होते; यामुळे वायुकोशामध्ये वायूची देवाणघेवाण न झाल्याने गुदमरल्यासारखे होते.

दम्याची कारणे : दम्याची मुख्य कारणे तीन आहेत –

१) आनुवंशिकता : घरातील आजोबा, आजी किंवा आईवडील यापैकी कुणाला तरी दमा असतो.

२) ॲलर्जी : सभोवतालच्या वातावरणातील एखाद्या गोष्टीची ॲलर्जी असते. अन्नपदार्थ, हवेतील बदल, प्राण्यांचे केस, पक्ष्यांची पिसे, वनस्पतीचे पुंकेसर, फुलांचा किंवा इतर वास यांच्या रिॲक्शनमुळे श्वासवाहिन्या व श्वासिकांना सूज येते व झटके येऊ लागतात. याला एकट्रिन्सिक (Extrinsic) प्रकारचा दमा असे म्हणतात. याची सुरुवात मुलांमध्ये होते व आयुष्यभर राहू शकतो.

३) संसर्ग : श्वसनमार्गाच्या संसर्गामुळे दाह झाल्यास हा दाह जंतू किंवा विषाणूचा असेल तरी दमा होतो. याचे प्रमाण प्रौढांमध्ये जास्त आहे. याला इनट्रिन्सिक प्रकारचा दमा म्हणतात.

४) इतर कारणे : मानसिक अतिरेक झाल्यास. उदा. भावना, काळजी, भीती, राग व विफलता यामुळे दमा होतो. याला सायकोसोमॅटिक (Psychosomatic) कारणांमुळे होणारा दमा म्हणतात.

चिन्हे व लक्षणे : १) दम्याची कोणत्याही वेळी अचानक सुरुवात होते. २) श्वसनाला त्रास होतो व गुदमरल्यासारखे होते. ३) श्वसनाचा सुईऽसुई असा आवाज येतो. ४) छाती घट्ट आवळल्यासारखी होते. ५) बाळ बेचैन होते. घाबरते. ६) श्वासापेक्षा उच्छ्वासाला फारच त्रास होतो. ७) श्वसनास सहायक स्नायूंचा उपयोग केला जातो. ८) नाडीचा वेग वाढतो. ९) श्वसनाचा वेग वाढतो. १०) तपमान पाहिल्यास स्वाभाविक किंवा थोडेसे वाढलेले असते. ११) बाळाला खूप घाम येतो. १२) निलंगावस्था दिसू लागते. १३) दमा १५ मिनिटांपासून काही तासांपर्यंत असू शकतो. १४) यामुळे बाळ फारच दमते व फार काळ असेल तर शॉकमध्ये जाण्याची शक्यता असते.

स्टेटस अस्थमॅटिक्स (Status Asthmatics)

तीव्र गंभीर दम्याचा झटका अचानक सुरू होतो व काही तासांपर्यंत तसाच (नेहमीच्या उपचारांना दाद न देता) टिकून राहतो. याला स्टेटस अस्थमॅटिक्स म्हणतात. अशा बालकाला ताबडतोब रुग्णालयात दाखल करून औषधोपचार व कृत्रिम ऑक्सिजन द्यावा लागतो. यामध्ये बालक अतिशय अस्वस्थ असते. निलांगावस्था असते. शारीरिक व मानसिक दुर्बलता येते. मेंदूला ऑक्सिजनचा पुरवठा न झाल्यास कोमामध्ये जाऊन दगावण्याची शक्यता असते.

सर्वसाधारण दम्याची मुले वजनाने कमी असून वाढ खुंटलेली असतात. मूल तरतरीत न दिसता मलूल दिसते. घरात त्याच्याकडे सतत लक्ष दिल्याने ते लाडावलेले व परावलंबी असते. त्यामुळे इतर मुलांत समरस होऊ शकत नाही. वरचेवर शाळेत गैरहजर असल्याने शिक्षणातही मागे राहते. त्याला असुरक्षितही वाटते. काही मुले हुशार असूनही शिक्षणात मागे पडतात.

रोगनिदान व तपासणी : १) चिन्हे व लक्षणांवरून दमा आहे हे समजते; पण दम्याचे कारण कोणते आहे, हे समजण्यासाठी पुढील तपासणी करतात. क्ष-किरणाने (Chest X-ray) फुफ्फुसदाह व ॲटलेक्टॅसिस कोणत्या भागात आहे, ते समजते. २) रक्त तपासणी – पांढऱ्या पेशींची व इसोनोफिल संख्या. ३) थुंकीची तपासणी ४) ॲलर्जिक टेस्ट – त्वचेची ॲलर्जी टेस्ट करून कोणत्या गोष्टींची ॲलर्जी आहे, हे शोधून काढण्यात येते. ५) तोंडामध्ये दात व श्वसनमार्गात सेप्टिक कोकस काय आहे का, हे तपासून पाहिले जाते.

उपचार व परिचर्या : उपचार पद्धती दोन तत्त्वांवर अवलंबून असते.

१) दम्याचा झटका येऊ न देणे म्हणजेच प्रतिबंधक उपाय.

२) दम्याचा झटका आल्यानंतरची काळजी.

१) प्रतिबंधक उपाय : दम्याचे कारण शोधून ते दूर करणे.

१) ॲलर्जी (Allergy) : अ) दम्याची सुरुवात कोणत्या ॠतूमध्ये होते, थंडीच्या दिवसांत किंवा उन्हाळ्याच्या सुरुवातीला, यावरून थंड हवेची, धूळ किंवा पुंकेसर या गोष्टींची ॲलर्जी असू शकते. तसेच बाळाला दम्याचा झटका रात्री येतो का? अशा वेळी घरातील माशांची ॲलर्जी असू शकते; कारण माशा गाद्या किंवा माणसांनी वापरलेल्या कपड्यांमध्ये अंडी घालतात व ते कपडे रात्री वापरले जाण्यामुळे बाळाला धाप लागते. कुत्री, मांजरे यांच्या सान्निध्यात आल्यास धाप लागली का? किंवा काही पदार्थ खाण्यात किंवा सान्निध्यात आल्यास धाप सुरू होते काय, याची संपूर्ण माहिती घेऊन बाळाच्या सान्निध्यात या गोष्टी येणार नाहीत याची काळजी घ्यावी.

ब) या गोष्टी अनेक वेळा टाळता येत नाहीत; म्हणून त्वचेची तपासणी (Skin Test) करून कोणत्या पदार्थाची किती प्रमाणात ॲलर्जी आहे, हे समजू शकते. ॲलर्जिक पदार्थ समजल्यानंतर ते औषधी स्वरूपात अतिलहान मात्रांत त्वचेखाली टोचले जातात. हळूहळू मात्रा वाढविली जाते; यामुळे त्या त्या पदार्थाची ॲलर्जी कमी होत नाहीशी होते. याला डिसेन्सिटायझेशन (Desensitisation) असे म्हणतात. या टेस्ट करण्याची सोय ॲलर्जी स्पेशालिस्टकडे असते.

संसर्ग : जंतू किंवा विषाणूचा संसर्ग होऊन श्वसनमार्गाच्या दाहानंतर धाप लागते; म्हणून संसर्ग टाळावा. बाळाचे आरोग्य सुधारल्यास दाहाचे प्रमाण कमी

होते. संसर्ग म्हणजे सर्दी झाल्यास ताबडतोब उपचार सुरू करावेत. जंतुजीवनाशक द्रव्ये सुरू करावीत. बाळाला उबदार ठेवावे. वाफेचा वाफारा द्यावा.

३) आई-वडील व बालक यांचे संबंध समाधानकारक असावेत. आई-वडिलांच्या वर्तणुकीचा बाळाच्या मनावर परिणाम होतो. मुलाच्या मनावर दडपण नाही, याची काळजी घ्यावी. मुलाचे अतिलाड किंवा मूल अतिपरावलंबी असू नये; कारण त्याचे समाधान झाले नाही तर ते त्रागा करून घेते व त्याला दम्याचा झटका येतो. मोठे मूल असल्यास त्याला समजावून सांगावे. आई-वडिलांनाही समजावून सांगावे. अशा बाळाकडे थोडे जास्त लक्ष दिले पाहिजे, हे जरी खरे असले तरी त्याला खेळामध्ये, शाळेतील इतर गोष्टींमध्ये भाग घेण्यास उत्तेजित करावे. त्याला त्याच्या आजारामुळे कमीपणाची भावना निर्माण होऊ देऊ नये.

४) सध्या काही औषधे मिळतात. उदा. डायसोडियम क्रोमोग्लिगेट (Disodium Cromoglygate) हे इनहेलरमधून हुंगण्यास दिल्यास दम्याचा झटका टाळला जातो. याचा परिणाम श्वासवाहिन्या व श्वासिकांवर होतो. त्यांना सूज व झटके येत नाहीत. ज्या बालकांना ठराविक हवामानात दम्याची शक्यता असते, अशा वेळी हे औषध हुंगण्यास दिल्यास दम्याचा झटका टाळता येतो.

५) अशा बालकाला धूळ, धूर यापासून शक्यतो बाजूला ठेवावे. घरात धूळ असू नये, झाडताना बाळ दुसऱ्या खोलीत ठेवावे. त्याचा बिछाना धूळरहित असावा. बाळाला समजू लागल्यापासून या गोष्टी त्याला समजावून सांगाव्यात. बाळाची खोली उबदार, कोरडी व हवेशीर असावी. बाळाला खोल श्वास व स्थिती यांचे व्यायाम (Breating & Postural Exercises) शिकवावेत. त्याच्याबरोबर पालकांनाही शिकवावेत, म्हणजे ते घरात त्याच्याकडून करवून घेतील.

२) दम्याचा झटका आला असताना घ्यावयाची काळजी

१) बाळाला ताबडतोब उबदार व हवेशीर खोलीमध्ये ठेवावे. त्याच्यासाठी डनलॉप गादी, उशा व सर्व सुती कपडे बिछान्यासाठी वापरावेत. लोकरीचे ब्लँकेट वापरू नये.

२) बाळाला बॅकरेस्ट – उशा पाठीमागे देऊन बसती स्थिती दिल्यास थोडा आराम वाटतो.

३) बाळाला एकटे सोडू नये व त्याला मानसिक आधार द्यावा; तसेच आई-वडिलांना धीर द्यावा.

औषधोपचार : १) ब्राँकोडायलेटर्स (Bronchodilators) सौम्य झटका असल्यास द्यावे. अ) सल्ब्युटामॉल (Salbutomol) ०.४ मि. ग्रॅम/किलो वजनास रोज तोंडाने, ब) टरबुटॅलीन (Terbutaline) ०.३ मि. ग्रॅम/किलो वजनास रोज तोंडाने द्यावे. क) थीओफायलीन (Theophyline) २० मि. ग्रॅम/किलो वजनास

रोज तोंडाने द्यावे.

दम्याचा झटका गंभीर असल्यास सालबुटॉमाल शिरेतून, टरबुटॅलीन त्वचेखाली व थिओफायलीन सलाईनमध्ये मिसळून देतात. औषधाची मात्रा डॉक्टरांच्या सुचनेनुसारच द्यावी.

२) **स्टेरॉईड्स :** प्रीडनिसोलोन (Prednisolone) किंवा बेक्लोमेथॅझोन (Beclomethasone) याची मात्रा बरेच दिवस देतात.

३) हुंगण्याच्या औषधामुळेही सौम्य झटका कमी होतो; पण ज्या मुलामध्ये हुंगण्यास देता येत नाही, अशा वेळी ही औषधे स्प्रेच्या साहाय्याने टेंटचा उपयोग करून देतात. उदा. आयसोप्रेनॅलीन (Isoprenaline) १ टक्का स्प्रेच्या साहाय्याने देतात. तसेच आयसोप्रेनॅलीन १० मि. ग्रॅमची गोळी तोंडात जिभेखाली ठेवली जाते व हळूहळू विरघळल्यामुळेही धाप कमी होण्यास मदत होते. हे औषध इतर औषधांचा परिणाम होत नसल्यास देतात.

४) श्वसनमार्गाच्या दाहामुळे दमा असल्यास जंतुजीवनाशक द्रव्ये (ॲम्पिसिलीन किंवा अमॉक्सिलीन) देतात .

५) काही डॉक्टर फिनाबार्बिटोन (Phenabarbiton) सारखी झोपेची औषधे देतात.

६) बाळ निलांगावस्थेत असेल तर कृत्रिम ऑक्सिजन सुरू करावा. बालकामध्ये ऑक्सिजन टेन्टच्या पद्धतीने द्यावा.

७) बालकाचे तपमान, नाडी व श्वसन घेऊन त्याची दोन ते चार तासांनी नोंद करावी.

८) बाळाला गरम पेये पिण्यास द्यावीत व झटका कमी झाल्यानंतर नेहमीच्या वयानुसार आहार द्यावा.

९) धाप लागल्याने ओठ कोरडे पडतात, यासाठी ओठांना ग्लिसरीन बोरॅक्स लावावे. तोंडाची काळजी घ्यावी.

१०) बाळाला घाम येतो. तो पुसून घ्यावा. त्याला उबदार ठेवावे. थंड वारा अंगाला झोंबत नाही, याची काळजी घ्यावी.

११) बाळ घाबरून बिछान्यात लघवी/शौच करते; ते स्वच्छ करून बिछाना बदलून घ्यावा. तसेच लघवी व शौचाला होते की नाही, ते पाहावे.

१२) अशा बालकांना रात्री उशिरा आहार देऊ नये व झोपण्यामध्ये व जेवणामध्ये दीड ते २ तास अंतर असावे. एका वेळी जास्त आहार देऊ नये की, ज्यामुळे पोट खूप भरल्याने श्वसनास त्रास होईल. बालकाची झोपमोड होणार नाही याची काळजी घ्यावी. रात्री दम्याचा झटका येण्याची शक्यता असते, यासाठी पालकांनी थोडे जागरूक असावे.

१३) झटका कमी झाल्यानंतर बालकाचे लक्ष इतर गोष्टींत वेधल्यास बाळ

उत्साही बनते. तसेच त्याला विश्रांतीची गरज असते.

१४) या बाळाशी सहानुभूतिपूर्वक वागावे; पण काही गोष्टी तितक्याच काटेकोरपणे करून घ्याव्यात व पालकांनाही हे समजावून सांगावे. म्हणजे बालक परावलंबी बनणार नाही.

१५) बालवयातील सौम्य दमा बाळ मोठे होईल तसा कमी होतो. साधारण १३ ते १५ वर्षांपर्यंत पूर्ण कमी होतो. पण गंभीर दमा जन्मभर असतो. अशा बालकात ज्या ब्राँकोडायलेटर्सचा उपयोग होत नाही अशी औषधे जास्त मात्रांत देऊ नयेत; कारण त्यांचे टॉक्सिक परिणाम होतात. उदा. ॲमिनोफायलीयन (Aminophylline). बालक रुग्णालयात दाखल झाल्यानंतर त्याच्या पालकांकडून त्याला दिलेल्या व देण्यात येणाऱ्या औषधांबद्दल माहिती विचारून घेऊन कोणत्या औषधाचा परिणाम होत नाही, याची माहिती घ्यावी किंवा कोणती औषधे जास्त दिली गेली आहेत, हे विचारून घ्यावे.

फुप्फुसावरणदाह (Pleurisy)

फुप्फुसावरणास दाह होतो त्याला फ्ल्युरसी (Pleurisy) म्हणतात.

कारणे : १) फुप्फुसदाह (Pneumonia), २) फुप्फुसाचा क्षयरोग (Pulmonary Tuberculosis), ३) फुप्फुसाचे करट (Lung Abscess).

चिन्हे व लक्षणे : १) हा दाह फुप्फुसाच्या आवरणापर्यंत पसरतो व दोन्ही थरांमध्ये (आवरणाच्या) घर्षण होऊन तीव्र वेदना होतात. या वेदना श्वसन व खोकल्याच्या वेळी जास्त असतात; त्यामुळे बालक श्वसन उथळ करते व खोकला टाळण्याचा प्रयत्न करते. दाह झालेल्या बाजूवर पडून राहिल्यास वेदना कमी होतात, म्हणून बाळ त्या बाजूवर झोपून त्या भागाची हालचाल कमी करण्याचा प्रयत्न करते. काही वेळा या वेदना इलियाक फोसापर्यंत होतात व निदान चुकण्याची शक्यता असते. डॉक्टरांना अपेंडिक्स दाह असल्याची शंका येते. २) काही वेळा फुप्फुसावरण दाहानंतर या दोन्ही थरांमध्ये सिरस द्रवाचे प्रमाण वाढते; यामुळे घर्षण होत नाही व वेदना कमी होतात. याला फ्ल्युरल एफ्युजन (Pkeyrak Effusion) म्हणतात. ३) याबरोबर बाळाला ताप असतो. जिभेवर थर जमतो. बाळ अशक्त होते. गळून जाते. भूक कमी होते.

निदान : छातीचा क्ष-किरण : यामध्ये दाह झालेल्या ठिकाणी हेझीनेस दिसून येतो.

उपचार : १) कोणत्या कारणाने दाह झालेला आहे याचे निदान करून उपचार सुरू करावेत. २) जंतुजीवनाशक द्रव्ये सुरू करावीत. ३) वेदनाशामक औषध (Analgesics) वेदना खूपच असल्यास झोपेची औषधे देतात. ४) ताप कमी करण्यासाठी पॅरासिटेमॉल व हायड्रोथेरपी. ५) खोकला कमी करण्यासाठी

कोडीन (Codeines) देतात. ६) ताप कमी होईपर्यंत बाळाला पूर्ण विश्रांती द्यावी. ७) आहार हलका पण सकस द्यावा. द्रवपदार्थ भरपूर द्यावेत. ८) बऱ्याच वेळा सिरस द्रवाचे प्रमाण कमी होते. जर कमी न झाल्यास व त्यापासून श्वसनाला त्रास होत असल्यास ते ॲस्पिरेशन करून काढले जाते. ९) या बालकात कारण नष्ट करण्यासाठी बराच दीर्घकाळ उपचार व मागोवा घ्यावा लागतो. विशेषत: फुप्फुसाचा क्षयरोग असल्यास उपचाराबरोबर आहार व विश्रांतीची गरज असते.

एम्पायमा (Empyema)

छातीच्या पोकळीत पू होणे यालाच (Thoracic Empyema) किंवा पायोथोरॅक्स (Pyothorax) असे म्हणतात. ज्या वेळी फुप्फुसावरणातील सिरस द्रव आपोआप शोषला जात नाही, त्या वेळी जंतुसंसर्ग होऊन त्यात पू होतो. हे स्टॅफिलोकोकस किंवा न्यूमोकोकस न्यूमोनियामध्ये दुष्परिणाम दिसून येतात. लहान मुलांमध्ये या आजाराचे गंभीर परिणाम होतात.

चिन्हे व लक्षणे : १) बाळ निस्तेज होते व त्याचा रंग करडा दिसू लागतो. २) बाळ टॉक्सिक दिसते. ३) रक्तक्षय. ४) भूक मंदावते. ५) बाळाला अतिज्वर असतो. ६) जीभ बुरसटलेली असते.

उपचार व परिचर्या : १) जंतुजीवनाशक द्रव्ये देतात. २) फ्ल्युरल ॲस्पिरेशन रोज एक किंवा एक दिवस आड करून द्रव काढतात व हा द्रव तपासणीसाठी प्रयोगशाळेत पाठविला जातो. याचे कल्चर केल्यास दाहाचे जंतू निश्चित समजतात व त्यासाठी योग्य जंतुजीवनाशक द्रव्ये दिली जातात. ३) बाळाची लक्षणे कमी करून जास्तीत जास्त आराम मिळावा याकडे लक्ष दिले जाते. ४) बाळाची प्रकृती सुधारून वजन वाढण्यासाठी सकस, पुरेसा आहार द्यावा. आहारातून लोह व जीवनसत्त्वे द्यावीत. तसेच औषधांच्या स्वरूपातही जास्तीची जीवनसत्त्वे द्यावीत. काही वेळा या उपचारांचा उपयोग होत नाही व सर्जिकल ड्रेनेज करावे लागते.

सर्जिकल ड्रेनेज (Surgical Drainage) : हे दोन प्रकारे केले जाते.

१) ओपन ड्रेनेज (Open Drainage) : रुंद व्यासाची नळी वापरून करतात.

२) क्लोज ड्रेनेज (Close Drainage) : ज्या वेळी पू कमी असतो किंवा पातळ असतो त्या वेळी कमी व्यासाची नळी वापरून ड्रेनेज केले जाते. ही नळी अंडर वॉटर सील ड्रेनेजला जोडली जाते. यामध्ये ट्रोकार आणि कॅन्युलाच्या साहाय्याने कॅथेटर फ्युरामध्ये घातला जातो व पू हळूहळू ड्रेन होतो.

ओपन ड्रेनेजमध्ये रुंद ट्यूब वापरल्याने बरगडीमधून नळी घातली जाते व पू नळीतून काढला जातो. सुरुवातीला दिवसातून दोनदा ड्रेसिंग केले जाते व नंतर

नळी काढली जाते.

याबरोबर बालकाला खोल श्वासाचे व्यायाम शिकवून त्याच्या फुप्फुसाचे पूर्णत: प्रसरण झाले पाहिजे, याकडे लक्ष द्यावे. बालकाने खोकला काढल्यास फुप्फुस चांगले प्रसरण पावू शकते.

पू कमी झाल्यानंतर बाळाचा ताप कमी होतो व इतर चिन्हे कमी होऊ लागतात. नळी काढली जाते व बाळ उठू-फिरू लागल्यास खोल श्वसन व स्थितीमुळे बाळाचे आरोग्य सुधारू लागते. बाळाला ताज्या हवेची गरज असते.

काही वेळा तोंडाने जंतुजीवनाशकाबरोबर, नळीमधून प्ल्युरल पोकळीत जंतुजीवनाशक द्रव्ये घालतात. याबरोबर बाळाचे सर्वसाधारण आरोग्य सुधारण्याकडे वर सांगितल्याप्रमाणे लक्ष द्यावे.

लहान मुलातील क्षयरोग

प्रस्तावना – क्षयरोग हा सांसर्गिक आजार असून अविकसित व विकसनशील देशांत याचे प्रमाण जास्त आहे. या रोगाचे मुलांच्यातील प्रमाण वाढण्यास अनेक घटक कारणीभूत आहेत. हा रोग आनुवंशिक नाही, पण मूल क्षयरोग्याच्या संपर्कात असल्यास, त्याला संसर्ग होण्याची शक्यता दाट असते. गर्दी व दाटीवाटीने राहणाऱ्या लोकांमध्ये याचे प्रमाण फारच आहे. गरिबी, अज्ञान यामुळे अपुरा आहार, अयोग्य आहार व अस्वच्छ वातावरण याचा परिणाम आरोग्यावर होऊन मुलाची प्रतिकारशक्ती कमी होते. अशा मुलाला क्षयरोगाचा संसर्ग झाल्यास रोग बळावण्याची शक्यता असते. सध्या एच.आय.व्ही. बाधित व्यक्तीमुळे क्षयरोगाचे प्रमाण वाढत आहे आणि एकूणच क्षयरोग्यांच्या संख्येत वाढ झाल्यामुळे मुलांच्या मध्येही क्षयरोगाचे प्रमाण वाढत आहे.

कारणमीमांसा – मायक्रोबॅक्टेरीयम ट्यूबरकल बॅसीलाय या जंतूमुळे क्षयरोग होतो. या रोगाची कारणमीमांसा समजण्यासाठी पुढील तीन घटक महत्त्वाचे आहेत. एजेंट, होस्ट व सामाजिक घटक (Agent, Host and social & actor).

१) एजेंट घटक –

अ) मायकोबॅक्टेरीयम ट्यूबरकल बॅसीलाय ह्यूमन आणि बोव्हीयन या दोन प्रकारच्या जंतूंमुळे मानवाला क्षयरोग होतो. जास्तीत जास्त लोकांना ह्यूमन प्रकारच्या जंतूपासून हवेतून संसर्ग होतो.

ब) संसर्गाचे मूळ **(Source of Infection)** – दोन संसर्गाचे मुख्य मूळ होत.

१) ह्यूमन – क्षयरोग्याच्या बडद्यामध्ये ट्यूबरकल बॅसीलॉय असतात. त्या रोग्यापासून आणि जे क्षयरोगी उपचार घेत नाहीत किंवा अर्धवट उपचार घेऊन पूर्णत: बरे होत नाहीत, अशांच्या बडक्यातून अनेक वर्षे जंतू बाहेर टाकले जातात.

जंतू दोन गटातील असतात. काहींची वाढ जलद होते व हे जंतू जंतुजीवनाशक औषधाने नष्ट होतात. दुसऱ्या जंतूंची वाढ हळूहळू होते आणि ते शरीरात अनेक वर्षे राहतात. त्यांच्यापासून त्या व्यक्तीला काही त्रास होत नाही; पण त्या जंतूंना अनुकूल वातावरण निर्माण झाले की, त्यांची पुन्हा वाढ होऊन व्यक्तीमध्ये रोगाची लक्षणे दिसू लागतात.

२) बोव्हीन मूळ – हे जंतू दूषित दुधातून मानवाच्या शरीरात जातात. दूध न उकळता घेतल्यास बोव्हीन ट्यूबरकल बॅसीलाय संसर्ग होऊ शकतो.

३) क्षयरोग्यांना अन्टीट्यूबरकल उपचार परिणामकारकरीत्या दिल्यास ९०टक्के रोग पसरण्याची भीती कमी होते. जर उपचार घेतले नाहीत, तर त्यांच्यापासून इतरांना संसर्ग होत राहतो.

होस्ट घटक – जन्मत: या रोगाविरुद्ध प्रतिकारशक्ती नसल्याने मूल रोग्याच्या सान्निध्यात असल्यास त्याला रोग होण्याची शक्यता जास्त, शिशूमध्ये याचे प्रमाण जास्त आहे.

लिंग – भारतासारख्या देशात मुलींच्या आरोग्याकडे कमी लक्ष दिले जाते. आहारही सकस नसतो, त्यामुळे मुलींची प्रतिकारशक्ती कमी असते व रोगाचे प्रमाण जास्त आढळते.

आहार – अपुरा व अयोग्य आहार असल्यास प्रमाण जास्त असते.

सामाजिक घटक – या रोगाला अनेक सामाजिक घटक कारणीभूत आहेत. गलिच्छ वातावरण, राहणीमानाचा दर्जा, कोंदट व वायुवीजन नसलेली घरे, दाटीवाटीने राहणे, वाढती लोकसंख्या, मोठी कुटुंबे, लहान वयातील लग्ने, अपुरा व निकस आहार असे अनेक सामाजिक घटक.

प्रतिकारशक्ती – क्षयरोगाविरुद्ध मानवाला जन्मत: प्रतिकारशक्ती नसते. ही प्रतिकारशक्ती नैसर्गिक संसर्ग किंवा बी.सी.जी. लसीकरणाने प्राप्त होते.

मुलांना होणाऱ्या इतर सांसर्गिक आजारामुळे प्रतिकारशक्ती कमी झाल्याने क्षयरोगाचे मुलांमधील प्रमाण वाढते. उदा. गोवर, कांजिण्या, श्वसनदाहानंतर मधुमेह, यकृताचे आजार यामध्येही प्रतिकारशक्ती कमी होऊन क्षयरोगाचे प्रमाण वाढल्याचे आढळून आले आहे.

संसर्गाचे मूळ – कुटुंबातील किंवा शाळेतील प्रौढ क्षयरोग्याकडून मुलांना संसर्ग होतो. म्हणून मुलातील क्षयरोगाचे निदान करताना त्यांच्या संपर्कातील कुटुंबातील प्रौढ व्यक्तींची नोकरासह तपासणी करण्यात यावी. कृत्रिम प्रतिकारशक्ती येण्यासाठी बी.सी.जी. लस देण्यात येते. भारतात सर्वच मुलांना बी.सी.जी. लस (Cell Mediated responses) दिली जाते. बी.सी.जी. दिल्याने पेशी जागृत होऊन प्रतिकारशक्ती येते बी.सी.जी. ५० ते ८०टक्के खात्रीलायक आहे. निदान गंभीर

क्षयरोगाला तरी प्रतिबंध केला जातो.

ट्यूबरक्यूलीन चाचणी – या चाचणीचा शोध वोन परिक्वेट यांनी १९०७ मध्ये लावला. ही चाचणी पॉझिटीव्ह याचा अर्थ पूर्वी किंवा सध्या मायकोबॅक्टेरीयम ट्यूबरकल जंतूचा संसर्ग झाला आहे. या चाचणीवरून संसर्गाचे लोकसंख्येतील प्रमाण समजू शकते. सध्या तीन प्रकारच्या चाचण्या केल्या जातात – १) मॉन्टाक्स (Montoux) २) हीफ (Heaf) ३) टीने मल्टीपल पंक्चर टेस्ट (Tine multiple puncture test).

दोन मुख्य ट्यूबरक्यूलीन अॅन्टिजन्स वापरली जातात.

१) ओल्ड ट्यूबरक्यूलीन (O.T.)

२) प्यूरीफाईड प्रोन्टीन डेरीव्हेटीव्ह (PPD)

मात्रा - भारतात १ टीथू (०.०१ मिली) मात्रा देतात. मात्रा जास्त झाल्यास चुकीची अधिक प्रमाणात रिअॅक्शन येऊ शकते.

मॉन्टाक्स टेस्ट हातावर पुढील बाजूस अंतस्थ त्वचेत केली जाते. ७२ तासांनी रिअॅक्शन पाहिली जाते. ५ मि.मी.पेक्षा कमी फुगीरपणा असल्यास चाचणी निगेटीव्ह. १० किंवा १० मि.मी.पेक्षा जास्त असल्यास पॉझिटीव्ह येते. बी.सी.जी. दिले असेल तर ही चाचणी पॉझिटीव्ह येते. चाचणी पॉझिटीव्ह असल्यास क्षयरोगाचा दाह शरीरात असल्याचे सूचित मानले जाते. ट्यूबरक्यूलीन चाचणी रिअॅक्शनवरून रोगनिदान करताना अनेक गोष्टी लक्षात घेऊनच तज्ज्ञ ठरवितात.

प्रायमरी कॉम्प्लेक्स

लहान मुलांना क्षयरोगाच्या जंतूचा संसर्ग झाल्यानंतर येणारी रिअॅक्शन म्हणजे 'प्रायमरी कॉम्प्लेक्स' होय. याला लहान मुलांतील 'क्षयरोग' असेही म्हणतात.

यामध्ये विशिष्ट अशी लक्षणे न दिसता संसर्ग कमी होतो. जंतूचे प्रमाण व ताकद कमी असून मुलाची प्रतिकारशक्ती चांगली असेल, तर संसर्गानंतर दाह वाढत नाही, पण दाह होऊन बरा झाल्याचा व्रण फुप्फुसात राहतो. या व्रणाला 'घोन्स लिझन' असे म्हणतात. हे निदान ट्यूबरक्यूलीन चाचणी केली तरच होऊ शकते. फुप्फुसामध्ये दाह झाल्याठिकाणी व जवळच्या लसग्रंथीमध्ये कालसिफिकेशन झालेले आढळते. जवळजवळ ९५ टक्के मुलांमध्ये प्रायमरी कॉम्प्लेक्स अशा रीतीने बरा होतो. तीन वर्षांखालील अशा मुलांना दुष्परिणाम टाळण्यासाठी आय.एन.एच. सहा महिने देण्यात यावे असे काही बालरोग तज्ज्ञांचे मत आहे.

५ टक्के मुलांमध्ये रोग बळावतो व लक्षणे दिसू लागतात. त्यांच्यामध्ये रोगाची प्रगती पुढीलप्रमाणे होते –

चिन्हे व लक्षणे : क्षयरोगाच्या जंतूचा संसर्ग झाल्यानंतर इतर सांसर्गिक रोगाप्रमाणे

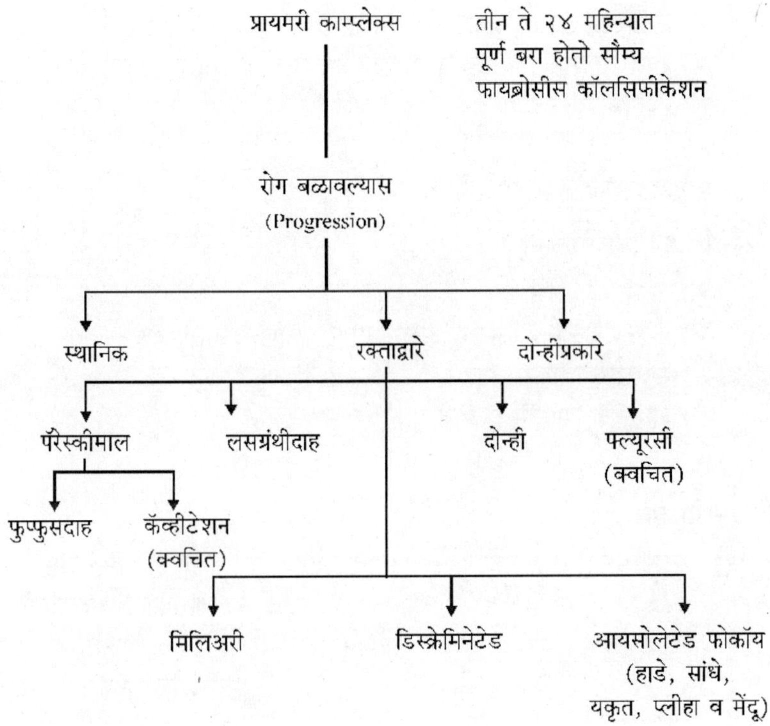

लगेच लक्षणे दिसत नाहीत. बऱ्याच काळानंतर लक्षणांची सुरुवात होते. साधारण ६ आठवडे ते ३ महिने, त्यापेक्षा जास्त काळही लागतो.

१) सतत ताप

२) खोकला

३) वजन कमी होते.

४) वरचेवर श्वसनदाह

५) अतिशय थकवा, उत्साह वाटत नाही.

६) मुलांमध्ये गोवर किंवा डांग्या खोकला या आजारानंतर रोग बळावतो.

७) मानेतील लसग्रंथी सुजतात.

त्यानंतर शरीरातील इतर अवयवांमध्येही दाह पसरतो. उदा. मेंदू व मज्जारज्जू आवरणे, प्लीहा, उदर पोकळीतील इंद्रिये व त्यानुसार लक्षणे दिसू लागतात.

रोगनिदान

१) ट्यूबरक्यूलीन / मॉन्टाक्स चाचणी.

२) रक्त तपासणी – पांढऱ्या पेशींचे प्रमाण वाढते. इ.एस.आर. वाढते.

३) छातीचा क्ष-किरण

४) मेंदू आवरणदाह – लंबर पंक्चर करून सी.एस.एफ. तपासणी

५) जठरस्राव – ए.एफ.बी. तपासणी

प्रतिबंधक उपाययोजना

१) बी.सी.जी. लसीकरण.

२) प्रौढ पॉझिटीव्ह रुग्णांचे अलगीकरण व पूर्ण औषधोपचार.

३) स्वच्छता, सकस आहार.

४) शारीरिक, मानसिक आरोग्य.

५) प्रतिबंधक औषधोपचार.

औषधोपचार

१)	स्ट्रेप्टोमायसिन सल्फेट	– स्नायूमध्ये	– २० ते ४० मिलीग्रॅम प्रत्येक किलो वजनामागे
२)	आय.एन.एच.	– तोंडाने	– ५ ते १० मिलीग्रॅम प्रत्येक किलो वजनामागे
३)	रिफॉमायसीन	– तोंडाने	– १० ते १५ मिलीग्रॅम प्रत्येक किलो वजनामागे
४)	पायराझिनामाईड	– तोंडाने	– २५ ते ३० मिलीग्रॅम/ किलो वजनास

सध्या ही औषधे वापरली जातात. यापूर्वी पास, केनामायसिन इत्यादी औषधे वापरली जात असत.

या आजारात एका वेळी एकापेक्षा जास्त औषधे दिली जातात. या औषधांना 'ॲन्टिट्युबरक्युलीन' औषधे असे म्हणतात. औषधोपचाराचा कालावधी हा वेळोवेळी तपासण्या करून व रुग्णाच्या प्रकृतीमध्ये होणाऱ्या सुधारणांवरून ठरविला जातो. सर्वसाधारण सहा महिन्यांपासून दीड वर्षापर्यंत कालावधी असू शकतो. या औषधाबरोबर लक्षणांसाठी औषधे, लोह, जीवनसत्त्वे व भूक वाढविणारी औषधे दिली जातात. औषधोपचाराबरोबर सकस आहार की, ज्यामध्ये उष्मांक व प्रथिने जास्त आहेत असा आहार दिला जातो. सर्वसाधारण बालकांना घरी औषधोपचार दिले जातात, पण गंभीर दुष्परिणाम असल्यास बालकाला रुग्णालयात दाखल करून घेतले

जाते. त्याची प्रकृती सुधारल्यानंतर घरी औषधोपचार चालू ठेवले जातात.

परिचर्या : गंभीर स्थितीत बालक असल्यास त्याला सर्व तात्कालिक शुश्रूषा देऊन बाळाला दुष्परिणाम होणार नाहीत यासाठी निरीक्षण करावे. सर्वसाधारण स्थिती असल्यास बाळाला विश्रांती, आहार याबरोबर त्याची सर्वसाधारण परिचर्या घ्यावी. वैयक्तिक स्वच्छता, आरामस्थिती, झोप याकडे लक्ष द्यावे. बाळाला शुद्ध ताजी हवा मिळले तसेच श्वसनास त्रास होत असल्यास बॅकरेस्ट देऊन अर्धवट बसत्या स्थितीमध्ये आराम व श्वसनास सोपे जाईल याकडे लक्ष द्यावे.

रुग्णाचा जठरस्त्राव / बडका जंतुविरहित करून योग्य विल्हेवाट लावावी.

आहार सकस, भूक वाढविणारा, प्रथिने व उष्मांक जास्त असलेला असावा. बाळाला एकावेळी थोडा, पण जास्त वेळा आहार द्यावा. आवडणारे पदार्थ की जे सकस आहेत ते द्यावेत. बाळ पुरेसा आहार घेते की नाही हे पाहावे.

बाळाला वयोमानानुसार खेळणी, पुस्तके देऊन बिछान्यातच रमवावे म्हणजे बाळ दमणार नाही.

सर्वसाधारण बाळांना घरीच औषधोपचार दिले जातात म्हणून पालकांना वरील गोष्टी समजावून सांगून त्याप्रमाणे त्याची काळजी घेण्यात येईल याकडे लक्ष द्यावे.

ठराविक कालावधीनंतर बालकाला डॉक्टरांना दाखवून त्याच्या प्रकृतीत किती सुधारणा झाली, हे तपासण्या करून पुढील औषधोपचार ठरविले जातात. त्यानुसार पालकांना सल्ला द्यावा. अशा रुग्णांना कार्ड देऊन त्यावर सर्व नोंदी वेळोवेळी केल्या जाव्यात. इतर सर्व परिचर्या सर्वसाधारण आजाराप्रमाणे घेण्यात यावी.

□□□

प्रकरण १७

रुधिराभिसरण संस्था : हृदयरोग

□ जन्मजात हृदयरोग □ हृदय शस्त्रक्रिया □ हृदयपात □ हृदयदाह – बॅक्टेरियल इन्डोकार्डायटिस □ संधिवात ज्वर व त्यामुळे होणारे हृदयरोग, □ कोरिया

लहान मुलांमध्ये हृदयाचे अनेक विकार आढळून येतात. हृदय हे महत्त्वाचे इंद्रिय असल्याने, हृदयरोग असलेल्या बालकाची विशेष काळजी घ्यावी लागते. बालकामध्ये खालील प्रकारचे हृदयरोग आढळतात.

हृदयरोगाचे प्रकार (Types of Heart Diseases)

१) जन्मजात हृदयरोग (Congenital Heart Dieases)

२) हृदयामध्ये जंतू किंवा विषाणूचा संसर्ग झाल्याने होणारे रोग.

३) कोलॅजेने डिसीजीस (Collagen Diseases), ऱ्हुमॅटिक फीव्हर (Rhumatic Fever).

जन्मजात हृदयरोग (Congenital Heart Diseases)

जन्मजात रोग समजण्यासाठी गर्भाचे अभिसरण व त्याच्या अभिसरणातील चार तात्पुरत्या रचना व जन्मानंतर या रचनांमध्ये होणारे बदल लक्षात घेतले पाहिजेत.

गर्भाचे सर्व अवयव पहिल्या तीन महिन्यांतच तयार होतात. गर्भाचे अवयव तयार होताना विकृती निर्माण होते व त्या अवयवाचे कार्य स्वाभाविकरीत्या होत नाही. हृदयाची रचना स्वाभाविक न झाल्यास त्याच्या कार्यामध्ये बिघाड निर्माण होतो. हृदयाच्या रचनेत गंभीर स्वरूपाची विकृती असल्यास, कार्यामध्ये दोषही गंभीर स्वरूपाचे निर्माण होतात व मृत बालक जन्माला येऊ शकते किंवा जन्मानंतर थोड्या कालावधीतच मृत्युमुखी पडते. काही विकृती अशा असतात की, हृदयाचे काम स्वाभाविकरीत्या चालू राहण्यामुळे त्याच्यामध्ये बिघाड निर्माण होतो. मूल जिवंत असते, पण हृदयाच्या अस्वाभाविक कार्यामुळे चिन्हे व लक्षणे दिसू लागतात.

दुसरे म्हणजे, गर्भाची फुप्फुसे व आतडी प्रौढाप्रमाणे कार्यक्षम असत नाहीत. त्यांची कार्ये वारेमार्फत केली जातात. मातेच्या रक्तातून ऑक्सिजन व पोषक द्रव्ये गर्भाला पुरविली जातात आणि त्याचसाठी गर्भाच्या अभिसरणात चार तात्पुरत्या रचना असतात. जन्मानंतर बाळ रडते व फुप्फुसे प्रसरण पावतात. त्यांचे अभिसरण सुरू होते. या अभिसरणासाठी गर्भावस्थेतील हृदयछिद्र (Foramen Ovale) संयोग धमनी (Ductus Arteriosus) व संयोगशीर (Ductus Venosus) यांची गरज नसल्याने या हळूहळू बंद होतात. हृदयछिद्र तीन महिन्यांनंतर पूर्णपणे बंद होते. गर्भावस्थेतील या रचना जन्मानंतर स्वाभाविकरीत्या बंद न झाल्यास किंवा त्यांचे स्वाभाविकरीत्या बदल न झाल्यास बालकाच्या अभिसरणामध्ये दोष निर्माण होतात व बाळामध्ये विकार दिसून येतात.

जन्मजात हृदयरोगाचे प्रकार (Types of Congenital Heart diseases)

याचे मुख्य दोन प्रकार पडतात : १) निलांगावस्थेशिवाय (Acyanotic) २) निलांगावस्थेसह (Cyanotic).

१) निलांगावस्थेशिवाय असणारे जन्मजात हृदयरोग

अ) पेटंट डक्टस आरटेरिओसस (Patent ductus Arteriosus) ब) कोआर्कटेशन ऑफ एऑर्टा (Coarctation of the Aorta) क) व्हेंट्रिक्युलर सेप्टल डिफेक्ट ड) ॲट्रियल सेप्टल डिफेक्ट (Atrial Septal Defect) इ) एऑर्टिक स्टेनोसिस (Aortic Stenosis) ई) मायट्रल स्टेनोसिस (Mitral Stenosis).

२) निलांगावस्थेसह असणारे जन्मजात हृदयरोग

अ) फेलॉटस टेट्रॉलॉजी (Fallot's Tetralogy) ब) ट्रान्सपोजिशन ऑफ ग्रेट व्हेसल्स (Transposition of the Great Vessels).

प्रमाण (Incidence) : सर्वसाधारणपणे १००० मध्ये ८ बालकांना जन्मजात हृदयरोग असतो. निलांगावस्थेशिवाय हृदयरोगाचे प्रमाण निलांगावस्थेसह हृदयरोगापेक्षा जास्त आहे. व्हेंट्रिक्युलर सेप्टल डिफेक्टचे इतर हृदयरोगापेक्षा प्रमाण जास्त आहे.

कारणे (Causes) : १) आनुवंशिक जेनेटिक (Genetic) : रंगसूत्रे विकृतीमुळे एखाद्या कुटुंबामध्ये अनेक मुलांमध्ये जन्मजात हृदयरोग आढळतात. २) गर्भाला ऑक्सिजनची कमतरता झाल्यास एम्ब्रिओला ऑक्सिजनचा पुरेसा पुरवठा न झाल्यास (Hypoxia at Embryonic Stage). ३) गरोदर स्त्रीला पहिल्या तीन महिन्यांत जर्मन मिझल्सचा संसर्ग झाल्यास. ४) गरोदरपणाच्या सुरुवातीच्या काळात काही औषधे घेतल्यास. उदा. ॲन्टिकल्व्हलसन्ट (Anticonvulsants) व मद्यसेवन. ५) गरोदरपणाच्या सुरुवातीच्या काळात क्ष-किरणांच्या (Radition)

संपर्कात आल्यास. ६) जीवनसत्त्वांची कमतरता (Vitamin Deficiency). ७) सगर्भापस्मार (Eclampsia).

पेटन्ट डस्टस आरटेरिओसस (Patent Ductas Arteriosus)

गर्भाच्या रक्ताभिसरणासाठी संयोग धमनीची (Ducts Arteriosus) गरज असते. मूल जन्मल्यानंतर हे बंद होते; पण काही बालकांमध्ये हे बंद होत नाही. हे बंद न होण्याचे नक्की कारण समजू शकले नाही; पण संशोधनामध्ये असे आढळले आहे की, गर्भावस्थेत व जन्मानंतर बालकाला ऑक्सिजनची कमतरता झाल्यास संयोगधमनी स्वाभाविकरीत्या बंद होत नाही. याचे प्रमाण मुलांपेक्षा मुलींमध्ये जास्त आहे. ते १:२ प्रमाण असू शकते.

डाव्या जवनिकेमधील शुद्ध रक्त महाधमनीमध्ये टाकले जाते. या रक्ताचा दाब फुफ्फुस धमनीतील रक्तापेक्षा फारच जास्त असतो. संयोग धमनी आणि हृदयाचे उत्क्षेपण (Cardiac Output) वाढते. हृदय उत्क्षेपण कायम ठेवण्यासाठी डाव्या जवनिकेला जास्त ताण पडतो व हृदयपात (Heart Failure) होऊ शकतो.

बालकाच्या जन्मानंतर पहिल्या चार महिन्यांत विशेष चिन्हे दिसत नाहीत; कारण संयोग धमनी पूर्णत: बंद होण्यास चार महिने लागतात. पण नंतरच्या काळात चिन्हे दिसू लागतात. मुलांमध्ये कंजेस्टिव्ह कार्डियाक फेल्युअरचे हे एक कारण असू शकते. यामध्ये मुलाची वाढ खुंटते. वरचेवर श्वासमार्गाचा दाह होतो, भूक मंदावते. साधारणपणे ३ ते ४ वर्षे वयात रोगनिदान होते. मुलाला काही कारणाने तपासताना डॉक्टरांना हृदयध्वनीमध्ये मरमर (Murmur) ऐकू आल्याने पुढील तपासणी करून निश्चित रोगनिदान केले जाते.

अशा बालकाची शस्त्रक्रिया करून संयोगधमनी बंद केली (Ligation of the Patent Ductus) जाते. ही शस्त्रक्रिया थोरॅकोटॉमी करून केली जाते.

२) कोआर्कटेशन ऑफ एऑर्टा

'कोआर्कटेशन' म्हणजे निमुळता. या बालकामध्ये महारोहिणीची कमान अतिशय अरुंद असते. या विकृतीबरोबर हृदयातील इतर विकृतीही असतात. क्वचितच फक्त कोआर्कटेशन ही विकृती आढळते. यामुळे महारोहिणीच्या खालील शाखांमध्ये रक्तप्रवाह कमी पडतो. शरीराच्या खालील भागामध्ये कमी पडणारा रक्तप्रवाह भरून काढण्यासाठी इंटरकॉस्टल व इतर रोहिण्या मोठ्या होतात. या छातीवर दिसू शकतात. दंडातील रक्तदाब वाढलेला असतो, तर पायातील कमी झालेला असतो. हृदयाचे उत्क्षेपण वाढविण्यासाठी, हृदयस्नायू आवरण जास्त कार्य करते व हृदयस्नायू आवरण विस्तृत होते. मानेतील कॅरॉटिक धमनी व गळपट्टीच्या हाडावरील सबक्लॅव्हिन धमनीची नाडी चांगली लागते; पण उरूधमनी नाडी कमजोर व उशिरा

लागते. यामुळे अर्भक व शिशूंमध्ये कंजस्टिव्ह कार्डियाड फेल्युअर दिसून येतो. निदान छातीचा क्ष-किरण व अँजिओकार्डिओग्राम (Angiocardiogram) करून निश्चित करता येते.

बाळ कंजेस्टिव्ह कार्डियाक फेल्युअरमध्ये जाऊ नये, म्हणून वैद्यकीय उपचार व गेल्यास योग्य उपचार करून बाळाचा जीव वाचविला जातो. शस्त्रक्रिया करून महारोहिणीचा निमुळता भाग काढून टाकतात व महारोहिणी (Resection of Coarcted Area and Anastomosis) जोडली जाते. शस्त्रक्रिया १० ते १२ वर्षांनंतर केली जाते; पण त्यापूर्वी बालकाच्या जीविताला धोका असल्यास लवकरही केली जाते. शस्त्रक्रिया कधी करावी हे डॉक्टर व त्या बालकाची स्थिती यावर अवलंबून असते. शस्त्रक्रिया यशस्वी झाल्यास भवितव्य चांगले आहे. रक्ताभिसरण स्वाभाविकरीत्या होते. रक्तदाब स्वाभाविक प्रमाणात असतो व मूल स्वाभाविकरीत्या जीवन जगू शकते.

३) व्हेंट्रिक्युलर सेप्टल डिफेक्ट (Ventricular Septal Defect)

हृदयाच्या उजव्या व डाव्या जवनिकांमध्ये छिद्र असते. हे छिद्र कोणत्या आकाराचे आहे, यावर चिन्हे व लक्षणे सौम्य किंवा गंभीर असतात. छिद्र जर लहान असेल तर विशेष चिन्हे दिसून येत नाहीत. फक्त तपासताना सिस्टॉलिक हार्ट मरमर ऐकू येतात. उपचाराविना आपोआपही छिद्र बंद होऊ शकते.

छिद्र मोठे असल्यास डाव्या जवनिकेतील रक्ताचा दाब जास्त असल्यामुळे डावी जवनिका आकुंचन पावल्यानंतर या छिद्रातून रक्त उजव्या जवनिकेत येते व उजव्या जवनिकेवर जास्त ताण पडतो व ती विस्तार पावते. या बालकामध्ये लक्षणे गंभीर स्वरूपाची असतात. बालकाला धाप लागते. वरचेवर श्वासमार्गाचा दाह होतो. दूध देताना बाळ गुदमरण्याची शक्यता असते. बालकाची वाढ खुंटते. बाळ वैद्यकीय उपचाराखाली ठेवावे लागते. संसर्ग होऊ नये म्हणून काळजी घ्यावी. सकस आहार देऊन त्याची वाढ जास्तीत जास्त चांगली होण्यासाठी प्रयत्न करावेत. या बालकाला लवकरात लवकर शस्त्रक्रियेची गरज असते. शस्त्रक्रिया करून छिद्र बंद (Repair of Septal Defect) केले जाते. शस्त्रक्रियेच्या वेळी बाळाचे रक्ताभिसरण हार्ट लंग मशीनच्या (Heart Lung Machine) साहाय्याने चालू ठेवले जाते. शस्त्रक्रिया यशस्वी झाली तरी नंतरच्या गुंतागुंतीमुळे भवितव्य तितकेसे चांगले नसते.

ॲट्रियल सेप्टल डिफेक्ट (Atrial Septal Defect)

उजव्या व डाव्या कर्णिकांमध्ये छिद्र असते. त्याला ॲट्रियल सेप्टल डिफेक्ट असे म्हणतात. यामुळे डाव्या कर्णिकेतील रक्त उजव्या कर्णिकेमध्ये येते व उजव्या जवनिकेतून बाहेर टाकल्या जाणाऱ्या रक्ताचे प्रमाण वाढते. यामुळे फुफ्फुसधमनीवर

जास्त ताण पडतो व ती फुगते. या बालकामध्ये फुफ्फुसधमनीच्या ठिकाणी सिस्टालिक मरमर ऐकू येतात. यावरून निदान करण्यास मदत होते. बाळ निलांगावस्थेत जाते. हे बाळ थोड्याशा हालचालीने थकते. वरचेवर फुफ्फुसदाह होतो, ऱ्हुमॅटिक फीव्हरची लक्षणे दिसू लागतात.

बाळ वैद्यकीय देखरेखीखाली ठेवले जाते. लक्षणांनुसार उपचार केले जातात. प्रतिबंधक उपाय म्हणून जंतुजीवनाशक द्रव्ये दिली जातात. क्लोज किंवा ओपन हार्ट सर्जरी करून छिद्र बंद केले जाते. त्याला 'रिपेअर ऑफ सेप्टल डिफेक्ट' असे म्हणतात.

५) एऑर्टिक स्टेनोसिस (Aortic Stenosis)

महाधमनीच्या तोंडाशी तीन अर्धचंद्रकाकृती चकत्यांची झडप असते; त्यामुळे डाव्या जवनिकेतून महाधमनीत गेलेले रक्त पुन्हा परतू शकत नाही. डावी जवनिका आकुंचन पावली की, ही झडप उघडते व जवनिकेतील रक्त महाधमनीत जाते. ही झडप जाड झाल्यास त्याला 'एऑर्टिक स्टेनोसिस' असे म्हणतात. यामुळे महाधमनीची पोकळी अरुंद होते व डाव्या जवनिकेतील रक्त महाधमनीस जाण्यास अडथळा निर्माण होतो. डावी जवनिका पूर्णपणे रक्त बाहेर टाकण्याचा अयशस्वी प्रयत्न (Hypertrophy of the left Ventricle) करते व ती विस्तृत होते. स्टेनोसिस असेल तर व्हालवॉटॉमी (Valvotomy) करून पोकळी रुंद केली जाते. ही शस्त्रक्रिया ओपन हार्ट सर्जरी करून केली जाते.

६) मायट्रल स्टेनोसिस (Mitral Stenosis)

मायट्रल स्टेनोसिस जन्मजात असू शकते किंवा नंतरही होऊ शकते. मायट्रल किंवा द्विदली झडप जाड होते, त्याला मायट्रल स्टेनोसिस असे म्हणतात. यामुळे डाव्या कर्णिकेतील रक्त डाव्या जवनिकेत जाण्यास अडथळा निर्माण होतो. बालकाला धाप लागते, वरचेवर श्वासमार्गाचा दाह होतो. हार्ट लंग मशीन किंवा कार्डियाक बाय-पास मशीनच्या (Cardiac By-pass Machine) साहाय्याने ओपन हार्ट सर्जरी केली जाते.

स्वाभाविक हृदय
आकृती क्र. ३०

७) फेलॉटस् टेट्रॉलॉजी (Fallot's Tetralogy)

या जन्मजात हृदयरोगामध्ये चार विकृती असल्याने हृदयाच्या कार्यात जास्तच अस्वाभाविकता निर्माण होते. या विकृती खालीलप्रमाणे –

१) पल्मोनरी स्टेनोसिस (Pulmonary Stenosis). २) व्हेंट्रियुक्लर सेप्टल डिफेक्ट (Ventricular Septal Defect) ३) डेक्स्ट्रॉपोजिशन ऑफ एआर्टा (Dextroposition) ४) उजव्या जवनिकेची विकृत वृद्धी (Hypertrophy of the Right verticle).

चिन्हे व लक्षणे : १) उजव्या जवनिकेमधून रक्त महाधमनीमध्ये गेल्याने बालकामध्ये निलांगावस्था असते. २) थोड्याशा श्रमाने बाळाला धाप लागते व

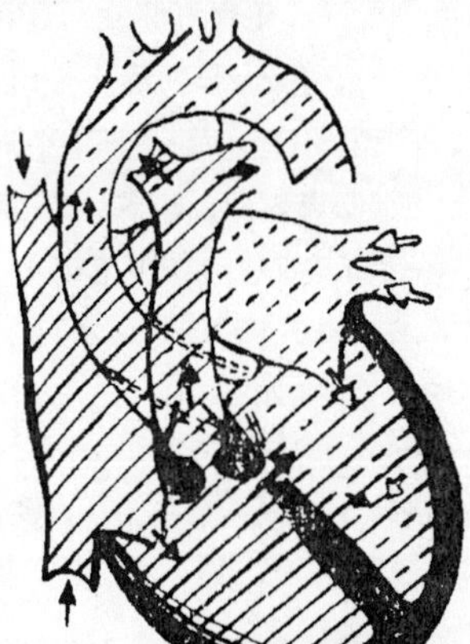

आकृती क्र. ३१

निलांगावस्थाहम वाढते. बाळाचे नाक, ओठ, कान, हातापायांची बोटे व नखे निळसर दिसतात. ३) क्लबिंग ऑफ द फिंगर्स (Clubbing of the Fingers) बोटांची शेवटची कांडे फुगीर होतात. ४) गंभीर अवस्थेत बाळ गुदमरते व गंभीर निलांगावस्थेत जाते. हवेसाठी भुकेलेले असते. बेशुद्धावस्थेत जाते व आकडीही येते. ५) शारीरिक व मानसिक वाढ खुंटते. ६) बाळाला 'नी चेस्ट पोझिशन' (Knee Chest Position) किंवा उकिडवे बसवल्यास श्वसनाचा त्रास कमी होतो. मोठे मूल खेळताना मध्ये उकिडवे बसून विश्रांती घेते. यावरूनही बऱ्याच वेळा निदानास मदत होते.

शस्त्रक्रिया करून व्यंग दुरुस्त केले जाते. कोणत्या वयात शस्त्रक्रिया करावी, हे मुलाच्या स्थितीवर अवलंबून असते. काही मुलांमध्ये, विशेषत: गंभीर विकृती असणाऱ्या मुलांमध्ये, तात्पुरती शस्त्रक्रिया केली जाते. वॉटरस्टोन्स ऑपरेशन करून (Water ston's Operation) फुफ्फुसधमनी महाधमनीला जोडली जाते. ब्लालॉक टॉसिंग ऑपरेशन करून सबस्लॅव्हियन धमनी फुफ्फुसधमनीला जोडली जाते.

या शस्त्रक्रिया करून बालकाची प्रकृती सुधारली जाते व बाळ मोठे झाल्यानंतर मोठी शस्त्रक्रिया करून विकृती दुरुस्त (Repair of A namalise) केल्या जातात.

८) ट्रान्सपोजिशन ऑफ ग्रेट आर्टरीज (Transposition of Great Arteries)

यामध्ये महाधमनी डाव्या जवनिकेतून उगम पावण्याऐवजी उजव्या जवनिकेतून उगम पावते. फुप्फुसधमनी उजव्या जवनिकेतून उगम पावण्याऐवजी डाव्या जवनिकेतून उगम पावते.

या विकृतीमुळे नवजात बालकात २४ तासांत लक्षणे दिसू लागतात. शस्त्रक्रिया केल्यास बालकाचा जीव वाचू शकतो; पण जर शस्त्रक्रिया लवकर केली नाही तर काही आठवड्यांतच बालकाचा मृत्यू होण्याची शक्यता असते. ही विकृती पूर्णपणे नाहीशी करणे अजून तरी शक्य झाले नाही. परंतु रॅशकाईड बलून ॲट्रिकल सेप्टोस्टॉमी करून उजव्या-डाव्या कर्णिकेतील रक्तदाब सारखा राखण्याचा प्रयत्न केला जातो. ही शस्त्रक्रिया दोन महिन्यांच्या आत करावी लागते.

रोगनिदान : जन्मजात हृदयरोग हे हृदय व महाधमनी यातील विकृतीमुळे होतात. बालकामध्ये दिसणाऱ्या चिन्हे व लक्षणांवरून रोगनिदानास मदत होते; पण निश्चित कोणता हृदयरोग आहे, हे समजण्यासाठी खालील तपासण्या केल्या जातात.

१) बालकाची जन्मापासूनची माहिती (History), २) चिन्हे व लक्षणांचे काळजीपूर्वक निरीक्षण (Clinical Observation), ३) क्ष-किरण (X-ray), ४) इलेक्टॉकार्डिओग्रॅम (Electrocardiogram), ५) कार्डियाक कॅथेटरायझेशन (Cardiac Catheterization), ६) अँजिओग्राफी (Angiography).

या तपासण्या कशा केल्या जातात व त्यांची निदानास कशी मदत होते.

क्ष-किरण (X-ray) : यावरून हृदयाचा आकार स्वाभाविक आहे किंवा नाही हे समजते. तसेच आकुंचन-प्रसरणाच्या वेळी हृदयाच्या आकारातील अस्वाभाविकता समजू शकते.

कार्डियाक कॅथेटरायझेशन (Cardiac Catheterization)

१९२९ मध्ये प्रथम ही तपासणी केली गेली. बालकाला झोपेचे औषध देऊन झोपविले जाते. क्ष-किरण अपारदर्शक (Radio Opaque Catheter) विशेष नळी कोपरातील नीलेमधून (Cubital) किंवा फिमोरल व्हेन (Femorol Vein) मधून ऊर्ध्व महाशिरेतून (Superior Vena Cava), उजव्या कर्णिकेत, उजव्या जवनिकेत आणि फुफ्फुस धमनीत घालून, त्या ठिकाणचा दाब मोजला जातो. ऑक्सिजनचे प्रमाण पाहण्यासाठी रक्त घेतले जाते. उजवी कर्णिका, उजवी जवनिका व फुप्फुस धमनीमधील रक्तदाब व त्या त्या ठिकाणचे ऑक्सिजनचे प्रमाण यावरून डॉक्टरांना

रोगनिदानास मदत होते व निश्चित विकृती किंवा हृदयरोग समजू शकतो. ही नळी क्ष-किरणाखाली घातली जाते, म्हणजे ती दिसू शकते. ही तपासणी अतिशय काळजीपूर्वक करावी लागते. कारण यामध्ये बालकाच्या जीविताला धोका निर्माण होऊ शकतो. यासाठी विशेष तज्ज्ञ व विशेष सोय असलेल्या विभागाची गरज असते. ही तपासणी चालू असताना इलेक्ट्रोकॉर्डिओग्राम घेऊन नोंदी केल्या जातात की, ज्यामुळे हृदयाची प्रतिक्रिया चटकन लक्षात येते. नळी हृदयाच्या पोकळीत घालताना हृदयाच्या कार्यात अनियमितता जर दिसून आली, तर लगेच ही तपासणी थांबविली जाते व नळी काढली जाते.

ही तपासणी करण्यापूर्वी मूल मोठे असल्यास त्याला समजावून सांगावे. परिचारिकेने बालकाजवळ थांबून त्याला धीर द्यावा व बालकाला शांत ठेवण्यास मदत करावी. बालकाचे काळजीपूर्वक निरीक्षण करावे व अस्वाभाविकता लगेच डॉक्टरांच्या लक्षात आणून द्यावी. तपासणीनंतर बाळाचे तपमान, नाडी, श्वसन व रक्तदाब वरचेवर घेऊन नोंद करावी. बाळ शॉकमध्ये जाणार नाही याची काळजी घ्यावी. बाळाला शांत ठेवून आराम मिळेल याकडे लक्ष द्यावे. २४ ते ४८ तासांनंतर बाळाला हालचाल करण्यास हरकत नाही. ज्या ठिकाणाहून नळी घातली, त्या ठिकाणच्या जखमेची काळजी घ्यावी, ड्रेसिंग करावे.

अँजिओकार्डिओग्राफी (Angiocardiography)

विकृती निश्चित कुठे आहे, समजू शकते. व्हेनमध्ये कॅथेटरमधून रेडिओ ओपेक डाय रक्ताभिसरणामध्ये घातला जातो. क्ष-किरण घेतल्यास हृदयामध्ये डायला अडथळा कुठे येतो किंवा अस्वाभाविक छिद्र असल्यास क्ष-किरणामध्ये लगेच दिसू शकते. ही तपासणी कार्डियाक कॅथेटेरायझेशनबरोबरच करतात.

या तपासण्यांशिवाय हृदयध्वनीच्या नोंदी करण्यासाठी फोनोकार्डिओग्राफी (Phonocardiography) केली जाते.

मूल जर मोठे असेल तर त्याची व्हायटल कपॅसिटी किती आहे हे ठरविण्यासाठी बालकाला काही ठराविक व्यायाम करण्यास सांगून त्याला तो व्यायाम किती सहन होतो, म्हणजे बाळ किती प्रमाणात व्यायाम करू शकते हे पाहिले जाते. बालकाला हृदयरोग सौम्य किंवा गंभीर आहे यावर व्यायाम सहन करण्याची ताकद बालकात असते. ठराविक व्यायामानंतर बालकाच्या मेंदूला ऑक्सिजन पुरवठा कमी झाल्यामुळे चक्कर येऊ शकते, यावरून बालकाने कोणत्या हालचाली करू नयेत व त्याने कधी विश्रांती घ्यावी, हे सांगितले जाते. याला Vital Capacity असे म्हणतात.

उपचार : जन्मजात हृदयरोगामध्ये शस्त्रक्रियेचा उपयोग होतो; पण शस्त्रक्रिया

करण्यापूर्वी सर्वसाधारण उपचार घ्यावेत – १) बाळ गुदमरते, धाप लागते व निलांगावस्थेमध्ये जाते. यासाठी बाळाला विश्रांतीची गरज असते. बाळ बिछान्यात झोपून राहत नाही. यासाठी त्याला बिछान्यात बैठे खेळ खेळण्याची सवय करावी. २) शारीरिक ताण पडेल अशी हालचाल किंवा खेळ खेळू देऊ नयेत. ३) बाळाला सर्दी-पडसे वरचेवर होते म्हणून त्याला संसर्ग होऊ नये याची काळजी घ्यावी व झाल्यास लगेच जंतुजीवनाशक द्रव्ये सुरू करावीत. ४) बालकाची वाढ खुंटण्याची शक्यता असते. अशा बालकाला सकस व एका वेळी थोडा, पण वरचेवर आहार देऊन त्याचे आरोग्य जास्तीत जास्त चांगले राखावे. ५) हृदयाच्या स्पंदनाचा वेग वाढल्यास डिजिटेलीज सुरू करतात. ६) लक्षणांनुसार उपचार करावेत. हे बालक वैद्यकीय देखरेखीखाली असावे. ठराविक दिवसांतून डॉक्टरांनी पाहिले पाहिजे. ७) निलांगावस्थेत बाळाला 'नी चेस्ट' स्थिती (Knee Chest Position) द्यावी. गंभीर असल्यास कृत्रिमरीत्या ऑक्सिजन द्यावा. ८) विपरीत परिणाम बॅक्टेरियल इन्डोकार्डायटिस व बाळ कंजेस्टिव्ह कार्डियाक फेल्युअरमध्ये जाऊ नये म्हणून काळजी घ्यावी. ९) निलांगावस्थेसह हृदयरोगात हिमोकॉन्सेन्ट्रेशन होऊ नये म्हणून या बालकाला जलकमतरता (Dehydration) होऊ देऊ नये. १०) या बालकाची शाळा वरचेवर चुकते. अशा बालकांसाठी शाळेत विशेष सवलत असावी, तसेच शिक्षकांचे विशेष लक्ष असावे. अशा बालकाला दिवसभराचे श्रम सहन होत नाहीत. ११) मूल मोठे झाल्यावर त्याने मध्ये कशी विश्रांती घ्यावी हे शिकवावे. तसेच त्याला सहन होईल असेच खेळ खेळावेत. १२) शस्त्रक्रियेसाठी बालकाची शारीरिक व मानसिक तयारी करावी. तसेच पालकांची मानसिक तयारी करावी.

हृदय शस्त्रक्रिया (Heart Surgery)

हृदयविकृती कोणती आहे यावर कोणती शस्त्रक्रिया करावी हे आपण त्या त्या विकृतीबरोबर पाहिले आहेच. सध्या उपलब्ध असलेल्या भूल देण्याच्या नवीन पद्धती, पेसमेकर, हॉर्टलंग मशीन, बायपास कार्डियाक मशीन यांच्या साहाय्याने व शरीराचे तपमान कमी करून शस्त्रक्रिया करून अनेक विकृतींमुळे होणारे हृदयरोग बरे केले जातात. या शस्त्रक्रियेमध्ये थोरॅकोटॉमी (Thoracotomy) केली जाते. काही वेळा गरजेनुसार मेडियन स्टेरनोटॉमी (Median Sternotomy) आणि रिसेक्शन ऑफ रिब्ज केले जाते (Resection of Ribs). एक किंवा एकापेक्षा जास्त बरगड्या काढून 'रिपेअर ऑफ डिफेक्ट' केले जाते.

हृदयावरील शस्त्रक्रिया मोठ्या दवाखान्यात, वरील सर्व मशीन असलेल्या सुधारित शस्त्रक्रिया विभागामध्ये केली जाते. यासाठी तज्ज्ञ डॉक्टरांची गरज असते;

तसेच विशेष शिक्षण व कौशल्य असलेल्या परिचारिकांची गरज असते.

शस्त्रक्रियापूर्व काळजी

१) हृदयशस्त्रक्रिया ही बऱ्याच वेळा ठरवून, हृदयरोगांची तीव्र लक्षणे कमी झाल्यानंतर केली जाते. निश्चित निदान करण्यासाठी लागणाऱ्या सर्व तपासण्या केल्या जातात.

२) आई-वडिलांच्या मनाची तयारी करणे हे अतिशय कठीण असते; कारण हृदयाची शस्त्रक्रिया म्हणजे सर्वसाधारण लोकांना अतिशय भीती वाटते. बालकाला पुढील धोके टाळण्यासाठी शस्त्रक्रिया कशी महत्त्वाची आहे, हे पटवून द्यावे. शस्त्रक्रिया झालेली बालके दाखवून त्यांच्या मनाची तयारी करावी. मूल समजण्याइतके मोठे असल्यास त्यालाही समजावून सांगावे. पालकांची लेखी संमती घ्यावी.

३) बालकाला चार-सहा दिवस अगोदर वॉर्डात दाखल केले जाते. त्यामुळे त्याला तेथील वातावरणाची सवय होते. परिचारिका, डॉक्टर्स व इतर कर्मचाऱ्यांची ओळख होते. तसेच शस्त्रक्रियेसाठी आलेली किंवा शस्त्रक्रिया झालेली इतर मुले यांची मैत्री होते. पालकांना राहण्यासाठीही सोय असेल तर परगावच्या लोकांना राहता येते.

४) शस्त्रक्रियेपूर्वी बालकाचे वजन, त्याची नाडी, श्वसन, रक्तदाब रोज घेऊन नोंद करावी. नाडीचा वेग, तालबद्धता, दाब, ताण तसेच श्वसनातील अस्वाभाविकता, आवाज, हृदयाचे ठोके यांचे निरीक्षण करून डॉक्टरांना सांगावे.

५) मुलाला, त्याच्या पालकांना शस्त्रक्रियेनंतर वापरण्यात येणारी साधने टेन्ट, मॉनिटर्स, नळ्या, सिलेंडर, ऑक्सिजन, सलाईन सेट दाखवावेत, म्हणजे नंतर बालक घाबरणार नाही. शस्त्रक्रियेनंतर त्याला ठेवण्यात येणारी इंन्टेन्सिव्ह कोरोनरी केअर युनिट रूम काचेतून दाखववावी म्हणजे शस्त्रक्रियेनंतर त्याला भीती वाटणार नाही.

६) शस्त्रक्रियेपूर्वी रक्तगट, क्रॉस मॅचिंग व रक्तस्राव किती वेळ होतो, ती वेळ, रक्त गोठण्याची (Bleeding Clotting Time) रक्तरंग व रक्तद्रवातील क्षारांचे प्रमाण या रक्ताच्या तपासण्या केल्या जातात. इलेक्ट्रोकॉड्रिओग्राम, क्ष-किरण फोटो घेऊन तयार ठेवले जातात.

७) बाळाला कोणताही संसर्ग नाही, हे पाहूनच दाखल केले जाते. संसर्ग असल्याची शंका असल्यास काही काळापुरती शस्त्रक्रिया थांबविली जाते. संसर्ग पूर्णपणे कमी झाल्यानंतरच शस्त्रक्रिया केली जाते.

८) बाळाला खोल श्वासाचे व्यायाम शिकवून करून घ्यावेत. फिजिओथेरपिस्टने बाळाला हे व्यायाम शिकवून करवून घ्यावेत म्हणजे शस्त्रक्रियेनंतर बालक करू शकेल.

९) शस्त्रक्रियेच्या आदल्या दिवशी चांगली झोप येण्यासाठी झोपेचे सौम्य औषध दिले जाते. उदा. काम्पोज.

शस्त्रक्रियेच्या दिवशी घेण्यात येणारी काळजी : १) बालकाचे अंग साबणपाण्याने स्वच्छ करून घेतले जाते. छाती, पाठ या भागाची विशेष काळजी घेतली जाऊन तो भाग सॅव्हलॉनने पुसून घ्यावा. व्हेनस सेक्शन करून शिरेतून सलाईन देण्यासाठी हाताच्या मनगटाचा व पायाचा, घोट्याचा भागही स्वच्छ केला जातो. २) बालकाला तोंडाने काही देत नाहीत. जठरातून, नाकातून नळी घातली जाते; त्यामुळे उलटी होत नाही व श्वासमार्गात द्रवपदार्थ जाण्याची भीती राहत नाही. पोटफुगीही येत नाही. ३) बाळाचे तपमान, नाडी, श्वसन, रक्तदाब घेऊन नोंद करावी. ४) बाळाला लघवी करण्यास सांगावे. ५) डॉक्टरांच्या सुचनेनुसार शिरेतून सलाईन चालू करण्याची तयारी देऊन त्यांना व्हेनस सेक्शन करण्यात मदत करावी. ६) बाळाला शस्त्रक्रियेपूर्वीची औषधे देऊन, त्याला त्याच्या केसपेपरसह शस्त्रक्रिया विभागातील परिचारिकेच्या स्वाधीन करावे.

शस्त्रक्रियेनंतरची काळजी (Post-operative Care)

१) शस्त्रक्रियेनंतर बाळ पहिले ४८ तास इंटेन्सिव्ह कोरोनरी केअर युनिटमध्ये ठेवतात. यालाच रिकव्हरी रूम (Recovery Room) असेही म्हणतात. या ठिकाणी बालकाची काळजी घेण्यासाठी लागणारी सर्व तयारी ठेवली जाते. उदा. मॉनिटर्स, रक्तदाब, तपमान, सक्शन पंप्स, ड्रेनेज बॉटल्स, इलेक्ट्रोड्स. या वस्तूंचे स्विच जोडून, व्यवस्थित चालू आहेत याची खात्री करून तत्काळ लागणारी औषधे व सिरिंजीसचे ट्रे तयार ठेवावेत.

२) या बालकाची परिचर्या करण्यासाठी लागणारे ट्रे, उदा. माऊथ वॉश, नेझोगॅस्ट्रिक ॲस्पिरेशन, स्प्लिन्टस आणि स्ट्रॅपिंग्ज तयार ठेवावेत. तपमान, नाडी, श्वसन, रक्तदाब या नोंदी करण्यासाठी लागणारे चार्ट, इन्टेक, आउटपुट चार्ट तयार ठेवावेत.

३) बिछाना उबदार असावा. गरम पाण्याच्या पिशव्या बालक बिछान्यात घेण्यापूर्वी काढाव्यात. लाकडी फळ्यांच्या पलंगावर गादी घालून बिछाना तयार करावा. ऑक्सिजन टेन्टची सोय असावी.

४) बाळाला पाठीवर झोपवून त्याची मान एका बाजूला वळवावी. बाळाने हालचाल करू नये म्हणून स्ट्रॅपिंग्ज बांधावेत. तसेच हाताला स्प्लिन्टस बांधाव्यात. म्हणजे बाळ हाताने नळ्या किंवा इतर वस्तू काढून टाकणार नाही.

५) पहिले २४ ते ४८ तास बाळाजवळ सतत परिचारिका असली पाहिजे व तिने बाळाचे तपमान, हृदयध्वनी, श्वसन, रक्तदाब, नाडी दर १५ मिनिटे ते अर्ध्या तासाने घेऊन नोंद करावी. अस्वाभाविकता असेल तर लगेच डॉक्टरांना कळवावे.

पहिले काही तास बाळाला ऑक्सिजन कृत्रिमरित्या देण्याची गरज असते. ऑक्सिजन टेन्ट पद्धतीने देणे चांगले.

६) शिरेतून सलाईन देऊन द्रवाचे व क्षारांचे संतुलन कायम राखले जाते. त्याकडे लक्ष ठेवावे. त्याची नोंद करावी.

७) बाळाला लघवी किती होते, त्याच्याकडे लक्ष ठेवावे. यावरून मूत्रपिंडाचे कार्य समजू शकते. बाळाला कॅथेटर घातलेला असतो. त्याचा चिमटा दर तासाने काढून लघवी किती झाली याची नोंद करावी. इन्टेक आउटपुट चार्ट तंतोतंत ठेवावा.

८) नाकातून जठरात घातलेल्या नळीतून जठरद्राव (Aspiration) काढून त्याची नोंद करावी.

९) जखमेतून जोडलेल्या ड्रेनेज बाटलीत किती रक्त आहे, हे दर अर्ध्या तासाने मोजावे व नोंद करावी. यावरून बालकाला शिरेतून किती रक्त दिले पाहिजे हे ठरविले जाते. या सर्व नळ्या दर १५ मिनिटांनी तपासून कुठे अडथळा नाही, याकडे लक्ष द्यावे.

१०) काही हृदयशस्त्रक्रियांनंतर बाळ कृत्रिम व्हेन्टिलेटरवर ठेवले जाते. त्याचे निरीक्षण करावे.

११) वेदना आणि हालचाल यामुळे रक्तदाब वाढण्याची शक्यता असते व रक्तदाब वाढल्यास शस्त्रक्रियेच्या ठिकाणी ताण पडतो, म्हणून बाळाला लगेच वेदनाशामक व झोपेची औषधे देतात. उदा. पेथीडीन इंजेक्शन.

१२) बाळाच्या तोंडाची काळजी, स्थिती बदलणे या कृती दर २ ते ३ तासांनी करून मधल्या वेळेत बाळाला वरचेवर त्रास होणार नाही याची काळजी घ्यावी.

१३) बाळ शुद्धीवर येत असते, त्या वेळी परिचारिकेने शांतपणे, गडबड-गोंधळ न करता बाळाची काळजी घ्यावी. बाळाला जास्तीत जास्त आराम मिळेल, याकडे लक्ष देऊन त्याच्याशी बोलावे. पालकांना बाळाला पाहू द्यावे व त्यांच्या शंकेचे निरसन करावे व धीर द्यावा. बाळासमोर भावनाप्रधान होऊ नये, हे पालकांना समजावून सांगावे; कारण त्यामुळे बाळ घाबरते. पालकांनीही बाळाला धीर द्यावा.

१४) पहिल्या २४ तासांत दुष्परिणाम होण्याची शक्यता असते; म्हणून बालकाचे निरीक्षण करून अस्वाभाविकता कळवावी. रोगी शॉकमध्ये जाऊन हृदय, मेंदू, मूत्रपिंड आणि यकृत यांच्या कार्यावर परिणाम होण्याची शक्यता असते; म्हणून रक्तदाब स्वाभाविकच असला पाहिजे, याकरिता १५ ते ३० मिनिटांनी पाहावा. नाडी पाहताना वेग, तालबद्धता, दाब व ताण पाहून थोडी जरी अस्वाभाविकता आढळली तरी डॉक्टरांना सांगावे; कारण बालक ॲट्रियल फिब्रिकेशन किंवा कार्डियाक अरेस्टमध्ये जाण्याची शक्यता असते. रोग्याचे तपमान वाढत नाही किंवा स्वाभाविकतेपेक्षा कमी होत नाही याकडे लक्ष द्यावे. बालकाचे श्वसन स्वाभाविक असून बाळ निलांगावस्थेत नाही हे समजण्यासाठी त्याची नखे, ओठ यांचे निरीक्षण

करावे. श्वसन गती, श्वसन कोणत्या प्रकारचे आहे यावर सतत लक्ष ठेवावे व त्याप्रमाणे उपचार ताबडतोब करावेत.

१५) २४ तासानंतर फुप्फुसे पूर्णत: प्रसरण पावतात हे क्ष-किरण घेऊन खात्री करतात व इंटरकॉस्टल ड्रेनेज काढले जाते.

१६) बाळाची स्थिती चांगली असल्यास जास्तीच्या उशा घेऊन बाळाला अर्धवट बसती स्थिती द्यावी.

१७) बाळाला द्रवपदार्थ योग्य प्रमाणात दिले तर मूत्रपिंडाचे कार्य योग्य रीतीने चालू होते व कॅथेटर काढला जातो. यानंतर मूत्र कल्चरसाठी पाठविले जाते व संसर्ग नाही याची खात्री केली जाते.

१८) दुसऱ्या किंवा तिसऱ्या दिवशी बाळाला तोंडाने थोडे थोडे द्रवपदार्थ दिले जातात. जर हे पचले, पोटफुगी नसेल तर नाकातील नळी काढली जाते. बाळ तोंडाने पुरेशा प्रमाणात द्रवपदार्थ घेईपर्यंत शिरेतून द्रवपदार्थ दिले जातात. हे अतिशय काळजीपूर्वक व हळू द्यावेत; म्हणजे हृदयावर ताण पडणार नाही.

१९) जंतुजीवनाशक द्रव्ये जास्त दिवस द्यावी लागतात. १० ते १२ दिवस हे जखमेत व इतर संसर्ग होऊ नये म्हणून दिले जातात. इतर औषधोपचार लक्षणांवर अवलंबून असतात. उदा. काही बालकांमध्ये शस्त्रक्रियेनंतर डिजिटॅलीस काही दिवस द्यावे लागते. सौम्य झोपेची औषधे, वेदनाशामक औषधे दिली जातात व इतर उपचार केले जातात.

२०) बाळाचे आरोग्य चांगले असेल व काहीही गुंतागुंत नसेल तर बाळाला बिछान्यात हालचाल करण्यास, ताण न पडणारे खेळ खेळण्यास परवानगी द्यावी. बिछान्यातून थोडा वेळ खुर्चीत बसवावे; पण हे करीत असताना बाळावर लक्ष असावे व नंतर त्याची नाडी, श्वसन यात काही अचानक फरक पडतो का हे पाहावे.

२१) त्याच्याकडून श्वसनाचे व्यायाम करून घ्यावेत.

२२) बाळाचे रोज वजन करावे. वजन खूपच वाढलेले आढळून आल्यास शरीरात द्रवसंचय आहे का पाहावे. द्रवपदार्थ चुकून जास्त दिल्यास वजनात वाढ होऊ शकते.

२३) जखम चांगली असल्यास ८ ते १० व्या दिवशी टाके काढले जातात. बाळाची प्रकृती चांगली असल्यास १० ते १२ दिवसांनी त्याला घरी पाठविले जाते.

२४) घरी गेल्यानंतर बाळाला दुपारी विश्रांतीची गरज असते. नंतर हळूहळू विश्रांतीची वेळ कमी करावी हे पालकांना सांगावे.

२५) बाळाच्या हृदयाचे कार्य व्यवस्थित चालू झाल्याने त्याच्या तक्रारी कमी होतात, त्याची भूक वाढते व ते नेहमीपेक्षा जास्त आहार घेऊ लागते. आहार एकावेळी जास्त घेतल्यास जठराचा दाब श्वासपटलावर पडतो, म्हणून थोडा थोडा आहार जास्त वेळा द्यावा. आहार सकस असावा.

२६) ४ ते ६ आठवड्यांनी बाळाला डॉक्टरकडे घेऊन येऊन काही तपासण्या व सल्ला द्यावा. हे पालकांना सांगून त्यांना बालकाचे कार्ड द्यावे. यावर सर्व माहिती लिहिलेली असावी. औषधोपचारांची गरज असल्यास त्यांनी नोंद करून पालकांना समजावून सांगावे.

शस्त्रक्रियेचे दुष्परिणाम : १) न्यूमोथोरॅक्स, २) हिमोथोरॅक्स, ३) हृदयाच्या कार्यात अनियमितपणा, ४) सेरेब्रल थ्राम्बोसिस, ५) मूत्रपिंडांना रक्तपुरवठा कमी झाल्यामुळे दिसणारे परिणाम, ६) रेस्पायरेटरी फेल्युअर, ७) मानसिक ताण, गोंधळलेली स्थिती, ८) द्रवाचे असंतुलन, ९) स्नायूंना झटके, १०) शॉक.

हृदयपात

बालकातील हृदयपात ही गंभीर अवस्था आहे. याचे निदान लवकर झाल्यास बाळाचा जीव वाचण्यासाठी लवकर योग्य ते उपचार करता येतात. मोठ्या मुलापेक्षा अर्भकातील हृदयपात गंभीर असून बाळ अचानक गंभीर अवस्थेत जाते.

हृदयातील कारणे : १) जन्मजात हृदयरोग, २) कार्डायटीस, ३) फुफ्फुस व फुफ्फुसधमन्यांचे आजार, ४) रक्तक्षय.

चिन्हे व लक्षणे : १) बालकाला श्वसनाला त्रास होतो. श्वासमार्गात घट्ट स्राव असल्याने श्वसनाला अडथळा निर्माण होतो. श्वसन जलद होऊ लागते. बाळ निलांगावस्थेत जाते. त्याचा रंग करडा पांढरा दिसू लागतो. २) श्वसनाला त्रास झाल्यामुळे ऑक्सिजनची कमतरता होते. बाळ अस्वस्थ, चिडखोर दिसते. जास्तीत जास्त हवा आत घेण्यासाठी डोके मागे टेकण्याचा प्रयत्न करते. ३) हृदयाची गती वाढते. ४) खोकला असतो. श्वास जास्तीत जास्त मोठा घेण्याचा प्रयत्न असतो. ५) वांती होते. ६) दूध घेण्यास नकार दर्शविते, घेतले तरी अतिशय हळू घेते. त्यामुळे एका वेळेचे दूध पूर्णतः संपत नाही. ७) शरीरात द्रवसंचय झाल्यामुळे वजन वाढते. ही वजनातील वाढ प्रकृती सुधारल्याचे लक्षण नाही, हे लक्षात ठेवावे. बाळाच्या शरीरावर सूज असते. ८) पोटफुगी असते.

उपचार व परिचर्या

१) बालकाला विश्रांतीची गरज असते. त्याची काळजी ऑक्सिजन टेन्टमध्ये घ्यावी. मूल मोठे असल्यास फेसमास्कच्या साहाय्याने ऑक्सिजन देता येतो.

२) बाळाला अर्धवट बसती स्थिती द्यावी. यामुळे पोटातील अवयवांचा दाब श्वासपटलावर न पडल्याने प्रसरण चांगले होऊ शकते. यासाठी विशेष प्रकारची बॅकरेस्ट वापरली जाते.

३) बाळ वजनाने कमी असल्यास सुती व सैल कपडे घालावेत. ज्यामुळे

श्वसनाला अडथळा येणार नाही. बाळाचा बिछाना उबदार असावा. थंडीच्या दिवसांत हातपाय गरम राहण्यासाठी बाळाला हातमोजे व पायमोजे घालावेत.

४) बालकाचे वजन रोज करावे. शरीरात द्रवसंचय आहे का, याकडे लक्ष द्यावे. त्याचा इन्टेक आउटपुट चार्ट तंतोतंत ठेवावा.

५) श्वसनमार्गात स्राव जास्त असतील व श्वसनाला फारच त्रास होत असेल तर ट्रकियॉस्टॉमी करून स्राव काढले जातात. श्वसन सुलभ केले जाते.

६) औषधोपचार : अ) डिगॉक्सिन (Degoxin) – हृदयस्नायूंना याचा उपयोग टॉनिकसारखा होतो; यामुळे हृदयस्नायू जास्त कार्यक्षम होतात. पहिली मात्रा ०.१ मि. ग्रॅम/किलो वजनामागे याप्रमाणे जी मात्रा येईल त्याची अर्धी मात्रा.

दुसरी मात्रा व तिसरी मात्रा : पूर्ण मात्रेच्या पाव मात्रा.

अशा तीन मात्रा २४ तासांत दिल्या जातात. यानंतर ०.०२ मि. ग्रॅम/किलो वजनामागे रोज अशी मात्रा दिली जाते. अर्थात या मात्रा बालरोगतज्ज्ञ वजन, वय व हृदयपाताची गंभीरता यावर ठरवून देतात. डिगॉक्सिन देण्यापूर्वी नाडी किंवा हृदयध्वनी मोजून मग द्यावे; कारण डिगॉक्सिनमुळे हृदयाची गती कमी-जास्त होण्याची शक्यता असते; त्यामुळे नाडीची गती कमी असते. इतर दुष्परिणामांकडेही लक्ष ठेवावे – वांत्या, भूक मंदावणे किंवा हृदयाची गती अनियमित होणे इत्यादी.

ब) द्रवसंचय कमी करून हृदयावरील ताण कमी करण्यासाठी लॅसिक्स फ्रुसेमाईड. यामुळे मूत्रपिंडाचे कार्य उत्तेजित होते व लघवी भरपूर होते.

मात्रा १/२ मि. ग्रॅम/किलो वजनामागे स्नायूमध्ये दिवसातून एकदा; २ मि. ग्रॅम/किलो वजनामागे तोंडाने दिवसातून एकदा हे औषध सकाळी द्यावे म्हणजे दिवसभर लघवी भरपूर होते. रात्री झोपमोड होत नाही.

या औषधामुळे शरीरातील पाणी व पोटॅशियम बाहेर टाकले गेल्यामुळे जलकमतरता व पोटॅशियम लेव्हल कमी होण्याची शक्यता असते. म्हणून वरचेवर पोटॅशियम लेव्हल पाहण्यासाठी रक्ततपासणी केली जाते. गंभीर हृदयपातामध्ये अल्डाक्टॉन म्हणजेच स्पायारोनोलॅक्टॉन (Spironolactone) हे औषधही वापरतात. त्याचा परिणाम जास्त काळ टिकतो.

द्रवसंचय होऊ नये म्हणून द्रवपदार्थ कमी प्रमाणात देतात व मिठाचे आहारातील प्रमाण कमी केले जाते.

क) अस्वस्थता व मानसिक ताण (मूल मोठे असल्यास त्याला काळजी वाटते.) कमी होण्यासाठी झोपेची औषधे देतात. उदा. कोरल हायड्रेट (Choral Hydrate) मॉर्फिन वापरत नाहीत; कारण हे रेस्पिरेटरी डिप्रेसन्ट आहे.

ड) संसर्ग होऊ नये म्हणून जंतुजीवनाशक द्रव्ये देतात. या मुलांमध्ये संसर्ग लवकर होण्याची शक्यता असते.

७) या बालकाची भूक मंदावलेली असते. मलावरोध झाल्यास शौचाला होताना हृदयावर ताण पडतो; म्हणून या बालकाला सौम्य लॅक्झिटिव्हज देतात; त्यामुळे शौचाला मऊ होऊन मलावरोध होत नाही. पोटफुगी असल्यास फ्लेटस ट्यूब रेक्टममध्ये घालून हवा काढून टाकली जाते, पोटफुगीमुळे श्वसनास त्रास होतो; म्हणून पोटफुगी होऊ नये, याची काळजी घ्यावी.

८) या बालकाचे अंग दररोज पुसून घ्यावे. दाब पडून शय्याव्रण होण्याची शक्यता असलेल्या (Pressure Points) त्वचेची जास्त काळजी घ्यावी. या बालकाची हालचाल जास्त करता येत नाही; त्यामुळे शय्याव्रण होण्याची शक्यता असते व शय्याव्रण झालाच तर लवकर बरा होत नाही.

९) बाळाच्या तोंडाची काळजी दर ४ तासांनी घ्यावी.

१०) बाळाला फुगे फुगविण्यास दिल्यास त्याची फुफ्फुसे प्रसरण पावतात व श्वसनाचे व्यायाम मिळतात. मुलांना साबणपाण्यात नळी घालून फुंकर मारण्यास फार आवडते. हे थोडे मोठे मूल असेल तर करण्यास द्यावे. म्हणजे खेळ व श्वसनाचे व्यायामही होतात.

११) पोषण – हृदयपातामुळे या बालकामध्ये ऑक्सिजनची कमतरता होते. या बालकाला उष्मांक जास्त देण्याची गरज असते. तसेच पेशींची वाढ व झीज भरून काढण्यासाठी प्रथिनेही जास्त द्यावी लागतात. अर्भकामध्ये १५० ते १७५ मि.लि. दूध दर किलो वजनामागे दररोज द्यावे. एका वेळी दूध कमी देऊन तसे जास्त वेळा द्यावे. बाळाला चोखण्यामुळे श्रम होत असतील तर जठरात नळी घालून आहार द्यावा. या बालकात नळी घालताना बालक गुदमरण्याची शक्यता असते. ती डॉक्टरांनीच घालणे चांगले. नळीही अतिशय लहान व्यासाची असावी; म्हणजे श्वसनाला त्रास होणार नाही. प्रत्येक वेळी दूध घालण्यापूर्वी ती जठरातच (Portex Tube PP 30 or PP 50) आहे, याची खात्री करूनच घालावे. नळी लहान असल्यामुळे या नळीला २ मि.लि.ची सिरींज व्यवस्थित बसते, म्हणून याच सिरिंजचा उपयोग करून हळूहळू दूध द्यावे. या प्रकारची नळी एकदा घातल्यानंतर जास्त दिवस काढावी लागत नाही व त्यामुळे जठराला दुष्परिणाम होत नाहीत. मातेचे दूध देणे जास्त चांगले.

बाळाची प्रकृती सुधारू लागल्यानंतर त्याला वयानुसार पूरक आहार सुरू करावा; पण त्यात मिठाचे प्रमाण कमी असावे. पूरक आहार चमच्याने थोडा थोडा द्यावा.

मोठ्या मुलामध्ये त्याला आवडणारे पदार्थ द्यावेत. त्यात मीठ वरून घालू नये. दुधाचे पदार्थ जास्त असावेत की ज्यामुळे प्रथिने मिळतील. फळे, फळांचे रस यातून जीवनसत्त्वे व खनिजे मिळतात. उष्मांक थोडे जास्त मिळतील असाच आहार द्यावा.

१२) हृदयपाताच्या बालकाची सहनशक्ती कमी असते व थोड्याशा हालचालीने

ते दमते. त्यामुळे इतर मुलांप्रमाणे खेळू शकत नाही; त्यामुळे त्याला वाईट वाटते, हे ओळखून त्याला समजावून सांगावे. इतर मुलांनी त्याला समजून घेऊन खेळावे याकडे लक्ष द्यावे. ही मुले जास्त दमणार नाहीत याकडे पालकांचे लक्ष असावे. या मुलाला बैठे खेळ, बौद्धिक खेळ खेळण्याची सवय लावावी की ज्यामुळे त्याचे मन रमेल.

१३) पालक – विशेषत: माता बालकाला हृदयविकार असल्याचे फारच मनाला लावून घेते व तिची काळजी बालकाचा अस्वस्थपणा वाढविते; म्हणून मातेला समजावून सांगावे. धीर द्यावा. सार्वजनिक आरोग्य परीसेविका व सोशल वर्करच्या मदतीने बालकाच्या व इतर अडचणी सोडविण्यास मदत करावी. उदा. आर्थिक मदत.

१४) गंभीर स्थिती कमी झाल्यानंतर हृदयपाताचे कारण शोधून काढण्यासाठी तपासण्या केल्या जातात व रोगनिदान निश्चित झाल्यानंतर पुढील उपचार केले जातात.

हृदयदाह (Carditis)

हृदयाच्या आवरणांना दाह होऊ शकतो. इन्डोकार्डायटिस मायोकार्डायटिस (Myocarditis) आणि पेरीकार्डायटिस (Pericarditis).

कारणे : १) फुफ्फुसदाह, इन्फ्लुइन्झा, सेप्टिसेमिया आणि विशेषत: घटसर्प या रोगांमध्ये टॉक्सिनचा परिणाम हृदयावर होऊन हृदयदाह होऊ शकतो.

२) ऱ्हुमॅटिक ताप आणि कोरियाच्या दुष्परिणामांमुळे हृदयदाह होतो.

३) जंतुसंसर्गामुळे होणारा हृदयदाह (Bacterial Endocarditis)

जंतुसंसर्गामुळे होणारा हृदयदाह (Bacterial Endocarditis)

बॅक्टेरियल इन्डोकॉर्डायटिसचे प्रमाण जास्त असून हा दाह तीव्र किंवा सौम्य असू शकतो. यामध्ये इन्डोकार्डियमला दाह होतो. हा दाह स्ट्रेप्टो कोकस विरिडन्स (Strepto Coccus Viridans) या जंतूंमुळे होतो. घशाचा दाह, किडके दात व मध्यकर्ण दाहानंतर बॅक्टेरियल इन्डोकार्डायटिस होतो. हे जंतू निरोगी व स्वाभाविक हृदयझडपांवर हल्ला करीत नाहीत; पण ऱ्हुमॅटिक हृदयरोग किंवा जन्मजात हृदयविकृती असलेल्या झडपांवर परिणाम करतात. दाह झालेल्या झडपांवर गुठळ्या निर्माण होतात. या गुठळ्या ऱ्हुमॅटिक इन्डोकार्डायटिसमध्ये निर्माण होणाऱ्या गुठळ्यांपेक्षा मोठ्या असतात.

चिन्हे व लक्षणे : १) ताप असतो. ४० सें. ग्रे. किंवा त्यापेक्षाही जास्त ताप असतो. २) नाडी व श्वसनगती वाढते. ३) बाळाला घामही भरपूर येतो. ४) बाळ मलूल होते, टॉक्सिक दिसू लागते. ५) बाळ अतिशय आजारी दिसू लागते. पांढरट दिसते. ६) त्याचे डोळे खोल जातात व डोळ्यांभोवती काळसरपणा दिसू लागतो.

बाळ अस्वस्थ होते. ७) त्वचा कोरडी दिसते. जीभ, ओठ कोरडे होतात. ८) लघवीचे प्रमाण कमी होते.

दुष्परिणाम : १) एम्बालिजम (Embolism) झडपावरील गुठळी सुटते व रक्ताभिसरणात येते. ही गुठळी ज्या ठिकाणी अडकून अडथळा निर्माण होईल, त्याप्रमाणे चिन्हे व लक्षणे दिसतात. मेंदूमध्ये अडकल्यास बाळ बेशुद्धावस्थेत जाते. अर्धांगवाताचा झटका (Hemiplegia) येतो. मूत्रपिंडात अडकल्यास ओटीपोटात पुढून मागे वेदना होतात. लघवीतून रक्त जाते (Haematuria) त्वचेमध्ये गुठळी अडकल्यास रक्तस्त्रावामुळे त्वचेवर काळपट डाग दिसू लागतात. २) हृदयाच्या झडपा कायमच्या अकार्यक्षम (permanent Damage of Valves) होतात.

रोगनिदान : १) माहिती – किडलेला दात काढल्याची किंवा संधिवात ज्वर किंवा बालकातील जन्मजात हृदयविकृती रोगनिदानास उपयोगी पडते. २) हृदयध्वनी ऐकताना ऐकू येणारा मरमर. ३) रक्ताचे कल्चर केल्यास स्ट्रेप्टोकोकस विरिडन्स जंतू असल्यास रोगनिदान निश्चित केले जाते.

उपचार व परिचर्या : १) जंतुजीवनाशक द्रव्ये, पेनिसिलीनच्या मोठ्या मात्रा देण्यात येतात. गंभीर रुग्णामध्ये शिरेतून दिले जाते. दुसरे जंतुजीवनाशक द्रव्यही दिले जाते. कोणते ते जंतूच्या सेन्सिटिव्हिटीवर अवलंबून असते. हे उपचार कमीत कमी ६ आठवडे व त्यापेक्षा जास्तही देतात. ३) बालक पूर्णपणे बरे होऊ शकते; पण काही महिनेही लागतात. त्यानंतरही बालतज्ज्ञांचे बालकावर लक्ष असले पाहिजे. यासाठी पालकांना डॉक्टरांची भेट देऊन बालकाच्या प्रकृतीबद्दल सल्ला घेण्यास सांगावे. ४) बाळाची बाकी सर्व काळजी हृदयपातामधील बालकाप्रमाणे घेण्यात यावी.

प्रतिबंधक उपाय : जन्मजात हृदयरोग, संधिवात, ज्वर असलेल्या बालकाला दातांवरील उपचारानंतर किंवा घशाला दाह झाल्यास पेनिसिलीन द्यावे.

संधिवात ज्वर व त्यामुळे होणारे हृदयरोग – जोन्स क्रायटेरिया (Rheumatic Fever and Rheumatic Heart Disease)

संधिवात, ज्वराचे प्रमाण लहान मुले व तरुण मुलांमध्ये जास्त दिसून येते.

कारणे : स्ट्रेप्टोकोकायमुळे घशाचा दाह, गलग्रंथी दाह होऊन बाळाला बरे वाटते. त्यानंतर २ ते ३ आठवड्यांनी संधिवात ज्वराची सुरुवात होते. हा दाह बिटा हिमोलायटिक स्ट्रेप्टोकोकायमुळे (Beta Hemolytic Streptococci) होतो. पण स्ट्रेप्टोकोकाय दाहानंतर सर्वांनाच हा आजार होतो असे नाही. या आजारात सहायभूत कारणे आहेत. १) गर्दीच्या व दलदलीच्या घरामध्ये राहणाऱ्या मुलांमध्ये. २) अपुरा आणि निकस आहार मिळणारी मुले. ३) काही कुटुंबांमध्ये या रोगाचे प्रमाण जास्त आढळते. ४) सतत थंडीत काम करणारी मुले. ५) इजा किंवा शस्त्रक्रियेनंतर.

चिन्हे व लक्षणे : १) ताप १००^{0}F ते १०१^{0}F इतका सौम्य प्रकारच्या आजारात असतो; पण तीव्र स्वरूपाच्या संधिवात ज्वरात १०१^{0}F ते १०३^{0}F पर्यंत असतो. ताप बरेच दिवस टिकून राहतो. २) टॉक्सिक लक्षणे असतात. डोकेदुखी, वांत्या, मलावरोध व घाम भरपूर येतो. ३) नाडीची गती वाढते. ४) गुडघा, घोटा किंवा कोपराचा सांधा दुखतो, अशी तक्रार बाळ करते. सांध्याला सूज येते. लाल होतो. सुरुवातीला कोणता तरी एक सांधा सुजतो व नंतर इतर सांधे सुजतात. सांध्यातील वेदना गंभीर स्वरूपाच्या असल्याने बाळ रडते व अस्वस्थ होते. सांध्यामध्ये कायम स्वरूपाचे बदल होण्याची शक्यता असते. सांध्याच्या लक्षणांवरून रोगनिदान करण्यास मदत होते. ५) दीर्घकालीन आजारात रक्तक्षयाची लक्षणे दिसू लागतात. ६) हृदयदाहाची लक्षणे म्हणजे नाडीचा वेग, तापाच्या मानाने खूपच जास्त असतो. नाडी अनियमित होते व स्टेथॉस्कोपच्या साहाय्याने तपासल्यास मरमर ऐकू येतात. ७) बालकाच्या छातीवर साधारण गुलाबी रंगाचे पुरळ (Erythema Marginatum) येतात. हे अनेक महिने टिकून राहतात. ८) कोपराच्या, गुडघ्याच्या सांध्यामागील, फऱ्याच्या हाडावर व पाठीवर मणक्याच्या ठिकाणी बारीक गुठळ्या असतात. त्यांना 'ऱ्हुमॅटिक नोड्युल्स' (Rheumatic Nodules) असे म्हणतात. त्या गुठळ्या दिसत नाहीत; पण हाताच्या स्पर्शाला जाणवतात. त्या ठिकाणी हात लागल्यास फार वेदना होतात. या गुठळ्या बरेच आठवडे राहतात. या गुठळ्या दिसणे म्हणजे आजाराची तीव्रता अधिक आहे व हृदयावर परिणाम झालेला आहे, हे समजावे. ९) अशक्तपणा, बालकाचे वजन कमी होते.

दुष्परिणाम : दुष्परिणाम ताप असताना किंवा नंतरही होऊ शकतात. यामुळे हृदयावर कायमचा परिणाम होऊ शकतो. अ) हृदयपात, ब) मायट्रल स्टेनोसिस, क) एऑर्टिक व्हाल्व इनकॉम्पेटेन्स आणि ड) पेरीकार्डायटिस या हृदयविकारांमुळे बालकाच्या जीविताला धोका निर्माण होतो.

रोगनिदान : १) माहिती – ताप येण्यापूर्वी ७ ते २१ दिवस घसा दुखणे व घशाला सूज आली होती याची माहिती मिळते. २) रक्ततपासणी – ब्लड सेडिमेंटेशन रेट वाढलेला असतो. ६० ते ८० मि. मीटर तासाला रक्तातील पांढऱ्या पेशी (Leukoctyosis) वाढतात. अन्टिस्ट्रेप्टोलायसिन ओ-टायटर (Antistreptolysin O Titer) यावरून रक्तातील स्ट्रेप्टोकोकल दाहामुळे निर्माण झालेल्या ॲन्टिबॉडीजचे प्रमाण समजते. ३) चिन्हे व लक्षणे, विशेषत: सांध्याची सूज. सुरुवातीला एक सांधा सुजतो व नंतर इतर सांधे सुजतात. ४) छातीचा क्ष-किरण हृदयाच्या आकारात किती वाढ झाली आहे, हे पाहिले जाते. ५) इलेक्ट्रो-कार्डिओग्रामवरून हृदयाच्या कार्यावर किती प्रमाणात परिणाम (Cardiac

Damage) झालेला आहे, हे समजू शकते.

उपचार व परिचर्या

औषधोपचार : अ) सॅलिसिलेटस (Salicylates) – हे विशेष औषध डिस्प्रिन किंवा ॲस्पिरीनच्या स्वरूपात देतात. याची मात्रा मोठी असते. दिवसातून चार वेळा ०.६ ग्रॅम दुधाबरोबर द्यावे. यामुळे वेदना कमी होतात. फक्त संधिवात असेल तर दोन आठवडे; पण हृदयावर परिणाम झाला असेल तर ६ आठवड्यांपर्यंत दिले जाते. या औषधांचे दुष्परिणाम झाल्यास बालकास मळमळणे, उलट्या होणे, ऐकू न येणे, कानात आवाज येणे, लघवीतून अल्ब्युमिन जाणे, अंगावर बारीक पुरळ उठणे, अतिखोल श्वसन की ज्यासाठी पोटाच्या स्नायूंचा उपयोग केला जातो. त्वचेमध्ये रक्तस्राव झाल्याने त्वचेवर डाग (Purpura) दिसतात. यापैकी कोणतेही लक्षण दिसल्यास डॉक्टरांना सांगावे. अशा वेळी औषध बंद केले जाते. २-४ दिवसांनी कमी मात्रांमध्ये सुरू केले जाते.

ब) पेनिसिलीन : प्रोकेन पेनिसिलीन इंजेक्शन्स दिली जातात. यांची मात्राही मोठी असते. १० ते १५ दिवस दिल्यानंतर पुढे प्रतिबंधक म्हणून पेनिसिलीनच्या गोळ्या तोंडाने देण्यात येतात. हे औषध कमीत कमी ५ वर्षे तरी दिले जाते.

क) स्टेरॉईड्स (Stroids) : तीव्र रुग्णामध्ये आणि हृदयावर परिणाम झाल्याची लक्षणे असल्यास देतात. स्टेरॉईड्स लवकर दिल्यास हृदयावर परिणाम होण्याचे टाळले जाते आणि परिणाम झाला असल्यास कमीत कमी होतो. मात्रा २ मि. ग्रॅम प्रतिकिलो वजनास असे दिवसातून दोन किंवा तीन वेळा साधारणपणे २ ते ३ आठवडे. याची मात्रा कमी कमी केली जाते व नंतर बंद केले जाते.

ड) डिगॉक्झिन (Digoxin) : हृदयपाताची लक्षणे असल्यास डिगॉक्झिन देतात.

इ) लॅसिक्स (Lasix) : मूत्रपिंडाचे कार्य उत्तेजित करण्यासाठी दिले जाते.

ई) रक्तक्षयासाठी लोहाच्या गोळ्या किंवा सिरप देतात.

२) बाळाला दवाखान्यात दाखल करून हवेशीर खोलीत, उबदार बिछान्यात ठेवावे. बाळाला वेदना खूप होतात, त्यामुळे त्याची कॉट कोपऱ्यात असावी, कारण कॉटला धक्का लागल्यास किंवा कॉटला कुणी धरले तरी त्या लहरींमुळेही वेदना वाढतात व बालक रडू लागते.

३) त्याला पूर्ण विश्रांती मिळण्यासाठी त्याची सर्व काळजी परिचारिकेने घ्यावी. त्याच्या पालकांना समजावून सांगावे. शांतता असावी. काही बालरोग तज्ज्ञांच्या मते बाळाला आहारही झोपवूनच द्यावा की, ज्यामुळे त्याची हालचाल कमी होईल; पण काहींच्या मते त्याला उशीचा आधार देऊन बसवावे व हळूहळू मुलाने आहार घ्यावा. बाळाला कमी श्रम होतील याकडे लक्ष असावे.

पायाच्या आणि हाताच्या सांध्याखाली कापसाच्या गाद्या द्याव्यात, म्हणजे गादीचा दाब कमी पडून वेदना कमी झाल्याने आराम वाटेल. गादीही ताठ असावी व पांघरुणाचे ओझे पडू नये म्हणून क्रेडलचा उपयोग करावा.

५) बालकाचे अंग गरम पाण्याने पुसून घ्यावे. सांध्याच्या ठिकाणी गरम पाण्याच्या स्पंज बॅग्ज ठेवल्यास वेदना कमी होतात. त्याचा गाऊन मागे उघडा असावा, म्हणजे काढताना, घालताना जास्त हालचाल होऊन सांधे दुखणार नाहीत; तसेच त्याला पाठीला रुतणार नाही. त्याच्या पाठीची काळजी दर चार तासांनी घ्यावी. तोंडाची काळजी घेऊन ओठांना ग्लिसरीन बोरॅक्स लावावे; म्हणजे ओठ मऊ पडतात.

६) बालकाची नाडी, श्वसन दर चार तासांनी पाहून नोंद करावी व अस्वाभाविकता डॉक्टरांना कळवावी.

७) ताप दर दोन किंवा चार तासांनी घेऊन नोंद करावी. बाळाला ताप असतो; अशा वेळी हायड्रोथेरपी द्यावी.

८) बालक बिछान्यात झोपून राहत नाही; यासाठी त्याला पुस्तक वाचण्यास द्यावे. गोष्टी सांगणे, त्याला झोपून टी. व्ही. पाहता येत असेल, तर त्याचे मनोरंजन होते. सौम्य आजारामध्ये बालकाला बिछान्यात खेळण्यास परवानगी द्यावी.

९) आहार : ताप असतो म्हणून द्रवपदार्थ द्यावेत. यातून त्याला सकस आहार मिळाला पाहिजे. दूध, दूधाचे पदार्थ, फळांचा रस, पातळ खिरी द्याव्यात. ताप कमी झाल्यानंतर हलका आहार व नंतर संपूर्ण आहार बालकाच्या वयानुसार द्यावा. या आजाराचा काळ मोठा असल्याने आहारातून बालकाच्या अन्नघटकांच्या गरजा भागल्या पाहिजेत. उष्मांक व द्रवपदार्थ भरपूर द्यावेत. द्रवपदार्थ घेण्यास बाळ कंटाळते. अशा वेळी ग्लासमध्ये द्रवपदार्थ घालून स्ट्रॉने पिण्यास दिल्यास ते आनंदाने पिते व भरपूर द्रवपदार्थ घेते.

१०) बालकाला मलावरोध असल्यास डॉक्टरांच्या सुचनेनुसार सौम्य रेचक द्यावे.

११) बालकामध्ये संधिवात ज्वराचा परिणाम हृदयावर झाल्याने हृदयपात किंवा इन्डोकार्डायटिसची लक्षणे अचानक दिसू लागतात. यासाठी बालकावर सतत लक्ष ठेवावे. बाळ अस्वस्थ होणे यामुळे धाप लागणे, अंगावर सूज व लघवीचे प्रमाण कमी होणे, भूक मंदावणे, झोप न येणे, बाळ फारच आजारी दिसू लागते. त्याचा रंग निस्तेज करडा दिसू लागतो. नाडीची गती वाढते. नाडी अनियमित होते. सौम्य ताप असतो (९९ ते १००^{0}F), बालकाची झोपेत नाडी दर चार तासांनी पाहावी व नोंद करून ठेवावी.

१२) तीव्र ऱ्हुमॅटिक कार्डायटिसच्या बालकाला काही आठवड्यांपासून काही महिन्यांपर्यंत पूर्ण विश्रांतीची गरज असते. या बालकाचा हातापायांतील स्नायुउठाव

चांगला राहण्यासाठी व फूट ड्राप होऊ नये म्हणून बाळाला जास्त श्रम न होतील अशा तऱ्हेने हातापायांच्या हालचाली परिचारिकेने कराव्यात. बाळाला अर्धवट बसती स्थिती दिल्यास बाळाला आराम मिळतो व त्याला सभोवतालचे दिसू शकते; पण हे करीत असताना डॉक्टरांच्या सल्ल्यानेच करावे.

१३) बालकाला उबदार ठेवण्यासाठी जास्तीच्या ब्लँकेटचा उपयोग केला जातो. त्याला 'संधिवाताचा बिछाना' म्हणतात.

१४) वैयक्तिक स्वच्छता नेहमीप्रमाणे करावी.

१५) या बालकामध्ये इतर नोंदी ठेवणे ही परिचारिकेची महत्त्वाची जबाबदारी असते. अ) तपमान, नाडी व श्वसन दर चार तासांनी घेऊन नोंद करावी. नाडी दिवसा व झोपेतही दर चार तासांनी घ्यावी. गती, तालबद्धता, ताण यातील अस्वाभाविकता लगेच डॉक्टरांना कळवावी. ब) इन्टेक आउटपुट चार्ट तंतोतंत ठेवावा. लघवीचे प्रमाण फारच कमी झाल्यास ते हृदयपाताचे लक्षण असू शकेल; म्हणून इन्टेक व आउटपुट यातील असंतुलता लगेच डॉक्टरांना कळवावी. क) बालकाचे दर आठवड्याला वजन करून नोंद ठेवावी. यासाठी विशेष वजनकाटा असतो की बालकाचे वजन झोपलेल्या स्थितीत करता येते. ड) इ.एस.आर. दर आठवड्याला करावे व त्याची नोंद ठेवावी. या सर्व नोंदींवरून बाळाची प्रगती समजू शकते. या बाळासाठी वरील सर्व काळजीबरोबर विशेष पुनर्वसनाची गरज असते. सर्वसाधारण मुलाप्रमाणे या बालकाला श्रम सहन होत नाहीत; म्हणून शाळेमध्ये विशेष सवलत असावी.

कोरिया (Chorea or St. Vitus Dance)

कोरियाला मेंदूचा संधिवात असे म्हणतात. कोरिया सौम्य किंवा अतिगंभीर स्वरूपाचा असू शकतो. यामध्ये शरीराच्या अवयवांच्या अनैच्छिक हालचालींमध्ये असहकार्य व उद्देशविरहित हालचाली होतात.

चिन्हे व लक्षणे : १) रोगाची सुरुवात हळूहळू होते. बालकाच्या मनावर परिणाम करणाऱ्या गोष्टी घडल्यास उदा. अभ्यासाचा एकदम ताण पडणे किंवा भीती या मानसिक कारणांनी सुरुवात होऊ शकते.

२) बाळाच्या हातून वस्तू पडू लागतात व त्याला निष्काळजीपणाबद्दल दोष दिला जातो. शिक्षक अक्षराबद्दल तक्रार करू लागतात. अभ्यासात लक्ष नसते. चेहऱ्याच्या स्नायूंच्या अनैच्छिक हालचाली (Grimaces) झाल्यामुळे पाहणाऱ्याला वेडावून दाखविल्यासारखे दिसते. हळूहळू या हालचाली वाढतात व बाळ मानसिकरीत्या कमकुवत बनते. बालक कारण नसताना हसते किंवा रडते. बालकाला जीभ बाहेर काढण्यास सांगितल्यास ती सारखी आत-बाहेर होते. जीभ स्थिर ठेवू शकत नाही.

शर्टाचे बटण काढायला सांगितल्यास ते काढू शकत नाही. मनगटाचे सांधे जास्त आतील बाजूस वळतात, तर बोटाचे लहान सांधे बाहेरील बाजूस वळल्यासारखे दिसतात. बालकाचे बोलणे समजत नाही. गंभीर अवस्थेत बालकाला बोलता येत नाही. हातात पेन किंवा पेन्सिल धरून लिहिता येत नाही. मानसिक संतुलन ढळते. बालक चिडखोर बनते. खाणे किंवा पिणे अवघड होते. तोंडातून घास किंवा द्रवपदार्थ बाहेर पडतात; त्यामुळे पुरेसा आहार घेणे शक्य होत नाही. अपुरा आहार व शरीराच्या सतत हालचाली यामुळे स्नायूंची झीज जास्त होते व बालक अशक्त दिसू लागते.

३) गंभीर अवस्थेत हालचाली जास्त असतात व बाळ झोपूनच असते. त्याला इतर कोणत्याच स्थितीत तोल सांभाळता येत नाही. सतत होणाऱ्या हालचालींमुळे डोक्याचा मागील भाग, कोपराचा मागील भाग व टाचा आणि बिछाना यामध्ये घर्षण होऊन जखमा होतात. शय्याव्रण होऊ न देणे ही एक फार मोठी समस्या या रुग्णामध्ये असते.

४) झोपेमध्ये हालचाली कमी होतात.

उपचार व परिचर्या

१) असे बालक शक्य असल्यास स्वतंत्र खोलीत किंवा निदान वॉर्डमध्ये एका बाजूला घ्यावे. कॉटवरून पडण्याची शक्यता असते; म्हणून कठड्याच्या मोठ्या कॉटवर कठड्यांना आतून उशा बांधून मगच बालकाला ठेवावे, म्हणजे हालचालींमुळे कॉटचे बार किंवा कठडा बालकाला लागून इजा होणार नाही. याची सोय नसल्यास मोठ्या गादीवर बालक खालीच घ्यावे.

२) अचानक मोठा आवाज किंवा प्रखर प्रकाश बाळाच्या चेहऱ्यावर पडल्यास हालचाली वाढतात, म्हणून तसे होणार नाही याची काळजी घ्यावी.

३) बिछान्यात कोणत्याही वस्तू असू नयेत. त्याची नखे आखूड व गोलाकार, गुळगुळीत असावीत.

४) जीभ चावली जात नाही, याकडे वरचेवर लक्ष द्यावे.

५) तोंडातून द्रवपदार्थ बाहेर येत असतो, तो पुसावा. ओठाला क्रीम किंवा ग्लिसरीन बोरॅक्स लावावे.

६) पोषण : ही फारच मोठी समस्या असून बालकाचे डोके सारखे हलत असते; त्यामुळे द्रवपदार्थ व अन्नपदार्थ श्वासमार्गात जाऊन श्वसनाला अडथळा निर्माण झाल्याने बाळ गुदमरण्याची शक्यता असते. तसेच फुफ्फुसदाह होऊ शकतो. अतिगंभीर अवस्थेत नळीने द्रवपदार्थ दिले जातात. आहारात उष्मांक जास्त असावेत.

७) शौचासाठी बेडपॅन दिल्यास बालकाच्या हालचालींमुळे त्याच्या कुल्ल्यांना

खरचटण्याची शक्यता असते; म्हणून रबर बेडपॅन्स वापरावीत.

८) तपमान काखेत पाहावे. थर्मामीटर फुटून लागणार नाही, याची काळजी घ्यावी. नाडी व श्वसन दर चार तासांनी घेऊन नोंद करावी. झोपेतील नाडीची नोंद ठेवावी.

९) आठवड्यातून एकदा वजन करावे.

१०) बालकाची मानसिक स्थिती, सर्वसाधारण प्रकृती व हालचालींतील फरक याची नोंद ठेवावी.

११) बाळाला विश्रांती व झोप जास्तीत-जास्त मिळाली पाहिजे, याकडे लक्ष द्यावे.

१२) औषधोपचार : १) झोपेची औषधे, २) पेनिसिलीन प्रतिबंधक म्हणून बरेच महिने देतात. इ. एस. आर. आणि इलेक्ट्रोकार्डिओग्राम अधूनमधून घेऊन प्रगती ठरविली जाते.

१३) काही बालकांत पूर्णत: हालचाली बंद होतात; पण याला बराच वेळ लागतो. पण परत लक्षणे दिसण्याची शक्यता नाकारता येत नाही. तसेच हृदयावर परिणाम होण्याची शक्यता असते.

□□□

प्रकरण १८

रक्तरोग आणि नवजात बालकातील कावीळ

□ रक्तक्षय – वर्गीकरण, सर्वसाधारण चिन्हे व लक्षणे □ कमतरतेमुळे होणारा रक्तक्षय □ हिमोलायटिक रक्तक्षय □ नवजात बालकातील हिमोलायटिक रक्तक्षय □ तीव्र हिमोलायटिक रक्तक्षय □ एकॉल्युरिक कावीळ □ थालॅसेमिया □ सिकल सेल रक्तक्षय □ कंजेनिटल हायपोप्लास्टिक रक्तक्षय □ रक्तस्रावी रोगामुळे होणारा रक्तक्षय □ परपुरा – वर्गीकरण □ इडिओपॅथिक थ्राम्बोसायटोपेनिक परपुरा □ सिम्टोमॅटिक थ्राम्बोसायटोपेनिक परपुरा □ रक्तवाहिन्यांच्या दोषामुळे होणारा परपुरा □ जन्मजात रक्तद्रवातील दोषामुळे होणारा परपुरा □ हिमोफिलिया □ ल्युकेमिया □ हॉजकिन्स डिसीज □ रक्तक्षयाच्या मुलाची सर्वसाधारण काळजी □ नवजात बालकातील कावीळ – कारणे □ वर्गीकरण □ फिजिऑलॉजिकल जॉंडिस □ हिमोलायटिक जॉंडिस □ आर. एच. इनकॉम्पॅटिबिलिटी □ रोगनिदान □ उपचार व परिचर्या.

रक्तक्षय

लहान मुलांमध्ये बऱ्याच प्रमाणात दिसून येणारा रोग आहे. याचे प्रमाण शिशूमध्ये जास्त आढळते.

व्याख्या : रक्तातील तांबड्या रक्तपेशी व हिमोग्लोबिनचे प्रमाण कमी झाल्याने जी परिस्थिती निर्माण होते तिला ‘रक्तक्षय’ म्हणतात, याची कारणे अनेक आहेत व त्यावरून त्यांचे प्रकार पडतात.

वर्गीकरण (Classification) : १) कमतरतेमुळे होणारा रक्तक्षय (Dificiency Anaemia) अ) लोहाच्या कमतरतेमुळे होणारा रक्तक्षय (Iron Deficiency Anaemia) ब) ब-१२ व फॉलिक ॲसिडच्या कमतरतेमुळे होणारा (B-12 and Folic Acid Deficiency Anaemia). २) हिमोलायटिक रक्तक्षय (Haemolytic Anaemia). ३) रक्तस्रावी रोगामुळे होणारा रक्तक्षय. रक्तक्षय कोणत्याही कारणाने झाला तरी त्याची सर्वसाधारण चिन्हे व लक्षणे सारखीच असतात.

रक्तक्षयाची सर्वसाधारण चिन्हे व लक्षणे (General Signs and Symptoms of Anaemia)

तांबड्या रक्तपेशींतील हिमोग्लोबिनमुळे शरीरातील सर्व पेशींना ऑक्सिजन पुरविला जातो. रक्तक्षयामध्ये शरीराला ऑक्सिजनची कमतरता होत असते, हे तांबड्या रक्तपेशी व हिमोग्लोबिन कमी झाल्यामुळे होते. पुढील चिन्हे व लक्षणे दिसून येतात –

१) सुरुवात हळूहळू होते. मूल लवकर दमते. त्याचे लक्ष लागत नाही. खेळकरपणा कमी होतो. २) भूक मंदावल्यामुळे आहार घेण्याचे टाळते किंवा कमी खाते. अति लहान मूल दूध घेत नाही. ३) मोठे मूल डोकेदुखी, चक्कर येणे किंवा डोळ्यांसमोर अंधारी येणे अशा तक्रारी सांगते. ४) मुले माती खाताना दिसतात. ५) बालकाचे ओठ, डोळ्यांच्या पापण्या, नखे, जीभ व म्युकस मेंम्ब्रेनचा रंग फिका (Pale) दिसतो. ६) गंभीर रुग्णामध्ये धाप लागते. पायांवर सूज येते. तपासणीमध्ये कार्डियाक मरमर ऐकू येतात. ७) बालकाला वरचेवर श्वासमार्गाचा दाह होतो व या सर्व कारणांमुळे मूल शाळेत गैरहजर राहू लागते. ८) रक्तक्षयाची सुरुवात अचानक व गंभीर असेल, तर त्यामध्ये चिन्हे व लक्षणेही गंभीर असतात. बाळाला धाप लागते. हृदयाची गती वाढते. अशा प्रकारचा रक्तक्षय रक्तस्त्रावी रोगामध्ये दिसून येतो.

सौम्य रक्तक्षयामध्ये लक्षणेही सौम्य असतात व कारण शोधून उपचार केल्यास बाळ बरे होते; पण दुर्लक्ष केल्यास विपरीत परिणाम होण्याची शक्यता असते.

रोगनिदान करण्यासाठी रक्ततपासणी करावी लागते; यावरून रक्तक्षय किती प्रमाणात आहे, हे समजते. रक्तक्षयाची कारणे शोधण्यासाठी इतर अनेक तपासण्या कराव्या लागतात. उदा. शौचाची तपासणी, बोनमॅरो तपासणी व विशिष्ट कारणानुसार इतरही तपासण्या केल्या जातात. रक्तक्षय झालेल्या बालकाची जन्मल्यापासूनची संपूर्ण माहिती रोगनिदानास फारच उपयुक्त पडते. जन्मतः मुलाचे वजन, गर्भाशयातील काळ, त्याचे आजार, त्याला वयानुसार देण्यात येणारा आहार, त्याला देण्यात येणारी औषधे, रक्तस्त्राव झाला असल्यास किंवा होत असल्यास माहिती, वरचेवर होणारा अतिसार आहे का? जंताची लागण इत्यादी बाळाची संपूर्ण शारीरिक तपासणी केल्यास रोगनिदान करण्यास मदत होते.

कमतरतेमुळे होणारा रक्तक्षय (Deficiency Anaemia)

रक्तनिर्मितीसाठी अनेक अन्नघटकांची आवश्यकता असते. हे अन्नघटक आहारातून मिळाल्यास रक्तनिर्मिती योग्य प्रमाणात होते. आहारातून मिळणारे लोह,

जीवनसत्त्व बी व फॉलिक ॲसिड तसेच जठरातील इंट्रिंसिक फॅक्टरची रक्तपेशींच्या निर्मितीसाठी फारच गरज असते. हे घटक काही कारणांनी आहारातून मिळाले नाहीत किंवा या घटकांचे शरीरात पचन व शोषण योग्य रीतीने न झाल्यास याची कमतरता होते व या प्रकारचा रक्तक्षय होतो. लहान मुलांमध्ये कमतरतेमुळे होणाऱ्या रक्तक्षयाचे प्रमाण फार आहे. विशेषत: आपल्या देशात हे फारच आहे. लहान मुलाला जन्मल्यापासूनच आहार व योग्य वयात पूरक आहार या गोष्टींकडे लक्ष न दिल्याने हा 'रक्तक्षय' होतो. त्यातल्या त्यात लोहाची आपल्याकडील मुलांमध्ये फारच कमतरता असते. यामुळे मुलांमध्ये लोहाच्या कमतरतेमुळे होणारा रक्तक्षय फारच दिसून येतो.

हिमोलायटिक रक्तक्षय (Haemolytic Anaemia)

यालाच तांबड्या रक्तपेशींच्या नाशामुळे होणारा रक्तक्षय (Due to Haemolysis of R.B.C.) असे म्हणतात.

आपल्याला माहीतच आहे की, तांबड्या रक्तपेशींची सरासरी आयुमर्यादा ११५ ते १२० दिवस असते. नंतर त्यांचा यकृत व प्लीहेमध्ये नाश होतो. यामधील हिमोग्लोबिनमध्ये असलेले लोह व प्रथिने वेगवेगळे केले जातात. प्रथिनांचा उपयोग अमिनो आम्ल म्हणून पेशींसाठी केला जातो. लोहाचा काही भाग नवीन पेशींच्या निर्मितीसाठी उपयोगात आणला जातो. राहिलेल्या लोहाचे बिलिरुबिन (Bilirubin) या पित्तद्रवात व बिलिव्हर्डिन (Biliverdin) मध्ये रूपांतर होते.

हिमोलायटिक रक्तक्षयामध्ये तांबड्या रक्तपेशींचा फारच जास्त प्रमाणात व जलद नाश होऊ लागतो; त्यामुळे पित्तद्रवाचे (Bilirubin) प्रमाणही खूप वाढते. यकृत स्वाभाविक असूनही या जास्तीच्या बिलिरुबिनची विल्हेवाट लावण्यास असमर्थ ठरते. त्यामुळे बिलिरुबिनचे (Bilirubin) रक्तातील प्रमाण फारच वाढते व कावीळ दिसू लागते. या काविळीला हिमोलायटिक कावीळ (Haemolytic Jaundice) असे म्हणतात. हिमोलायटिक रक्तक्षय नवजात बालकामध्ये असू शकतो आणि मोठ्या मुलांमध्येही होऊ शकतो.

नवजात बालकातील हिमोलायटिक रक्तक्षय (Haemolytic Anaemia in Newborn)

हा रक्तातील ऱ्हेसस इनकॉम्पॅटिबिलिटी (Rheses Incompatibility) मुळे होतो. रक्तामध्ये 'A', 'B', 'AB' व 'O' या रक्तगटांबरोबर RH हा घटक आहे. हा घटक ८५ टक्के व्यक्तींच्या रक्तामध्ये असतो. अशा रक्ताला (RH + ve) रक्त म्हणतात. १५ टक्के व्यक्तींच्या रक्तात RH घटक नसतो, त्या रक्ताला (RH – ve) असे म्हणतात. आईचे रक्त RH (+ ve) असल्यास वडिलांचे रक्त RH

(+ ve) असल्यास गर्भाचे रक्तसुद्धा RH (+ ve) असते. त्यामुळे मातेला व गर्भाला धोका नसतो.

आईचे रक्त (RH – ve) व वडिलांचे रक्त (RH + ve) असेल तर गर्भाचे रक्त (RH + ve) असू शकते. स्वाभाविकरित्या गर्भाचे व आईचे रक्त एकमेकांत मिसळत नाही. पण काही कारणाने गर्भाचे रक्त आईच्या संपर्कात आले तर तिच्या रक्तात RH प्रतिद्रव्ये (RH ॲन्टिबॉडीज – RH Antibodies) तयार होतात. पहिल्या मुलाला धोका होत नाही. दुसऱ्या वेळी जर गर्भाचे रक्त (RH + ve) असेल तर आईच्या रक्तातील प्रतिद्रव्ये (RH ॲन्टिबॉडीज) वारेमार्फत गर्भाच्या रक्तप्रवाहात जातात. तेथे त्या तांबड्या पेशींचे विघटन (Haemolysis) करतात. यालाच (RH Incompatibility) मुळे होणारा नवजात बालकातील रक्तक्षय असे म्हणतात. हा रक्तक्षय गंभीर स्वरूपाचा असतो यामुळे खालील परिणाम दिसून येतात.

१) मृत बालक जन्माला येणे (Still birth), २) हाड्रोप्स फेटॅलिस (Hydrops Fetalis), ३) इक्टेरस ग्रॅव्हिस (Icterus Gravis), ४) कंजेनियल (Congenital Anaemia) रक्तक्षय .

हायड्रोप्स फेटॅलिस : जन्मतः बालकाच्या संपूर्ण शरीराला सूज असते. त्याला रक्तक्षय असतो आणि वारेमध्ये रोगामुळे झालेले बदल दिसून येतात. एकदा हायड्रोप्स फेटॅलिस झाला तर उपचार करून काही उपयोग होत नाही व बालक जन्मानंतर काही तासांतच मृत्युमुखी पडते.

इक्टेरस ग्रॅव्हिस : बाळाला जन्मतः कावीळ असते किंवा पहिल्या २४ तासांत दिसू लागते. कावीळ अत्यंत गंभीर असते. सिरम बिलिरुबिन १६ मि. ग्रॅम टक्क्यांपेक्षा जास्त असते. बाळाला झटके येतात. या स्थितीला 'कर्निटेरस' (Kernicteres) म्हणतात. यामुळे बालकाच्या मेंदूच्या पेशींचा ऱ्हास होतो. जरी बालक जगले तरी त्याला पुढील विपरीत भावना होऊ शकतात. बहिरेपणा, सेरेब्रल पाल्सी किंवा मेंटल रिटार्डेशन (Mental Retardation) इत्यादी.

हिमोलायटिक काविळीमध्ये (RH Incompatibility)मुळे होणारा रक्तक्षय व कावीळ यावर उपचार व काळजी दिली आहे.

मोठ्या मुलात होणारा तीव्र हिमोलायटिक रक्तक्षय (Chronic or Idiopathic Accquired Haemolytic Anaemia)

अचानक तांबड्या पेशी जास्त प्रमाणात नाश होऊ लागतात. त्यामुळे रक्तातील तांबड्या पेशी व हिमोग्लोबिन एकदम कमी होते. बालक गंभीर आजारी दिसू लागते.

कारणे : १) सेप्टिसेमिया (Septicaemia). २) विषारी रासायनिक पदार्थ किंवा औषधांचा परिणाम. उदा. सल्फानोमाईडस किंवा ॲन्टिमलेरियल (Antimalerial)

औषधे. ज्या मुलांच्या तांबड्या रक्तपेशींमध्ये ग्लुकोज-६-फॉस्फेट डिहाड्रोजेनस (Glucose-6-Phosphate Dehydrogenase – G 6 PD) इन्झाइम्सची कमतरता आहे, अशा मुलांमध्ये औषधांचे परिणाम होऊन तांबड्या पेशी नाश पावतात. हे निग्रो, इटालियन्स, ग्रीक आणि अरब लोकांत जास्त आढळून येते. ३) न जुळणाऱ्या रक्ताचे संक्रमण झाल्यास, चुकून न जुळणारे रक्त दिले गेले तर तांबड्या पेशींचा नाश होतो. तीव्र स्वरूपाची कावीळ होते. तांबड्या रक्तपेशींच्या गुठळ्या मूत्रपिंडात अडकून मूत्रपिंड निकामी होऊन युरेमिया होतो. रोगी मृत्युमुखी पडतो. थोडे जरी चुकीचे रक्त दिले गेले तरी हे परिणाम होतात, यासाठी रक्त संक्रमण करण्यापूर्वी अतिशय काळजी घेतली पाहिजे. ग्रुपिंग आणि क्रॉस मॅचिंग करून, शिवाय RH घटक पाहून योग्य क्रॉस मॅच होत असेल तरच रक्तसंक्रमण केले जाते.

चिन्हे व लक्षणे : १) मूल एकदम फिके, पांढरट दिसू लागते. २) सौम्य ताप असतो. ३) प्लीहा व यकृताचा आकार वाढतो. ४) त्वचेमुळे रक्तस्राव झाल्यामुळे त्वचेवर डाग दिसू लागतात. ५) मूल गंभीर आजारी दिसू लागते. ६) वांत्या आणि अतिसार असतो.

उपचार : १) वरचेवर रक्ताचे संक्रमण (Blood Transfusion) करावे लागते. २) स्टेरॉईड्स दिली जातात. त्यांचा उपयोग झाला नाही तर ३) प्लीहा काढली (Splenectomy) जाते.

एकॉल्युरिक कावीळ (Acholuric Jaundice)

या प्रकारच्या हिमोलायटिक रक्तक्षयामध्ये तांबड्या रक्तपेशींची फ्रॅजिलिटी वाढते आणि त्या जलद नाश होऊ लागतात. त्यामुळे कावीळ दिसू लागते. प्लीहा वाढते. संसर्गानंतर गंभीरता वाढते व कावीळ जास्त होते. मुलाची स्थिती फारच गंभीर असते. पोटदुखीची तक्रार असते.

उपचार : १) रक्ताचे संक्रमण : विशेषत: कावीळ जास्त झाल्यास द्यावेच लागते. २) हिमोग्लोबिन वाढण्यासाठी आहार व लोहाची औषधे. ३) संसर्ग झाल्यास ताबडतोब उपचार करावेत. ४) प्लीहा काढणे (Splenectomy). प्लीहा काढण्यापूर्वी मुलाला कोणताही संसर्ग नाही याची खात्री करून, शस्त्रक्रिया मुलाला सहन होणार असल्यास करतात. बऱ्याच मुलांमध्ये प्लीहा काढल्यानंतर लक्षणे कमी होतात.

थालॅसेमिया (Thalassaemia)

यालाच 'कुलेज हिमोलायटिक ॲनिमिया' (Cooley's Haemolytic Anaemia) म्हणतात. हा रक्तक्षय ठराविक वंशाच्या मुलांमध्ये दिसून येतो.

या प्रकारच्या रक्तक्षयामध्ये हिमोग्लोबिनच्या निर्मितीमध्ये दोष असतो व तांबड्या रक्तपेशींचा नाश होतो. या ठराविक वंशामध्ये आनुवंशिक आजार आढळतात, आई-वडील दोघांकडूनही जीन्स मुलाकडे आले, तर रोगाची गंभीरता जास्त असते.

थालॅसेमिया मायनर (T. Minor) : यामध्ये रक्तक्षय सौम्य असून रोगी थोडासा फिका पडतो. काही प्रमाणात प्लीहा वाढते.

थालॅसेमिया मेजर (T. Major) : गंभीर रक्तक्षय असतो. प्लीहा व यकृताचा आकार वाढतो. कावीळ गंभीर स्वरूपाची असते. हाडांमध्ये बदल होऊन शारीरिक वढ खुंटते, हात जाड व जड, चेहरा जाड दिसतो. दात पुढे येतात. मेन्टल रिटार्डेशन. ही मुले जास्तीत जास्त प्रौढावस्थेपूर्व काळापर्यंतच जगू शकतात. हार्ट व लिव्हर फेल्युअर होऊ शकतो.

उपचार : १) रक्ताचे संक्रमण वरचेवर करावे लागते. २) लोहाचा पेशींमध्ये साठा होऊ नये म्हणून डिस्फेरीओक्सामाईन थेरपी (Desferrioxamine) दिली जाते. ३) फॉलिक ॲसिड ५ मि. ग्रॅम रोज देतात.

सिकल सेल रक्तक्षय (Sickle Cell Anaemia)

या प्रकारचा रक्तक्षय निग्रो लोकांमध्ये जास्त प्रमाणात दिसून येतो. तांबड्या रक्तपेशींमधील हिमोग्लोबिनमध्ये दोष असल्याने रक्तपेशींचा आकार कोयत्यासारखा होतो व तांबड्या रक्तपेशींचा नाश होतो. या आकारामुळेच याला 'सिकल सेल' रक्तक्षय असे नाव पडले आहे. अर्भकापासून मोठ्या मुलांमध्ये हा दिसून येतो; पण शिशूमध्ये याचे प्रमाण जास्त आढळते. हा रोग आनुवंशिक आहे; पण आई-वडील दोघांकडून या रोगाचे जीन्स (Homozygous) बालकाला मिळाले, तर रक्तक्षय गंभीर स्वरूपाचा असतो. जर हिट्रोजेनस असेल तर रक्तक्षय सौम्य स्वरूपाचा असू शकतो; पण त्यांच्याकडून त्याच्या मुलांना जीन्स मिळाल्याने त्यांनाही हा आजार होऊ शकतो.

चिन्हे व लक्षणे : १) अति ताप येतो. आकडी आणि बालक कोमामध्येही जाऊ शकते. तांबड्या रक्तपेशी व हिमोग्लोबिनचे प्रमाण फारच कमी असते. २) काही वेळा अशक्तपणाने सुरुवात होते, धाप लागते, ताप असतो, भूक मंदावते, वांत्या, फिकेपणा, छातीत धडधडते. शरीरावर रॅश असतो, त्यामुळे त्वचा लालसर दिसते. शरीराच्या कोणत्याही अवयवांत वेदना (Vague Pain) असतात. संधिवात ज्वराची लक्षणे दिसू लागतात. ३) प्लीहा व यकृताचा आकार वाढतो. ४) याप्रमाणे बाळाला वरचेवर त्रास होतो. ५) बाळाला वरचेवर श्वसनमार्गाचा व जठर-आतड्याचा दाह होतो. त्यामुळे अतिसार, वांत्यामुळे बाळाला जलकमतरता होऊन बाळ असिडोसिसमध्ये जाण्याची शक्यता असते. ५) सिकल्ड तांबड्या

पेशींचा आकार बदलल्यामुळे त्या केशवाहिन्यांमध्ये अडकून राहू शकतात. अस्वाभाविक हिमोग्लोबिनमुळे त्यांची ऑक्सिजन वाहून नेण्याची क्षमता कमी होते. ७) बाळ सर्क्युलेटरी फेल्युअरमध्ये जाऊन शॉकमध्ये जाते. ८) सर्क्युलेटरी फेल्युअरमुळे थ्रॉम्बोसिस (Thrombosis) किंवा स्थानिक दाह होण्याची शक्यता असते. ९) सर्वसाधारणपणे भवितव्य चांगले नाहीच. तीन वर्षांच्या आतील मुलामध्ये हा रोग अतिशय गंभीर असून या दुष्परिणामांमुळे बालकाच्या जीविताला धोका निर्माण होतो.

उपचार : १) रक्ताचे संक्रमण वरचेवर करावे लागते किंवा पॅक सेल्स देतात. २) त्याला संसर्ग होऊ नये म्हणून काळजी घ्यावी; कारण संसर्गामुळे लक्षणे वाढतात. ३) बाळाची सर्वसाधारण काळजी घेऊन त्याला जास्तीत जास्त आरामात ठेवण्यासाठी प्रयत्न करावेत.

कंजेनिटल हायपोप्लॉस्टिक रक्तक्षय (Congenital Hypoplastic Anaemia)

तांबड्या रक्तपेशींची निर्मिती अस्थिमगजामध्ये होते हे आपल्याला माहीतच आहे. काही कारणाने अस्थिमगजामध्ये तांबड्या पेशींची निर्मिती अजिबात होत नाही. तेव्हा त्या स्थितीला एप्लॉस्टिक ॲनिमिया (Aplastic Aanemia) असे म्हणतात. पण हा आजार अतिशय दुर्मिळ आहे.

अस्थिमगजामध्ये पुरेशा प्रमाणात तांबड्या पेशींची निर्मिती होऊ शकत नाही. त्याला 'हायपोप्लास्टिक ॲनेमिया' असे म्हणतात.

कारणे : निश्चित कारण काय ते बऱ्याच वेळा समजू शकत नाही. काही औषधांच्या परिणामांमुळे होऊ शकतो. उदा. क्लोरोम्फिनिकॉल तसेच रेडिओ ॲक्टिव्ह सबस्टन्स व कारखान्यात वापरण्यात येणाऱ्या रसायनांचा टॉक्सिक परिणाम फॉलिक ॲसिडवर होतो. अस्थिमगज तांबड्या रक्तपेशींची निर्मिती पुरेशा प्रमाणात करण्यास असमर्थ होते. जन्मानंतर बाळामध्ये लवकरच लक्षणे दिसू लागतात. वरचेवर संसर्ग होतो.

रोगनिदान : अस्थिमगज तपासणी (Bone Marrow Exam) वरून निश्चित रोगनिदान होऊ शकते.

उपचार : १) वरचेवर रक्त किंवा पॅकसेल संक्रमण करावे लागते. २) स्टेरॉईड्सही दिली जातात. ३) क्वचितच अस्थिमगजामधील स्थिती आपोआप स्वाभाविक होते व रक्तक्षय कमी होऊ लागतो; पण एकंदरीत भवितव्य चांगले नसते.

रक्तस्त्रावी रोगामुळे होणारा रक्तक्षय (Anaemia Due to Haemorrhagic Diseases)

रक्त गोठण्याच्या घटकामध्ये आणि रक्त गोठण्याच्या क्रियेमध्ये दोष निर्माण झाल्यास काही कारणाने रक्तस्त्राव होऊ लागला, तर रक्ताची गुठळी होऊ शकत

नाही व रक्तस्राव होत राहतो. यालाच रक्तस्रावी रोग (Haemorrhagic Diseases) असे म्हणतात. रक्तस्रावी रोगामध्ये, त्वचेमध्ये आणि म्युकस मेम्ब्रेनमध्ये स्वयंप्रेरित रक्तस्राव होतो. त्वचेवर जांभळे काळसर डाग दिसतात. हिरड्यातून रक्त येऊ लागते आणि कोणत्याही इंद्रियांमध्ये रक्तस्राव होऊ शकतो. याला परपुरा (Purpura) असे म्हणतात. रक्तस्राव रोगातील परपुरा हे महत्त्वाचे चिन्ह होय.

परपुरा (Purpura)

लहान मुलांमध्ये परपुराची कारणे खालीलप्रमाणे असून त्यावरून परपुराचे प्रकार पडतात.

वर्गीकरण : १) रक्तबिंबिकांच्या कमतरतेमुळे होणारा परपुरा (Purpura Due to Platelet Deficiency). २) रक्तवाहिन्यांच्या दोषामुळे होणारा परपुरा (Due to Vascular Defects). अ) जन्मजात (Ehlers- Danlos Syndrome). ब) जन्मानंतर होणारा (Henoch- Schontein). ३) जन्मजात रक्तद्रवातील दोषामुळे होणारा परपुरा (Purpura Due to Congenital Defects of Blood Plasma). ४) केशवाहिन्यांचा दाब वाढल्याने होणारा (Due to Raised Capillary Pressure).

१) रक्तबिंबिकांच्या कमतरतेमुळे होणारा परपुरा

याचे दोन प्रकार आहेत – अ) प्रायमरी किंवा इडिओपॅथिक थ्राम्बोसायटोपेनिक परपुरा. ब) सेकन्डरी किंवा सिम्टोमॅटिक थ्राम्बोसायटोपेनिक परपुरा.

अ) प्रायमरी किंवा इडिओपॅथिक थ्राम्बोसायटोपेनिक परपुरा (Idiopathic Thrombo Cytopenic Purpura).

तीव्र स्वरूपाचा किंवा दीर्घकालीन असू शकतो. तीव्र स्वरूपाचा लहान मुलांमध्ये जास्त दिसून येतो. श्वासमार्गाचा दाह किंवा सांसर्गिक रोग होऊन गेल्यानंतर उदा. गोवर किंवा कोणत्याही कारणाने शरीराला इजा झाल्यास त्वचा आणि म्युकस मेम्ब्रेनवर रक्त साकळलेले डाग दिसू लागतात. याचे प्रमाण हाडांच्या उंचवट्याच्या त्वचेमध्ये आणि इजा झालेल्या भागात जास्त दिसून येते. ३ ते ७ वर्षे वयोगटामध्ये प्रमाण जास्त आहे. इजा झाल्यास रक्तस्राव जास्त प्रमाणात होतो. मुलगी वयात आल्यानंतर मासिक पाळीच्या वेळी खूपच रक्तस्राव होतो.

रोगनिदान : १) प्लेटलेटस् रक्तातील प्रमाण कमी झालेले रक्ततपासणीमध्ये समजते. २) ब्लीडिंग टाईम वाढलेला असतो. ३) क्लॉटिंग टाईम स्वाभाविक असला तरी गुठळी पूर्णत: होत नाही.

उपचार : १) रक्तस्राव होऊ लागल्यास बालकाला पूर्ण विश्रांती द्यावी.

२) रक्ताचे संक्रमण वरचेवर करावे लागते. ३) स्टेरॉईड्स देतात. ४) जंतुदोष होऊ नये म्हणून जंतुजीवनाशक द्रव्ये देतात. ५) दीर्घकालीन रुग्णात प्लीहा काढली जाते.

ब) सेकन्डरी किंवा सिम्टोमॅटिक थ्राम्बोसायटोपेनिक परपुरा (Secondary or Symptomatic Thrombocytopenic Purpura)

कारणे : १) ल्युकेमिया (Leukaemia) – या आजारामध्ये पांढऱ्या पेशींची संख्या खूपच वाढलेली असते. अस्थिमगजामध्येही त्याचे प्रमाण फारच वाढल्याने रक्तबिंबिका निर्मितीस अडथळा निर्माण झाल्याने त्या स्वाभाविक प्रमाणात किंवा पुरेशा प्रमाणात तयार होत नाहीत व परपुरा होतो. २) एप्लास्टिक रक्तक्षय – विषारी रसायनांचा किंवा काही औषधांचा टॉक्सिक परिणाम अस्थिमगजावर झाल्यामुळे त्याचे स्वाभाविक कार्य होत नाही. अस्थिमगज संकुचित (Atrophy) होते. रक्तबिंबिकांची निर्मिती कमी होते. ३) रुबेला (Rubella) किंवा इतर गंभीर सांसर्गिक रोगामुळे रक्तबिंबिका निर्मितीवर परिणाम होतो. त्यांची संख्या कमी होते. ४) काही कर्करोगांमध्ये, विशेषत: हाडांच्या कर्करोगामध्ये कर्करोगाच्या पेशी अस्थिमगजामध्ये असतात व रक्तबिंबिका निर्मिती कमी होते. परपुरामुळे रक्तक्षय होतो.

२) रक्तवाहिन्यांच्या दोषामुळे होणारा परपुरा (Purpura Due to Vascular Defect)

हा रक्तवाहिन्यांच्या दोष जन्मजात असतो किंवा नंतरही होतो. यामध्ये रक्तवाहिन्यांच्या भिंती हायपरसेन्सिटिव्ह (Hypersensitive) असतात; त्यामुळे त्या विरल (Permieable) होतात व परपुरा होतो. यालाच स्कोनलेन हेनॉच किंवा ॲनाफिलॅक्टॉइड परपुरा (Schonlein Henoch or Anaphylactoid Purpura) असे म्हणतात.

यामध्ये त्वचेवर, म्युकस मेम्ब्रेनवर तसेच जठर, आतडी, मूत्रपिंड व मेंदूमध्ये रक्तस्राव होतो. सूज असते. सॉफ्ट टिश्यू नेक्रोसिस होऊ शकते. सांधे सुजतात, दुखतात. मूत्रपिंडाला दाह होऊन बाळ क्रॉनिक ग्लोमेरुलर नेफ्रायटिसमध्ये जाते.

या प्रकारचा परपुरा इतर रोगांमध्येही दिसून येतो. पुढील कारणांमुळे रक्तवाहिन्यांच्या भिंती विरळ होतात व वरीलप्रमाणे रक्तस्राव होतो. याला दुय्यम कारणांनी रक्तवाहिन्यांत दोष निर्माण झाल्याने होणारा परपुरा म्हणतात.

कारणे : १) जंतुदोष : मेनिनजायटिस, बॅक्टेरियल इन्डेकार्डीयटिस या आजारामुळे, तीव्र सांसर्गिक रोगामध्ये गोवर स्कारलेट फीव्हर इत्यादी रोगांमध्ये रक्तवाहिन्यांच्या भिंतीमध्ये दोष निर्माण होऊ शकतो. २) काही औषधे : आयसोनायाझीड, क्वीनिन व सल्फानोमाईडस या औषधांच्या टॉक्सिक परिणामामुळे. ३) 'क'

जीवनसत्त्वाच्या कमतरतेमुळे. ४) ॲलर्जिक रोगामुळे.

उपचार : १) संपूर्ण विश्रांती. विशेषत: रक्तस्राव होत असेल तेव्हा बाळाला झोपवून ठेवले पाहिजे. २) रक्तसंक्रमण. ३) जंतुजीवनाशक द्रव्ये.

रक्तक्षयाचे सर्वसाधारण उपचार करावेत. बाळाला जास्तीत जास्त आरामात ठेवावे.

३) जन्मजात रक्तद्रवातील दोषामुळे होणारा परपुरा (Due to Congenital Defects of Blood Plasma)

या प्रकारचा परपुरा नवजात बालकामध्ये दिसून येतो. जन्मानंतर तिसऱ्या दिवसापासून किंवा आठवड्यातच बाळाला नाकातून, योनिमार्गातून किंवा नाळेतून रक्तस्राव होऊ लागतो. लघवी व शौचामध्ये रक्त असते. याचे कारण खालीलप्रमाणे : १) गर्भाला मातेकडून जीवनसत्त्व 'के' पुरेशा प्रमाणात न मिळाल्यामुळे रक्तद्रव्यामध्ये प्रोथाँबिनची कमतरता होते. प्रोथाँबिन हे प्रथिन यकृतात तयार होते. याच्या निर्मितीसाठी जीवनसत्त्व 'के'ची गरज असते. जीवनसत्त्व 'के' योग्य प्रमाणात नसेल तर प्रोथाँबिन तयार होत नाही. प्रोथाँबिनची कमतरता असल्यास रक्त गोठण्याची क्रिया उशिरा होते. त्यामुळे रक्तस्राव होत राहतो. या प्रकारच्या आजाराला (Haeniragic Diseases of Newborn) असेही म्हणतात. कमी वजनाच्या बालकामध्ये प्रोथाँबिनची कमतरता जास्त दिसून येते.

उपचार : 'के' इंजेक्शन १ ते २ मि. ग्रॅम स्नायूमध्ये देतात.

मोठ्या मुलामध्ये इतर आजारामुळे रक्तातील प्रोथाँबिनची पातळी कमी होते.

१) ऑबस्ट्रक्टिव्ह कावीळ (Obstructive Jaundice)

जीवनसत्त्व 'के'च्या शोषणासाठी पित्ताची गरज असते. या प्रकारच्या काविळीमध्ये आतड्यात पित्त येऊ शकत नाही; त्यामुळे जीवनसत्त्व 'के'चे शोषण होऊ शकत नाही व पुरेशा प्रमाणात प्रोथाँबिन तयार होत नाही व रक्तातील प्रमाणी कमी होऊ लागते. २) वरचेवर होणारा अतिसार व शोषणाच्या दीर्घकालीन आजारामध्ये 'के'चे शोषण होऊ न शकल्याने. ३) यकृताच्या आजारामध्ये प्रोथाँबिन तयार होण्याची क्रिया होत नाही. रक्तातील प्रोथाँबिनची पातळी कमी होते. उपचार वरीलप्रमाणेच करतात व 'के' इंजेक्शन दिले जाते. यकृताच्या आजारावर उपचार केले जातात.

हिमोफिलिया (Haemophilia)

हा आनुवंशिक रक्तरोग असून, पुरुषामध्ये (मुलांनाच) होतो. या रोगाचे जीन्स मातेकडून तिच्या मुलामध्ये जातात; पण तिला हा रोग झालेला नसतो. तिच्या मुलाला होऊ शकतो. तसेच मुलीला रोग होत नाही; पण जीन्स मातेकडून

मिळतात. जे तिच्याकडून तिच्या मुलाकडे जाऊ शकतात. म्हणजेच रोग न झालेली स्त्री या रोगाची जीन्स वाहक (Carrier) असते. या आजारामध्ये रक्त गोठण्याचा काळ (Clotting Time) जास्त असतो; त्यामुळे थोड्याशा इजेमुळेही जास्त प्रमाणात रक्तस्राव होतो. याचे कारण पुढीलप्रमाणे –

रक्त गोठण्याच्या क्रियेसाठी ॲन्टिहिमोफिलिक ग्लोब्युलिन या प्रथिनाची गरज असते (Anti Hemophilic Globulin – AHG) हिमोफिलियामध्ये या प्रथिनाची कमतरता असल्यामुळे रक्त गोठण्याची क्रिया उशिरा होते व रक्तस्राव होतो. स्वाभाविकपणे रक्त गोठणकाळ ३ ते ६ मिनिटे असतो; पण या आजारात काही तास रक्त गोठत नाही. त्यामुळे रक्तस्राव फारच प्रमाणात होऊ शकतो. अर्भकामध्ये विशेष दिसून येत नाही; पण शिशूमध्ये रोगनिदान होऊ शकते. मुलाला इजा झालीच तर अतिशय रक्तस्राव होतो व तो लवकर थांबत नाही.

चिन्हे व लक्षणे : रक्तस्राव थोड्याशा इजेमुळे होतो व बराच काळ राहतो. तोंडातून, हिरड्यातून, लघवीतून रक्तस्राव होतो. गुडघ्याला मार लागल्यास गुडघ्याच्या सांध्यात रक्तस्राव होऊन त्याला सूज येते व ही सूज बरेच महिने किंवा वर्षे टिकून राहते. गुडघ्यामध्ये विकृती निर्माण होते. मेंदूमध्ये रक्तस्राव झाल्यामुळे मुलाचा जीव धोक्यात असतो.

उपचार : १) ताज्या रक्ताचे संक्रमण केले जाते. हे १० मि. लि. प्रतिकिलो वजनामागे इतके रक्त १.५ ते २ मि. लि. दर मिनिटाला या वेगाने दिले जाते. २) रक्तस्राव खूपच जात असेल तर रक्ताचा व्हॉल्यूम कमी होऊन बाळ शॉकमध्ये जाऊ नये म्हणून रक्त किंवा रक्तद्रव जलद दिले जाते. ३) सध्या फ्रोझन ॲन्टिहिमोफिलिक ग्लोब्युलीन (Frozen Anti-Haemophilic Blobulin) उपलब्ध असून ते शिरेतून दिले जाते; यामुळे चांगला परिणाम दिसून आला आहे. हे एकच इंजेक्शन द्यावे लागते. यामुळे रक्तस्राव होत असल्यास ताबडतोब दिल्यास रक्त देण्याची गरज नाही. हे अजून पुरेशा प्रमाणात उपलब्ध नाही. तसेच खूप महागही आहे.

या बालकाला स्वाभाविक मुलाप्रमाणे जगू द्यावे; पण इजा होणार नाही याची काळजी पालकांनी घ्यावी व मुलालाही शिकवावी. मुलाला नेहमी लांब विजार किंवा पँट घालावी. गुडघ्यावर जाड गाद्या तयार करून बांधाव्यात किंवा फोम रबर पॅडस बांधावीत म्हणजे गुडघ्याला इजा होणार नाही. पडून जखमा होतील असे खेळ खेळू देऊ नयेत. त्याला घराजवळच्याच शाळेत घालावे. दातांची, हाडे व सांध्यांची काळजी घ्यावी. रोज सकस व पुरेसा आहार द्यावा. वरचेवर डॉक्टरी सल्ल्याची गरज आहे हे पालकांना समजावून सांगावे. बाळाजवळ आयडेन्टिफिकेशन कार्ड (होमोफिलिक) असावे, म्हणजे त्याच्या घरापासून काही अंतरावर इजा किंवा अपघात झाल्यास त्याला चटकन उपचार दिले पाहिजेत. हे डॉक्टरांच्या व परिचारिकांच्या

लक्षात येईल. मुलालाही तसे समजावून सांगावे.

ल्युकेमिया (Leukaemia)

हा पांढऱ्या रक्तपेशींचा रोग आहे. रक्तामध्ये व अस्थिमगजामध्ये अस्वाभाविक पांढऱ्या पेशी आढळतात. त्यांचे प्रमाणही अतिशय जास्त आहे. अस्थिमगजामध्ये गर्दी झाल्याने तांबड्या रक्तपेशी व रक्तबिंबिका निर्मिती स्वाभाविकपणे होत नाही. रक्तक्षय होतो व रक्तस्त्रावही होतो. ल्युकेमियाचे अनेक प्रकार आहेत आणि हे प्रकार कोणत्या प्रकारच्या पांढऱ्या पेशींवर परिणाम झाला आहे, यावरून पडतात.

याचे कारण अजूनही नक्की समजले नाही. हा पांढऱ्या पेशींचा कर्करोग आहे. हा तीव्र व दीर्घकालीन स्वरूपात असतो. लहान मुलांमध्ये तीव्र ल्युकेमिया जास्त प्रमाणात असून २ ते ५ वर्षांत प्रमाण जास्त असते.

ॲक्युट ल्युकेमिया

चिन्हे व लक्षणे : १) सुरुवात अचानक होते व कोणत्या तरी इतर आजाराने सुरुवात होते. २) बालक फारच पांढरट दिसू लागते. ३) अशक्तपणा येतो व लवकर दमते. ४) ताप असतो. तो ९९ ^{0}F ते १०३ ^{0}F पर्यंत ताप असतो. ५) भूक मंदावते, वांत्या होतात, मलावरोध असतो. ६) तोंडाला व घशाला दाह होतो. व्रण होतात. ओठांना चिरा पडतात. ७) परपुरा – त्वचा, म्युकस मेम्ब्रेन व शरीराच्या अनेक अवयवात रक्तस्त्राव होतो; त्यामुळे लघवीमध्ये रक्त (Haematuria) दिसते, शौचामध्ये रक्त (Malaenal) असते. हिरड्या, नाकातून रक्तस्त्राव होतो. रेटायनामध्ये रक्तस्त्राव झाल्यामुळे दृष्टिदोष निर्माण होतात. ८) श्‍वासमार्गाचा दाह, फुफ्फुसदाह होतो. ९) सांधे सुजतात, दुखावतात. १०) लिंफ गाठी सुजतात. ११) प्लीहेचा व यकृताचा आकार वाढतो. १२) मज्जासंस्थेवर परिणाम झाल्यास बाळ सतत डोके दुखल्याची तक्रार सांगते. वात्या होतात. १३) धाप लागते. १४) छातीत धडधडते.

रोगनिदान : १) रक्ताची तपासणी केली असता रक्तामध्ये अस्वाभाविक व अपरिपक्व पांढऱ्या पेशींची संख्या फारच वाढलेली असते. स्वाभाविकपणे ६,००० ते ११,००० दर घन मि.मि. रक्तामध्ये असणाऱ्या पांढऱ्या पेशींची संख्या १५,००० ते ३०,००० किंवा त्यापेक्षा वाढते. तांबड्या रक्तपेशींची व रक्तबिंबिकांची संख्या कमी होते. २) अस्थिमगज तपासणी (Bone Marrow Examination) करून रोगनिदान निश्चित केले जाते. यासाठी बोन मॅरो पंक्चर करतात हे इलियाक बोनच्या क्रेस्ट किंवा स्टर्नमवर करतात; पण लहान मुलात टिबियाच्या शाफ्ट वरही करतात. यासाठी पालकांची व मूल मोठे असल्यास त्याच्या मनाची तयारी करावी. पंक्चर करण्यापूर्वी बालकाचा झोपेचे औषध द्यावे; म्हणजे बाळ घाबरणार नाही.

परिचारिकेने बाळाजवळ थांबावे. धीर द्यावा.

उपचार व परिचर्या : औषधोपचार – सध्या उपलब्ध असलेल्या औषधांमुळे बालकाचे आयुष्य काही काळ तरी वाढविले जाते. १) ६ मरसॅप्टोपुरीन (6-Mercaptopurine) २) व्हिनक्रिस्टिन (Vincristine) आणि सायक्लोफॉस्फॉमाइड (Cyclophosphamide) ही औषधे सिटोटॉक्सिक असल्याने यांचा स्वाभाविक पेशींवरही परिणाम होऊ शकतो; म्हणून ती फारच काळजीपूर्वक वापरली पाहिजेत. ४) स्टेरॉईड्स वापरली जातात. औषधोपचार सुरू केल्यानंतर बाळाची भूक सुधारते, थकवा कमी झाल्याने बाळ खेळू लागते. पांढऱ्या पेशींची संख्या बरीच कमी झाल्याने बाळाला सेकंडरी इन्फेक्शन होण्याची शक्यता असते. म्हणून ५) जंतुजीवनाशक द्रव्ये देण्यात येतात. या बाळाला संसर्ग होऊ नये म्हणून त्याची काळजी स्वतंत्र खोलीमध्ये घ्यावी. ६) बाळाला वरचेवर रक्ताचे संक्रमण करावे लागते. ७) लक्षणांनुसार उपचार – वांत्या होत असल्यास ॲन्टिइमेटिक्स उदा. स्टेमेटील इंजेक्शन देतात.

लक्षणे कमी होऊन बाळाला बरे वाटू लागते, पण काही दिवसांत परत वरील लक्षणे वाढू शकतात. अशा वेळी बाळाला परत दवाखान्यात दाखल करून वरील उपचार दिले जातात. या बालकाला शक्यतो एकाच दवाखान्यात ठेवावे; म्हणजे तेथील डॉक्टर व परिचारिकांची चांगली ओळख होते व त्याला वातावरणाची सवय होते.

या औषधोपचारांबरोबर डीप रेडिओ थेरपी (Deep Radio Therapy) देतात.

औषधांचे दुष्परिणाम खालीलप्रमाणे होतात –

१) कुशिंग्ज सिन्ड्रोम (Cushing's Syndrome)

२) केस गळणे (Alopecia)

३) मलावरोध (Constipation)

४) जंतुदोष (Infection)

५) तोंडामध्ये व्रण होतात. (Mouth Ulcers)

काळजी

१) या बालकाची काळजी हळुवारपणे व कौशल्याने घेतली पाहिजे. परिचारिकेचे निरीक्षण चांगले असल्यास बालकातील बदल चटकन ओळखले जाऊन दिसणाऱ्या लक्षणांवर ताबडतोब इलाज करता येतात.

२) पालकांची काळजी व बाळाच्या आजाराबद्दलची उत्सुकता समजावून घेऊन त्यांना धीर द्यावा. सहानभूतिपूर्वक वागणूक द्यावी. पालकांच्या शंकांचे निरसन करावे म्हणजे त्यांची भीती कमी होते. त्यांना डॉक्टरांशी भेटून चर्चा करण्यास परवानगी द्यावी. बालकाच्या सर्वसाधारण काळजी घेण्यामध्ये मातेची मदत घ्यावी.

बाळाला आहार देणे, वैयक्तिक स्वच्छता वगैरे.

३) सोशल वर्करची मदत घेऊन वेळोवेळी आर्थिक व सामाजिक अडचणी दूर करण्यास मदत मिळवून द्यावी.

४) बाळाला स्वतंत्र खोलीमध्ये ठेवावे. बसत्या किंवा अर्धवट बसत्या स्थितीमध्ये त्याला आराम मिळतो. जरुरीप्रमाणे उशांचा आधार द्यावा. बाळाची स्थिती वरचेवर बदलावी.

५) गरम पाण्याने रोज अंग पुसून घ्यावे; त्यामुळे त्याला ताजेतवाने वाटते. अंघोळ केल्याने बाळाला श्रम होतात; म्हणून अंघोळ घालू नये.

६) तोंडाचे रोज काळजीपूर्वक निरीक्षण करून जखम, व्रण व हिरड्यांतून रक्तस्राव होत नाही याची काळजी घ्यावी. तोंडाची दर ४ तासांनी काळजी घ्यावी. हे अतिशय हळुवार करावे. व्रण असल्यास जन्शन व्हायलेट ०.५ टक्के तोंडामध्ये लावावे. थ्रश असेल तर नायस्टॅटिन (Nystatin) लावावे.

७) तोंडातून रक्तस्राव होत असल्यास सलाईनच्या चुळा भरण्यास द्यावे किंवा ओल्या कॉटन स्वॉबने पुसून घ्यावे. ओठ मऊ पडण्यासाठी क्रीमचा उपयोग करावा.

८) बाळाला अचानक नाकातून रक्तस्राव होऊ शकतो. अशा वेळी शांतपणे बाळाला पाठीमागे डोके टेकवून बसवावे. कपाळावर, नाकावर बर्फाच्या पट्ट्या ठेवाव्यात. झोपेचे औषध द्यावे व डॉक्टरांना बोलवावे. कुठूनही जास्त प्रमाणात रक्तस्राव होऊ शकतो, अशा वेळी लगेच रक्ताचे संक्रमण करावे.

९) बाळाचा इन्टेक-आउटपुट चार्ट तंतोतंत ठेवावा. लघवीचे प्रमाण कमी होते. लघवीमध्ये रक्त आहे का, हे पाहावे.

१०) ताजी फळे व भरपूर द्रवपदार्थयुक्त आहार दिल्यास मलावरोध कमी करता येतो तसेच सौम्य रेचक देतात. उदा. Blandlax.

११) बाळाला सांधेदुखी असल्यास वेदनाशामक व सौम्य झोपेची औषधे देतात. उदा. फीनाबारबिटोन किंवा व्हॅलियम इत्यादी.

१२) रक्तक्षयासाठी आयर्नची औषधे देतात.

१३) **आहार :** बाळाच्या आहारात विशेष बदल करण्याची गरज नसते. पण भूक मंदावल्यामुळे बाळ खाण्याचे टाळते. त्याला आवडणारे व आकर्षक पदार्थ वरचेवरचे असावेत. एका वेळी थोडा आहार पण वरचेवर द्यावा. आहारामध्ये दुधाचे प्रमाण जास्त असावे. आहार सकस व भरपूर द्रवपदार्थ असलेला असावा. जीवनसत्त्वांची कमतरता होऊ नये म्हणून ताजी फळे तसेच पूरक जीवनसत्त्वे द्यावीत. यामुळे सर्वसाधारण आरोग्य चांगले राहिल्याने त्याला वरचेवर जंतुदोष होण्याचे टाळता येईल.

१४) केसांची काळजी घेणे जरूरीचे आहे. केस सौम्य शॅम्पूने धुऊन स्वच्छ ठेवावेत व मऊ कंगव्याने विंचरावेत. केस गळून टक्कल पडण्याची शक्यता असते

व यामुळे मुलाच्या मनावर परिणाम होऊ शकतो. त्याला आवडेल असा केसांचा टोप घालावा.

हॉजकिन्स डिसीज (Hodgkin's Disease)

शरीरातील लसिका पेशींवर परिणाम झाल्याने लसिका ग्रंथींची अस्वाभाविक वाढ होते. कोणत्याही एका लसिका ग्रंथी समूहाची वाढ होते. विशेषतः मानेतील (Cervical) किंवा काखेतील (Axillary) लसिका ग्रंथींवर परिणाम होतो.

हा रोग क्वचितच होतो व ५ वर्षांखालील मुलांमध्ये तर फारच कमी आढळतो.

चिन्हे व लक्षणे : १) अशक्तपणा येतो. २) रक्तक्षय. ३) बाळ आजारी दिसू लागते. ४) अधूनमधून सारखा ताप असतो. १४ ते २१ दिवस टिकून राहतो. कमी होतो व परत येऊ लागतो. याला पेल-एब्स्टेन फीव्हर (PelEbsten Fever) असे म्हणतात. ताप सौम्य असतो. ५) प्लीहा व यकृताचा आकार वाढतो. ६) छातीमधली व पोटामधील लसिका ग्रंथीसमूहावर परिणाम झाल्यानंतर खोकला, धाप लागणे, निलांगावस्था तसेच पोटफुगी या तक्रारी दिसू लागतात. कावीळ असते.

रोगनिदान : १) लसिका ग्रंथींची वाढ होते, तपासून पाहिल्यास त्या हलणाऱ्या असतात व त्यांचा ऱ्हास होत नाही. २) सर्व्हायकल लसिका ग्रंथीची बॉयोप्सी घेऊन तपासल्यास रोगनिदान निश्चित होते. ३) लिकअँजिओग्राम करूनही रोगनिदान केले जाते.

उपचार : हा रोग पूर्णपणे बरा होऊ शकत नाही; पण औषधोपचाराने मुलाचे आयुष्य काही काळ वाढविता येते. सायक्लोफॉस्फामाईड (Cyclophosphamide) आणि क्लोरॅम्ब्युसिल (Chlorambucil) ही औषधे देतात. डीप रेडिओ थेरपीही देतात.

रक्तक्षयाच्या मुलाची सर्वसाधारण काळजी (General Care of Anaemic Child)

आपण रक्तक्षयाचे अनेक प्रकार पाहिले. रक्तक्षय कोणत्याही प्रकारचा असला तरी काही सर्वसाधारण लक्षणे सारखीच असतात. या ठिकाणी बालकाची काळजी कशी घ्यावी, हे पाहू.

१) परिचारिकेला बाळाबद्दल व त्याच्या कुटुंबाबद्दल माहिती, आजार आणि लक्षणे या सर्व गोष्टींची माहिती असली पाहिजे, तरच तिला मुलाच्या परिचर्येचे नियोजन करता येईल.

२) ठराविक परिचारिकांनी ठराविक बालकांची काळजी घेतल्यास बालक व परिचारिका यांच्यामध्ये चांगले सहकार्य व संबंध तयार होतात. बालकाचा मानसिक

ताण कमी होतो. परिचारिकेला जास्तीत जास्त चांगल्या प्रकारे काळजी घेता येते.

३) या बालकाच्या वरचेवर तपासण्या कराव्या लागतात; त्यामुळे बहुतेक वेळा त्याचे रक्त घेणे भाग पडते व बाळ सहकार्य देत नाही. जर मूल समजण्यासारखे असेल तर त्याला त्याची गरज समजावून द्यावी की, ज्यामुळे त्याच्या मनाची तयारी होईल.

४) डॉक्टर, परिचारिका, टेक्निशियन्स व इतर लोकांचा सहभाग त्यांच्या काळजीमध्ये असतो. त्याचे नियोजन व्यवस्थित केल्यास बाळाला त्याचा त्रास वाटणार नाही.

५) बाळाची भूक मंदावलेली असते. त्याला सकस, भरपूर द्रवपदार्थ असलेला आकर्षक आहार द्यावा. त्याला आवडणारे पदार्थ करून देण्यास मातेला सांगावे. एकावेळी थोडे पण वरचेवर खाऊ घालावे.

६) उलट्या होत असल्यास तोंडाची काळजी घ्यावी. उलटीचा द्रव लगेच पुसून घ्यावा. जरूर पडल्यास उलटी न होण्याचे औषध द्यावे.

७) अतिसार, शौचाला झाल्यानंतर लगेच स्वच्छ करून घ्यावे किंवा मातेला करू द्यावे. बेडपॅन देण्याची सोय लगेच करावी; कारण बाळ थांबू शकत नाही.

८) बाळाचे वजन कमी झालेले असते व फॅसी टिश्यू कमी झालेला असतो. त्वचेची काळजी चांगली घ्यावी.

९) तीव्र रुग्णामध्ये संपूर्ण विश्रांतीची गरज असते. जेवणापूर्वी व नंतर विश्रांती द्यावी. जेवण स्वत:चे स्वत: घेणे हेही कष्ट त्याला सहन होत नाहीत. त्याला आरामशीर स्थिती देऊन त्याच्याजवळ थांबून भरवावे लागते. माता जवळ असल्यास ती हे करू शकते. तसेच गोष्टी सांगून त्याला खाण्यास उत्तेजित करावे.

१०) बाळाला झोप येत नसल्यास विशेष काळजी घ्यावी. बिछाना उबदार, सुरकुत्या नसलेला व स्वच्छ असावा. खोलीत शांतता असावी. तीव्र प्रकाश किंवा आवाजामुळे त्याची झोपमोड होणार नाही, याची काळजी घ्यावी.

११) सांधेदुखी, यकृत व प्लीहा आकारवाढ या अनेक कारणांमुळे त्याला आराम मिळत नाही. यासाठी त्याला आराम वाटणारी स्थिती देऊन वरचेवर बदल करावा.

१२) जंतुदोष टाळणे – त्याची काळजी घेताना स्वच्छ व निर्जंतुक वस्तू वापराव्यात. सांसर्गिक रोगापासून त्याचे संरक्षण करावे.

१३) दीर्घकालीन आजार असल्यामुळे बाळ अनेक दिवस बिछान्यातच असते. त्याला शय्याव्रण व इतर विकृती होणार नाहीत, याची काळजी (Deformity) घ्यावी.

१४) मानसिक स्थिती – बाळाला जास्तीत जास्त आनंदी ठेवावे. सहानभूतिपूर्वक त्याची काळजी घ्यावी. पालकाच्या चेहऱ्यावरील काळजी बाळाला दु:खी करू

शकते. यासाठी पालकांना समजावून सांगावे. बिछान्यात खेळू द्यावे.

१५) पालकांचे सहाकार्य मिळण्यासाठी त्यांना बाळाचा आजार, तपासण्या व औषधोपचार याबद्दल समजावून सांगावे. त्यांना धीर द्यावा. सहानभूतिपूर्वक वागणूक द्यावी.

१६) बाळाला वरचेवर दवाखान्यात दाखल करावे लागते. प्रत्येक वेळी त्याची चांगली काळजी घेतल्यास बाळ दाखल होताना त्रास देत नाही.

नवजात बालकातील कावीळ (Jaundice in Newborn)

कावीळ हा रोग नाही तर हे एक लक्षण आहे. त्वचेला व स्लेराला पिवळेपणा येतो. त्याला कावीळ असे म्हणतात. ५५ ते ८५ टक्के नवजात बालकांमध्ये कावीळ दिसते. यातील बऱ्याच बालकांमध्ये दिसणारी कावीळ ही गर्भाशयातील अवस्था व बाहेरील अवस्था यामध्ये समरस होताना दिसणारे एक लक्षण असून त्याचा शरीरावर काहीही अनिष्ट परिणाम होत नाही. परंतु इतरही काही गंभीर कारणे आहेत की, ज्यामुळे नवजात बालकात कावीळ दिसते. तिचे परिणाम व कारणे गंभीर असून धोकेही गंभीर होतात.

कावीळ म्हणजे काय?

रक्तामध्ये बिलिरुबिनचे प्रमाण स्वाभाविक प्रमाणापेक्षा वाढणे, याला कावीळ असे म्हणतात. हे बिलिरुबिन डायरेक्ट, इन्डायरेक्ट किंवा दोन्हीही असू शकेल. रक्तातील बिलिरुबिन पेशीमध्ये घेतले जाते; त्यामुळे पिवळेपणा येतो. आपण याच प्रकरणात सुरुवातीला पाहिले आहे की, तांबड्या रक्तपेशी नाश पावल्यानंतर त्यातील लोह या घटकापासून पित्त द्रव किंवा बिलिरुबिन तयार होते. हे यकृतातून बिलियरी पॅसेजमार्फत आतड्यात सोडले जाते. यामुळे शौचाला पिवळेपणा येतो. ही स्वाभाविक प्रतिक्रिया होय. या स्वाभाविक प्रतिक्रियेत कोणत्याही कारणाने बिघाड निर्माण झाला, तर बिलिरुबिनचे रक्तातील प्रमाण वाढते व कावीळ दिसू लागते. काविळीची कारणे पाहण्यापूर्वी डायरेक्ट व इन्डायरेक्ट बिलिरुबिन म्हणजे काय ते पाहू.

इन्डायरेक्ट बिलिरुबिन : याप्रमाणे तांबड्या रक्तपेशींचा नाश झाल्यानंतर त्यातील लोह घटकापासून तयार होणारे बिलिरुबिन हे इन्डायरेक्ट बिलिरुबिन होय. हे पाण्यात न विरघळणारे आहे.

डायरेक्ट बिलिरुबिन : इन्डायरेक्ट बिलिरुबिनचे यकृतामध्ये ट्रान्सफेरझ (Transferase) या इन्झाइमच्या साहाय्याने सोल्युबल बिलिरुबिनमध्ये रूपांतर केले जाते. यालाच सोल्युबल डायरेक्ट बिलिरुबिन असे म्हणतात. रक्तामधील बिलिरुबिन डायरेक्ट आहे का इन्डायरेक्ट आहे, यावरून १) कावीळ कोणत्या कारणाने झाली याचे निदान करण्यास मदत होते. तसेच २) इन्डायरेक्ट, इन्सोल्युबल बिलिरुबिनचे

मेंदू व हृदयाच्या पेशींवर टॉक्सिक परिणाम होऊ शकतात. डायरेक्ट बिलिरुबिन हे कमी टॉक्सिक असल्याने त्याचे टॉक्सिक परिणाम कमी दिसून येतात.

काविळीची कारणे व त्यावरून वर्गीकरण

१) यकृताचे कार्य स्वाभाविक असूनही तांबड्या रक्तपेशींचा प्रमाणापेक्षा जास्त प्रमाणात नाश झाल्यास त्या जास्तीच्या बिलिरुबिनची योग्य विल्हेवाट लावण्यास यकृत असमर्थ ठरते व कावीळ दिसू लागते. तांबड्या रक्तपेशींचा प्रमाणापेक्षा जास्त नाश होण्याचे बालकामधील कारण म्हणजे RH इनकॉम्पिटिबिलिटी हे होय. यालाच हिमोलायटिक कावीळ असे म्हणतात. यामुळे रक्तामध्ये इनडायरेक्ट बिलिरुबिनचे प्रमाण अतिशय वाढते.

२) गर्भावस्थेमध्ये रक्तातील तांबड्या पेशींचे प्रमाण जास्त असते. जन्मानंतर या जास्तीच्या तांबड्या पेशींची आवश्यकता नसल्याने त्यांचा नाश होतो. बिलिरुबिनचे प्रमाण वाढते. या वाढलेल्या बिलिरुबिनची विल्हेवाट लावण्यास यकृत अकार्यक्षम ठरते व ते रक्तात राहते व त्वचेला पिवळेपणा दिसू लागते. याला फिजिऑलॉजिकल जॉन्डिस असे म्हणतात.

३) बिलिरुबिन यकृतातून बिलियरी पॅसेजमार्फत आतड्यात सोडले जाते; पण बिलियरी पॅसेजमध्ये काही कारणाने (उदा. स्टोन इन बिलियरी पॅसेज) अडथळा निर्माण झाल्यास बिलिरुबिन (डायरेक्ट) रक्तात साचून राहते व कावीळ दिसू लागते, याला ऑबस्ट्रक्टिव्ह जॉन्डिस असे म्हणतात.

४) यकृताच्या आजारामध्ये (Liver Diseases) उदा. यकृतदाह. यकृताच्या स्वाभाविक कार्यामध्ये तात्पुरता किंवा कायमचा बिघाड निर्माण झाल्यास; यकृताकडून बिलिरुबिनची योग्य रीतीने विल्हेवाट लावली जात नाही. बिलिरुबिन रक्तात साठून राहते. नवजात बालकामध्ये नाळेचा जंतुदोष यकृतापर्यंत पोहोचून कावीळ होऊ शकते. याला निओनेटल हिपॅटायटिस (Neonatal Hepatitis) म्हणतात.

फिजिऑलॉजिकल जॉन्डिस (Physiological Jaundice)

जवळजवळ ५५ ते ८५ टक्के नवजात बालकांमध्ये दिसून येते. हिची सुरुवात ४८ तासांनंतर होते. बाळाची त्वचा व डोळे पिवळे दिसू लागतात. ५ ते ६ दिवसांपर्यंत पिवळेपणा जास्त असतो व नंतर कमी होऊ लागतो. ७ ते १० दिवसांत पूर्णत: कमी होतो. नवजात बालकामध्ये तिसऱ्या किंवा चौथ्या दिवशी रक्तातील सिरम बिलिरुबिनचे प्रमाण पाहिल्यास स्वाभाविक प्रौढ व्यक्तीच्या मानाने जास्तच असते; पण १० ते ११ मि. ग्रॅम टक्क्यांपेक्षा जास्त असत नाही.

फिजिऑलॉजिकल जॉन्डिसमध्ये बाळामध्ये इतर कोणतीही लक्षणे दिसत नाहीत. बाळाचा आहार, झोप, हालचाली, शौचाला व लघवी स्वाभाविक असते.

चोखणे, गिळणे या प्रतिक्षिप्त क्रिया स्वाभाविक असतात. ताप नसतो. बाळ आजारी दिसत नाही.

बालक जर कमी वजनाचे असेल तर मात्र या काविळीचे प्रमाण जास्त असते. त्याचे यकृत अपरिपक्व असल्याने त्याचे स्वाभाविक कार्य होऊ शकत नाही व कावीळ वाढत जाते. त्या बालकामध्ये गुदमरणे, मेंदूस इजा व रक्तस्राव व रेस्पिरेटरी डिस्ट्रेस या दुष्परिणामांमुळे कावीळ गंभीर स्वरूपाची दिसू लागते. सिरम बिलिरुबिनचे प्रमाण १६ मि. ग्रॅम टक्क्यांपेक्षा वाढते व बाळाला झटके येतात. याला कर्निक्टेरस (Kernicterus) असे म्हणतात. यामध्ये मेंदूच्या पेशींचा ऱ्हास होतो.

फिजिऑलॉजिकल जॉन्डिसमध्ये उपचारांची गरज असत नाही. बाळाला निर्जंतुक ग्लुकोजचे पाणी द्यावे. कावीळ कमी होत आहे, याकडे लक्ष ठेवावे.

हिमोलायटिक जॉन्डिस (Haemolytic Jaundice)

नवजात बालकात बऱ्याच प्रमाणात दिसून येतो. हा रक्तदोषामुळे होतो म्हणून त्याला 'हिमोलायटिक जॉन्डिस' म्हणतात. ABO इनकॉम्पिटिबिलीटी गर्भाचा रक्तगट A किंवा B व मातेचा O असल्यास ABO इनकॉम्पिटिबिलिटी होते. RH इनकॉम्पिटिबिलिटीमध्ये (ABO or RH Incompatibility) होते.

चिन्हे व लक्षणे : १) हिमोलायटिक जॉन्डिसची सुरुवात जन्मानंतर लगेच ३६ तासांत दिसते. २) सिरस बिलिरुबिनचे प्रमाण फारच वाढते; त्यामुळे डीप जॉन्डिस असतो. ३) रक्तक्षय असतो. ४) सूज असते. ५) गंभीर काविळीमुळे कन्जेस्टिव्ह कार्डियाक फेल्युअर होतो व यकृत प्लीहा वाढते. मज्जासंस्थेवर परिणाम झाल्याने आकडी येऊ लागते, यालाच (Kernicterus) म्हणतात. RH Incompatibility व त्याचे दुष्परिणाम म्हणजे काय, हे नवजात बालकातील हिमोलायटिक रक्तक्षयामध्ये सापडू शकते.

रोगनिदान : कोणत्या प्रकारची कावीळ आहे, हे निश्चित समजल्यास त्याप्रमाणे उपचार करून कारण नाहीसे केल्यास कावीळ कमी होऊ शकते. यासाठी बाळाची तपासणी (Clinical Findings) आणि प्रयोगशाळेतील तपासण्या करण्यात येतात.

बाळाची तपासणी व रोगाची माहिती

१) प्लॅसेन्टल एक्स्क्रीटरी मेकॅनिझम ऑफ बिलिरुबिन (Placental Excretory Mechanism of Billirubin) मुळे गर्भावस्थेमध्ये गर्भाला कावीळ होत नाही. वारेमधून तातडीने बिलिरुबिन बाहेर टाकण्याची क्रिया होते. त्यामुळे जन्मतः बालकाला कावीळ नसते. जन्मानंतर किती तासांनी किंवा दिवसांनी कावीळ दिसू लागली, हे निदानासाठी उपयोगी पडते. हिमोलायटिक कावीळ २४ ते ३६

तासांच्या आत, फिजिऑलॉजिकल कावीळ ४८ तासांनंतर आणि यकृताच्या रोगात एक आठवड्याने दिसू लागते.

यासाठी बालकामध्ये कावीळ आहे का, हे रोज पाहिले पाहिजे.

२) काविळीची गंभीरता (Intersity) : रक्तामध्ये बिलिरुबिन किती प्रमाणात आहे, यावर पिवळेपणा अवलंबून असतो. त्यामुळे जितका जास्त पिवळेपणा तितकी कावीळ गंभीर व बिलिरुबिनचे प्रमाण जास्त. फिजिऑलॉजिकल काविळीमध्ये सिरम बिलिरुबिन ४ ते १० मि. ग्रॅम टक्के असते; पण कमी वजनाच्या बालकामध्ये व याबरोबर मेंदूला इजा, जंतुदोष असल्यास हे जास्त असू शकते. हिमोलायटिक काविळीमध्ये सिरम बिलिरुबिन फारच जास्त असते व थोड्या काळातच वाढते, जर लिव्हरच्या रोगात व ऑबस्ट्रक्टिव्ह काविळीमध्ये त्याचे प्रमाण वाढण्यास काही दिवस लागतात.

३) काविळीचा काळ (Duration of Jaundice) : स्वाभाविक बालकातील फिजिऑलॉजिकल कावीळ ७ ते १० दिवसात कमी होते; पण यकृत आजार, ऑबस्ट्रक्टिव्ह कावीळ व हिमोलायटिकमध्ये कावीळ अनेक दिवस/महिने राहू शकते व बाळावर गंभीर परिणाम होतात.

४) कौटुंबिक माहिती : मातेला गरोदरपणी कावीळ (सांसर्गिक) झाली असल्यास बालकाला यकृतदाह असू शकतो. हिमोलायटिकमध्ये तिच्या पूर्वीच्या मुलांना कावीळ होती याची माहिती मिळू शकते.

५) औषधे : मातेला गरोदरपणी फार काळ देण्यात आलेली औषधे की, ज्यांचा गर्भाच्या यकृतावर टॉक्सिक परिणाम होऊ शकेल उदा. क्लोरोग्फीनिकॉल, सल्फा, ॲस्पिरीन आणि अन्टिकॉल्व्हसन्टस इत्यादी.

६) रक्तगट : आई-वडिलांचे रक्तगट ABO आणि RH हे माता गरोदर असतानाच तपासून घ्यावे व जरुरीप्रमाणे काळजी घेण्यात यावी.

७) बाळामध्ये दिसणारी लक्षणे : फिजिऑलॉजिक काविळीमध्ये बालक स्वाभाविक असते. यकृत दाहामध्ये बालकाला उलट्या, ताप, पोटफुगी, अतिसार असून बाळ आजारी दिसते. हिमोलायटिक काविळीमध्ये बाळाच्या प्रतिक्षिप्त क्रिया चोखणे, गिळणे इत्यादी. अशक्त असतात. बालक बेचैन व झोपेच्या गुंगीत (Drowsy) असते. आकडी येते.

८) अवस्था : हिमोलायटिकमध्ये बालकाला गंभीर रक्तक्षय असतो व इतर गंभीर लक्षणे असू शकतात.

९) शौच : कावीळ जास्त काळ असेल तर शौचाचा रंग पित्तद्रवाअभावी फिक्का होतो. ऑबस्ट्रॅक्टिव्ह काविळीमध्ये क्ले कलर्ड स्टूल (Clay Coloured Stool) असते.

प्रयोगशाळेतील तपासण्या : आर.एच. इनकॉम्पॅटिबिलिटी

१) रक्ताची तपासणी करून सिरम बिलिरुबिनचे प्रमाण पाहिले जाते. फिजिऑलॉजिकल काविळीमध्ये सिरम इन्डायरेक्ट बिलिरुबिन थोड्या प्रमाणात वाढलेले असते. ८ ते १० मि. ग्रॅम टक्के व इन्झाईमचे कार्य सुरू झाल्यानंतर कमी होते. हिमोलायटिकमध्ये ७० टक्क्यांपेक्षा जास्त इन्डायरेक्ट बिलिरुबिन असते आणि इतर म्हणजे ऑबस्ट्रक्टिव्हमध्ये डायरेक्ट बिलिरुबिनचे प्रमाण जास्त असते.

२) रक्तातील तांबड्या, पांढऱ्या पेशींची संख्या, हिमोग्लोबिन पाहिले जाते.

३) पेरीफेरल स्मेअर घेऊन रक्तक्षय व जंतुदोष आहे का पाहिले जाते.

४) लिव्हर फंक्शन टेस्टस् उदा. व्हेन्डेन बर्ग रिॲक्शन (Vanden Bergh Reaction), S.G.O.T. , S.G.P.T. आणि अल्कलाईन फॉस्फेटेज लेव्हल पाहण्यासाठी रक्त तपासले जाते.

५) गरोदर माता जर (RH – ve) असेल व तिचा पती (RH + ve) असेल तर गरोदरपणी मातेच्या रक्तात ॲन्टी RH-Autibodies आहेत का, त्यांचे प्रमाण वरचेवर पाहावे; यामुळे गर्भाचा गर्भाशयात मृत्यू टाळता येतो.

६) कूम्ब्स टेस्ट (Coomb's Test) : पॉझिटिव्ह असल्यास अन्टी RH-Antibodies आहेत हे समजते.

७) रक्ताचे कल्चर, (G 6 / PD Test), फ्रजिलिटी टेस्ट केल्या जातात.

उपचार व काळजी : १) फिजिऑलॉजिकल काविळीमध्ये बाळाचे निरीक्षण व निर्जंतुक साखर-पाणी देणे याशिवाय काहीही करण्याची गरज नसते.

हिमोलायटिक जॉन्डीसमध्ये केले जाणारे उपचार

अ) माता गरोदर असताना घ्यावयाची काळजी

१) RH निगेटिव्ह मातेच्या पहिल्या बाळाला त्रास होत नाही, पण पहिल्या गरोदरपणामुळे तिच्या रक्तात ॲन्टी RH ॲन्टीबॉडीज तयार झाल्यामुळे दुसऱ्या गर्भाला कावीळ होऊ शकते. यासाठी तिची प्रसूती झाल्यानंतर लगेच किंवा ७२ तासांच्या आत ॲन्टी-डी गामा ग्लोबुलिन (Anit D Gamma Globulin) इंजेक्शन दिले जाते.

२) RH निगेटिव्ह मातेच्या पुढील बालकामध्ये कावीळ (RH Incompatibility) होईलच असे सांगता येत नाही; कारण काही स्त्रियांमध्ये RH निगेटिव्ह रक्त असूनही त्यांच्या बालकावर काहीही परिणाम झालेला नाही; पण RH इनकॉम्प्टॅटिबिलिटी होण्याची शक्यता असते; म्हणून काळजी घेतली जाते. यासाठी माता गरोदर असताना तिचे आर. एच. घटकासाठी रक्त तीन महिन्यातच तपासावे. तिला रक्ताचे संक्रमण त्यापूर्वी केले आहे का? विशेषत: RH –ve स्त्रीला RH +ve रक्त दिले

असल्यास अॅन्टी RH अॅन्टीबॉडीज तिच्या रक्तात तयार झालेल्या असतात व त्या गर्भाच्या तांबड्या पेशी नाश करू शकतात. असे असेल तर त्याची नोंद करावी.

३) अशा स्त्रीची पूर्वीच्या गरोदरपणातील माहिती, गर्भपात, मृत बालक जन्म किंवा जन्मानंतर कावीळ किंवा मूल सुजलेले असणे इत्यादी माहिती विचारून घ्यावी.

४) RH निगेटिव्ह मातेच्या दुसऱ्या गरोदरपणात तिच्या रक्ताची तपासणी करून Anti - RH - Antibodies पाहिले जाते. जर हे प्रमाण १:६४ पेक्षा जास्त असल्यास गर्भाच्या तांबड्या पेशींत हिमोलायसिसचे प्रमाण जास्त आहे समजले जाते. हे Titre २०, २८, ३४ व ३८ आठवड्यात पाहतात. पुढील हिमोलायसिस टाळून गर्भाचा जीव वाचविण्यासाठी इन्ट्रायूटेरॉर्टून फीटल ब्लड ट्रान्स्फ्युजन देण्यात येते. सध्या ही सोय उपलब्ध झाली आहे. पण हे एक विशेष तंत्र असून यासाठी लागणाऱ्या सुविधा, तज्ज्ञ डॉक्टरांची गरज असून अती काळजीपूर्वक करावे लागते. ३६ ते ३८ आठवड्यानंतर मातेची प्रसूती सुरू होण्यास कृत्रिमरीत्या प्रयत्न करून प्रसूती केली जाते (Induction of Labour).

बालक जन्मल्यानंतर करण्यात येणारे उपचार व काळजी

१) आपण पाहिलेच आहे की, या बालकात जन्मानंतर लगेच गंभीर कावीळ व तिचे दुष्परिणाम का व कसे होतात, हे टाळण्यासाठी व बालक कर्निक्टरसमध्ये जाण्यापूर्वी त्याला एक्स्चेंज ब्लड ट्रान्स्फ्युझन (Exchange Blood Transfusion) करतात.

२) बालक जन्मल्याबरोबर नाळेतून रक्त घेऊन ते बिलिरुबिन, हिमोग्लोबिनसाठी तपासले जाते. तसेच शक्य असेल तर कूम्ब्स टेस्टही (Coomb's Test) केली जाते. कूम्ब्स टेस्ट पॉझिटिव्ह असणे, सिरम बिलिरुबिन ४ मि. ग्रॅ. टक्क्यापेक्षा जास्त आणि हिमोग्लोबिन १४ ग्रॅम टक्क्यांपेक्षा कमी असणे यावरून हिमोलायसिसची गंभीर सुरुवात झाली आहे, हे समजते. या बालकाला ताबडतोब एक्स्चेंज ब्लड ट्रान्सफ्युजन करावे लागते. बालक जन्मल्यानंतर त्याची नाळ न बांधता निर्जंतुक ओल्या गॉझमध्ये गुंडाळून ठेवली जाते. नाळेतील नीलेमध्ये एक विशेष प्रकारचा प्लॅस्टिक कॅन्युला घातला जातो.

एक्स्चेंज ब्लड ट्रान्स्फ्युजन (Exchange Blood Transfusion)

उद्देश : १) बालकाच्या रक्तातील टॉक्सिक बिलिरुबिन काढणे. २) अॅन्टी RH अॅन्टीबॉडीजचा परिणाम झालेल्या त्याच्या तांबड्या रक्तपेशी काढून पुढील हिमोलायसिस टाळणे. ३) रक्तक्षय कमी करणे. ४) बालकाच्या रक्तातील अॅन्टी RH अॅन्टीबॉडीज काढणे.

हा उद्देश साध्य करण्यासाठी औषधाचा उपयोग होत नाही. म्हणूनच एक्स्चेंज ब्लड ट्रान्स्फ्युजन करावे. बाळाच्या गटाचे RH निगेटिव्ह ताजे रक्त देण्यात येते. जर बालकाच्या गटाचे RH निगेटिव्ह रक्त मिळालेच नाही तर, RH निगेटिव्ह O गटाचे रक्त देण्यात येते. ही कृती सर्व सुविधा असलेल्या ठिकाणी निर्जंतुकता तंतोतंत पाळून करावी लागते.

कृती : बाळाला उबदार खोलीमध्ये टेबलावर झोपवून ते हलू नये म्हणून काळजी घेतली जाते. पूर्ण कृती होईपर्यंत बालक उबदार राहील याकडे लक्ष दिले जावे.

नाळ शिरेतून पॅलिथिलीनचा बारीक कॅथेटर इन्फेरिअर व्हेना केव्हा मध्ये घातला जातो. त्यामध्ये सिरिंजच्या साहाय्याने १० मि. लि. रक्त घातले जाते व काही सेकंदांनी परत तितकेच रक्त काढले जाते. असे एकूण ३०० मि. लि. रक्त बदलले जाते. या कृतीला ३ तास लागतात.

रक्ताची गुठळी होऊन कॅथेटर ब्लॉक होऊ नये म्हणून १,००० युनिट्स हिपॅरीन १०० मि. लि. सलाइनमध्ये घालून ते थोडे थोडे कॅथेटरमधून पुश केले जाते. कृती चालू असताना बालकाचे श्वसन, हृदयाची गती, आकडी किंवा बालक अचानक कोलॅप्स होत नाही, याकडे लक्ष ठेवून त्याची नोंद केली जाते. नाळेतील शिरेचा दाब मोजणे जरूरीचे असते; कारण एक्स्चेंज जलद रीतीने केले तर तो दाब प्रमाणापेक्षा जास्त वाढतो आणि रक्तप्रवाहातील रक्ताचा दाब कमी झाल्यास नाळशिरेचा दाब (Umbilical Vein Pressure) ४ ते ८ सें. मी. ऑफ वॉटर स्वाभाविक असतो.

बाळाला आकडी येऊ नये किंवा अचानक कोलॅप्स होऊ नये म्हणून १०० मि. लि. रक्त एक्स्चेंज केल्यानंतर १ मि. लि. १० टक्के कॅलशियम ग्लुकोनेट सोल्युशन दिले जाते.

कृती संपल्यानंतर बाळाचे रक्त सिरम बिलिरुबिन व हिमोग्लोबिन लेव्हल तपासणीसाठी पाठविले जाते. त्यावरून रक्तातील सिरम बिलिरुबिन व हिमोग्लोबिनचे प्रमाण समजते. एक्स्चेंजनंतर ८ ते १२ तासांनी सिरम बिलिरुबिन परत तपासले जाते. हे जर परत वाढले तर दुसऱ्यांदा एक्स्चेंज ब्लड ट्रान्स्फ्युजन करतात.

या कृतीनंतर बाळाला पूर्ण विश्रांती द्यावी. जंतुजीवनाशक द्रव्ये आणि 'के' इंजेक्शन १ मि. ग्रॅम दिले जाते.

एक आठवड्यानंतर कावीळ पूर्णत: कमी होते. रक्तक्षय काही प्रमाणात असतो. साधारण दोन ते तीन महिन्यात रक्तक्षय पूर्णत: कमी होतो. या रक्तक्षयामध्ये लोह देऊन काहीही उपयोग होत नाही. रक्तक्षय फारच असेल तर नंतर बाळाला रक्ताचे संक्रमण करण्यात येते.

नवजात बालक कमी वजनाचे असल्यास त्याचे यकृत पूर्णत: कार्यक्षम नसल्याने या बालकात कावीळ गंभीर स्वरूपाची असू शकते. जर काविळीचे स्वरूप गंभीर असेल तर फोटोथेरपी (Phototherapy) दिली जाते. फोटोथेरपी देण्याचे विशेष मशीन असून त्यात बालक उघडे ठेवले जतो. या वेळी त्याचे डोळे बांधले पाहिजेत; कारण या किरणांचा रेटायनावर परिणाम होण्याची शक्यता असते. दिवसातून ठराविक वेळा हे मशीन थोडा वेळ बंद करून, बाळाला बाजूला घेऊन त्याचे डोळे सोडावेत. त्याला दूध द्यावे व परत वरील काळजी घेऊन बाळाला फोटोथेरपी द्यावी. या अल्ट्राव्हायोलेट रेजमुळे सिरम बिलिरुबिन कमी होण्यास मदत होते.

□□□

प्रकरण १९

मज्जासंस्थेचे रोग

□ मस्तिष्कावरण दाह (Meningiti) वर्गीकरण □ इंट्राक्रेनियल दाब वाढल्याची लक्षणे □ नवजात बालकातील मस्तिष्कावरण दाह □ मेनिंगोकोकल मेनिंजायटिस □ ट्युबरक्युलस मेनिंजायटिस □ मस्तिष्कावरण दाह – सर्वसाधारण उपचार व परिचर्या □ मेंदूदाह वर्गीकरण □ तीव्र मेंदूदाह □ सेरेब्रल पाल्सी □ हायड्रोकिफॅलस □ स्पायना बायफिडा □ मेनिंगोसिल □ मेनिंगोमायलोसिल □ मानसिक अपंगत्व □ मंगोलिझम

मस्तिष्कावरण दाह (Meningitis)

मेंदूच्या आवरणांना दाह झाला तर त्याला मस्तिष्कावरण दाह किंवा मेनिंजायटिस (Meningitis) असे म्हणतात. प्रौढांपेक्षा लहान मुलांमध्ये याचे प्रमाण फारच जास्त आहे. प्रौढांमध्ये जे रोगजंतू कारणीभूत असतात, त्याच जंतूंमुळे लहान मुलांमध्येही हा दाह होतो. इ. कोलाय (Eschericbia Coli) जंतूंमुळे नवजात बालकामध्येच मस्तिष्कावरण दाह होतो. या जंतूंमुळे मस्तिष्कावरण दाह प्रौढात झालेला आढळत नाही.

मस्तिष्कावरण दाहाचे वर्गीकरण (Types of Meningitis) : १) नवजात बालकामध्ये इ. कोलायमुळे होणारा मस्तिष्कावरण दाह, २) पू निर्माण करणाऱ्या जंतूंपासून होणारा मस्तिष्कावरण दाह (Pyogenic Meningitis), ३) ट्युबरक्युलस मेनिंजायटिस (Tuberculous Meningitis), ४) व्हायरल मेनिंजायटिस (Viral Meningitis).

या सर्व प्रकारच्या मस्तिष्कावरण दाहामध्ये इंट्राक्रेनियल प्रेशर वाढते व यामुळे पुढील लक्षणे दिसू लागतात. ही लक्षणे ओळखून तसा डॉक्टरांना रिपोर्ट दिल्यास रोगनिदान लवकर होऊ शकते.

इंट्राक्रेनियल प्रेशर वाढल्याची लक्षणे

१) **वांत्या :** वांती केव्हाही होते. आहाराशी संबंधित नसते. वांती अचानक

होते. वांती झाल्यानंतर डोकेदुखी कमी झाल्यामुळे मुलाला थोडे बरे वाटते.

२) **डोकेदुखी :** गंभीर स्वरूपाची डोकेदुखी असते. डोके वर उचलल्यानंतर डोके जास्त दुखते.

३) अर्भक किंवा दीड वर्षे वयाच्या मुलामध्ये डोक्याचा पुढील भाग फुगीर होतो; याला Bulging Anterior Fontanelle असे म्हणतात. त्याच्या डोक्याच्या शिरा फुगतात, सिवनी रुंदावतात व डोक्याचा घेर थोडासा वाढतो.

४) मानेला ताठरपणा (Neck Regidity) येतो. मान ताठ होते. ती पुढे वाकत नाही. त्यामुळे डोके मागील बाजूस वळते; त्याला (Head Retraction) म्हणतात. मान पुढे वाकविण्याचा प्रयत्न केल्यास वेदना होतात व बाळ रडते.

५) बाळ चिडखोर व अस्वस्थ होते. स्पर्श, आवाज यामुळे त्रास होतो व बाळ किंचाळल्यासारखे रडते. त्याला मेनिंजियल क्राय (Meningeal Cry) असे म्हणतात. त्याच्या हाताच्या मुठी घट्ट आवळलेल्या असतात. बाळाचे डोके व पायच बिछान्याला टेकतात व सर्व पाठीची धनुष्याकृती कमान तयार होते. या स्थितीला ओपिस्थोटोनोस (Opisthotonos) असे म्हणतात. बाळाला प्रकाश सहन होत नाही. याला फोटोफोबिया (Photophobia) म्हणतात. बाळाला गुंगी (Drowsiness) असते.

६) पॅपिलोएडिमा (Papilioedema) असते.

७) नाडीची गती कमी होते.

८) आकडी (Convulsions) – बाळामध्ये आकडीचे प्रमाण जास्तच असते.

९) कर्निंग्ज साईन (Kernig's Sign) – पॉझिटिव्ह असतात. बाळाचे पाय गुडघ्यात दुमडून पोटावर आणल्यानंतर पाय सरळ करीत असताना बाळाला अतिशय वेदना होतात. पाय सरळ करू देत नाही. खूप रडते. याला कर्निंग्ज साईन पॉझिटिव्ह असे म्हणतात. या वेदना मज्जारज्जूभोवती असणाऱ्या मस्तिष्कावरणाला दाह झाल्याने होतात.

नवजात बालकातील मस्तिष्कावरण दाह (Meningitis in Newborn)

हा दाह इ. कोलायमुळे होतो हे वर पाहिलेच आहे.

चिन्हे व लक्षणे : १) सुरुवात अचानक होते. २) इंट्राक्रेनियल प्रेशर वाढल्याची सर्व लक्षणे या बालकामध्ये दिसतात. ३) डोळ्यांवर प्रकाश टाकून पाहिल्यास बाहुल्यांची प्रतिक्रिया असमान व अशक्त असते. डोळ्यामध्ये स्क्विन्ट (Squint) होण्याची शक्यता असते. ४) चेन-स्टोक्स (Cheyne-Stockes) श्वसन असते. ५) बाळ गुंगीत जाऊन बेशुद्धावस्थामध्ये जाते. ६) ताप असतो. ७) बाळामध्ये सेप्टिसेमियाची (Septicaemia) लक्षणे दिसू लागतात. त्वचेचा रंग करडा, निस्तेज दिसतो. बाळाची त्वचा थंड पडते. नाडी जलद व अशक्त होते. रक्तदाब कमी होतो. मलावरोध असतो. लघवी तुंबते. ८) अतिसार असतो. काही

बालकांमध्ये उलट्या व अतिसार यामुळे शरीरात पाण्याची कमतरता होते. जलकमतरतेची लक्षणे दिसू लागतात. अशा बालकात रोगनिदान करताना गोंधळ होऊ शकतो; कारण जलकमतरतेमुळे टाळू खोल जाते.

रोगनिदान : १) चिन्हे व लक्षणे : २) मेंदूमज्जाद्रव तपासणी (Cerebro Spinal Fluid Examination) सूक्ष्मदर्शकाखाली तपासणी करून घटक स्वाभाविक प्रमाणात आहेत का त्यात बदल आहे हे पाहिले जाते. याचे प्रेशर वाढल्याने, द्रव प्रेशरने बाहेर येतो. कल्चर आणि सेन्सिटिव्हिटी टेस्ट केल्यामुळे कारणीभूत रोगजंतू व ते कोणत्या जंतुजीवनाशकास सेन्सिटिव्ह आहेत हे समजते.

उपचार : इ. कोलाय दाहासाठी इंजेक्शन जेन्टामायसिन (Gentamycin) ३ ते ७ मि. ग्रॅ./किलो रोज किंवा टोब्रामायसिन (Tobramycin) ३ ते ७ मि. ग्रॅम/किलो रोज ॲम्पिसिली (Ampicillin) १०० ते ३०० मि. ग्रॅ./किलो रोज ही जंतुजीवनाशक द्रव्ये देतात. इतर उपचार व परिचर्या सर्व प्रकारच्या मस्तिष्कावरण दाहामध्ये सारखीच असते.

मेनिंगोकोकल मेनिंजायटिस (Meningococal Meningitis)

या प्रकारच्या मस्तिष्कावरण दाहाचे प्रमाण लहान मुलांमध्ये जास्तच आहे. विशेषत: ५ वर्षांखालील मुलांमध्ये जास्त प्रमाण दिसून येते. हा दाह पू निर्माण करणाऱ्या मस्तिष्कावरण दाहामध्ये मोडतो. या प्रकारच्या इतर जंतू उदा. निमोकोकाय, स्ट्रेप्टोकोकाय व स्टॅफिलोकायपासून होणाऱ्या मस्तिष्कावरणदाहापेक्षा, मेनिंगोकोकायपासून होणारा मस्तिष्कावरणदाह मुलांमध्ये वरचेवर दिसून येतो.

काही वेळा मेनिंगोकोकल मेनिंजायटिसची साथही येते. याचा प्रसार श्वसनामार्फत, नाक व घशातील स्रावामार्फत रुग्णाच्या सान्निध्यामध्ये असल्यास व वाहकामार्फत (Carriers) होतो. गर्दीच्या ठिकाणी राहणाऱ्या मुलांमध्ये याचे प्रमाण जास्त आढळते. अधिसियन काळ (Incubation Period) ३ ते ७ दिवस आहे.

रोगाची सुरुवात अचानक होते. इंट्राक्रेनियल प्रेशर वाढते; त्यामुळे वरील सर्व चिन्हे व लक्षणे दिसतात. त्वचेखाली रक्तस्राव होतो; त्यामुळे त्वचेवर डाग दिसतात. बाळ टॉक्सिक दिसते. सेप्टिसेमियामध्ये जाऊन कोलॅप्स होण्याची शक्यता असते. तात्पुरता दृष्टिदोष निर्माण होतो. रोग अतिशय गंभीर असल्याने बाळाचा जीव धोक्यात असतो. अचानक मृत्यू होऊ शकतो. पू घट्ट होऊन मेंदूच्या खालच्या भागात तसेच व्हेंट्रिकल्समध्ये अडकून राहिल्याने मेंदूमज्जाद्रवाला अडथळा निर्माण होऊन हायड्रोकॅफॅलस (Hydrocephalus), ताठरपणा (Spasticity), अंधत्व (Loss of Vision), बहिरेपणा (Deafness), मेंटल डिफेक्ट (Mental Defect) हे दुष्परिणाम दिसून येतात.

उपचार : मेनिंगोकोकल मेनिंजायटिसमध्ये ब्रॉड स्पेक्ट्रम ॲन्टिबायोटिक्स विशेषत: सल्फानोमाईडस आणि क्लोरम्फिनिकॉल २५ ते १०० मि. ग्रॅ./किलो रोज, ही औषधे देतात. त्वचेमध्ये रक्तस्राव असेल तर स्टेरॉईड्स स्नायूमध्ये किंवा शिरेमधून देतात. घट्ट स्राव अडकून मेंदूमध्ये मेंदूमज्जा द्रवाला अडथळा निर्माण झाला व प्रेशरमुळे लक्षणे दिसू लागल्यास शस्त्रक्रिया करून, घट्ट म्युकस स्राव काढला जातो; त्यामुळे वरील दुष्परिणाम कमी होऊ शकतात.

ट्युबरक्युलस मेनिन्जायटिस (Tuberculous Meningitis)

हा मस्तिष्कावरणदाह ट्युबरकल बॅसिलायमुळे होतो. लहान मुलांमध्ये याचे प्रमाण जास्त असते. तसेच यापासून होणाऱ्या मृत्यूचेही प्रमाण जास्त आहे. बालकाच्या फुफ्फुसाचा किंवा इतर अवयवाचा क्षयरोग असतो. तिथून हा दाह मेंदूच्या आवरणापर्यंत पोहोचल्याने मस्तिष्कावरण दाह होतो.

रोगमीमांसा : दाह झाल्यामुळे मृदू (Pia) व जाल (Arachnoid) आवरणांना सूज येते. आवरणे व कोराईड प्लेक्सस (Choroid Plexuses) कंजेस्टेड होतात. मेंदूमज्जाद्रवाची निर्मिती प्रमाणापेक्षा जास्त होते. जर उपचार लवकर झाले नाहीत तर, आवरणांमधील स्राव घट्ट जिलेटिनसारखे होतात व मेंदूमज्जाद्रवाला अडथळा निर्माण होतो. यामुळे हायड्रोकिफॅलस होते; याला कम्युनिकेटिंग किवा ऑबस्ट्रक्टिव्ह हायड्रोकिफॅलस (Communicating or Obstructive Hydrocephalus) असे म्हणतात. या घट्ट स्रावाखाली क्षयाच्या लहान आकराच्या गाठी (Tubercles) आढळतात. यांच्यामुळे मेंदूमज्जाद्रव प्रवाहाला व शोषणाला अडथळा निर्माण होतो; तसेच त्यांचा परिणाम क्रेनियल नर्व्हजवर होऊन क्रेनियल नर्व्ह पाल्सी आणि हेमिप्लेजिया व अंधत्व यासारखे दुष्परिणाम होतात.

चिन्हे व लक्षणे : १) सुरुवात हळूहळू होते. भूक मंदावते. झोप जास्त येते किंवा काही बालकांमध्ये झोप येत नाही अशी तक्रार असते. बाळ गळून जाते. २) ताप – सुरुवातीला ताप सौम्य असतो; पण नंतर जास्त असतो. ३) मेनिंजियल इरिटेशनमुळे अतिशय डोकेदुखी होते व ही डोकेदुखी उलटी झाल्यानंतर काही प्रमाणात कमी होते. इंट्राक्रेनियल प्रेशर वाढल्याची सर्व लक्षणे दिसू लागतात. ४) बाळ दिसत नसल्याची तक्रार करते. ५) बाळाला आकडी वरचेवर येऊ लागते. ६) अर्धवट किंवा पूर्ण बेशुद्धावस्थेमध्ये जाते. ७) बाळाच्या मानेला ताठरपणा असतो व ओपिस्थोटोनोस स्थितीमध्ये बाळ झोपते. ८) श्वसन चेन-स्टोक प्रकारचे असते. ९) बाळ अशक्त होते. १०) सतत बिछान्यात झोपून राहिल्याने शय्याव्रण, फुफ्फुसदाह (Aspiration Pheumonia), हातापायात व्यंग (Contracturs and Postural Deformities), कॉर्नियल अल्सर (Corneal Ulcer) हे दुष्परिणाम होऊ शकतात.

भवितव्य (Prognosis) : रोगनिदान जितक्या लवकर होईल, तितके रोग्याचे भवितव्य बरेचसे चांगले असते. उपचार ताबडतोब सुरू झाल्यास काही मुले कोणतेही दुष्परिणाम न होता बरी होतात. काही मुले बरी होतात; पण दुष्परिणामांमुळे जीविताला धोका असतो. गंभीर व उशिरा उपचार सुरू झाल्यास मृत्यूचे प्रमाण फारच आढळते. जवळजवळ ३० ते ८० टक्के मुले मृत्युमुखी पडतात. बालक जरी बरे झाले तरी त्याला पुन्हा मस्तिष्कावरहण दाह होण्याची शक्यता असते. एकंदरीत भवितव्य चांगले नाही.

रोगनिदान : १) अ) मेंदूमज्जाद्रव कल्चर केल्यास क्षयाचे जंतू आढळतात. ब) त्यातील प्रथिनांचे प्रमाण स्वाभाविकतेपेक्षा वाढलेले असते. ९० ते २०० मि. ग्रॅ., क) ग्लुकोजचे प्रमाण कमी होते किंवा ग्लुकोज अजिबात असत नाही. ड) क्लोराईडचे प्रमाण कमी होते, हे उलट्या झाल्यामुळे कमी होते. २) फंडस्कोपी (Fundoscopy), पॅपिलोएडिमा (Papilloedema) असतो. ३) क्षयरोगाची पूर्वीची माहिती – फुफ्फुसाचा क्षयरोग असल्याची माहिती निदानास उपयोगी पडते.

उपचार : १) ॲन्टिट्युबरक्युलर ट्रीटमेंट (Antitubercular Treatment) अ) स्ट्रेप्टोमायसीन इंजेक्शन (Streptomycin) २० मि. ग्रॅम प्रति पौंड वजनामागे स्नायूमध्ये रोज दिले जाते. याची मात्रा रोगाच्या गंभीरतेनुसार ठरविली जाते. हे ४ ते ६ महिनेही द्यावे लागते. पण सध्या नवीन औषधांचा उपयोग करण्यात आल्यामुळे हे सुरुवातीला पहिले २ ते ३ महिनेही देण्यात येते. ब) केनामायसिन (Kanamycin) १५ मि. ग्रॅम प्रति किलो वजनामागे, स्नायूमध्ये रोज. क) रिंफाम्पसिन १० ते २० मि. ग्रॅम प्रति किलो वजनामागे, तोंडाने एकच मात्रा रोज. हे ६ किंवा त्यापेक्षा जास्त आठवडे दिले जाते. ड) एक किंवा दोन औषधांबरोबर आयसोनायाझाइड (Isoniazide) १० ते २० मि. ग्रॅम प्रति किलो वजनामागे, तोंडाने रोज दिले जाते. इ) इथम्बुटॉल (Ethambutol) ही औषधे दिली जातात. ॲन्टिट्युबरक्युलर औषधे एका वेळी दोन किंवा दोनपेक्षा जास्त दिली जातात; कारण एका वेळी एकच औषध दिल्यास क्षयाचे जंतू त्या औषधावर मात करतात व त्याचा उपयोग होत नाही. दुसरे म्हणजे, ही औषधे जास्त काळ आणि नियमित द्यावी लागतात. नाही तर त्याचा पुढे उपयोग होत नाही, हे परिचारिकेने समजावून घेऊन पालकांना तशा सूचना दिल्या पाहिजेत.

पूर्वी P.A.S. Granules वापरले जात असे, पण त्याची चव फारच कडू असून त्याचे दुष्परिणामही गंभीर असल्याने सध्या वापरले जात नाही.

ही औषधे रुग्णाला २-३ वर्षेही द्यावी लागतात. विशेषत: INH हे औषध. त्यामुळे त्याचे दुष्परिणाम काही होतात का, याकडे सतत लक्ष दिले पाहिजे. उदा. ट्रेमर्स (Tremors) आकडी, मेन्टल कन्फ्युजन आणि रिटार्डेशन, त्वचेचे

बदल आणि जीवनसत्त्व 'ब-६' कमतरता म्हणून INH बरोबर जीवनसत्त्व 'ब-६' देण्यात येते.

१) **स्टेरॉईड्स (Steroids) :** डेक्सामेथॅझॉन (Dexamethasone) इंजेक्शन किंवा तोंडाने प्रीडनिसोलोन (Prednisolone) देण्यात येते. ॲन्टिट्युबरक्युलर औषधे व स्टेरॉईड्स लंबर पंक्चर किंवा सिस्टरनल पंक्चरमधूनही देतात.

व्हायरल मेनिंजायटिस (Viral Meningitis) :

व्हायरल मेनिंजायटिस लहान मुलांमध्ये बऱ्याच वेळा गोवर (Measles), गालगुंड (Mumps), वारेफोड्या (Chickenpox) या व्हायरसमुळे होणाऱ्या सांसर्गिक रोगांनंतर झालेला आढळून येतो.

सर्वसाधारण उपचार व परिचर्या :

१) बालकाला हवेशीर खोलीमध्ये घ्यावे. खोली शांत व मंद प्रकाशित असावी. बाळाला आवाज व तीव्र प्रकाश सहन होत नाही; यासाठी त्याकडे सतत लक्ष असावे. त्याच्या अंगावर गार वारा येणार नाही, याची काळजी घ्यावी.

२) बाळाला आकडी वरेचवर येते. बाळ कॉटवरून खाली पडू नये, म्हणून कठड्याची कॉट (Railing Cot) असावी. कठड्याच्या सळ्या बाळाला लागू नयेत, म्हणून आतून उशा बांधाव्यात. उशा फक्त ठेवल्यास त्या बाळाच्या तोंडावर पडून बाळ गुदमरण्याची शक्यता असते, म्हणून तशा ठेवू नयेत. बाळाचा बिछाना स्वच्छ, उबदार असावा. बिछान्यात काही वस्तू असू नयेत; सुरकुत्या असू नयेत.

३) **निरीक्षण :** अ) तपमान, नाडी, श्वसन, रक्तदाब वरचेवर पाहून त्याची नोंद ठेवावी. बाळाला आकडी किती वेळाने येते, दिवसातून किती वेळा येते, आकडीनंतर बाळाची स्थिती या सर्वांवर लक्ष ठेवून त्याची नोंद करावी व काळजी घ्यावी. ब) मूल मोठे असेल तर आकडीच्या वेळी जीभ चावली जाणार नाही, यासाठी तोंडामध्ये स्पॅच्युला घालावा. आकडीनंतर कपडे ओले झाले असल्यास बदलावेत व त्याला आरामात ठेवावे. आकडी येऊ नये म्हणून डायझेपाम किंवा पराल्डीहाईड (Dizepam or Paraldehyde) डॉक्टरांच्या सुचनेनुसार द्यावे. क) इन्ट्राक्रेनियल प्रेशर वाढल्याच्या लक्षणांकडे लक्ष द्यावे. बाळ प्रकाशाच्या विरुद्ध बाजूला तोंड वळविते किंवा तोंडावर पांघरूण घेते याचा अर्थ इन्ट्राक्रेनियल प्रेशर वाढले आहे हे समजावे. तसेच डोकेदुखी, उलट्या, मॅनेंजियल क्राय इत्यादी. याचा रिपोर्ट डॉक्टरांना द्यावा.

ड) **बेशुद्धावस्था :** सुरुवातीला बाळ गुंगीत असते. नंतर अर्धवट बेशुद्धावस्थेत असते; या वेळी अस्वस्थ, धडपड, गडबड करते. नंतर पूर्णपणे बेशुद्धावस्थेत जाण्याची शक्यता असते.

४) इन्ट्राक्रेनियल प्रेशर कमी करण्यासाठी मॅनिटॉल (Manitol) २० टक्के ७ ते १० मि. लि. प्रति किलो वजनामागे शिरेतून देतात. हे २० ते ३० मिनिटांत द्यावे. शिरेतून मॅनिटॉल किंवा इतर सलाईन चालू असते, त्याकडे लक्ष द्यावे. ते शिरेतून बाहेर जात नाही याची काळजी घ्यावी. सूज नाही किंवा बंद आहे का? याकडे सतत लक्ष द्यावे. तसेच इतर औषधोपचार नियमित वेळेवर द्यावेत.

५) रोगनिदानासाठी लंबर पंक्चर (Lumber Puncture) केले जाते. या कृतीची गरज पालकांना सांगून त्यापासून बाळाला काही होणार नाही, हे समजावून सांगावे. मूल मोठे असेल, शुद्धीवर असेल तर त्यालाही समजावून सांगावे व त्याची भीती कमी करावी. पालकांची लेखी संमती घ्यावी. सर्व तयारी ठेवून डॉक्टरांना मदत करावी. बाळाला योग्य स्थितीत धरून ठेवावे.

६) मेंदूमज्जाद्रव तपासणीसाठी घेणे. लंबर पंक्चरच्या तयारीमध्ये दोन निर्जंतुक टेस्ट ट्यूब्स असतात. त्यांत हा द्रव घेतला जातो. द्रव येताना तो कसा येतो, यानुसार प्रेशर समजते. जोरात धार असेल तर इन्ट्राक्रेनियल प्रेशर वाढलेले आहे. स्वाभाविक प्रेशर असताना थेंब थेंब येतो. रंग स्वाभाविक पाण्यासारखा नितळ असतो; पण दाह झाल्यामुळे गढूळ असतो. तो काही वेळ ठेवल्यास गढूळपणा जास्त होतो. पहिल्या द्रवात सुईच्या टोकाने इजा झाल्यामुळे त्यात तपासताना तांबड्या पेशी येऊ शकतात; म्हणून दुसऱ्या ट्यूबमधील द्रव तपासल्यास हे निश्चित समजू शकते की, तांबड्या पेशी इतर कारणांमुळे आहेत.

७) बाळाला उलट्या होत असतात, म्हणून तोंडाची काळजी घ्यावी. कपडे ओले झाल्यास काढावेत व कोरडे कपडे घालावेत. उलट्या जास्त असतील तर जलकमतरता होऊ नये म्हणून शिरेतून ग्लुकोज व क्षारयुक्त सलाईन देण्यात येते. ओठांना ग्लिसरिन बोरॅक्स लावावे.

८) इन्टेक आउटपुट चार्ट तंतोतंत ठेवावा. शिरेतील द्रव, तोंडावाटे किंवा नाकातील नळीवाटे दिलेला द्रवपदार्थ तसेच उलटी, लघवीवाटे बाहेर टाकला जाणाऱ्या द्रवपदार्थाची नोंद करावी.

९) **बाळाला ताप असतो :** ताप कमी करण्यासाठी हायड्रोथेरपी द्यावी. खोलीत फॅन लावून खोली हवेशीर ठेवावी. याबरोबर ताप असताना अंगावर थंड वारा येणार नाही, याची काळजी घ्यावी.

१०) **डोळ्यांची काळजी :** बेशुद्धावस्थेत बाळाचे डोळे अर्धवट उघडे राहून दाह होण्याची शक्यता असते. तसेच कॉर्नियाला जखम होऊन कॉर्नियल अल्सर होण्याची शक्यता असते. यासाठी डोळे सलाईन निर्जंतुक स्वॅबने स्वच्छ करून ॲन्टिबायोटिक आय ड्रॉप्स घालावेत. डोळ्यांवर पॅड ठेवून डोळे बांधावेत.

११) बाळाची लघवी तुंबण्याची शक्यता असते. मूल शुद्धीवर असेल तर

नर्सिंग प्रोसेजर्स करून होते का पाहावी. न झाल्यास डॉक्टरांना रिपोर्ट करावा. काही वेळा कॅथेटर लावुन लघवी काढावी लागते.

१२) मलावरोध असल्यास सौम्य रेचक दिले जाते.

१३) बालकाला शय्याव्रण होण्याची शक्यता असते. यासाठी त्याच्या पाठीशी काळजी दर चार तासांनी घ्यावी. चार तासांनी स्थिती बदलावी. यामुळे फुफ्फुसदाहही टाळता येतो.

१४) बाळाला रोज कोमट पाण्याने स्पंज द्यावा. परिचर्या करताना बाळाला वरचेवर त्रास होऊ नये म्हणून त्याची सर्व परिचर्या करून त्याला थोडा वेळ शांत झोप मिळेल याकडे लक्ष द्यावे. वरचेवर स्पर्श केल्यास बाळ इरिटेट होते.

१५) **आहार :** बाळ जर शुद्धीवर असेल तर गिळताना त्रास होतो; म्हणून खाण्याचे टाळते, ताप असतो. यासाठी बाळाला भरपूर द्रवपदार्थ द्यावेत. बेशुद्धावस्थेत बाळाला नाकातून नळीने आहार द्यावा. फळांचा रस, दूध, चहा, कॉफी, सूप, एगफ्लीप यातून त्याला भरपूर प्रथिने व उष्मांक पुरेसे मिळतील याकडे लक्ष द्यावे.

१६) बाळामध्ये दुष्परिणाम होत नाहीत, याकडे लक्ष ठेवावे. त्याला कॉन्ट्रॅक्चर, फूट ड्रॉप होऊ नये म्हणून त्याच्या हातापायांची हालचाल करावी. हातावर, पायावर ओझे पडणार नाही, याची काळजी घ्यावी. फिजिओथेरिपिस्टने रोज येऊन त्याला पॅसिव्ह मुव्हमेंटस् द्याव्यात. तेल लावून चोळावे. पांघरावयाची शीट ताणून पायांवरून खोचू नये.

१७) बालकाला खूप दिवस दवाखान्यात राहावे लागते. शिवाय ते गंभीर स्थितीत असते. यासाठी पालकांशी सहानभूतिपूर्वक वागावे. त्यांना समजावून सांगून धीर द्यावा.

१८) **प्रतिबंधक उपाय :** मेनिंगोकोकल मस्तिष्कावरण दाह असल्यास सांसर्गिक रोग्याप्रमाणेच या बालकाची काळजी घ्यावी. त्यामुळे इतर मुलांना संसर्ग होणार नाही.

खेड्यामध्ये काम करणाऱ्या परिचारिकांनी हे लोकांना समजावून सांगून इतर मुलांचे त्यापासून संरक्षण करावे.

सध्या याची (Meningococci) लस तयार झाली आहे.

ट्युबरक्युलस मेनिंजायटिस होऊ नये म्हणून बालकाला नवजात काळातच बी.सी.जी. द्यावी म्हणजे त्याला फुफ्फुसाचा क्षयरोग होणार नाही व झाल्यास याचाही प्रतिबंध होऊ शकेल. शरीरामध्ये कुठे जरी क्षयरोग झाला तरी त्यावर लवकर उपचार सुरू करून उपचार नियमित प पूर्ण घ्यावेत; म्हणजे मस्तिष्कावरण दाह होणार नाही.

मेंदूदाह (Encephalitis)

मेंदूला जंतुदोष होणे याला एन्किफॅलायटिस असे म्हणतात. मेंदूदाह अनेक कारणांनी होतो. यावरून त्याचे प्रकार पडतात.

कारणावरून पडणारे प्रकार

१) एपिडेमिक एन्किफॅलायटिस : १) जंतू, विषाणू किंवा फंगायचा दाह झाल्यामुळे होणारा मेंदूदाह याला एपिडेमिक एन्किफॅलायटिस असेही म्हणतात.

२) टॉक्सोप्लॉस्मोसिस (Toxoplasmosis) : प्रोटोझॉनपासून मेंदूला दाह होणे. याला टॉक्सोप्लॉस्मोसिस असे म्हणतात. गर्भावस्थेमध्ये जर दाह झाला तर जन्मानंतर लक्षणे दिसतात. यामध्ये नवजात बालकाला वांत्या, अतिसार, आकडी असते. रेटायनामध्ये दोष निर्माण होऊन अंधत्व येते. हायड्रोकफॅलस, मेन्टल रिटार्डेशन होऊ शकते.

उपचार : सल्फाडिमिडीन बरेच दिवस द्यावे लागते. त्यामुळे मेगॅलोब्लॉस्टिक अनेमिया होतो. भवितव्य चांगले नाही.

३) पोस्टइन्फेक्शस मेंदूदाह : गोवर, गालगुंड, चिकनपॉक्स व इन्फ्लुइन्झा या सांसर्गिक रोगात दुष्परिणाम होऊन मेंदूदाह होतो. हा सांसर्गिक नसतो.

४) पोस्ट व्हॅक्सिनेशन मेंदूदाह : लसीकरणानंतर मेंदूदाह होतो, त्याला पोस्ट व्हॅक्सिनेशन मेंदूदाह म्हणतात.

५) लिड विषबाधेमुळे होणारा मेंदूवर परिणाम : याला Lead Encephalopathy असे म्हणतात. याचे प्रमाण शिशूमध्ये जास्त आढळते. लिड पेन्ट असलेल्या सळया किंवा वस्तू तोंडाने चाटणे किंवा चावणे यामुळे लिड पोटात जाते. लिड पेन्टची खेळणी तोंडात घातल्याने होऊ शकते किंवा पेन्ट केलेल्या डब्यातील उरलेले पेन्ट खाल्ल्याने विषबाधा होते व मेंदूवर परिणाम होतो. इन्ट्राक्रेनियल प्रेशर वाढल्याची लक्षणे असतात. पोटदुखी, मलावरोध, रक्तक्षय, नसदाह, आकडी, कोमामध्ये बाळ जाऊन मृत्युमुखी पडण्याची शक्यता असते.

लिड विषबाधा होऊ नये म्हणून पेन्टची खेळणी मुलांना देऊ नयेत. पेन्ट लावलेल्या सळया किंवा इतर वस्तूंना बाळाला तोंड लावू देऊ नये. मातेला मुलाकडे लक्ष देऊन वरील गोष्टी टाळण्यास सांगणे. यामध्ये पेनिसिलॅमाईन (Penicillamine) किंवा कॅलशियम व्हरसेनेट (Calcium Versenate) दिले जाते. बाळ जगले तरी मेन्टल रिटार्डेशन असण्याची शक्यता असते. पुढेही बालकावर लक्ष ठेवून त्याच्या तोंडात पेन्ट जाणार नाही, याची काळजी घ्यावी.

तीव्र मेंदूदाह (Acute Encephalitis)

हा कोणत्याही वयात होतो. लहान मुलामध्येही याचे प्रमाण जास्त आढळते.

हा विषाणू किंवा जंतूपासून होतो.

चिन्हे व लक्षणे : १) अचानक सुरुवात होते. २) अतिज्वर असतो. ३) डोकेदुखी अतिशय असते. ४) उलट्या होतात. ५) आकडी. ६) दृष्टिदोष निर्माण होतात. ७) इन्ट्राक्रेनियल प्रेशर वाढल्याची सर्व लक्षणे दिसतात. ८) बाळ कोमामध्ये जाते.

रोगनिदान : मेंदूमज्जाद्रव तपासणीमध्ये लिम्फोसाईट खूपच वाढलेल्या दिसून येतात.

भवितव्य : बाळ जगले तरी मेंदूवर कायमचा परिणाम होतो. मृत्यूचे प्रमाण जास्त असते.

उपचार व काळजी : १) इन्ट्राक्रेनियल प्रेशर कमी करण्यासाठी वरचेवर लबर पंक्चर करतात. २) मेंदूची सूज कमी करण्यासाठी शिरेतून मॅनिटॉल २० टक्के व डेक्सामेथॅझान (Dexamethasane) ०.५ मि. ग्रॅम प्रतिकिलो वजनामागे देतात. ३) ॲन्टिकन्व्हल्सट औषधे (Anticonvalsants) देतात. ४) शरीरामध्ये पाणी व क्षारांचे संतुलन राखण्यासाठी शिरेतून सलाईन दिले जाते. ५) बाळाचा श्वासमार्ग मोकळा ठेवून जरूरीप्रमाणे कृत्रिम ऑक्सिजन दिला जातो. ६) बाळ अतिशय अस्वस्थ असते; त्यामुळे परिचर्या करणे अवघड जाते. अस्वस्थपणा कमी करण्यासाठी फिनाबारबिटोन देतात. ७) इतर सर्व परिचर्या मेनिंजायटिसमध्ये घेतली जाते तशी द्यावी.

सेरेब्रल पाल्सी (Cerebral Palsy)

मेंदूमध्ये दोष निर्माण झाल्याने किंवा मेंदूच्या रोगामुळे प्रेरक चेताघटकामध्ये (Upper Motor Neurones) बिघाड निर्माण झाल्यामुळे प्रेरक आवेगावरील ताबा नाहीसा होतो (Loss of Motor Control) याला 'सेरेब्रल पाल्सी' असे म्हणतात. हा जन्मापूर्वी, जन्मताना किंवा जन्मानंतर होऊ शकतो.

कारणे : १) मातेला गरोदरपणी पहिल्या तीन महिन्यात रुबेलाचा दाह झाल्यास किंवा गर्भाला गुप्तरोग झाल्यास किंवा टॉक्सोप्लास्मोसिस (Toxoplasmosis) झाल्यास मेंदूमध्ये विकृती निर्माण होते. २) बाळ जन्मताना मेंदूला इजा होणे, मेंदूला ऑक्सिजनचा पुरवठा न झाल्याने (Anoxia) किंवा मेंदूमध्ये रक्तस्राव झाल्यास मेंदूमध्ये बिघाड निर्माण होऊन सेरेब्रल पाल्सी होऊ शकते. ३) नवजात बालकाला गंभीर स्वरूपाची कावीळ होऊन कर्निक्टरसमुळे मेंदूमध्ये न्यूक्लीअर मासेस (Nuclear Masses) तयार झाल्याने सेरेब्रल पाल्सी होऊ शकतो. ४) नवजात बालकाच्या मेंदूला इजा किंवा दाह झाल्यास उपचाराने मूल जगले तरी काही मुलांमध्ये मेंदूमध्ये दोष निर्माण होऊन मुलामध्ये ही विकृती निर्माण होते.

१,००० जिवंत जन्मलेल्या बालकांमध्ये दरवर्षी ६ बालके सेरेब्रल पाल्सीची असू शकतात. मृत्यूचे प्रमाण जास्त आहे. बाळ जगले तर मानसिक अपंग असू शकते किंवा मानसिकरीत्या स्वाभाविकही असू शकते. काही मात्र अतिशय हुशार असतात.

सेरेब्रल पाल्सीचे वर्गीकरण :

१) **ॲथेटॉइड (Athetoid) :** यामध्ये अनैच्छिक हालचाली होतात.

२) **स्पास्टिक (Spastic) :** या प्रकारात काही स्नायूंना ताठरपणा असतो.

३) **ॲटॅक्सिक (Ataxic) :** स्नायूंच्या हालचालींमध्ये सहकार्य असत नाही; त्यामुळे चालताना, उभे राहताना तोल सांभाळला जात नाही.

स्नायूंच्या हालचालींवर ताबा नसल्याने चेहऱ्यावरील भाव टाळता येत नाहीत. चेहरा विकृत दिसतो व बाळ मानसिकदृष्ट्या स्वाभाविक असूनही मानसिक अपंग वाटते. इतर हालचालीही अनावश्यक असतात; त्यामुळे उभे राहताना, चालताना वाकडेपणा किंवा अस्वाभाविकता असते.

उपचार आणि परिचर्या

१) लवकरात लवकर उपचार सुरू करून मुलाला स्नायू शिथिलीकरण व ताबा कसा ठेवावे हे शिकवावे. या बालकाला जास्तीत जास्त चांगले जीवन कसे जगता येईल, हे पालकांनी, डॉक्टर्स व परिचारिकांनी लक्षात ठेवले पाहिजे व त्या दृष्टीने त्याची कार्यक्षमता वाढविली पाहिजे.

२) पालकांना विश्वासात घेऊन, धीर देऊन कोणते बालक कितपत सुधारेल व त्याला कसे सहानभूतिपूर्वक उत्तेजन देऊन शिकण्यास सहभागी करून घ्यावे, हे समजावून सांगावे. या बालकाची काळजी घेताना पालकांना खूप कष्ट होतात, याची कल्पना असावी.

३) काही बालके अतिशय मंद व शांत असतात, तर काही सतत अस्वस्थ असतात.

४) रक्तदोषामुळे होणाऱ्या रोगामध्ये सेरेब्रल पाल्सीची शक्यता असते; म्हणून नवजात बालकावर सुरुवातीपासूनच लक्ष ठेवावे व लक्षणे दिसताच उपचार सुरू करावेत.

५) या बालकांना फिजिओथेरपिस्टकडून लवकरात लवकर व्यायाम सुरू करावा. त्याला स्नायूवर ताबा घेण्यास शिकविण्यास सुरुवात करावी. यामुळे ताठरपणामुळे होणाऱ्या अस्वाभाविक हालचाली कमी होण्यास व स्वाभाविक हालचाली काही प्रमाणात तरी सुरू होण्यास मदत होते. सुरुवातीपासून स्प्लिन्ट, विशेष खुर्च्या, मसाज, पॅसिव्ह मुव्हमेंटस याद्वारे बालकाला वेगवेगळ्या स्थितीत

ठेवता येते. पालकांनी धीर सोडू नये. यासाठी त्यांना वरचेवर, मुलामध्ये फारच हळूहळू सुधारणा होणार याची जाणीव करून द्यावी, म्हणजे ते हताश होणार नाही. यासाठी आरसा, तोल सांभाळण्यासाठी काठी किंवा इतर साहित्य व रेल्स यांची सोय असावी व वयानुसार त्याला हे करण्यास शिकवावे. बालकाच्या प्रगतीचे रेकॉर्ड ठेवण्यासाठी अधूनमधून त्याचे फोटो घ्यावेत.

६) श्वसनसंस्थेच्या स्नायूंमध्ये सहकार्य नसल्याने वरचेवर श्वसननलिका, फुफ्फुसांचा दाह होतो. चेहऱ्याच्या, ओठांच्या, जिभेच्या व स्वरयंत्राच्या असंबंधित हालचालींमुळे तोंड वेडावल्यासारखे वाटते. उच्चार चुकीचे होतात, अस्पष्ट असतात; त्यामुळे इतरांना समजत नाहीत. इतर प्राण्यांसारखे आवाज येतात. तोंड मिटण्यास व गिळण्यास त्रास होत असल्याने तोंडातून सतत लाळ गळत असते. हे समजून घेऊन त्याची वेळोवेळी काळजी घ्यावी.

७) बाळाला चावता येत नाही; त्यामुळे दात किडतात. या सर्वच क्रिया स्वाभाविकपणे न झाल्याने त्याला कुपोषण, रक्तक्षय व कमतरतेचे आजार दिसतात. मूल अशक्त होते. यासाठी त्याच्या आरोग्याचे वरचेवर मूल्यमापन करून, त्याच्या आहारात सुधारणा करून त्याला त्याच्या वयानुसार पुरेसा व सकस आहार द्यावा.

८) बाळाला दृष्टिदोष, स्क्विन्ट (Squint) असते. यामुळे बाळाला बऱ्याच बाहेरील वस्तूंचे ज्ञान होत नाही. तसेच ऐकण्यामध्येही दोष असतात. यासाठी कृत्रिम साधनांचा उपयोग करून हे दोष कमी करावेत. या बालकाची काळजी घेण्यासाठी टीमवर्कची फारच गरज आहे. बालरोगतज्ज्ञ, डोळ्यांचे, कान, नाक, घसा, हाडांचे तज्ज्ञ डॉक्टर्स, फिजिओथेरपिस्ट, स्पीच थेरपिस्ट, परिचारिका, पालक व शिक्षक या सर्वांची गरज असते.

९) बाळाला स्पीच थेरपी देऊन त्याचे उच्चार व बोलणे सुधारण्यास मदत होते.

१०) या बालकासाठी विशेष सोय असलेल्या शाळेची गरज असते की ज्या ठिकाणी बालक स्वत:ची कामे स्वत: करू शकेल, हे शिकविले जाते. वस्तू धरणे, खाण्याच्या वस्तू हातात धरता येणे, स्वत:चे स्वत: शौचाला जाऊन स्वच्छ करणे, अंघोळ करणे, कपडे काढणे, घालणे इत्यादी. बाळाला लहान वयातच या शाळेत घालावे म्हणजे त्याच्यामध्ये सुधारणा होऊ शकते.

११) काही मुले स्वत:च्या गोष्टी स्वत: करू शकतात. समाजाने त्यांना उत्तेजन दिले पाहिजे. त्यांच्या कार्यक्षमतेचा उपयोग करण्यास त्यांना मदत केली पाहिजे. या मुलांना कधीही कमी लेखू नये, बरीच मुले मानसिक दृष्ट्या स्वाभाविक असतात. त्यांना मानसिक इजा होणार नाही, याची काळजी घ्यावी. या मुलांना उत्तेजनाची गरज असते. यासाठी केलेल्या कामाचे कौतुक करावे. त्यांना निराश करू नये.

हायड्रोकिफॅलस (Hydrocephalus) :

याला जलपूर्णमस्तक असेही म्हणतात. डोक्याच्या पोकळीमध्ये सेरेब्रोस्पायनल द्रव प्रमाणापेक्षा जास्त साठून राहिल्याने डोक्याचा आकार मोठा होतो. त्याला 'हायड्रोकिफॅलस' असे म्हणतात. हायड्रोकिफॅलस जन्मतः असते किंवा नंतरही होऊ शकते.

कारणे : जन्मतः असण्याची कारणे – १) जन्मजात विकृती, गर्भास गुप्तरोगाचा दाह झाल्यास, टोक्साप्लास्मोसिस, मेनिंजायाटिस या रोगांमुळे जन्मतः जलपूर्णमस्तक असते.

जन्मानंतर : अ) जन्मताना डोक्याला इजा होऊन मेंदूस इजा व रक्तस्राव. ब) दाह : मेंदूला दाह झाल्यास किंवा मस्तिष्कावरणदाह विशेषतः ट्युबरक्युलस मस्तिष्कावरण दाह. क) मेंदूतील गाठीचा दाब.

या कारणांमुळे सेरेब्रास्पायनल द्रवाच्या स्वाभाविक प्रवाहाला अडथळा निर्माण होतो किंवा त्याचे शोषण होत नाही. मेंदूच्या निलया (Ventricles)मध्ये द्रव साठून राहतो. त्यामुळे कवटीच्या हाडावर दाब पडतो व डोक्याचा आकार वाढतो. लहान मुलांत हा आकार एकदम वाढतो; कारण त्यांच्या कवटीच्या हाडातील सांधे जुळलेले नसतात. मेंदूच्या निलयांचे विकृत प्रसरण होते. मेंदूच्या इतर अवयवांवर दाब पडून लक्षणे दिसू लागतात, सेरेब्रोस्पायनल द्रवाला अडथळा कुठे आहे, यावरून त्याचे दोन प्रकार पडतात – १) कम्युनिकेटिंग आणि नॉन-कम्युनिकेटिंग (Communicating and Non-communicating).

१) कम्युनिकेटिंग (Communicating Type) : द्रवाला अडथळा सब्राक्नॉइड स्पेस (Subarachnoid Space)मध्ये असतो; त्यामुळे निलय व मणक्यातील प्रवाह स्वाभाविक असतो.

२) नॉन-कम्युनिकेटिंग (Non-communicating) : मेंदूपासून सब्राक्नॉइड स्पेसमधील प्रवाहाला अडथळा निर्माण होतो.

परिणाम : गर्भावस्थेमध्ये हायड्रोकिफॅल्स असल्यास मस्तकाचा आकार मोठा असल्याकारणाने कटिरामध्ये डोके उतरू शकत नाही व प्रसूतीला अडथळा निर्माण होतो. अशा वेळी क्रेनिओटॉमी (Craniotomy) करून गर्भमस्तकातील द्रव काढला जातो व गर्भमस्तकाची प्रसूती केली जाते.

जन्मानंतर परिणाम व काळजी : १) जन्मानंतर ज्या बालकामध्ये याची शंका आहे, अशा बालकाच्या डोक्याचा घेर वरचेवर मोजला पाहिजे. जन्मताना डोक्याचा घेर स्वाभाविकतेपेक्षा जास्त असल्यास या बालकाचा डोक्याचा घेर रोज मोजावा. स्वाभाविकपणे डोक्याचा घेर १.२५ सें. मी. महिन्याला वाढतो. जर डोक्याचा घेर प्रमाणापेक्षा जास्त वाढला, तर डॉक्टरांना बालक दाखवून सल्ला

घ्यावा. १) डोक्याचा आकार वाढल्याने कवटीची त्वचा ताणली जाते. डोळयांच्या पापण्या वरती ओढल्या जातात; त्यामुळे वरच्या पापण्यांखालील स्लेश उघडा राहतो व कार्नियाला दाह होण्याची शक्यता असते. यासाठी डोळ्याची काळजी घ्यावी. २) डोक्याच्या शिरा ठळक दिसू लागतात. ३) शरीराच्या मानाने डोके मोठे होते व डोक्याचे वजनही जास्त असते. मुलाची हालचाल करताना मानेला इजा होणार नाही याची काळजी घ्यावी. ४) बालकाला पाठीवर किंवा पोटावर झोपता येत नाही. यासाठी बाळाच्या मानेपासून पूर्ण पाठीखाली कपड्याची घडी करून घालावी. ५) बाळाला एका कुशीवर झोपवावे व दर दोन ते चार तासांनी कुशी बदलावी. ६) डोक्याच्या त्वचेला जखमा होण्याची शक्यता असते; कारण त्वचा पातळ असते. विशेषत: शय्याव्रण यासाठी त्वचेची वरचेवर काळजी घ्यावी. त्वचा कोरडी, स्वच्छ ठेवावी. डोक्याखाली सुरकुत्या असू नयेत. बिछाना स्वच्छ असावा. डोक्याखाली कॉटनचे पॅड ठेवावे. ७) बऱ्याच मुलांमध्ये शारीरिक व मानसिक विकृती निर्माण होतात व काही मुले मृत्युमुखी पडतात. ८) हायड्रोकिफॅलसची सुरुवात झाल्यावर लवकर निदान होऊन उपचार केल्यास बालक स्वाभाविक असते व गंभीर परिणाम टाळता येतात.

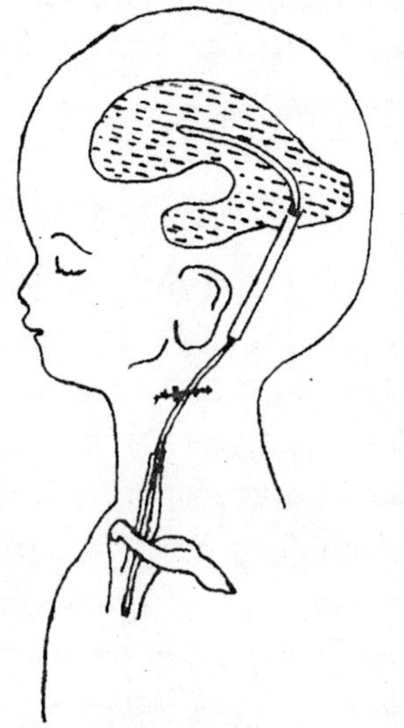

आकृती क्र. ३२
स्पिट्झ होल्टर व्हॉल्वच्या साह्याने हायड्रोकिफॅलस बालकामध्ये केलेला शन्ट

उपचार : शस्त्रक्रिया करून मेंदूच्या लॅटरल व्हेन्ट्रिकल (Lateral Ventricle) मधून सुपीरिअर व्हेना केव्हा (Superior Vena Ceva) पर्यंत शन्ट (Shunt) करून, सेरेब्रोस्पायनल द्रव रक्तप्रवाहामध्ये सोडला जातो. हा शन्ट करताना विशेष व्हॉल्व्हचा उपयोग करतात, त्या व्हॉल्व्हला स्पीट्झ-होल्टर व्हॉल्व (Spitz-Holter Valve) असे म्हणतात.

बारीक सिलिकॉन कॅथेटर (Silicone Catheter) **:** मेंदूच्या लॅटरल व्हेन्ट्रिकल (Lateral Ventricle)मध्ये घालून कानाच्या मागून जुगुलर व्हेन (Jugular Vein)मधून सुपीरिअर व्हेना केव्हामध्ये सोडला जातो. स्पीट्झ-होल्टर व्हॉल्व (आकृती नं. ३२ मध्ये दाखविल्याप्रमाणे) बसविली जाते. या व्हॉल्वमुळे सरेब्रोस्पायनल द्रव परत मागे जात नाही. ही नळी बंद (Block) होऊ नये म्हणून त्वचेवर निल्किंग

केल्यासरखे बोट फिरवावे लागते ते मातेला शिकवावे व दिवसातून दोनदा तरी तसे करण्यास सांगावे. बालकाच्या मेंदूवर परिणाम झालेला नसेल, तर मूल स्वाभाविक जीवन जगू शकते.

स्पायना बायफिडा (Spina Bifida)

ही जन्मजात विकृती आहे. पाठीच्या कण्याच्या एका किंवा अनेक मणक्यांची बाहेरील हाडाची बाजू तयार होत नाही; त्यामुळे हे मणके उघडे राहतात. यातून मज्जारज्जूंची आवरणे (Meninges) आणि मज्जारज्जू (Spinal Cord) बाहेर येतो. त्याला 'स्पायना बायफिडा' असे म्हणतात. ही विकृती लंबर मणक्यामध्ये बऱ्याच वेळा असते; पण इतरही मणक्याला असू शकते. काही वेळा मणक्याची फक्त बाहेरील बाजू जुळत नाही व त्या ठिकाणी लाल, मऊ फुगवटा दिसतो. मज्जारज्जूची आवरणे किंवा मज्जारज्जू बाहेर येत नाहीत याला (Spina Bifida Occulta) असे म्हणतात. ही विकृती लगेच डॉक्टरांच्या लक्षात आणून द्यावी. त्यावर निर्जंतुक सलाईन गॉझ ठेवावा. पायाच्या हालचाली तपासून पाहाव्यात. काहींच्या मते २४ तासांच्या आत शस्त्रक्रिया करावी असे सांगितले जाते. यामध्ये एक्सप्लोरेटॉरी लॅमिनेक्टामी, डिकॉम्प्रेशन आणि रिलीज ऑफ टेयरिंग ही शस्त्रक्रिया केली जाते. दाह होऊ नये म्हणून जंतुजीवनाशक द्रव्ये दिली जातात.

मेनिंगोसिल (Meningocele)

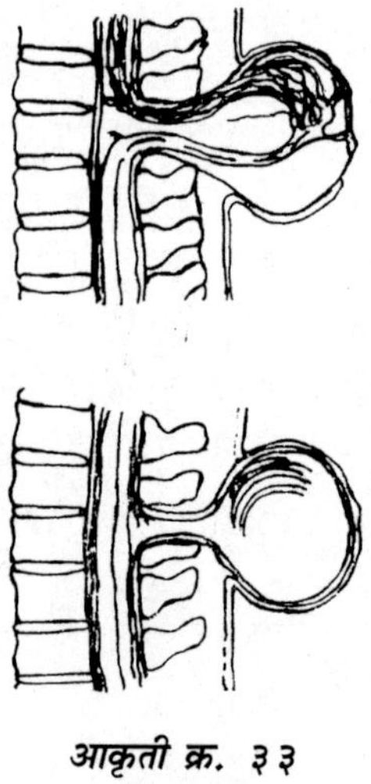

आकृती क्र. ३३
मेनिंगोसिल

पाठीच्या कण्याच्या मणक्याच्या हाडाच्या विकृतीमधून टिश्यू बाहेर येतात व सॅक तयार होतो. त्याच्यावर त्वचेचे आच्छादन असते. सॅकमध्ये द्रव असतो; पण नर्व्ह टिश्यू नसतात. त्यामुळे बालकामध्ये न्यूरॉलॉजिकल परिणाम दिसत नाहीत. हातपाय व स्पिंकटरचे कार्य स्वाभाविक असते.

मेनिंगोमायलोसिल (Meningomyelocele) मेनिंगोसिलच्या सॅकमधून नर्व्ह टिश्यू बाहेर येतात व बालकाला पॅराप्लेजिया किंवा स्पिंक्टरच्या कार्यात बिघाड आढळून येतो, तेव्हा या विकृतीस 'मेनिंगोमायलोसिल' असे म्हणतात.

उपचार व परिचर्या : उपचाराचे उद्देश – १) विकृतीमध्ये जंतुदोष होऊ न देणे. २) विकृतीमुळे होणारे दुष्परिणाम आणि विकृतीच्या ठिकाणी जखमा होऊ न देणे. ३) मेनिंगोसिल सॅक शस्त्रक्रियेने

दुरुस्त करणे. ४) बालकाला जास्तीत जास्त निरोगी ठेवण्यास मदत करणे. ५) बालक जन्मल्यानंतर विकृतीवर निर्जंतुक सलाईन गॉझ ठेवावा. ६) जन्मानंतर २४ ते ३४ तासांत शस्त्रक्रिया करून न्युरॉलॉजिकल परिणाम टाळणे, तसेच दाह टाळणे.

मेनिंगोसिलमध्ये शस्त्रक्रिया करून सॅक रिपेअर केला जातो. हे लवकर केल्यास सॅक फुटण्याची शक्यता नसते. मेनिंगोमायलोसिलमध्ये शस्त्रक्रिया करून नर्व्ह टिश्यूंना इजा न करता न्यूरल प्लेट स्पायनल कॅनालमध्ये ठेवून रिपेअर करण्यात येते. शस्त्रक्रियेनंतर सेरेब्रो स्पायनल द्रवाला अडथळा निर्माण झाल्यास हायड्रोकिफॅल्स होण्याची शक्यता असते; म्हणून व्हेन्ट्रिक्युलर पेरीटोनियल शन्ट केला जातो. या शस्त्रक्रियेनंतर जंतुदोष (CNS Infection) होण्याची शक्यता असते.

परिचर्या : १) बाळाला पालथी स्थिती द्यावी. जखमेला दाह, इजा किंवा घर्षण होऊन खरचटणार नाही याची काळजी घ्यावी. जखमेवर मऊ निर्जंतुक गॉझ ठेवावा. २) बाळाचा श्वसनमार्ग मोकळा ठेवावा. ३) डोक्याचा घेर रोज मोजावा व हायड्रोकिफॅल्सची लक्षणे दिसतात का पाहावे. उदा. टाळू फुगीर होणे, वांत्या होणे. ४) या बाळाची काळजी बालरोगतज्ज्ञ, सर्जन, फिजिओथेरपिस्ट, सोशल वर्कर, परिचारिका या सर्वांच्या सहकार्याने घेण्यात यावी. ५) बाळामध्ये विकृती निर्माण होण्याची शक्यता असते; त्याकडे लक्ष ठेवावे. ६) बाळाचा स्पिंक्टर कंट्रोल नाहीसा झाल्यामुळे लघवी तुंबते, इनकॉन्टिनन्स व यामुळे युरिनरी दाह होण्याची शक्यता असते. काही मुलांमध्ये बॉवेल कंट्रोल चांगला येऊ शकतो. रफेजयुक्त आहार, भरपूर द्रवपदार्थ आणि यासाठी आठवड्यातून दोन दिवस लोइनिमा देतात. ७) हाडाच्या विकृतीसाठी आर्थोपेडिक सर्जन वफिजिओथेरपिस्टची मदत घेऊन व्यायाम व विकृती दूर करण्यासाठी प्रयत्न केले जातात. ८) सोशल व सायकॉलॉजिकल अडचणी निर्माण होऊ देऊ नयेत. अशा बालकांना इतरांनी समजून घेऊन त्यांना मदत करावी. उत्तेजन द्यावे. त्यांना मानसिक त्रास होईल असे वागू नये.

मानसिक अपंगत्व (Mental Handicap)

यालाच 'मेन्टल रिटार्डेशन' (Mental Retardation) असेही म्हणतात. मज्जासंस्थेच्या दोषामुळे मानसिक अपंगत्व येण्याची शक्यता असते; त्यामुळे मज्जासंस्थेच्या विकृती किंवा रोगाबरोबर किंवा त्याचा परिणाम होऊन मानसिक दोष निर्माण होतात. उदा. सेरेब्रल पाल्सी, जलपूर्ण मस्तक किंवा मेनिंगोमायलोसिस इत्यादी. तसेच याबरोबर शारीरिक अपंगत्वही असू शकेल. बुद्ध्यांक पातळीही कमी असते.

व्याख्या : बुद्धीची वाढ व विकास योग्य प्रमाणात न झाल्याने शारीरिक,

मानसिक व सामाजिक कार्यक्षमता कमी असते व दैनंदिन कार्यात अस्वाभाविकता, असमर्थता दिसून येते. याला 'मानसिक अपंगत्व' असे म्हणतात.

बौद्धिक कार्यात (Intellectual Functions) उदा. विचार करणे, आठवणे, समजणे इत्यादींमध्ये अस्वाभाविकता किंवा कमतरता असल्याने शिकण्याची किंवा अवगत करण्याची शक्ती कमी असते.

वर्गीकरण

१) सौम्य रिटार्डेशन किंवा मनाने कमकुवत असणारी मुले : या मुलांना विशेष तऱ्हेने हाताळल्यास ती स्वत:च्या कामात स्वावलंबी होऊ शकतात. पण शालेय शिक्षणात मागे राहतात.

२) मध्यम रिटार्डेशन : बुद्धी व मनाने ही अतिशय दुबळी मुले असतात. रोजच्या जीवनातील साध्या गोष्टी वयाच्या मानाने फारच उशिरा करू शकतात. त्यांना विशेष रीतीने हाताळण्याची गरज असते. शालेय शिक्षण घेऊ शकत नाहीत.

३) गंभीर रिटार्डेशन : बुद्धिहीन – स्वत:च्या गरजा इतरांनी भागवाव्या लागतात. मूल परावलंबी असते. या मुलांच्या मेंदूमध्ये गंभीर दोष आढळून येतो.

कारणे : अनेक कारणांमुळे मानसिक अपंगत्व येऊ शकते. कारणांचे वर्गीकरण याप्रमाणे आहे –

१) अनुवंशिक किंवा क्रोमोसोम्स विकृती.

२) गर्भावस्थेतील कारणे : अ) जंतुदोष, ब) क्ष-किरणांचा परिणाम, क) रासायनिक परिणाम, ड) मेंदूच्या वाढीमध्ये दोष, मेंदू लहान असणे (Microcephaly), हायड्रोकिफॅलस (Hydrocephalus) मेंदूच्या इतर विकृती आणि वारेच्या कार्यातील बिघाड.

३) जन्मताना (Prenatal) : जन्मत: गुदमरलेले बालक, कमी वजनाचे बालक, मेंदूला इजा व रक्तस्त्राव, कर्निक्टरस आणि जंतुदोष झालेले बालक.

४) जन्मानंतर (Postnatal) : मेंदूदाह, मेंदूइजा, मस्तिष्कावरण दाह, लेड विषबाधा, कमतरतेचे आजार, अंत:स्त्रावी ग्रंथींच्या कार्यात बिघाड व सामाजिक वातावरणातील घटक.

रोगनिदान : १) माहिती, आनुवंशिक, कौटुंबिक, मातेच्या प्रसूतिपूर्व काळातील घटना, आजार, प्रसूतीच्या वेळेची माहिती, बालकाचा जन्म व नंतरचे आजार.

२) बालकाच्या वाढीचे, प्रगतीचे टप्पे यावरून सुरुवातीला शंका येते, त्या वेळीच बाळ डॉक्टरांना दाखविल्यास पुढील दुष्परिणाम टाळता येतात.

३) बाळाची संपूर्ण शारीरिक तपासणी व मानसिक कार्यक्षमता, बौद्धिक चाचण्या.

जन्मानंतर बाळ मानसिक दृष्ट्या अस्वाभाविक आहे हे क्वचितच व काही

ठराविक दोष असलेल्या विकृतीत उमजते. उदा. मायक्रोकिफॅली, डॉन्स सिन्ड्रोम. इतर बालकातील मानसिक अपंगत्व समजण्यास वेळ लागतो. बालक वाढीचे टप्पे स्वाभाविक वयात न ओलांडता फारच उशिरा ओलांडते. यामुळे पालक मूल, बालरोग तज्ज्ञाकडे घेऊन गेल्यास रोगनिदान होऊ शकते. या बालकात बसणे, उभे राहणे, चालणे आणि बौद्धिक टप्पेही उशिरच ओलांडले जातात किंवा बाळ ते ओलांडण्यास असमर्थ असते.

या मुलामध्ये इतर मुलांच्या मानाने अनेक गोष्टी समजत नाहीत हे लक्षात येते. मुलाच्या काहीच लक्षात राहत नाही. नेहमीच्या वस्तू ओळखता येत नाहीत आणि समज फारच कमी असते. (Difficulty in Learning Rs. Three)

या गोष्टीचा आई-वडिलांच्या मनावर गंभीर परिणाम होण्याची शक्यता असते. यासाठी ते स्वत:ला दोष देतात किंवा मुलाचा तिरस्कार करतात किंवा ते खूपच भावनावश होण्याची शक्यता असते. परिचारिकेने व डॉक्टर्सनी या त्याच्या भावनांचा विचार करून त्यांना बाळाचे अपंगत्व खंबीर मनाने स्वीकारण्यास मदत केली पाहिजे. अशी इतर मुले असू शकतात हे सांगून त्यांच्या पालकांची भेट करून द्यावी. त्यामुळे रोजची मुलाची काळजी कशी घेतली जाते, याविषय चर्चा केल्यास मनावरील ताण बराच कमी होऊ शकतो.

सोशल वर्कर, सामाजिक कार्य करणाऱ्या संस्थांची माहिती त्यांना द्यावी व त्यांची मदत मिळवून द्यावी. पालकांच्या अनेक शंका असतात. त्याचे निरसन करावे. बाळाला कोणत्या ग्रेडचे अपंगत्व आहे, त्यात सुधारणा किती होऊ शकेल, कोणत्या प्रकारच्या शाळेत त्याला पाठविल्यास उपयोग होईल व विशेष सुविधा व शाळा कुठे आहेत; तपासणी व उपचारासाठी बाळाला कुठे नेले पाहिजे, याची सविस्तर कल्पना द्यावी.

इतर मुलांशी या मुलाची तुलना करू नये. या मुलाच्या मनाचा विचार फारच केला पाहिजे. विशेषत: सौम्य ग्रेड अपंगत्व असणाऱ्या मुलाचे मन हळवे असते व त्याचा परिणाम त्याच्या मानसिक आरोग्यावर होऊन ते जास्तच अकार्यक्षम होऊ शकते.

या मुलाला वरचेवर चाईल्ड गायडन्स क्लिनिकमध्ये नेऊन त्याला शिकवावयाच्या गोष्टी व कशा प्रकारे शिकवाव्यात हे समजावून घेऊन त्याप्रमाणे बाळाला शिकवाव्यात. या मुलांना उत्तेजन देणे व कौतुक करण्याची गरज असते.

या बालकाला मेन्टली रिटार्डेशनसाठी असणाऱ्या शाळेत घालावे. यापूर्वी डॉक्टरांचा सल्ला घ्यावा. त्या ठिकाणी प्रशिक्षण दिलेले शिक्षक असतात. ते मुलांच्या शक्तीनुसार व गरजेनुसार मुलाला शिकवीत असतात. या संस्थांमध्ये मुले ठेवून घेण्याचीही सोय असते. पण मूल घरच्या लोकांना विसरण्याची शक्यता

असते. सुधारित देशांमध्ये अशाही सोयी आहेत की मूल संस्थेत ठेवले जाते व आठवड्यातून एक दिवस त्याला घरी पाठविले जाते. यामुळे घरच्या वातावरणाची, लोकांची त्याला ओळख राहते. या बालकामध्ये पुढील नियोजन करून काळजी व शिक्षण दिले जाते. त्याची आहे ती कार्यक्षमता वाढीस लावून त्यांना शक्यतो स्वावलंबी जीवन जगता येईल.

मंगोलिझम (Mangolism)

ही क्रोमोसोम विकृती असून यामध्ये एक क्रोमोसोम जास्त असतो. ट्रायसोमी-२१ यालाच Down's Syndrome असे म्हणतात. ही जन्मजात विकृती असते. बालक जन्मत: मेन्टली रिटार्डेड असते. तसेच शारीरिक वाढही खुंटलेली असते. बाळ जन्मत:च ही विकृती लक्षात येते. मंगोलियन रेसमध्ये हा जास्तीचा क्रोमोसोम असतो, म्हणून याला मंगोलिझम म्हणतात.

याचे कारण नक्की समजलेले नाही. ही विकृती मातेचे वय जास्त असेल तर असते असे आढळून आले आहे. मातेचे वय ३५ वर्षांपेक्षा जास्त असल्यास ६०० मध्ये १ बालक व मातेचे वय ४५ पर्यंत असेल तर ३५ मध्ये १ बालक असे प्रमाण असू शकते.

या बालकाचा चेहरा स्वाभाविक बालकासारखा दिसत नाही. बालकाचे डोके लहान व मागे चपटे असते. कान लहान असून डोळे उतरते व तिरकस असतात. वरचा ओठ व तोंड लहान असते. जन्मत: गाल गुलाबी असतात. हात आखूड, जाड. बोटांमधील अंतर जास्त असून तळहात वैशिष्ट्यपूर्ण असतो. हात मऊ असून स्नायू उठाव कमी असतो. या प्रकारच्या बालकांमध्ये ४९ ते ५० टक्के हृदयविकृती असते. तसेच ल्युकेमियाचे प्रमाणही जास्त असते. यामुळे पहिल्या वर्षातच बरीच मुले मृत्युमुखील पडतात. बाळ जगले तरी इतर दुष्परिणाम फुफ्फुसदाहामुळे दहा वर्षात मृत्युमुखी पडण्याची शक्यता असते. (प्रतिबंधक उपाय प्रकरण ९ मध्ये वाचावेत.)

□□□

प्रकरण २०

जनन आणि मूत्रसंस्थेचे रोग

□ लघवी तुंबणे □ जनन व मूत्रमार्गाचे रोग □ मूत्राशयदाह □ तीव्र मूत्रपिंड द्रोणिका दाह □ तीव्र केशिकागुच्छ मूत्रपिंडदाह □ अॅक्युट ग्लोमेरुलो नेफ्रॉयटिस □ नफ्रोसिस किंवा □ नेफ्रोटिक सिन्ड्रोम □ मूत्रसंस्थेच्या जन्मजात विकृती □ एक्स्ट्रोफी ऑफ ब्लॅडर □ युरेथ्रल व्हॉल्व □ विल्म्सज ट्यूमर □ नेफ्रेक्टॉमी □ फायमोसिस □ पॅराफायमोसिस □ अन्डिसेन्डेड टेस्टिकल □ इपिस्पॅडियस आणि हायपोस्पॅडियस

लघवी तुंबणे (Retention of Urine)

लहान मुलांमध्ये बऱ्याच वेळा लघवी तुंबलेली आढळून येते. लघवी तुंबण्याची कारणेही अनेक आहेत. लघवी तुंबून राहिल्याने बाळ बेचैन होते. झोप येत नाही. ओटीपोटात वेदना होतात व मूत्राशयाच्या ठिकाणी सिंफसिस प्युबिसच्या वरच्या भागात पोटफुगी दिसते.

काळजी : कोमट पाण्याने जननमार्ग धुवून घ्या. बाळाला उठवून उभे करावे. पाण्याचा नळ जोरात सोडावा. गरम पाण्याच्या पिशवीने शेक द्यावा; पण परिचारिकेने स्वत: द्यावा. अतिलहान मुलामध्ये गरम पाण्याची पिशवी देऊ नये. बऱ्याच वेळा कृतीमुळे बालकाला लघवी होते आणि कॅथेटरायझेशन टाळता येते. लहान मुलांमध्ये कॅथेटरायझेशन शक्यतो कमी करू नये. जंतुदोष होण्याची शक्यता असते. अगदीच जिथे जरूर आहे, त्या वेळीच करावे.

जनन व मूत्रमार्गाचे रोग

व्हल्वा व योनीचा दाह (Vulvovaginitis) :

लहान मुलींमध्ये बऱ्याच वेळा व्हल्वा व योनीचा दाह होतो. दाह कोणत्याही वयात होऊ शकतो. पण ४ ते १० वर्षे वयोगटातील मुलींमध्ये प्रमाण जास्त आहे.

कारणे : १) अस्वच्छता, २) सुतासारख्या कृमीं (Thread Worm)ची

लागण , त्वचारोग (Eczema), गनोरिया, मधुमेह, आगंतुक वस्तू, अस्वच्छ व खरखरीत निकर्स योनिमार्गात ओल्या होऊन राहिल्यास.

चिन्हे व लक्षणे : १) मुलीला व्हल्वा व योनिमार्गात जळजळ होते. २) वरचेवर पाण्याने व्हल्वा धुणे किंवा सारखा त्या ठिकाणी हात लावणे. ३) निकरला स्राव असल्याचे दिसून येते. तपासणीमध्ये व्हल्वा लाल झालेला असतो आणि सुजलेला असतो. त्या ठिकाणी पांढरट रंगाचा स्राव दिसतो.

उपचार व काळजी : १) कारण शोधून नाहीसे करणे. मुलींना स्वच्छ चड्डी घालण्यास सांगणे. त्या सुती व मऊ कपड्याच्या असाव्यात. २) व्हल्वा वरचेवर कोमट पाण्याने किंवा सौम्य जंतुविरोधक धुऊन घेणे व मऊ कपड्याने टिपून घेणे. ३) जंतुजीवनाशक द्रव्ये दिली जातात. ४) वैयक्तिक स्वच्छता लहानपणापासूनच शिकवावी. ५) गनोरिया असण्याची शक्यता असते, म्हणून योनीचा स्वॉब घेऊन तपासणी केल्यास निश्चित कारण समजू शकते व उपचारही करता येतात.

लहान मुलींची व्हल्वा तपासणी करताना आडोसा असावा. त्या ठिकाणी हात लावताना हळुवारपणे तपासणी करावी. मातेला जवळ थांबू द्यावे. मुलीच्या मनावर काही परिणाम होणार नाही, याची काळजी घ्यावी.

मूत्राशय दाह (Cystitis)

कारणे : १) मूत्रमार्गाचा दाह होऊन मूत्राशय दाह होऊ शकतो. २) ज्या रुग्णांमध्ये लघवी तुंबते, त्यांच्यामध्ये मूत्राशय दाह होण्याची शक्यता असते. ३) नळी घालून लघवी काढल्यास नळीवाटे दाह होऊन हा दाह होऊ शकतो. ४) मूत्रमार्ग, मूत्राशय आणि गुदाशय यांच्यातील जन्मजात विकृतीमुळे मूत्राशय दाह होऊ शकतो.

चिन्हे व लक्षणे : १) वरचेवर लघवी होते. २) लघवी होताना जळजळ व वेदना होतात. ३) ताप असतो व अंगावर काटा (थंडीने) येतो. ४) लघवी तपासल्यास लघवीमध्ये पू आणि रक्त म्हणजे पस सेल्स व तांबड्या रक्तपेशी असतात.

उपचार : १) जंतुजीवनाशक द्रव्ये सल्फानोमाईडस किंवा इतर देतात. २) अल्कलीन मिक्स्चर (Citol) देतात. ३) तोंडाने भरपूर द्रवपदार्थ देणे.

तीव्र मूत्रपिंड द्रोणिका दाह (Acute Pyelonephritis)

मूत्रपिंडाच्या द्रोणिकेचा (Pelvis) दाह, ॲक्युट पायलोनेफ्रायटिसचा दाह याला 'पायलायटिस' असेही म्हणतात. शिशूमध्ये या रोगाचे प्रमाण जास्त आहे. मुलांपेक्षा मुलींमध्ये प्रमाण जास्त आहे. काही वेळा अर्भकांमध्येही दिसून येते. मुलींचा मूत्रमार्ग छोटा असतो व शौचातील जंतूंमुळे दाह होऊ शकतो.

कारणे : १) मूत्रमार्ग किंवा मूत्राशयातील दाहानंतर होऊ शकतो (Ascending Infection). २) जन्मजात विकृती. युरेटरच्या विकृतीमुळे मूत्र मूत्रपिंडात काही प्रमाणात साठून राहते आणि दाह होऊ शकतो. ३) इ. कोलाय (Escherichia Coli) या जंतूपासून दाह होण्याचे प्रमाण जास्त आहे. ४) स्ट्रेप्टोकोकल आणि स्टॅफीलोकोकल जंतूपासूनही बऱ्याच वेळा दाह होतो.

चिन्हे व लक्षणे : १) अचानक सुरुवात होते. २) बालकाला उलट्या होऊ लागतात. ३) १०३ ^{0}F ते १०५ ^{0}F पर्यंत ताप असतो. ४) थंडी वाजून येते. ५) बाळ फिके दिसू लागते. ६) तापामुळे चेहरा लालसर दिसतो. डोळ्यांच्या भोवती गडद काळसर वलये दिसू लागतात. ७) बालक अस्वस्थ होते. ८) पोटाच्या खालील भागात (Renal Area) कॉलिकी वेदना असतात. वेदना सतत असतात व वाढतच जातात. ९) लहान मुलात अतिसार असतो. उलट्या व अतिसारामुळे जलकमतरता होते. १०) लघवीचे प्रमाण कमी होते. लघवीची प्रतिक्रिया तीव्र आम्ल असते. माशासारखा वास येतो. ११) जीभ कोरडी असते. १२) मूल समजण्यासारखे असल्यास लघवी करताना जळजळ होते हे सांगते.

दुष्परिणाम (Complication) : १) जलकमतरता – वांत्याचे प्रमाण जास्त असल्यास जलकमतरता होते. २) क्रॉनिक मूत्रपिंड दाह.

रोगनिदान : मूत्रतपासणी सूक्ष्मदर्शकाखाली केल्यास लघवीत पस सेल्स (Pus Cells) असतात. अल्ब्युमिन (Albumin) असते. लघवीची कल्चर तपासणी केल्यास कोणते जंतू कारणीभूत आहेत, हे समजते. वरचेवर दाह होत असेल तर विकृती आहे का पाहण्यासाठी क्ष-किरण तपासणी केली जाते.

उपचार आणि परिचर्या : १) ताप जास्त असतो, तो कमी करण्यासाठी हायड्रोथेरपी द्यावी. खोली हवेशीर असावी. फॅनची सोय असावी. २) तपमान, नाडी व श्वसन चार तासांनी घेऊन नोंद ठेवावी. ३) इन्टेक-आऊटपुट चार्ट तंतोतंत ठेवावा. ४) बालकाला थेंबथेंब (Incontinent) लघवी होत असेल तर लघवी व विटपाची त्वचा कोमट पाण्याच्या स्वॅबने पुसून घ्यावी व कोरडी करून मऊ पडण्यासाठी क्रीम लावावे. ५) तोंड व जीभ कोरडी पडते म्हणून तोंडाची दर चार तासांनी काळजी घ्यावी. तोंडात काही थेंब पाणी देऊन ओलसर ठेवावे. ओठांना ग्लिसरीन बोरॅक्स लावावे. ६) जलकमतरतेची लक्षणे दिसत असल्यास किंव उलट्या जास्त झाल्यास जलकमतरता जास्त होऊ नये म्हणून शिरेतून सलाईन दिले जाते. ७) वेदनाशमक व ॲन्टिस्पॉझमाटिक औषधे देतात. ८) रिनल भागात गरम पाण्याच्या पिशवीने शेक द्यावा. ९) जंतू कोणते आहेत, यानुसार जंतुजीवनाशक द्रव्ये द्यावीत. उदा. सल्फानोमाईडस, नायट्रोफुरान्टाइन (Nitrofurantoin) इत्यादी.

आहार : आहारात द्रवपदार्थ भरपूर असावेत. उलट्या खूप होत असतील तर

त्या वेळेपुरते दूध देऊ नये. तीव्रता कमी झाल्याबरोबर बाळाला भूक लागू शकते व बाळ खाऊ लागते. आहार सकस असावा. विशेष बदल करण्याची गरज नाही.

तीव्र केशिकागुच्छ मूत्रपिंडदाह – ॲक्युट ग्लोमेरुलो नेफ्रायटिस (Acute Glomerulo Nephritis)

यालाच 'ॲक्युट हेमोरेजिक नेफ्रायटिस' (Acute Hamemorrhagic Neohritis) असेही म्हणतात. हा दाह दोन्ही मूत्रपिंडांना असतो.

कारणे : १) कोणत्याही वयात होऊ शकतो; पण ३ ते ८ वर्षे वयोगटामध्ये याचे प्रमाण जास्त आहे. २) सुरुवात अचानक होते. ३) शरीरात इतर ठिकाणी झालेल्या स्ट्रप्टोकोकल (Streptococcal) दाहानंतर होऊ शकतो. उदा. गलग्रंथी दाह (Tonsillitis).

रोगमीमांसा : दोन्ही मूत्रपिंडांच्या केशिकागुच्छांना (Glomerulus) दाह होतो. मूत्रपिंडाचा आकार स्वाभाविक असतो. केशिकागुच्छाची अर्धपाझरता (Semi Permeability) मध्ये दोष निर्माण होऊन केशिकागुच्छ परिमियेबल होतात; त्यामुळे लघवीतून अल्ब्युमिन जाते. लघवीत रक्त (Haemataria) असते. रक्तदाब वाढतो.

चिन्हे व लक्षणे : १) बाळ फारसे आजारी दिसत नाही. २) सूज – डोळ्यांच्या पापण्या सुजलेल्या दिसतात व वजन खूपच वाढलेले असते. सूज सकाळी जास्त असते नंतर कमी होते. लघवी रक्तमिश्रित असते. लघवीमधील रक्ताचे प्रमाण फारच कमी असेल तर लघवी धुरकट रंगाची दिसते. लघवीचे प्रमाण कमी होते, याला ऑलिग्युरिया (Oliguria) असे म्हणतात. ४) बालक निस्तेज दिसते. ५) भूक मंदावते. उलट्या होतात. ६) डोकेदुखी. ७) मलावरोध. ८) ताप असतो. ९) रक्तदाब वाढतो. १०) बाळ खेळामध्ये रस घेत नाही.

दुष्परिणाम : १) हायपरटेन्सिव्ह एनसिफॅलेपथी (Hypertensive Encephalopathy), २) ॲक्युट रिनल फेल्युअर (Acute Renal Failure), ३) ॲक्युट हार्ट फेल्युअर (Acute Heart Failure), ४) हायपोप्रोटिन्मिया (Hypoproteinmia).

रोगनिदान : १) लघवीची तपासणी केल्यास अल्ब्युमिन असते. ही तपासणी रोज केली जाते. २) लघवीचे प्रमाण यांची नोंद ठेवावी. लघवी मायक्रोस्कोपखाली तपासून लघवीतील पस सेल्स कास्टस आहेत का पाहिले जाते. ३) रक्तातील युरियाचे प्रमाण वाढते. तसेच क्रियाटिनीन व फॉस्फरसचे प्रमाण वाढते. ४) घशाचा स्वॅब (Throat Swab) घेऊन कल्चर केला जातो. ५) पूर्ण रक्ताचे घटक रक्त काऊंट केला जातो. ६) दातांची तपासणी करून दात किडलेला नाही याची खात्री केली जाते.

भवितव्य : बाळ पूर्णपणे बरे होऊ शकते; पण निदान उशिरा झाल्यास व उपचार योग्य न मिळाल्यास बाळ नेफ्रॉटिक सिंड्रोममध्ये जाते.

उपचार व परिचर्या

१) विश्रांती : पूर्ण विश्रांती घ्यावी. हृदयावर ताण पडेल म्हणून बरेच दिवस विश्रांती घ्यावी लागते.

२) आहार : सुरुवातीस द्रवपदार्थ. त्यामध्ये फळांच्या रसांचे प्रमाण जास्त असावे. मूत्रपिंडांना विश्रांती मिळण्यासाठी प्रथिनांचे प्रमाण कमी करून पिष्टमय पदार्थांचे प्रमाण वाढवावे. सूज असते म्हणून मिठाचे प्रमाण कमी करावे. बार्ली वॉटर, चहा, कॉफी असे द्रवपदार्थ द्यावेत. लघवीतील अल्ब्युमिनचे प्रमाण कमी होईपर्यंत हाच आहार द्यावा. त्यानंतर मऊ आहार व नंतर नियमित आहार द्यावा.

३) औषधोपचार : पेनिसिलीन जंतुजीवनाशक द्रव्य दिले जाते. सल्फाडिमिडीन (Sulphadimidine) १ ग्रॅम रोज दिले जाते. रक्तक्षयासाठी लोहाची औषधे दिली जातात. रक्तदाब कमी करण्यासाठी हायपोटेन्सिव्ह औषधे देतात. सौम्य झोपेची औषधे देतात.

४) निरीक्षण : १) तपमान, नाडी व श्वसन दर ४ तासांनी घेऊन त्यांची नोंद करावी. यावरून दुष्परिणामांची सुरुवात असेल तर लगेच लक्षात येते. २) इन्टेक व आऊटपुट चार्ट तंतोतंत ठेवावा. ३) बाळाचे रोज वजन करून त्याची नोंद आलेखावर करावी. वजन कमी झाले म्हणजेच सूज कमी आहे हे ओळखता येते. ४) दिवसातून दोनदा रक्तदाब घेऊन त्याची नोंद ठेवावी. रक्तदाब जर वाढला तर लगेच डॉक्टरांना कळवावे. ५) सकाळची पहिली लघवी टेस्ट ट्यूबमध्ये घेऊन तिचा रंग कसा आहे याचे निरीक्षण करावे. अल्ब्युमिनसाठी लघवी तपासावी. ६) सर्वसाधारण बाळाचे आरोग्य कसे आहे? बाळाचा रंग, बाळ सभोवतालच्या वातावरणात रस घेते की नाही, हातापायाला झटके येतात का पाहावे; कारण रक्तदाब वाढल्याने बाळ हायपरटेन्सिव्ह इन्कॅफॅलोपाथीमध्ये जाण्याची शक्यता असते. झटके असल्यास डॉक्टरांना कळवावे.

५) लघवीचे प्रमाण व रक्तदाब स्वाभाविक येईपर्यंत व रक्तातील अल्ब्युमिन पूर्णपणे कमी होईपर्यंत बालकाला पूर्ण विश्रांतीची गरज असते व परिचारिकेने याकडे लक्ष देऊन बाळाला बिछान्यातच ठेवावे.

६) बाळाला उबदार ठेवावे. आधार देऊन बसती स्थिती द्यावी; म्हणजे त्याला आराम वाटेल व सभोवतालचे पाहता येईल.

७) रोज कोमट पाण्याने अंग पुसून घेऊन त्वचेची व दाबबिंदूची काळजी घ्यावी.

८) बाळाच्या तोंडाची काळजी दर ४ तासांनी घ्यावी.

९) मलावरोध असल्यास सौम्य रेचक देण्यात येते.

१०) बाळाच्या वयानुसार बैठे खेळ, पुस्तक वाचण्यास देऊन त्याला कंटाळा येणार नाही व बाळ बिछान्यात राहील याची काळजी घ्यावी.

११) सूज जास्त असल्यास मूत्रपिंडांना विश्रांती देण्यासाठी सुरुवातीला द्रवपदार्थ कमी प्रमाणात दिले जातात. हे वजनावरून ठरविले जाते.

५ वर्षांच्या मुलास – १८ किलो वजन – ३६० मि.लि. द्रवपदार्थ

१० वर्षांच्या मुलास – ३० किलो वजन – ४८० मि.लि. द्रवपदार्थ

यामध्ये पहिल्या दिवशी झालेल्या लघवीइतका द्रवपदार्थ रोज वाढवावा. उदा. जर पहिल्या दिवशी लघवी ५०० मि.लि. झाली तर ५०० + ३६० मि.लि. द्रवपदार्थ ५ वर्षांच्या मुलाला द्यावा. फळांचा रस द्यावा. त्यामध्ये साखर घालावी. संत्र्याचा रस देऊ नये; कारण त्यात पोटॅशियम जास्त असते. बाकीचा आहार वरीलप्रमाणे द्यावा.

नेफ्रोसिस किंवा नेफ्रोटिक सिंड्रोम (Nephrosis or Nephrotic Syndrome)

व्याख्या : लघवीचे प्रमाण कमी (Oliguria) सर्व अंगावर सूज (Anasarca), लघवीतून अल्ब्युमिन जाणे (Proteinuria) आणि हायपोप्रोटिन्मिया ही सर्व लक्षणे त्या आजारात दिसतात; त्याला नेफ्रोटिक सिंड्रोम असे म्हणतात.

कारणे : १) क्रॉनिक किंवा सब-ॲक्युट ग्लोमेरुलोनेफ्रायटिस. २) रिनल व्हेन थ्रॉम्बोसिस (Renal Vein Thrombosis). ३) रासायनिक पदार्थांचा मूत्रपिंडावर परिणाम झाल्यास, उदा. मर्क्युरी, गोल्डसॉल्ट, पेनिसिलॅमाईन (Penicillamine). हा चिरकालीन आजार असून कोणत्याही वयात होऊ शकतो, पण २ ते ५ वर्षे वयोगटामध्ये प्रमाण जास्त आहे.

रोगमीमांसा : ग्लोमेरुलसवर परिणाम झाल्यामुळे त्याची परमियाबिलिटी वाढते. त्यामुळे लघवीतून जास्त प्रमाणात अल्ब्युमिन बाहेर टाकले जाते. यामुळे रक्तद्रवातील प्रोटिनचे प्रमाण कमी होते. रक्तद्रवातील अल्ब्युमिनचे प्रमाण स्वाभाविक ३ ते ४५ ग्रॅम/टक्के असते. यामध्ये ते ०.२ ते ०.४ इतके कमी होते. रक्तद्रवातील ऑस्मिटिक प्रेशर कमी होते. यामुळे सर्व अंगावर सूज येते. रक्तातील कोलेस्टेरॉलचे प्रमाण वाढते; तसेच रक्तद्रवातील लिपिडसचे प्रमाणही वाढते.

चिन्हे व लक्षणे : सूज चेहऱ्यावर येऊ लागते. विशेषत: डोळ्यांच्या पापण्यांना सूज जास्त असते. सूज सकाळी जास्त असते. नंतर लवकरच सर्व शरीरावर सूज दिसू लागते. त्यामुळे बाळाचे वजन एकदम वाढलेले दिसून येते. पेरिटोनियम कॅव्हिटिमध्ये द्रव जमल्याने असायटिस (Ascites) तसेच फ्ल्युरल

कॅव्हिटीमध्ये द्रव प्ल्युरल इफ्युजन (Pleural Effusion) होते. बाळाला धाप लागते. २) लघवीचे प्रमाण कमी होते. लघवीचा रंग धुरकट असतो. ३) बाळाची भूक मंदावते. उलट्या व काही वेळा अतिसारही असतो. ४) बाळ फिके दिसते. रक्तक्षय असतो. प्रतिकारशक्ती कमी झाल्यामुळे कोणताही संसर्ग लवकर होऊ शकतो. ५) बाळ चिडखोर, अस्वस्थ असते. सूज वाढेल तसे सहनशीलता कमी होऊन जास्त अस्वस्थ होते. स्वत:बद्दल कमीपणा वाटू लागतो.

तपासण्या : १) लघवी अल्ब्युमिनसाठी रोज तपासावी. यामुळे लघवीतील अल्ब्युमिनचे प्रमाण समजते. प्रयोगशाळेत सूक्ष्मदर्शकाखाली लघवीची तपासणी केली जाते. तांबड्या रक्तपेशी, पांढऱ्या रक्तपेशी आणि थोडे कास्टस आढळतात. लघवीचे कल्चर करून कारणीभूत रोगजंतू पाहिले जातात. २) रक्ततपासणी करून हिमोग्लोबिन, प्लाझ्मा प्रोटिन्स, कोलेस्टेरॉल लेव्हल पाहिली जाते. रक्तातील क्षारांचे प्रमाणही पाहिले जाते. इ.एस.आर. वाढलेले असते. रक्तातील युरिया स्वाभाविक असतो; पण रिनल फेल्युअरमध्ये तो वाढतो, म्हणून रक्तातील युरियाचे प्रमाणही पाहिले जाते.

दुष्परिणाम : १) बाळाची वाढ खुंटते (Nephrotic Dwarfs). २) क्वाशिआरकोर (Kwashiorkor). ३) प्रतिकारशक्ती कमी झाल्यामुळे वरचेवर श्वसनमार्गाचा दाह विशेषत: न्यूमोकोकल जंतुदोष. ४) पेरिटोनायटिस. ५) मृत्यूचे प्रमाणही जास्त आहे.

उपचार व परिचर्या : उपचारांचे उद्देश – १) सूज कमी करून, मूत्रपिंडाचे कार्य उत्तेजित करणे. २) बाळाचा आहार सुधारणे. ३) आजार बरा करण्यासाठी आणि प्रतिबंधक उपाय म्हणून जंतुजीवनाशक द्रव्ये देणे. ४) बालकाची प्रतिकारशक्ती वाढविणे. ५) मूत्रपिंडामध्ये पुढील बिघाड थांबविणे. ६) बालकाची योग्य रीतीने वाढ होण्यास मदत करणे.

१) सूज कमी करण्यासाठी आहारातील मिठाचे प्रमाण कमी करावे. डायरुक्टिक्स (Diuretics), क्लोरथियाझाईड (Chlorothiazide) आणि अल्डाक्टॉन (Aldactone) ही एकत्रित दिली जातात. याबरोबर पोटॅशियम क्लोराईडची कमतरता होणार नाही. सायक्लोफॉस्फामाईड (Cyclophosphamide) ३ मि.ली. प्रतिकिलोमागे देतात. याबरोबर स्टेरॉईड्स् देतात. सायक्लोफॉस्फामाईडमुळे डोक्याचे केस गळून जाण्याची शक्यता असते; म्हणून मुलाला व पालकांना समजून सांगावे. उपचार बंद झाल्यानंतर परत केस येऊ शकतात.

२) **स्टेराईडस् :** प्रिडनीसोन किंवा प्रिडनीसोलोन सुरुवातीला मोठ्या मात्रांमध्ये देतात. १० दिवसांनंतर मात्रा कमी कमी केली जाते; पण स्टेराईडस् बरेच दिवस म्हणजे जवळजवळ ६ महिने दिले जातात.

३) **जंतुजीवनाशक द्रव्ये :** या बालकामध्ये संसर्ग होण्याची शक्यता जास्त

असते. तसेच स्टेराईडस् चालू असतानाही जंतुजीवनाशक द्रव्ये देऊन कोणताही संसर्ग टाळला जातो.

४) **रक्ताचे संक्रमण :** रक्ताचे संक्रमण केले जाते; यामुळे रक्तक्षय कमी होतो व बालकाची सर्वसाधारण प्रकृती सुधारण्यास मदत होते.

५) **आहार :** प्लाझ्मा प्रोटिन्स कमी झालेली असतात; म्हणून आहारातून भरपूर प्रथिने दिली जावीत. यासाठी बालकाला दूध, दुधाचे पदार्थ, अंडी, मांस, मासे हे पदार्थ जेवणातून द्यावेत. ७ ते ८ ग्रॅम प्रतिकिलो वजनामागे प्रथिने दिली पाहिजेत. प्रथिनांचे प्रमाण वाढविल्यानंतर ती सहन होतात की नाही, हे पाहण्यासाठी रक्तातील युरियाचे प्रमाण पाहिले जाते. युरिया जर जास्त वाढला तर प्रथिने थोडी कमी केली पाहिजेत. आहारात मिठाचे प्रमाण कमी असावे. रोज २ ग्रॅमपेक्षा कमी मीठ आहारातून द्यावे. द्रवपदार्थाचे प्रमाण लघवी किती होते यावर वाढविले जाते. डायरुटिक्स सुरू केल्यानंतर लघवीचे प्रमाण भरपूर असते. बाळाची भूक खूपच मंदावलेली असते; म्हणून बाळाला वरचेवर, थोडा थोडा आहार द्यावा. त्यात बदल असावा. बाळाला प्रथिने किती दिली जातात याची नोंद असावी; कारण बऱ्याच वेळा बाळ पूर्ण आहार घेत नाही.

६) बाकी सर्व निरीक्षण व परिचर्या ग्लोमेरुलोनेफ्रायटिसप्रमाणेच घ्यावी. बाळाला श्वसनाला त्रास होत असेल तर उशीचा आधार देऊन बसती स्थिती द्यावी.

७) सूज जास्त असते; म्हणून त्वचेला जखमा व शय्याव्रण होण्याची शक्यता जास्त असते; म्हणून त्वचेची व दाबबिंदूची काळजी घ्यावी.

८) पेरिफिरल सर्क्युलेशनवर परिणाम झाल्याने व सुजेमुळे हात-पाय गार पडण्याची शक्यता असते. म्हणून गरम ब्लँकेट घालावे. हात-पाय गरम ठेवावेत. सूज असलेल्या हातापायाला कधीही गरम पाण्याची पिशवी देऊ नये. भाजण्याची शक्यता असते. त्वचेवर जखम दिसल्यास ताबडतोब नोंद घ्यावी. डॉक्टराना कळवावे.

९) असायटिसमुळे बाळाला श्वसनाला त्रास होत असेल तर पेरिटोनियल कॅव्हिटीमधील द्रवपदार्थ काढला जातो. (Abdomen Paracentesis) केले जाते. या कृतीपूर्वीची सर्व तयारी व बाळाचे मूत्राशय रिकामे असले पाहिजे. यासाठी त्याला लघवी करण्यास सांगावे. तत्कालीन उपचाराची सर्व तयारी ठेवावी. द्रव काढल्यानंतर द्रव एकदम कमी झाल्याने पोटाच्या पोकळीत दाब एकदम कमी होऊन बाळ शॉकमध्ये जाण्याची शक्यता असते; त्यासाठी शॉकमध्ये जाऊ नये म्हणून त्याच्यावर लक्ष ठेवावे व उपचाराची सर्व तयारी ठेवावी. मूल समजण्यासारखे असल्यास त्याला व पालकांना समजावून सांगावे.

१०) दीर्घकालीन आजार असल्याने व बाळाला वरचेवर दवाखान्यात दाखल

व्हावे लागल्याने, त्याला व त्याच्या पालकांना शारीरिक, मानसिक व आर्थिक या सर्व गोष्टींचा त्रास होतो. मनावर खूप ताण येतो. त्यांना धीर द्यावा. समजावून सांगावे. सोशल वर्करची मदत मिळवून द्यावी.

मूत्रसंस्थेच्या जन्मजात विकृती

१) एक्स्ट्रोफी ऑफ ब्लॅडर (Exstrophy of the Bladder)

पोटाच्या पोकळीतून मूत्राशयाचे म्युकस मेम्ब्रेन अपूर्ण किंवा पूर्ण बाहेर येते; त्याला 'एक्स्ट्रोफी ऑफ ब्लॅडर' असे म्हणतात. या विकृतीबरोबर योनिमार्ग किंवा पेनिसचीही विकृती असते. या म्युकस मेम्ब्रेनला कपडे लागून घर्षण होते व बाळाला त्रास होतो. या बालकामध्ये लघवीवर ताबा नसतो; त्यामुळे ते सारखे ओले राहते. विकृतीच्या सभोवतालच्या त्वचेला क्षोभ होऊन व्रण होण्याची शक्यता असते.

उपचार : जंतुदोष होऊ नये म्हणून काळजी घेतली जाते आणि शस्त्रक्रिया करून म्युकस बाहेर येणारे छिद्र व स्पिक्टरर्स रिपेअर केले जाते. काळजी मूत्राशयावरील शस्त्रक्रियेनंतर प्रमाणे घेतली जाते.

युरेथ्रल व्हाल्व (Urethral Valve)

ही विकृती मुलांमध्येच असते. युरेथ्रल व्हाल्वमुळे लघवी बाहेर टाकण्यास अडथळा निर्माण होतो. मूत्राशयाचा आकार वाढतो; त्यामुळे लहान मुलांच्या पोटाचा आकार वाढतो. मुलाला थेंब थेंब लघवी होते; त्यामुळे त्याचे नॅपकिन्स सारखे भिजलेले असतात. बाळ लघवी करताना जोर करते. बाळाला मूत्रमार्गाचा दाह होतो; कारण मूत्राशयामध्ये लघवी तुंबून राहते.

युरेथ्रोग्राम करून रोगाचे निदान चटकन होते. काही रुग्णांमध्ये युरेथ्रा डायलेट होतो.

उपचार : शस्त्रक्रिया युरेथ्रोस्टॉमी करून युरेथ्रल व्हाल्व काढली जाते. युरेथ्राचे डायलेटेशन केले जाते व मार्ग मोकळा केला जातो. जंतुजीवनाशक द्रव्ये देण्यात येतात.

विल्म्सज् ट्यूमर (Willms's Tumour or Nephroblastoma)

लहान मुलांमध्ये मूत्रपिंडाला कर्करोगाची गाठ असते. त्याला विल्म्सज् ट्यूमर असे म्हणतात. पाच वर्षांपर्यंतच्या मुलांमध्ये याचे प्रमाण जास्त आहे.

चिन्हे व लक्षणे : १) पोटाचा आकार वाढतो. २) वेदना होतात. ३) रक्तक्षय. लघवीतून रक्त जाते (Haematuria). ४) मूत्रपिंडात लघवी तयार होत नाही (Suppression). ६) बाळाला कणकण असते. ७) (General Malaise) तपासणीच्या वेळी पोटावरून दुखणारी गाठ हाताला लागते. ही गाठ एकाच

मूत्रपिंडाला असते.

रोगनिदान : क्ष-किरण; पण निश्चित रोगनिदान करण्यासाठी मूत्रपिंडाच्या पेशी सूक्ष्मदर्शकाखाली तपासल्या जातात. क्ष-किरणांमुळे गाठ निश्चित कुठे आहे व दुसऱ्या मूत्रपिंडाचे कार्य कसे आहे, हे समजू शकते. तसेच दुसऱ्या अवयवांमध्ये कर्करोगाचा प्रसार (Metastases) झाला आहे का? हेही समजते.

उपचार व काळजी : रोगनिदान झाल्यानंतर लवकरात लवकर शस्त्रक्रिया करून मूत्रपिंड काढले जाते. नेफ्रेक्टॉमी (Nephrectomy) नंतर डीप एक्स-रे थेरपी (Deep X-ray Therapy) दिली जाते. याबरोबर सिटोटॉक्सिक औषधे (Cytotoxic Drugs) दिली जातात. जखम भरल्यानंतर सेकन्डरीज् होण्याची शक्यता कमी असते.

डीप एक्स-रे थेरपी चालू असताना रुग्णाची काळजी : बाळाला डीप एक्स-रे थेरपी चालू असताना मातेला त्या उपचारांबद्दल माहिती द्यावी. यामुळे स्थानिक व सर्वसाधारण शरीरावर होणाऱ्या परिणामांबद्दल मातेला समजावून सांगावे. रिॲक्शन्स कशा ओळखाव्यात व काय काळजी घ्यावी, हे सांगावे.

त्वचेची काळजी : त्वचेला क्वचितच रिॲक्शन येण्याची शक्यता असते. त्वचा लालसर झाल्यास ती न धुता त्या ठिकाणी टाल्कम पावडर लावावी. त्वचेला जखम झाल्यास लॅनोलीन (Lanolin) किंवा हिबिटॉन (Hibiton) क्रीम लावावी. शेक देऊ नये किंवा उन्हात जाऊ देऊ नये. कपडे पातळ, सैल, मऊ असावेत.

सर्वसाधारण रिॲक्शन : कणकण आल्यासारखी होते. वांत्या होतात. बाळाला पूर्ण विश्रांती द्यावी. उलट्या होऊ नयेत म्हणून क्लोरेप्रोमॅझीन (Largactil) देतात. जीवनसत्त्व ब-६ आणि लोहाची औषधे दिली जातात. बाळाला वरचेवर द्रवपदार्थ द्यावेत. जर तोंडाने भरपूर घेत नसेल, तर शिरेतून द्रवपदार्थ दिले जातात. आहार सहजासहजी पचणारा, द्रवपदार्थाचे प्रमाण जास्त असणारा असावा. चहा, कॉफी, दूध, फळांचे रस यामध्ये थोडी साखर घालून द्यावी.

नेफ्रॅक्टॉमीची विशेष काळजी घ्यावी लागते. या बालकाला काही दिवसांनी घरी सोडले जाते; पण हे बालक परत रुग्णालयात दाखल होण्याची शक्यता असते. पूर्वी ज्या वॉर्डात बालक दाखल केले होते, तिथेच ठेवले तर त्याला लोक ओळखीचे असल्यामुळे वातावरण फारसे नवीन वाटत नाही.

नेफ्रेक्टॉमी (Nephrectomy)

खालील आजारात मूत्रपिंड काढण्याची गरज असते.

१) दुसऱ्या मूत्रपिंडाचे कार्य चांगले आहे याची खात्री करूनच एक मूत्रपिंड काढले जाते. यासाठी इन्ट्राव्हेनस पायलोग्राफी व इतर तपासण्या केल्या जातात.

२) दुसऱ्या मूत्रपिंडाला दाह नाही, याची खात्री केली जाते. तसेच दाह होण्याची शक्यता नाही हेही पाहिले जाते. ३) जन्मजात विकृती. ४) हायड्रोनेफ्रोसिस. ५) विल्म्सज ट्यूमर. मूत्रपिंडाचा क्षयरोग. पण हा लहान मुलांमध्ये क्वचितच असतो.

शस्त्रक्रियेची काळजी : १) बाळाला काही दिवस अगोदर दवाखान्यात दाखल करावे. २) इन्टेक-आऊटपुट चार्ट ठेवावा. ३) युरीनरी अँन्टिसेप्टिक उदा. सल्फानोमाईड देतात. ४) बाळाचे हिमोग्लोबिन, रक्तगट क्रॉस मॅचिंग केले जाते. ५) लघवीचे कल्चर केले जाते. ६) रुग्णाला स्वच्छ अंघोळ घालावी व त्वचा स्वच्छ करावी. ७) पोटाच्या शस्त्रक्रियेप्रमाणे काळजी घ्यावी.

शस्त्रक्रिया : मूत्रपिंड काढल्यानंतर मूत्रवाहक नलिका बांधून बंद केल्या जातात. त्या ठिकाणी रबर ट्यूबचा ड्रेन ठेवला जातो. यामुळे त्या ठिकाणी होणारा रक्तस्राव समजतो. त्या ठिकाणचा स्राव साठून न राहता ड्रेन होण्यास मदत होते. मूत्रपिंडाच्या शस्त्रक्रियेनंतर रक्तस्राव होण्याची शक्यता फारच असते. ड्रेन हळूहळू बाहेर ओढून कट केला जातो. तो २४ ते ४८ तासात काढला जातो.

शस्त्रक्रियेनंतरची काळजी : १) भूल देऊन करण्यात येणाऱ्या शस्त्रक्रियेप्रमाणे सर्व काळजी घ्यावी. २) बाळ शुद्धीवर आल्यानंतर त्याला उशांचा आधार देऊन शस्त्रक्रिया झालेल्या बाजूवर झोपवावे; यामुळे स्राव ड्रेन होण्यास मदत होते. ३) बाळाची स्थिती दर दोन तासांनी बदलावी म्हणजे पोटफुगी कमी होण्यास मदत होते व छाती भरत नाही. ४) दुसऱ्या दिवसापासून तोंडाने भरपूर प्रमाणात द्रवपदार्थ द्यावेत. यामध्ये फळांचा रस, चहा व इतर द्रवपदार्थ असावेत. ५) खोल श्वसनाचे व्यायाम दिल्यास वेदना कमी होतात व फुफ्फुसदाह टाळला जातो. ६) इन्टेक-आऊटपुट चार्ट ठेवावा. लघवीचे प्रमाण सुरुवातीला कमी असते. त्यात रक्त असते; पण २४ तासांनंतर लघवीचे प्रमाण व रंग स्वाभाविक असतो. ७) दुसऱ्या किंवा तिसऱ्या दिवसापासून बाळाने फिरण्यास सुरुवात करावी व जखम बरी झाल्यानंतर १० व्या दिवशी टाके काढून रुग्णाला घरी पाठवावे. ८) इतर सर्वसाधारण काळजी पोटावरील इतर शस्त्रक्रियेप्रमाणे द्यावी.

फायमोसिस (Phimosis)

शिश्नाच्या टोकास किंवा ग्लान्स पेनिसवर अग्रत्वचा घट्ट बसते व मूत्रमार्ग बंद होऊन लघवी बाहेर टाकणे अवघड होते; त्याला 'फायमोसिस' असे म्हणतात. अशा वेळी त्वचा हाताने ओढून मागे घेण्याचा प्रयत्न करू नये; यामुळे त्वचेला दाह होण्याची किंवा त्वचा फाटण्याची शक्यता असते.

उपचार : शस्त्रक्रिया केली जाते; त्याला सरकमसिझन (Circumcision) असे म्हणतात. सरकमसिझन ही छोटीशी शस्त्रक्रिया असून, शस्त्रक्रिया करून रुग्णाला

घरीही पाठविले जाते. पण मुलाला एक दिवस दवाखान्यात दाखल करून ही शस्त्रक्रिया करणे चांगले, कारण रक्तस्राव होण्याची किंवा लघवी न होण्याची शक्यता असते.

शस्त्रक्रिया : अग्रत्वचेच्या पुढील गोलाकार भाग काढला जातो. मूत्रमार्गावरील त्वचा काढल्याने मूत्रमार्ग मोकळा होतो व लघवी बाहेर टाकली जाते.

शस्त्रक्रियेनंतर काळजी : अग्रत्वचा काढल्यानंतर जखमेवर टिंक्चर बेन्झाईनमध्ये गॉझ भिजवून तो रिबनसारखा पेनिसच्या भोवती गुंडाळला जातो. हा गॉझ एक आठवडा ठेवण्यात येतो. एक आठवड्यानंतर जंतुविरोधक औषधांमध्ये तो गॉझ भिजविला जातो व काढला जातो.

हा गॉझ जास्त घट्ट बांधला गेला तर ग्लान्स पेनिसला सूज येते व त्या ठिकाणचा रक्तपुरवठा बंद झाल्यास गँग्रीन होण्याची शक्यता असते. अशा वेळी पोटॅशियम परमँगनेटचे सौम्य कोमट लोशन टबमध्ये घेऊन त्यात बाळाला बसवावे. रिबन गॉझ ओला झाल्यानंतर हळूच काढून टाकावा. हे ताबडतोब करावे. म्हणजे गँग्रीन होणार नाही. शस्त्रक्रियेनंतर जखम वरेचवर तपासून पाहावी.

काही सर्जन जखमेवर नोबेक्युटॉन (Nobecutane) स्प्रे मारून जखम उघडी ठेवतात. दुसऱ्या दिवसापासून बाळाला नेहमीसारखी अंघोळ दिली तरी चालते. काही जण जंतुजीवनाशक मलम किंवा पावडर लावतात.

शस्त्रक्रिया झाल्यानंतर वेदनांमुळे बालक अस्वस्थ असते; म्हणून सौम्य झोपेचे औषध देतात. जंतुजीवनाशक द्रव्ये देण्यात येतात. शस्त्रक्रियेनंतर लघवी झाली की नाही, हे पाहावे. क्वचित बालकांमध्ये पुढील दुष्परिणाम दिसून येतात : १) रक्तस्राव, २) मूत्र तुंबणे, ३) ग्लान्स पेनिसला क्षोभ होऊन व्रण होणे, ४) व्रण बरा झाल्यानंतर स्ट्रीक्चर होऊ शकते, ५) ॲमोनियाकल डर्माटायटिस (Ammoniacal Dermatitis).

पॅराफायमोसिस (Paraphimosis)

ग्लान्स पेनिसची त्वचा मागे येते व ग्लान्स पेनिसला सूज येते, रंग बदलतो व त्वचा पूर्वस्थितीला येत नाही, याला 'पॅराफायमोसिस' असे म्हणतात. अग्रत्वचा त्या ठिकाणी घट्ट झाल्यामुळे रक्तप्रवाह बंद होऊ शकतो.

उपचार : थंड पाण्याच्या पट्ट्या ठेवल्याने किंवा थंड पाण्याने ग्लान्स पेनिस धुतल्याने त्वचा पुढे येऊ शकते; पण जर त्वचा पुढे येऊ शकत नसेल तर ताबडतोब त्वचा कापून सैल केली जाते व सरकमसिझन केले जाते.

अनडिसेन्डेड टेस्टिकल (Undescended Testicle)

गर्भावस्थेमध्ये टेस्टीज पोटाच्या पोकळीत असतात. नंतर त्या इग्वानल कॅनालमधून शेवटी स्क्रोटल सॅक (Scrotal Sac) मध्ये येतात. या जन्मापर्यंत

स्वाभाविक जागी म्हणजे स्क्रोटलमध्ये येतात. काही मुलांमध्ये टेस्टीज स्वाभाविक जागी येत नाहीत. याला 'अनडिसेन्डेड टेस्टीज' असे म्हणतात. एका बाजूला असेल किंवा दोन्ही टेस्टीजही अनडिसेन्डेड असू शकतात. अपूर्णकाळ बालकामध्ये 'अनडिसेन्डेड टेस्टीज' असण्याची शक्यता जास्त असते.

पोटावरून तपासणी केली असता टेस्टीजची स्थिती व वृषणरज्जू (Spermatic Cord) ची लांबी समजू शकते. काही मुलांमध्ये टेस्टीज इग्वानल कॅनॉलच्या छिद्राजवळ असतात. मुलगा वयात येण्यापूर्वी त्या स्वाभाविक जागी पोहोचल्या पाहिजेत. टेस्टीज जर स्वाभाविक जागी नसतील तर शस्त्रक्रिया करून त्या खाली आणल्या जातात व स्क्रोटममध्ये टाका घालून स्थिर केल्या जातात. ही शस्त्रक्रिया ६ ते ८ वर्षांत किंवा मुलगा वयात येण्यापूर्वी केली जाते. शस्त्रक्रियेनंतर मुलाला पूर्ण विश्रांती द्यावी. बाकी सर्व परिचर्या इतर सर्वसाधारण शस्त्रक्रियेप्रमाणे घ्यावी. अनडिसेन्डेड टेस्टीजमुळे वांझपणा (Sterility) येतो व नंतरच्या आयुष्यात कर्करोग होऊ शकतो. काही वेळा हार्मोनल उपचार केले जातात; पण सर्वच मुलांमध्ये याचा उपयोग होईल असे नाही.

इपिस्पॅडियस (Epispadias)

शिश्न व मूत्रमार्गाची जन्मजात विकृती असते. यामध्ये मूत्रमार्गाचे छिद्र ग्लान्स पेनिसवर नसून, पेनिसच्या मध्ये मागील पृष्ठभागावर असते.

हायपोस्पॅडियस (Hypospadias)

यामध्ये मूत्रमार्गाने छिद्र ग्लान्स पेनिसच्या शेवटी नसून पेनिसच्या सुरुवातीलाच असते. ही विकृती नवजात बालकातच लक्षात येते. या बालकामध्ये लघवीची धार स्वाभाविक बालकाप्रमाणे नसते. बऱ्याच मुलांत स्क्रोटमनंतर पेनिसच्या सुरुवातीलाच असते. या विकृतीसाठी शस्त्रक्रिया करावी लागते. शस्त्रक्रिया दोन स्टेजेसध्ये केली जाते. प्लास्टिक सर्जरी करून मूत्रमार्गाने छिद्र जास्तीत जास्त पेनिसच्या शेवटी आणले जाते व मूत्रमार्गाने छिद्र मोठे केले जाते व लघवी स्वाभाविकपणे बाहेर टाकण्याचा मार्ग मोकळा केला जातो. पहिली स्टेज बालक १८ महिन्यांचे असताना किंवा २ ते ४ वर्षात केली जाते व दुसरी स्टेज त्यानंतर ८ ते १२ महिन्यांनी केली जाते.

शस्त्रक्रियेनंतर पेनिसमध्ये रक्त साकळल्याने सूज येऊ नये, म्हणून रक्त व स्राव ड्रेन होईल, याची काळजी घेतली जाते. दुसऱ्या अवस्थेत पेरिनियममधून रिटेनिंग कॅथेटर घातला जातो व ॲन्टिसेप्टिक लोशन असलेल्या निर्जंतुक बाटलीत ड्रेन ट्यूबच्या साहाय्याने सोडला जातो. कॅथेटर ब्लॉक नाही, याची खात्री करावी. रोज सकाळी व संध्याकाळी लघवी मोजावी व नोंद ठेवावी. बाटली, ड्रेन, ट्यूब निर्जंतुक असली पहिजे व रोज बदलली पाहिजे म्हणजे संसर्ग होणार नाही.

आठ ते दहा दिवसांनंतर मुलाला स्वाभाविकरित्या लघवी होते का पाहण्यासाठी कॅथेटरला निर्जंतुक स्पिगॉट (Spigot) लावून बंद केला जातो. जर त्याला मूत्रमार्गातून लघवी व्यवस्थित होत असेल तर कॅथेटर काढला जातो. पेरिनियमची जखम टाके न घालता आपोआप भरून येते.

पेनिस व मूत्रमार्गाची शस्त्रक्रिया झाल्यानंतर संसर्ग होऊ नये म्हणून रुग्णाला निर्जंतुक यूरिनल वापरावे. या प्रकारची शस्त्रक्रिया झाल्यानंतर वेदना खूप होतात म्हणून मुलाला झोपेची औषधे दिली जातात. जंतुजीवनाशक द्रव्ये देण्यात येतात. जखम उघडी ठेवून स्प्रे किंवा जंतुजीवनाशक पावडरचा उपयोग केला जातो. पेनिस आणि स्क्रोटमला लहान उशी देऊन आधार दिला जातो व बेड क्रेडलचा उपयोग करून पांघरुणाचे ओझे पडणार नाही, याची काळजी घेण्यात येते. कॅथेटर ओढला जाणार नाही याकडे लक्ष ठेवावे. रोग्याला मलावरोध झाल्यास त्रास होतो; म्हणून त्याच्या आहारात द्रवपदार्थ व रफेजचा समावेश असावा. त्याचे मन रमेल याकडे लक्ष द्यावे. इतर सर्वसाधारण काळजी झोपून असणाऱ्या रुग्णाप्रमाणे घ्यावी.

□□□

प्रकरण २१

त्वचारोग

□ एक्झिमा □ इम्पेटिगो □ रिंग वर्म □ खरुज □ उवा □ चामखीळ □ फरंक्युलोसिस □ डायपर रॅश □ भाजणे – वर्गीकरणे, परिणाम, उपचार व काळजी

एक्झिमा (Eczema)

हा दीर्घकालीन त्वचेचा आजार असून मुलांमध्ये अनेक कारणांनी व अनेक आजारांबरोबर दिसून येतो.

कारणे : दमा, काही विशेष ताप – उदा. हे फीव्हर, ॲलर्जी – उदा. दूध, अन्नपदार्थ, लोकर इत्यादी.

अ) अतिलहान अर्भकातील एक्झिमा (Infantile Eczema)

३ ते ६ महिन्यांतील बालकामध्ये याची सुरुवात असते. मुलींपेक्षा मुलांमध्ये प्रमाण जास्त आहे. या बालकाच्या कुटुंबातील व्यक्तींना एक्झिमा, दमा असल्याची माहिती मिळते. अर्भकाला एक्झिमा असल्यास त्याला नंतरच्या आयुष्यात दमा होण्याची शक्यता असते. बऱ्याच लहान मुलांमध्ये दूध, अंडी, मासे, पराग किंवा घरातील धुळीची ॲलर्जी असते; त्यामुळे एक्झिमा असतो. हा साधारण २ ते ३ वर्षापर्यंत राहतो व नंतर कमी होतो.

चिन्हे व लक्षणे : १) हा सौम्य किंवा गंभीर स्वरूपाचा असतो. सौम्य प्रकारामध्ये बारीक पुरळ (Rash) हात आणि पायांवर दिसतात. २) गंभीर प्रकारामध्ये रॅश सर्व शरीरावर असते किंवा झाल्यानंतर जंतुजीवनाशक द्रव्ये देतात. ३) खाज कमी करण्यासाठी कॅलॅमिन लोशन (Calamine Lotion) किंवा सौम्य जंतुविरोधक औषध त्वचेला लावली जातात. ४) स्टेरॉईड्सचे मलम लावल्यास रॅश कमी होऊ शकतो. ५) बाळाला कोमट पाण्याची अंघोळ द्यावी व मऊ टॉवेलने हळुवार पुसून घ्यावे. ६) बाळाच्या हाताला स्प्लिट बांधून खाजवू देऊ नये. ७) बाळाचे कपडे हलके, मऊ व सुती असावेत. ८) बिछान्याचे कपडे सुती, मऊ असावेत.

खोलीमध्ये फॅन लावून हवा खेळती ठेवावी. ९) बाळाला दवाखान्यात वेगळ्या खोलीत ठेवावे; म्हणजे त्याला संसर्ग होणार नाही. १०) बाळाचे मन खेळात गुंतवून ठेवावे. ११) या बाळाला दमा, अतिसार आहे का, याकडे लक्ष ठेवावे व त्याप्रमाणे उपचार व काळजी घ्यावी. (१२) या मुलांमध्ये देवीची लस देणे धोक्याचे असते, त्यामुळे बाळामध्ये टॉक्सिक परिणाम दिसून येतात. यामुळे जी गंभीर स्थिती उद्‌भवते, त्याला 'कापोसीज डर्माटायटिस' (Kaposi's Dermatiti) असे म्हणतात.

इम्पेटिगो (Impetigo)

याचे प्रमाण लहान व शालेय मुलांमध्ये जास्त आहे. स्ट्रेप्टोकोकस किंवा स्टॅफिलोकोकसमुळे होणारा त्वचेचा दाह असून त्याचा प्रसार लवकर होतो. गर्दीच्या वस्तीमध्ये राहणाऱ्या व वैयक्तिक स्वच्छतेचा अभाव असणाऱ्या मुलांमध्ये दिसून येतो. नवजात बालकामध्ये हा दाह झाल्यास अतिशय गंभीर स्वरूपाचा असतो. याचा संसर्ग खरचटलेल्या त्वचेमधून होतो.

सुरुवातीला लहान पुरळ उठतात व नंतर ते फुटतात. लाल जखमेसारखा व्रण दिसू लागतो. त्यातून स्राव येतो व तो स्राव घट्ट होऊन राहतो. १) सुरुवातीला रॅश कपाळ, गाल आणि डोक्यावर असते. नंतर कोपर व गुडघ्याच्या भागात व कानांच्या पाठीमागे पसरतो. नंतर शरीरावर कोणत्याही भागावर पॅच दिसू लागतात. २) त्वचा लालसर, गरम असतो. पुरळ फुगतात व त्यातून स्राव येऊ लागतो. याला 'वीपिंग एक्झिमा' (Weeping Eczema) असे म्हणतात. या अवस्थेत त्वचेला दाह होऊ शकतो. ३) अतिशय खाज असते; त्यामुळे बाळ सारखे खाजवते. ४) स्राव कमी झाल्यानंतर त्वचा कोरडी होते.

उपचार व काळजी : १) खपल्या मऊ होण्यासाठी कोमट नॉर्मल सलाईन किंवा पोटॅशियम परमँगनेट १ : ४००० चे द्रावण घेऊन ती जागा स्वच्छ केली जाते. २) त्या ठिकाणी बारीक क्रिम किंवा इतर जंतुजीवनाशक क्रीम लावावी. ३) खपल्या निघाल्यानंतर १ टक्का सेट्रिमाईड द्रावण घेऊन त्वचा स्वच्छ करावी. ४) पेनिसिलीन हे जंतुजीवनाशक द्रव्य दिले जाते. ५) घरातील इतर व्यक्तींनाही याचा दाह होण्याची शक्यता असते. तसे असेल तर उपचार करावेत. ६) बाळाची नखे लहान व स्वच्छ ठेवावीत. ७) खाजवू नये म्हणून लक्ष ठेवावे. हाताला स्प्लिट बांधाव्यात.

प्रतिबंधक उपाय : १) त्वचा स्वच्छ ठेवण्यासाठी मेडिकल साबणाचा उपयोग करावा. २) या बाळाची काळजी घेणाऱ्या व्यक्तीने आपले हात स्वच्छ धुऊन घ्यावेत. ३) बाळासाठी वापरलेल्या वस्तू निर्जंतुक करून घ्याव्यात.

४) मातेला बाळाच्या वैयक्तिक स्वच्छतेबद्दल सल्ला द्यावा. बाळाचे आरोग्य चांगले राहण्यासाठी वयानुसार सकस व पुरेसा आहार द्यावा. घरात खेळती हवा असावी.

ब) फ्लेक्सरल एक्झिमा (Flexural Eczema)

कोपर व गुडघा दुमडल्या ठिकाणी याचे चट्टे दिसतात. त्वचा लालसर होते व सोलली जाते. याचे प्रमाण ४ ते ५ वर्षे वयोगटातील मुलांमध्ये जास्त असते.

क) सर्व शरीरावर असणारा एक्झिमा (Generalised Eczema) :

सर्व शरीरावर पुरळ असतात. खाज असते. त्वचेच्या घड्यांच्या ठिकाणी पॅचेस दिसतात.

तपासणी : त्वचेच्या ॲलर्जी टेस्टस (Intradermal Tests) करून कोणत्या पदार्थाची ॲलर्जी आहे, हे पाहिले जाते.

उपचार व काळजी : १) अन्नपदार्थ किंवा इतर गोष्टींची ॲलर्जी असेल तर तो पदार्थ आहारातून देऊ नये. इतर पदार्थांची ॲलर्जी असल्यास त्याच्या संपर्कात बाळ येणार नाही, याची काळजी घ्यावी. दुधातील प्रथिनांची ॲलर्जी असेल तर सोयाबिनचे दूध दिले जाते. २) आई-वडिलांना मानसिक ताण येतो व काळजी वाटते, म्हणून त्यांना समजावून सांगावे. ३) अन्टिहिस्टॅमिन्स (Antihistamins) देतात. ५) जंतुदोष होऊ नये म्हणून औषधे देतात. हनुवटी, ओठांच्या कडेने आणि कवटीच्या त्वचेवर खपली जास्त असते. खपली त्वचेवर चिकटवल्याप्रमाणे दिसते.

नायटा-रिंगवर्म (Ring Worm)

हा अतिशय सांसर्गिक त्वचारोग असून फंगसपासून होतो. या फंगसना 'मायक्रोस्पोरॉन' (Microsporon) असे म्हणतात. हा रोग लहान मुलांना कवटीच्या त्वचेला होतो. लहान, गोल, लालसर, चट्टा त्वचेवर दिसतो. त्या ठिकाणचे केस गळतात. नायटा पायावर उठतो तेव्हा त्याला 'ॲथलेट्स फूट' (Athlete's Foot) असे म्हणतात. हा पायाच्या बोटांमध्ये तळपायाला किंवा पायाच्या कडेने होतो. सोलल्यासारख्या फटी दिसतात, त्यामध्ये संसर्ग होऊन लिम्फाजायटिस किंवा सेल्युलायटिस (Lymphangitis or Cellulitis) होण्याची शक्यता असते.

उपचार : १) तोंडाने ग्रीसिओफुलविन (Griseofulvin) हे औषध देतात. २) नायटा झालेली जागा सौम्य जंतुविरोधक लोशनने स्वच्छ करून त्यावर जंतुविरोधक पावडर लावली जाते. ३) नायटा डोक्यावर असेल तर सुती टोपी वापरावी. ४) हात स्वच्छ धुवावेत.

खरूज-स्कॅबीज (Scabies)

सांसर्गिक त्वचेची लागण असून इचमाईट (Itchmite) या सूक्ष्म परोपजीवीपासून होते. या किड्याची मादी त्वचेच्या वरच्या थरामध्ये अंडी घालते. त्याची लाव्ही केसांच्या मुळापर्यंत जाते. या वेळी खूप खाज असते. विशेषत: रात्री त्वचा गरम होते, त्या वेळी खाज खूप असते. अति लहान बालकामध्ये तळपायालाही खरूज दिसून येते. जंतूंचा संसर्ग होऊन जखम होण्याची शक्यता असते.

उपचार व काळजी : १) मुलाला कोमट पाण्याने अंघोळ घालावी व अंग कोरडे करून बेन्झिल बेन्झोयेट (Benzyl Benzoate) २५ टक्के द्रावण खरूज झालेल्या ठिकाणी कॉटन स्वॉबने लावावे. हे चेहऱ्याला लावू नये. दुसऱ्या दिवशी परत एकदा बेन्झिल बेन्झोयेट लावावे आणि तिसऱ्या दिवशी अंघोळ घालावी. लहान मुलामध्ये कमी क्षोभ निर्माण करणारे मोनोसल्फीरान (Monosulfiran) वापरले जाते. अतिलहान अर्भकामध्ये युरॅक्स (Eurax) १० टक्के मलम वापरतात. हे बेन्झिल बेन्झोयेटप्रमाणेच वापरावे. २) जखमेत पू झाल्यास पेनिसिलीन देतात.

प्रतिबंधक उपाय : १) वैयक्तिक स्वच्छता, २) खरूज झालेल्या व्यक्तीच्या अंगावरील कपडे व बिछान्यावरील कपडे उकळून किंवा गरम इस्त्रीने इस्त्री करून निर्जंतुक करावेत. ३) खरूज झालेल्या बालकाला इतर बालकांपासून वेगळे ठेवावे. ४) घरातील सर्वांना एकदम उपचार करावेत.

उवा (Pediculosis or Lice)

उवा डोक्यातील त्वचेवर असतात. त्याला 'पेडिक्युलोसिस कॅपिटिस' (Pediculosis or Lice) म्हणतात. उवा जननेंद्रियावरील त्वचेत किंवा सर्व शरीरावर असतात. डोक्यातील उवांचे प्रमाण मुलांमध्ये खूप आहे. विशेषत: शाळेत किंवा बालवाडीत जाणाऱ्या बालकांमध्ये याचे प्रमाण फारच असते. जवळ बसल्याने, खेळताना किंवा एका घरातील मुलामध्ये जवळ झोपल्याने एकापासून दुसऱ्याच्या डोक्यात त्या होतात. मुलगा किंवा मुलगी डोक्यात मागील बाजूस सारखे खाजवते. केसांना त्याची अंडी (नीटस् – Nits) चिकटलेली दिसतात व ती काढणे अवघड जाते. खूपच जास्त उवा झाल्यास मुलाला सर्व्हाकल अडेनायटिस, ताप व कणकण येते. खूप खाजवून दुय्यम संसर्ग होण्याची शक्यता असते.

उपचार व काळजी : घरातील सर्व मुलांना व लोकांना एकाच वेळी उपचार करावेत. बाजारात अनेक औषधे मिळतात. उदा. उवांना, लायसिल किंवा डी. डी. टी. असलेले शाम्पू लावून एक-दोन तासांनी केस धुवावेत. यामुळे उवा मरतात, पण अंडी मरत नाहीत. यासाठी परत आठ दिवसांनी औषध घालावे. प्रीओडर्म या औषधामुळे उवा व अंडी दोन्ही मरतात. हे लावून अर्ध्या तासाने केस स्वच्छ

धुवावेत. औषधे डोळ्यात, तोंडात जाणार नाहीत याची काळजी घ्यावी.

प्रतिबंधक उपाय : केस रोज विंचरावेत. आठवड्यातून दोनदा धुवावेत. प्रत्येकाचा कंगवा वेगळा असावा व उवा झाल्यास लगेच औषध घालून त्यांचा नाश करावा.

चामखीळ वॉर्टस – (Warts) :

याचे प्रमाण मुलांमध्ये जास्त वॉर्टस DNA या विषाणूपासून होतात. याचा प्रसार सतत सान्निध्यामुळे होतो. रोगजंतू पोषणकाळ १ ते ८ महिने वॉर्टस बोटावर, हातावर, चेहऱ्यावर, कोपर किंवा गुडघ्यावर असतात. तळहात व तळपायावरील वॉर्टस दुखावतात. व्हेनरल वॉर्टस ओलसर व कॉलीफ्लावरसारखे असतात.

उपचार : १) सॅलिसिलिक ॲसिड किंवा लिक्विड नायट्रोजन वॉर्टसना लावतात. २) शस्त्रक्रिया करून काढले जातात.

फरंक्युलेसिस (Furunculosis)

सिबॅसियस ग्रंथींना आणि केसाच्या मुळांना (Sebaceous Gland and Hair Folicles) होणारा दाह स्टॅफिलेकोकस (Staphyloeccus)मुळे होतो. यामध्ये केसाच्या मुळांना दाह झाल्यामुळे त्या ठिकाणी मोठी पुळी येते, वेदना होतात. काही वेळा त्यामध्ये पू होतो.

उपचार : जंतुजीवनाशक द्रव्ये देतात. पू झाला तर तो काढून टाकण्यात येतो व ड्रेसिंग करून जखम भरून येते. त्वचेची स्वच्छता, बाळाला त्या ठिकाणी खाजवू देऊ नये. बाळाचा आहार सकस व पुरेसा असावा. भरपूर द्रवपदार्थ द्यावेत व सर्वसाधारण आरोग्य चांगले ठेवावे.

डायपर रॅश (Diaper Rash)

बाळाच्या दोन कुल्ल्यांच्या मधील विटपाच्या ठिकाणी हा रॅश येतो. खरखरीत, जाड लंगोट वापरल्याने किंवा लघवीने ओला झालेला लंगोट जास्त वेळ राहिल्याने हा रॅश येतो. लघवीमधील अमोनियामुळे त्वचेला क्षोभ निर्माण होतो. प्लॅस्टिकच्या चड्डी वापरल्यास ती ओली झाल्याबरोबर बदलावी. लंगोट ओला झाल्यानंतर लगेच बदलून जागा कोमट पाण्याने स्वच्छ कोरडी करावी. ती जागा स्वच्छ ठेवावी. त्वचा लाल झाल्यास मऊ पडण्यासाठी मलम लावावे व तो भाग उघडा ठेवावा. लंगोटी सुती, मऊ कपड्यांचे असावेत. धुवून दोरीवर उन्हात वाळवावेत.

भाजणे आणि पोळणे (Burns and Scalds)

लहान मुलात होणारा अपघात असून यामुळे बरीच मुले दवाखान्यात दाखल होतात. भाजल्याने मुलांच्या जीविताला धोका निर्माण होतो. शिवाय व्यंग येण्याचीही शक्यता असते.

कारणे : १) अपघात या प्रकरणामध्ये भाजण्याची व पोळण्याची कारणे पाहिली आहेतच. २) हा अपघात रांगणाऱ्या व चालणाऱ्या मुलांमध्ये जास्त दिसून येतो. दिवा, गॅस, शेगडी याकडे बाळ आकर्षित होते व त्या पेटणाऱ्या वस्तू ओढल्याने कपडे पेटून बाळाला भाजते. ३) शेगडी, स्टोव्ह किंवा गॅसजवळ बाळाच्या खाण्याच्या वस्तू किंवा आकर्षित करणाऱ्या वस्तू ठेवलेल्या असल्यास त्या घेण्यासाठी जाताना बाळाला भाजण्याची शक्यता असते. ४) गरम वस्तूजवळ बाळ गेल्याने त्यापासून त्याला भाजू शकते. ५) गरम पाणी, चहा, दूध या वस्तूंची भांडी अंगावर पडून बाळाला पोळते. चालणारे बाळ घरात असल्यास टेबलक्लॉथ घालून टेबलवर गरम पेये, पदार्थ ठेवल्यास, टेबलक्लॉथ ओढल्याने त्यावरील गरम वस्तू बाळाच्या अंगावर पडतात व त्याला पोळते.

अपघात या प्रकरणात भाजू किंवा पोळू नये यासाठी काय काळजी घ्यावी, हे पाहू.

भाजल्यानंतर देण्यात येणारे प्राथमिक उपचार (First Aid Treatment)

सौम्य प्रमाणात, थोड्याशा भागाला व फक्त वरवरची त्वचा (Superficial) भाजली असल्यास त्या जागेवर थंड पाणी सोडून त्वचा टिपून कोरडी करावी व जंतुविरोधक क्रीम लावावी. हे करीत असताना हात स्वच्छ असावेत. वापरण्यात येणारे कापड मऊ व निर्जंतुक असावे. म्हणजे जंतुदोष होणार नाही.

गंभीर प्रमाणात भाजले असल्यास, त्वचेचा जास्त भाग व खोलवर भाजले असल्यास भाजलेल्या जागेवरील कपडे हळुवारपणे काढून घ्यावेत. जागेला हात लावू नये. निर्जंतुक कापड झाकावे. खूप वेदना होत असतात व बाळ शॉकमध्ये जाण्याची शक्यता असते, म्हणून लगेच दवाखान्यात पोहोचवावे.

वर्गीकरण (Classification)

त्वचेच्या कोणत्या थरापर्यंत भाजले यावरून व किती त्वचा भाजली आहे, यावरून वर्गीकरण केले जाते.

१) सुपरफिशियल बर्न (Superficial Burn)

२) फुल थिकनेस बर्न (Full Thickness Burn)

सुपरफिशियल बर्न लवकर बरे होते. त्वचेवर थोड्याशा प्रमाणात डाग किंवा व्रण राहतात. त्वचा किती खोल भाजली, यावरून भाजण्याच्या तीन अवस्था पडतात.

१) पहिली व २) दुसरी अवस्था (First and Second Degree Burn) पहिल्या व दुसऱ्या अवस्थेतील बर्नला 'पार्शल थिकनेस बर्न' असेही म्हणतात. ३) तिसऱ्या अवस्थेतील बर्नला 'फुल थिकनेस बर्न' असे म्हणतात.

पहिली अवस्था : त्वचा लालसर होते, सूज येते. त्वचेचा सर्वात वरचा पृष्ठभाग भाजला जातो. खूप वेदना होतात. पण परिणाम सौम्य असतात.

दुसरी अवस्था : त्वचेवर फोड येतात व खोलवरच्या पेशींचा ऱ्हास होतो. इपिथिलीयल पेशींचा भाग उघडा पडतो. त्वचा ऱ्हास झाल्यामुळे शरीरातील पाणी बाहेर टाकले जाते. नर्व्हची टोके (Nerve Endings) उघडी पडल्यामुळे खूप वेदना (Burning Sensations) होतात व बाळ शॉकमध्ये जाण्याची शक्यता असते. जंतुदोष न झाल्यास जखम बरी होऊ शकते. त्वचेवर डाग व व्रण राहतात.

तिसरी अवस्था : पूर्ण त्वचेचा ऱ्हास होतो. नर्व्हच्या टोकांचा ऱ्हास होतो. खोलवरच्या पेशी केसाचे मूळ व धर्मग्रंथींचा ऱ्हास होतो. सुपरफिसियल बर्नच्या मानाने वेदना कमी होतात. पण परिणाम गंभीर होतात. नष्ट झालेली त्वचा एकसंधपणा शक्यतो कायम राखण्यासाठी, इतर ठिकाणच्या त्वचेचा तुकडा काढून जोडला जातो, त्याला स्किन ग्राफ्टिग (Skin Grafting) असे म्हणतात.

त्वचा किती खोल भाजली, याप्रमाणे त्वचेचा किती भाग भाजला, यावरूनही वर्गीकरण केले जाते याच्या अनेक पद्धती आहेत. 'वालर मेथड' (Waller Method)मध्ये शरीराचा भाग ९ टक्क्यांमध्ये विभागला जातो व त्याची बेरीज करून टक्केवारी काढली जाते. ही टक्केवारी काढण्याची सोपी पद्धत आहे. भाजल्याची गंभीरता किती खोल भाजली आहे, यापेक्षा किती त्वचा भाजली आहे, यावर जास्त अवलंबून असते. मुलांमध्ये कमी टक्के भाजले असले तरी धोक्याचे असते. मूल लवकर शॉकमध्ये जाते. किती त्वचा भाजली आहे, हे दुसऱ्या एका पद्धतीने ठरवले जाते. त्या पद्धतीला 'लंड अ‍ॅण्ड ब्रॉवडर' पद्धत (Lund and Browder Method) म्हणतात. ही पद्धत लहान मुलांमध्ये जास्त उपयोगी पडते.

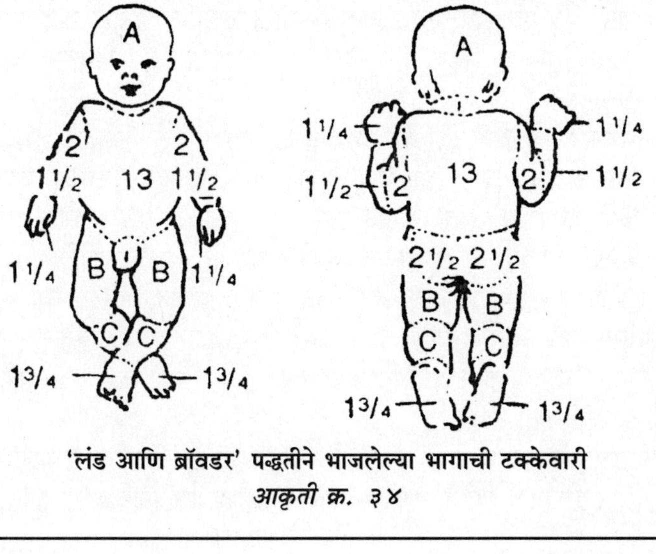

'लंड आणि ब्रॉवडर' पद्धतीने भाजलेल्या भागाची टक्केवारी

आकृती क्र. ३४

डोके, मांड्या व पायाच्या भागाला A, B, C असे अक्षरे दिले असून A, B व C भाग वयानुसार किती टक्केवारी दाखवतो, हे तक्त्यामध्ये दिलेले आहे.

वाढीनुसार भाजलेला भाग	एक महिना	एक वर्ष	पाच वर्षे	दहा वर्षे	पंधरा वर्षे
A = डोक्याचा अर्धा भाग	९ $\frac{१}{२}$	८	६	५	४
B = मांडीचा अर्धा भाग	२	३	४	४	४
C = पायाचा अर्धा भाग	२	२	२	३	३

वरील प्रमाणाची टक्केवारी वयानुसार बदलते. बालक जितके लहान तितका त्याच्या जीविताला धोका जास्त.

भाजण्याचे तीव्र परिणाम (Immediate Result Of Burns)

१) शॉक (Shock) : शॉक होण्याची कारणे – अ) वेदना, ब) त्वचा ऱ्हास झाल्यामुळे शरीरातील उष्णता बाहेर टाकली जाते. क) रक्तप्रवाहातील रक्तद्रवाचे प्रमाण कमी होते, कारण फोड येतात व द्रव झिरपतो, त्यामुळे रक्ताचा व्हॉल्युम कमी होतो. ड) चयापचयावर परिणाम होतो.

२) दोन-तीन दिवसांनी एक्स्ट्रासेल्युलर द्रव रक्तप्रवाहामध्ये गेल्याने हृदयावर जास्त ताण येण्याची शक्यता असते. यासाठी लघवीचे प्रमाणे वाढवण्यासाठी डायरुटिक्स देतात व इन्टेक-आऊटपुट चार्ट तंतोतंत ठेवून शिरेतून द्रव किती द्यावा ठरवले जाते.

उपचार व काळजी : पुढील उद्देशांनुसार उपचार केले जातात : १) बाळाला शॉक होऊ न देणे व शॉक झाल्यास तत्काळ उपचार करून बाळाच्या जीविताचा धोका कमी करणे. २) जंतुदोष होऊ नये म्हणून काळजी घेऊन जखम भरण्यास मदत करणे. ३) भाजलेल्या भागाचे किंवा अवयवाचे कार्य स्वाभाविक ठेवणे.

१) शॉक : उपचार – त्वचेचा जितका भाग भाजला असेल, त्या प्रमाणात शरीरातील पाणी, क्षार व प्रथिने कमी झाल्याने रक्तप्रवाहातील रक्ताचा व्हॉल्युम कमी होतो. रक्तदाब कमी होतो. बाळ अस्वस्थ होते, फिके पडते, खूप तहानलेले असते, लघवी होत नाही.

शिरेतून द्रवपदार्थ देणे : १) ९ टक्क्यांपेक्षा जास्त त्वचा भाजली असेल तर शिरेतून द्रवपदार्थ द्यावेत. द्रवपदार्थ सुरू करण्यापूर्वी रुग्णाचे रक्त ग्रुपिंग, क्रॉस

मॅचिंग व हिमोग्लोबिनसाठी घ्यावे. २) प्लाझ्मा किंवा डेक्स्ट्रॉन (Dextran) हे द्रव शिरेतून देतात. हिमोग्लोबीन जर फारच कमी असेल तर रक्ताचे संक्रमणही दिले जाते.

द्रवपदार्थ किती द्यावा, हे रक्ताची तपासणी व लघवी किती झाली यावर ठरवले जाते. पहिल्या दिवशी जितका द्रवपदार्थ शरीराच्या बाहेर टाकला असेल त्याच्या २/३ द्रवपदार्थ पहिल्या ८ तासात दिला जातो. त्यानंतर रोज रक्त तपासणी करून व लघवीचे प्रमाण मोजून किती द्रवपदार्थ द्यावेत हे ठरवतात.

२) शॉक आणि भाजलेल्या ठिकाणच्या तांबड्या रक्तपेशी नष्ट झाल्याने ऑक्सिजन वाहून नेण्याची रक्ताची क्षमता कमी होते. त्यामुळे कृत्रिम ऑक्सिजन देण्याची आवश्यकता असते. भाजलेल्या बाळाला नेझल कॅथेटरच्या पद्धतीने ऑक्सिजन देणे जास्त चांगले, कारण टेन्टमुळे भाजलेल्या त्वचेची काळजी कठीण जाते व जंतुदोष होण्याची शक्यता असते.

३) या बाळाला कृत्रिम वायुवीजनाची सोय असलेला, उदा. एक्झॉस्ट फॅन असलेल्या खोलीमध्ये ठेवावे. जखमेमध्ये जंतुदोष होणार नाही, याची काळजी घ्यावी. निर्जंतुकता तंतोतंत पाळावी. खोलीचे तपमान ७० ते ७५ ^{0}F इतके असावे. आर्द्रता पहिल्या दिवशी ३० ते ३५ टक्के असावी व नंतर ५० ते ६० टक्के असावी. सुरुवातीला कोरडे वातावरण असल्यास खपल्या धरण्यास मदत होते व जंतुदोष कमी होतो.

भाजलेल्या भागाची काळजी

१) भाजलेला भाग सौम्य जंतुविरोधक किंवा भरपूर साबण आणि पाण्याचा वापर करून धुवून घ्यावा.

२) जंतुदोष होऊ नये म्हणून काळजी घ्यावी. या बाळासाठी वापरण्यात येणारे कपडे निर्जंतुक असावेत.

३) जखमेला कोणते जंतुजीवनाशक लावावे, जखम उघडी ठेवावी की ड्रेसिंग करावे हे सर्जनच्या मनावर ठरवले जाते. बाळाच्या वयानुसार हात किंवा पायावर ड्रेसिंग ठेवून बँडेज बांधले जाते.

४) बेड क्रेडलचा उपयोग करून जखम उघडी ठेवणे जास्त चांगले. यामुळे जखम थंड व कोरडी राहते. ड्रेसिंगचे घर्षण नसल्याने वेदना कमी होतात व जखम लवकर भरू लागते.

५) काही दिवसांनंतर झोपेचे औषध देऊन किंवा जास्त त्वचा भाजली असल्यास भूल देऊन ड्रेसिंग केले जाते. नाश पावलेल्या टिश्यू, घट्ट स्राव काढल्याने जखम लवकर भरण्यास मदत होते.

६) बाळाला दाखल केल्यानंतर भाजलेल्या ठिकाणचे स्वॅब व नाक, घसा

आणि न भाजलेल्या ठिकाणचे स्वॅब घ्यावेत. ते स्वॅब कल्चर आणि सेन्सिटिव्हिटी टेस्टसाठी प्रयोगशाळेत पाठवावेत. त्याच्या रिपोर्टनुसार बाळाला जंतुजीवनाशक द्रव्ये देण्यात येतात.

७) भाजलेला भाग व त्याच्या सभोवातलचा भाग १ टक्का सेट्रिमाईड (Cetrimide) किंवा १ : २००० हिबिटानने (Hibitane) स्वच्छ करावा. फोड फोडू नयेत तसेच भाजलेली त्वचाही त्या वेळी काढू नये.

८) २४ ते ३६ तासात रक्तद्रवपदार्थामुळे खपल्या तयार होऊ लागतात व यामुळे आतील भागाचे संसर्गापासून संरक्षण होऊ शकते.

९) जखमेला जंतुजीवनाशक द्रव्ये लावावीत. उदा. पॉलीमायक्सिन (Polymyxin) किंवा बॅसिट्रॅसिन (Bacitracin).

१०) भाजलेल्या भागावर दाब पडत नाही याची काळजी घ्यावी. त्या ठिकाणचा रक्तप्रवाह चांगला असेल तर जखम लवकर भरण्यास मदत होते.

११) जंतुदोष नसल्यास व जखम चांगली असेल तर त्वचेचा थर इपिडर्मिस (Epidermis) साधारणपणे ३ आठवड्यात तयार होतो व खपल्या निघू लागतात.

१२) जाड खपल्या निघून जाण्यासाठी त्यावर लिक्विड पॅराफिनचा गॉझ ठेवावा व दर चार तासांनी बदलावा म्हणजे या खपल्या मऊ होतात व निर्जंतुक चिमट्याने काढता येतात. हे करताना बाळाला वेदना होत नसतील तरच करावे. वेदना होत नाहीत याचा अर्थ खपलीखालील जखम भरलेली आहे.

१३) खोल भाजलेल्या जखमांची काळजी सुरुवातीला वरीलप्रमाणेच घ्यावी. १ ते २ आठवड्यांनी बालकाला ऑपरेशन थिएटरमध्ये घेऊन भूल दिली जाते व जखमेचे ड्रेसिंग केले जाते. नष्ट पावलेला पेशींचा थर, त्वचा काढून टाकल्यास जखमेवर खपली धरण्यास मदत होते. ही जखम ३ ते ४ आठवड्यात भरते. पण या जखमेला स्किन ग्राफ्टिंग करणे चांगले. तसेच काही प्रमाणात विकृती निर्माण होण्याची शक्यता असते. स्लफ (Slought) काढून स्किन ग्राफ्टिंग केले जाते, याला एस्चरेक्टॉमी (Escharectomy) असे म्हणतात. या वेळी काही प्रमाणात रक्तस्राव होतो म्हणून रक्ताचे संक्रमण दिले जाते, यामुळे बाळाची प्रकृती सुधारण्यास मदत होते.

१४) स्किन ग्राफ्ट केल्यानंतर बऱ्याच वेळा जखम उघडी ठेवली जाते. जंतुदोष होणार नाही याची काळजी घेतल्यास जखम चांगली बरी होऊ शकते. काही सर्जन स्किन ग्राफ्ट केल्यानंतर ड्रेसिंग वरून बँडेज बांधतात. जर बँडेज बांधले तर ते घट्ट असू नये की ज्यामुळे त्या ठिकाणी सूज येईल. सूज व रक्तस्राव होतो का याकडे सतत लक्ष ठेवावे. ड्रेसिंग काढताना ग्राफ्ट उचलला जाणार नाही. याची काळजी घेतली पाहिजे.

भाजलेल्या मुलाची सर्वसाधारण काळजी

निरीक्षण : १) बालकाच्या आरोग्याचे मूल्यमापन करण्यासाठी त्याची नाडी श्वसन व रक्तदाब वरचेवर घेऊन त्याची नोंद ठेवावी. २) लघवी किती हे मोजणे अतिशय महत्त्वाचे आहे म्हणून रिटेनिंग कॅथेटर घालून ड्रेनेज ट्यूबला जोडला जातो व प्रत्येक तासाला किती लघवी होते, याची तंतोतंत नोंद ठेवली जाते. ३) नाडीचा वेग वाढणे, रक्तदाब कमी होणे व लघवीचे प्रमाण कमी होणे याचा अर्थ शिरेतून देण्यात येणारे सलाईन जास्त वेगाने दिले पाहिजे की, ज्यामुळे शरीरात द्रवपदार्थांचे प्रमाण योग्य राहू शकेल. ४) मुलाला थंडी (Shivering) वाजते का? तसेच उलट्या होतात का? जर द्रवपदार्थाचे प्रमाण कमी झाले किंवा दाह झाल्यास (Infection) उलट्या व थंडीचे प्रमाण वाढते म्हणून याची नोंद करून डॉक्टरांना कळवले पाहिजे. ५) बालकाचे वजन त्याला दाखल करताना करावे. द्रवपदार्थ चालू असतानाही वजन करून किती द्रवपदार्थ द्यावा हे ठरवले जाते.

औषधे : १) संसर्ग होऊ नये म्हणून जंतुजीवनाशक द्रव्ये दिली जातात. पेनिसिलीन व त्याबरोबर दुसरे कोणतेही जंतुजीवनाशक द्रव्य पहिल्या २४ तासात देतात. त्यानंतर कल्चर सेन्सिटिव्हिटी रिपोर्टप्रमाणे जंतुजीवनाशक द्रव्ये देण्यात येतात. २) भाजल्यामुळे वेदना (Burning Pain) होतात. मूल शॉकमध्ये जाण्याची शक्यता असते, म्हणून मॉर्फिन देण्यात येते. मॉर्फिन (Morphine)ची मात्रा ०.०५ मि.ग्रॅम दर किलोमागे देण्यात येते. ३) ४७ तासानंतर वेदना कमी होतात. झोपेसाठी कोडेन (Codeine) किंवा फिनाबारबिटोन ही औषधे देण्यात येतात. ४) इलिक्झर फिनार्गन (Elixir Phenrgen) यामुळे झोप येते व टिश्यूंची सूज कमी होण्यास मदत होते, म्हणून काही दिवस दिले जाते. ५) लोहाचे सिरप दिले जाते.

आहार : सुरुवातीला तोंडाने द्रवपदार्थ द्यावेत. २ ते ३ दिवसात शॉक कमी झाल्यानंतर बालकाला जास्त प्रथिने व उष्मांक मिळतील असा आहार अनेक आठवडे द्यावा. याचा उपयोग जखम भरण्यासाठी होतो. बालक भरपूर आहार घेत नाही, म्हणून सुरुवातीला नाकातून जठरात नळी घालून त्यातून दूध व दुधाचे पदार्थ द्यावेत. बालक तोंडाने भरपूर प्रमाणात घेऊ लागल्यानंतर त्याला आहारातून अंडी, दूध, मांस, लिव्हर असा भरपूर प्रथिनयुक्त आहार द्यावा. जीवनसत्त्वे भरपूर मिळण्यासाठी फळांचा रस द्यावा. द्रवपदार्थ दिवसभरात किती दिले जातात, त्याची नोंद ठेवावी. बाळाला आहार देणे ही एक कसरतच असते. यासाठी बाळाला आवडणारे पदार्थ त्यांची आकर्षक मांडणी करून द्यावेत. भाजल्यामुळे स्नायूंचा नाश झालेला असते. ही झीज भरून निघण्यासाठी आहार देणे महत्त्वाचे असते.

सर्वसाधारण परिचर्या : १) बालक शॉकमध्ये असताना त्याच्या पायाकडील बाजू उंच केली जाते. या वेळी त्याच्या चेहरा व मानेवर सूज नाही, याकडे लक्ष

द्यावे. जर सूज असेल तर ही सूज मेंदूपर्यंत वाढून सेरेब्रल कंजेशन (Cerebral Congestion) होऊ शकते. म्हणून पायाकडील बाजू खाली करावी. २) हाताला किंवा पायाला सूज असल्यास तो हात किंवा पाय उशा देऊन उंच करावा किंवा सलाईन स्टँडला पॉलियूरेथेन फोमच्या स्लिंग जोडून त्यात हात किंवा पाय घालून उंच करावा. ३) अतिलहान मुलाला कुल्ल्यांना भाजले असल्यास गॅलोव्हज स्प्लिट देऊन तो भाग कोरडा व अंतराळी ठेवला जातो. ४) बालकाची स्थिती दर ३ ते ४ तासांनी बदलावी व त्याला आरामात ठेवावे. ५) वेदना कमी झाल्यानंतर त्याला व्यायाम सुरू करावा की ज्यामुळे काँट्रॅक्चर होणार नाही. भाजलेल्या ठिकाणच्या अवयवाला कोणता व्यायाम द्यावा हे माला फिजिओथेरप्सिटकडून शिकवून मुलाकडून वरचेवर करून घ्यावे. जखम बरी होत येईल तसा त्याला ऑईल मसाज द्यावा, ज्यामुळे त्वचा चांगली राहते. ६) खोलवर श्वास घेतल्याने फुफ्फुसदाह टाळला जातो.

मानसिक आरोग्य : बालक खूप घाबरलेले असते. भाजलेल्या घटनेचा धसका त्याच्या मनावर असतो. शिवाय त्यानंतर दवाखान्यात दाखल केल्यामुळे मूल खूप घाबरलेले असते. यासाठी बालकाजवळ त्याची माता असणे अत्यंत गरजेचे आहे. त्यामुळे त्याची बरीच भीती कमी होते. मातेने आहार देणे, कुशी बदलणे या गोष्टींमुळे त्याची बरीच भीती कमी होते. त्याच्या नातेवाईकांनाही भेटू द्यावे, पण त्याबरोबर संसर्ग होणार नाही, याची काळजी घ्यावी. जखम व कॉन्ट्रॅक्चर्स यामुळे मुलांचे मानसिक आरोग्य जास्तच बिघडण्याची शक्यता असते, यासाठी त्याला सुरुवातीपासूनच शिकवून त्याच्या मनाची तयारी करून कॉन्ट्रॅक्चर्स टाळावीत. बालकाची प्रकृती सुधारू लागल्यानंतर त्याला बिछान्यात खेळणी घेऊन खेळू द्यावे. ती खेळणी निर्जंतुक करता येतील अशी असावीत, म्हणजे संसर्ग टाळता येईल. पालकांच्या मनातील भीतीमुळे बालक खूप घाबरते. तेव्हा पालकांना धीर देऊन समजावून सांगावे. बालकाशी मनमोकळेपणाने बोलण्यास सांगावे. भाजलेल्या घटनेबद्दल मुलाशी बोलून त्याच्या मनातील भीती दूर करण्याचा प्रयत्न करावा. त्याबद्दल स्वत:ला किंवा मुलाला दोषी ठरवू नये. ज्यामुळे मुलाच्या मनावर परिणाम होईल.

विपरीत परिणाम : १) यकृत व मूत्रपिंडाच्या कार्यात दोष निर्माण होणे, २) संसर्ग, ३) फुफ्फुसदाह, ४) रक्त किंवा द्रवपदार्थ देताना येणारी रिॲक्शन, ५) स्कार, ६) कॉन्ट्रॅक्चर, विद्रूपता, ७) भाजलेल्या अवयवाची हालचाल कमी झाल्याने थ्रॉम्बोसिस (Trrombosis)

□□□

प्रकरण २२

कान व डोळ्यांचे आजार

□ बहिरेपणा □ कान वाहणे □ कानात आगंतुक वस्तू जाणे □ मध्यकर्ण दाह प्रकार □ सिरस ओटायटिस मेडिया □ ॲक्युट ओटायटिस मेडिया □ मायरिंगोटॉमी □ ॲक्युट मस्टायडायटीस □ क्रॉनिक प्युरुलंट ओटायटिस मेडिया □ रेडिकल मस्टायडेक्टॉमी □ नेत्रावरणदाह □ स्क्विंट □ मोतीबिंदू □ दृष्टिदोष □ कृत्रिम नेत्रभिंगाची काळजी

बहिरेपणा (Deafness)

लहान मुलांमध्ये बहिरेपणा तात्पुरता किंवा कायमचा असू शकतो. बालक पूर्ण बहिरे असते किंवा थोड्या प्रमाणात बहिरेपणा असू शकतो. बालक आवाजाला प्रतिसाद देत नाही, त्यामुळे पालकांना याची शंका येते. बालक डॉक्टरांना दाखवले जाते. सर्वसाधारण ५ ते ६ महिन्यांमध्ये हे लक्षात येते. बहिरेपणाची अनेक कारणे आहेत.

१) कायमच्या बहिरेपणाची कारणे : १) जन्मजात नर्व्हवर परिणाम झाल्यामुळे बहिरेपणा येतो. मातेला गरोदरपणाच्या पहिल्या १२ आठवड्यांमध्ये रुबेलाचा संसर्ग झाला असल्यास, गर्भाच्या नर्व्हवर परिणाम होतो व कायमचा बहिरेपणा येऊ शकतो. याबरोबर सेरेब्रल पाल्सीही असू शकते.

२) तात्पुरत्या बहिरेपणाची कारणे : १) मध्यकर्ण दाह (Otitis Media), २) कानाच्या पडद्याला छिद्र पडणे (Perfoation of Ear Drum) ३) कानात खूप मळ साठणे, ४) कानामध्ये आगंतुक वस्तू अडकणे, ५) युस्टेशियन ट्यूब सर्दीमुळे बंद होणे. (Blocking of Eustachian Tube).

उपचार व काळजी : १) तात्पुरता बहिरेपणा योग्य त्या उपचाराने कमी करता येतो. उदा. मध्यकर्ण दाह असल्यास जंतुजीवनाशक द्रव्ये दिली जातात. मळ साठून राहिला, तर मऊ होण्यास सॉलीव्हॅक्स ड्रॉप्स (Soliwax Drops) घालून मळ नंतर काढला जातो. २) कायमचा बहिरेपणा – बाळाला ऐकू येत नाही हे लक्षात आल्यानंतर बालकाला विशेष तज्ज्ञाकडे घेऊन जावे. ऑडिओलॉजी सेंटर (Audiology

Center)मध्ये बहिरेपणाचे कारण समजण्यासाठी तपासण्या केल्या जातात. उदा. ऑडिओमीटर तपासणी. किती प्रमाणात बहिरेपणा आहे, यानुसार हिअरिंग एड (Hearing Aid) दिल्या जातात व त्यांचा उपयोग कसा करावा, हे शिकवले जाते. मुलाला समजू लागल्यानंतर त्याला ऐकू येत नाही, याचा त्याच्या मनावर परिणाम होऊ शकतो. आपल्यामध्ये इतरांपेक्षा काहीतरी कमी आहे, ही भावना त्याच्या मनात बळावू लागते व मानसिक ताण वाढतो. यासाठी मुलाला समजावून सांगून त्याच्या असलेल्या क्षमतेचा उपयोग जास्तीत जास्त करण्यास शिकवले पाहिजे.

बालक पूर्णत: बहिरे असल्यास त्याला विशेष तज्ज्ञाकडून बोलण्यास शिकवण्यात येते. अशा बालकांना शिकवण्यासाठी विशेष शाळा आहेत. इतरांच्या हालचाली, ओठांच्या हालचालींवरून त्यांचे म्हणणे समजावून घेणे व त्याला प्रतिसाद कसा द्यावा, हे शिकवले जाते.

ऐकू न आल्यामुळे इतरांमध्ये व या बालकांमध्ये बोलणे कमी होते. बाळ इतरांपासून अलिप्त राहते. त्याच्या मनात शंका येऊ लागतात. सर्व जण आपल्याविषयी बोलतात अशी भावना त्याच्या मनात बळावू लागते. जगण्यात अर्थ नाही असे त्याच्या मनात येऊ लागते. अशा बालकाला योग्य सल्ला सहानुभूतीपूर्वक मार्गदर्शन करण्याची फारच गरज असते. ऐकण्याची क्षमता कितपत शिल्लक आहे, यानुसार हिअरिंग एडस् देण्यात येतात. स्पीच थेरपी व स्पीच रीडिंग शिकवून इतरांशी बोलणे किंवा प्रतिसाद कसा द्यावा याचे शिक्षण देण्यात येते. उदा. ओठांच्या हालचालींवरून उच्चार समजून घेणे, चेहऱ्यावरील भाव ओळखणे. शरीराच्या हालचाली समजून घेणे, स्पीच थेरपी व स्पीच रीडिंग ट्रेनिंगमध्ये बोलणे समजून प्रतिसाद देणे या गोष्टी शिकवल्या जातात. या बालकाला उत्तेजनाची फारच गरज असते. तसेच त्याच्या मनावर आघात होणार नाही, याची काळजी घरातील व इतर लोकांनी घेतली पाहिजे. बहिऱ्या मुलांसाठी विशेष संस्था आहेत. तिथेही मुलांना ठेवल्यास त्यांची योग्य प्रगती होऊ शकते.

बहिरेपणाची सुरुवात लवकरात लवकर लक्षात आली पाहिजे, नाहीतर याचा परिणाम मुलांच्या शालेय प्रगतीवर होऊ शकतो. ऐकू न आल्याने शिक्षक काय बोलतात हे बालकाला समजू शकत नाही व आपोआपच त्याचे लक्ष अभ्यासातून कमी होते. सर्वसाधारण विषयावरील चर्चा न समजल्याने बालकाला इतर गोष्टींचे ज्ञानही कमी होते. शालेय प्रगती कमी होण्याची अशी शारीरिक कारणे असू शकतात. यासाठी पालक व शिक्षकांनी जागृत राहून मुलांकडे वैयक्तिक लक्ष पुरवावे. बहिरेपणाची सुरुवात झाल्यानंतर लगेच मुलाच्या योग्य तपासण्या व उपचार सुरू होतील याकडे लक्ष पुरवावे व वरीलप्रमाणे काळजी घेऊन मुलाचे योग्य पुनर्वसन होईल, याची काळजी घ्यावी.

शालेय आरोग्य कार्यक्रमामध्ये या प्रकारचे शारीरिक व्यंग शोधून, शिक्षक व पालकांना मार्गदर्शन करणे हे परिचारिका व डॉक्टरांचे महत्त्वाचे काम आहे. अशा मुलांचा नियमित मागोवा घेण्यात यावा.

हिअरिंग एड्स (Hearing Aids)

ऐकण्याची क्षमता कमी झाल्यास हिअरिंग एड्समुळे आवाज मोठा होऊन व्यक्तीला स्पष्ट ऐकू येते. या साधनामुळे ऐकण्याची क्षमता वाढत नाही; पण आवाज मोठा होऊ शकतो. ज्या बालकाला किंवा व्यक्तीला कंडक्टिव्ह हिअरिंग लॉस (Conductive Hearing Loss) आहे, अशांना या साधनांचा चांगला उपयोग होतो. ज्या मुलांना बोललेले ऐकू न आल्याने समजू शकत नाही, या मुलांना ही साधने दिली जातात.

या साधनामध्ये मायक्रोफोनचा उपयोग केलेला असतो. यामध्ये वातावरणातील व संभाषणातील आवाज येतात. त्यांचे इलेक्ट्रिकल सिग्नलमध्ये रूपांतर होते. ॲम्लिफायरमुळे इलेक्ट्रिक सिग्नलची शक्ती वाढते, त्यांचे आवाजात रूपांतर होते व व्यक्तीला ऐकू येते. ही साधने अनेक प्रकारची मिळतात व त्यांचा उपयोग व वापर बालकाला समजावून सांगून या साधनाची त्याला गरज आहे, हे पटवून द्यावे व वापरण्यास प्रवृत्त करावे.

कान वाहणे (Otorrhoea)

कानातून द्रव किंवा पू येणे, आटोरिया ॲक्युट किंवा क्रॉनिक असू शकतो. यासाठी याप्रकारे उपचार व काळजी घेण्यात येते – १) जंतुजीवनाशक द्रव्ये : सल्फानोमाइडस, पेनिसिलीन किंवा इतर द्रव्ये दिली जातात. २) वरचेवर नियमित कान स्वच्छ केला जातो. हे दोन प्रकार करतात. सिरिंजिंग करून किंवा मॉपिंग करून करतात.

इअर मॉपिंग (Ear Mopping) : हे तज्ज्ञ परिचारिकेने करावे. इअर मॉपिंग करताना मुलाला वेदना होऊ देऊ नयेत, याची दक्षता घ्यावी. निर्जंतुक ट्रेमध्ये निर्जंतुक लहान स्वॉब स्टिक्स व सलाईन स्वॉब्स घ्यावेत. बालकाला समजत असेल तर समजावून सांगावे. त्याला काहीही त्रास होणार नाही, हे पटवून दिल्यास त्याचे सहकार्य चांगले मिळू शकते. मूल हलल्यास इजा होण्याची शक्यता असते. अतिलहान बालकाला कपड्यात गुंडाळून मदतनीस जवळ देऊन कान स्वच्छ करावा.

स्थिती : मोठ्या मुलाला एका बाजूवर बिछान्यावर झोपवावे किंवा परिचारिकेने आपल्या गुडघ्यावर बालकाचे डोके ठेवून जो कान स्वच्छ करावयाचा तो वरच्या बाजूला करण्यास सांगावे. मुलाला न हलण्याबद्दल समजावून सांगावे. परिचारिकेने आपला डावा हात बालकाच्या डोक्यावर ठेवून हळुवारपणे कानाची पाळी पकडावी. ही कृती भरपूर प्रकाशात करावी.

पद्धत : परिचारिकेने आपल्या हातात स्वॅब स्टिक धरून, कानाचे छिद्र पाहून चटकन व हळुवार स्वॅब स्टिक फिरवून द्रव व पू पुसून घ्यावा. कान स्वच्छ होईपर्यंत किती स्वॅब स्टिक लागल्या याची नोंद ठेवावी. दिवसातून किती वेळा केले व डिसचार्ज द्रवपदार्थ होता का, पू किंवा रक्त होते याचीही नोंद ठेवावी. कानाची पाळी व बाहेरील भाग सलाईनच्या ओल्या स्वॅबने पुसून घेऊन स्वच्छ ठेवावा. उशीकव्हर घाण झाल्यास वरचेवर बदलावे. मुलगी असेल तर केसांना पट्टा लावून केस घाण होणार नाहीत याची काळजी घ्यावी. कानाला हात लावल्यास हाताला पू लागून इतरत्र संसर्ग होणार नाही, यासाठी बाळाचे हात धरून ठेवण्यास मातेला सांगावे किंवा हाताला स्प्लिटस बांधाव्यात.

इअर सिरिंजिंग : काही डॉक्टर दर चार तासांनी किंवा दिवसातून दोन वेळा इअर सिरिंजिंग करण्यास सांगतात. ज्या वेळी कानातून पू जास्त प्रमाणात वाहतो, त्या वेळी इअर सिरिंजिंग केले जाते. लहान मुलांमध्ये यासाठी निर्जंतुक रॅट-टेल रबर बल्ब सिरिंजचा (Rat-Tail Rubber Bulb Syringe) उपयोग करतात व मोठ्या मुलांसाठी हिगीनसन्स सिरिंजीसचा (higginson's Syringe) केला जातो. यासाठी वापरण्यात येणाऱ्या द्रावणाचे तपमान ३७.८ ^{0}C किंवा १०० ^{0}F असावे. सिरिंज करताना द्रावणाची धार छिद्राच्या बाजूला कानाच्या भिंतीवर पाडावी. पण कधीही कानाच्या पडद्यावर पडू देऊ नये. सिरिंज केल्यानंतर कान स्वच्छ व कोरडा करून घ्यावा.

कानात आगंतुक वस्तू जाणे

लहान मुले कानामध्ये मणी, हरभरा, बारीक शेंगदाणा, बिया अशा वस्तू घालतात. या वस्तू कानाच्या विशेषतज्ज्ञ डॉक्टरांनीच काढाव्यात. परिचारिकेने काढण्याचा प्रयत्न करू नये. कारण काढताना मध्यकर्ण किंवा कानाच्या पडद्याला इजा होण्याची शक्यता असते. कानामध्ये काही वेळा बारीक कीटक जातात. त्यांच्या हालचालीमुळे वेदना होतात व आवाज येतो. अशा वेळी कानात तेल किंवा इथर घालावे. त्यामुळे कीटक मरतो तो नंतर काढावा किंवा कान धुवून घ्यावा. कानामध्ये आगंतुक वस्तू गेल्यास परिचारिकेने अशा बालकाला विशेषतज्ज्ञ डॉक्टरकडे पाठवावे.

मध्यकर्णदाह (Otitis Media)

मध्यकर्णदाह झाल्यास त्याला ओटायटिस मेडिया असे म्हणतात. त्यामुळे ऐकण्याची क्षमता कमी होते. याचे पुढील प्रकार पडतात – १) सिरस ओटायटिस मेडिया, २) ॲक्युट ओटायटिस मेडिया, ३) क्लॉनिक ओटायटिस मेडिया.

१) सिरस ओटायटिस मेडिया (Serous Otitis Media) : यालाच कटारहल (Catarrhal) 'ओटायटिस मेडिया' असे म्हणतात.

यामध्ये निर्जंतुक सिरम मध्यकर्ण व अंतरकर्णामध्ये साचून राहते, त्यामुळे मुलाला व्यवस्थित ऐकू येत नाही.

युस्टेशियन ट्यूबचे एक टोक घशात उघडते. गिळताना किंवा जांभई दिल्याने घशातील हवा युस्टेशियन ट्यूबमधून मध्यकर्णामध्ये जाते, त्यामुळे स्वाभाविकरीत्या मध्यकर्ण व बाह्यकर्णामधील हवेचा दाब सारखा राखला जातो. काही कारणामुळे युस्टेशियन ट्यूब बंद (Block) होते. हवा तिच्यामार्फत मध्यकर्णात जाऊ शकत नाही. ती कारणे अशी – घशाचा दाह, लिंफ नोडसना सूज येणे किंवा ॲलर्जिक रिॲक्शनमुळे युस्टेशियन ट्यूबला सूज येणे इत्यादी. मध्यकर्णामध्ये हवा न आल्याने त्या ठिकाणी निगेटिव्ह प्रेशर असते व सभोवतालच्या पेशींमधून द्रवपदार्थ खेचला जातो. यालाच 'सिरस ओटायटिस मेडिया' असे म्हणतात. ही स्थिती काही दिवसांपासून काही वर्षांपर्यंत राहू शकते.

चिन्हे व लक्षणे : १) रोगी कान बंद झाल्याच्या किंवा जड झाल्याच्या तक्रारी करतो. २) ऐकू न येणे, कान दुखणे या तक्रारी करतो.

उपचार व काळजी : १) युस्टेशियन ट्यूबमधील अडथळा दूर केल्यास लक्षणे कमी होतात. २) घशाचा दाह असल्यास जंतुनाशक द्रव्ये देण्यात येतात. ३) कानदुखी कमी करण्यासाठी वेदनाशामक औषध देतात. ४) च्युइंग गम व गिळण्याच्या क्रियेमुळे युस्टेशियन ट्यूब मोकळी होण्यास मदत होते. ५) मध्यकर्णातील द्रव मायरिंगोटॉमी (Myringotomy) करून काढून घेतले जाते. ६) मुलाने कान दुखण्याची किंवा ऐकू न येण्याची तक्रार केल्यास त्याकडे दुर्लक्ष न करता लगेच डॉक्टरांकडे घेऊन यावे हे पालकांना समजावून सांगावे, ७) बालकाला सर्दी, घसादाह झाल्यास लगेच उपचार करण्यास सांगावे.

२) ॲक्युट ओटायटिस मेडिया (Acute Otitis Media) : हा अर्भकामध्ये जास्त दिसून येतो.

कारणे : अतिलहान मुलांची युस्टेशियन ट्यूब आखूड व सरळ असते. त्यामुळे घशातील दाह सहजासहजी मध्यकर्णापर्यंत पोहोचतो. २) गलग्रंथीदाह तसेच गोवर व स्कारलेट फीवर यानंतर मध्यकर्णदाह होऊ शकतो. लहान मुलांमध्ये उलटीनंतरही युस्टेशियन ट्यूब ब्लॉक होऊ शकते, म्हणून उलटी होणाऱ्या बालकाची विशेष काळजी घेतली पाहिजे. ४) पोहताना कानात पाणी जर जोरात गेले तरी मध्यकर्णदाह होण्याची शक्यता असते. पोहण्याचे पाणी स्वच्छ असावे. या पाण्याची म्हणजेच पोहण्याच्या टँकची वरचेवर तपासणी झाली पाहिजे व ते सुरक्षित असले पाहिजे. ५) सर्वसाधारण मध्यकर्णदाह स्ट्रेप्टोकोकस, स्टॅफिलोकोकस यामुळे होतो. सहा वर्षांखालील मुलांमध्ये न्यूमोकोकस किंवा हिमोफिल्स इन्फ्लुइन्झा हे जंतूही मध्यकर्णदाहास कारणीभूत असल्याचे आढळते.

संसर्ग झाल्यानंतर मध्यकर्ण, युस्टेशियन ट्यूबची श्लेष्मल त्वचा आणि मस्टॉईड पेशींना सूज येते. त्या ठिकाणी सिरस स्त्राव जमा होऊ लागतो. या स्त्रावामध्ये पू होतो. त्या ठिकाणचा दाब वाढल्याने कानाचा पडदा फुटण्याची शक्यता असते व द्रवपदार्थ बाह्यकर्णामधून बाहेर येतो किंवा मस्टॉईड पेशींमध्ये फोर्सने जाण्याची शक्यता असते.

चिन्हे व लक्षणे : १) अतिलहान मूल कान बिछान्याला किंवा उशीला घासते, अस्वस्थ असते. २) कान दुखू लागतो. त्यामुळे बाळ सारखे रडते. कानाला हात लावल्यास जास्तच रडते. ३) ताप असते. १०३°F इतका ताप असतो. ४) उलट्या होतात. ५) बाळ टॉक्सिक दिसू लागते. ६) मूल मोठे असले तर कान जड झाल्याच्या व दुखल्याच्या तक्रारी करते. वेदना भयंकर असतात. त्यामुळे मूल सतत रडते. आहार घेत नाही. ७) मुलाला ऐकू येणे कमी होते. ८) कानाची तपासणी केल्यास कानाच्या मधील भागाला सूज असते. भाग लाल होतो. रक्तवाहिन्या फुगलेल्या दिसतात. कानाच्या पडद्याची स्वाभाविक हालचाल नाहीशी होते. मध्यकर्णामध्ये पू असतो.

उपचार व काळजी : १) जंतुजीवनाशक द्रव्ये उदा. ॲम्पिसिलीन दिले जाते. २) वेदना कमी करण्यासाठी गरम पाण्याच्या पिशवीने कानाला शेक देण्यात

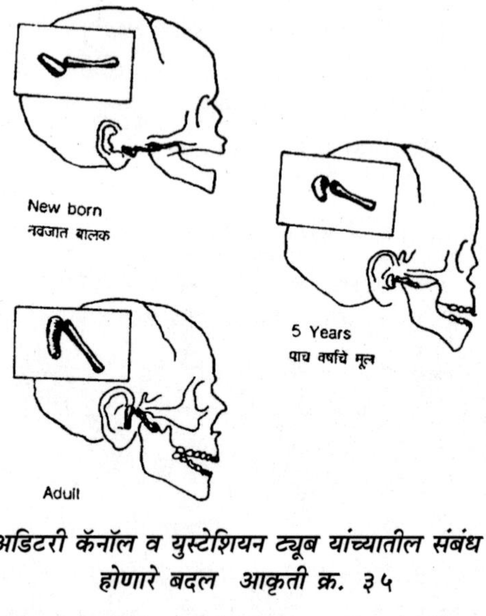

वयानुसार अडिटरी कॅनॉल व युस्टेशियन ट्यूब यांच्यातील संबंध व स्थितीमध्ये होणारे बदल आकृती क्र. ३५

येतो. ३) वेदनाशामक औषधे उदा. डिस्परीन. ४) कानामध्ये १ टक्का इंफेड्रीनचे थेंब घातले जातात, यामुळे युस्टेशियन ट्यूबचा प्रवाह सुरू होण्यास मदत होते. ५) मूल मोठे असल्यास स्टीम इन्हलेशन देण्यात येते. ६) बाळाला जास्त उशा देऊन झोपवावे, म्हणजे वेदना कमी होण्यास मदत होते. ७) अतिताप असतो, म्हणून बाळाला पूर्ण विश्रांती द्यावी.

९) मायरिंगोटॉमी (Myringotomy)

जंतुजीवनाशकामुळे दाह कमी झाला नाही आणि मध्यकर्णामध्ये पू असल्याची शंका असल्यास मायरिंगोटॉमी करतात. टिम्पॅनिक मेम्ब्रेनला छेद घेऊन पू काढला जातो. याला मायरिंगोटॉमी असे म्हणतात. मायरिंगोटॉमी करताना खूप वेदना होतात म्हणून हे ऑपरेशन भूल देऊन करण्यात येते. कानाचा पडदा आपोआप फुटण्यापेक्षा मायरिंगोटॉमी करणे जास्त चांगले. हा छेद आपोआप व लवकर भरून येतो. मायरिंगोटॉमी केल्यामुळे पू काढला जातो, वेदना कमी होतात व रोग्याची सर्वसाधारण स्थिती सुधारू लागते.

मायरिंगोटॉमीनंतरची परिचर्या : १) शस्त्रक्रिया विभागातून बालक आणल्यानंतर त्याला उबदार बिछान्यात घेऊन ज्या कानाची शस्त्रक्रिया झाली त्या बाजूवर झोपवावे. त्यामुळे स्राव निघून जाण्यास मदत होते. २) कानाखाली निर्जंतुक पॅड ठेवावे व ते वरचेवर बदलावे. काही डॉक्टर लहान गॉझ पॅक घालतात व त्यावर पॅड ठेवून बॅन्डेज बांधतात. हा पॅक व पॅडही स्रावाने भरल्यानंतर लगेच बदलले पाहिजे. ३) बाह्यकर्ण स्वच्छ ठेवून त्या ठिकाणी पेट्रोलियम जेली लावावी. ४) हा स्राव दूषित असतो व बाळाच्या हाताला लागू नये म्हणून त्याच्या हाताला स्प्लिट बांधाव्यात. ५) ड्रेसिंग बदलल्यानंतर परिचारिकेने आपले हात साबणपाण्याने स्वच्छ धुवावेत. ६) जंतुजीवनाशक द्रव्ये स्राव पूर्णतः कमी होईपर्यंत चालू ठेवतात. ७) काही डॉक्टर्स १२ तासांनंतर इअर सिरिंज करण्यास सांगतात. ही कृती करताना सर्व साहित्य निर्जंतुक असावे. ८) दुसऱ्या दिवशी रुग्ण बिछान्यातून उठू शकतो व यामुळे स्राव निघून जाण्यास मदत होते. ९) मुलाला सकस व पुरेसा आहार द्यावा. आहारामध्ये बदल करण्याची गरज नाही. १०) त्याच्या तोंडाची स्वच्छता ठेवावी. ११) मध्यकर्णदाह पूर्णतः बरा होतो व ऐकण्याची क्षमता पूर्वीप्रमाणे चांगली असते.

दुष्परिणाम : १) ॲक्युट मस्टायडायटिस (Acute Mastoiditis), २) ब्रेन ॲब्सेस (Brain Abscess), ३) मेंदू आवरणदाह (Meningitis)

ॲक्युट मस्टायडायटिस : मध्यकर्णदाह पूर्णतः बरा न झाल्यास हा संसर्ग मस्टाईड पेशींना होतो. त्याला 'ॲक्युट मस्टायडायटिस' म्हणतात. हा दाह

स्ट्रेप्टोकोकस, स्टॅपिलोकोकस, न्यूमोकोकस किंवा हिमोफिलस इन्फ्लुइन्झामुळे होतो.

मस्टाइड सेलना दाह होतो, सूज येते त्या ठिकाणी स्राव व पू निर्माण होतो. कानात वेदना असतात. कानाला हात लागल्यास वेदना फार होतात. ताप असतो. गंभीर डोकेदुखी असते. कानातून भरपूर स्राव येऊ लागतो.

उपचार व काळजी : १) मुलाला पूर्ण विश्रांती द्यावी. २) वेदना कमी करण्यासाठी वेदनाशामक औषध द्यावे. ३) कानात जंतुजीवनाशक थेंब घालावेत. ४) जंतुजीवनाशक द्रव्ये उदा. ॲम्पसिलीनचे मोठे मात्रे द्यावे लागतात.

मस्टाइड प्रोसेसला ॲब्सेस होण्याची शक्यता असते. ॲब्सेस झाल्यास अतिताप असतो. मुलाला चक्कर येते व क्वचित फेशियल पॅरालिलिसही होते. यासाठी शस्त्रक्रिया करून ॲब्सेस ड्रेन केले जाते व नाश पावलेल्या मस्टाइड पेशी काढल्या जातात. कानाच्या पुढे किंवा मागे छेद (इन्सिजन) घेऊन ही शस्त्रक्रिया केली जाते. या शस्त्रक्रियेला 'सिम्पल मस्टायडेक्टॉमी' (Simple Mastoidectomy) असे म्हणतात. शस्त्रक्रियेची पूर्वतयारी सर्वसाधारण शस्त्रक्रियेप्रमाणे केली जाते.

शस्त्रक्रियेनंतरची काळजी : १) कानावर भरपूर ड्रेसिंग पॅडस ठेवून बॅन्डेज बांधावे. २) रोज ड्रेसिंग करावे, हे डॉक्टर करतात. ३) शस्त्रक्रियेनंतर रक्तस्राव होण्याची शक्यता असते. जर ड्रेसिंग रक्ताने भरले तर डॉक्टरांना लगेच कळवावे. ४) फेशियल पॅरालिसिसची लक्षणे असल्यास डॉक्टरांना अहवाल द्यावा. ५) शस्त्रक्रियेनंतर मुलाला उलट्या होण्याची, डोकेदुखी, मानेला ताठरपणा येण्याची शक्यता असते, याकडे लक्ष ठेवावे व डॉक्टरांना कळवावे. ६) २४ ते ४८ तासांत मूल बिछान्यात उठून फिरू शकते. ७) बालकाला वयानुसार सकस व पुरेसा आहार द्यावा. ८) जंतुजीवनाशक द्रव्ये देण्यात येतात.

दुष्परिणाम : १) सेप्टिक थ्रॉम्बोसिस (Septic Thrombosis), २) मेंदूआवरण दाह (Meningitis), ३) ब्रेन ॲब्सेस (Brain Abscess), ४) क्रॉनिक प्युरुलंट ओटायटिस मेडिया.

क्रॉनिक प्युरुलंट ओटायटिस मेडिया (Chronic Purulent Otitis Media) :

मध्यकर्णातून वरचेवर पू वाहणे. ॲक्युट ओटायटिस मेडिया पूर्णत: बरा झाला नाही तर ही स्थिती उद्‌भवते. यामध्ये मस्टाइड सेल्सनाही दाह झालेला असतो. मस्टाइड बोनच्या पेशी जाड होतात. मध्यकर्ण श्लेष्मल त्वचेपासून पॉलिप होऊ शकते.

चिन्हे व लक्षणे : १) ऐकू येत नाही. २) अधूनमधून कानात वेदना होतात. ३) चक्कर येते, डिझीनेस (Dizziness).

दुष्परिणाम : याकडे जर दुर्लक्ष केले तर दुष्परिणाम होतात – १) मेंदूआवरण दाह. २) ब्रेन अब्सेस. ३) फेशियल पॅरालिसिस. ४) बहिरेपणा. ५) सभोवतालच्या

हाडामध्ये दाह पसरू लागतो. ६) कोलेस्टेअटोमा (Cholesteatoma) कानाचा पडदा फाटतो व काही दिवस कान वाहतो. म्युकस व पूमिश्रित घट्ट स्रावापासून गाठ तयार होते. ही गाठ घट्ट असून त्यावर पेशींची वाढ होते. गाठ शस्त्रक्रिया करून काढावी लागते.

उपचार व काळजी : क्रॉनिक प्युरलंट ओटायटिस मेडियामध्ये रॅडिकल मस्टॉयडेक्टॉमी ही शस्त्रक्रिया केली जाते. यामध्ये कानाच्या मागे किंवा पुढे छेद घेऊन मस्टाइड सेल्स पूर्णत: काढल्या जातात व मध्यकर्ण आणि मस्टाइड प्रोसेसची पोकळी तयार होते. राहिलेले टिम्पॅनिक मेम्ब्रेनही काढले जाते. या पोकळीमध्ये हळूहळू इपिथेलियम टिश्यू तयार होऊ लागतो किंवा त्या ठिकाणी त्वचेचा किंवा स्नायूचा ग्रॉफ्ट जोडला जातो. ग्रॉफ्ट योग्य स्थितीत ठेवण्यासाठी जखमेमध्ये पॅक घालतात. हा पॅक नंतर हळूहळू बाह्यकर्णातून काढला जातो. दोन-तीन महिन्यात आतील पोकळी भरून येते. काही रुग्णांमध्ये ऐकण्याची क्षमता पूर्णत: कमी होते. पण काही रुग्ण या शस्त्रक्रियेनंतरही काही प्रमाणात ऐकू शकतात.

सध्या ही शस्त्रक्रिया फारशी करावी लागत नाही. कारण जंतुजीवनाशक द्रव्याच्या वापरामुळे क्रॉनिक प्युरुलंट ओटायटिस मेडियाचे प्रमाण कमी झाले आहे.

शस्त्रक्रियेनंतरची परिचर्या सिम्पल मस्टायडेक्टॉमीप्रमाणे करतात.

डोळ्यांचे आजार (Conjunctivitis)

१) नेत्रावरणदाह :

डोळ्याच्या पापणीच्या श्लेष्मल त्वचेचा दाह होतो, त्याला 'नेत्रावरणदाह' (Conjunctivitis) असे म्हणतात.

कारणे : संसर्ग – अ) स्टॅफिलोकोकस (Staphyloccus) : संसर्ग झाल्यामुळे डोळ्यातून पूमिश्रित स्राव येऊ लागतो. पापण्यांची खाज होते. स्टॅफिलोकोकस, न्यूमोकोकस व हिमोफिलस इन्फ्लुइन्झा यांच्यामुळेही नेत्रावरणदाह होतो. हा सांसर्गिक आहे. ब) गोनाकोकसचा (Gonococus) दाह झाल्यास त्याला 'ऑपथालमिया निओनेटोरम' (Opthalmia Neonatourm) असे म्हणतात. हा नवजात बालकाला मातेपासून होतो. गंभीर स्वरूपाचा नेत्रावरणदाह असून सांसर्गिक आहे. यामध्ये कॉर्नियाला व्रण झाल्यामुळे अंधत्व येण्याची शक्यता असते.

क) **व्हायरल नेत्रावरणदाह (Viral Conjunctivitis) :** अनेक प्रकारच्या विषाणूंपासून हा दाह होतो. हा सांसर्गिक असून याची साथ येते. याला 'इपिडेमिक केरॅटो कंजक्टिव्हायटिस' असे म्हणतात.

२) ॲलर्जिक नेत्रावरणदाह (Allergic Conjunctivitis)

अस्थमा किंवा तापामध्ये या प्रकारचा दाह असतो. हा उन्हाळ्यामध्ये लहान मुलांना होतो. डोळ्यांच्या पापण्यांची खाज होते. डोळ्यातून स्राव येतो.

३) रासायनिक नेत्रावरणदाह (Chemical Conjunctivitis)

नवजात बालकामध्ये सिल्व्हर नायट्रेट (Silver Nitrate) डोळ्यात घातल्याने नेत्रावरणदाह होऊ शकतो.

४) इजा झाल्याने होणारा नेत्रावरणदाह (Traumtic Conjunctivitis)

डोळ्यामध्ये आगंतुक वस्तू गेल्याने डोळा खाजविला जातो व त्यामुळे नेत्रावरण दाह होऊ शकतो.

उपचार व काळजी : १) कोणत्या कारणाने नेत्रावरणदाह झाला आहे, यानुसार उपचार देण्यात येतात. स्ट्रेप्टोकोकस व स्टॅफिलोकोकस किंवा न्यूमोकोकसमुळे होणाऱ्या नेत्रावरणदाहामध्ये डोळ्यामध्ये जंतुजीवनाशक मलक किंवा थेंब घालावेत. डोळा स्वच्छ ठेवावा. गरम पाण्याच्या पट्ट्या ठेवाव्यात. २) गोनोकोकस दाह : सलाईनने डोळे स्वच्छ धुवून घ्यावेत. बालकाला पेनिसिलीन किंवा इरिथ्रोमायसिन औषध दिले जाते. डोळ्यात जंटामायसीनचे थेंब घालतात. ३) व्हायरल नेत्रावरणदाहामध्ये टेट्रासाकलीन औषध दिले जाते व डोळ्यात सल्फनोमाइड थेंब घालतात. ४) ॲलर्जिकमध्ये थंड पाण्याच्या पट्ट्या, स्टेरॉईड्सचे थेंब डोळ्यात घालतात. ५) इजा किंवा आगंतुक वस्तू डोळ्याला इजा न करता काढावी. डोळा चोळू नये व नंतर जंतुजीवनाशक थेंब डोळ्यात घालावेत.

सर्वसाधारण काळजी : १) डोळ्याला हात लावू नये. डोळे चोळू नयेत. एकमेकांचे हातरुमाल वापरू नयेत. २) नेत्रावरणदाह झालेल्या व्यक्तीने गॉगल वापरावा व इतरांपासून अलिप्त राहावे.

नेत्रावरणदाह झाल्यानंतर स्वच्छ व मऊ हातरुमालाने डोळ्यातील स्राव पुसावेत. स्राव खूप असेल तर डोळे कोमट सलाईनने धुवून घ्यावेत. पोटॅशियम परमँगनेटच्या द्रावणाचा उपयोग करावा. हात स्वच्छ धुवावेत व डॉक्टरांनी सांगितलेले औषध घ्यावे व डोळ्यातही घालावे.

स्क्विन्ट (Squint or Strabismus)

दोन्ही डोळ्यांच्या हालचाली एकाच दिशेने होऊ शकत नाहीत. स्क्विन्ट असलेल्या डोळ्यांची दिशा जी वस्तू पाहिली जाते, त्या वस्तूकडे नसल्याने डोळा तिरपा दिसतो व चांगल्या डोळ्याची दिशा त्या वस्तूकडे असते. स्क्विन्ट कमी किंवा जास्त प्रमाणात असू शकते. याचे प्रकार याप्रमाणे आहेत –

१) कन्व्हरजंट किंवा इसोट्रोपिया (Convergent or Esotropia) : डोळ्यांची दिशा नाकाकडे वळलेली दिसते.

२) डायव्हरजंट (Divergent) किंवा एक्सोट्रोपिया (Exotropia) : डोळ्यांची दिशा बाहेरील बाजूस वळते.

३) व्हर्टिकल (Vertical) किंवा हायपरट्रोपिया (Hyertropia)

४) पॅरालिटिक (paralytic) : क्रेनियल नर्व्हज (३, ४ किंवा ६) दाह इजा किंवा गाठीचा दाब पडून या क्रेनिअल नर्व्हजच्या कार्यात बिघाड निर्माण होतो किंवा याच कारणाने ऑक्युलर मसल्सच्या (Ocular Muscle) कार्यात बिघाड निर्माण झाल्याने पॅरालिटिक स्क्विन्ट होऊ शकते. यामध्ये स्क्विन्टबरोबर डिप्लोपिया (Diplopia) ही असतो.

५) हेटेरोफोरिया (Heterophoria) : एक्ट्राऑक्युलर मसल्समध्ये असमतोलता असते; त्यामुळे स्क्विन्ट असते.

कारणे : १) ऑप्टिक नर्व्हचे आजार, रेटायनामधील दोष, मोतीबिंदू या कारणाने नर्व्हच्या कार्यात बिघाड झाल्यास. २) मोटार नर्व्हच्या कार्यातील बिघाड एक्स्ट्राऑक्युलर स्नायूमध्ये जन्मजात विकृती किंवा आजार, ऑरबिटल डिफॉर्मिटीज. ३) रिफ्रॉयाक्शनच्या क्रियेत बिघाड. ४) आनुवांशिकता.

उपचार : १) डोळ्याला विशेष व्यायाम. २) विशिष्ट लेन्सेसचा उपयोग. ३) शस्त्रक्रिया करून स्क्विट कमी केले जाते.

मोतीबिंदू (Cataract)

नेत्रभिंग अपारदर्शक होते व त्यामुळे दृष्टिदोष होतात, त्याला 'मोतीबिंदू' असे म्हणतात.

नेत्रभिंग अपारदर्शक होण्याची कारणे : १) जन्मजात मोतीबिंदू यालाच 'Congenital Cataract' म्हणतात. मातेला प्रसूतीच्या पहिल्या तीन महिन्यात जर्मन मिझल्स झाला असल्यास बालकामध्ये जन्मजात मोतीबिंदू असू शकतो. हे पूर्ण असेल किंवा अपूर्ण असू शकते. तसेच परिपक्व असेल किंवा अपरिपक्व असू शकते. जन्मजात मोतीबिंदूमुळे नेत्रमणीच्या अनैच्छिक हालचाली होऊन (Nystagmus) दृष्टिदोष होण्याची शक्यता असते. यासाठी पहिल्या तीन महिन्यात शस्त्रक्रिया करून मोतीबिंदू काढावा लागतो. २) आनुवंशिक, ३) इजा झाल्याने, ४) इन्ट्राऑक्युलर दाह, ५) रक्तरंगातील दोष (Chromosomal Disorders), ६) चयापचयाच्या दोषामुळे ज्युव्हेनिल डायबेटिस (Juvenile Diabetes), ७) मोतीबिंदू कोणत्याही वयात होऊ शकतो. वयानुसार होणाऱ्या स्वाभाविक बदलामुळे म्हातारपणी मोतीबिंदू झाल्यास त्याला 'Senile Cataract' म्हणतात.

उपचार : मोतीबिंदू परिपक्व झाल्यानंतर शस्त्रक्रिया करून काढला जातो.

जन्मजात मोतीबिंदू साध्या शस्त्रक्रियेने काढला जातो. त्या शस्त्रक्रियेला 'डिसिजन प्रोसिजर' (Discission Procedure) असे म्हणतात.

यामध्ये नेत्रभिंगाच्या जवळ बारीक छेद देऊन त्यातून बारीक नाईफ नेत्रभिंगात घातला जातो. या कृतीला 'Needling Operation' असेही म्हणतात. यामुळे अक्वासफ्यूड त्या नेत्रभिंगात गेल्यामुळे नेत्रभिंगाचा गढूळपणा कमी होतो. सर्वसाधारणपणे बालक ३ ते ४ वर्षांचे झाल्यानंतर ही शस्त्रक्रिया करतात. शस्त्रक्रिया सर्वसाधारण भूल देऊन केली जाते. यानंतर बालकाची हालचाल केली तरी चालते. बालक एक-दोन दिवसात घरी जाऊ शकते.

दृष्टिदोष (Visual Defects)

दृष्टिदोष कोणत्याही वयात दिसून येतात. डोळा विश्रांती अवस्थेत असताना साधारण २० फुटांवरून येणारे समांतर प्रकाशकिरण जेव्हा दृष्टिपटलाच्या नेत्रबिंदूवर केंद्रित होतात, तेव्हा तो डोळा व दृष्टी स्वाभाविक असते. प्रकाशकिरणाच्या वक्रीभवनाच्या कोणत्याही पातळीत किंवा नेत्रमण्याच्या आकारात बदल झाला, तर समांतर प्रकाशकिरण नेत्रबिंदूवर केंद्रित होऊ शकत नाहीत. अशा वेळी दृष्टिदोष निर्माण होतात. दृष्टिदोष पुढीलप्रमाणे असतात –

१) लघुदृष्टी (Myopia) : या दृष्टिदोषामध्ये जवळचे स्पष्ट दिसते. पण दूरचे स्पष्ट दिसत नाही. कारण प्रकाशकिरण नेत्रबिंदूवर केंद्रित होण्याऐवजी अलीकडेच केंद्रित होतात. कॉर्निया किंवा भिंग अधिक प्रमाणात बहिर्वक्र असल्यामुळे किंवा नेत्रमण्याची लांबी जास्त असल्यामुळे हा दृष्टिदोष निर्माण होतो. यासाठी अंतर्वक्र भिंग वापरल्यास दोष कमी होतो.

२) दीर्घदृष्टी (Hypermetropia) : यामध्ये दूरची वस्तू स्पष्ट दिसते. परंतु जवळचे स्पष्ट दिसत नाही. कारण जवळच्या वस्तूपासून निघालेले प्रकाशकिरण नेत्रबिंदूच्या पलीकडे केंद्रित होतात. कॉर्नियाची किंवा भिंगाची बहिर्वक्रता कमी झाल्यामुळे किंवा नेत्रमणी आखूड झाल्यामुळे हा दोष निर्माण होतो. हा दोष बहिर्गोल भिंग वापरून दूर करता येतो.

३) दृष्टिविषमता (Astigmatism) : प्रकाशकिरणांना वक्र करणारी माध्यमे असमान असल्यास हा दृष्टिदोष निर्माण होतो. कॉर्नियाची वक्रता आडव्या किंवा उभ्या दिशेने जास्त असल्यास बहुतेक वेळा त्याची उभी वक्रता जास्त प्रमाणात असते. या स्थितीला 'नियमित दृष्टिविषमता' म्हणतात. हा दोष घालविण्यासाठी स्तंभाकृती (Cylendridcal) नंबरचे भिंग वापरावे लागते.

४) वर्णांधता (Colour Blindness) : रंग ओळखता न येणे. एखाद्या

विशिष्ट रंगाची अंधता असू शकते. रंगाची जाणीव अस्पष्ट किंवा संपूर्ण वर्णांधता असू शकते. लाल व हिरव्या रंगाची अंधता असण्याचे प्रमाण जास्त असते. स्त्रियांपेक्षा पुरुषांमध्ये याचे प्रमाण जास्त असते. परंतु स्त्रीकडून आनुवंशिक गुण मुलाकडे येऊ शकतो.

कृत्रिम नेत्रभिंगाची काळजी (Care of Glasses) : १) दृष्टिदोष दूर करण्यासाठी मुलांना लहान वयातच चष्मा वापरावा लागतो. चष्मा वापरणे त्याच्या दृष्टीने का व कसे फायद्याचे आहे, हे समजावून सांगून मुलाच्या व पालकांच्या मनाची तयारी करावी. २) मुलाने आपली कामे करताना किंवा खेळताना चष्म्याची कशी काळजी घ्यावी, हे त्याला शिकवावे. ३) चष्मा स्वच्छ करून वापरावा. यासाठी त्याच्याबरोबर असलेला कपडाच वापरावा. चष्मा काढून ठेवल्यास चष्म्याच्या घरातच ठेवावा हे सांगावे. अस्वच्छ किंवा काचेवर डाग पडलेला चष्मा वापरल्यास चांगले दिसत नाही. ४) चष्मा कसाही ठेवला तर काचेवर चरे पडतात व त्यामुळे दिसण्यास अडथळा येतो. ५) चष्म्याच्या काचा फुटल्यास त्या लगेच बदलून घ्याव्यात. ६) चष्माचीकेस सतत जवळ असावी. चष्मा काढल्यानंतर त्याच्या (Case)मध्येच ठेवावा. ७) एका मुलाचा चष्मा इतरांना वापरू देऊ नये. ८) चष्म्याचा नंबर बदलू शकतो. यासाठी अधूनमधून नंबर तपासून घ्यावा. ९) चष्मा घातल्यानंतर मूल जर तक्रारी सांगत असेल, तर चष्मा नंबर बरोबर आहे का, याची खात्री करून घ्यावी.

□□□

प्रकरण २३

अंतःस्रावी संस्थेचे आजार

☐ अकाली तारुण्यप्राप्ती ☐ उशीरा तारुण्यप्राप्ती ☐ डायबेटीस इनसिपिडस ☐ वामनता ☐ लहान मुलातील मधुमेह

अकाली तारुण्यप्राप्ती (Precocious Puberty)

स्वाभाविक तारुण्यप्राप्ती १३ ते १६ वर्षांत असते. काही मुलांच्या व मुलींच्या जननेंद्रियांची व सहाय्यक जननेंद्रियांची वाढ फारच लवकर झाल्याने तारुण्यप्राप्तीचे गुणधर्म मुलींमध्ये ८ वर्षांपूर्वी व मुलांमध्ये ९ वर्षांपूर्वीच दिसू लागतात. याला अकाली तारुण्यप्राप्ती असे म्हणतात.

कारणे : १) जन्मजात विकृती, २) रज:पिंड व वीर्यग्रंथीचे ट्यूमर्स, ३) ॲड्रेनल ग्रंथींचे ट्यूमर्स.

मुलगी किंवा मुलामध्ये तारुण्यप्राप्तीचे गुणधर्म ६ ते ७ वर्षात दिसू लागतात. उंची वयाच्या मानाने खूपच असते.

मज्जासंस्था किंवा इतर ग्रंथींचे ट्यूमर्स आहेत का, हे तपासण्या करून पाहिले जाते.

उपचार : १) कारण शोधून उपचार केले जातात. २) मुलगा किंवा मुलीला समजावून सांगून धीर दिला पाहिजे.

उशिरा तारुण्यप्राप्ती (Delayed Puberty)

मुलगी किंवा मुलाच्या जननेंद्रियांची वाढ उशिरा दिसू लागते. १५ ते १६ वर्षे झाली, तरी तारुण्यप्राप्ती गुणधर्म असत नाहीत.

कारणे : १) आनुवंशिक, २) दीर्घकाळ आजार, ३) थायरॉईड ग्रंथींचे कार्य कमी, ४) पिच्युयटीरी ग्रंथीचा स्राव कमी, ५) खूप जाड मुलगी किंवा मुलगा.

याचे कोणते कारण आहे, हे तपासण्या करून शोधून काढले जाते. उदा. हाडाचे क्ष-किरण, डोक्याचा क्ष-किरण, रक्ततपासणी.

उपचार : कारणानुसार उपचार केले जातात. हार्मोनल औषधोपचार करतात.

मुलीला – इस्ट्रोजन व प्रोजेस्टेरॉन तोंडावाटे देतात.

मुलाला – टेस्टोस्टेटॉन देतात.

मानसिकदृष्ट्या त्यांच्या मनाची तयारी करावी, असे होण्याचे कारण सांगावे.

डायबेटीस इनसिपिडस (Diabetes Insipidus)

पीयुषिका ग्रंथीच्या मागील घडाचे (Posterior Lobe of Pituitary Gland) कार्य कमी झाल्यामुळे अन्टिडायरुटिक हार्मोन (Antidiuretic Hormone) स्त्रावाचे प्रमाण कमी होते. स्वाभाविकरीत्या ॲन्टिडायरुटिक हार्मोन (ADH)मुळे रिनल ट्युबल्समधून पाण्याचे पुन:शोषण जास्तीत जास्त होत असते. या स्थितीमध्ये ॲन्टिडायरुटिक हार्मोनचे प्रमाण कमी झाल्यामुळे पाण्याचे पुन:शोषण होऊ शकत नाही व लघवीचे प्रमाण अतिशय वाढते. शरीरात पाण्याची, क्षारांची असमतोलता होते. या आजाराचे प्रमाण फारच कमी आहे.

कारणे : १) पीयुषिका ग्रंथीच्या मागील घडाला दाह झाल्यास, २) मेंदूच्या गाठींचा दाब ग्रंथीच्या मागील घडावर पडत असल्यास, ३) जन्मजात विकृती, ४) नवजात बालक गुदमरल्याने, मेंदूमध्ये रक्तस्त्राव झाल्यास, ५) ग्रंथींची गाठ शस्त्रक्रिया करून काढल्यानंतर.

चिन्हे व लक्षणे : १) लघवीचे प्रमाण फारच वाढते (Polyuria), २) तहान अतिशय वाढते (Polydipsia). कितीही पाणी प्यायले ४ ते १० लिटर रोज तरी रुग्णाचे समाधान होत नाही. ३) भूक मंदावते. ४) अशक्तपणा. ५) वजन कमी होते. ६) मुलाची वाढ होत नाही. ७) वांत्या. ८) मलावरोध. ९) झोपेतून लघवीला वरचेवर उठावे लागते; त्यामुळे झोप पुरेशी होत नाही. १०) मुलाला नकळत लघवी (Enuresis) होते. ११) घाम येत नाही; त्यामुळे त्वचा कोरडी होते.

उपचार : १) कारण शोधून दूर केले जाते. २) पिट्रेसिन टॅनट इन ऑइल (Pitressin Tannate in Oil) ०.५ मि.ली. स्नायूमध्ये किंवा नाकात थेंब घालतात. ३) डिस्मोप्रेसिन असेटेट नाकात घातले जाते. ४) क्लोरप्रोप्रामाईड (Chiorpropemide) २० मि.ग्रॅम प्रति किलोस रोज तोंडाने देतात. गरजेनुसार मात्रा कमी केली जाते.

वामनता (Dwarfism) :

पीयुषिकेच्या पुढील घडातून स्त्रवणारे स्त्राव शरीराच्या वाढीसाठी आवश्यक असतात. यांचा परिणाम वाढीवर होतो. तसेच शरीरातील अनेक पेशींच्या कार्यावर होतो. तसेच थॉयरॉईडचे कार्य व ॲड्रेनल कॉरटेक्सच्या कार्यावर होतो. हा स्त्राव (Hormone) शरीराच्या वाढीसाठी आवश्यक आहे. त्यामुळे त्याला 'वृद्धिसंप्रेरक' (Growth Hormone) असेही म्हणतात. या स्त्रावाच्या प्रत्यक्ष प्रभावाने आणि इतर संप्रेरकांच्या (Hormones) मदतीने शरीराची वाढ स्वाभाविक प्रमाणात होते. या

संप्रेरकांच्या प्रभावाने लांब हाडाच्या टोकाशी असलेल्या एपिफायसियल कूर्चेची वाढ होते. जेव्हा अस्थिभवनाची (Ossifiscation) क्रिया पूर्ण होते, तेव्हा लांब हाडाची वाढ रोखली जाते.

बालकामध्ये वृद्धिसंप्रेरक (Growth Hormone) चे प्रमाण कमी झाल्यास त्या बालकाची वाढ खुंटते. त्याला 'वामनता' (Dwarfism) असे म्हणतात.

कारणे : १) जन्मजात विकृती. २) ग्रंथीला इजा झाल्याने. ३) रोगामुळे ग्रंथींचा ऱ्हास होऊन स्रावाचे प्रमाण कमी झाल्याने वृद्धिसंप्रेरकाचे प्रमाण कमी होते.

उपचार : १) कारण शोधून उपचार केले जातात. २) पिच्युएटरी एक्स्ट्रॅक्ट दिले जाते.

बालवयात इंद्रियसंवर्धक संप्रेरक (Somato Trophic Harmone) जास्त प्रमाणात तयार होऊ लागला तर त्या बालकाची वाढ व उंची जलद वाढते. या स्थितीला 'महाकायता' (Gigantism) असे म्हणतात. यामध्ये उंची ७ ते ८ फूटही असू शकते.

माणसाची शारीरिक वाढ पूर्ण झाल्यानंतर इंद्रियसंवर्धक संप्रेरक हाडांच्या टोकांची वाढ रोखून ठेवतो; त्यामुळे माणसाची उंची मर्यादित राहते. काही वेळेला मोठ्या माणसामध्ये इंद्रिय संवर्धक स्राव अधिक प्रमाणात तयार होतो व हाडाची वाढ होऊ लागते; यामुळे विकृती दिसते. चेहऱ्याची हाडे मोठी होतात. जबड्याचे हाड जास्त मोठे दिसते. डोक्याची हाडेही जाड होतात. हातापायाची लांबी व जाडी वाढते. ओठ जाड होतात. त्वचा खरखरीत व राठ होते. या स्थितीला 'ॲक्रोमेगॅली' (Acromegaly) म्हणतात.

लहान मुलातील मधुमेह (Juvenile Diabetes Mellitus)

स्वादुपिंडाच्या आयलेटस ऑफ लॅंगरहॅन्स बीटापेशींमध्ये इन्शुलिन तयार होते. इन्शुलिनमुळे ग्लुकोज व चरबीचे चयापचय योग्य रीतीने होते. रक्तातील ग्लुकोजचे प्रमाण स्वाभाविक राखले जाते.

इन्शुलिनचे प्रमाण कमी झाले किंवा प्रमाण योग्य असूनही ते परिणामकारक नसेल (Ineffective) तर मधुमेह (Diabetes Mellitus) हा विकार होतो. यामध्ये ग्लुकोज व चरबी या दोन्हींचे चयापचयाचे कार्य बिघडते. रक्तातील ग्लुकोजचे प्रमाण स्वाभाविकतेपेक्षा जास्त असते. मूत्रपिंडाच्या प्रभावसीमेपेक्षा (Reneal Threshold) रक्तातील ग्लुकोजचे प्रमाण अधिक झाल्यामुळे लघवीत ग्लुकोज असते (Glycosuria).

मधुमेहाचे प्रमाण दोन वर्षांच्या आत कमी आढळते. पण अर्भकामध्येही मधुमेह हा आजार असू शकतो. मधुमेहाची कारणे प्रौढाप्रमाणेच असतात. बहुतेक मधुमेह असणाऱ्या मुलांमध्ये कुटुंबातील व्यक्तीला मधुमेह असल्याची माहिती

मिळते. मधुमेहाचे प्रमाण २५ टक्के ५ ते १० वर्षे वयोगटामध्ये तर ४० टक्के १० ते १५ वर्षे वयोगटामध्ये दिसून येते. लहान मुलातील मधुमेह गंभीर व धोकादायक असतो. बालकाच्या हालचाली व आजार यामुळे रक्तातील साखरेचे प्रमाण एकदम वाढू शकते. याची सुरुवात अचानक असते व तीव्र दाहानंतर याची लक्षणे वाढतात.

चिन्हे व लक्षणे : १) बालकामध्ये अचानक लघवीचे प्रमाण (Polyuria) वाढते, तहान खूप (Polydipsia) लागते व भूक वाढते (Polyphagia) बालकाला नकळत बिछान्यात लघवी होते. लघवीचे प्रमाण जास्त असूनही स्पेसिफिक ग्रॅव्हिटी जास्त असते. २) वजन कमी होते व वाढत नाही. ३) बालक गळून जाते. त्याच्या हालचाली कमी होऊ लागतात. ४) शरीरातील पाण्याचे प्रमाण कमी होते. त्वचा व जीभ कोरडी असते. ५) मलावरोध. ६) श्वसनाला गोड वास असतो. ७) लघवीत साखरेचे प्रमाण जास्त असल्याने मोनिलिअल योनिदाह मुलगी असेल तर असतो. योनीला खाज असते. मुलाला पेनिसला दाह होतो. ८) पोटदुखी असते. ९) केरोसीसचे प्रमाण वाढल्यास बालकाला वांत्या होतात. १०) बालक बेशुद्धावस्थेत जाण्याची शक्यता असते. ११) लघवीत साखरेचे प्रमाण जास्त असते; तसेच असेटोन (Acetone) असते.

तपासण्या (Invest1@ igations)

१) लघवीची साखरेसाठी तपासणी (Urine for Sugar Test). २) रक्तातील साखरेचे प्रमाण (Blood Sugar). ३) ग्लुकोज टॉलरन्स टेस्ट (Glucose Tolerance Test). ४) लघवीची असेटोनसाठी तपासणी (Unine for Acetone).

१) **लघवीची साखरेसाठी तपासणी :** बेनेडीक टेस्ट जास्त खात्रीलायक आहे व हीच बहुतेक ठिकाणी केली जाते. यावरून लघवीतील साखरेचे प्रमाण समजू शकते. ही दिवसातून २, ४ किंवा ६ वेळी केली जाते.

२) **रक्तातील साखरेचे प्रमाण :** बालकाला तोंडाने काहीही खाण्या-पिण्यास न देता रक्त तपासणीसाठी रक्त (Fasting Blood Sugar) घेणे, हे स्वाभाविक ८० ते १२० मि. ग्रॅम टक्के असते. तसेच जेवणानंतर दोन तासांनी घेतले जाते. याला 'Postprandial Level' म्हणतात. हा १६५ ते २०० मि. ग्रॅम टक्के स्वाभाविक असतो.

३) लघवीत असेटोन आहे का, हे पाहणे लहान मुलांमध्ये विशेष महत्त्वाचे असते. फेरीक क्लोराईड टेस्ट केली जाते. या टेस्टमध्ये असेटोन पॉझिटिव्ह असेल तर बालक कोमामध्ये जाण्याची शक्यता असते.

विपरीत परिणाम : १) रोगनिदान न झाल्यामुळे उपचार लवकर सुरू होत

नाहीत किंवा निदान होऊन उपचार नियमित न झाल्यास बालक असिडोसिस (Diabetic Acidosis) आणि बेशुद्धावस्थेत (Coma) जाण्याची शक्यता असते. २) उपचार लवकर व नियमित सुरू असल्यास बालकाची वाढ स्वाभाविकरीत्या होते. काही दुष्परिणाम साधारण २५ वर्षांनंतर दिसून येतात. मोतीबिंदू (Cataract) रेटायनामध्ये बदल होतात. अथेरोस्क्लेरोसिस (Atherosclerosis) रक्तदाब वाढतो (High Blood Presure). मूत्रपिंडावर परिणाम (Kidney Damage).

उपचार व परिचर्या : १) बालकाला रुग्णालयात दाखल करून त्याच्या तपासण्या केल्या जातात व औषधोपचार आणि आहार यांचे नियमन केले जाते. या बालकाला बिछान्यात झोपवून ठेवण्याची गरज नाही. रक्तातील साखरेचे प्रमाण स्वाभाविक ठेवण्यासाठी लागणारी इन्शुलिनची मात्रा बालक दवाखान्यात असताना निश्चित केली जाते. बालकाला आहार किती व कोणता द्यावा, हे निश्चित करून मातेला तशा सूचना दिल्या जातात. मातेला आहाराचे प्रात्यक्षिक दाखवून तिने घरी गेल्यानंतर कोणते अन्नपदार्थ किती दिले पाहिजेत, हे शिकवले जाते. बालकाला किती दिवसांनी तपासणीसाठी घेऊन यावे, हे सांगून बालकाला मधुमेहाचे कार्ड देऊन घरी पाठवले जाते. मधुमेह बरा करता येत नाही; पण नियमित उपचार व आहारामुळे त्याचे परिणाम टाळता येतात. बालक आपले जीवन इतर मुलांप्रमाणे आनंदाने उपभोगू शकते.

२) **इन्शुलिन (Insulin) :** इन्शुलिन रक्तातील साखरेचे प्रमाण स्वाभाविक राखले जाते. मुलांमध्ये इन्शुलिनची मात्रा त्याचे वय, वाढ यानुसार वेळोवेळी बदलावी लागते.

उद्देश : मुलाच्या वयानुसार वाढ, त्याची ताकद व त्याच्या हालचालीनुसार त्याचा आहार व इन्शुलिनची गरज पुरेशा प्रमाणात भागवून त्याला जास्तीत स्वाभाविक जीवन जगण्यास मदत करणे.

इन्शुलिनची मात्रा रक्तातील साखरेचे प्रमाण व लघवीतील ॲसेटोनचे प्रमाण यावर ठरवली जाते. यासाठी लघवी, सकाळी न्याहारीपूर्वी, जेवणापूर्वी तपासली जाते. लघवीतील साखरेच्या व ॲसेटोनच्या प्रमाणावर इन्शुलीनची मात्रा ठरवली जाते. इन्शुलिन कोणत्या प्रकारचे व कोणत्या वेळी किती द्यावे हे लघवीतील त्या वेळच्या साखरेच्या प्रमाणावर ठरवले जाते. बालकामध्ये त्याच्या गरजेनुसार तीन प्रकारच्या इन्शुलिनचा उपयोग केला जातो.

अ) CZI – Crystalline Zinc Insulin : परिणाम लवकर होतो व कमी काळ टिकतो.

ब) **NDH – Isophance Insulin :** परिणाम फार लवकर सुरू न होता काही वेळाने सुरू होतो व कमी काळ टिकतो.

क) **PZI – Protamine Zinc Insulin :** परिणाम उशिरा सुरू होऊन बरेच तास टिकतो.

जर फास्टिंग ब्लडशुगर लेव्हल सतत जास्त असेल तर, रोजच्या इन्शुलिनच्या मात्रांपैकी, २/३ मात्रा न्याहारीपूर्वी व १/३ मात्रा संध्याकाळच्या जेवणापूर्वी दिली जाते. हळूहळू मात्रा कमी-जास्त करून मात्रा किती व कोणत्या वेळी द्यावी, हे निश्चित केल्यानंतर बालकाला घरी पाठवले जाते.

३) इन्शुलिन कसे घ्यावे, सिरिंज व नीडलची काळजी कशी घ्यावी हे मूल मोठे असेल, तर त्याला व आई-वडिलांना शिकवावे. लघवीची तपासणी कशी करावी हेही समजावून सांगून दाखवून त्यांच्याकडून करून घ्यावे.

४) इन्शुलिनसाठी विशेष सिरिंज व आखूड नीडलचा वापर करण्यास व मात्रा त्या सिरिंजच्या मार्किंगनुसार घेण्यास शिकवावे. दवाखान्यात असताना मुलाकडून किंवा पालकाकडून करून घ्यावे.

५) इंजेक्शन मांडीमध्ये व दंडामध्ये घेणे चांगले. इंजेक्शनची जागा बदलून घ्यावी. म्हणजे त्वचा जाड होत नाही, हेही समजावून सांगावे.

६) या सर्व गोष्टी करण्याची त्या बालकामध्ये कशी गरज आहे, हे समजावून सांगून त्यांना पटवून द्यावे. म्हणजे उपचारांमध्ये नियमितपणा राखला जाईल.

७) हा आजार बरा जरी होत नसला तरी नियमित उपचाराने त्याचे परिणाम टाळता येतात, हे समजावून सांगावे. मूल व पालकांना धीर द्यावा.

८) **आहार :** बालकाचे वय, लिंग, वजन व त्याच्या हालचाली व जेवणाच्या पद्धती यानुसार त्याचे आहार नियोजन करावे. पिष्टमय पदार्थांपासून एकूण उष्मांकांच्या ५५ टक्के उष्मांक, स्निग्ध पदार्थांपासून ३० टक्के उष्मांक व आणि प्रथिनांपासून १५ टक्के उष्मांक द्यावेत. गोड पदार्थाचा आहारात समावेश असू नये. आहारात चरबीयुक्त मांसाचे प्रमाण कमी असावे, म्हणजे रक्तातील कोलेस्टेरॉलचे प्रमाण वाढणार नाही. बालकाला १० टक्के उष्मांक सकाळी लवकर, २० टक्के न्याहारीमधून, २० टक्के दुपारचे जेवण व ३० टक्के रात्रीच्या जेवणातून मिळतील अशा रीतीने आहारात अन्नघटकांचा समावेश असावा. आहारात नियमितपणा असावा. क्वचितच बदल झाला तर चालेल.

९) **व्यायाम :** वयानुसार स्वाभाविक बालकांप्रमाणे खेळ खेळू द्यावेत; पण बाळ दमत नाही, याकडे लक्ष द्यावे.

१०) पालकांना व बालकाला रक्तातील साखर कमी झाल्याची लक्षणे समजावून सांगावीत व त्या वेळी घ्यावयाची काळजीही समजावून सांगावी.

११) या बालकाला स्वाभाविक बालकाप्रमाणे शाळेत शिक्षण घेता येते. फक्त शिक्षकांचे विशेष लक्ष असावे. शिक्षकांनी शाळेत साखर ठेवावी.

१२) त्याच्याजवळ मधुमेह असल्याचे कार्ड असावे व थोडीशी साखर असावी. साखर कधी खावी हे त्याला सांगावे. त्यावर पूर्ण पत्ता असावा.

१३) या बालकाला वरचेवर डॉक्टरकडे नेऊन त्याची रक्तातील साखर, लघवी तपासून इन्शुलिन मात्रा व आहार योग्य आहे, हे खात्री करणे जरूरीचे असते.

१४) बालकाला जखम होणार नाही याची काळजी घेण्यास शिकवावे.

१५) मुलाला व पालकांना इन्शुलिन कोमा व डायबेटिक कोमा यातील फरक चिन्हे व लक्षणांवरून कसा ओळखावा व त्यावर लगेच काय उपचार करावेत आणि डॉक्टरकडे मूल ताबडतोब कधी आणावे या गोष्टी समजावून सांगाव्यात.

१६) शाळेला सुट्ट्या असताना डायबेटिक असोसिएशनतर्फे हॉलीडे कॅम्प्स घेतले जातात. त्या वेळी त्या कॅम्पमध्ये मुलाला पाठवावे. मूल इतर मधुमेहाच्या मुलांमध्ये मिसळते व या कॅम्पमध्ये शिकवल्या जाणाऱ्या गोष्टी त्याला समजतात व आपण एकटेच आजारी नाही, हे समजल्याने त्याच्या मनाची तयारी होते.

□□□

प्रकरण २४

सांसर्गिक रोग

□ सांसर्गिक रोग व सांसर्गिक रोगांचा शास्त्रीय अभ्यास □ रोग प्रसार □ प्रतिबंधक उपाययोजना □ कांजिण्या □ गालगुंड □ बालपक्षाघात □ धनुर्वात □ घटसर्प □ डांग्या खोकला □ सांसर्गिक यकृतदाह

लहान मुलांमध्ये सांसर्गिक आजारांचे प्रमाण जास्त आहे. काही सांसर्गिक आजार मुलांमध्ये प्रामुख्याने आढळून येतात. सांसर्गिक आजारांची लागण व त्यामुळे होणाऱ्या मृत्यूचे प्रमाण १ ते ५ वर्षे वयोगटामध्ये जास्त दिसून येते. लहान मुलांमध्ये सांसर्गिक आजारांची लागण कमी झाल्यास बालमृत्यूचे प्रमाणही कमी होईल व दोन हजार वर्षांपर्यंत सर्वांना आरोग्य हे उद्दिष्ट गाठणे सोपे जाईल.

सांसर्गिक रोग

विशिष्ट रोगजंतू किंवा विषाणूची लागण झाल्याने होणारे रोग, ज्यांचा एकापासून इतरांना प्रत्यक्ष सान्निध्यामुळे किंवा माध्यमामार्फत प्रसार होतो, अशा रोगांना सांसर्गिक रोग म्हणतात.

सांसर्गिक रोगांचा शास्त्रीय अभ्यास (Epidemiology of Communicable Diseases)

मनुष्यामध्ये साथीचे रोग कसे होतात व हे रोग होण्यास कोणत्या घटकांचा समावेश कसा होतो, याचा अभ्यास केला जातो.

साथीच्या रोगांचे मूळ शोधून काढण्यासाठी सध्या अनेक पद्धतींचा उपयोग केला जातो. कारण शोधून काढणे व प्रतिबंधक उपाय योजणे की, ज्यामुळे राष्ट्रीय कार्यक्रम चांगल्या प्रकारे राबवता येतील. आरोग्यसेवांचे नियोजन करण्यासाठीही या अभ्यासाचा उपयोग केला जातो. सांसर्गिक आजार टाळल्याने आरोग्याचा दर्जा चांगला राखता येतो.

सर्वसाधारण सांसर्गिक आजारांचा अभ्यास करताना काही व्याख्या माहीत असणे आवश्यक आहे.

१) संसर्ग (Infection) : रोगजंतूंचा शरीरामध्ये शिरकाव होऊन, त्यांची वाढ होणे.

२) साथ (Epidemic) : (Epi – upon, **Demos** – people.**)**

एकाच वेळी, ठराविक भौगोलिक भागात एका विशिष्ट रोगाची लागण अनेक लोकांना होते, त्याला त्या रोगाची 'साथ' असे म्हणतात. उदा. गोवर, कांजिण्या, कॉलरा इत्यादी.

३) इन्डेमिक (Endemic) **En** – in, **Demos** – people

ठराविक भौगोलिक भागात एका विशिष्ट रोगाचे रुग्ण सतत आढळून येतात. उदा. क्षयरोग, कुष्ठरोग इत्यादी.

४) स्पोरॅडिक (Sporadic) : अधूनमधून एखाद्या रोगाचे रोगी ठराविक भौगोलिक भागात आढळून येतात.

५) पॅन्डेमिक (Pandemic) : सांसर्गिक रोगाचा प्रसार एका देशातून दुसऱ्या देशात होणे. उदा. एडस.

६) झोनोसिस (Zoonosis) : एखाद्या रोगाचा प्रसार जनावरांपासून माणसाला होतो. उदा. रेबीज, प्लेग, इत्यादी.

७) फोमाइटस (Fomites) : रोग्याने वापरलेल्या वस्तू उदा. कपडे, भांडी तसेच रोग्यासाठी वापरलेली साधने दूषित होतात, त्यांना 'फोमाइटस' असे म्हणतात.

८) रुग्ण किंवा केस (Case) : आजार झालेली व्यक्ती की, ज्या व्यक्तीपासून इतरांना संसर्ग होऊ शकतो.

९) सब-क्लिनिकल केस (Sub-Clinical Case) : व्यक्तीला संसर्ग होतो. रोगाची चिन्हे व लक्षणे अतिसौम्य असतात; त्यामुळे निश्चित रोगनिदान होऊ शकत नाही; पण या व्यक्तीकडून रोगाचा प्रसार होत असतो.

१०) मिस्‌ड केस (Missed Case) : व्यक्तीला संसर्ग होतो. रोगाची चिन्हे व लक्षणे दिसत नाहीत; पण या व्यक्तीपासून संसर्ग होऊ शकतो.

११) रोगी बरा होण्याचा काळ (Convalescent) : रोग झाल्यानंतर बरा होण्याचा काळ.

१२) कॅरिअर (Carrier) : काही व्यक्तींच्या शरीरांमध्ये रोगजंतू असतात. त्यापासून त्यांना रोग होऊ शकत नाही. परंतु त्यांच्यापासून इतरांना संसर्ग होऊ शकतो. वाहकाचे तीन प्रकार पडतात –

अ) कॉन्व्हलेसन्ट कॅरिअर (Convalescent Carrier) : सांसर्गिक रोगातून रोगी मुक्त होऊन बरा होऊ लागतो. त्याच्या शरीरात जंतू असतात व त्यापासून इतरांना संसर्ग होऊ शकतो.

ब) कॉन्टॅक्ट कॅरिअर (Contact Carrier) : संपर्कित वाहक – रोग्याच्या

संपर्कात असलेल्या व्यक्तीला संसर्ग होतो, पण त्याची प्रतिकारशक्ती चांगली असल्याने त्याला रोग होत नाही. पण त्याच्यापासून इतरांना संसर्ग होऊ शकतो.

क) क्रॉनिक कॅरिअर (Chronic Carrier) : कायम वाहक – या व्यक्तीच्या शरीरात रोगजंतू कायम वास्तव्य करून असतात. त्यांना स्वत:ला रोग होत नाही; पण त्यांच्यापासून इतरांना संसर्ग होतो.

१३) रोगजंतू पोषणकाळ किंवा अधिशयन काळ (Incubation Period): रोगजंतूंची लागण झाल्यापासून चिन्हे व लक्षणे दिसेपर्यंतचा काळ, याला रोगजंतू 'पोषणकाळ' असे म्हणतात. हा काळ प्रत्येक रोगाचा वेगळा असतो. या काळात त्यांच्यापासून इतरांना संसर्ग होऊ शकतो.

१४) क्वारंटाइनचा काळ (Quarantine Period) : रोगजंतूंची लागण झाल्यापासून रोगी व्यक्तीकडून इतरांना संसर्ग होऊ शकतो तो काळ. हा पोषण काळापेक्षा प्रत्येक रोगामध्ये जास्त असतो. या काळात व्यक्तीला वेगळे ठेवावे लागते.

१५) इन्सिडन्स (Incidence) : ठराविक लोकसंख्येमध्ये, ठराविक काळात एखाद्या रोगाची लागण झालेल्या नवीन रुग्णांची संख्या.

१६) प्रीव्हलेन्स (Prevalence) : ठराविक लोकसंख्येमध्ये ठराविक काळात एखाद्या रोगाच्या जुन्या व नवीन रोग्यांची संख्या.

१७) सर्वेक्षण (Survellance) : प्रत्येक रोगाच्या उद्दिष्टपूर्तीसाठी लागणारी त्या त्या रोगाविषयीची सर्व माहिती गोळा करून, त्या माहितीचा उपयोग रोगप्रतिबंधक उपाय योजण्यासाठी करण्यात येतो.

रोग प्रसार :

प्रसार माध्यम :

१) प्रत्यक्ष संपर्क	रुग्ण	
२) व्हेइकल	दूध, अन्न, पाणी	मनुष्य
३) व्हेक्टरडास,	उंदीर	
४) हवेमार्फत	श्वसन	
५) वारेमार्फत	मातेकडून	

समाजातील रोगाचे मूळ :

- प्राथमिक
  - मनुष्य, सबक्लिनिक केस
  - क्लिनिकल केस (रुग्ण)
  - सौम्य केस, मिस्ड केस
  - बरा झालेला रोगी वाहक
    - रोगमुक्त व्यक्ती (Convalescent Carrier)
    - रुग्णाच्या सान्निध्यातील व्यक्ती (Contact Carrier)
    - जंतूंचे दीर्घकाळ वास्तव्य असलेली व्यक्ती (Chronic Carrier)
- दुय्यम
  - जनावरे
    - गायी, म्हशी, कुत्रा, उंदीर
    - पक्षी, शेळ्या, घोडा, मांजर

प्रतिबंधक उपाययोजना (Preventive Measures)

प्रतिबंधक उपायाने सांसर्गिक रोगाला आळा घालता येतो. रोगाची लागण कमी करता येते. हे उपाय सांसर्गिक रोगाच्या अभ्यासावर अवलंबून असतात. रोगाचे मूळ, रोगाचा प्रसार होण्याचे माध्यम इत्यादी. सांसर्गिक रोगाची साथ असेल तर इतरांना रोग होऊ नये म्हणून प्रतिबंधक उपाययोजना तत्काळ सुरू करावी लागते.

प्रतिबंधक उपाययोजना : १) रोगाचे मूळ, २) रोगप्रसार होण्याचे मार्ग, ३) रोग होण्याची शक्यता असलेली व्यक्ती (Susceptible Host).

सांसर्गिक रोगांचे प्रतिबंधक उपाय व रोगांना आळा घालणे, हे प्राथमिक आरोग्य सेवेमध्ये केले जाते. यासाठी लोकांचा सहभाग अतिशय महत्त्वाचा आहे; तसेच समाजामधील पुढारी व इतर विभागांतील लोकांच्याही सहकार्याची गरज आहे.

सांसर्गिक रोगांना आळा घालण्यासाठी रोगाचे मूळ, प्रसारमाध्यम आणि रोग होण्याची शक्यता असलेली व्यक्ती, ही जी संसर्गप्रसाराची साखळी, ती साखळी तोडल्यास प्रसार टाळता येईल.

रोगप्रसार टाळण्यासाठी वापरण्यात येणारी पद्धत ही परवडणारी, परिणामकारक प्रभावी आणि स्वीकारार्ह असावी. यासाठी एखाद्या सांसर्गिक रोगाची पूर्ण माहिती व ज्ञान असणे, हे महत्त्वाचे आहे. त्या रोगाचे अपूर्ण ज्ञान व अपूर्ण उपाययोजना समाजाला घातक ठरतात.

१) रोगाचे मूळ शोधून काढून रोगाच्या प्रसाराला आळा घालणे

संसर्गप्रसार साखळीतील महत्त्वाचा घटक म्हणजे रोगग्रस्त व्यक्ती (रुग्ण) हा होय. रुग्णापासून प्रसार थांबवण्यासाठी खालील उपाययोजना केल्या जातात –

अ) लवकरात लवकर रोगनिदान : रुग्णांचे रोगनिदान लवकर होणे अतिशय महत्त्वाचे आहे. रोगनिदान झाल्यावर ताबडतोब त्यावर उपाचार सुरू करता येतात. यासाठी रोगाची चिन्हे व लक्षणे माहीत असणे जरुरीचे आहे. तसेच प्रयोगशाळेत तपासण्याची सुविधा असणेही गरजेचे असते की, ज्यामुळे निश्चित रोगनिदान लवकर होऊ शकते. रोगनिदान झाल्यानंतर – १) उपचार २) त्या रुग्णाला संसर्ग कुठून झाला. ३) काळ, भौगोलिक भाग व किती लोकांना लागण झालेली आहे, याचा अभ्यास केला जातो. ४) संसर्गप्रसार थांबवण्यासाठी उपाययोजना केली जाते.

ब) वर्दी देणे (Notification) : सांसर्गिक रोगी किंवा सांसर्गिक रोगांचा संशय असलेली व्यक्ती आढळल्यास स्थानिक आरोग्य अधिकाऱ्याला तसा अहवाल द्यावा. त्या भागात काम करणाऱ्या आरोग्य कर्मचाऱ्याने आपल्या निरीक्षकास किंवा डॉक्टरांना ताबडतोब अहवाल पाठवावा. वैद्यकीय अधिकाऱ्यांनी जिल्हा आरोग्य अधिकाऱ्याकडे अहवाल पाठवावा; यामुळे प्रतिबंधात्मक उपाययोजना सुरू केली जाते आणि रोग्याला लगेच उपचार सुरू केले जातात. रुग्ण रुग्णालयात दाखल करण्याची गरज असेल, तर त्याला रुग्णालयात दाखल करण्यात येते. वर्दी दिल्यामुळे आजाराला बळी पडणाऱ्यांची संख्या कमी होते; कारण आरोग्य अधिकारी रोगाचा प्रसार थांबवण्याचे कार्य लगेच हाती घेतात. यामुळे कोणत्या भागात रोगाचे रोगी जास्त आहेत, त्यानुसार त्या समाजातील लोकांना प्रतिबंधक उपचार देता येतात.

आरोग्य कर्मचाऱ्याने लोकांनाही असा सल्ला दिला पाहिजे की, जर त्यांना सांसर्गिक रोगाचा रुग्ण आढळला तर घरातील लोकांनी त्याबद्दल आरोग्य कर्मचारी किंवा प्राथमिक आरोग्य केंद्रात माहिती द्यावी. सांसर्गिक रोगांची लागण, मृत्यूचे अहवाल वेळोवेळी जिल्ह्याकडे पाठवण्याची जबाबदारी वैद्यकीय अधिकारी व प्राथमिक आरोग्य केंद्र यांची असते. जिल्हा आरोग्य अधिकाऱ्यांकडून राज्य स्तरावर, तिथून राष्ट्रीय स्तरावर माहिती पाठवली जाते. इंटरनॅशनल हेल्थ रेग्युलेशन्स (International Heath Regulations)नुसार देशातून माहिती जागतिक आरोग्य संघटनेला पाठवण्यात येते.

क) अलग ठेवणे (Isolation) : रुग्ण किंवा वाहक, ज्यांच्यापासून इतरांना संसर्ग होण्याची शक्यता आहे, अशा व्यक्तींना संसर्ग होण्याची शक्यता असलेल्या काळात इतरांपासून वेगळे ठेवण्यात येते. याचा उद्देश हाच आहे की, लोकांचे संसर्ग होण्यापासून संरक्षण करणे. रोगी रुग्णालयात असेल, तर अलगीकरण

चांगले होते. घरात विशेषतः खेड्यामध्ये रोग्यांचे प्रमाण जास्त असते, अशा वेळी अलगीकरण करणे कठीण असते. बऱ्याच वेळा रोगनिदान उशिरा झाल्यामुळे रुग्णाकडून संसर्ग इतरांना झालेला असतो आणि नंतर त्याला अलग ठेवण्यात येते. म्हणून रोगनिदान लवकरात लवकर करून, रुग्ण अलग ठेवणे व त्याच्यावर लगेच उपचार सुरू केल्यास त्याच्यापासून संसर्ग होण्याचे प्रमाण व काळ कमी करता येतो.

ज) डिसइन्फेक्शन (Disinfection) : जंतुविरोधक रासायनिक द्रव्ये वापरून जंतूंची वाढ थांबवावी व त्यांचा नाश करावा. रुग्णासाठी वापरलेली भांडी, इतर साहित्य, कपडे दूषित होतात व इतरांना संसर्ग होऊ शकतो. या सर्व वस्तू जंतुविरोधक औषधांमध्ये काही काळ बुडवून ठेवून, नंतर त्या निर्जंतुक करून घ्याव्यात. याचे प्रमाण, वेळ हे कोणते जंतुविरोधक द्रव्य वापरावयाचे यावर अवलंबून असते.

झ) उपचार (Treatment) : उपचाराचा उद्देश हाच आहे की, रोगजंतूंचा नाश करणे. सध्या अस्तित्वात असणाऱ्या औषधांमुळे सांसर्गिक रोग लवकर बरे होऊ शकतात. उपचारांमुळे रोग्यापासून होणाऱ्या संसर्गाचे प्रमाण कमी होते. रोगी लवकर बरा झाल्याने संसर्गाचा काळ कमी होतो. त्यामुळे समाजातील लोकांना रोगाची लागण कमी होते. काही सांसर्गिक रोगांमध्ये तर रुग्ण लवकर शोधून ताबडतोब उपचार करणे, अतिशय महत्त्वाचे आहे. उदा. फुफ्फुसाचा क्षयरोग, गुप्तरोग, कुष्ठरोग इत्यादी.

काही वेळा उपचार रुग्ण व त्याच्या सान्निध्यातील किंवा त्या भौगोलिक भागातील सर्वांना द्यावे लागतात. उदा. ट्रकोमा (Trachoma) आणि उपचार पुरेसे द्यावे लागतात. अर्धवट उपचारांमुळे त्या औषधांचा जंतूंवर काहीही परिणाम होत नाही व रुग्ण बरा होणे कठीण जाते.

ई) आरोग्य शिक्षण (Health Education) : लोकांना रोग कशामुळे होतो, कसा पसरतो, कोणत्या व्यक्तीला होण्याची शक्यता जास्त आहे, त्यासाठी प्रतिबंधक उपाययोजना काय करावी, सांसर्गिक रुग्ण आढळल्यास त्यांची जबाबदारी काय आहे, हे समजावून सांगावे. रोगांना आळा घालण्यासाठी त्यांचा सहभाग किती महत्त्वाचा आहे, या गोष्टींचे शिक्षण द्यावे. वैयक्तिक स्वच्छता, सवयी, आहार, सुरक्षित पाण्याचा वापर असे अनेक घटक असतात की, ज्यामुळे सांसर्गिक रोगाची लागण टाळता येईल. याबद्दल आरोग्यविषयक सल्ला द्यावा.

२) प्रसार माध्यमातून रोगप्रसार रोखणे (Blocking Modes of Transmisson)

रोगप्रसाराच्या साखळीमधील दुसरा घटक प्रसारमाध्यम. यापासून इतरांना संसर्ग होऊ शकतो. उदा. दूषित पाण्यापासून होणारे रोग. कॉलरा, विषमज्वर,

कावीळ, आमांश इत्यादी. हे रोग होऊ नयेत म्हणून पाणी शुद्ध करून पुरवावे. क्लोरिनेशन, दूषित अन्नापासून होणारे रोग टाळण्यासाठी अन्न दूषित होऊ न देणे, घरातील व सभोवतालचे वातावरण स्वच्छ राखणे, हात व भांडी स्वच्छ असणे, अन्न चांगले शिजवणे, शिळे, उघडे अन्न न खाणे हे पाळावे. यामुळे दूषित अन्नापासून होणारे रोग टाळता येतात.

डास किंवा इतर कीटकांपासून प्रसार होणारे रोग त्यांचा नायनाट करून टाळता येतात. हातांची स्वच्छता यामुळे प्रसार कमी होऊ शकतो.

एकंदरीत वैयक्तिक स्वच्छता, वातावरणाची स्वच्छता व आरोग्यविषयक जागृती असल्यास प्रसारमाध्यमे कमी करता येतात व सांसर्गिक रोगांना आळा घालता येतो.

३) रोग होण्याची शक्यता असलेल्या व्यक्ती (The Susceptible Host):

रुग्ण-माध्यम-निरोगी व्यक्ती ही साखळी तोडणे, म्हणजे निरोगी व्यक्तीची प्रतिकारशक्ती वाढवणे. विशिष्ट रोगाची प्रतिकारशक्ती व्यक्तीच्या शरीरात असेल तर संसर्ग झाला तरी रोग होऊ शकत नाही. यासाठी लहान वयातच बालकाला लसीकरण केले पाहिजे. लसीकरण करून व्यक्तीच्या शरीरात प्रतिकारशक्ती येणे याला 'ॲक्टिव्ह इम्युनायझेशन' (Active Immunization) म्हणतात. व्यक्तीच्या शरीरात प्रतिकारशक्ती टोचली जाते, त्याला 'पॅसिव्ह इम्युनायझेशन' (Passive Immunization) म्हणतात.

गोवर हा सांसर्गिक रोग असून याची वर्षातून दोन-तीन वेळा साथ येऊ शकते. अशक्त व कुपोषण असलेल्या मुलांमध्ये याचे गंभीर परिणाम दिसून येतात.

कारणे : १) हा रोग विषाणूंपासून होतो. याचे प्रमाण लहान मुलांमध्ये जास्त आहे. हा कोणत्याही वयात होऊ शकतो. पण ६ वर्षांखालील मुलांमध्ये याचे प्रमाण जास्त दिसून येते.

प्रसार : १) हवेमार्फत, श्वसनामार्फत, २) प्रत्यक्ष सान्निध्यात असणाऱ्या मुलांचा नाक, तोंड, घशातील स्रावाशी संपर्क आल्यास.

अधिशयन काळ (Incubation Period) **:** १० ते १४ दिवस असतो. पण जास्तही (२१ दिवस) असू शकतो.

चिन्हे व लक्षणे : १) ताप १०२^{0}F ते १०४^{0}F असतो. २) मूल चिडखोर बनते. ३) डोळ्यांच्या पापण्यांचा दाह झाल्यामुळे डोळे लाल होतात व सूज येते. डोळ्यांतून सतत पाणी व स्राव येऊ लागतो. प्रकाशाकडे पाहवत नाही. ४) घसा सुजतो. ५) सर्दी होते. नाकातून पाणी व स्राव वाहू लागतो. ६) खोकला असतो. ७) मळमळ, उलट्या, अतिसार असल्यास हिरवट रंगाची पातळ शौचाला होते.

८) तापाची सुरुवात झाल्यापासून चौथ्या किंवा पाचव्या दिवशी शरीरावर बारीक गुलाबी रंगाचे पुरळ दिसू लागतात (गोवर उठतो). कानाच्या मागे, चेहरा, पोट व छातीवर आणि नंतर सर्व शरीरावर पुरळ उठतात. पुरळ (Rash) उठू लागल्यानंतर ताप कमी होतो. ९) कॉप्लिक स्पॉटस (Koplik's Spots) म्हणजे तोंडामध्ये पुरळ येतात. हे सुळे दातांच्या ठिकाणी, गालाच्या आतील श्लेष्मल त्वचा सुजते व लाल होते. हे स्पॉटस् उठतात व काही तासात नाहीसे होतात. हे गोवराचे विशेष चिन्ह समजले जाते. शरीरावर पुरळ उठण्यापूर्वी दोन दिवस अगोदर किंवा त्याच दिवशी कॉप्लिक स्पॉटस् उठतात. १०) शरीरावरील पुरळ दुसऱ्या किंवा तिसऱ्या दिवशी काळसर दिसू लागतात. बरे वाटल्यानंतर त्वचेमधून कोंडा निघू लागतो.

रोगनिदान (Diagnosis) : १) कॉप्लिक स्पॉट, २) शरीरावर उठणारा बारीक रॅश, कॉरिझा (Coryza).

भवितव्य (Prognosis) : अतिलहान मुलाला गोवर झाल्यास धोकादायक असतो; तसेच उपचार लवकर न केल्यास दुष्परिणाम झाल्याने, बाळाच्या जीविताला धोका निर्माण होतो. थोड्या मोठ्या मुलामध्ये, रोगनिदान व उपचार लवकर झाल्यास दुष्परिणाम होत नाहीत व भवितव्य चांगले असते.

दुष्परिणाम (Complication) : रोगाच्या गंभीरतेमुळे व जंतूंचा दाह झाल्यामुळे (Secondary Tracheo Bronchitis) दुष्परिणाम होतात.

१) ब्रॉंकोन्यूमोनिया (Bronchopneumonia), २) लॅरिंगो ट्रकिओ ब्रॉंकॉयटिस (Laryngo Tracheo Bronchitis), ३) फुफ्फुसावरण दाह (Pleurisy), ४) मध्यकर्णदाह (Otitis), ५) मूत्रपिंड दाह (Nephritis), ६) मेंदूदाह (Encephalitis), ७) कॉर्नियल अल्सर (Corneal Ulcer).

प्रतिबंधक उपाय व प्रतिकारशक्ती : १) मातेला जर पूर्वी गोवर येऊन गेला असेल तर तिच्याकडून वारेमार्फत गर्भाला प्रतिकारशक्ती मिळते व जन्मानंतर काही महिने (६ ते ७) बाळाच्या शरीरात टिकून राहते. २) गोवर येऊन गेल्यानंतर दीर्घकाळ टिकणारी प्रतिकारशक्ती निर्माण होते. ३) गोवराची लस वयाच्या ९ ते १२ महिन्यात दिल्यास प्रतिकारशक्ती निर्माण होते. ४) ज्या वेळी गोवराची लस उपलब्ध नव्हती, त्या वेळी गॅमा ग्लोब्युलिन देण्यात येत असे. ते रुग्णाच्या संपर्कात असणाऱ्या मुलांना देण्यात येत असे. ५) अशक्त व कुपोषण असणारी मुले गोवर झालेल्या मुलांपासून वेगळी ठेवावीत व इतर प्रतिबंधक उपाययोजना करावी.

उपचार व परिचर्या : १) जंतुजीवाशक औषधे सेकंडरी बॅक्टेरिअल इन्फेक्शन टाळण्यासाठी दिली जातात. उदा. पेनिसिलीन, सेप्ट्रॉन, किंवा इरिथ्रोमायसीन २) चिन्हे व लक्षणांवर उपचार (Symptomatic Treatments). ३) मुलाला हवेशीर खोलीमध्ये उबदार बिछान्यात ठेवावे. त्याच्या डोळ्यांवर प्रत्यक्ष तीव्र प्रकाश

येऊ नये म्हणून खोलीत प्रकाश मंद असावा. ४) डोळ्यांची खाज होते व मुलाने हाताने डोळे चोळल्याने डोळ्यांचा दाह होण्याची शक्यता असते, म्हणून डोळे चोळू देऊ नयेत. नॉर्मल सलाईनने डोळे स्वच्छ करून डोळ्यांमध्ये डोळ्याचे मलम किंवा थेंब घालावेत. ५) नाकातील स्राव स्वच्छ करून श्वसनमार्ग मोकळा ठेवावा, म्हणजे मुलाला श्वसनाला त्रास होणार नाही. ६) तोंडात पुरळ आहेत का पाहावे व तोंड वरचेवर स्वच्छ करावे. ७) मुलाच्या अंगावर गार वारा प्रत्यक्ष येत नाही, त्याची खबरदारी घ्यावी. ८) ताप कमी करण्यासाठी थंड पाण्याचे उपचार व पॅरासिटेमॉल सिरप देण्यात येते. ९) त्वचेला खूप खाज येते. त्यासाठी कोमट पाण्याने मुलाचे अंग स्वच्छ पुसून घ्यावे. खाज खूप असल्यास कॅलॅमिन लोशन लावावे. १०) खोकला कमी करण्यासाठी खोकल्याचे औषध द्यावे. ११) आहार – ताप असतो म्हणून भरपूर द्रवपदार्थ द्यावेत. पचण्यास हलका पण सकस आहार द्यावा. आहारात विशेष बदल करण्याची गरज नाही. पचण्यास हलका, चवदार, मुलाला आवडणारा व एकावेळी कमी आहार द्यावा.

कांजिण्या (चिकनपॉक्स) (Chickenpox)

हा तीव्र सांसर्गिक रोग असून लहान मुलांमध्ये होणारा रोग आहे. याला सामान्य भाषेत 'वारेफोड्या' असे म्हणतात.

कारणे : हा विषाणूंपासून होतो. कोणत्याही वयात होण्याची शक्यता असते, पण ५ ते ९ वर्षे वयोगटांमधील मुलांमध्ये याचे प्रमाण जास्त आहे. चिकनपॉक्स व हर्पिस झोस्टर यांचा जवळचा संबंध असून कारणीभूत विषाणू एकाच गुणधर्माचे आहेत. हर्पिस व्हायरस व्हरीसेला, Herpes Virus Varicellae.

प्रसार : हवेतून, श्वसनामार्फत, प्रत्यक्ष संपर्कामुळे, नाकातील, फोडातील स्रावाच्या संपर्कात आल्यास, दूषित वस्तूमुळे.

अधिशयन काळ : २ ते ३ आठवडे असतो.

चिन्हे व लक्षणे : १) सुरुवातीला कणकण असते. २) रुग्णाला सौम्य ताप असतो. ३) डोकेदुखी. ४) भूक लागत नाही. ५) त्वचेवर लहान, गुलाबी रंगाचे पुरळ उठतात. हे उघड्या भागापेक्षा कपड्याच्या आतील भागात जास्त उठतात. पॅप्युलस (Papules) मध्ये लगेच पाणी भरते. व्हेसिकल्स (Vesciles) आणि पू होतो. पश्च्युल्स (Pustules) २४ तासानंतर खपली धरते. क्रस्टस (Crusts) (Papules Vescicles Pustules Crusts) हे फोड सुरुवातीला छातीवर उठतात, नंतर चेहरा व हातापायांवर पसरतात. तोंडामध्येही फोड येतात. त्यामुळे तोंडाचा दाह होतो. ६) फोडांना खाज सुटते व दाह होऊन व्रण होण्याची शक्यता असते. ७) रसगाठींना सूज येते.

रोगनिदान : या विशिष्ट फोडावरून रोगनिदान करण्यात येते.

दुष्परिणाम : १) फोडांना जंतूंचा दाह होतो, सेप्सिस. २) सेल्युलायटिस (Cellulitis), ३) मेंदूदाह (Encephalitis), ४) पॉलिन्युरायटिस (Polyneuritis), ५) मायलायटिस (Myelitis).

प्रतिबंधक उपाय : १) मुलाला इतरांपासून वेगळे ठेवावे. २) फोडातून निघणारा स्राव व खपल्या जाळून टाकाव्यात. ३) दूषित वस्तू जंतुविरहित करून निर्जंतुक कराव्यात. ४) त्याचे कपडे जंतुविरहित करावेत, असे रुग्ण आयसोलेशन रुग्णालयातच ठेवावेत.

प्रतिकारशक्ती : १) कांजिण्या एकदा येऊन गेल्यास कायम स्वरूपाची प्रतिकारशक्ती निर्माण होते. २) रुग्णाच्या संपर्कात आलेल्या मुलांना झोस्टर इम्युन ग्लोब्युलिन देण्यात येते.

उपचार व दिनचर्या : १) मुलाच्या त्वचेची खाज होते व खाजविल्याने फोड दूषित होऊन जखमा होतात म्हणून खाजवू देऊ नये. नखे आखूड, गुळगुळीत व स्वच्छ असावीत. अतिलहान मूल असल्यास हाताला आधारफळ्या बांधाव्यात. २) त्वचा कोमट पाण्याने हळुवार पुसून कॅलॅमिन लोशन (Calamine Lotion) लावावे. ३) ताप कमी होईपर्यंत व खपल्या पडेपर्यंत मुलाला बिछान्यात झोपवून ठेवावे. बिछान्याचे कपडे मऊ व निर्जंतुक असावे. ४) सेकंडरी इन्फेक्शन होऊ नये म्हणू जंतुजीवनाशक द्रव्ये देतात. ५) तोंडात फोड उठण्याची शक्यता असते, म्हणून तोंडाची वरचेवर काळजी घेऊन ते स्वच्छ ठेवावे. ६) भरपूर द्रवपदार्थ व हलका आहार द्यावा. २-३ दिवसात स्वाभाविक आहार द्यावा.

गालगुंड (Mumps)

हा तीव्र सांसर्गिक रोग असून जगामध्ये सगळीकडे दिसून येतो. यामध्ये लाळग्रंथी मुख्यतः पॅरॉटिड ग्रंथीचा दाह होतो.

कारणे : १) हा विषाणूंपासून होतो. पॅरामायक्सी व्हायरस (Paramyxo Virus) हे विषाणू शरीराबाहेर जगू शकत नाहीत. २) कोणत्याही ऋतूमध्ये याची साथ येते. ३) हा कोणत्याही वयात होतो, पण १५ वर्षाखालील मुलात प्रमाण जास्त आहे. याची साथ येते म्हणून 'एपिडेमिक पॅरॉटॉयटिस'ही म्हणतात.

प्रसार : १) प्रत्यक्ष सान्निध्यामुळे, २) हवेमार्फत, श्वसनामार्फत प्रसार होतो, ३) रुग्णाच्या लाळेचा प्रत्यक्ष किंवा अप्रत्यक्ष संपर्क आल्यास.

अधिशयन काळ : २ ते ३ आठवडे आल्यास.

चिन्हे व लक्षणे : १) सुरुवातीला ताप १०१ ^{0}F इतका असतो, २) कणकण, ३) पॅरॉटिड ग्रंथींना सूज येते, गिळताना दुखते. क्वचित जबड्याखालील

ग्रंथींनाही सूज येते. ही सूज एका बाजूला किंवा दोन्ही बाजूंना असते. जबडा उघडताना जास्त वेदना होतात. ४) जीभ कोरडी होते. ५) काही वेळा घसा व स्वरयंत्राला सूज येते. ६) लाळेचे प्रमाण कमी होते. ७) सूज दोन ते तीन दिवस वाढत राहते व नंतर कमी होते. सुमारे ७ ते १० दिवसात सूज कमी होते.

रोगनिदान : १) पॅरॉटिड ग्रंथीच्या सुजेवरून रोगनिदान होते. कानाखाली व पुढील बाजूस सूज येते. जबडा उघडता येत नाही. गिळताना त्रास होतो.

दुष्परिणाम : १) तरुण मुलाला झाल्यास टेस्टिकल्सचा दाह होतो. त्याला 'ऑरखॉयटिस' (Orchits) म्हणतात, २) तरुण मुलीला झाल्यास बीजांडाला दाह होतो. (Oophoritis), ३) मस्टायटिस (Mastitis), ४) मस्तकावरण दाह (Meningitis), ५) मेंदूदाह (Encephalitis), यामुळे कायमचा बहिरेपणा येतो. ६) संधिवात, ७) स्वादुपिंड दाह. सर्वसाधारणपणे लहान मुलांमध्ये होणारे दुष्परिणाम प्रौढाच्या मानाने कमी असतात.

प्रतिबंधक उपाय व प्रतिकारशक्ती : १) एकदा रोग झाल्यानंतर प्रतिकारशक्ती येते, त्यामुळे पुन्हा क्वचितच झाल्याचे आढळते. २) गॅमा ग्लोब्युलिन देण्यात येते. ३) M.M.R. लस देऊन स्वनिर्मित प्रतिकारशक्ती तयार होते. अलगीकरण, जंतू विरहितीकरण करून रोगप्रसार थांबविणे.

उपचार व दिनचर्या : १) ताप कमी होईपर्यंत व सूज कमी होईपर्यंत बिछान्यात झोपवून ठेवावे. २) तोंडाची काळजी घ्यावी. जंतुविरोधक पोटॅशियम परमँग्नेट किंवा मिठाच्या कोमट पाण्याने गुळण्या करण्यास लावावे. ३) द्रवपदार्थ व खीर खाण्यास द्यावी. गोड पदार्थ कमी असावेत, त्यामुळे लाळ ग्रंथी उत्तेजित होते व खूप वेदना होतात. शेक दिल्याने किंवा ग्लिसरीन बेलाडोना लावल्याने वेदना कमी होतात, पण ताप असताना शेक देऊ नये. ४) वेदनाशामक व ताप कमी करणारी औषधे देण्यात येतात. ५) वेदना खूपच असल्यास झोपेचे औषध देतात. ६) टेस्टिकल्सना सूज आल्यास स्टेरॉईड्स दिल्याने कमी होते. ७) स्टिल्बेस्ट्रॉल २ मि. ग्रॅम रोज असे दहा दिवस देतात.

बालपक्षाघात (Poliomyelitis)

इ.स. १८४० साली जर्मनीमध्ये हेईन यानी एका रोगामुळे लहान मुलांमध्ये लुळेपणा व व्यंग येऊ शकते, असे सांगितले. १८९० मध्ये स्वीडनमध्ये साथीच्या आजारामुळे मज्जारज्जूच्या करड्या भागाचा ऱ्हास होऊन लुळेपणा येतो, असे वर्णन केले. पोलिओ म्हणजे करडा (Gray) आणि मायलायटिस (Myelitis) म्हणजे दाह म्हणून याला 'पोलिओमायलायटिस' असे नाव पडले.

व्याख्या : हा तीव्र सांसर्गिक आजार असून इन्टेरोव्हायरसपासून होतो. हे विषाणू जठर व आतड्यामध्ये वास्तव्य करतात व तिथे त्यांची वाढ होते. रोगाची

गंभीरता विषाणूंच्या प्रकारावर अवलंबून असते. हे विषाणू तीन प्रकारचे असतात.

विषाणू प्रकार	नाव	तीव्रता	साथ
प्रकार १	ब्रुनहाइल्ड (Bruhild)	गंभीर	साथ गंभीर
प्रकार २	लानसिंग (Lansing)	मध्यम	साथ सौम्य
प्रकार ३	लीओन (Leon)	सौम्य	क्वचितच रुग्ण आढळतात.

पोलिओ मायलायटिसला 'इन्फन्टाईल पॅरालिसिस' असेही म्हणतात. याचे प्रमाण ६ महिने ते २ वर्षापर्यंतच्या बालकांमध्ये जास्त आहे. १० वर्षांनंतर प्रमाण कमी दिसून येते.

रोगाचा फैलाव (Incidence) : १) लुळेपणा न येणाऱ्या पोलिओचे प्रमाण बरेच जास्त आहे. २) १९८१ मध्ये पोलिओचे २५,००० ते ४३,००० रोगी शहरी भागात, तर १,१६,००० ते १,९१,००० ग्रामीण भागात आढळून आले, यातील बरीच मुले दोन वर्षांखालील वयोगटातील होती. ३) पॅरालिटिक पोलिओचे प्रमाण साधारणपणे १,००,००० लोकसंख्येमध्ये २ ते १६ इतके रुग्ण आढळले होते. ४) पावसाळ्यामध्ये विशेषत: जुलै ते नोव्हेंबरमध्ये रोगाचे प्रमाण जास्त आहे. ५) गर्दी, अस्वच्छता, कमी दर्जाचे राहणीमान हे माशा, कीटक उत्पत्तीला पोषक असते. अशा भागामध्ये पोलिओचे प्रमाण जास्त आहे. मुंबईसारख्या शहरात पोलिओचे प्रमाण जास्त होते. ज्या भागात घसादाह, जठर व आतड्याचा दाह जास्त आढळतो, त्या भागात पोलिओचे प्रमाण जास्त आहे.

प्रसार : १) प्रत्यक्ष सान्निध्य, श्वसनामार्फत, घशातील स्त्रावामार्फत. २) विषाणू रुग्णाच्या विष्ठेतून बाहेर टाकले जातात व अप्रत्यक्षरीत्या म्हणजे माशा, दूषित अन्न, पाणी, दूध व दूषित वस्तूंमार्फत प्रसार होतो. ३) साथीच्या दिवसात पावसाळ्यात मुलांना वेदना होणारे इंजेक्शन उदा. कॉर्टिझोन, डी.पी.अी. देऊ नये किंवा गलग्रंथी काढण्याची शस्त्रक्रिया (Tonsillectomy) करू नये. यामुळे मुलांमध्ये पॅरालिसिस होण्याची शक्यता असते. लहान बालकाला पावसाळ्यात पोलिओ डोस दिल्यानंतर डी.पी.टी. देण्याचा सल्ला डॉक्टर देतात.

हे विषाणू तोंडातून जठर व आतड्याच्या एपिथेलियममध्ये जातात. तिथून न्यूरल पेशींमध्ये जातात. रक्तामध्ये ॲन्टीबॉडीज तयार होऊ लागतात. मुलाच्या शरीरात प्रतिकारशक्ती चांगली असल्यास विषाणूंची ताकद कमी होते. प्रतिकारशक्ती नसल्याने संसर्ग न्यूरल पेशीमार्फत ॲन्टिरिअर हॉर्न सेलपर्यंत जातो.

मुलाला संसर्ग झाल्यानंतर जर त्याला विश्रांती नसेल किंवा खूप श्रम झाले तर पॅरालिसिस सुरू होण्याची शक्यता असते. संसर्ग होऊन सर्वसाधारणपणे

लक्षणे असताना अशक्त मूल खेळत नाही, हालचाल टाळते; पण निरोगी बालक खेळत राहते, त्यामुळे त्याला श्रम होतात. अशा बालकामध्ये पॅरालिसिस होण्याची शक्यता असते. सर्वसाधारणपणे निरोगी बालकालाच पोलिओ होतो, असे म्हणण्याचे हेच कारण असू शकेल.

रोगमीमांसा : हा दाह मज्जारज्जूच्या पुढील स्तंभातील करड्या भागाला (Gray Matter of Anterior Horn Cells) क्रेनिअल नर्व्हच्या न्यूक्लाय, क्वचित कॉर्टेक्सच्या करड्या भागाला व मेंदूलाही होतो. गंभीर दाहामुळे न्यूरॉन्सचा ऱ्हास होतो व काही थोडे न्यूरॉन्स पूर्णतः नष्ट होतात. नष्ट झालेल्या न्यूरॉन्समध्ये पुन्हा चेतना निर्माण होऊ शकत नाही (Fails to Regenerate). त्यामुळे ज्या अवयवाला लुळेपणा (Paralysis) येतो, तो कायम स्वरूपाचा असतो.

अधिशयन काळ : ७ ते १० दिवस असतो.

चिन्हे, लक्षणे व त्यावरून पडणारे प्रकार

१) एसिम्पटॉमॅटिक प्रकार (Asympomatic Type) : साथीमध्ये किंवा जवळपास पोलिओचा रुग्ण असेल, तर इतर मुलांना संसर्ग होतो. पण त्यांच्यामध्ये कोणतीच चिन्हे व लक्षणे न दिसता त्यांच्या रक्तात या रोगाच्या अॅन्टीबॉडीज तयार होतात.

२) अबॉर्टिव्ह प्रकार (Abortive Type of Poliomyelitis) : साथीच्या वेळी संपर्कात आलेल्या मुलांना संसर्ग होतो. त्यांच्यामध्ये सर्वसाधारण चिन्हे व लक्षणे दिसतात. उदा. ताप, डोकेदुखी, अंगदुखी, कणकण, कॉरिझा इत्यादी. पण निश्चित रोगनिदान होऊ शकत नाही. मज्जासंस्थेवर परिणाम झाल्याची चिन्हे आढळत नाहीत. या मुलाला ७ ते १० दिवस पूर्ण विश्रांती द्यावी. श्रम पडू देऊ नयेत. इंजेक्शन किंवा इजा होऊ देऊ नये. या मुलांचे शौचाची तपासणी केल्यास पोलिओ विषाणू व रक्तद्रवामध्ये पोलिओ अॅन्टीबॉडीज सापडतात.

३) प्रिपॅरालिटिक/नॉपॅरालिटिक (Preparalytic or Non-Preparalytic): अबॉर्टिव्ह प्रकारामधील सर्व चिन्हे व लक्षणे दिसतात. मूल चिडखोर बनते, मलूल होते. मान, पाठ, मांडी व पायाच्या स्नायूंना झटके येतात. वेदना होतात. बाळ हात लावू देत नाही. वेदनांमुळे मूल रडते. याला 'पोलिओ क्राय' (Polio Cry) म्हणतात. मज्जारज्जूवर परिणाम झाल्यामुळे लघवी तुंबते व मलावरोध होतो.

४) पॅरालिटिक पोलिओमायलिटिस : नॉन-पॅरालिटिक अवस्थेमध्ये योग्य काळजी घेतली नाही, तर रोगी पॅरालिटिक अवस्थेत जातो. पॅरालिटिक पोलिओचे चार प्रकार आहेत –

अ) स्पायनल पॅरालिटिक पोलिओमायलायटिस : बहुतेक लम्बोसॅक्रल

(Lum-bosacral) किंवा सर्व्हायकल रीजन ऑफ स्पायनल कॉर्डवर याचा परिणाम होतो. हात आणि पायांच्या स्नायूंवर परिणाम होतो. मुलाला हात डोक्याच्या वर नेता येत नाही किंवा हातात वस्तू धरता येत नाही. उभे केल्यास पाय टेकत नाही. याबरोबर पोटाच्या आणि छातीच्या स्नायूवर परिणाम होऊन ते लुळे पडतात. सर्व स्नायूंवर परिणाम होत नाही. पण थोड्या थोड्या स्नायूंवर परिणाम होतो. स्वायत्त चेतासंस्थेवर परिणाम (Autonomic Nervous System Involvement) झाल्याने लघवी होत नाही. मलावरोध असतो. पॅरालिटिक इलियस आणि ॲक्युट डायलेटेशन ऑफ स्टमकही होऊ शकते.

ब) बल्बर पोलिओमायलाटिस (Bulber Poliomyelitis) : मेंदूवर परिणाम होतो. ३, ४, ६ आणि ७ या क्रेनियल नर्व्हजवर परिणाम झाल्याने फेसिअल पॅरालिसिस स्क्विन्ट दृष्टिदोष निर्माण होतात. मेंदूमधील महत्त्वाच्या केंद्रांवर आणि ९ आणि १० क्रेनियल नर्व्हजवर परिणाम झाल्याने गिळता येत नाही. तोंडातील द्रव नाकातून परत येतात. बाळ गुदमरते. अनियिमत श्वसन व ऑक्सिजनची कमतरता होऊन मेंदूच्या पेशींचा ऱ्हास होऊ शकतो.

क) बल्बो स्पायनल पोलिओमायलाटिस : वरील दोन्ही प्रकारच्या पोलिओची लक्षणे एकत्रित आढळतात. त्याला 'बल्बो स्पायनल पोलिओमायलाटिस' म्हणतात.

ड) पोलिओ एनसेफॅलाटिस (Polio Encephalitis) : सर्वसाधारण लक्षणांनंतर तर मूल अतिशय चिडखोर बनते. गोंधळलेल्या अवस्थेत व ग्लानीमध्ये जाते. झटके, आकडी येते, अतिताप असतो, हातापायांचे स्नायू ताठ होतात व लुळे पडतात.

दुष्परिणाम : ब्राँकोन्यूमोनिया, ॲस्पिरेशन न्यूमोनिया, लंग कोलॅप्स, ऑक्सिजन पुरवठा न झाल्याने मेंदूच्या पेशींचा ऱ्हास होणे, आकडी, मायोकार्डायटिस आणि मायोकार्डियल फेल्युअर इत्यादी. दुष्परिणाम दिसून येतात.

रोगनिदान : १) पोलिओ सीझनमध्ये मुलामध्ये सर्वसाधारण चिन्हे व लक्षणे दिसल्यास स्पायनल न्यूखल साईन्स (Spinal Nuchal Signs) वरून व प्रयोगशाळेतील तपासण्या करून लवकर रोगनिदान केल्यास व योग्य काळजी घेतल्यास लुळेपणा व पुढील दुष्परिणाम टाळता येतात –

स्पायनल न्यूचल साईन्स (Spinal Nechal Signs)

१) ट्रिपॉड साईन (Tripod Sign) : मांडीच्या, कमरेच्या व पाठीच्या स्नायूंना झटके येतात व स्नायू दुखरे होतात, त्यामुळे रुग्ण ताठ बसू शकत नाही. तो हळुवारपणे, हालचाल न करता बसण्याचा प्रयत्न करतो.

२) किस नी टेस्ट (Kiss Knee Test) : पाठीवर झोपलेल्या रुग्णाला

बसावयास सांगून गुडघे कपाळाला किंवा ओठाला लावण्यास सांगितल्यास ते शक्य होत नाही, कारण मानेच्या व पाठीच्या स्नायूंना झटके येत असतात.

३) हेड ड्रॉप (Head Drop) : मानेच्या स्नायूंना झटके असल्यामुळे, मूल उचलून घेतल्यास डोके मागे पडते.

प्रयोगशाळेतील तपासण्या : १) शौच कल्चर केल्यास पोलिओ विषाणू सापडतात. २) रक्तद्रवामध्ये पोलिओ ॲन्टीबॉडीज असतात, पण ही तपासणी केली जात नाही.

भवितव्य : पहिल्या तीन प्रकारच्या पोलिओमध्ये विशेष म्हणजे अबॉर्टिव्ह व नॉन-पॅरालिटिकमध्ये योग्य काळजी, विश्रांती मिळाल्यास भवितव्य चांगले आहे. पॅरालिटिकमध्ये कायमचे व्यंग निर्माण होते व इतर तीन गंभीर प्रकारांमध्ये मृत्यूचे प्रमाण फारच आहे.

प्रतिबंधक उपाय : १) बाळाला दीड महिन्यापासून एक महिन्याच्या अंतराने पोलिओ सॅबिनलस तोंडाने देण्यात येते. झिरो पोलिओ जन्मानंतर पहिल्या दिवशी पहिला डोस ६ आठवडे, दुसरा १० आठवडे व तिसरा १४ आठवड्यांच्या बाळाला द्यावा. पल्स पोलिओ मात्र पहिला वाढीव डोस बाळ दीड वर्षांचे झाले की द्यावा. पोलिओ लसीची क्षमता चांगली राहण्यासाठी शीत साखळी अतिशय महत्त्वाची आहे. (प्रकरण ५ मध्ये साल्क, सॅबिन व शीत साखळी सविस्तर वाचा.) २) पोलिओ सीझनमध्ये मुलाला शक्यतो अति दुखणारे इंजेक्शन देऊ नये. सर्वसाधारण लक्षणे असताना विश्रांती द्यावी व योग्य काळजी घ्यावी.

उपचार व परिचर्या : ॲबॉर्टिव्ह आणि नॉन-पॅरालिटिकमध्ये घ्यायची काळजी – १) रुग्णाला ७ ते १० दिवस किंवा जास्त पूर्ण विश्रांती द्यावी. २) मुलाला झोपेची सौम्य औषधे देतात. ३) ताप व वेदना कमी करण्यासाठी ए. पी. सी. गरम पाण्याच्या पट्ट्या किंवा पिशवीने दुखऱ्या भागाला शेक द्यावा. ४) लुळेपणा आहे का, याकडे सतत लक्ष ठेवावे. ५) कोणतेही इंजेक्शन किंवा इजा होऊ देऊ नये. ६) इतर सर्व काळजी बिछान्यामध्येच घ्यावी.

पॅरालिटीक पोलिओमध्ये घ्यायची काळजी

१) विश्रांती : शारीरिक व मानसिकदृष्ट्या पूर्ण विश्रांती द्यावी. मानसिक ताण व शारीरिक श्रम थोडे जरी झाले, तरी लुळेपणा येण्याची शक्यता असते.

२) मुलाला झोप येण्यासाठी झोपेची सौम्य औषधे देण्यात येतात. उदा. ब्रोमाईड, फिनाबार्बिटोन इत्यादी. यामुळे विश्रांती मिळते.

३) बाळाला पाठीवर झोपवावे. गरजेनुसार वाळूच्या पिशव्या व आधारफळीचा उपयोग करून फूट ड्रॉप व इतर व्यंग टाळावे.

४) स्नायूंना झटके येतात व वेदना कमी करण्यासाठी गरम पाण्याच्या पट्ट्या ठेवून शेक द्यावा, हे दिवसातून तीन ते चार वेळा करावे. प्रत्येक वेळी १० ते २० मिनिटे शेक द्यावा. असा शेक बरेच दिवस द्यावा. बाळाला भाजणार नाही याची काळजी घ्यावी, यामुळे वेदना कमी होण्यास मदत होते व हातापायांच्या हालचाली सुधारू शकतात. पण पॅरालिसिस झाल्यानंतर यामुळे कमी होऊ शकत नाही.

५) मूत्राशय व गुदाशयाची काळजी : मलावरोधासाठी साधी बस्ती द्यावी. लघवी होण्यासाठी गरम पाण्याची पिशवी देऊन पाहावी. काही उपयोग न झाल्यास कॅथेटर घालून लघवी काढावी व ड्रेनेज बाटली जोडावी.

६) सुरुवातीला बाळाला स्वाभाविक आहार द्यावा. भूक मंदावलेली असल्यामुळे द्रवपदार्थ व थोडा थोडा आहार द्यावा. गंभीर रुग्णामध्ये आहार देताना मूल गुदमरण्याची शक्यता असते, त्या वेळी काळजी घ्यावी.

७) औषधोपचार : अ) विषाणूदाह कमी करण्यासाठी विशेष औषधे उपलब्ध नाहीत. ब) इतर दाह (Secondary Infection) होऊ नये, म्हणून जंतुजीवनाशक द्रव्ये देतात. उदा. पेनिसिलीन, इरिथ्रोमायसिन इत्यादी.

८) द्रव व क्षारांचे शरीरात संतुलन राखणे. मुलाला उलट्या, अतिताप असल्यास जलकमतरता होण्याची शक्यता असते. यासाठी तोंडाने भरपूर द्रवपदार्थ द्यावेत. तोंडाने शक्यच नसेल, तर शिरेतून ग्लुकोज व इतर सलाईन देण्यात येते.

९) मुलाला लुळेपणा येत नाही, यासाठी सतत तपासणी करून प्रगती पाहावी. बाळाला हातापायाची हालचाल करण्यास सांगू नये, पण आपण हालचाल करून पाहावी. यामुळे व्यंग टाळता येते. सुरुवातीला ७ ते १० दिवसात तीव्र स्वरूपाची मस्तिष्कावरण दाहाची लक्षणे कमी होतात. ताप, वेदना कमी होतात व दुष्परिणाम नसल्यास रोगी बरा होऊ लागतो. लुळेपणा असेल तर पहिल्या चोवीस तासातच पूर्णत्वाला पोहोचतो. स्नायूंच्या हालचाली सुरू होतात. १५ ते २० दिवसात कृत्रिम व्यायाम (भौतिक उपचार) सुरू करावा. यासाठी फिजिओथेरपिस्टची गरज असते. त्यांच्या सल्ल्यानुसार व्यायाम देण्यात यावेत. या रुग्णामध्ये मसाज व पाण्यात दिलेल्या व्यायामांचा (Under Water Exercises) चांगला उपयोग होतो.

लुळेपणा : ज्या स्नायूंवर परिणाम होतो ते स्नायू लुळेच राहतात. काही स्नायूंचा ऱ्हास होतो. ज्या मुलांची वाढ पूर्ण झालेली नसते. त्यांच्या हाडांची वाढ चांगली होत नाही. हात किंवा पाय आखूड व बारीक राहतो. लुळे स्नायू व चांगले स्नायू यांच्यामध्ये समतोलता न राहिल्याने निरनिराळी शारीरिक व्यंगे निर्माण होतात. हे व्यंग जन्मभर राहते. या मुलाचे पुनर्वसन करणे अतिशय महत्त्वाचे आहे. या बालकाच्या राहिलेल्या क्षमतेचा उपयोग करून, त्याला स्वत:च्या पायावर उभे करून जबाबदार नागरिक बनण्यास मदत करावी. बल्वर, बल्बोस्पायनल व पोलिओ एन्सिफॅलाटिसमध्ये विशेष

उपचारांची गरज असते. (कृत्रिम रेस्पिरेटर, ट्रकिओस्टॉमी इत्यादी.) बालकाला विशेष केअर युनिटमध्ये ठेवून उपचार करावे लागतात.

धनुर्वात (Tetanus)

हा एक तीव्र सांसर्गिक आजार असून यामध्ये स्नायूंना झटके येतात, आकडी येते. टिटॅनस म्हणजे तोंड उघडता न येणे (Lock Jaw).

कारणे : हा आजार क्लॉस्ट्रिडियम टिटॅनी (Clostridium Tetani) या जंतूमुळे होतो. हे जंतू कवचधारी असून ऑक्सिजनशिवाय जगू शकतात. हे घोडा व इतर जनावरांच्या आतड्यांमध्ये असतात. त्यांच्या विष्ठेमार्फत बाहेर टाकले जातात व मातीत अनेक वर्षे राहू शकतात. मनुष्याच्या शरीरात जखमेतून प्रवेश करतात. योग्य वातावरणात यांची वाढ झपाट्याने होते. उदा. दूषित व खोल जखमा, ज्या ठिकाणी ऑक्सिजन नसतो. हे जंतू विषजन्य पदार्थ (Toxins) तयार करतात. त्याचा परिणाम मज्जासंस्थेवर होतो.

प्रसार : १) दूषित माती, गंजलेल्या लोखंडी धारदार वस्तू, जनावरांची विष्ठा यातील जंतू मनुष्याच्या जखमेत गेल्याने. २) जखम असलेल्या व्यक्तीने दूषित वस्तू हाताळल्यास. ३) नवजात बालकाची नाळ दूषित रेझर ब्लेड किंवा कात्रीने कापल्यास धनुर्वात होतो. त्याला 'नवजात अर्भकातील धनुर्वात' म्हणतात.

अधिशयन काळ : ४ दिवस ते ३ ते ५ आठवडे (बहुतेक रुग्णांमध्ये १० ते १४ दिवस). अधिशयन काळ कमी असेल, तर रोगाची गंभीरता जास्त नसते व जास्त असेल तर रोग सौम्य असतो.

चिन्हे व लक्षणे : १) मानेच्या स्नायूंना ताठरपणा येतो. २) तोंड उघडता येत नाही (Lock Jaw). ३) शरीराच्या सर्व स्नायूंना ताठरपणा येतो. ४) रुग्ण अस्वस्थ, चिडखोर बनतो, मूल किरकिर करते. ५) ताप असला तर सौम्य किंवा मध्यम असतो (१०० ते १०२ ^{0}F). ६) घाम खूप येतो. मलावरोध असतो. ७) स्नायूंना सतत झटके येतात. हे झटके आवाज, तीव्र प्रकाश व स्पर्श केल्याने जास्त होतात. सतत झटके आल्याने रोगी गुदमरण्याची शक्यता असते. रोगी निलांगावस्थेमध्ये जातो. पाठीची कमान तयार होते. रुग्णाचे डोके व टाचाच फक्त बिछान्याला टेकतात. या स्थितीला 'ओपिस्थाटोनोस' (Opisthotonos) असे म्हणतात. झटके आल्यानंतर चेहऱ्याच्या सर्व स्नायूंमध्ये सारखी शक्ती न राहिल्याने रुग्ण हसल्यासारखा दिसतो, त्याला 'सारडोनिक स्माईल' (Sardonic Smile) असे म्हणतात. घसा, स्वरयंत्र व छातीच्या स्नायूंना झटके आल्यामुळे गिळण्याचा त्रास होतो. श्वसनास अडथळा व त्रास होतो. मूत्राशयाच्या स्फिक्टर्सना झटके आल्याने लघवी तुंबते.

रोगनिदान : १) चिन्हे व लक्षणांवरून करतात. २) रक्तातील पांढऱ्या पेशी

(Leucocytosis)ची संख्या वाढते.

भवितव्य : अधिशयन काळ ७ दिवसांपेक्षा कमी असेल तर रोगाचे स्वरूप गंभीर असते. अशा रोग्याचे भवितव्य तितकेसे चांगले नसते, पण अधिशयन काळ जास्त असेल, तर रोगाचे स्वरूप सौम्य असते. लवकर उपचार मिळाल्यास रोगी पूर्णत: बरा होतो.

प्रतिबंधक उपाय : १) जखम होऊ नये म्हणून काळजी घ्यावी. निष्काळजीपणाने काम करण्याच्या सवयीमुळे इजा होण्याची शक्यता असते. लहान मुलांचे संगोपन योग्य करून त्याला इजा होणार नाही, याची जास्तीत जास्त काळजी घ्यावी. २) छोटी किंवा मोठी जखम झालीच तर जखमेची काळजी घ्यावी. ड्रेसिंग, निर्जंतुकता यामुळे जखम दूषित होत नाही व लवकर बरी होते. ३) लसीकरण – मूल दीड महिन्याचे झाले की, त्रिगुणी लसीची पहिली मात्रा द्यावी व एक महिन्याच्या अंतराने दुसरी अशा तीन मात्रा द्याव्यात. पहिली वाढीव मात्रा मूल दीड वर्षाचे झाले की द्यावी. मूल ५ वर्षांचे झाले की, द्विगुणी लसीची एक मात्रा द्यावी. त्यानंतर मुलाला दहाव्या वर्षी व सोळाव्या वर्षी टिटॅनस टॉक्साईडची एकेक मात्रा द्यावी. प्राथमिक लसीकरण झाले नसेल किंवा माहीत नसेल तर धनुर्वात प्रतिबंधक लसीचे एक महिन्याच्या अंतराने एक, अशा दोन मात्रा द्याव्यात. काही डॉक्टरांच्या मते जखम झाल्यानंतर धनुर्वात प्रतिबंधक लसीची एक मात्रा दिल्यास प्रतिकारशक्ती उत्तेजित होते.

पॅसिव्ह लसीकरण : ए.टी.एस. (Anti Titanus Serum) इंजेक्शन जखम मोठी किंवा दूषित (अपघात) असल्यास धनुर्वात प्रतिबंधक लस देऊन शरीरात प्रतिकारशक्ती तयार होईपर्यंत तयार ॲन्टीबॉडीज दिल्या जातात. ही प्रतिकारशक्ती थोडा काळच टिकते.

उपचार व परिचर्या : १) उपचाराचा महत्त्वाचा उद्देश म्हणजे टॉक्सिन्सची ताकद कमी करून (Neutrilization of Toxins) टॉक्सिनचा मज्जासंस्थेवर होणारा परिणाम कमी करणे. यासाठी ए.टी.एस. इंजेक्शन रोगनिदान झाल्यावर ताबडतोब द्यावे. याची मात्रा रोगाची गंभीरता, वय व वजनावर ठरविली जाते. ए.टी.एस. त्वचेमध्ये टेस्ट करून रिॲक्शन नसेल तर पूर्ण मात्रा दिली जाते. २) जखमेची काळजी – रोगजंतूविरोधक द्रव्याने स्वच्छ करून निर्जंतुक ड्रेसिंग करावे. जखम बरी होऊ लागेल तशी जंतुवाढ कमी होते. जखम बरी होते. ३) जखम भरून जंतूंची वाढ कमी होण्यासाठी जंतुजीवनाशक द्रव्ये देण्यात येतात. ४) झटके कमी करण्यासाठी झोपेची औषधे देण्यात येतात. उदा. फिनाबार्बिटोन अवेर्टिन (Avertin), मॅग्नेशियम सल्फेट (Magnasium Sulphat) पण श्वसनकेंद्र डिस्प्रेस होणारी औषधे देऊ नयेत. झोपेची औषधे २४ तासांत विभागणी करून देतात, म्हणजे मात्रा दर सहा तासांनी दिली जाते, म्हणजे रुग्ण झोपेत असल्यामुळे झटके कमी येतील.

५) झोपेची औषधे देण्यापूर्वी रुग्णाची परिचर्या करून घ्यावी, म्हणजे दोन ते तीन तास त्याला शांत झोप मिळेल. ६) यानंतर रुग्णाची नाडी व श्वसन वरचेवर घ्यावे, कारण रोगी गुदमरण्याची शक्यता असते. ७) रुग्णाच्या स्वरयंत्राला झटके येत असल्यास रोगी गुदमरण्याची शक्यता असते. अशा वेळी तत्काळ श्वासनलिकेला शस्त्रक्रियेने छिद्र (Tracheostomy) पाडावे लागते. श्वासनलिकेतून श्वसन चालू करावे लागते. ८) जरुरीप्रमाणे ट्रकिओस्टॉमीतून ऑक्सिजन देण्यात येतो. (ट्रकिओस्टॉमी झालेल्या रुग्णाची काळजी प्रकरण १६ मध्ये वाचा.)

परिचर्या : १) या रुग्णाला शांत, मंद प्रकाश असलेल्या, हवेशीर खोलीमध्ये ठेवावे. २) स्पर्शाने झटके वाढतात, म्हणून रुग्णाला वरचेवर परिचर्येचा त्रास होऊ नये, यासाठी परिचर्येचे नियोजन करावे. सकाळी अंग पुसणे, स्थिती बदलणे, बिछाना बदलणे, तोंडाची काळजी व आहार देऊन झोपेचे औषध द्यावे, म्हणजे नंतर रुग्णाला २ ते ३ तास चांगली शांत झोप मिळेल व झटके येणार नाहीत. ३) दर चार तासांनी रोग्याची स्थिती बदलावी व दाब बिंदूची काळजी घ्यावी म्हणजे शय्याव्रण होणार नाही. ४) रुग्णाला झटके असताना इंजेक्शन देऊ नये. झटके थांबल्यावर द्यावे. ५) त्याचा इन्टेक-आऊटपुट चार्ट तंतोतंत ठेवावा. द्रवपदार्थ भरपूर द्यावेत. ६) दर चार तासांनी तोंडाची काळजी घ्यावी. ७) लघवी तुंबते म्हणून कॅथेटर घालून लघवी काढावी व ड्रेनेज बाटली जोडावी. या वेळी निर्जुंतकता पाळावी. ८) मलावरोधासाठी बस्ती गरजेनुसार द्यावी. ९) आहार – रुग्णाला गिळता येत असेल तर द्रवपदार्थ भरपूर द्यावेत. जर गिळता येत नसेल तर जठरात नळी घालून द्रवपदार्थ द्यावे लागतात. नळी घालताना रुग्ण गुदमरण्याची शक्यता असते, म्हणून नळी घालण्याची तयारी करून डॉक्टरांना बोलवावे. शक्यतो डॉक्टरांनी राईल्स ट्यूब घालणे चांगले. १०) रुग्णाचे तपमान, नाडी, श्वसन दर चार तासांनी घेऊन मार्क करावे. ११) त्याला झटके कधी, दिवसातून किती वेळा येतात, आकडी येते का, हे निरीक्षण करून त्याची नोंद ठेवावी. १२) रुग्णासाठी वापरलेली साधने, विशेषत: जखमेच्या ड्रेसिंगसाठी वापरलेली साधने जंतुविरहित करून अॅटोक्लोव्ह पद्धतीने निर्जुंतक करावीत. हे जंतू उकळल्याने मरत नाहीत.

घटसर्प (Diphtheria)

हा तीव्र सांसर्गिक रोग आहे. यामध्ये घसा सुजतो व घशामध्ये पापुद्रा तयार होतो. या आजाराचे जंतू विष (Toxin) तयार करतात व त्याचा परिणाम शरीरावर होतो.

'डिफ्थेरा' हा ग्रीक शब्द आहे. याचा अर्थ पापुद्रा असा आहे. या रोगात पापुद्रा तयार होतो, म्हणून याला 'डिफ्थेरिया' असे म्हणतात.

कारणे : १) कॉर्निबॅक्टेरीयम डिफ्थेरिया या जंतूमुळे होतो. या जंतूचा शोध १८८३-८४ मध्ये क्लेब्स आणि लॉफ्लर यांनी लावला. यासाठी क्लेब्स-लॉफ्लर हे माध्यम वापरण्यात आले, म्हणून या जंतूंना 'क्लेब्स-लॉफ्लर' जंतू असेही नाव आहे. २) हा रोग कोणत्याही वयात होऊ शकतो, पण लहान मुलांमध्ये याचे प्रमाण जास्त आहे. ३) हिवाळ्यामध्ये याचे प्रमाण जास्त असते.

रोगप्रसार : १) प्रत्यक्ष रुग्णाच्या संपर्काने, २) हवेमार्फत, श्वसनामार्फत, ३) दूषित दूध, ४) रुग्णापासून निघणाऱ्या स्त्रावापासून, ५) दूषित वस्तू व वाहकामार्फत.

रोगमीमांसा : रोगजंतूंचा नाक, घसा, स्वरयंत्र, गलग्रंथी व योनिमार्ग याठिकाणी संसर्ग होतो. ज्याठिकाणी संसर्ग होतो त्यावरून घटसर्पाचे प्रकार पडतात. उदा. नाकाचा (Nasal), घशाचा (Pharyngeal), स्वरयंत्राचा (Largnageal), योनिमार्गाचा (Genital) इत्यादी. रक्तस्त्रावी घटसर्प हा विशेष करून होत नाही. पण झालाच तर धोकादायक असतो. घशातील घटसर्पाचा परिणाम केशवाहिन्यांवर होऊन त्वचेखाली रक्त (Purpura) साकाळते. याचे भवितव्य धोकादायक असते. नाकाचा घटसप्र सौम्य असतो, कारण या प्रकारामध्ये जंतुजन्य विषाचा शरीरावर फारसा परिणाम होत नाही. त्यामुळे दुष्परिणाम विशेष होत नाहीत.

जंतुचा दाह झालेल्या ठिकाणी नाश पावलेल्या पेशी व फायब्रिन यांचा पातळ पापुद्रा तयार होतो. या पापुद्रामध्ये जंतू असतात व त्यांनी तयार केलेल्या टॉक्सिनचा परिणाम हृदयाचे स्नायू, मज्जातंतू, मूत्रपिंडावर होतो व दुष्परिणाम होतात. स्थानिक व सर्वसाधारण चिन्हे व लक्षणे दिसतात.

अधिशयन काळ : १ ते ६ दिवस.

चिन्हे व लक्षणे : १) आजाराची सुरुवात अचानक होते. २) सौम्य ताप असतो. ३) कणकण. ४) डोकेदुखी. ५) नाक, घसा आणि स्वरयंत्रावर सूज असते. पापुद्रा तयार होतो. हा पापुद्रा करडा पांढऱ्या रंगाचा असतो. स्वॉबस्टिकने काढण्याचा प्रयत्न केल्यास रक्तस्त्राव होऊ लागतो. ६) आवाज घोगरा होतो. खोकला असतो. ७) गिळताना त्रास होतो. ८) श्वास घेताना व सोडताना आवाज होतो. त्याला 'स्ट्रिडॉर' (Stridor) म्हणतात. स्वरयंत्राच्या घटसर्पामध्ये श्वसनाला अडथळा निर्माण होतो. श्वसनाच्या सर्व स्नायूंवर ताण पडतो. रुग्ण निलांगावस्थेमध्ये जाण्याची शक्यता असते. ९) मानेतील लिंफनोड्स सुजतात. १०) रुग्ण निस्तेज दिसतो. ११) नाडीचा वेग वाढतो.

रोगनिदान : १) घशाचा स्वॉब घेऊन कल्चर केल्यास त्यात हे जंतू सापडतात. २) विशिष्ट पापुद्र्यावरून, चिन्हे व लक्षणांवरून रोगनिदान केले जाते. प्रत्येक आजारी मुलाचा ताप असल्यास घसा तपासावा.

भवितव्य : रोगनिदान लवकर झाल्यास, त्याला ॲन्टिटॉक्सिन (ए.डी.एस.) लवकर मिळाल्यास व दुष्परिणाम न झाल्यास भवितव्य चांगले आहे.

प्रतिबंधक उपाय व प्रतिकारशक्ती : १) मातेकडून मुलाला प्रतिकारशक्ती मिळते व ती सहा महिन्यांपर्यंत राहू शकते. २) मुलाला वयाच्या दीड महिन्यापासून त्रिगुणी लसीच्या मात्रा सुरू कराव्यात. एक मात्रा दिल्यानंतर १ महिन्यानंतर एक अशा तीन मात्रा द्याव्यात. दीड वर्षाचे बाळ झाल्यानंतर पहिली वाढीव मात्रा व ५ व्या वर्षी द्विगुणी लसीची दुसरी वाढीव मात्रा द्यावी. यामुळे त्याच्या शरीरात प्रतिकारशक्ती तयार होते. ३) रुग्णाला घशाचा स्वॅब तीन वेळा निगेटिव्ह येईपर्यंत इतरांपासून वेगळे ठेवावे. ४) संपर्कात आलेल्या इतर मुले व लोकांची शिक टेस्ट (Schick Test) करून ती जर पॉझिटिव्ह असेल, तर रोग होण्याची शक्यता असते. अशांना प्रतिबंधक म्हणून ॲन्टिटॉक्सिन देतात व पेनिसिलीन किंवा इरिथ्रोमायसिन जंतुजीवनाशक द्रव्ये देतात.

दुष्परिणाम : १) मायोकार्डियटिस (Myocarditis) : ही महत्त्वाची विपरीत भावना समजली जाते. दुसऱ्या किंवा चौथ्या आठवड्यात होण्याची शक्यता असते. यामध्ये कार्डिओग्राममध्ये बदल दिसतात. हृदयाचे ठोके अनियमित होतात. रक्तदाब कमी होतो. हृदयाचे कार्य कमजोर होते. हृदय अकार्यक्षम होऊन रोगी दगावण्याची शक्यता असते.

२) मज्जासंस्थेचे दुष्परिणाम : मज्जातंतूवर परिणाम झाल्यामुळे टाळा, घसा, डोळे, हात व पाय यांचे स्नायू लुळे पडतात. टाळा लुळा पडल्यामुळे गिळता येत नाही, डोळ्याच्या स्नायूंवर परिणाम झाल्यामुळे मूल तिरळे (Squint) पाहू लागते. श्वासपटलावर परिणाम झाल्यास श्वसनास त्रास होतो. रोगी बरा होऊ लागला की स्नायूंचा लुळेपणा कमी होऊ लागतो व पूर्णतः सुधारणा होते.

३) इतर : ब्राँकोन्यूमोनिया (Bronchopneumonia) : रेस्पिरेटरी फेल्युअर होऊन रोगी अचानक दगावण्याची शक्यता असते.

उपचार व परिचर्या : उपचार तीन तत्त्वांनुसार करण्यात येतात.

१) ॲन्टिटॉक्सिन देऊन विषाची ताकद कमी करण्यासाठी रोगनिदान झाल्याबरोबर ॲन्टिटॉक्सिन (A.D.S.) स्नायूमध्ये किंवा अतिशय निकडीच्या वेळी शिरेतून देण्यात येते. सौम्य रुग्णामध्ये याची मात्रा ४०,००० इंटरनॅशनल युनिट(IU) व गंभीर रुग्णामध्ये ८०,००० इंटरनॅशनल युनिट देतात. हे त्वचेमध्ये टेस्ट केल्यानंतर देण्यात येते.

२) श्वसनाला अडथळा होऊन रोगी गुदमरण्याची शक्यता असते. विशेषतः स्वरयंत्राचा घटसर्प असेल तर ट्रकिओस्टॉमी तत्काळ करून रोग्याचा जीव वाचवावा लागतो.

३) जंतुजीवनाशक द्रव्ये देऊन जंतूंचा नाश करणे यासाठी प्रोकीन पेनिसिलीन ६ लाख युनिअ किंवा इरिथ्रोमायसिन ४० मि. ग्रॅम. प्रतिकिलो मागे देण्यात येते.

४) विश्रांती : मुलाला पूर्ण विश्रांतीची गरज असते. २ ते ३ आठवडे बिछान्यात झोपवून ठेवावे. त्याची सर्व काळजी बिछान्यामध्येच घ्यावी.

५) दर दोन तासांनी तपमान, नाडी, श्वसन व रक्तदाब घेऊन नोंद करावी.

६) श्वसनाला अडथळा होऊन मूल गुदमरत नाही व निलांगावस्थेत जात नाही, याकडे लक्ष द्यावे. डॉक्टरांना बोलवावे. जर ट्रकियास्टॉमी करण्यात आली तर रुग्णाची काळजी घ्यावी. (प्रकरण नं. १६ मध्ये वाचा.)

७) मूल निलांगावस्थेमध्ये गेल्यास लगेच कृत्रिम ऑक्सिजन द्यावा.

८) गिळण्याला त्रास होत असेल, तर द्रवपदार्थ व मऊ आहार द्यावा की, ज्यामुळे गिळताना क्षोभ होणार नाही. फारच त्रास होत असल्यास नाकातून नळी जठरात घालून द्रवपदार्थ देणे चांगले व दिलेल्या द्रवांची नोंद ठेवावी.

९) डिफ्थेरियाच्या विषामुळे कार्बोहायड्रेटचे पचन योग्य रीतीने होत नाही; म्हणून शिरेतून ग्लुकोज देण्यात येते. पचन सुधारल्यानंतर तोंडाने भरपूर ग्लुकोज द्यावे. आहार हळूहळू स्वाभाविक करावा. २ ते ४ आठवड्यात नेहमीच आहार द्यावा.

१०) मलावरोध असेल तर रेचक देऊ नयेत. साधा बस्ती द्यावी.

११) नाकातील, घशातील स्राव स्वच्छ करून वापरलेले स्वॉब, गॉझ जाळून टाकावेत. वस्तू जंतुविरहित करून घ्याव्यात.

१२) नाडी व हृदयाचे ठोके वरचेवर घ्यावेत. अनियमित असल्यास लगेच डॉक्टरांना कळवावे. रोगी बरा होत असताना अचानक हृदय अकार्यक्षम होण्याची शक्यता असते; म्हणून हालचाल करू देऊ नये.

डांग्या खोकला (Whooping Cough or Pertussis) :

हा अतिशय सांसर्गिक रोग असून यामध्ये श्वसनसंस्थेला दाह होतो. खोकल्याच्या उबळी येतात व व्हूप असा आवाज येतो, म्हणून याला माकड खोकलाही म्हणण्याची प्रथा आहे. हा सर्व जगात आढळणारा आजार असून याची साथ येते किंवा अधूनमधून रुग्ण आढळतात.

कारणे : १) हिमोफिलस परट्युसिस (Hemophilus Pertussis) : या जंतूपासून होतो. या जंतूंना 'बॉर्डेट गेनगाऊ बॅसिल्स' (Bordet Gengou Bacillus) असेही म्हणतात. २) कोणत्याही वयात होतो; पण ६ वर्षांखालील मुलांमध्ये प्रमाण जास्त आहे. ३) थंडीच्या दिवसात याचा प्रादुर्भाव होतो.

रोगप्रसार : हवेमार्फत, श्वसनामार्फत प्रसार होतो.

अधिशयन काळ : १ ते २ आठवडे.

चिन्हे व लक्षणे : तीन अवस्था आहेत.

१) सौम्य दाहाची अवस्था (Catarrhal Stage) : सुरुवातीला सर्दी-खोकला असतो, ताप असतो. ही अवस्था १० ते १४ दिवस असते. या अवस्थेत इतरांना संसर्ग होण्याची शक्यता जास्त असते.

२) खोकल्याची उबळ येण्याची अवस्था (Paraxysmal Stage) : ही अवस्था २ ते ४ आठवडे असते. खोकल्याचे प्रमाण वाढते व वरचेवर खोकल्याच्या उबळी येऊ लागतात. यामध्ये दीर्घ अंत:श्वसन असते. खोकला चालू असताना मूल श्वास घेऊ शकत नाही; त्यामुळे फुफ्फुसातील हवा बाहेर टाकली जाते. त्यामुळे मुलाचा चेहरा निळा पडतो, मूल घाबरते, त्याला लघवी होते. यानंतर दीर्घ अंत:श्वसन करताना हूप असा आवाज येतो. हा आवाज अर्धवट मिटलेल्या स्वररज्जूंच्या (Vocal Cords) फटीमधून जोरात हवा खेचल्यामुळे येतो. खोकल्याच्या उबळी एकामागून एक येतात. दिवसातून २० ते ३० वेळा येतात. उबळीची सुरुवात जेवणानंतर, दूध घेतल्यानंतर, रडल्यानंतर, शिंकल्यानंतर किंवा शारीरिक श्रमानंतर किंवा हालचालीनंतर होते. उबळीच्या शेवटी उलटी होते व खोकला थोडा कमी होतो.

३) रोगी बरा होण्याची अवस्था (Convalescent Stage) : खोकल्याच्या उबळी कमी होऊ लागतात. ताप कमी होतो. फुफ्फुसदाह कमी होतो. मूल बरे होऊ लागते. ही अवस्था २ आठवड्यांपासून २ महिने असते.

रोगनिदान : १) रक्तातील पांढऱ्या पेशींची संख्या वाढते. २) नाक किंवा घशांतील स्राव कल्चर केल्यास रोगाचे जंतू सापडतात. ३) दुसऱ्या अवस्थेत उबळी व हूप या आवाजावरून रोगनिदान केले जाते.

भवितव्य : रोग बरा होतो; पण मूल खंगते. कुपोषण किंवा क्षयरोगाचा संसर्ग झाल्यास जीविताला धोका निर्माण होतो.

दुष्परिणाम : १) ब्रॉंकोन्यूमोनिया, २) लंग कोलॅप्स, ३) न्यूमोथोरॅक्स, ४) इम्फिसेमा, ५) मज्जासंस्थेवर परिणाम झाल्यावर आकडी, ६) मेंदूमध्ये रक्तस्राव, ७) मध्यकर्ण दाह.

प्रतिबंधक उपाय : १) लसीकरण : मूल दीड महिन्याचे झाले की, त्रिगुणी लसीच्या महिन्याच्या अंतराने तीन मात्रा द्याव्यात. दीड वर्षाचे असताना वाढीव डोस द्यावा. २) अर्भकाला संसर्ग होऊ देऊ नये. या रोगाची प्रतिकारशक्ती मातेकडून बालकाला मिळत नाही.

उपचार व परिचर्या : १) बाळाला इतरांपासून वेगळे ठेवावे; त्यामुळे इतरांना संसर्ग होणार नाही व त्याला सेकंडरी फुफ्फुसदाह होणार नाही. २) मुलाला उबदार बिछान्यामध्ये संपूर्ण विश्रांती द्यावी. ३) अंगावर थंड वारा येणार नाही, याची काळजी घ्यावी. ४) मुलाला झोपेत उठवावे लागेल असे नर्सिंग केअरचे नियोजन

असू नये. त्याला शांत झोपेची गरज असते. ५) उबळीमध्ये बाळ बसल्यानंतर त्याला आधार द्यावा. उलटी होत असल्यास डोके घट्ट धरून ठेवावे. जवळ स्पुटम् मग असावा, म्हणजे बडका आलाच तर थुंकता येईल. ६) गरज पडल्यास ऑक्सिजन टेन्टने ऑक्सिजन देता येईल यासाठी तयारी ठेवावी. ७) उबळीनंतर त्याला खूप घाम येतो, तो पुसून कोरडा करावा. लघवी झाल्यास कपडे बदलून घ्यावेत. बाळ थकते म्हणून जास्त हालचाल करू नये. ८) वातावरणात आर्द्रतेचे प्रमाण जास्त असावे; म्हणजे श्वसनास सोपे जाते; क्षोभ होत नाही. ९) नाकपुड्या, तोंड, घसा हळुवार सक्शन करून स्वच्छ ठेवावा. १०) उलटीचा द्रव श्वसनमार्गात जाणार नाही याची काळजी घ्यावी. बाळ झोपलेल्या स्थितीत असल्यास त्याची मान एका बाजूला वळवावी व सक्शन करावे. ११) बाळाला रडू देऊ नये किंवा जास्त हालचाल करू देऊ नये; यामुळे उबळीची सुरुवात होते. १२) बाळाला एका वेळी थोडा आहार पण वरचेवर द्यावा. सकस आहार असावा; कारण कुपोषण होण्याची शक्यता असते. उबळ येऊन गेल्यावर आहार द्यावा. घशाला क्षोभ होईल, असे कोरडे पदार्थ देणे टाळावे. १३) औषधोपचार : १) जंतुजीवनाशक द्रव्ये – इरिथ्रोमायसिन किंवा ॲम्पिसिलीन देतात. २) फिनॉबार्बिटोन, ३) कफ पातळ होण्यासाठी औषधे देतात. खोकला दबणारी औषधे देऊ नयेत.

सांसर्गिक यकृतदाह (Infective Hepatitis)

अनेक प्रकारच्या विषाणूंपासून यकृताला दाह होतो. यामध्ये कावीळ दिसते, म्हणून याला 'सांसर्गिक कावीळ' किंवा Catarrhal Jaundice असेही म्हणतात.

कारणे : १) हिपॅटायटिस-ए व्हायरस, २) हिपॅटायटिस-बी व्हायरस आणि ३) हिपॅटायटिस नॉन-ए व नॉन-बी व्हायरसपासून होतो. तरुण व मुलांत याचे प्रमाण जास्त आहे. ५ ते १२ वर्षांपर्यंत प्रमाण जास्तच आढळते. हिवाळ्यामध्ये प्रमाण जास्त असून साथ येते किंवा अधूनमधून रुग्ण आढळतात.

प्रसार : १) हिपॅटायअिस-ए व्हायरस : हे व्हायरस रुग्णाच्या रक्तात व शौचामध्ये असतात. यांचा प्रसार दूषित दूध, अन्न, पाणी यातून होतो. दूषित वस्तू व वाहकामार्फतही प्रसार होतो.

२) हिपॅटायटिस-बी व्हायरस : चिन्हे व लक्षणे दिसण्यापूर्वी साधारण तीन महिने व्यक्तीच्या रक्तात हे विषाणू असतात आणि रुग्ण बरा झाल्यानंतर अनेक वर्षे त्याच्या रक्तात राहतात. वाहकामार्फत सिरममधून म्हणजे दूषित इंजेक्शन नीडल्स, सिरिंजसमार्फत रोगप्रसार होतो. गरोदर स्त्रीला या प्रकारचा दाह झाल्यास वारेमार्फत गर्भाला दाह होतो. अपूर्ण काळ बालक जन्माला येऊ शकते.

अधिशयन काळ : १५ दिवस ते ६ महिने असू शकतो.

हिपॅआयटिस-ए : २ ते ६ आठवडे व हिपॅटायटिस-बी : ६ आठवडे ते ६ महिने.

चिन्हे व लक्षणे : १) भूक मंदावते. २) ताप असतो. ३) कणकण असते. ४) मळमळ व उलट्या होतात. ५) पोटात अस्वस्थता जाणवते. पोटफुगी असते. ६) यकृताच्या ठिकाणी (Right Hypochodrium) वेदना होतात. यकृताचा आकार वाढतो. ७) डोळ्यांच्या पापण्या व त्वचा पिवळी दिसू लागते. ८) लघवीचा रंग गडद पिवळा किंवा काळ्या चहाप्रमाणे असतो; कारण त्यातून बाईल सॉल्ट व पिग्मेंटस बाहेर टाकले जातात. ९) शौचाचा रंग फिका होतो. १०) प्लीहेचा आकार वाढतो. ११) त्वचेला खाज सुटते. १२) मलावरोध असतो. क्वचित अतिसार असतो. १३) रुग्ण फारच आजारी दिसू लागतो. १४) रुग्ण चिडखोर बनतो. ग्लानीमध्ये असतो.

रोगनिदान : १) कावीळ दिसू लागते. २) रक्तातील सिरम बिलिरुबिनचे प्रमाण वाढते. ३) इक्टरस इन्डेक्स वाढते. ४) लघवीमध्ये बाइल सॉल्ट व बाइल पिग्मेंट असतात. ५) एस. जी. ओ. टी. व एस. जी. पी. टी. लेव्हल वाढते. ६) रक्तद्रवातील अल्कलाईन फॉस्फटेजचे प्रमाण वाढते. ७) एक आठवड्यानंतर रुग्णाच्या विष्ठेमध्ये हिपॅटायटिस व्हायरस आढळतात.

भवितव्य : साधारणपणे ३ ते ४ आठवड्यात रोगी बरा होतो.

प्रतिबंधक उपाय : १) रुग्णाच्या संपर्कात आलेल्या लोकांना लवकरात लवकर इम्युनोग्लोब्युलिन (IG) दिल्यास सांसर्गिक कावीळ टाळता येते. याची मात्रा ०.०२ मि.लि. प्रतिकिलो वजनामागे, स्नायूमध्ये देतात. २) रुग्णाला इतरांपासून वेगळे ठेवावे. ३) रुग्णाची विष्ठा जंतुविरहित करून योग्यरीत्या नाहीशी करावी. ४) मुलाची काळजी घेणाऱ्या मातेने तिचे हात वरचेवर स्वच्छ धुवावेत इतरांचे अन्न हाताळू नये. ५) हिपॅटायटिस-बी, दूषित सुया व सिरिंजीसपासून इतरांना संसर्ग होतो म्हणून या रुग्णासाठी वापरून फेकून देण्यात येणाऱ्या (Disposable) सुया, सिरिंजीस वापराव्यात. ६) सांसर्गिक कावीळ झालेल्या व्यक्तीचे रक्त इतरांना देऊ नये.

दुष्परिणाम : १) दीर्घकालीन यकृतदाह. २) सिरोसिस (Cirrhosis) ऑफ लिव्हर. ३) हिपॅटिक कोमा. ४) एप्लॅस्टिक रक्तक्षय.

उपचार व परिचर्या : १) रुग्णाला हवेशीर खोली, उबदार बिछान्यात घ्यावे. २) संपूर्ण विश्रांती द्यावी. ३) यामध्ये विशिष्ट औषधोपचार नाहीत; पण लक्षणांनुसार उपचार करण्यात येतात. ४) उलट्यांसाठी स्टेमेटिल इंजेक्शन देण्यात येते. ५) त्वचेला खूप खाज असते; यासाठी दररोज कोमट पाण्याने अंग पुसून गरजेनुसार कॅलॅमिन लोशन लावावे किंवा अंगाला लावण्याची पावडर लावावी. खाज खूपच

असेल तर ॲन्टिहिस्टॅमिन देतात. ६) लघवीचे सॅम्पल रोज ठेवावे व रंगाचे निरीक्षण करावे. शौचाच्या रंगाचे निरीक्षण करावे. ७) मोठ्या आतड्यामध्ये चयापचयानंतरचे घटक साठून राहिल्यामुळे रक्तामध्ये अमोनियमाचे प्रमाण वाढते. त्याचा परिणाम मेंदूवर होऊन रुग्ण बेशुद्धावस्थेत जाण्याची शक्यता असते; त्याला 'हिपॅटिक कोमा' म्हणतात. हे टाळण्यासाठी रुग्णाला बॉवेल वॉश दिवसातून दोनदा किंवा तीनदा दिला जातो. आतडी निर्जंतुक करण्यासाठी नियोमायसिन (Neomycin) कॅप्सुल्स दिल्या जातात. आहारातील प्रथिनांचे प्रमाण कमी करण्यात येते.

आहार : १) रुग्णाची भूक फारच मंदावलेली असते. तेलकट पदार्थ खाण्याची इच्छा नसते. २) सुरुवातीला फळांचे रस व भरपूर ग्लुकोज द्यावे. (२३० ग्रॅम दररोज.) ३) गोड चहा, टोस्ट, स्कीम मिल्क, भात असा आहार द्यावा. ४) रुग्णाला तेलकट पदार्थ घेण्याची इच्छा होईपर्यंत तेलकट पदार्थ देऊ नयेत. हळूहळू मळमळणे कमी होते व त्याला भूक लागू लागते. याचा अर्थ रोगी बरा होत आहे. हळूहळू स्वाभाविक आहार देण्यास हरकत नाही.

□□□

प्रकरण २५

बालकातील मानसिक विकृती

□ मानसिक विकृतीची कारणे □ एनुरेसिस □ अंगठा चोखणे □ अडखळत बोलणे □ झोपेत चालणे □ बालगुन्हेगारी – कारणे, प्रतिबंधक उपाय □ चाइल्ड गायडन्स क्लिनिक □ अडल्ट गायडन्स

बालकाची स्वाभाविक वाढ व विकास कसा होतो, हे आपण सुरुवातीच्या प्रकरणात पाहिले आहे. बालकाला वयानुसार काही गोष्टींचे ज्ञान होत असते व त्याच्या वर्तणुकीमध्ये बदल होतात. बालकाची समज वाढत असते. वयानुसार बालकाच्या वर्तणुकीमध्ये होणारे बदल अपेक्षित असतात. हे बदल जर होऊ शकले नाहीत, तर बालकाची वर्तणूक वयानुसार नसते. याची कारणे शारीरिक किंवा मानसिक असू शकतात.

बालकाची वर्तणूक कशी आहे, हे त्याच्या कौटुंबिक, सामाजिक, आर्थिक व सांस्कृतिक वातावरणावर अवलंबून असते. एकाच वयाच्या मुलांची वर्तणूक सारखीच असेल हे मात्र सांगता येत नाही; कारण कुटुंबातील लोक, त्यांचे दृष्टिकोन, सभोवतालच्या वातावरणाचा परिणाम मुलाच्या मनावर व वर्तणुकीवर झालेला असतो. घरातील वातावरण आनंदी व समाधानी असेल तर मुलाची वर्तणूक स्वाभाविक असू शकते. घरातील लोकांचे एकमेकांशी संबंध, विशेषतः आई-वडिलांचे एकमेकांशी संबंध व आई-वडील-मूल यांच्यातील संबंध याचा परिणाम बालकाच्या मानसिक आरोग्यावर होत असतो. मानसिकरित्या असमाधानी बालकामध्ये मानसिक विकृती असण्याची शक्यता जास्त असते.

मानसिक विकृतीची कारणे

१) आनुवंशिक व जेनेटिक घटक, २) आई-वडील व मूल यांच्यातील संबंध आई-वडिलांची भांडणे, व्यसनी बाप, नको असलेले मूल, अतिशय लाडके मूल, अतिशय शिस्तप्रिय पालक. ३) बालकाच्या मानसिक गरजा योग्य रीतीने न भागविणे. उदा. बालकाला प्रेम, संरक्षण, संगोपन, आदर व मोकळेपणा यांची गरज

असते. हे जर मिळाले नाही तर त्याच्या मनावर ताण येतो. ४) कुटुंबातील मानसिक ताण निर्माण करणारे घटक. दोन मुलांमध्ये अंतर कमी असणे, आई-वडिलांचा मृत्यू, घटस्फोटित आई किंवा वडील, व्यसनी बाप. ५) नवीन शाळा किंवा शाळेतील भीतिदायक वातावरण, नवीन शेजार किंवा नवीन दोस्त. ६) प्रसूतिपूर्व घटक – अपुरा व निकस आहार, व्यसनी माता, प्रसूतपूर्व काळात मातेने घेतलेली औषधे, शारीरिक व मानसिक आघात. ७) जन्मानंतर – कुपोषण, आजार व संसर्ग, आबाळ, शारीरिक विकृती, गरिबी, अस्वच्छता, कोंदट वातावरण, खालच्या दर्जाचे राहणीमान. उदा. झोपडपट्टीत राहणारी मुले. ८) घरातील मोठ्या व्यक्तीच्या वागण्याचा प्रभाव. आजी, आजोबा व त्यांचा दृष्टिकोन. ९) मुलगा-मुलगी भेदभाव. १०) मुलाला बोर्डिंग किंवा नातेवाईकांकडे ठेवणे.

बालकामध्ये सर्वसाधारणपणे आढळणाऱ्या वर्तणुकीच्या समस्या

एनुरेसिस (Enuresis)

सर्वसाधारणपणे बालकामध्ये ३ वर्षांपर्यंत लघवीवर ताबा (ब्लॅडर कंट्रोल) येतो. त्यानंतर जर बालकाला अनैच्छिकपणे लघवी होत असेल तर ते अस्वाभाविक समजले जाते. 'एनुरेसिस' म्हणजे बालकाला झोपेत नकळत लघवी होणे.

कारणे

अ) मानसिक घटक (Psychological Factors) : १) असुरक्षिता वाटणे – बाळ एकटे झोपत असेल तर बऱ्याच वेळा त्याच्या मनावर ताण येतो. २) बालकाकडे दुर्लक्ष होत असेल तर इतरांचे लक्ष वेधून घेण्यासाठी ३) मत्सर (Jealously) – बाळ लहान असतानाच दुसऱ्या भावंडाचा जन्म झाल्यास मातेचा सहवास कमी मिळतो व बालकामध्ये मत्सर निर्माण होतो. ४) कोणत्याही कारणाने अचानक बालकाच्या मनावर ताण पडल्यास.

ब) अति लहान बाळाला लघवी करण्याची किंवा शौचाला जाण्याची शिस्त लावण्याचा प्रयत्न करणे; यामुळे बाळाच्या मनावर नको तो ताण येतो.

क) मानसिक अपंगत्व (Mental Retardaion) असल्यास.

ड) इतर शारीरिक आजार (Other Illness)

इ) स्थानिक दाह (Local Irritation)

ई) मूत्रमार्गाच्या जन्मजात विकृती.

उपचार व काळजी

१) कारण समजण्यासाठी बालकाची संपूर्ण माहिती घेणे आवश्यक आहे. बालकाच्या वयानुसार उपचार केले जातात.

२) बालकाला योग्य वयात ब्लॅडर कंट्रोल येऊन नंतर अचानक एनुरेसिस सुरू झाले असेल, तर त्या वेळच्या घटनांचा त्यांच्या मनावर परिणाम झालेला असू शकेल व माहिती घेताना ही माहिती मिळविणे अतिशय महत्त्वाचे आहे.

३) बाळाची सविस्तर शारीरिक तपासणी, लघवीची तपासणी.

४) बाळाची वैयक्तिक स्वच्छता, योग्य आहार, योग्य व्यायाम व विश्रांती याकडे लक्ष द्यावे.

५) त्याला व्यवस्थित येतील असे कपडे असावेत. जास्त घट्ट असू नयेत.

६) बाळाच्या शारीरिक आजारासाठी उपचार.

७) बाळाला विश्वासात घेऊन, त्याची मानसिक अडचण समजून घेऊन, त्याच्या वयानुसार समजावून सांगावे व पालकांनाही सांगावे (Psychotherapy).

८) मूत्रमार्गाच्या तपासण्या करून काही अस्वाभाविकता असल्यास योग्य उपचार.

९) बालकाला रागावून किंवा शिक्षा करून उपयोग होत नाही, हे पालकांना समजावून सांगावे.

१०) झोपण्यापूर्वी लघवी करण्यास लावावे.

११) बाळाच्या मनावर ताण येईल अशा गोष्टी पालकांनी टाळाव्यात. मत्सर, असुरक्षितता वाटत असल्यास आई-वडिलांनी बालकाला स्वत:जवळ झोपवून घेऊन त्याचा आत्मविश्वास वाढवावा.

१२) बालकाला स्वत:मध्ये काही कमी आहे, अशी भावना निर्माण होऊ नये, म्हणून सहानुभूतिपूर्वक व प्रेमाने त्याच्याशी वागावे. नावे ठेवू नयेत.

१३) उपचाराने कमी झाले नाही तर त्याला चाईल्ड सायकॉलॉजिस्टकडे घेऊन जावे व त्यांचा सल्ला घ्यावा.

१४) रात्री बालकाला द्रवपदार्थ कमी द्यावेत.

१५) बिछान्यात लघवी केली नाही, तर त्याला छोटे बक्षीस द्यावे किंवा त्याचे कौतुक करावे.

१६) डॉक्टरच्या सल्ल्यानुसार इमीप्रामाईन किंवा डिस्मोप्रेसिन ही औषधे रात्री देण्यात येतात (Imipramine Hydrochloride or Dsmopressin).

अंगठा चोखणे (Thumb Sucking)

अंगठा चोखण्याची सवय अनेक मुलांमध्ये दिसून येते. अर्भकामध्ये ही सवय स्वाभाविक असली तरी नंतर ती चालू राहिल्यास त्यामागे मानसिक कारण असू शकते. ज्या मुलांना स्तनपान पुरेसा काळ मिळाले नाही किंवा स्तनपान अचानक बंद झाले किंवा फार लवकर बंद केले, तर त्या मुलांमध्ये अंगठा चोखण्याची सवय असते.

१) जी मुले असमाधानी, भुकेली (पुरेसा आहार न मिळालेली), भित्री किंवा बुजरी असतात. त्या मुलांमध्ये अंगठा चोखण्याची सवय जास्त असते.

२) काही वेळा योग्य रीतीने जोपासल्या जाणाऱ्या मुलांमध्येही अंगठा चोखण्याची सवय असते. ही मुले विशेषत: झोपण्यापूर्वी किंवा विश्रांतीच्या वेळी अंगठा चोखताना दिसतात.

३) काही मुले कंटाळूनही अंगठा चोखतात. विशेषत: घरात मूल एकटेच असेल, त्याला खेळण्यास दोस्त नसतील तर.

अंगठा किंवा बोटे चोखल्याने मुलांना समाधान मिळते व ती चोखत राहतात. जबरदस्तीने अंगठा चोखणे बंद करावयास लावले तर मुलाला समाधान मिळत नाही व त्याच्या मनावर जास्तच मानसिक ताण येतो. यासाठी अंगठा चोखण्याचे कारण शोधून उपचार करावेत.

१) मुलाची भूक भागत नाही का? यासाठी त्याला त्याच्या वय व वजनानुसार पुरेसा आहार मिळतो की नाही, ते पाहावे. २) अंगठा चोखण्याची सवय तशीच राहिली तर दात व तोंड याठिकाणी अस्वाभाविकता निर्माण होऊ शकते.

२) या मुलांना सतत खेळ किंवा कामात गुंतवावे; म्हणजे त्याचा हात कामात राहिल्याने अंगठा तोंडात जाणार नाही. उदा. खेळण्यासाठी पाणी, क्ले, वाळू किंवा त्याला आवडणारे खेळ द्यावेत.

३) त्यांच्या अंगठा चोखण्याच्या सवयीवर टीका करू नये. त्याला रागावू नये किंवा मारू नये; यामुळे ही सवय जास्त होऊ शकेल.

४) सर्वसाधारणपणे मूल बालवाडीत गेल्यानंतर सवय कमी होते. जर सवय कमी झाली नाही, तर चाईल्ड सायकॉलॉजिस्टचा सल्ला घ्यावा. मुलामध्ये मानसिक विकृती वाढू देऊ नये.

अडखळत बोलणे (Stammering or Speech Defects)

बालकाचे उच्चार नियमित होत नाहीत. ते अडखळत बोलते; त्यामुळे त्याचे बोलणे समजत नाही. २ ते ४ वर्षांमधील मुलामध्ये ही विकृती जास्त आढळते.

कारणे : १) भीती : कसे व काय बोलावे याची बालकाला भीती वाटते. २) बुद्धिमत्ता कमी असलेल्या मुलामध्ये जास्त दिसून येते. ३) घरात किंवा शेजाऱ्यांमध्ये मूल मिसळत नसेल, मुलाशी कुणी बोलत नसेल तर बोलण्याची सवय होत नाही व बोलण्याचा प्रसंग आला तर त्याच्या मनावर ताण येतो. ४) जन्मत: मेंदूवर इजा झाली असल्यास.

उपचार : १) मुलाच्या मनातील भीती कमी करण्यासाठी त्याच्याशी सुरुवातीपासून सतत बोलत राहावे. २) त्याला विश्वासात घेऊन शब्द कसे उच्चारावेत हे

शिकवावे. काही वेळा स्पीच थेरपीचाही उपयोग होतो. ३) त्याच्या मनावरील दडपण कमी करावे. ४) मुलाला इतर मुलांमध्ये व मोठ्या लोकांमध्ये मिसळू द्यावे.

झोपेत चालणे (Somnambulism or Sleep Walking)

काही मुले झोपेतच चालू लागतात किंवा इतर हालचाली करतात. बरीच मुले अंधाराला घाबरतात. त्यांना अंधारात एकटे राहणे शक्य नसते व या मुलाच्या मनावर भीतीमुळे ताण निर्माण होतो.

अशा मुलाला काही दिवस चांगली झोप येण्यासाठी झोपेची औषधे दिली जातात; त्यामुळे त्याला काहीप्रमाणात चांगली झोप येते. उदा. डायझेपाम (Diazepam) अंधारामध्ये घाबरण्यासारखे काही नसते. हे समजावून सांगून पटवून द्यावे. मूल झोपेत उठल्यानंतर पडणार नाही किंवा बाहेर जाणार नाही, याची काळजी घ्यावी. सवय जर कमी झाली नाही, तर मानसिक तज्ज्ञांचा सल्ला घ्यावा.

बाल गुन्हेगारी (Juvenile Delinquency)

बालवयात बालकाने केलेल्या समाजद्रोही कृत्यास 'बालगुन्हेगारी' असे म्हणतात. उदा. चोरी करणे, खून करणे, इतरांना इजा करणे किंवा इतरांना इजा करण्याचा प्रयत्न करणे. बालवय म्हणजे १६ वर्षांखालील मुलगा व १८ वर्षांखालील मुलगी. ही मुले मानसिक व सामाजिक कारणाने नाउमेद बनलेली असतात. त्या वातावरणाशी समरस होऊ न शकल्याने त्यांच्या हातून गुन्हे घडतात.

प्रमाण : (Incidence) : युनायटेड स्टेट्समध्ये १०० मध्ये २ मुले बालगुन्हेगार आहेत. भारतातील प्रमाण नक्की माहीत नसले, तरी भारतामध्ये बालगुन्हेगारीचे प्रमाण वाढत आहे. याची कारणे सामाजिक आहेत. वाढती लोकसंख्या की ज्यामुळे मुलाच्या प्राथमिक गरजा भागविण्यास पालक असमर्थ आहेत. तसेच वाढते शहरीकरण.

कारणे : १) बायोलॉजिक कारणे : अ) आनुवंशिक घटक, ब) कमकुवत मन:स्थितीची मुले, क) शारीरिक व्यंग, विकार, ड) जेनेटिक कारणे – रंगसूत्रे विकृती किंवा ५ क्रोमोसोम जास्तीचा असलेल्या लोकांचे व्यक्तिमत्त्व अतिशय चंचल असते. मानसिक अस्थिर असतात.

२) सामाजिक कारणे : अ) गरिबी, ब) व्यसनी पालक, क) मुलांकडे दुर्लक्ष, ड) जबर शिक्षा, इ) शिस्तीचे पालन नसणे, ई) असंस्कारमय वातावरण, उ) जास्त मुले की, त्यांचे संगोपन होत नाही, ऊ) मातेचा मृत्यू, ओ) घटस्फोटित आई-वडील.

३) इतर कारणे : करमणुकीच्या सोयी नसणे, शहरीकरण, सिनेमा, टी.व्ही. आणि झोपडपट्टीची वाढती संख्या.

प्रतिबंधक उपाय :

१) सुखी व समाधानी कुटुंब : अ) मूल होण्यापूर्वी पालकत्वाची जबाबदारी घेण्यास आई-वडील समर्थ व जबाबदार असले पाहिजेत. ब) मुलाच्या गरजा वेळच्या वेळी व योग्य रितीने भागविल्या पाहिजेत. ३) बालकाला प्रेम, संरक्षण व उत्तेजन मिळाले पाहिजे. ड) बालकाला घरातील व्यक्ती म्हणून आदर मिळाला पाहिजे.

२) शाळा : बालकाला घरानंतरची सामाजिक संस्था म्हणजे 'शाळा.' शाळेतील वातावरण मुलाच्या प्रगतीसाठी पोषक असावे. शिक्षक व मूल यांचे संबंध चांगले असावेत. बालकातील अस्वाभाविकता किंवा वर्तणुकीतील बदल शिक्षकाच्या लक्षात आले पाहिजेत.

३) बालकल्याण सेवा : अ) समाजामध्ये बालकाच्या करमणुकीसाठी योग्य व पुरेशा सोयी असाव्यात. ब) पालकांना पालकत्वाचा सल्ला देण्याच्या सोयी. क) बालकाला मार्गदर्शन देणाऱ्या संस्था (Child Guidance). ड) शिक्षणाच्या व आरोग्याच्या पुरेशा सोयी.

चाइल्ड गायडनस क्लिनिक (Child Guidance Clinic) :

सर्वप्रथम 'चाइल्ड गायडन्स क्लिनिक' शिकॅगोमध्ये १९०९ साली सुरू करण्यात आले. त्यानंतर सर्वच देशात हे क्लिनिक सुरू झाले. बालगुन्हेगारी कमी करण्याच्या दृष्टीने याची सुरुवात झाली; पण नंतर बालकातील सर्वच मानसिक विकृतींवर सल्ला या केंद्रातून देण्यात येऊ लागला. या केंद्रातून मुले व तारुण्यात पदार्पण केलेल्या मुलांना सल्ला व उपचार देण्यात येतात की, जी आपल्या वातावरणाशी समरस होऊ शकत नाहीत.

उद्देश : बालकामध्ये मानसिक विकृती व मानसिक आजार होऊ न देणे.

या केंद्रात अनेक तज्ज्ञ एकत्रित काम करतात व बालकावर शारीरिक व मानसिक उपचार केले जातात. मानसरोगतज्ज्ञ, मानसशास्त्रज्ञ, शैक्षणिक, सामाजिक कार्यकर्ते, सार्वजनिक आरोग्य परिसेविका, स्पीच थेरपिस्ट, ऑक्युपेशनल थेरपिस्ट, न्यूरॉलॉजिस्ट इत्यादी.

कार्ये : १) बालरोगतज्ज्ञ बालकाच्या शारीरिक आरोग्याची काळजी घेतात. २) बालकाला सुरक्षितता देण्याचे कार्य मानसिकरोगतज्ज्ञ करतात. यासाठी खेळ, बालकाला विश्वासात घेऊन समजून सांगणे, बालकाच्या वातावरणात शक्य असल्यास बदल घडवून आणणे, पालकांना समजावून सांगून त्यांचा ताण कमी करणे, पालकाचा विश्वास वाढवून मुलाचे व पालकाचे संबंध कसे असावेत, हे समजावून सांगणे.

बालवयात, तारुण्य पदार्पण काळात जर मानसिक आरोग्य चांगले असेल तर प्रौढावस्थेत मानसिक स्थिरता लाभते. यासाठी बालवयातच मानसिक विकृती दूर केल्या पाहिजेत आणि हे कार्य चाइल्ड गायडन्समध्ये केले जाते.

अडल्ट गायडन्स (Audit Guidance) :

बालकामध्ये व पालकांमध्ये आरोग्यदायी वातावरण निर्माण करण्यासाठी पालकांना सल्ल्याची गरज असते. यामध्ये पालक, शिक्षक व बालकाच्या सहवासात येणाऱ्या व्यक्तींना सल्ला दिला जातो. मुलांना समजून कसे घ्यावे, बालकाला फारच शिस्त लावण्याचा प्रयत्न करू नये. तसेच त्याला त्याच्या मनाप्रमाणे वागू द्यावे; पण जिथे धोका आहे तिथे निश्चितपणे त्याला तसे करू देऊ नये. बालक गोंधळून आत्मविश्वास न गमावेल असे त्याच्याशी वागावे. साध्या चुकांसाठी मोठी किंवा शारीरिक कष्टाची शिक्षा करू नये. बालकाची प्रत्येक गोष्टींमध्ये अडवणूक करू नये. प्रमाणापेक्षा जास्त लाड करू नयेत.

□□□

प्रकरण २६

अपंग बालक

□ अपंगत्वाचे प्रकार □ अपंग बालकाची काळजी □ बालकाची काळजी घेणाऱ्या संस्था □ बॅटर्ड बेबीज □ अपंग मुलांसाठी कायदे सुरक्षितता

बालकामध्ये शारीरिक किंवा मानसिक विकृती असणे किंवा मूल मनाने कमकुवत असणे. त्या मुलास 'अपंग बालक' असे म्हणतात.

अपंगत्वाचे प्रकार

या बालकाची काळजी विशेष रितीने घ्यावी लागते. त्याचे उपचार व शिक्षणाच्या सोयीही वेगळ्या प्रकारच्या असाव्या लागतात. अपंगत्व तीन प्रकारचे असू शकते.

१) शारीरिक अपंगत्व (Physical Handicap) : शारीरिक व्यंग असणे, अंधत्व, मुके, बहिरे, जन्मजात विकृती, अपघात किंवा पोलिओमुळे आलेले अपंगत्व.

२) मानसिक व्यंग : मानसिक आरोग्य स्वाभाविक नसणे, मानसिक विकृती, वेडे मूल.

३) मानसिक नाउमेद किंवा ताण असणारी मुले : अनाथ आश्रमातील मुले, आई-वडिलांचे प्रेम न मिळणारी मुले, आपल्या वातावरणाशी समरस न होऊ शकलेली मुले.

कोणत्याही प्रकारचे अपंगत्व असले, तरी ते बालकाच्या आरोग्याच्या दृष्टीने धोकादायक आहे. यासाठी व्यंग होऊ न देणे व झालेच तर त्याचे दुष्परिणाम होण्यापूर्वी त्याची काळजी घेणे. माता-बालसंगोपन कार्यक्रमातील एक उद्देश असा आहे की, व्यंग होण्याची कारणे टाळून व्यंग होऊ न देणे व व्यंग झालेच तर त्यावर लवकरात लवकर उपचार करून त्यापासून विकृती टाळणे.

प्रतिबंधक उपचार

अ) प्राथमिक प्रतिबंधक उपचार : गर्भधारणा होण्यापूर्वीच आई-वडिलांचे आरोग्य चांगले असेल, तर गर्भ निरोगी असू शकेल. आनुवंशिक कारणे टाळणे

किंवा लग्नाचा सल्ला देणे. उदा. नातेवाइकांतील लग्न टाळल्यामुळे अनेक आनुवंशिक किंवा जेनेटिक विकृती टाळता येतात.

प्रसूतिपूर्व काळजी : मातेचा आहार, विश्रांती आणि मातेची वेळोवेळी तपासणी यामुळे गरोदरपणातील आजार टाळता येतील. बालक व मातेचे आरोग्य चांगले राखता येईल.

प्रसूतीच्या वेळी काळजी : प्रसूतिपूर्व काळात मातेच्या आरोग्याची नियमित काळजी घेतल्यास तिच्या प्रसूतीचे नियोजन करता येते. प्रसूतीच्या वेळी योग्य ती काळजी घेतल्यास बालकाला होणाऱ्या इजा टाळता येतील व निरोगी बालक जन्माला येईल. बालकाची जन्मापासून प्रौढावस्थेत योग्य काळजी, आहार व आरोग्य शिक्षण, सांसर्गिक व इतर आजारांपासून संरक्षण करून व अपघात टाळून बालकाचे आरोग्य जास्तीत जास्त चांगले राखणे.

ब) दुय्यम प्रतिबंधक उपचार : व्यंग असल्यास त्याचे लवकरात लवकर रोगनिदान व तपासणी करून त्याचे दुष्परिणाम किंवा त्यामुळे गंभीर विकृती टाळणे.

अपंग बालकाची काळजी :

बालकाला कोणत्या प्रकारची विकृती आहे, याचे निदान लवकरात लवकर करून उपचार सुरू करावेत. शारीरिक विकृती अनेक प्रकारच्या असू शकतात व त्यावर विशेष उपचार करावे लागतात. (ज्या त्या शरीराच्या संस्थेमध्ये पाहिले आहेच.) अपंग बालकाची काळजी घेण्यासाठी समाजामध्ये खालील सोयी उपलब्ध आहेत.

अपंग बालकाची काळजी घेण्यासाठी समाजामध्ये असलेल्या सुविधा

१) उपचार : शारीरिक उपचार : **अ)** यामध्ये शारीरिक व्यंग नाहीसे करण्यासाठी व्यायाम शस्त्रक्रिया केल्या जातात. विकृती नाहीशी करून त्या अवयवांचे कार्य जास्तीत जास्त स्वाभाविकपणे कसे होईल, याकडे लक्ष दिले जाते, याला 'फिजिकल थेरपी' असे म्हणतात.

ब) ऑक्युपेशन थेरपी : बालकाची काम करण्याची क्षमता किती शिल्लक आहे यानुसार त्याला जमणारे व करता येणारे काम त्याला करावयास शिकवून, त्याला कमाई करण्यास उत्तेजन देऊन त्याचे पोट त्याला भरता येण्यासाठी मदत केली जाते. उदा. विणणे, पेंटिंग, चित्रकला, बास्केट तयार असणे इत्यादी. ज्यामुळे व्यक्ती स्वावलंबी होईल.

क) कृत्रिम अवयव देणे : बालकाच्या गरजेनुसार कृत्रिम हात, पाय किंवा इतर साधनांचा पुरवठा करून त्याच्या स्वत:च्या गरजा स्वत: भागविण्यास परावृत्त करणे.

ड) स्पीच थेरपी : बोलण्यामध्ये दोष असतील तर त्याला 'स्पीच थेरपी' देऊन त्याचे बोलणे स्वाभाविक होण्यासाठी मदत केली जाते.

२) शिक्षण व प्रशिक्षण : अपंग बालकाला असे शिक्षण दिले जाते की, त्या शिक्षणामुळे बालक स्वावलंबी बनू शकेल. त्याची असलेली क्षमता उपयोगात आणण्यासाठी त्याला शिक्षण दिले जाते. अपंग बालक किंवा व्यक्ती इतरांवर भार बनणार नाहीत यासाठी त्यांना प्रशिक्षण दिले जाते. असे शिक्षण देणाऱ्या काही संस्था आहेत. १) ऑक्युपेशन थेरपी स्कूल, मुंबई. २) फिजिकल थेरपी स्कूल, मुंबई. ३) ऑक्युपेशन थेरपी स्कूल, नागपूर. ४) ऑल इंडिया इन्स्टिट्यूट ऑफ फिजिकल मेडिसीन आणि रिहॅबिलिटेशन, मुंबई. ५) इन्स्टिट्यूट ऑफ फिजिकल मेडिसीन ॲन्ड रिहॅबिलिटेशन, वेलोरा. ६) ऑक्युपेशन थेरपी कॉलेज, नवी दिल्ली. याशिवाय अंध, मुक्या व बहिऱ्या मुलांसाठी विशेष संस्था आहेत. याठिकाणी अपंग मुलांची काळजी घेतली जाते व त्यांच्यावर उपचार केले जातात.

बालकाची काळजी घेणाऱ्या संस्था (Child Placement)

प्रत्येक बाळाला घर हवं की, ज्या ठिकाणी त्याला प्रेम आणि संरक्षण मिळेल. ज्या बालकाला कुणी नाही किंवा काही सामाजिक कारणाने बालक स्वत:च्या घरात राहू शकत नाही, अशा बालकासाठी खालील संस्था आहेत. त्याठिकाणी बालकाला ठेवून त्याची काळजी घेतली जाते. याठिकाणी त्याचे संगोपन केले जाते व त्याला एक जबाबदार नागरिक घडविण्याचा प्रयत्न केला जातो.

१) अनाथाश्रम (Orphanages) : ज्या मुलांना घर नाही म्हणजे पालकत्व स्वीकारण्यास कुणी तयार नाही, काही कारणाने आई-वडील त्या बालकाची काळजी घेऊ शकत नाहीत, अशा मुलांची काळजी अनाथाश्रमात घेतली जाते. मुलांच्या शारीरिक गरजा भागविल्या जातात. पण मुलांकडे वैयक्तिक लक्ष पुरविणे शक्य नसल्यामुळे मुलाला मानसिक समाधान मिळू शकत नाही. यामुळे मुलामध्ये मानसिक विकृती निर्माण होण्याची शक्यता असते. यासाठी अनाथाश्रमामध्ये मुलांची संख्या कमी असावी व काळजी घेणारे लोक जास्त असावेत; म्हणजे मुलांकडे वैयक्तिक लक्ष पुरविता येईल व त्याला मानसिक समाधान मिळेल. घराची कमतरता कमी भासेल व ते उद्याचा एक चांगला नागरिक बनू शकेल.

२) फॉस्टर होम्स (Forest Homes) : घरामध्ये जसे बालकाचे संगोपन केले जाते. तसेच त्याचे संगोपन करणारी ही संस्था आहे. या संस्थेमध्ये बालकाकडे वैयक्तिक लक्ष दिले जाते. बालकाला प्रौढ व्यक्तीकडून प्रेम व संरक्षण हवे असते. आपुलकीने त्याच्या शारीरिक गरजा भागविल्यास त्याचा विकास चांगला होतो व अशी बालकाची काळजी घेण्याचे कार्य फॉस्टर होममध्ये केले जाते. एखाद्या

संस्थेमध्ये खूप जर मुले असतील, तर त्यांच्याकडे वैयक्तिक लक्ष पुरविले जात नाही, याचा त्याच्या मनावर परिणाम होतो. बालकामध्ये मानसिक विकृती निर्माण होऊ शकते.

चांगल्या फॉस्टर होममध्ये बालकाला संरक्षण, प्रेम आणि वात्सल्य मिळू शकते. फॉस्टर पालक बालकाची वर्तणूक व गरजा समजून त्याची काळजी घेतात. त्यामुळे बालकाला मानसिक समाधान मिळते व त्याचे व्यक्तिमत्त्व चांगले होऊ शकते.

काही अशा संस्थांमध्ये मानसिक विकृती किंवा कमकुवत मुलांना आपुलकीची वागणूक दिल्यामुळे मुलाच्या मानसिक विकृती कमी होतात. तसेच मूक व बहिरे किंवा अंधत्व असणाऱ्या मुलांना अशी वागणूक दिल्यामुळे त्यांची प्रगती होऊ शकते.

३) रिमांड होम (Remand Home) : बालकाची शारीरिक व मानसिक वाढ चांगली होण्यासाठी बालक, डॉक्टर, मानसरोग तज्ज्ञ आणि इतर प्रशिक्षित लोकांच्या देखरेखीखाली ठेवले जाते. हे लोक त्याची काळजी घेतात. जी मुले सर्वसाधारण शाळेत किंवा घरात समरस होऊ शकत नाहीत अशा मुलांना रिमांड होममध्ये ठेवले जाते. या मुलांना शालेय शिक्षण देण्यात येते. त्याबरोबर इतर कला, खेळ किंवा इतर करमणुकीच्या गोष्टी शिकवल्या जातात व त्यांची प्रगती होण्याकडे लक्ष दिले जाते.

४) बास्टल्स (Borstals) : सर्वसाधारणपणे हाताळण्यास अवघड असलेली १६ वर्षांवरील मुले या ठिकाणी ठेवली जातात. घरात किंवा सामान्य शाळेत ही मुले आपल्या वर्तणुकीमुळे इतरांना त्रासदायक असतात. या संस्थेत तीन वर्षे ठेवले जाते व त्याला शिक्षण देऊन सुधारण्याचा प्रयत्न केला जातो. भारतामध्ये मुलांसाठी सहा बास्टल्स आहेत, पण मुलांसाठी एकही नाही.

५) दत्तकग्रहण (Adoption) : या संस्थांमध्ये बालक तात्पुरत्या काळासाठी ठेवले जाते. बालकाचे पालकत्व कायदेशीररीत्या स्वीकारण्यात येते. बालकाची सर्व जबाबदारी या पालकांवर कायद्याने येते; याला दत्तक घेणे असे म्हणतात. मुलाची काळजी स्वत:च्या मुलाप्रमाणे घेतली जाते व त्याला त्याचे हक्क दिले जातात. दत्तकग्रहणाचा कायदा प्रत्येक देशात वेगळा आहे. 'हिंदू ॲडॉप्टेशन ॲण्ड मेन्टेनन्स ॲक्ट-१९५६' नुसार भारतातील स्त्री किंवा पुरुषाला एखाद्या मुलाने कायद्याने पालकत्व स्वीकारता येते. बालकाला कोणत्याही वयात दत्तक घेता येते.

सुशिक्षित लोकांनी, लोकांना बाळ दत्तक घेण्याबद्दल माहिती द्यावी. तसेच जे पालक दत्तक घेणार आहेत, त्यांच्या मनाची तयारी करावी व त्यांच्या मध्ये मूल व पालक हे नाते निर्माण करण्यास मदत करावी. जे लोक बालकाचे पालकत्व

स्वीकारतात, त्यांच्या मनाची पूर्ण तयारी झालेली असावी. त्यांनी बालकाला दत्तक घेतले आहे, हे त्याला योग्य वयात सांगावे; म्हणजे इतरांकडून समजून मुलाच्या मनावर परिणाम होणार नाही. त्यांचे त्यांच्यावर स्वत:च्या मुलाइतकेच प्रेम आहे, हे पटवून द्यावे; म्हणजे बालकाला त्यांच्याविषयी आदर व प्रेम वाटू लागेल.

भारत सरकारने राज्यसभेत १९७२ मध्ये 'अॅडॉप्शन ऑफ चिल्ड्रन बिल' सादर केले आहे. त्यानुसार (बिल पास झाल्यास) देशातील सर्व जातींच्या लोकांना दत्तकग्रहणाचा नियम सारखा असेल.

बॅटर्ड बेबीज (Battered Babies)

बरेच पालक मुलाला शिस्त लावण्यासाठी मारतात. खरे पाहता मुलाने खोडी केल्यास त्याला मारून, रागावून सांगण्यापेक्षा समजावून सांगितले, तर त्याच्या खोड्या कमी होतात. काही आई-बाप मुलाला बेदम मारहाण करतात की, ज्यामुळे मुलाला अनेक जखमा, हाडमोड होण्याची शक्यता असते. 'बॅटर्ड बेबीज' म्हणजे आई किंवा वडिलांकडून मारहाण केल्यामुळे इजा झालेली मुले होत. काही आई-वडील मुलाला भयंकर इजा करतात; ज्यामुळे मुलाचा मृत्यू होण्याची शक्यता असते. पालक मुद्दाम बालकाला इजा करतात. अशी स्थिती घटस्फोटित आई किंवा वडील, व्यसनी बाप, मानसिक आजारी पालक, मनाने कमकुवत असणारे पालक यांच्या कुटुंबामध्ये जास्त दिसून येते. बालकाचा मानसिक छळही करण्यात येतो.

बालकाला अनेक प्रकारच्या जखमा असतात. या जखमा बालक स्वत: करून घेणे शक्य नाही हे लक्षात येते. उदा. स्वत: भाजून घेणे, हाडमोड इत्यादी. मुलाला जखमा झाल्यानंतर ताबडतोब डॉक्टरकडे आणण्यात येत नाही. जखमा चेहऱ्यावर व डोक्याला जास्त आढळतात.

अशा घटना कुटुंबातील लोक ज्या वेळी एकत्र येतात, उदा. जेवणापूर्वी किंवा झोपताना घडतात किंवा आठवड्याच्या शेवटी मुलांना सुट्टी असते व मुले घरात असतात. तेव्हा घडण्याचे प्रमाण जास्त दिसून येते.

बॅटर्ड बेबी सिंड्रोम (Battered Baby Syndrome)

आई किंवा वडिलांच्या मारामुळे मुलामध्ये गंभीर जखमा, इजा होणे. उदा. अनेक ठिकाणी इजा, डोक्याला मार लागून गंभीर सूज, हाडमोड इत्यादी. पालक कोणताही विचार न करता, कोणत्याही वस्तूने मुलाला मारहाण करतात; त्यामुळे मुलाला अनेक इजा होतात. मुलाचा दोष असो नसो, मुलाला मारहाण केली जाते. ही पालकांचीच मानसिक समस्या असते. सध्या ही सामाजिक समस्या म्हणून ओळखली जाते. गरीब कुटुंबामध्ये प्रमाण फारच आहे.

उपचार व काळजी : बालकाला इजा केली आहे किंवा वरचेवर करण्यात येते हे लक्षात आल्यानंतर डॉक्टरांनी त्या मुलाला रुग्णालयामध्ये दाखल करावे. मुलाच्या आरोग्यासाठी दाखल करणे जरूरीचे आहे, हे पालकांना समजावून सांगावे. मुलाला घरी गेल्यानंतर परत मारहाण होऊन इजा होणार नाही, यासाठी सोशल वर्कर, डॉक्टर व मानसिक तज्ज्ञांनी एकत्र येऊन पालकांमध्ये मानसिक आजार आहे का, पाहावे व उपचार सुरू करावेत. अशा मुलांकडे लक्ष ठेवावे. मुलांना सुरक्षितता मिळण्यासाठी मुलाला रुग्णालय किंवा इतर ठिकाणी त्याची सोय करावी. घरातील इतर मुलांना असा त्रास आहे का, याकडेही लक्ष द्यावे. लोकांचे राहणीमान सुधारणे, कुटुंब नियोजन करून ही समस्या कमी करता येईल. अशा मुलांसाठी समाजामध्ये मुलांची काळजी घेणारी केंद्रे हवीत; म्हणजे या मुलांना सुरक्षितता मिळू शकेल व त्यांच्या जीविताचा धोका टळेल.

अपंग मुलांसाठी कायदे सुरक्षितता

'चिल्ड्रन ॲक्ट-१९६०'नुसार बालगुन्हेगार मुलांचे कल्याण, काळजी, शिक्षण व पुनर्वसनाची तरतूद केली आहे. या कायद्यानुसार अपंग मुलांची काळजी घेण्याची तरतूद त्यात आहे.

अपंगांसाठी शासनाने अनेक सवलती जाहीर केल्या आहेत. अपंग आहे हे वैद्यकीयरीत्या सिद्ध झाल्यास, त्यांना दर महिना अपंग निधी मिळतो. शिक्षणामध्ये नोकरभरतीसाठी विशेष जागा राखीव ठेवल्या आहेत.

□□□

प्रकरण २७

बाल कल्याण

□ माता-बालसंगोपन कार्यक्रम □ पाच वर्षांखालील आरोग्य केंद्र □ शालेय आरोग्य □ एकात्मिक बाल विकास सेवा योजना □ बाल कल्याण संस्था □ जागतिक बालक वर्ष □ पल्स पोलिओ लसीकरण मोहीम □ बालजीवित्व व सुरक्षित मातृत्व कार्यक्रम □ आर.सी.एच.कार्यक्रम

आपण पहिल्याच प्रकरणात बाल आरोग्याचे महत्त्व पाहिले आहे. बालकाच्या आरोग्याचा दर्जा चांगला राखण्यासाठी अनेक बाल कल्याण कार्यक्रम राबविले जातात. बालकाच्या आरोग्याची काळजी त्याच्या फक्त जन्मानंतर घेऊन त्याचे आरोग्य चांगले राहणार नाही, तर त्यासाठी त्याची गर्भावस्था अतिशय महत्त्वाची आहे. गर्भाचे पोषण चांगले होण्यासाठी माता निरोगी असणे फारच महत्त्वाचे आहे. गर्भधारणा होण्यापूर्वी मातेचे आरोग्य चांगले असले पाहिजे. तरच निरोगी बालक जन्माला येऊ शकते; म्हणून माता-बालसंगोपन कार्यक्रमाला अतिशय महत्त्व दिले जाते.

माता-बालसंगोपन कार्यक्रम (Maternal Child Health Programme)

कोणत्याही समाजामध्ये स्त्रिया व मुलांची संख्या एकूण लोकसंख्येच्या मानाने जास्त असते. भारतातील एकूण लोकसंख्येमध्ये १५ ते ४५ वयोगटातील स्त्रियांचे प्रमाण जवळजवळ २२ ते २३ टक्के असते आणि १५ वर्षांखालील मुलांचे प्रमाण साधारण ४२ टक्के इतके आहे. म्हणजेच हे प्रमाण एकूण लोकसंख्येच्या ६५ टक्के इतके आहे. या मोठ्या गटाकडे जर जास्त लक्ष पुरविले, तर जास्तीत जास्त आरोग्याचा दर्जा चांगला राहू शकेल.

हा गट मोठा असून आजाराला सहजासहजी बळी पडणारा आहे. Vulnerable or Special Risk Group अजूनही आपल्याकडे माता व बालक यांचे मृत्यूचे प्रमाण जास्त आहे. गरोदर मातेची व लहान मुलांची विशेष काळजी घ्यावी लागते. बालकाची प्रतिकारशक्ती कमी असल्याने त्याला सांसर्गिक रोग होण्याची शक्यता असते आणि याचसाठी माता-बालसंगोपनाकडे जास्त लक्ष दिले जात आहे.

माता-बालक एक युनिट समजण्याची कारणे : १) प्रसूतिपूर्व काळात, गर्भ हा मातेच्या आरोग्याचा एक घटक असतो. हा काळ २८० दिवसांचा असतो. या काळात गर्भाला पोषक द्रव्ये व ऑक्सिजन मातेच्या रक्तातून पुरविला जातो. २) मातेचे आरोग्य चांगले असेल, तर निरोगी बालक जन्माला येऊ शकते. नाहीतर कमी वजनाचे बालक, जन्मत: मृत बालक किंवा गर्भपात होण्याची शक्यता असते. ३) मातेला जर काही आजार असतील तर त्यांचा अनिष्ट परिणाम बालकावर होतो. उदा. गोवर, गुप्तरोग इत्यादी. ४) जन्मानंतर बालक पूर्णत: मातेवर अवलंबून असते. त्याचे पोषण, संगोपन व त्याचा मानसिक विकास होण्यासाठी मातेची अत्यंत गरज असते. माता जर नसेल तर बालकाच्या मनावर परिणाम होऊन मानसिक विकृती बालकामध्ये होऊ शकतात. ५) माता ही बालकाचा पहिला शिक्षक आहे. ती बालकावर चांगले संस्कार घडवू शकते. या अनेक कारणांसाठी माता-बाल हे एक युनिट समजले जाते.

माता-बाल आरोग्य कार्यक्रमांमध्ये माता व मूल यांच्या आरोग्याचा दर्जा चांगला राखला जातो. प्रतिबंधक उपाययोजना, आजारी असताना काळजी व त्यांचे पुनर्वसन याकडे लक्ष दिले जाते. यासाठी मातेचे आरोग्य, बालकाचे आरोग्य, कुटुंब नियोजन, शालेय आरोग्य, अपंग बालकाचे आरोग्य व बालकाची प्रौढत्वापर्यंत काळजी घेण्यात येते.

माता-बालसंगोपन कार्यक्रमांचे विशेष उद्देश

१) माता व बाल मृत्यूचे प्रमाण कमी करणे.

२) माता व बालक यांच्यातील आजारांचे प्रमाण कमी करणे.

३) बालकाचा शारीरिक, मानसिक व सामाजिक विकास घडवून आणणे. जन्मभर बालकाचे आरोग्य चांगले राखणे.

माता-बालसंगोपन पॅकेज सेवा (MCH Package Care)

प्रसूतिपूर्व काळजी, प्रसूतीच्या वेळी काळजी, प्रसूतिपश्चात काळजी, आहार, लसीकरण, प्राथमिक आरोग्य सेवा, कुटुंब नियोजन आणि बालकल्याणकारी सेवा. या सेवा एकत्रित दिल्या जातात. या सेवा दिल्यामुळे वेळ व श्रम वाचतात.

१) प्रसूतिपूर्व काळजी : अ) १६ आठवड्यांपूर्वी मातेची नोंदणी. ब) नियमित भेटी देऊन मातेची नियमित तपासणी. क) जोखमीच्या मातांची विशेष काळजी. ड) धनुर्वात प्रतिबंधक लसटोचणी व फेरस सल्फेट गोळ्या देणे. इ) आरोग्य सल्ला. ई) रेकॉर्ड विशेष प्रसूतिपूर्व कार्ड. उ) घरभेट – जरी माता केंद्रात येत असेल तरी तिच्या घरी एक किंवा दोन भेटी परिचारिकेने द्याव्यात, यामुळे तिचे घरातील वातावरण समजू शकते, तिचा विश्वास वाढतो व ती घरात जास्त

मनमोकळे बोलू शकते. ऊ) मातेला आजार किंवा गरोदरपणाच्या विकृती असल्यास उपचार. ए) मातेच्या मनाची तयारी. ऐ) कुटुंब नियोजन सल्ला. ओ) प्रसूतीची तयारी व बाळराजाच्या आगमनाची तयारी.

२) प्रसूतीच्या वेळी काळजी : अ) निर्जुंतुकीकरण, ब) मातेला व बालकाला इजा होऊ न देणे. क) दुष्परिणाम टाळणे, ड) जन्मानंतर बालकाची काळजी, श्वसन, डोळ्यांची व नाळेची काळजी.

३) प्रसूतिपश्चात काळजी : माता व बालकाची काळजी व बालकाची संपूर्ण तपासणी करून जन्मजात विकृती आहे का पाहणे; तसेच जोखमीच्या बालकांची नोंदणी व विशेष काळजी. ही बालके जोखमीची बालके समजली जातात – १) जुळे गर्भ, २) वजनाने कमी असलेले बालक, ३) काही कारणाने स्तनपान मिळू न शकणारे बालक, ४) माता किंवा वडील नसणे (मृत्यू), ५) नोकरी करणारी माता, ६) पहिल्या तीन महिन्यात वजन वाढणे आणि पहिल्या दोन महिन्यात कमी होणे, ७) दोन वर्षांच्या आत भावंडांचा मृत्यू झाल्याचा इतिहास, ८) कुपोषण, ९) दोन मुलांमध्ये २ वर्षांपेक्षा कमी अंतर असणे, १०) आई-वडिलांचा आजार, ११) मातेचे पाचवे किंवा त्यापेक्षा अधिक मूल.

या मुलांमध्ये आजाराची लागण, प्रमाण व मृत्यूचे प्रमाण जास्त आहे. म्हणूनच यांच्याकडे विशेष लक्ष दिले पाहिजे, त्याचे आरोग्य चांगले राखले पाहिजे.

माता-बालसंगोपन कार्यातील इंडिकेटर्स (Indicators of MCH Care)

माता मृत्यूदर (Maternal Mortality Rate)
बाल मृत्यूदर (Infant Mortality Rate)
नवजात बालक मृत्यूदर (Neonatal Mortality Rate)
पेरिनेटल मृत्यूदर (Perinatal Mortality Rate)

माता-बालसंगोपन कार्यक्रमातील स्त्री आरोग्य कर्मचाऱ्याची जबाबदारी (५००० लोकसंख्या)

१) प्रसूतिपूर्व काळजी : अ) १६ आठवड्यांपूर्वी नोंदणी. ब) घरभेटी किंवा क्लिनिकमध्ये भेट, तपासण्या. क) धनुर्वात प्रतिबंधक लसटोचणी, ड) लोह व फॉलिक ॲसिड गोळ्या देणे. इ) जोखमीच्या मातांची नोंदणी, काळजी व रेफरल. ई) कुटुंब नियोजनासाठी प्रवृत्त करणे.

२) प्रसूतीच्या वेळी काळजी : वेळीच तपासणी करून धोके ओळखणे व रिफरल. स्वाभाविक प्रसूती करणे. दाईने प्रसूती केली तर त्यावर देखरेख.

३) प्रसूतिपश्चात काळजी : अ) कमीत कमी तीन घरभेटी. नवजात बालकाचा आहार व काळजी. ब) कुटुंब नियोजनासाठी मतपरिवर्तन.

४) कुटुंब नियोजन : अ) पात्र जोडपी शोधून काढणे. ब) साधने वाटप. क) मागोवा. ड) रेकॉर्डिंग.

५) पाच वर्षांखालील मुलांची काळजी : अ) पाच वर्षांखालील केंद्राचे व्यवस्थापन. ब) बालकाचे वजन व कार्ड तयार करणे. क) लसीकरण.

६) पोषण : आहारविषयक सल्ला, स्तनपानाचे महत्त्व व पूरक आहार देणे.

७) प्रशिक्षण : दाईंना प्रशिक्षण देणे, त्यांच्या कामावर देखरेख.

८) आरोग्य शिक्षण : मातेला बालकाचे संगोपन शिकविणे.

९) प्राथमिक आरोग्य सेवा व रेफरल.

१०) नोंदी ठेवणे.

स्त्री-आरोग्य सहायक, स्त्री-आरोग्य कर्मचाऱ्याच्या कामावर देखरेख करते व माता-बालसंगोपनाचे काम करवून घेते.

पाच वर्षांखालील आरोग्य केंद्र (Under Five Clinic) :

पाच वर्षांखालील मुलांचा गट विशेष जोखमीचा गट आहे, म्हणून त्यांची विशेष काळजी घ्यावी लागते.

कारणे : १) सर्वसाधारण एकूण लोकसंख्येच्या १५ ते २० टक्के या मुलांची संख्या असते. भारतामध्ये ५ वर्षांखालील मुलांची संख्या १७ टक्के इतकी आहे; म्हणजेच हा मोठा गट आहे.

२) मृत्यूचे प्रमाण जास्त : सध्या भारताचा बाल मृत्यूदर, हजारी ७२ इतका आहे. १ ते ४ वर्षांमधील मृत्यूदरही दर हजारी ४० पेक्षा जास्त आहे.

३) आजारांची लागण : या वयात सांसर्गिक रोगांचे प्रमाणही जास्त आहे. उदा. गोवर, धनुर्वात, डांग्या खोकला, गॅस्ट्रोइन्टेरायटिस इत्यादी. तसेच कुपोषणाचे प्रमाण जास्त आहे.

४) वाढ आणि विकास झपाट्याने होण्याचा काळ : त्यांच्या गरजा जर योग्य रीतीने भागवल्या तर बालक निरोगी राहते.

५) ज्या भागात आरोग्य सेवांची सोय नाही, त्या भागातील पालकांना १ ते ४ वर्षांची बालके लांब नेऊन औषधोपचार देणे शक्य नसते.

या कारणांसाठीच पाच वर्षांखालील बालकांसाठी ही केंद्रे सुरू करण्यात आली आहेत.

या केंद्रातून चिन्हामध्ये दाखविल्याप्रमाणे आरोग्य सेवा दिल्या जातात :

१) आजारपणात काळजी (Care in Illness) : मूल आजारी असताना त्याची काळजी घेणे गरजेचे असते. ही काळजी प्रशिक्षित परिचारिका घेऊ शकते. आपल्या देशातील ६५ टक्के लोक खेड्यात राहतात. मुलांना आजारपणात आरोग्यसेवा या केंद्रातून देण्यात येतात.

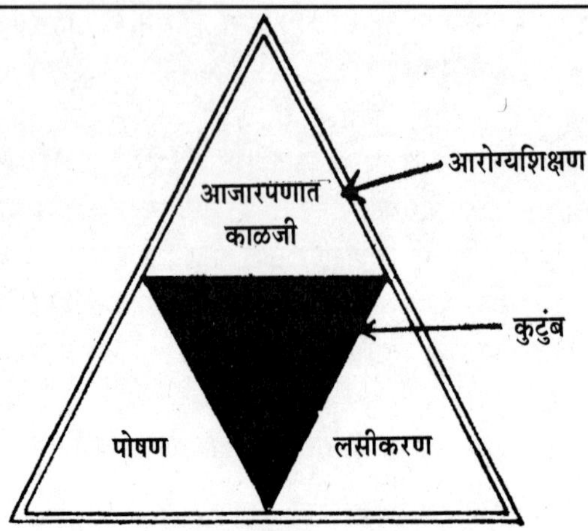

पाच वर्षांखालील केंद्राचे चिन्ह आकृती क्र. ३६

२) पुरेसा आहार (Adequate Nutrition) : बाळाचे दर महिन्याला वजन करून त्यांचे वजन नियमित व योग्य प्रमाणात वाढत आहे, हे पाहिले जाते. बालकाला अपुरा आहार मिळत असेल किंवा कुपोषण असेल, तर लवकर लक्षात येते. या बालकांना वयानुसार पूरक आहार दिला जातो. वर्षांतील ३०० दिवस हा आहार दिला जातो.

३) लसीकरण : बालकाचे सांसर्गिक रोगापासून संरक्षण होण्यासाठी त्याला एक वर्षाच्या आत सहा रोगांविरुद्ध लसी टोचून, नंतर लसीकरण तक्त्यानुसार वाढीव मात्रा दिल्या जातात. ज्या बालकाचे लसीकरण वयानुसार पूर्ण होते, त्या बालकाच्या कार्डवर प्रोटेक्टेड चाईल्ड (Protected Child) असा स्टँप मारला जातो.

४) कुटुंब नियोजन (Family Planning) : या केंद्रामध्ये मातेला कुटुंब नियोजनाचा सल्ला देऊन, नियोजन करण्यास प्रवृत्त केले जाते. दोन मुलांमध्ये योग्य अंतर असेल व मुलांची घरात संख्या कमी असेल, तर बालकाकडे लक्ष देण्यास मातेला भरपूर वेळ मिळतो. आर्थिकदृष्ट्या विचार केला तर कमी मुले असल्यास पोषण, संगोपन योग्य होऊ शकते.

५) आरोग्य शिक्षण (Health Education) : आरोग्याच्या अनेक घटकांवर केंद्रामध्ये आरोग्यशिक्षण देण्यात येते. आहार, वैयक्तिक स्वच्छता, लसीकरणाचे महत्त्व इत्यादी.

३) शालेय आरोग्य सेवा (School Health Service)

सार्वजनिक आरोग्याचा शालेय आरोग्य हा महत्त्वाचा घटक आहे. ५ वर्षांपासून

१५ वर्षे वयोगटाची मुले शाळेत असतात. एकूण लोकसंख्येच्या मानाने हा वयोगट मोठा आहे. शाळेमध्ये या मुलांची काळजी घेणे आर्थिकदृष्ट्या परवडणारे आहे. या बालकाला सर्वांगीण सेवा देऊन त्याचे आरोग्य चांगले राखण्याचा प्रयत्न केला जातो.

भारतामध्ये १९०९ साली बडोदा शहरात शाळेतील मुलांची वैद्यकीय तपासणी करण्यात आली. भोर कमिटीने १९४६ मध्ये, शालेय आरोग्य सेवा समाधानकारक दिल्या जात नाहीत, असा अहवाल दिला. १९६० मध्ये भारत शासनाने एक शालेय आरोग्य कमिटी स्थापन केली व शाळेतील मुलांचे आरोग्य व त्यांचा आहार याविषयी अहवाल सादर करण्यास सांगितले. या कमिटीने १९६१ मध्ये अहवाल सादर केला. त्यात या कमिटीने काही मागण्या केल्या. दरवर्षी शालेय आरोग्य तपासणी कार्यक्रम घेतला जातो, नंतर गंभीर आजाराच्या रुग्णांसाठी संदर्भ सेवा दिल्या जातात.

शालेय मुलांमध्ये आरोग्याच्या या समस्या जास्त दिसून येतात – १) कुपोषण, २) सांसर्गिक आजार, ३) जंतांची लागण, ४) त्वचा, डोळा व कानाचे आजार, ५) दात किडणे.

उद्देश : १) शालेय मुलांच्या आरोग्याचा दर्जा वाढविणे. २) सांसर्गिक रोगांना आळा घालणे. ३) रोगाचे निदान लवकरात लवकर करून उपचार व निदान दुष्परिणाम टाळणे, मागोवा घेणे. ४) मुलांमध्ये आरोग्याविषयी जागृती निर्माण करणे. ५) शाळेतील वातावरण आरोग्यदायी ठेवणे.

शालेय आरोग्य सेवा – कार्ये

१) नियमित वैद्यकीय तपासणी : शाळेतील मुले, शिक्षक व इतर कर्मचाऱ्यांची नियमित तपासणी करणे. शिक्षकांनी रोज मुलांचे निरीक्षण करून बालकामध्ये काही अस्वाभाविकता आढळल्यास त्याला डॉक्टरांकडे पाठविणे.

२) उपचार व मागोवा : वैद्यकीय तपासणीमध्ये बालकाच्या आरोग्य समस्या समजू शकतात. अशा बालकांना उपचारासाठी प्राथमिक आरोग्य केंद्रात बोलावून उपचार सुरू करतात. पालकांना मुलाच्या आरोग्याची माहिती देऊन विशेष उपचारांची गरज असल्यास जिल्हा रुग्णालयामध्ये पाठवावे. अशा मुलाचा वरचेवर मागोवा घेऊन त्याची प्रगती पाहावी. मोठ्या रुग्णालयामध्ये अशा मुलांसाठी राखीव कॉटस् असाव्यात.

३) सांसर्गिक आजारांना आळा घालणे : लसीकरण – शाळेमध्ये लसीकरण कार्यक्रमाचे नियोजन करून बालकांना वयानुसार लसी टोचतात.

४) आरोग्यदायी वातावरण : शाळेची इमारत, शाळेतील सुविधा आरोग्याला

योग्य असाव्यात. योग्य वायुवीजन, प्रकाश, स्वच्छता. तसेच शाळेतील वातावरण बाळाच्या मानसिक गरजा भागविणारे असावे. अ) शाळेचे ठिकाण गाव किंवा शहराच्या मध्यावर, बाजार, गजबजाच्या रस्त्यापासून लांब असावे. जवळपास धोका असू नये. उदा. विहिरी. ब) शाळेजवळील गटार बंद असावेत. शाळेत ओल असू नये. जागा भरपूर असावी. शालेय आरोग्य कमिटीच्या मागणीनुसार हायस्कूलसाठी १० एकर व प्राथमिक शाळेसाठी ५ एकर एकूण जमीन असावी. क) इमारत – शक्यतो एक मजली इमारत असावी. ड) वर्ग खोल्या – प्रत्येक खोलीला व्हरांडा असावा. एका वर्गात ४० मुले बसतील. ड) फर्निचर – बालकाच्या वयानुसार असावे. ई) दारे-खिडक्या – प्रकाश व वायुवीजनासाठी भरपूर असाव्यात. जमिनीपासून अडीच फुटांवर खिडक्या असाव्यात. उ) रंग – भिंतींना पांढरा रंग असावा व वरचेवर रंग द्यावा. ऊ) प्रकाश – भरपूर सूर्यप्रकाश असावा. मुलाच्या डाव्या बाजूने येणारा असावा. ए) पाणीपुरवठा – शाळेच्या वेळेत सतत पाणी असावे व सुरक्षित असावे. ऐ) मुलांना डबे खाण्यासाठी जागा असावी. ओ) संडास व युरिनल्स – ६० मुलांना १ युरिनल व १०० मुलांना एक संडास असावा. मुले व मुलींसाठी वेगळी सोय असावी.

५) पोषण : शारीरिक वाढीचा मानसिक वाढीवर परिणाम होतो. भारतामध्ये शालेय मुलांमध्ये कुपोषणाचे प्रमाण फारच आहे. तसेच जीवनसत्त्वाची कमतरताही असते, यासाठी शाळेत आहार देण्यात यावा.

अ) मिड-डे स्कूल मील (Mid-day School Meal) : मुलाचे आरोग्य सुधारण्यासाठी कुपोषण होऊ नये किंवा कुपोषण असल्यास ते नाहीसे करण्यासाठी शालेय आरोग्य कमिटीने एकावेळचा आहार मुलाला शाळेत देण्यात यावा, अशी मागणी केली आहे. ज्या मुलांना घरातून आहार योग्य प्रकारे मिळत नाही किंवा जी मुले घरातून मधल्या वेळचा आहार आणू शकत नाहीत, त्या मुलांना शाळेत मधल्या वेळी आहार देण्यात येतो. या आहारातून बालकाला रोज आवश्यक असणाऱ्या उष्मांकापेकी १/३ उष्मांक व आवश्यक प्रथिनांपैकी १/२ प्रथिने मिळावीत.

ब) अप्लाइड न्यूट्रिशन प्रोग्रॅम (Applied Nutrition Programme) : युनिसेफ हा कार्यक्रम राबविण्यास मदत करते. शाळेला मोठी जागा असेल, तर परसबाग करून अन्नपदार्थ पिकविले जातात व त्यांचा उपयोग मुलांसाठी केला जातो. यासाठी लागणारे बी-बीयाणे, पाणी खर्च व साधने यांचा पुरवठा युनिसेफकडून होतो.

६) प्रथमोपचार व तत्कालीन सेवा : शिक्षकांनी प्रथमोपचार करावेत, यासाठी सर्व शिक्षकांना प्रथमोपचार प्रशिक्षण दिले जाते. मुलांमधील तत्कालीन

आजार ओळखून बालकाची काळजी घ्यावी, पालक व डॉक्टर यांना कळवावे. उदा. अतिसार, मोठी इजा व रक्तस्राव, झटके येणे.

७) मानसिक आरोग्य : मुले शाळेतील वातावरणाशी समरस झाली पाहिजेत. यासाठी शिक्षकांचे सतत लक्ष असावे. मुलाला शाळेत भीती किंवा असुरक्षितता वाटू नये. बालकांतील बदल शिक्षकांच्या लवकर लक्षात आले पाहिजेत. बालकांमध्ये मानसिक विकृती होणार नाहीत. आजचे मूल उद्याचा जबाबदार नागरिक झाला पाहिजे.

८) दातांचे आरोग्य : दातांची काळजी शिकवावी म्हणजे दात किडण्याचे प्रमाण कमी होईल. दातांची वरचेवर तपासणी करून बालकाला वेळोवेळी सल्ला द्यावा.

९) डोळ्यांची काळजी : मुलामधील दृष्टिदोष लवकर लक्षात घेऊन त्याला उपचार व गरजेनुसार चष्मे वापरण्यास सांगावेत. डोळ्याचा दाह किंवा इतर आजार टाळण्यासाठी सल्ला द्यावा. मुलांना 'अ'जीवनसत्त्वाच्या मात्रा द्याव्यात. मुलाला दृष्टिदोष असतील, तर त्याचा परिणाम त्याच्या शालेय प्रगतीवर होतो.

१०) आरोग्य शिक्षण : आरोग्य शिक्षणाने मुलांमध्ये आरोग्याविषयी जागृती निर्माण होते. आरोग्याच्या चांगल्या सवयी लागू शकतात. वैयक्तिक स्वच्छता, वातावरणाची स्वच्छता, राहणीमान, घरातील आरोग्यदायी वातावरण यावर सल्ला देण्यात येतो.

११) अपंग मुलांची काळजी व शिक्षण : या मुलांना त्यांच्या क्षमतेचा जास्तीत जास्त उपयोग कसा करावा, हे शिकवून ती स्वावलंबी कशी होतील, याकडे लक्ष दिले जाते.

१२) शालेय आरोग्य नोंदणी : हे रेकॉर्ड शाळेमध्ये असावे. यामध्ये नाव, वय, जन्मतारीख, पत्ता, पूर्वीच्या आजाराची माहिती, वैद्यकीय तपासणी, आजार असल्यास त्याची माहिती, उपचार या सर्व गोष्टींची नोंद असावी.

शालेय आरोग्य व्यवस्थापन : शाळेतील मुलांच्या आरोग्याची काळजी घेण्याची जबाबदारी पालक, शिक्षक, आरोग्य खाते आणि समाजाची आहे. भारतामध्ये शालेय आरोग्याचे व्यवस्थापन आरोग्य खाते व शिक्षण खाते यांच्यामार्फत होते. भारतामध्ये ग्रामीण भागात प्राथमिक आरोग्य केंद्रामार्फत आरोग्य सेवा दिल्या जातात; कारण भारतामध्ये ६५ टक्के लोक खेडेगावात राहतात. प्राथमिक आरोग्य केंद्राचे शालेय आरोग्य हे एक महत्त्वाचे कार्य समजले जाते. प्राथमिक आरोग्य केंद्रामध्ये एक वैद्यकीय अधिकारी व चार सहायक परिचारिका प्रसविका असाव्यात. त्यांच्याकडून शालेय आरोग्याची काळजी घेतली जावी, अशी मागणी शालेय आरोग्य कमिटीने केली आहे. तसेच राष्ट्रीय, प्रांतीय जिल्हा, ब्लॉक व गाव या

पातळ्यांवर कमिट्या असाव्यात व शालेय आरोग्य कार्यक्रम योग्य प्रकारे राबविण्याची जबाबदारी सार्वजनिक आरोग्य परिसेविका, आरोग्य सहायक व स्त्री-आरोग्य कर्मचारी यांच्यावर आहे.

एकात्मिक बालविकास सेवा योजना (Integrated Child Development Services Scheme)

पंचवार्षिक योजनांमध्ये समाजकल्याण खात्याच्यावतीने बालकल्याणाकडे जास्त लक्ष देण्यात येत आहे. भारत शासनाने १९७५ मध्ये एकात्मिक बाल विकास सेवा योजना कार्यक्रम सुरू केला.

उद्देश : शालेयपूर्व मुलांना आणि स्त्रियांना (१५ ते ४४ वयोगट) पूरक आहार, लसीकरण, वैद्यकीय तपासणी, रेफरल सेवा, आरोग्य व आहारविषयक सल्ला आणि बालवाडी शिक्षण देणे.

या योजनेची सुरुवात ३३ ब्लॉक्समध्ये झाली. सध्या १३५६ पेक्षा जास्त ब्लॉक्समधून सेवा दिल्या जातात. या सेवा अंगणवाडी केंद्रामार्फत दिल्या जातात. प्राथमिक आरोग्य केंद्र आणि चाइल्ड डेव्हलपमेंट प्रोजेक्ट अधिकाऱ्याची अंगणवाडीच्या कामावर देखरेख असते.

अंगणवाडी सेवा : दर १,००० लोकसंख्येला एक अंगणवाडी कर्मचारी असून प्रत्येक एकात्मिक बाल विकास सेवा योजना ब्लॉकखाली १०० अंगणवाड्या येतात. म्हणजे १०० कर्मचारी येतात. ज्या भागात सेवा द्यायच्या आहेत, त्या भागातील व्यक्तीची अंगणवाडी कर्मचारी म्हणून निवड केली जाते. या कर्मचाऱ्याला ४ महिन्यांचे प्रशिक्षण देण्यात येते. यामध्ये आरोग्य, आहार व बालकाचा विकास हे विषय शिकविले जातात. या कर्मचाऱ्याला २०० ते २५० रुपये दर महिन्याला अनुदान देण्यात येते. अंगणवाडीमार्फत ६ वर्षांखालील मुले, १५ ते ४४ वयोगटातील स्त्रिया, गरोदर व अंगावर पाजणाऱ्या स्त्रियांना पुढील सेवा देण्यात येतात – अ) नियमित तपासणी, ब) लसटोचणी, क) पूरक आहार, ड) आरोग्य शिक्षण, इ) रेफरल सेवा आणि ई) बालवाडी शिक्षण. या सेवा आरोग्य कर्मचाऱ्यांच्या सहकार्याने दिल्या जातात. अंगणवाडी कर्मचारी, आरोग्य सेवा व बालकासाठी उपलब्ध असणाऱ्या इतर सेवांमधील दुवा होय.

बाल कल्याण संस्था (Child Welfare Agencies)

भारतात पुढील संस्था बाल कल्याण कार्यक्रम राबवितात – १) इंडियन कौन्सिल फॉर चाइल्ड वेल्फेअर, २) सेंट्रल सोशियल वेल्फेअर बोर्ड, ३) कस्तुरबा गांधी मेमोरियल ट्रस्ट, ४) इंडियन रेडक्रॉस सोसायटी.

या संस्थांच्या सर्व देशभर शाखा आहेत. या संस्थांना भारत सरकारच्या चाइल्ड

वेल्फेअर सेवेतून आर्थिक मदत मिळते. या संस्थांची पुढील कार्ये आहेत – अ) डे केअर सर्व्हिस – या नोकरी करणाऱ्या मातांच्या मुलांसाठी असतात. ब) बालवाड्या व पाळणाघरे. क) हॉलिडे होम्स – १२ ते १६ वयोगटातील मुलांसाठी सोय आहे. शाळेला सुट्टी असताना मुले हॉलिडे होम्समध्ये जातात. यासाठी हिल स्टेशनची निवड केली जाते. ड) मनोरंजनाच्या सोयी – खेळाची केंद्रे, बगीचे, मुलांसाठी ग्रंथालय. इ) बाल भवन.

जागतिक एजन्सी – युनिसेफ, जागतिक आरोग्य संघटना, इंटरनॅशनल युनियन फॉर चाइल्ड वेल्फेअर, केअर आणि एफ. ए. ओ. इत्यादी.

जागतिक बालक वर्ष (International Year of the Child – IYC)

१९७६ मध्ये युनायटेड नेशन्स असेंब्लीमध्ये १९७९ हे 'जागतिक बालक वर्ष' मानले जावे असे ठरले.

कारणे : १) लहान मुलांच्या अनेक गरजा असतात; पण त्या योग्य रीतीने भागविल्या जात नव्हत्या. २) आजचे बालक उद्याचा नागरिक आहे; म्हणून त्याचे लहान वयात संगोपन चांगले झाल्यास तो उद्याचा एक जबाबदार नागरिक बनू शकेल. ३) लहान मुले सर्वस्वी प्रौढांवर (पालकांवर) अवलंबून असतात. त्यांची योग्य काळजी घेणे, हे प्रौढांचे कर्तव्य आहे.

जागतिक आरोग्य संघटनेचे बालक वर्षाचे चिन्ह
आकृती क्र. ३७

बालक वर्षामध्ये मुलांच्या संगोपनाकडे जास्त लक्ष देण्यात आले. बालकांच्या हक्कांकडे सर्वांचे लक्ष वेधले गेले. ते हक्क बालकाला मिळवून देण्याचा जास्तीत जास्त प्रयत्न सुरू झाला. बालकांसाठी सर्व देशात कल्याणकारी योजना आखण्यात आल्या.

या वर्षाचे उद्देश : १) बालकांसाठी कल्याणकारी योजना राबविणे.

२) देशाच्या परिस्थितीनुसार बालकल्याण कार्यक्रमांना मदत करणे. ३) प्रत्येक देशातील बाल समस्या शोधून काढून त्यानुसार उपाययोजना करून बाळाचे आरोग्य सुधारणे.

निओनेटल मॉर्टेलिटी रेट (Neonatal Mortality Rate)

नवजात बालकातील मृत्यूचे प्रमाण : जन्मानंतर पहिल्या चार आठवड्यात किंवा पहिल्या २८ दिवसात बालकाचा मृत्यू झाल्यास त्याला 'नवजात बालकाचा

मृत्यू' म्हणतात. आपल्या देशात ४५ ते ४८ टक्के बालके पहिल्या २८ दिवसात मृत्युमुखी पडत असत. हळूहळू ही टक्केवारी खाली येत आहे. हा दर याप्रमाणे काढला जातो –

$$\text{नवजात बालक मृत्यूदर} = \frac{\text{२८ दिवसांच्या आतील मृत्यू संख्या}}{\text{एकूण जिवंत जन्म}} \times \text{१०००}$$

कारणे : १) जन्मतः गुदमरणे, २) कमी वजनाचे बालक, ३) जन्मतः इजा, ४) अतिसार व जलकमतरता, ५) नवजात बालकातील धनुर्वात, ६) श्वसनमार्गाचा जंतुदोष, ७) जन्मजात विकृती, ८) सेप्टिसेमिया.

प्रतिबंधक उपाय : १) प्रसूतिपूर्व काळजी, मातेला सकस व पुरेसा आहार. २) कमी वजनाचे बालक जन्माला येऊ नये, म्हणून काळजी व आल्यानंतर त्याची योग्य काळजी. ३) प्रसूतीच्या वेळी काळजी व इजा होऊ न देणे. ४) जंतुदोष टाळणे व झालाच तर लवकर उपचार करणे.

पेरिनेटल मॉर्टेलिटी रेट (Perinatal Mortality Rate) : गरोदरपणाच्या

$$\text{पेरिनेटल मॉर्टेलिटी रेट} = \frac{\text{गरोदरपणाच्या २८ आठवड्यानंतर गर्भाचा मृत्यू + एक आठवड्यातील मृत्यू (जन्मतः वजन १००० ग्रॅम्सपेक्षा जास्त)}}{\text{एकूण जिवंत जन्म + मृत जन्म (जन्मतः वजन १००० ग्रॅम्सपेक्षा जास्त)}} \times \text{१०००}$$

२८ आठवड्यांपासून जन्मानंतर एक आठवड्यापर्यंत होणारे मृत्यू.

भारतामध्ये हे प्रमाण ६० ते १५० असे आहे, तर सुधारित देशात १० ते २० आहे.

कारणे : १) कमी वजनाचे बालक, २) मेंदू इजा, ३) जन्मतः गुदमरणे, ४) जन्मजात विकृती, ५) रेस्पिरेटरी डिस्ट्रेस सिंड्रोम, ६) मातेचे गरोदरपणातील आजार – टॉक्सिमिया, मधुमेह इत्यादी.

प्रतिबंधक उपाय : १) प्रसूतिपूर्व, प्रसूतीच्या वेळी व प्रसूतिपश्चात स्त्रीची चांगली काळजी घेणे, २) जोखमीच्या मातांची सुरुवातीपासून विशेष काळजी, ३) जन्मतः बालकाला इजा होऊ न देणे, ४) जन्मानंतर ताबडतोब काळजी.

इन्फल्ट मॉर्टेलिटी रेट (Infant Mortality Rate)

बालमृत्यू दर : एका वर्षातील १,००० जिवंत जन्मांपैकी, एक वर्षाच्या आतील बालक मृत्यू. हा भारतामध्ये १९८६ साली ९६ होता, त्यानंतर तो ८७ इतका खाली आला. २००० सालापर्यंत ६० पेक्षा कमी आणण्याचे उद्दिष्ट होते ते साध्य झाले. २००३ मध्ये ते ५९ पेक्षा कमी होता. २००९ मध्ये ३०.१५, तर २०१० मध्ये ४९.१३, सध्या तो ५०च्या खाली आहे. बालमृत्यू दर समाजाचे राहणीमान व आरोग्य समजण्यासाठी फार महत्त्वाचा समजला जातो.

कारणे : एक महिन्याच्या आतील – १) जन्मतः गुदमरणे, २) कमी वजनाचे व कमी काळाचे बालक, ३) जन्मतः इजा, ४) नवजात बालकातील धनुर्वात, ५) अतिसार, ६) जन्मजात विकृती, ७) श्वसनमार्गाचा जंतुदोष, ८) सेप्टिसेमिया.

एक महिन्यानंतर : १) अतिसार, २) श्वसनमार्गाचा जंतुदोष, ३) सांसर्गिक आजार, ४) कुपोषण, ५) अपघात, ६) जन्मजात विकृती.

इतर कारणे : ज्यामुळे बाळाचे संगोपन योग्य रीतीने होऊ शकत नाही – १) मातेचे वय कमी (२० वर्षांपेक्षा कमी) किंवा मातेचे वय जास्त (३० वर्षांपेक्षा जास्त) २) दोन गरोदरपणातील अंतर कमी, ३) एकत्र कुटुंब, ४) अशिक्षित माता, ५) गरिबी, ६) व्यसनी बाप, मातेचा मृत्यू, घटस्फोटित मातांचे बालक, ७) अस्वच्छ वातावरण.

प्रतिबंधक उपाय : प्रसूतिपूर्व काळजी चांगली घेणे, २) कुटुंब नियोजन, ३) माता-बालसंगोपन कार्यक्रमाची चांगल्या प्रकारे अंमलबजावणी, ४) राहणीमान सुधारणे व वैयक्तिक व वातावरण स्वच्छता, ५) लसटोचणी कार्यक्रम अंमलबजावणी, ६) सुरक्षित पाणीपुरवठा, ७) प्रौढ शिक्षण व साक्षरता यावर भर, ८) मातेला स्तनपान व बाळाचे संगोपन सल्ला प्रसूतिपूर्व काळात देणे, ९) बाटलीने दूध पाजू न देणे, १०) अतिसारामध्ये जलसंजीवनी, ११) आजारी बालकाला लवकर उपचार.

पल्स पोलिओ लसीकरण मोहीम

पार्श्वभूमी : मे १९८८ मध्ये जागतिक आरोग्य संघटनेने २००० सालापर्यंत पोलिओ निर्मूलनाची घोषणा केली होती. १९९८ साली रोटरी इंटरनॅशनलने इ.स. २००५ पर्यंत पोलिओ निर्मूलनाची घोषणा केली होती.

डॉ. अल्बर्ट सॅबीन यांनी १९५४ मध्ये ओरल पोलिओ लसीचा शोध लावला. या लसीमुळे रोगाविरुद्ध रोग प्रतिकारशक्ती येते आणि आतड्यातील विषाणू शरीराबाहेर टाकले जातात. पोलिओ रोगाचे विषाणू फक्त मानवाच्या शरीरातच वाढतात. मानवी शरीराबाहेर फार काळ जिवंत राहू शकत नाहीत. भारतात सार्वत्रिक लसीकरणासाठी ओरल पोलिओ लस इ. स. १९७९ मध्ये उपलब्ध झाली.

भारतामध्ये विस्तारीत लसटोचणी कार्यक्रमामुळे पोलिओ लस देण्याचे प्रमाण सतत ४ वर्षे ९० टक्केच्या वरती राहिले आहे. त्यामुळे पोलिओ रुग्णांच्या संख्येत लक्षणीय घट झाली. पोलिओ विषाणूंचा साठा रोग प्रतिकारकशक्ती नसलेल्या (Susceptable Hosly) बालकांच्या शरीरात असतो. हा विषाणूंचा साठा पूर्णत: नाहीसा करण्यासाठी सर्व मुलांना एकाच वेळी पोलिओ लसीकरण केल्यास इ.स. २००० सालापर्यंत पोलिओचे उच्चाटन होईल, यासाठी 'पल्स पोलिओ लसीकरण मोहीम' राबविण्याचा निर्णय घेण्यात आला होता. भारत सरकारने ही मोहीम १९९५ साली राबविण्याचे ठरविले. ९ डिसेंबर ९५ व २० जानेवारी १९९६ या दोन दिवशी ० ते ३ वर्षातील सर्व मुलांना पोलिओचे दोन मात्रे देण्यात आले. त्यानंतरच्या वर्षापासून ० ते ५ वर्षाखालील सर्व मुलांना खालील तारखांना हे पल्स पोलिओचे मात्रे देण्यात आले.

७ डिसेंबर १९९६ व १८ जानेवारी १९९७

७ डिसेंबर १९९७ व १८ जानेवारी १९९८

६ डिसेंबर १९९८ व १७ जानेवारी १९९९

हे पल्स पोलिओचे मात्रे पूर्वी लस दिली असली तरीही द्यायचे आहेत. या मात्रांमुळे वाईल्ड पोलिओ विषाणूंचे उच्चाटन होईल. ही मोहीम पोलिओ विषाणूंचे पूर्णत: उच्चाटन होईपर्यंत राबविण्याची आहे. नोव्हेंबर व फेब्रुवारी या कालावधीत दोन दिवस ही मोहीम आयोजित करण्यात येईल असे सुरुवातीला ठरविण्यात आले नंतर डिसेंबर व जानेवारी हे दोन दिवस निश्चित करण्यात आले. त्याची कारणे याप्रमाणे –

१) या काळात पोलिओ विषाणूंचा प्रसार अत्यंत कमी प्रमाणात होतो. २) हिवाळा असल्याने फ्रीज व डीपफ्रीजचा लस थंड ठेवण्यास चांगला उपयोग होतो. ३) आर्थिक वर्षाच्या सुरुवातीनंतर सर्व तयारी होण्यासाठी ८ महिन्यांचा कालावधी मिळतो, त्यामुळे नियोजन व सर्व तयारी चांगल्या प्रकारे होऊ शकते.

पल्स लसीकरण म्हणजे एकाच दिवशी सर्व ० ते ५ वर्षे वयोगटातील बालकांना पोलिओ लसीची मात्रा देणे. या सर्व मुलांना पुन्हा ठराविक दिवशी दुसरी मात्रा देणे. एकाच वेळी मोठ्या प्रमाणांवर मात्रा देण्याच्या प्रक्रियेला 'पल्स लसीकरण' असे म्हणतात.

पूर्ण लसीकरणानंतर पल्सची मात्रा देण्याचे कारण म्हणजे पूर्ण लसीकरण झालेल्या बालकाच्या आतड्यात देखील वाईल्ड विषाणू असू शकतात. पल्स मात्रांमुळे आतड्यातील धोकादायक वाईल्ड पोलिओ विषाणूंचे उच्चाटन होते. ० ते ५ वर्षे वयोगटातील मुलांना पल्सची अतिरिक्त मात्रा देण्याची गरज आहे. ज्याठिकाणी नेहमी काम कमी होते, अशा ठिकाणी पल्स पोलिओ मोहिमेच्या दिवशी मोठ्या

प्रमाणावर काम होईल याकडे प्रामुख्याने लक्ष देण्यात येते. या दोन मात्रा अतिरिक्त आहेत व नेहमीच्या लसीकरणांऐवजी नाहीत, हे लक्षात ठेवले पाहिजे. या दोन मात्रा दिल्यानंतर नेहमीच्या मात्रा न चुकता, ठरल्या वेळी द्याव्यात. पल्स मात्रा व नेहमीच्या मात्रा यामध्ये कितीही कमी अंतर असले, तरी चालते हे सर्वांच्या मनावर बिंबवले पाहिजे. १९९९-२००० या वर्षांत २४ ऑक्टोबर, २१ नोव्हेंबर, १९ डिसेंबर, २३ जानेवारी अशा चार मात्रा देण्यात आल्या होत्या.

पोलिओ निर्मूलनाची कृती

१) नेहमीचे लसीकरण अधिक प्रभावीपणे होण्यासाठी अंमलबजावणी.

२) पल्स पोलिओ लसीकरण मोहीम प्रभावीपणे राबविणे.

३) ए.एफ.पी.रुग्ण सर्वेक्षण.

४) पोलिओ किंवा संबंधित पोलिओ रुग्ण आढळलेल्या ठिकाणी विशेष लसीकरण मोहीम.

५ वर्षांखालील मुलात अ‍ॅक्यूट पॅरालिसीस आढळल्यास जवळपासच्या ५०० घरांतील ५ वर्षांखालील मुलांना पोलिओ लसीकरण करण्यात येते. शौच्याचे दोन नमुने नॅशनल इन्स्टिट्यूट ऑफ व्हायरॉलॉजी, पुणे येथे पाठविण्यात येतात. विषाणू असेल तर व्हॅक्सीन विषाणू का वाईल्ड विषाणू याचा शोध घेतला जातो. या मुलाचा ६० दिवस पाठपुरावा करून निरीक्षण केले जाते. रेसीड्यूयल पॅरालिसीस असेल, तर जवळच्या १ लाख लोकसंख्येतील ५ वर्षांखालील मुलांना पोलिओ लसीच्या दोन मात्रा दिल्या जातात. पॅरालिसीस रुग्णांचा दुर्दैवाने मृत्यू झाला किंवा पाठपुरावा होणे शक्यच झाले नाही, तर रुग्ण कोठे सापडला होता. तेथील मुलांना पोलिओ लसीच्या दोन मात्रा देण्यात येतात. पोलिओ रुग्ण आढळलेल्या भागातही विशेष पोलिओ लसीकरण करून तेथील ५ वर्षे वयोगटातील मुलांना पोलिओ लसीच्या दोन मात्रा देण्यात येतात. पोलिओ रुग्णाला ताबडतोब उपचार सुरू करून त्याच्यापासून पसरणाऱ्या विषाणूंचा तातडीने बंदोबस्त केला जातो.

अंमलबजावणी : पोलिओ विषाणूंचे पूर्ण उच्चाटन होईपर्यंत पल्स पोलिओ मोहीम राबवायची आहे. डिसेंबर व जानेवारी या महिन्यात एकाच दिवशी ५ वर्षे वयोगटातील सर्व मुलांना ही लस द्यायची असते. त्यामुळे नियोजन व अंमलबजावणी प्रभावीपणे होण्यासाठी आरोग्य खाते, खाजगी डॉक्टर्स, रोटरी या सर्वांच्या सहकार्याने ही मोहीम राबविण्यात येते.

पोलिओ निर्मूलनाची तयारी

लाभार्थींच्या संख्येनुसार त्या त्या भागात केंद्रे उभारली जातात.

स्पेशल केंद्रे : उच्च स्तरातील नागरिकांसाठी तसेच खास केंद्रे रेल्वे स्टेशन

व एस.टी. स्टॅन्डवर ठेवली जातात, त्यामुळे प्रवासातील बालकांना लसीपासून वंचित राहावे लागणार नाही.

प्रत्येक केंद्रावर एक केंद्र प्रमुख व ५-६ मदतनीस असावेत.

मुख्य केंद्रावर लस थंड वातावरणात ठेवली जाते. त्याची तयारी अगोदरपासूनच केली जाते. मुख्य केंद्रातून सर्व केंद्रांना वाहनातून आईस-बॉक्स मधून लस पुरविली जाते. सरकारी किंवा नगर पालिका रुग्णालय येथे मुख्य केंद्रे असतात.

केंद्राबाहेर माहितीसाठी बॅनर असावे. पोस्टर लावावीत.

प्रत्येक केंद्रावर लाभार्थींची यादी असावी. १०० टक्के लसीकरण होण्यासाठी यादीतील बालके आली नाहीत, तर स्वयंसेवक पाठवून त्यांना बोलावून घ्यावे. जी बालके केंद्रावर येऊ शकणार नाहीत अशासाठी फिरत्या केंद्रामार्फत लस दिली जाते.

डिसेंबरमध्ये लस दिल्यानंतर त्याची नोंद करून त्यांना कार्ड दिले जाते व जानेवारीचा दिनांक लिहून आठवण करून दिली जाते.

कामाच्या वेळेत केंद्र सोडून कोणी जाऊ नये, म्हणून सर्व कर्मचारी व कार्यकर्त्यांसाठी चहापाण्याची सोय केंद्रावर केली जाते.

लसीकरणाच्या तारखा ठरल्यानंतर लगेचच प्रसिद्धी सुरू होते व लोकांना जागृत केले जाते.

प्रत्येकाने आपल्या कार्यक्षेत्रातील ५ वर्षे वयोगटातील प्रत्येक बालकास पोलिओ लसीचे मात्रे पाजण्यात सफलता मिळविणे म्हणजे 'पल्स पोलिओ लसीकरण मोहीम' यशस्वी होणे होय.

पल्स पोलिओ लसीकरण मोहिमेची तयारी, कार्यपद्धती, प्रचार व त्या दिवशीच्या लसीकरणाचा अहवाल तयार करून जिल्ह्याकडे पाठवावा.

कार्यकर्त्यांचा सक्रिया सहभाग या मोहिमेत असतो, त्यांचा सत्कार करून त्यांना प्रोत्साहन द्यावे.

उघड्यावर शौचास बसणे, दूषित पाणी पिणे यामुळे विषाणूंचा झपाट्याने प्रसार होतो. पोलिओ संसर्ग वेगाने फोफावतो हे टाळण्यासाठी सर्वसाधारण लोकांना स्वच्छता, संडास वापर याबद्दल आरोग्य शिक्षण द्यावे.

पल्स पोलिओ मोहिमेच्या यशासाठी आवश्यक कृती

लस पुरवठा, शीत साखळी व लस वाटप.

सत्र आयोजनासाठी कर्मचारी / स्वयंसेवक.

वाहतूक सुविधा.

अहवाल नमुने.

आरोग्य शिक्षण साहित्य.

कमी काम असलेल्या भागासाठी विशेष प्रयत्न.

लसीची गरज लक्षात घेऊन, उपलब्धता व योग्य पुरवठा.

खाजगी डॉक्टरांचा सहभाग : त्यांच्याकडे येणाऱ्या सर्व रुग्णांना पल्स पोलिओ मोहिमेची माहिती देऊन त्यांच्या ५ वर्षे वयोगटातील बालकांना ह्या मात्रा घेण्यास प्रवृत्त करून त्याचे महत्त्व पटवून द्यावे. आपल्या दवाखान्यात सत्र आयोजित करून ते या मोहिमेत भाग घेऊ शकतात.

रोटरी इंटरनॅशनल आणि इनरव्हील इंटरनॅशनलचा पोलिओ सहभाग :

पोलिओ निर्मूलनासाठी रोटरी व इनरव्हीलचा सिंहाचा वाटा आहे. त्यांनी हजारो मिलीयन डॉलरची आर्थिक मदत देऊ केली आहे, तसेच पल्स पोलिओ लसीकरण मोहीम स्वत: राबवून मलेशिया, चीन, ब्रह्मदेश इंडोनिशिया या देशामध्ये पोलिओचे समूळ उच्चाटन करण्यात यश मिळविलेले आहे. भारतात पोलिओचे समूळ उच्चाटन करण्यासाठी रोटरी व इनरव्हील तर्फे 'पल्स पोलिओ लसीकरण अभियान' राबविण्यात येत आहे. रोटरी इंटरनॅशनल कडून भारत सरकारला लस पुरविण्यात आली आहे. मोहिमेची जबाबदारी वैद्यकीय सरकारी यंत्रणेकडून पार पाडली जाईल. तसेच जनजागृती करण्याचे कार्यही केले जाते. महिलामंडळे, तरुण मंडळे यांचाही सहभाग या मोहिमेत घेतला जातो की, जेणेकरून 'पल्स पोलिओ लसीकरण मोहिम' यशस्वी होईल. आरोग्य संघटनेने दिनांक ७ एप्रिल १९९५ रोजी सन २००० सालचे उद्दिष्ट 'पोलिओ मुक्त जग' असे जाहीर केले होते, ते बऱ्याच प्रमाणात साध्य झाले आहे असेच म्हणावे लागेल.

बाल जीवित्व व सुरक्षित मातृत्व कार्यक्रम

हा कार्यक्रम सुरू करण्यापूर्वी पुढील गोष्टींचा प्रामुख्याने विचार करण्यात आला.

१) माता व बालक सामाजिक, आर्थिक व आरोग्यदृष्ट्या दुर्लक्षित घटक आहेत. २) माता व बालकांमध्ये मृत्यूचे प्रमाण जास्त आहे. ३) बहुतांश मृत्यू टाळता येण्याजोगे असल्याने निदर्शनास आले. ४) माता बालसंगोपन कार्यक्रमातील घटकांचा उपयोगितेचा आढावा घेण्यात आला. त्यातील त्रुटी दूर करून काही नवीन घटकांचा समावेश करून तयार करण्यात आलेला कार्यक्रमाद्वारे माता व बालक यांच्यातील मृत्यूचे व आजाराचे प्रमाण जलद गतीने कमी करण्यासाठी विशिष्ट सेवा प्राधान्य क्रमाने देऊन मृत्यू व आजारपणाचे प्रमाण कमी करण्याच्या उद्देशाने माता-बालकांना सर्वसमावेशक सेवा देण्यासाठी या कार्यक्रमाची आखणी केली गेली व कार्यक्रम राबविण्यात आला.

कार्यक्रमाचे ध्येय खालीलप्रमाणे होती

१) बालमृत्यू दर इ. स. २००० सालापर्यंत ३० च्या खाली आणणे.
२) १ ते ४ वर्षांखालील मृत्यू दर २००० सालापर्यंत ८ च्या खाली आणणे.
३) मातामृत्यू दर २००० सालापर्यंत २ च्या खाली आणणे.
४) पोलिओ निर्मूलन २००० सालापर्यंत करणे.
५) १९९५ सालापर्यंत नवजात बालकातील धनुर्वाताचे दूरीकरण.
६) १९९५ सालापर्यंत गोवरच्या मृत्यूच्या प्रमाणात ९५ टक्के व रुग्णसंख्येत ९० टक्के घट करणे.
७) २००० सालापर्यंत अतिसारामुळे होणाऱ्या मृत्यूच्या प्रमाणात ७० टक्के व रुग्णसंख्येत २५ टक्के घट करणे.
८) २००० सालापर्यंत तीव्र श्वसन दाहापासून होणाऱ्या मृत्यूच्या प्रमाणात ४० टक्के घट करणे.

कार्यक्रमाचे घटक		**बालकांसाठी**
नवजात बालकांची घरच्या घरी काळजी	–	उबदार ठेवणे व पोषण
बालकाचे प्राथमिक लसीकरण	–	१०० टक्के बालकांना एक वर्षाच्या आत संपूर्ण लसीकरण करून संरक्षित करणे.
‘अ’ जीवनसत्त्व अभावाचे प्रतिबंधन	–	९ महिने ते ३ वर्षे वयोगटातील १०० टक्के बालकांना ‘अ’ जीवनसत्त्वे मात्रे देणे.
न्यूमोनिया	–	न्यूमोनियाच्या रुग्णावर घरी किंवा आरोग्य केंद्रात योग्य उपचार देणे.

अतिसाराच्या प्रत्येक रुग्णावर घरी किंवा आरोग्य केंद्रात योग्य उपचार व प्रत्येक गावातून क्षार संजीवनी पाकिटे उपलब्ध होण्याची सोय करणे.

गरोदर मातांसाठी :

धनुर्वात प्रतिबंधक लस	–	१०० टक्के गरोदर मातांचे लसीकरण
रक्तक्षयाचे प्रतिबंधन व उपचार	–	१०० टक्के गरोदर मातांना सेवा
प्रसूती पूर्व तपासणी	–	१०० टक्के गरोदर मातांची प्रत्येकी कमीत कमी ३ वेळा तपासणी

संदर्भ सेवा – गुंतागुंत झालेल्या मातांची योग्य ठिकाणी रवानगी

प्रसूतीच्या वेळी निर्जंतुक प्रसूतीची हमी.

योग्य वयात गरोदरपण व पाळणा लांबविण्यासाठी सेवा.

स्त्रियांच्या जीवन चक्रातील विविध टप्प्यानुसार सेवा –

लहान वयातच स्त्रियांच्या आरोग्याचा पाया मजबूत केला, तर पुढील वयातील आघातांना त्या चांगल्या प्रकारे सामोरे जाऊ शकतात. ह्या दृष्टीने या कार्यक्रमात तरुण मुली, गरोदर माता व प्रसूत झालेल्या माता या सर्व टप्प्यांवर निवडक व महत्त्वपूर्ण सेवा पुरविल्या जातात. जीवनचक्रातील महत्त्वाच्या टप्प्यांवर काळजी घेतल्यामुळे सुरक्षित मातृत्वाची हमी देणे शक्य होईल.

आर.सी.एच. कार्यक्रम (R.C.H. Programme)

कोणत्या ना कोणत्या जुन्या कार्यक्रमाच्या माध्यमातून नवीन कार्यक्रमाची प्रेरणा उगम पावते. विस्तारीत लस टोचणी, सार्वत्रिक लस टोचणी, बालजीवित्व व सुरक्षित मातृत्व व त्यातूनच सध्या सुरू असलेला नवीन कार्यक्रम म्हणजे आर.सी.एच. कार्यक्रम होय. कोणताही आरोग्य खात्याचा कार्यक्रम पार पाडण्याची प्रमुख जबाबदारी आरोग्य कर्मचाऱ्यांच्यावर पडते.

सन १९९७-९८ सालापासून केंद्र शासनाच्या मार्गदर्शक तत्त्वानुसार राज्यात आर.सी.एच. कार्यक्रम राबविला जात आहे. या कार्यक्रमात कुटुंब कल्याण, बाल जीवित्व सुरक्षित मातृत्व, आर.टी.आय. व एस.टी.डी. प्रतिबंधक व उपचार या सर्वांचा समावेश करण्यात आला आहे. त्यामुळे आर.सी.एच. हा सर्वसमावेशक असा कार्यक्रम झाला आहे. आर.सी.एच. कार्यक्रमातंर्गत उद्दिष्टे दिली जाणार नाहीत. त्याऐवजी प्रत्येक आरोग्य कर्मचाऱ्याकडून किती काम अपेक्षित आहे, हे निश्चित करण्यासाठी आरोग्याच्या गरजा खालील गोष्टीवरून काढता येतील.

समाजाच्या गरजा : कार्यक्षेत्रातील गरोदर स्त्रिया व झालेले जन्म या माहितीच्या आधारे अपेक्षित कामाचे प्रमाण आरोग्य सेविका ठरवेल. कार्यक्रमात झालेला बदल प्रत्यक्ष कृतीत आणण्यासाठी नियोजन अंमलबजावणी व नियंत्रण या तीनही बाबींमध्ये जनतेचा सहभाग मिळविणे अत्यावश्यक आहे. आरोग्य सेविका व समाज याच्यात समन्वय निर्माण झाल्यास आरोग्य सेवा देण्याचे प्रमाण व गुणवत्ता वाढेल व सेवा न मिळण्याच्या घटना निश्चित कमी होतील. आरोग्य कर्मचारी या नवीन पद्धतीचा आधारस्तंभ असल्यामुळे कार्यक्रमाचे यश हे बहुतांशी त्यांच्या सहभागावर अवलंबून आहे. आर.सी.एच.च्या प्रशिक्षण कार्यक्रमात पुढील कौशल्ये विकसित करण्यावर भर दिला आहे.

१) समाजाचा सहभाग वाढविणे.

२) गुणात्मक सेवा पुरविणे.

३) या कार्यक्रमांतर्गत सेवांमध्ये पुरुषांचा सहभाग मिळविणे.

यासाठी अंगणवाडी कार्यकर्ती व समाजातील इतर व्यक्तींचे आरोग्य कर्मचाऱ्यांना सहकार्य घ्यावे लागेल. समाजातील विविध घटकांना सहभागी करून घेतल्यामुळे कार्यक्रम अंमलबजावणीची जबाबदारीच समाजाकडे हस्तांतरित होईल.

आर.सी.एच. या संकल्पनेअंतर्गत प्रमुख बाबी गृहीत धरण्यात आल्या आहेत.

१) मुले होऊ देणे व होणाऱ्या मुलांची संख्या ठरविणे. या दोन्हीही गोष्टी जोडप्याच्या हातात आहेत.

२) गरोदरपण व प्रसूती यामध्ये विशेष काळजी घेऊन प्रत्येक गरोदर माता स्वत: सुरक्षित राहून सुदृढ बालकाला जन्म देऊ शकते.

३) गरोदर राहण्याची किंवा रोग जडण्याची भीती न बाळगता पती-पत्नी लैंगिक संबंध ठेवू शकतात.

याचाच अर्थ प्रत्येक जोडपे मूल केव्हा हवे, हे ठरवू शकते. गरोदरपणात काळजी घेऊ शकते. सुरक्षित प्रसूतीसाठी आवश्यक सुविधा त्यांना उपलब्ध होतील. त्यांच्या आवडीप्रमाणे पाळणा लांबविण्याच्या पद्धती त्यांना वापरता येतील व लैंगिक संबंधातून पसरणारे आजार होण्याची भीती त्यांना राहणार नाही.

आर.सी.एच. कार्यक्रमांतर्गत समाविष्ट केलेल्या सेवा

१) मातांसाठी सेवा – धनुर्वात प्रतिबंधक लस टोचणी, रक्तक्षय प्रतिबंध व उपचार, प्रसूतीपूर्व सेवा व गुंतागुंतीचे लवकरात लवकर प्रशिक्षित व्यक्तीकडून निदान, प्रसूती आरोग्य संस्थेत प्रसूती, प्रसूतीमधील गुंतागुंतीवर उपचार, पाळणा लांबविणे.

२) बालकांसाठी सेवा – नवजात बालकाची काळजी, योग्य प्रकारे स्तनपान व पूरक आहार, लसीकरण, अतिसार व न्यूमोनिया योग्य उपचार अ-जीवनसत्त्वाचे वापट, रक्तक्षय उपचार.

३) योग्य जोडण्यासाठी सेवा – आवश्यक तेव्हाच गरोदरपण, सुरक्षित गर्भपात.

४) जनन संस्थेचे आजार व लैंगिक संबंधातून पसरणारे आजार यांचे प्रतिबंधन व उपचार.

रिप्रॉडक्टीव हेल्थवर परिणाम करणारे घटक

'रिप्रॉडक्शन' म्हणजे नवीन जीवाला जन्म देणे. जनन क्रियेशी संबंधित अवयवांना झालेल्या जंतूसंसर्गाला सर्वसाधारणपणे 'रिप्रॉडक्टीव्ह ट्रॅक्ट इन्फेक्शन' म्हणजेच 'आर.टी.आय.' असे म्हणतात. या जंतूसंसर्गाचे तीन प्रमुख प्रकार पडतात –

१) जननक्षमतेवर परिणाम करणारे आजार

२) माता व मुलावर परिणाम करणारे आजार

३) पुरुष व स्त्रियांच्या जननेंद्रियांवर परिणाम करणारे, परंतु जननक्षमतेवर परिणाम न करणारे आजार.

जननसंस्थेवर परिणाम करणाऱ्या आजाराकडे लक्ष देणे आवश्यक आहे, कारण त्यामुळे अनेक आरोग्य समस्या उद्‌भवू शकतात.

अंगावर पांढरे जाणे ही स्त्रियांच्या बाबतीत नेहमी आढळणारी तक्रार आहे. त्याची कारणेही अनेक आहेत.

१) फंगस संसर्ग, २) ट्रायकोमोनल व्हजायनाटीस, ३) परमा, ४) गरमी, ५) प्रसूतिपश्चात जंतूदोष, ६) तांबी बसविल्यानंतर, ७) गर्भाशयाच्या तोंडाचा कर्करोग.

अशा रुग्णांच्या बाबतीत सविस्तर माहिती घेऊन सर्व रुग्णांना वैद्यकीय अधिकाऱ्यांकडे सविस्तर तपासणीसाठी व पुढील उपचारांसाठी पाठवावे.

आरोग्य शिक्षण : वैयक्तिक स्वच्छतेकडे दुर्लक्ष व वाईट लैंगिक सवयीमुळे (वर्तन) हे आजार होतात. हे रुग्णांना समजावून देऊन मासिक पाळीच्या वेळी अस्वच्छ घड्या वापरण्याने जंतूसंसर्ग होतो. गनोरिया, ट्रायकोमोनल इन्फेक्शन, गरमी या लैंगिक संबंधातून उद्‌भवणाऱ्या आजारावर पती-पत्नी दोघांनाही उपचार घ्यावा लागतो. या सर्व गोष्टी समजावून सांगून त्याचे महत्त्व पटवून देऊन त्यांच्या सहकार्याने या रोगांना प्रतिबंध व संपूर्ण उपचार करता येतात.

□□□

संदर्भ (Reference)

1. Paediatric Nursing - Margaret Duncombe & Barbara F. Weller
2. Text book of Preventive & Social Medicine - J. E. Park & K. Park
3. Paediatric Care Child Health in Family Care - Stuart Carne, London
4. A Text book for the Health Worker Vol. I & II - A. M. Chalkley
5. Breast Feeding in Practice : A Manual for Health Worker - Elisabet Helsing & F. Savage King
6. Paediatric Nursing - Glady S. Benz
7. A Short Text-book of Paediatrics - Dr. C. S. Wagle
8. A Text-book of Paediatrics - Dr. Acharya
9. Nelson Text-book of Paediatrics - Victor C. Vaughan
10. A Text-book of Community - M. Ketkar & S. Ketkar Health
11. Text-book of Medical & - Sheffer Surgical Nursing
12. Hand-book of Paediatrics - A. G. Desai
13. A Hand-book of Psychiatry - Dr. L. P. Shah
14. A Nursery School Hand-Teachers and Parents - Marjorie M Green & book for Elizabeth L. Woods
15. The Feeding & Care of Infants & Young Children - Dr. Shanti Ghosh
16. A Text-book for Midwives - Margaret F. Myles
17. Developmental Psychology - Elizabeth B. Hurlock
18. Nutritive Value of Indian - C. Gopalan Foods
19. A General Text-book of - Evelyn Pearce Nursing
20. शरीरविज्ञान - लीला म. माडीवाले
21. वैद्यक व वैद्यकीय शुश्रूषा - डॉ. श्री. वा. जोगळेकर आणि कु. कमल लाळे

□